ಜಿ ಎನ್ ರಂಗನಾಥ ರಾವ್

ತಾಯಿನಾಡು, ಸಂಯುಕ್ತ ಕರ್ನಾಟಕ, ಪ್ರಜಾವಾಣಿಯಲ್ಲಿ ವೃತ್ತಿ.

1965ರಲ್ಲಿ ಉಪ ಸಂಪಾದಕರಾಗಿ 'ಪ್ರಜಾವಾಣಿ' ಪ್ರವೇಶಿಸಿದ ಜಿ ಎನ್ ರಂಗನಾಥ ರಾವ್ ಅವರು 'ಸಾಪ್ತಾಹಿಕ ಪುರವಣಿ'ಯ ಸಂಪಾದಕರಾಗಿ, ತದನಂತರ 'ಪ್ರಜಾವಾಣಿ', 'ಸುಧಾ', 'ಮಯೂರ'ದ ಕಾರ್ಯ ನಿರ್ವಾಹಕರಾಗಿ 'ದಿ ಪ್ರಿಂಟರ್ಸ್ (ಮೈಸೂರು) ಸಂಸ್ಥೆ'ಯ ಎಲ್ಲಾ ಕನ್ನಡ ಪ್ರಕಟಣೆಗಳನ್ನು ಮುನ್ನಡೆಸಿದರು.

ನಿವೃತ್ತಿಯ ನಂತರ 'ಕಸ್ತೂರಿ' ಮಾಸ ಪತ್ರಿಕೆಯ ಸಂಪಾದಕರಾಗಿದ್ದರು. 'ಅವಧಿ' (avadhimag.in), 'ವಾರ್ತಾ ಭಾರತಿ'ಯ ಅಂಕಣಕಾರರು.

ಇಂದು ಮುದ್ರಣ ಹಾಗೂ ವಿದ್ಯುನ್ಮಾನ ಮಾಧ್ಯಮಗಳಲ್ಲಿ ಯಶಸ್ವಿಯಾಗಿ ಕಾರ್ಯ ನಿರ್ವಹಿಸುತ್ತಿರುವ ಅನೇಕ ಪತ್ರಕರ್ತರನ್ನು ರೂಪಿಸಿದ ಹಿರಿಮೆ ಇವರದ್ದು.

ಕಥೆ, ನಾಟಕ, ವಿಮರ್ಶೆ, ಅನುವಾದ, ಜೀವನ ಚರಿತ್ರೆ, ವ್ಯಕ್ತಿ ಚಿತ್ರಗಳು ಸೇರಿದಂತೆ 60ಕ್ಕೂ ಹೆಚ್ಚು ಕೃತಿಗಳ ರಚನೆ.

ಪತ್ರಿಕೋದ್ಯಮ ಕುರಿತು ಅನೇಕ ಕೃತಿಗಳ ರಚನೆ ಹಾಗೂ ಸಂಪಾದನೆ.

ಕರ್ನಾಟಕ ಸರ್ಕಾರದ ಪ್ರತಿಷ್ಠಿತ ರಾಜ್ಯೋತ್ಸವ, ಟಿಎಸ್ಸಾರ್, ಖಾದ್ರಿ ಶಾಮಣ್ಣ, ಮಾಸ್ತಿ, ಬೆಟಗೇರಿ ಕೃಷ್ಣಶರ್ಮ, ಮಾಧ್ಯಮ ಅಕಾಡೆಮಿ, ನಾಟಕ ಅಕಾಡೆಮಿ, ಕುವೆಂಪು ಭಾಷಾ ಭಾರತಿ, ಕರ್ನಾಟಕ ಕಾರ್ಯನಿರತ ಪತ್ರಕರ್ತರ ಸಂಘ, ಆಳ್ವಾಸ್ ನುಡಿಸಿರಿ, ಸಂದೇಶ ಮಾಧ್ಯಮ ಪ್ರತಿಷ್ಠಾನ ಸೇರಿದಂತೆ ಅನೇಕ ಪ್ರಶಸ್ತಿಗಳ ಗೌರವ.

'ಮಹಾತ್ಮಗಾಂಧಿ ಒಂದು ಸತ್ಯಕಥೆ' ಕೃತಿಗೆ ಕೇಂದ್ರ ಸಾಹಿತ್ಯ ಅಕಾಡೆಮಿ ಪ್ರಶಸ್ತಿ. 2015ರಲ್ಲಿ ಅಭಿವ್ಯಕ್ತಿ ಸ್ವಾತಂತ್ರ್ಯದ ದಮನವನ್ನು ವಿರೋಧಿಸಿ ಪ್ರಶಸ್ತಿ ವಾಪಸ್.

ಪ್ರಸ್ತುತ 'ಆ ಪತ್ರಿಕೋದ್ಯಮ' ಜಿ ಎನ್ ರಂಗನಾಥ ರಾವ್ ಅವರ ಪತ್ರಿಕೋದ್ಯಮದ ಪಯಣವನ್ನು ಮೆಲುಕು ಹಾಕುವ ಕೃತಿ. 'ಅವಧಿ'ಯಲ್ಲಿ ಇದು ಅಂಕಣವಾಗಿ ಪ್ರಕಟವಾಗಿತ್ತು.

ಆ ಪತ್ರಿಕೋದ್ಯಮ...

ಜಿ ಎನ್ ರಂಗನಾಥ ರಾವ್

ಬಹುರೂಪಿ
ಎಂಬೆಸಿ ಸೆಂಟರ್, 111, ಮೊದಲನೇ ಮಹಡಿ, ಕ್ರೆಸೆಂಟ್ ರಸ್ತೆ,
ಕುಮಾರಪಾರ್ಕ್ ಈಸ್ಟ್, ಬೆಂಗಳೂರು 560 001.
ದೂರವಾಣಿ: 70191 82729

53

AA PATRIKODYAMA
Reminiscence of the veterana journalist
G N RANGANATHA RAO's media journey

G N RANGANATHA RAO
63624 73151
sharade.gnr@gmail.com

Published By
Bahuroopi
Embassy Centre, 111, First Floor, Crescent Road,
Kumarapark East, Bangalore 560001

editor@bahuroopi.in | Mobile: 70191 82729

online book store: **bahuroopi.in**

Whats App Bookstore: **70191 82729**

ISBN: 978-81-956152-3-0
First Edition: JULY 2022
Pages: 224 | Price: Rs.300

Cover and Inside Design: **Sagar M S**

Produced by
Bahuroopi Designs and Prints
Bangalore
99454 40841

ನನ್ನ ತಂದೆ,
ಗುರು,
ಆತ್ಮಸಖ
ಡಾ. ಜಿ ಪಿ ನರಸಿಂಹ ಮೂರ್ತಿಯವರ
ದಿವ್ಯ ಸ್ಮೃತಿಗೆ

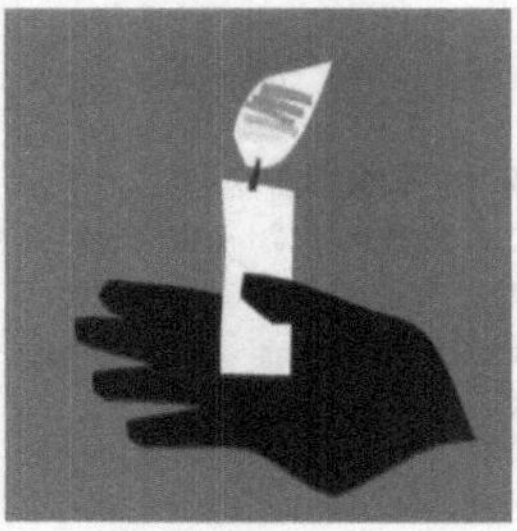

ಬಹುರೂಪಿಯದ್ದೇ ಈಗ
ಪುಸ್ತಕ ಮಳಿಗೆಯೂ ಇದೆ

ಬಹುರೂಪಿ ಬುಕ್ ಹಬ್

ನಂ 1, ಉಡುಪಿ ಗಾರ್ಡನ್ ಹೋಟೆಲ್ ಎದುರು,
ಸಂಜಯನಗರ ಮುಖ್ಯ ರಸ್ತೆ ಬೆಂಗಳೂರು -560 094
ದೂರವಾಣಿ: 080-41679293, ಮೊ: 70191 82729
Bahuroopi.in | bahuroopibookhub@gmail.com

ಮನದಾಳದ ಬಿನ್ನಹ

ಇದು, ಎಂಬತ್ತೊಂದರ ನಡೆಯಲ್ಲಿರುವ ನನ್ನ ಅರವತ್ತನಾಲ್ಕನೆಯ ಕೃತಿ. ನನ್ನ ಇಷ್ಟು ವರ್ಷಗಳ ಆಯುಷ್ಯದ ಬಹುಭಾಗವನ್ನು ಕಳೆದಿರುವುದು ನನ್ನ ವೃತ್ತಿ ಜೀವನವಾದ ಪತ್ರಿಕಾ ವ್ಯವಸಾಯದಲ್ಲಿ ಹಾಗೂ ಸಾಹಿತ್ಯ ರಚನೆಯಲ್ಲಿ. ಎಂಬತ್ತೊಂದರ ಹೆಜ್ಜೆಪಾಡಿನಲ್ಲಿ ಸ್ವಲ್ಪ ನಿಂತು, ನಡೆದು ಬಂದ ದಾರಿಯತ್ತ ಒಂದು ಹಿನ್ನೋಟ ಹರಿಸಿದಾಗ ಕಂಡು ಬಂದ ನನ್ನ ವೃತ್ತಿ ಜೀವನದ ಪುನರಾವಲೋಕನ ಇಲ್ಲಿದೆ.

'ಅವಧಿ'ಯಲ್ಲಿ ಇದರ ಪ್ರಕಟಣೆ ಶುರುವಾದ ಎರಡು–ಮೂರು ವಾರಗಳಲ್ಲಿ, "ಇದು ನಿಮ್ಮ ಆತ್ಮಕಥೆಯೆ?" ಎಂದು ಕೆಲವರು ಕೇಳಿದ್ದುಂಟು. ಹಾಗೆ ಭಾವಿಸಿದ್ದರಲ್ಲಿ ತಪ್ಪೇನೂ ಇಲ್ಲ. ಆ ರೀತಿ ನೋಡಿದರೆ ಈ ಕಥನ ಶುರುವಾಗುವುದು 'ನಾನು'ವಿನಿಂದಲೇ. ಆತ್ಮಕಥೆಗಳು ಸಾಮಾನ್ಯವಾಗಿ 'ನಾನು' ಮತ್ತು 'ಅಹಂ'

ಕೇಂದ್ರಿತವಾಗಿರುತ್ತವೆ. ನಾನು ಪತ್ರಿಕಾ ವ್ಯವಸಾಯಕ್ಕೆ ಅಡಿ ಇರಿಸಿದ್ದು ನನ್ನ ಇಪ್ಪತ್ಮೂರನೆಯ ವಯಸ್ಸಿನಲ್ಲಿ. ಇದು ಆತ್ಮಕಥೆ ಆಗಬೇಕಾದರೆ ನನ್ನ ವೃತ್ತಿ ಜೀವನದ ಹಿಂದಿನ ಇಪ್ಪತ್ಮೂರು ವರ್ಷಗಳ ಬದುಕೂ ಸೇರಬೇಕಾಗುತ್ತದೆ. ಅದು ಇಲ್ಲಿಲ್ಲ. ಹೀಗಾಗಿ ಇದು ನನ್ನ ಆತ್ಮಕಥೆಯಲ್ಲ. ಆತ್ಮಕಥೆ ಎಂದರೆ ಮಹಾನುಭಾವರ ಆದರ್ಶಪ್ರಾಯವಾದ ಬದುಕಿನ ಕಥೆ ಎಂಬ ಪರಿಕಲ್ಪನೆ ಇದೆ. ನಾನು ಅಂಥ ಮಹಾನುಭಾವನಲ್ಲ. ಈಗೀಗ ಈ ಪರಿಕಲ್ಪನೆಯೂ ಬದಲಾಗಿ ಸಾಮಾನ್ಯರ ಅಸಾಮಾನ್ಯ ಬದುಕಿನ ಆತ್ಮಕಥೆಗಳೂ ಬರುತ್ತಿವೆ. ಆದರೆ, ಈ ಆತ್ಮಕಥೆ ಎಂಬ ಸಾಹಿತ್ಯ ಪ್ರಕಾರದ ಬಗ್ಗೆಯೇ ನನಗೆ ಅನುಮಾನಗಳಿವೆ. ವ್ಯಷ್ಟಿ–ಸಮಷ್ಟಿ, ವ್ಯಕ್ತಿ ಸಮಾಜಗಳ ಹಿನ್ನೆಲೆಯಲ್ಲಿ.

ನನ್ನ ಮಿತ್ರರೂ ಸಹೋದ್ಯೋಗಿಗಳೂ ಆಗಿದ್ದ ವೈಕುಂಠರಾಜು ಅವರು ಆತ್ಮಕಥೆ ಬರೆಯುತ್ತಿದ್ದ ಸಂದರ್ಭದಲ್ಲಿ ಒಂದು ದಿನ ಹೀಗೆ ಹೇಳಿದರು: "ಸದಾಶಿವ ನಾನು ನನ್ನ ಆತ್ಮಕಥೆ ಬರೆಯುತ್ತಿದ್ದೇನೆ. ಅದರಲ್ಲಿ ನೀವು ಬರುತ್ತೀರಿ." ಅದಕ್ಕೆ ಜಿ ಎಸ್ ಸದಾಶಿವನ ಪ್ರತಿಕ್ರಿಯೆ ಹೀಗಿತ್ತು: "ನಾನಿಲ್ಲದೆ ನಿಮ್ಮ ಆತ್ಮಕಥೆ ಪೂರ್ತಿಯಾಗುವುದೆಂತು?". ಆತ್ಮಕಥೆ ಎಂಬುದು ವ್ಯಕ್ತಿಯ ಸ್ವಂತ ಬದುಕಿನ ಚಿತ್ರವಾಗಿರಬಹುದಾದರೂ ಅದರೊಂದಿಗೆ ವ್ಯಕ್ತಿಯ ಸಾಮಾಜಿಕ ಸಂಬಂಧಗಳು, ಸ್ಥಿತಿಗತಿಗಳು ತಳುಕು ಹಾಕಿಕೊಂಡಿರುತ್ತವೆ. ವ್ಯಕ್ತಿಯ ವೈಯಕ್ತಿಕ ಬದುಕೂ ಈ ಸಾಮಾಜಿಕ ಸಂಬಂಧಗಳ ಪರಿವೃತ್ತದಲ್ಲೇ ಸಾಗಿ ಬಂದಿರುತ್ತದೆ. ಅದು ಶೂನ್ಯದಲ್ಲಿ ಘಟಿಸಿರುವುದಿಲ್ಲ. ತನ್ನ ಸುತ್ತಲ ಪರಿಸರ, ಸಮಾಜಗಳೊಂದಿಗಿನ ಸಂಬಂಧಗಳನ್ನು ಮರೆತ ಆತ್ಮಕಥೆ 'ಅಹಂ'ನ ವಿಜೃಂಭಣೆಯಾಗಬಹುದಷ್ಟೇ. ಎಂದೇ ಆತ್ಮಕಥೆ 'ನಾನು' ಕೇಂದ್ರಿತವಾಗಿದ್ದರೂ ಅದು ಒಂದು ಕಾಲಘಟ್ಟದ ಸಮಾಜದ ಆತ್ಮಕಥೆಯೂ ಆಗಿರುತ್ತದೆ. ಹಾಗೆಂದೇ ಇದು ನನ್ನ ಆತ್ಮಕಥೆಯಲ್ಲ. ಹಿಂದಿನ ಇಪ್ಪತ್ಮೂರು ವರ್ಷಗಳ ಬದುಕನ್ನು ಸೇರಿಸಿ ಬರೆದಾಗಲೂ ಅದು ನನ್ನ ಆತ್ಮಕಥೆ ಆಗುವುದಿಲ್ಲ.

ಇಲ್ಲಿರುವುದು ನನ್ನ ವೃತ್ತಿ ಜೀವನದ ಕೆಲವು ಪುಟಗಳು. ನಾನು, ನಾನು ಕೈಗೊಂಡ ಪತ್ರಿಕಾ ವ್ಯವಸಾಯ ಮತ್ತು ಆ ಕಾಲಘಟ್ಟದಲ್ಲಿನ ಸಮಾಜದ ನೋಟ, ದನಿಗಳು ಇಲ್ಲಿದೆ ಎಂದು ನನ್ನ ನಮ್ರ ಅನಿಸಿಕೆ. ಜಗತ್ತು ಪತ್ರಿಕಾ ವ್ಯವಸಾಯದ ಆತ್ಮವಿದ್ದಂತೆ. ಪತ್ರಿಕೋದ್ಯಮಕ್ಕೆ 'ಕಾನ್ಶಸ್ ಕೀಪರ್' ಎಂಬ ಅಭಿಧಾನವೂ ಉಂಟಲ್ಲವೆ? ಇದನ್ನು ಆತ್ಮಕಥೆ ಎಂದೇ ಕೆಲವರು ಭಾವಿಸುವುದಾದಲ್ಲಿ ಇದನ್ನು 'ಹೀಗೊಂದು ಲೋಕಾತ್ಮ ಕಥೆ' ಎಂದೂ ತಿಳಿಯಬಹುದು.

ವೃತ್ತಿ ಜೀವನದಲ್ಲಿ ನನ್ನನ್ನು ಬಹುವಾಗಿ ಕಾಡಿದ್ದು ವೃತ್ತಿಯ ನೀತಿ ಮತ್ತು ನಿಯಮಗಳು. ಪತ್ರಿಕಾ ಧರ್ಮ, ನೀತಿ (ಪ್ರೊಫೆಷನಲ್ ಎಥಿಕ್ಸ್), ವೃತ್ತಿಪರತೆ, ವೃತ್ತಿ ನಿಷ್ಠೆಗಳು ಕ್ರಮೇಣ ನಶಿಸುತ್ತಾ ಹೋದಂತೆ ನಾನು ನನ್ನ ಸೇವಾ ಅವಧಿಯಲ್ಲಿ

ಹಲವಾರು ನೈತಿಕ ಬಿಕ್ಕಟ್ಟುಗಳನ್ನು, ನೈತಿಕ ದ್ವಂದ್ವಗಳನ್ನು ಎದುರಿಸಬೇಕಾಗಿ ಬಂತು. ಅತ್ಯಾಧುನಿಕತೆ ಪತ್ರಿಕಾ ವ್ಯವಸಾಯವನ್ನು ಪ್ರವೇಶಿಸಿ, ಅದು ಪತ್ರಿಕೋದ್ಯಮವಾಗಿ ಈಗಿನ ಕಾರ್ಪೊರೇಟ್ ಸ್ವರೂಪವನ್ನು ಪಡೆದುಕೊಂಡ ಮೇಲಂತೂ ಅದರ ಎಲ್ಲ ಅಧಿಕಾರಮದ, ಧನಮದಗಳು ಪತ್ರಕರ್ತರ ಎದೆಯ ಭಾರವಾದವು. ಈ ಭಾರಕ್ಕೆ ಪತ್ರಿಕಾ ಧರ್ಮ, ನೀತಿಗಳು ಕುಸಿಯತೊಡಗಿದವು. ಈ ಪರಿಸ್ಥಿತಿ ಸೃಷ್ಟಿಸಿದ ನೈತಿಕ ಬಿಕ್ಕಟ್ಟುಗಳು, ದ್ವಂದ್ವಗಳು ನನ್ನ ಅಂತಃಕರಣಕ್ಕೆ ಇಳಿದು ಸುಪ್ತಪ್ರಜ್ಞೆಯಲ್ಲಿ ಅಡಗಿ ಕಳಿತು ವಿವಿಧ ರೀತಿಯಲ್ಲಿ ಕಾಡತೊಡಗಿದವು. ಬಿನ್ನಹಕ್ಕೆ ಬಾಯಿ ಇದೆ, ಆದರೆ, ಮಾರ್ಗವಿಲ್ಲ ಎನ್ನುವಂಥ ಸ್ಥಿತಿ.

ಇಂಥ ಸ್ಥಿತಿಯಲ್ಲೇ ಸಾಹಸೀ ಗೆಳೆಯನೂ ಸಹೋದ್ಯೋಗಿಯೂ ಆದ ಜಿ ಎನ್ ಮೋಹನ್ ಅವರ ಭೇಟಿಯಾಯಿತು. ಎಷ್ಟೋ ವರ್ಷಗಳ ನಂತರ ಮುಕ್ತವಾಗಿ ನಮ್ಮ ವೃತ್ತಿಯ ಬಗ್ಗೆ ಮಾತನಾಡಿದರು. ಮೋಹನ್ ಮುದ್ರಣ ಮಾಧ್ಯಮ, ವಿದ್ಯುನ್ಮಾನ ಮಾಧ್ಯಮಗಳೆರಡರಲ್ಲೂ ನುರಿತ ಪ್ರಜ್ಞಾವಂತ ಪತ್ರಕರ್ತರು. 'ಅವಧಿ' ಮೂಲಕ ಕನ್ನಡದಲ್ಲಿ ಡಿಜಿಟಲ್ ಪತ್ರಿಕೋದ್ಯಮಕ್ಕೆ ನಾಂದಿ ಹಾಡಿದವರು. 'ಅವಧಿ'ಗೆ ಒಂದು ಅಂಕಣ ಬರೆಯುವಂತೆ ಮೋಹನ್ ಕೇಳಿದೊಡನೆಯೇ ನನ್ನ ಸುಪ್ತಪ್ರಜ್ಞೆಯಲ್ಲಿ ಅಡಗಿದ್ದ ಅನುಭವಗಳು ತೂಬುಕಿತ್ತ ಜಲಾಶಯದ ಪ್ರವಾಹದಂತೆ ಹರಿದು ಬಂದವು.

'ಇಟ್ಟಹಾಂಗ ಇರುವೆನೊ' ಎಂದರು ದಾಸರು. ಮಾನವ ಚೇತನ ಅದನ್ನು ಮೀರಿದಾಗ 'ಭಂಗಪಟ್ಟದ್ದೂ ಉಂಟು' ಎನ್ನುವುದೂ ದಾಸರ ಮಾತೇ. ನಾನೂ ಇದ್ದ ಹಾಗೆ ಇರಲಿಕ್ಕೆ ಪ್ರಯತ್ನಿಸುತ್ತಾ, ಕೆಲವೊಮ್ಮೆ 'ನಾನು' ವ್ಯಕ್ತಗೊಂಡಾಗ 'ಭಂಗ'ಪಟ್ಟದ್ದೂ ಉಂಟು. 'ಇದ್ದುದನ್ನು ಇದ್ದ ಹಾಗೆ ಸಾಕ್ಷಾತ್ಕಾರಗೊಳಿಸಿಕೊಳ್ಳುತ್ತಲೇ 'ಭಂಗ'ಗಳನ್ನು ಎದುರಿಸಿದ ನೋವೂ ಇದೆ. ನನ್ನ ಈ ಬರವಣಿಗೆಯ ಹಿಂದೆ ನನ್ನ ನೋವುಗಳಿಂದ ಬಯಲಾಗುವುದು ಹೊರತು ಬೇರಾರನ್ನು ನೋಯಿಸುವ ಉದ್ದೇಶ ಸುತರಾಂ ನನಗಿಲ್ಲ. 'ಬತ್ತಲಾಗದೆ ಬಯಲು ಸಿಕ್ಕದಿಲ್ಲ!'

'ಅವಧಿ'ಯಲ್ಲಿ ಪ್ರಕಟವಾದಂತೆ, ಅಮೆರಿಕದಿಂದ ಗಿರಿ, ಖ್ಯಾತ ವಿಮರ್ಶಕ ಸಿ ಎನ್ ರಾಮಚಂದ್ರನ್ ಮೊದಲಾಗಿ ಅನೇಕರು ಇದನ್ನು ಮೆಚ್ಚಿಕೊಂಡು ಪ್ರತಿಕ್ರಿಯಿಸಿದ್ದಾರೆ. ಅವರಿಗೆಲ್ಲ ಆಭಾರಿ. 'ಅವಧಿ'ಯಲ್ಲಿ ಪ್ರಕಟಿಸಿದ ಜಿ ಎನ್ ಮೋಹನ್ ಅವರೇ ಈಗ 'ಬಹುರೂಪಿ' ಪ್ರಕಾಶನದಿಂದ ಪುಸ್ತಕ ರೂಪದಲ್ಲಿ ಈ ಬರಹಗಳನ್ನು ಪ್ರಕಟಿಸುತ್ತಿರುವುದು ನನಗೆ ಹೆಚ್ಚು ಸಂತೋಷ ಉಂಟುಮಾಡಿದೆ. ಮೋಹನ್ ಅವರಿಗೆ ಮತ್ತು ಅವರ 'ಅವಧಿ', 'ಬಹುರೂಪಿ' ಗೆಳೆಯರಿಗೆ ನಾನು ಕೃತಜ್ಞನಾಗಿದ್ದೇನೆ.

– ಜಿ ಎನ್ ರಂಗನಾಥ ರಾವ್

ನನ್ನ ಯಾನ...

1

"ಗಾಂಧಿಯನ್ನು ಯಾರು ಕೊಂದರು?
ಏಕೆ ಕೊಂದರು?"
"ಅದೆಲ್ಲ ಬೇಡ. ಕೊಲೆಗಡುಕರ ಸಂಘ ಸೇರಬೇಡ,"
– ತಂದೆ ಕಲಿಸಿದ ಮೊದಲ ಪಾಠ.

ತಂದೆ ಕಲಿಸಿದ ಪಾಠ

ನಾನು ಈ ಅಂಕಣವನ್ನು ನನ್ನದೊಂದು ಕಥೆಯಿಂದಲೇ ಪ್ರಾರಂಭಿಸುತ್ತಿದ್ದೇನೆ. ಹನ್ನೊಂದು ವರ್ಷಗಳ ಹಿಂದೆ ಬರೆದ ಈ ಕಥೆ: 'ನಾನು ಉತ್ತರ ಕುಮಾರನಲ್ಲ'. ಜಯಂತ ಕಾಯ್ಕಿಣಿಯವರು ಇದನ್ನು ಮೂರೇ ಪುಟಗಳ ಆತ್ಮಕಥನ ಎಂದು ಅದರ ನಾಡಿ ಹಿಡಿದುಬಿಟ್ಟರು. ಬುದ್ಧಿಭಾವಗಳನ್ನೆಲ್ಲ ನಿಷ್ಕಾರುಣ್ಯದಿಂದ ಅದುಮಿಟ್ಟು ಕಲ್ಲುಮನಸ್ಸಿನಿಂದ ನನ್ನ ಅಂತಗರಂಗವನ್ನು ಹಿಂಡಿದಾಗ ತೊಟ್ಟಿಕ್ಕಿದ ಕಥೆ ಇದು.

1942 ಜನವರಿ ಭೂಮಿಗೆ ಬಿತ್ತು ಪ್ರಾರಬ್ಧ. ಅತ್ತಿದ್ದೇ ಅತ್ತಿದ್ದು, ಅಂದಿನಿಂದ ಇಂದಿನವರೆಗೆ. ಮುಖದ ಮೇಲೆ ನಗೆಯ 'ಮುಖ'ವಿಲ್ಲ. (ತಂದೆ, ನೀನೇಕೆ ನನಗೆ ನಗೆಯ

ಕೊಡಲಿಲ್ಲ?) ಹಾರೋಹಳ್ಳಿ, ತಾವರೇಕೆರೆ, ಕೃಷ್ಣರಾಜಪುರ, ಮಂಚನಬೆಲೆ, ಅಣೆಕೆಂಪಯ್ಯನದೊಡ್ಡಿ, ಚಿಕ್ಕಸೂಲಿಕೆರೆ, ಲಕ್ಷ್ಮೀಪುರ, ಮಾಗಡಿ, ಜಡಿಗೇನಹಳ್ಳಿ, ಹೊಸಕೋಟೆ ಇತ್ಯಾದಿ ಎಲ್ಲೆಲ್ಲೋ ಅಂಡಲೆದೆ ಬಾಲ್ಯ. ಸ್ಕೂಲಿದ್ದಲ್ಲಿ ಓದು, ಇಲ್ಲದಿದ್ದಲ್ಲಿ ದನಕಾಯುವುದು, ಹಿಟ್ಟಿಗೆ ಅಂಬಲಿಗೆ ಹೊನ್ನೆಸೊಪ್ಪು ಕಿತ್ತು ತರುವುದು, ಸುಗ್ಗಿ ಕಣದಲ್ಲಿ ಒಂದು ಮೊರ ರಾಗಿಗಾಗಿ, ಬ್ರಾಹ್ಮಣನಾಗಿ 'ಐನೋರ ಕಾಣಿಕೆ'ಗೆ ಕಾಯುತ್ತ ನಿಲ್ಲುವುದು.

ವರ್ಗವಾದ ಹಳ್ಳಿಗಾಡಲ್ಲೆಲ್ಲ ಬಾಲ್ಯದ ಇದೇ ಪಯಣ. ಮೂರನೆಯ ಕ್ಲಾಸಿನಲ್ಲಿ ಓದುತ್ತಿರುವಾಗ, 'ಗಾಂಧಿಯನ್ನು ಕೊಂದರು' ಸುದ್ದಿ ಅರುಹಿದ ಮೇಷ್ಟ್ರು 'ರಜೆ ಮನೆಗೆ ಹೋಗಿ' ಎಂದು ಶಾಲೆಗೆ ಬೀಗ ಹಾಕಿದರು. ಎಲ್ಲರೂ ಅಳುವುದ ಕಂಡು ಅಳುತ್ತಾ ಮನೆ ಸೇರಿದ್ದು.

"ಗಾಂಧಿಯನ್ನು ಯಾರು ಕೊಂದರು? ಏಕೆ ಕೊಂದರು?"

"ಅದೆಲ್ಲ ಬೇಡ. ಕೊಲೆಗಡುಕರ ಸಂಘ ಸೇರಬೇಡ,"

– ತಂದೆ ಕಲಿಸಿದ ಮೊದಲ ಪಾಠ.

"ಸುಳ್ಳು ಹೇಳಬೇಡ, ಸತ್ಯವನ್ನೇ ನುಡಿ, ಪ್ರಾಮಾಣಿಕನಾಗಿರು. ದುಡಿಮೆಯೇ ದೇವರು, ಸತ್ಯವೇ ತಾಯಿತಂದೆ," –ಮೋಟು ಬೀಡಿ ಸೇದಿ ಸಿಕ್ಕಿಬಿದ್ದಾಗ ಗಿಣ್ಣಗಿಣ್ಣ ಮೇಲೆ ಹೊಡೆದು ತಂದೆ ಕಲಿಸಿದ ಎರಡನೆಯ ಪಾಠ.

ದಟ್ಟಿ ಪಂಚೆ ಮೇಷ್ಟ್ರು ಲ್ಯಾಬಿನಲ್ಲಿ ಪರಿಮಳನ ಲಂಗದೊಳಗೆ 'ಕೈ' ಗಿರಕಿ ಆಡಿಸಿದಾಗ ಪ್ರತಿಭಟಿಸಿ ಹುಡುಗರ ಜೊತೆ ಸೇರಿ ಮುಷ್ಕರ ಮಾಡಿದ್ದು, ನಿಂಗೆ ಈ ಜನ್ಮದಲ್ಲಿ ಲೆಕ್ಕ ತಲೆಗೆ ಹತ್ತಲ್ಲ ಎಂದು ಗಣಿತದ ಮೇಷ್ಟ್ರು ಎಚ್ಚೆನ್ ಎಲ್ಲರೆದುರು ಮುಖ ಮುರಿದಾಗ 'ಲೆಕ್ಕದ ಮನೆ ಎಕ್ಕುಟ್ಹೋಗ' ಎಂದು ಗಣಿತದಲ್ಲಿ 35 ತೆಗೆದು ಕೊನೆಗೂ ಎಸ್ಸೆಸ್ಸೆಲ್ಸಿ ಪಾಸಾಗಿ ಉದ್ಯೋಗವೋ ಕಾಲೇಜಿಗೋ ಎಂದು ಬೆಂಗಳೂರಿಗೆ ಹೋದದ್ದು, ಬಿಎ ಪಾಸಾದದ್ದು ಒಂದು ಪವಾಡವೇ!

ಓದೋದುತ್ತಲೇ ಕೆಲಸ. ಸಬ್ ರಿಜಿಸ್ಟ್ರಾರ್ ಆಫೀಸು, ಡಿಸಿ ಆಫೀಸು ಇತ್ಯಾದಿ. ಸಬ್ ರಿಜಿಸ್ಟ್ರಾರ್ ಆಫೀಸಿನಲ್ಲಿ ಸಬ್ ರಿಜಿಸ್ಟ್ರಾರ್ ನಂಜಯ್ಯ ತಿಂಗಳ ಸಂಬಳದ ಜೊತೆ ಪ್ರತಿದಿನ ಸಂಜೆ ಕೈಯ್ಯಲ್ಲಿಡುತ್ತಿದ್ದ ಗಿಂಬಳ.

ಕತ್ತಲ ಕೋಣೆಯಲ್ಲಿ ದಫ್ತರುಗಳ ಮಧ್ಯೆ ಪತ್ರಗಳನ್ನು ಕಾಪಿ ಮಾಡಿದ್ದೇ ಮಾಡಿದ್ದು. ನಾನಾ ಬಗೆಯ ಪತ್ರಗಳು, ಆಸ್ತಿ ನೋಂದಣಿ, ಕ್ರಯ ಪತ್ರ, ಎನ್ಕಂಬ್ರೆನ್ಸ್, ವ್ಯಕ್ತಿ ಸತ್ತಮೇಲೂ ರಿಜಿಸ್ಟರ್ ಮಾಡುವ ಉಯಿಲುಗಳು... ಒಂದೊಂದಕ್ಕೂ ಒಂದೊಂದು ರೇಟು. ಸಂಬಳದೊಂದಿಗೆ ಗಿಂಬಳವನ್ನೂ ತಂದೆಯ ಕೈಗೆ ಒಪ್ಪಿಸಿದಾಗ ಅವರು ಕೆಂಡಾಮಂಡಲವಾದರು.

“ಅದು ಅಮೇಧ್ಯ. ಮುಟ್ಟಬಾರದು,” ಎಂದು ಬಿಸಾಡಿದರು.

“ತ್ರಿಕರಣ ಶುದ್ಧವಾಗಿಟ್ಟುಕೊ, ಕೈಯ್ಯಿ, ಬಾಯಿ, ಕಚ್ಚೆ ಶುದ್ಧವಿರಲಿ. ನಾಳೆಯಿಂದ ಅವರು ಕೊಟ್ಟರೂ ಇಸಕೊಬೇಡ. ಬೇರೆ ಕೆಲಸ ನೋಡ್ಕೊ.”

–ಇದು ತಂದೆ ಕಲಿಸಿದ ಮೂರನೆಯ ಪಾಠ.

ಸಬ್ ರಿಜಿಸ್ಟ್ರಾರ್ ಆಫೀಸಿಗೆ ಕೊನೆಯ ನಮಸ್ಕಾರ ಹೇಳಿದೆ. ಎಚ್ಎಎಲ್, ಐಟಿಐ, ಎನ್.ಸಿ.ಸಿ, ಅಕೌಂಟ್ಸ್ ಕಂಟ್ರೋಲರ್ ಆಫೀಸು ಹೀಗೆ ಅಲೆಮಾರಿ ಕೆಲಸ. ಶೋಷಣೆಗೆ ಧಿಕ್ಕಾರ, ವರದಕ್ಷಿಣೆಗೆ ಧಿಕ್ಕಾರ ಎಲ್ಲ ಮೊಳೆತು ಬೆಳೆದವು. ಮದುವೆಯೂ ಇಲ್ಲದೆ, ಕೆಲಸವೂ ಇಲ್ಲದೆ ಅರಳದೆ ನಿಂತ ತಂಗಿಯರ ಕಂಗೆಡಿಸುವ ನೋಟ. ತಂದೆತಾಯಿಯರ ಅಸಹಾಯಕತೆ. ನನ್ನಲ್ಲಿ ನೆಟ್ಟ ನಿರೀಕ್ಷೆಯ ನೋಟ..

ಸಿಟ್ಟು, ಕ್ರೋಧ, ನೋವು, ಆವೇಶಗಳಲ್ಲಿ ಸುಟ್ಟುಕೋತ ಹೋದ ಹಾಗೆ ಎದೆಗೆ ಬಂದರು ಕಾರ್ಲ್ ಮಾರ್ಕ್ಸ್, ಷೇಕ್ಸ್‌ಪಿಯರ್, ಕೀಟ್ಸ್, ಟಾಲ್‌ಸ್ಟಾಯ್, ಲೋಹಿಯಾ, ಅನಕೃ, ಕಾರಂತ, ಕುವೆಂಪು, ಅಡಿಗ, ಎಲಿಯೆಟ್ಟು, ಕಾಮು, ಕಾಫ್ಕ, ಲಾರೆನ್ಸ್... ನಿಲ್ಲದ ತವಕ, ಆತಂಕ, ಸ್ಥಿರ ಸ್ಥಾವರವಾಗುವ ಹೆದರಿಕೆ–ಹೊಯ್ದಾಟಗಳ ಅಭಿವ್ಯಕ್ತಿಗೆ ಪೆನ್ನು ಆಸರೆಯಾಗಿ ಬಂತು.

ಬರವಣಿಗೆಯೇ ವೃತ್ತಿ ಪ್ರವೃತ್ತಿಯಾಗಿ ಖಾತ್ರಿ ಆದಾಗ ಬರೆದದ್ದೇ ಬರೆದದ್ದು. ಕಥೆ, ಕಾದಂಬರಿ ಬರೆದದ್ದು, ವಿಮರ್ಶಿಸಿದ್ದು, ಪರಾಮರ್ಶಿಸಿದ್ದು, ಟೀಕಿಸಿದ್ದು, ಸಂಪಾದಕೀಯಗಳಲ್ಲಿ ಸ್ಫೋಟಿಸಿದ್ದು, ಟೀಕೆ–ಟಿಪ್ಪಣಿಗಳ ಕೆಂಗಣ್ಣಿಗೆ ಗುರಿಯಾದದ್ದು, ಮಕ್ಕಳ ಅಪಹರಣದ ಬೆದರಿಕೆ ಬಂದಾಗಲೂ ಬೆದರಿಕೆಗಳಿಗೆ ಜಗ್ಗುವವನಲ್ಲ ಎಂದು ಇನ್ನಷ್ಟು ಪೆನ್ನು ಮಸೆದದ್ದು, ಅಧಿಕಾರವಲಯಗಳಲ್ಲಿ ಪ್ರಭಾವ ಇದ್ದಾಗ ಒಂದಿಷ್ಟು ಆಸ್ತಿ ಮಾಡಿಕೊಳ್ಳಬಾರದೆ ಎಂಬ ಸಲಹೆ, ಆಗ್ರಹಗಳಿಗೆ ಸೊಪ್ಪುಹಾಕದೆ ದಿವ್ಯ ನಿರ್ಲಕ್ಷ್ಯ ತೋರಿದ್ದು, ಪ್ರಭಾವ ಇರುವಾಗ ಒಂದು ವರ್ಗ ಮಾಡಿಸಿಕೊಡಲಿಲ್ಲ, ಸೈಟು, ಜಮೀನು ಕೊಡಿಸಲಿಲ್ಲ ಎಂಬ ನೆಂಟರಿಷ್ಟರ ಕೋಪದ ಕೆಂಗಣ್ಣಿಗೆ ಗುರಿಯಾದದ್ದು...

ನಿವೃತ್ತಿ ವಯಸ್ಸಾದರೂ ಆರದ ಉರಿ. ಕೊರಡು ಕೊನರುವುದೂ ಇಲ್ಲ, ಉರಿ ಆರುವುದೂ ಇಲ್ಲ. ನಿಧಾನ ಸುಟ್ಟುಕೋತ ಹೋದ ಕೊರಡು.

ಆದಿ ಇದೆ, ಅಂತ್ಯ ಇದೆ. ಮಧ್ಯೆ ಮುಗಿಯದ ಅಧ್ಯಾಯ, ಅಲ್ಪವಿರಾಮ, ಫುಲ್‌ಸ್ಟಾಪುಗಳಿಲ್ಲದ ಗೊಂಡಾರಣ್ಯ–

ಅಲ್ಪವಿರಾಮಕ್ಕೂ, ಫುಲ್‌ಸ್ಟಾಪ್ ಇದ್ದೀತು–
ಆಶ್ಚರ್ಯ ಸೂಚಕಗಳಿಗೆ ಫುಲ್‌ಸ್ಟಾಪ್ ಉಂಟೆ?

ಕೊಲೆ ಯಾಕೆ ಮಾಡಬಾರದು?
ಲಂಚ ಯಾಕೆ ತಗೋಬಾರದು?
ಪರಸ್ತ್ರೀಯರನ್ನ ಯಾಕೆ ಅಪಹರಿಸಬಾರದು?
ತ್ರಿಕರಣ ಶುದ್ಧಿ ಯಾಕಿರಬೇಕು?
ಕೈ, ಬಾಯಿ, ಕಚ್ಚೆ ಶುದ್ಧಿ ಯಾಕೆ ಬೇಕು?
ಸುಳ್ಳೇಕೆ ಹೇಳಬಾರದು?
ಗಿಫ್ಟ್ ಯಾಕೆ ತಗೋಬಾರದು?
ಅಕ್ಷರ ವ್ಯಭಿಚಾರ ಯಾಕೆ ತಪ್ಪು?

ಚೂರಿ ತಿವಿತದ ಎಳೆಯ ಕಣ್ಣುಗಳ ನಾಚದ, ಹೇಸದ ನಿರ್ಭೀತ ಪ್ರಶ್ನೆಗಳು.

'ಏಜ್ ಡಿಮಾಂಡೆಡ್ ಆನ್ ಇಮೇಜ್' ಎಂದ ಆಂಗ್ಲ ಕವಿ ಎಜ್ರಾ ಪೌಂಡ್. ಕಾಲ ನಿರ್ದಯವಾದದ್ದು, ಅದು ತನಗೆ ಬೇಕಾದ್ದನ್ನು ಎಷ್ಟೇ ಕಠೋರವಾದರೂ ಸರಿಯೇ ಪಡೆದುಕೊಳ್ಳುತ್ತದೆ. ಯುಗದ ಅಂತಃಸತ್ವವೇ ಅದರ ಪ್ರತಿಮೆ. ಅನೀತಿಯೇ ಆಚಾರ ಎಂಬುದು ಈ ಯುಗದ ಅಂತಃಸತ್ವವಿದ್ದೀತು. ಒಂದು ಪ್ರತಿಮೆ, ಪ್ರತೀಕವಾಗಿ, ರೂಪಕವಾಗಿ 'ಅನೀತಿ' ಮೆರೆಯುತ್ತಿರುವ ಈ ಕಾಲಘಟ್ಟದಲ್ಲಿ ಇಂಥ ಪ್ರಶ್ನೆಗಳೆಲ್ಲ ಉದ್ಭವಿಸುವುದರಲ್ಲಿ ಆಶ್ಚರ್ಯವೇನೂ ಇರಲಾರದು.

ನಾನು 'ಪ್ರಜಾವಾಣಿ'ಯಿಂದ ನಿವೃತ್ತಿ ಹೊಂದಿದ ನಂತರ ಭಾರತೀಯ ವಿದ್ಯಾ ಭವನದ ಕಾಲೇಜಿನಲ್ಲಿ ಹಾಗೂ ಸರ್ಕಾರಿ ಕಲಾ ಕಾಲೇಜಿನಲ್ಲಿ ಪತ್ರಿಕಾ ವ್ಯವಸಾಯ ಮತ್ತು ಸಂವಹನ ಕಲೆ ಬೋಧಿಸುವ ಅವಕಾಶ ದೊರೆಯಿತು. ಪತ್ರಿಕಾ ಧರ್ಮ, ನೀತಿ–ನಿಯಮಗಳು, ತತ್ವಾದರ್ಶಗಳು, ಡಿವಿಜಿ, ತಿ ತಾ ಶರ್ಮ, ಮಿಸೋರಿ ವಿಶ್ವವಿದ್ಯಾಲಯದ ವಾಲ್ಟರ್ ವಿಲಿಯಮ್ಸ್‌ನ ಪ್ರತಿಜ್ಞಾ ವಿಧಿ ಇತ್ಯಾದಿಗಳನ್ನೆಲ್ಲ ಪಾಠ ಮಾಡುತ್ತಿದ್ದಾಗ ವಿದ್ಯಾರ್ಥಿಗಳು ಇಂಥ ಪ್ರಶ್ನೆಗಳನ್ನೆಲ್ಲ ಕೇಳುತ್ತಿದ್ದರು. ಅದರಲ್ಲಿ ನನಗೆ ಆಶ್ಚರ್ಯವೇನೂ ತೋರುತ್ತಿರಲಿಲ್ಲ. ಅವರು ವೃತ್ತಿ ಜೀವನದ ಹೊಸ್ತಿಲಲ್ಲಿ ನಿಂತಿದ್ದ ಎಳೆಯರು. ಆದರೆ, ಪ್ರಭಾವಿ ಪತ್ರಿಕೆಯೊಂದರಲ್ಲಿ ಹತ್ತಾರು ವರ್ಷಗಳ ಕಾಲ ಕೆಲಸ ಮಾಡಿದ ಹಿರಿಯ ಸಹೋದ್ಯೋಗಿಯೊಬ್ಬರು ಇಂಥ ಪ್ರಶ್ನೆ ಕೇಳಿದಾಗ 'ಕಾಲ'ದ ಪ್ರಭಾವ ಎಷ್ಟು ಮಾರಣಾಂತಿಕವಾಗಿ ವ್ಯಾಪಿಸಿದೆ ಎಂಬ ಸತ್ಯ ಅರಿವಾಗಿ ಆಘಾತವಾಯಿತು.

ಇಂದಿನ ಮಾಧ್ಯಮದ ವಿದ್ಯಾರ್ಥಿಗಳನ್ನು, "ಪತ್ರಿಕಾ ವೃತ್ತಿಯಲ್ಲಿ ನೀನು ಏನಾಗ ಬಯಸುವೆ?" ಎಂದು ಕೇಳಿದರೆ ಬರುವ ಉತ್ತರ, "ವರದಿಗಾರ". ನನ್ನ ಬಹುಪಾಲು ವಿದ್ಯಾರ್ಥಿಗಳ ಕನಸೂ ಇದೇ ಆಗಿತ್ತು. ವರದಿಗಾರನಾಗಬೇಕು, ಮೊದಲ ದಿನವೇ ವಿಧಾನಸೌಧ ಅಥವಾ ಕ್ರೈಂ ಬೀಟ್ ಸಿಗಬೇಕು. ಸಚಿವರು,

ಶಾಸಕರುಗಳು, ಅಧಿಕಾರಿಗಳ ಸಾಮೀಪ್ಯ ಸಾಧಿಸಬೇಕು ಎನ್ನುವುದೇ ಅನೇಕರ ಮಹದಾಸೆಯಾಗಿರುತ್ತದೆ. ಈ ಸಾಮೀಪ್ಯ ತರುವ ಲಾಭಸೌಲಭ್ಯಗಳ ಬಗ್ಗೆ ನಾನು ಹೇಳಬೇಕಿಲ್ಲ. ಪತ್ರಿಕೋದ್ಯಮದಲ್ಲಿ ವರದಿಗಾರನೇ ಸರ್ವಸ್ವ, ಅವನು ಸರ್ವಶಕ್ತ ಎನ್ನುವ ಅಭಿಪ್ರಾಯ ಅಧಿಕಾರವಲಯದಲ್ಲಿ ಬಲವಾಗಿ ಬೇರೂರಿ ಬಿಟ್ಟಿದೆ. ಇವರಲ್ಲಿ ಅನೇಕರಿಗೆ ಪತ್ರಿಕೆಯ ಆತ್ಮವಾದ ಸಂಪಾದಕೀಯ ನೀತಿ, ಸಂಪಾದಕೀಯ ಪುಟ ರೂಪಿಸುವ ಸಂಪಾದಕ, ಸಹಾಯಕ ಸಂಪಾದಕ, ಉಪ ಸಂಪಾದಕ ಇವರುಗಳ ನಿರ್ಣಾಯಕ ಪಾತ್ರದ ಅರಿವೇ ಇರುವುದಿಲ್ಲ. ನಾನು ಸೇರಿದಾಗ ಮತ್ತು ಬಹುಮಟ್ಟಿಗೆ ನಿವೃತ್ತನಾಗುವವರೆಗೆ ನಾನು ಕೆಲಸ ಮಾಡಿದ ಪತ್ರಿಕೆಗಳಲ್ಲಿ ಸಂಪಾದಕೀಯ ನೀತಿ ಎಂಬುದೊಂದು ಇತ್ತು. ಈಗ ಒಂದು ಪತ್ರಿಕೆಯ ಸಂಪಾದಕೀಯ ನೀತಿ ಏನೆಂಬುದನ್ನ ದೀಪ ತೆಗೆದುಕೊಂಡು ಹುಡುಕಬೇಕಾಗಿದೆ. ಈಗ ಭಾರತದ ಬಹುತೇಕ ಪತ್ರಿಕೆಗಳಲ್ಲಿ ಸಂಪಾದಕರೇ ಇರುವುದಿಲ್ಲ, ಇದ್ದರೂ ಮಾಲೀಕರೇ ಸಂಪಾದಕರಾಗಿರುತ್ತಾರೆ. ಸಂಪಾದಕೀಯ ನೀತಿಯೂ ಇರುವುದಿಲ್ಲ. ಇದ್ದರೂ ಅದು ಮಾಲೀಕರ ಮರ್ಜಿ ಅನುಸಾರವಾಗಿರುತ್ತದೆ.

ಅಧಿಕಾರಿಗಳಲ್ಲಿ, ರಾಜಕಾರಣಿಗಳ ಕಣ್ಣಲ್ಲಿ ವರದಿಗಾರನಿಗಿರುವ ಮಹತ್ವ ಸಂಪಾದಕನಿಗೂ ಇಲ್ಲ, ಸಂಪಾದಕೀಯ ಬರೆಯುವ ಸಹಾಯಕ ಸಂಪಾದಕರಿಗಾಗಲೀ ಬೇರಾರಿಗಾಗಲೀ ಇಲ್ಲ ಎನ್ನುವುದಕ್ಕೆ ಒಂದು ಹಳೆಯ ಪ್ರಸಂಗ ನೆನಪಾಗುತ್ತಿದೆ. ಎಪ್ಪತ್ತರ ದಶಕ. ಗೋಪಾಲ ಕಣ್ಣನ್ ಎಂಬುವರು 'ಪ್ರಜಾವಾಣಿ'ಯಲ್ಲಿ ಸಹಾಯಕ ಸಂಪಾದಕರಾಗಿದ್ದರು. ಬಿ ವಿ ವೈಕುಂಠರಾಜು ಅವರ ಪ್ರಕಾರ ಎಂಎ ಮಾಡಿ ಕನ್ನಡ ಪತ್ರಿಕೋದ್ಯಮಕ್ಕೆ ಬಂದ ಮೊದಲಿಗರು ಗೋಪಾಲ ಕಣ್ಣನ್. ಕಣ್ಣನ್ ಸಾರ್ವಜನಿಕ ಹಿತದ ಕೆಲಸವೊಂದರ ಸಂಬಂಧದಲ್ಲಿ ಸಚಿವಾಲಯದಲ್ಲಿ ಅಧಿಕಾರಿಯೊಬ್ಬರನ್ನು ಕಾಣಬೇಕಿತ್ತು. ಆಗ ಹಿರಿಯ ವರದಿಗಾರರಾಗಿದ್ದ ಸಿ ವಿ ರಾಜಗೋಪಾಲ್, ಕಣ್ಣನ್ ಅವರನ್ನು ಆ ಅಧಿಕಾರಿ ಬಳಿ ಕರೆದೊಯ್ದು ಪರಿಚಯಿಸಿದರು. ಅಧಿಕಾರಿ ಕೂತ್ಕಳ್ಳಿ ಎಂದರು. ಇದ್ದ ಒಂದೇ ಕುರ್ಚಿಯಲ್ಲಿ ಕಣ್ಣನ್ ಆಸೀನರಾದರು. ಕೂಡಲೇ ಆ ಅಧಿಕಾರಿ, "ರೀ, ಏಳ್ರೀ ಮೇಲೆ, ರಾಜಗೋಪಾಲ್ ನೀವು ಕೂತ್ಕೊಳ್ಳಿ," ಎನ್ನಬೇಕೆ.

ಒಂದು ದಿನ ಒಬ್ಬರು ಉದ್ಯಮಿಗಳಿಂದ ಫೋನ್ ಬಂತು, "ನಿಮ್ಮ... ಇವರು ಇದ್ದಾರಲ್ಲ ಅವರಿಗೆ ವಿಧಾನಸೌಧದಲ್ಲಿ ಆಗಬೇಕಾದ ಒಂದು ಕೆಲಸ ಹೇಳಿದ್ದೆ. ಸಚಿವರ ಹತ್ತಿರ ಮಾತಾಡ್ತೀನಿ ಎಂದಿದ್ದರು. ಇನ್ನೂ ಆಗಿಲ್ಲ. ನೀವು ಅವರಿಗೆ ಒಂದು ಮಾತು ಹೇಳಬೇಕು. ನೋಡಿ ಸಾರ್ ಅವರಿಗೆ ಮನೆ ಕಟ್ಟಲು ನೂರು ಮೂಟೆ ಸಿಮೆಂಟ್ ಕಳಿಸಿ ಕೊಟ್ಟಿದ್ದೀನಿ," ಆ ಮಹಾನುಭಾವನಿಗೆ ಏನು ಉತ್ತರ ಕೊಡಬೇಕು ಎಂದು ತೋಚದಷ್ಟು ಆಘಾತವಾಗಿತ್ತು ನನಗೆ. ವರದಿಗಾರರು ತಮ್ಮ

ಪತ್ರಿಕೆಯ ಪ್ರಭಾವವನ್ನು ಬಳಸಿಕೊಂಡು ಸಚಿವಾಲಯ/ ಸರ್ಕಾರಿ ಕಚೇರಿಗಳಲ್ಲಿ ಲೈಸೆನ್ಸು ಇತ್ಯಾದಿ ಕೆಲಸಗಳನ್ನು ಮಾಡಿಸಿಕೊಟ್ಟು ಅದಕ್ಕೆ ಪ್ರತಿಫಲ ಪಡೆಯುತ್ತಾರೆ ಎಂದು ಕೇಳಿದ್ದೆ. ಅದೀಗ ಪ್ರತ್ಯಕ್ಷ ಅನುಭವಕ್ಕೆ ಬಂದಿತ್ತು. ಆ ಪತ್ರಕರ್ತರನ್ನು ಕರೆದು ವಿಚಾರಿಸಿದೆ. ಸಿಮೆಂಟು ತೆಗೆದುಕೊಂಡಿರುವುದು ನಿಜವೆ ಎಂದು ಕೇಳಿದೆ. ಆತ ಎಳ್ಳಷ್ಟೂ ಎಗ್ಗಿಲ್ಲದೆ 'ಹೌದು' ಎಂದು ಒಪ್ಪಿಕೊಂಡರು. ಖಾಸಗಿ ಕೆಲಸ ಮಾಡಿಸಿಕೊಡಲು ಪತ್ರಿಕೆ ಪ್ರಭಾವ ಬಳಸಿದ್ದು, ಅದಕ್ಕೆ ಪ್ರತಿಫಲ ಪಡೆದದ್ದು ತಪ್ಪಲ್ಲವೆ? ಅಪರಾಧವಲ್ಲವೆ? ಎಂದು ಕೇಳಿದೆ. ಆತನಿಗೆ ತಾನು ಮಾಡಿದ್ದು ತಪ್ಪು, ಅಪರಾಧ ಎನ್ನಿಸಿಯೇ ಇರಲಿಲ್ಲ, "ನಾನು ಅಧಿಕಾರಸ್ಥರೊಂದಿಗಿನ ಸ್ನೇಹ, ಸಾಮೀಪ್ಯ ಬಳಸಿಕೊಂಡು ಕೆಲಸ, ಮಾಡಿಸಿಕೊಟ್ಟೆ, ಅದಕ್ಕೆ ಪ್ರತಿಫಲ ಪಡೆದೆ ಇದರಲ್ಲಿ ತಪ್ಪೇನಿದೆ," ಎಂಬುದೇ ಆತನ ತರ್ಕ. ಅಧಿಕಾರಸ್ಥರೊಂದಿಗಿನ ಸ್ನೇಹ ಸಾಮೀಪ್ಯಗಳು ಈ ಪತ್ರಿಕೆಯಿಂದಾಗಿ ಬಂದದ್ದಲ್ಲವೆ? ಇದರಿಂದ ಪತ್ರಿಕೆಯ ಪ್ರಭಾವವನ್ನು ದುರುಪಯೋಗ ಪಡಿಸಿಕೊಡಂತಾಗಲಿಲ್ಲವೆ ಎನ್ನುವುದನ್ನು ಒಪ್ಪಲು ಆತ ತಯಾರಿರಲಿಲ್ಲ. ನಮ್ಮ ಪೀಳಿಗೆಯೇ ಹೀಗೆ ಭ್ರಷ್ಟವಾಗಿದ್ದಾಗ ಈಗಿನ ಯುವ ಪೀಳಿಗೆ, "ಲಂಚ ತೆಗೆದುಕೊಳ್ಳುವುದರಲ್ಲಿ ಏನು ತಪ್ಪು? ಪತ್ರಕರ್ತರಾದ ನಾವೂ ಭೋಗ ಜೀವನ ಅಪೇಕ್ಷಿಸುವುದರಲ್ಲಿ ಏನು ತಪ್ಪು?" ಎಂದು ಕೇಳಿದಾಗ ಅಚ್ಚರಿ, ದಿಗ್ಭ್ರಾಂತಿ ಏಕಾಗಬೇಕು?

❖

2

ಬರವಣಿಗೆಯೇ ನನ್ನ ಜೀವನ ಎಂದು ನಾನೇನೋ ನಿರ್ಧರಿಸಿಯಾಗಿತ್ತು. ಆದರೆ, ದಾರಿ ಕಾಣಿಸುತ್ತಿರಲಿಲ್ಲ. ಕಾದಂಬರಿಗಳ ಹಸ್ತಪ್ರತಿಗಳು ಪ್ರಕಾಶಕರ ಕೈಸೇರಿ, ಪ್ರಕಟಿಸುವ ವಚನವಿತ್ತು ತಿಂಗಳುಗಳಾದರೂ ಅವು ಬೆಳಕು ಕಂಡಿರಲಿಲ್ಲ. ಹತಾಶೆ ಇಣುಕು ಹಾಕುತ್ತಿತ್ತು.

ಪ್ರಾತಃಸ್ಮರಣೀಯರು

ಪಿತೃವಾಕ್ಯ ಪರಿಪಾಲಕನಾದ ಶ್ರೀರಾಮಚಂದ್ರನ ವನವಾಸದಂತೆಯೇ ಆಯಿತು ನನ್ನ ಗತಿ. ಪಿತೃವಾಕ್ಯ ಪರಿಪಾಲನೆಗೆ ಬದ್ಧನಾದ ನಾನು ತಂದೆಯವರು ಹೇಳಿದಂಥ ನೀತಿ, ನಿಯಮ, ಶಿಸ್ತುಗಳ ಪಾಲನೆಗೆ ಅವಕಾಶವಿರುವಂಥ ಉದ್ಯೋಗವನ್ನು ಅರಸುತ್ತಾ ಬಳಲಿದೆ. ಹಲವಾರು ಕಡೆಗಳಲ್ಲಿ ಕೆಲಸಕ್ಕೆ ಸೇರಿದೆ. ಆದರೆ, ಅಲ್ಲೆಲ್ಲೂ ತಂದೆಯವರು ಹೇಳಿದಂಥ, ನಾನು ಬಯಸಿದಂಥ ಭ್ರಷ್ಟಮುಕ್ತ ವಾತಾವರಣ ಕಾಣಿಸಲಿಲ್ಲ. ಒಂದೊಂದು ಕಡೆಯೂ ಮೂರು-ನಾಲ್ಕು ತಿಂಗಳು ಇದ್ದು ರಾಜೀನಾಮೆ ಗೀಚುತ್ತಿದ್ದೆ.

ಕೊನೆಗ ಮೇಷ್ಟ್ರಾಗುವ ಮನಸ್ಸಾಯಿತು. ಅಲ್ಲಿ ಭ್ರಷ್ಟಮುಕ್ತ ವಾತಾವರಣವಿರುತ್ತೆ, ಪಿತೃವಾಕ್ಯ ಪರಿಪಾಲನೆಯೂ ಆಯಿತು,

ನನ್ನ ಓದುಬರಹಗಳ ಹಸಿವಿಗೂ ಒಂದಿಷ್ಟು ಆಹಾರ ದೊರಕೀತು ಎನ್ನುವ ಆಲೋಚನೆಯಿಂದ. ಆದರೆ, ನನಗೆ ಶಿಕ್ಷಕ ಹುದ್ದೆಗೆ ಬೇಕಾದ ಟಿಸಿಎಚ್‌ನಂಥ ಅರ್ಹತೆಗಳಿರಲಿಲ್ಲ. ಹೀಗೆ ಗೊತ್ತುಗುರಿಯಿಲ್ಲದ ಸ್ಥಿತಿಯಲ್ಲಿ ನನ್ನ ನೆರವಿಗೆ ಬಂದದ್ದು ನನ್ನ ಬರವಣಿಗೆ. ಬರವಣಿಗೆಯೆಂದಾಗ ನನಗೆ ಮೊದಲು ನೆನಪಿಗೆ ಬರುವವರು ಹೊಸಕೋಟೆ ಹೈಸ್ಕೂಲಿನ ಕನ್ನಡ ಪಂಡಿತರು – ಕನಕಸಭಾಪತಿಗಳು. ಹರಿಹರ, ರಾಘವಾಂಕ ಮೊದಲಾದ ಕವಿಗಳ ಪದ್ಯಗಳನ್ನು ರಾಗವಾಗಿ, ಸಾಭಿನಯವಾಗಿ ಹಾಡುತ್ತ ನಮಗೆ ಕನಕಸಭಾಪತಿಗಳು ಕನ್ನಡ ಕಲಿಸುತ್ತಿದ್ದರು. ಸರಿಸುಮಾರು ಆರಡಿ ಎತ್ತರದ ಸಪೂರ ದೇಹ, ಸಾದುಗಪ್ಪಿನ ವರ್ಣ. ಶುಭ್ರ ದಂತಾವಳಿ, ಖಾದಿ ಧೋತರ, ಜುಬ್ಬ, ವೇಸ್ಟ್ ಕೋಟು. ಪಾಠ ಮಾಡಲಿಕ್ಕೆ ಶುರು ಮಾಡಿದರೆ ಕನ್ನಡ ಮೈಮೇಲೆ ಬಂದಂತೆ ಆವೇಶ ಭರಿತರಾಗಿ ಪಾಠ ಮಾಡುತ್ತಿದ್ದರು. ವಿದ್ಯಾರ್ಥಿಗಳ ಬಗ್ಗೆ ಅತೀವ ಮಮಕಾರ. ಕುವೆಂಪು 'ನೇಗಿಲಯೋಗಿ' ಗೊತ್ತೇನೋ? 'ಸಂಧ್ಯಾರಾಗ' ಓದಿದೀಯ? ಎಂದೆಲ್ಲ ನಮ್ಮ ಕನ್ನಡ ಪ್ರೀತಿಯನ್ನು ಕೆಣಕುತ್ತಾ, ಮಮಕಾರ ಹೆಚ್ಚಾದಾಗ, 'ಮಂಕ, ಮಡೆಯಾ, ಮುಟ್ಠಾಳ. ನಿನ್ನ ಮುಂಡಾಮೋಚ್ತು' ಎಂದು ಪ್ರೀತಿಯನ್ನು ಧಾರಾಳವಾಗಿ ಪ್ರದರ್ಶಿಸುತ್ತಾ ಕನ್ನಡ ಕಲಿಸುತ್ತಿದ್ದರು.

ಗೊರೂರರ 'ನಮ್ಮ ಊರಿನ ರಸಿಕರು' ಕಲಿಸುತ್ತಲೇ ನಮ್ಮಲ್ಲಿ ಕನ್ನಡದ ಅಭಿರುಚಿಯನ್ನು ಬೆಳೆಸಿದರು. ಮಾಸ್ತಿ, ಕುವೆಂಪು, ಅನಕೃ, ತರಾಸು ಇವರುಗಳ ಬಗ್ಗೆ ಹೇಳಿ ನಮ್ಮಲ್ಲಿ ಕನ್ನಡ ಕಥೆ, ಕಾದಂಬರಿಗಳನ್ನು ಓದುವ ಆಸಕ್ತಿ ಬಿತ್ತಿದವರು ಕನಕಸಭಾಪತಿಗಳು. ಎಸ್‌ಎಸ್‌ಎಲ್‌ಸಿಗೆ ಬರುವ ವೇಳೆಗೆ ಕನ್ನಡ ಕಥೆ ಕಾದಂಬರಿಗಳಲ್ಲಿ ಗಾಢ ಅನುರಕ್ತಿ ಬೆಳೆಸಿಕೊಂಡಿದ್ದ ನಾನು, ಎಸ್‌ಎಸ್‌ಎಲ್‌ಸಿಯ ನಂತರ ಮುಂದಿನ ದಾರಿ ಕಾಣದ ದಿನಗಳಲ್ಲಿ ಬರವಣಿಗೆಯಲ್ಲಿ ಒಂದು ಕೈ ನೋಡೋಣ ಎಂದು ಕಥೆಗಳನ್ನು ಬರೆಯುವ ಪ್ರಯತ್ನ ಮಾಡಿದೆ. ಬರವಣಿಗೆಯೇ ನನ್ನ ಬದುಕಿನ ಬಟ್ಟೆಯಾದೀತು ಎಂಬ ಕಲ್ಪನೆಯೂ ಆಗ ನನ್ನಲ್ಲಿರಲಿಲ್ಲ. ಆದರೆ, ತಂದೆಯವರ ಆದರ್ಶ, ಶಿಸ್ತುಗಳ ಪಾಲನೆಗೆ ಬದ್ಧನಾಗಿದ್ದ ನನಗೆ ಅದೇ ಸರಿಯಾದ ಬದುಕಿನ ಮಾರ್ಗವೆಂದು ಮುಂದೊಂದು ದಿನ ಗಟ್ಟಿಯಾದ್ದು ಮಾತ್ರ ಆಶ್ಚರ್ಯಕರ ಬೆಳವಣಿಗೆಯೊಂದರ ಮೂಲಕ.

ಎಸ್‌ಎಸ್‌ಎಲ್‌ಸಿಯ ನಂತರ ಕಾಲೇಜಿಗೆ ಕಳುಹಿಸುವ ಶಕ್ತಿ ಇಲ್ಲದ ನನ್ನ ತಂದೆಯವರು ಮಿನಿಸ್ಟೀರಿಯಲ್ ಟ್ರೈನಿಂಗ್ ಮತ್ತು ಟೈಪಿಂಗ್‌ಗೆ ಕಳುಹಿಸಿ, "ನಿನ್ನ ಜೀವನ ಮಾರ್ಗ ಕಂಡುಕೋ," ಎಂದಿದ್ದರು. ನನ್ನೀ ಅರ್ಹತೆಗೆ ಗುಮಾಸ್ತೆ/ಟೈಪಿಸ್ಟ್ ಕೆಲಸವಷ್ಟೇ ಹಣೆಯಲ್ಲಿ ಬರೆದಂತಾಗಿತ್ತು. ಸಬ್ ರಿಜಿಸ್ಟ್ರಾರ್ ಆಫೀಸು, ಸ್ಟೇಟ್ ಅಕೌಂಟ್ಸ್ ಡಿಪಾರ್ಟ್ಮೆಂಟು, ಎನ್‌ಸಿಸಿ ಆಫೀಸು, ಐಟಿಐ, ಎಚ್‌ಎಎಲ್ ಹೀಗೆ ಹಲವಾರು ಕಡೆ ಕೆಲಸ ಸಿಕ್ಕಿತಾದರೂ ಅಲ್ಲಿಯ ವಾತಾವರಣಕ್ಕೆ

ಹೊಂದಿಕೊಳ್ಳುವುದು ನನ್ನಿಂದ ಸಾಧ್ಯವಾಗಲಿಲ್ಲ. ಹೀಗೆ ಹೋದಲ್ಲೆಲ್ಲ ಕೆಲಸದ ವೇಳೆಯಲ್ಲಿ ಕಾದಂಬರಿಗಳನ್ನು ಓದುತ್ತಾ ಬಾಸುಗಳ ಕೈಯ್ಯಲ್ಲಿ ಛೀಮಾರಿ ಹಾಕಿಸಿಕೊಳ್ಳುತ್ತಿದ್ದೆ. ಕೊನೆಗೊಂದು ದಿನ ಎಚ್‌ಎಎಲ್ ಹುದ್ದೆಗೆ ರಾಜೀನಾಮೆ ನೀಡಿ ನಿರುದ್ಯೋಗಿಯಾದೆ. ಈ ಸಮಯದಲ್ಲಿ ಬರವಣಿಗೆ ನನ್ನ ಕೈ ಹಿಡಿಯಿತು. ನಮ್ಮ ಕುಟುಂಬದ ಸ್ನೇಹಿತರೊಬ್ಬರ ಮನೆಯಲ್ಲಿ ನಡೆದ ಮದುವೆಯಲ್ಲಿ ನಾನು ಕಂಡದ್ದನ್ನು ಆಧರಿಸಿ ಒಂದು ಲೇಖನ ಬರೆದೆ. ಸಂಪ್ರದಾಯಗಳ ವ್ಯಂಗ್ಯ, ಗೇಲಿಗಳು ಇದ್ದ ಲಘು ಬರಹ. ಇದನ್ನು 'ವಿನೋದ' ಪತ್ರಿಕೆಗೆ ಕಳುಹಿಸಿದೆ. ಕಳುಹಿಸಿ ಮರೆತಿದ್ದೆ. ಒಂದೆರಡು ತಿಂಗಳ ನಂತರ ಪೋಸ್ಟಿನಲ್ಲಿ 'ವಿನೋದ' ಬಂದಿತು. ಪರಮಾಶ್ಚರ್ಯ ಆ ಸಂಚಿಕೆಯಲ್ಲಿ ನನ್ನ ಲೇಖನ ಪ್ರಕಟವಾಗಿತ್ತು. ನನ್ನ ಉತ್ಸಾಹ ಇಮ್ಮಡಿಸಿತ್ತು.

ಇದೇ ಮಾದರಿಯ ಲಘು ಹಾಸ್ಯದ ಧಾಟಿಯ ಲೇಖನಗಳನ್ನು ಬರೆದು 'ವಿನೋದ' ಮತ್ತು 'ನಗುವ ನಂದ' ಪತ್ರಿಕೆಗಳಿಗೆ ಕಳುಹಿಸಿದೆ. 'ವಿನೋದ'ದಲ್ಲಿ ಒಂದೆರಡು ಲೇಖನಗಳು ಪ್ರಕಟವಾದ್ದೇ ಸಂಪಾದಕ ದೇಶಹಳ್ಳಿ ಜಿ ನಾರಾಯಣ ಅವರನ್ನು ಭೇಟಿಯಾದೆ. ನಾರಾಯಣ ಅವರು ಏನು, ಎತ್ತ ಎಂದು ನನ್ನ ಬಗ್ಗೆ ವಿಚಾರಿಸಿದರು. ಪ್ರವರ ಹೇಳಿಕೊಂಡೆ. ಎರಡು ರೂಪಾಯಿ ಕೈಯ್ಯಲ್ಲಿ ಇಟ್ಟು, ನಿನ್ನ ಲೇಖನಕ್ಕೆ ಸಂಭಾವನೆ ಎಂದರು. ಈ ಸಂಭಾವನೆಯನ್ನು ಮುಂದೆ ಐದು ರೂಪಾಯಿಗೆ ಏರಿಸಿದರು. ಸಂಭಾವನೆಯೂ ಬಂದು ಬರವಣಿಗೆಯೇ ನನ್ನ ಜೀವನ ಮಾರ್ಗ ಎಂಬುದನ್ನು ಖಚಿತ ಮಾಡಿಕೊಂಡೆ.

'ವಿನೋದ'ಕ್ಕೆ ನಿಯಮಿತವಾಗಿ ಲೇಖನಗಳನ್ನು ಕಳುಹಿಸುತ್ತಿದ್ದೆ. ಎರಡು–ಮೂರು ತಿಂಗಳುಗಳ ನಂತರ ಚಾಮರಾಜಪೇಟೆಯಲ್ಲಿನ 'ವಿನೋದ' ಕಚೇರಿಗೆ ತೆರಳಿ ದೇಶಹಳ್ಳಿ ನಾರಾಯಣರನ್ನು ಕಂಡು ಹತ್ತಿಪ್ಪತ್ತು ರೂಪಾಯಿ ಸಂಭಾವನೆ ಇಸ್ಕೊಂಡು ಬರುತ್ತಿದ್ದೆ.

ಆ ದಿನಗಳಲ್ಲಿ ಹತ್ತಿಪ್ಪತ್ತು ರೂಪಾಯಿ ಎಂದರೆ ಎರಡು ವಾರಗಳ ಹೊಟ್ಟೆಪಾಡಿಗೆ ಆಗುತ್ತಿತ್ತು. ನನ್ನ ನಿರುದ್ಯೋಗದ ದಿನಗಳಲ್ಲಿ ನನ್ನನ್ನು ಬೆಳೆಸಿದ 'ವಿನೋದ' ಸಂಪಾದಕ ದೇಶಹಳ್ಳಿ ಜಿ ನಾರಾಯಣ ಮತ್ತು 'ನಗುವ ನಂದ' ಸಂಪಾದಕ ಬಿ ರಂಗನಾಥ ರಾವ್ ಇಂದಿಗೂ ನನಗೆ ಪ್ರಾತಃಸ್ಮರಣೀಯರು.

ಬರವಣಿಗೆಯೇ ನನ್ನ ಜೀವನ ಎಂದು ನಾನೇನೋ ನಿರ್ಧರಿಸಿಯಾಗಿತ್ತು. ಆದರೆ, ದಾರಿ ಕಾಣಿಸುತ್ತಿರಲಿಲ್ಲ. 'ಬಂಗಾರದ ಕನಸು' 'ನಂಬಿ ಕೆಟ್ಟವರು' ಕಾದಂಬರಿಗಳ ಹಸ್ತಪ್ರತಿಗಳು ಪ್ರಕಾಶಕರ ಕೈಸೇರಿ, ಪ್ರಕಟಿಸುವ ವಚನವಿತ್ತು ತಿಂಗಳುಗಳಾದರೂ ಅವು ಬೆಳಕು ಕಂಡಿರಲಿಲ್ಲ. ಪ್ರಕಟಣೆಗೆ ಪೂರ್ವಭಾವಿಯಾಗಿ ಸಂಭಾವನೆ ಕೇಳುವಷ್ಟು ದೊಡ್ಡ ಸಾಹಿತಿ ನಾನಾಗಿರಲಿಲ್ಲ.

ಹತಾಶೆ ಇಣುಕು ಹಾಕುತ್ತಿತ್ತು. ಹೀಗಿರುವಾಗ ನನ್ನ ಮೂರನೆಯ ಕಾದಂಬರಿ 'ಸುಮಂಗಲಿ' 'ನಗುವ ನಂದ'ದಲ್ಲಿ ಧಾರಾವಾಹಿಯಾಗಿ ಪ್ರಕಟಣೆಗೆ ಸ್ವೀಕೃತವಾಗಿ ಐವತ್ತು ರೂಪಾಯಿ ಮುಂಗಡ ಸಂಭಾವನೆಯೂ ದೊರೆತದ್ದು ನನ್ನಲ್ಲಿ ಮತ್ತೆ ಭರವಸೆಯನ್ನು ಚಿಗುರಿಸಿತ್ತು. ಈ ಕಾಲಘಟ್ಟದಲ್ಲೇ 'ಇಂದಿರಾತನಯ' ಎಂಬ ಒಂದು ಶಕ್ತಿ ನನ್ನ ಬದುಕನ್ನು ಪ್ರವೇಶಿಸಿದ್ದು.

'ಇಂದಿರಾತನಯ' ಕಾವ್ಯನಾಮ. ಅವರ ನಿಜನಾಮ ವಿ ಆರ್ ಶ್ಯಾಮ್ ಎಂದು. ಅವರು ಮಾಗಡಿ ತಾಲ್ಲೂಕಿನ ವಾಗಟ ಗ್ರಾಮದವರು. ವಾಗಟದ ಕೊಗಳತೆಯಲ್ಲೇ ಕನ್ನಡ ಸಣ್ಣ ಕಥೆಯ ತೌರು ಮನೆ ಮಾಸ್ತಿ ಗ್ರಾಮ. ಹದಿಹರೆಯದಲ್ಲೇ ಶಾಕ್ತ ಪಂಥದ ಹುಚ್ಚು ಅಂಟಿಸಿಕೊಂಡು ಶಕ್ತಿ ದೇವತೆಗಳ ಆರಾಧನೆ ಮತ್ತು ಶಾಕ್ತ ಪಂಥದ ಗಾಳಿಗಂಧ ಇರುವಲ್ಲೆಲ್ಲ ತಿರುಗಾಡಿ ಶಾಕ್ತ ಪಂಥದ ಮೌಲ್ಯಾನ್ವೇಷಣೆ ನಡೆಸಿ ಕೊನೆಗೆ ಪತ್ರಿಕಾ ವ್ಯವಸಾಯಕ್ಕೆ ಇಳಿದ 'ಇಂದಿರಾತನಯ'ರು ನಂತರ ಪ್ರಸಿದ್ಧ ಕಾದಂಬರಿಕಾರರಾದರು.

ಸತ್ಯಾನ್ವೇಷಣೆಯ ಪರ್ಯಟನದ ನಂತರ 'ಇಂದಿರಾತನಯ'ರು ಪತ್ರಿಕಾ ವ್ಯವಸಾಯವನ್ನು ಜೀವನಮಾರ್ಗವಾಗಿ ಆರಿಸಿಕೊಂಡರು. 'ಸಂಯುಕ್ತ ಕರ್ನಾಟಕ' ಪತ್ರಿಕೆಯಲ್ಲಿ ಕೆಲಸ ಮಾಡುತ್ತಿದ್ದ 'ಇಂದಿರಾತನಯ'ರು 'ನಗುವ ನಂದ' ಪತ್ರಿಕೆಗೆ ಅಘೋಷಿತ ಸಾಹಿತ್ಯ ಸಲಹೆಗಾರರಾಗಿದ್ದರು.

'ಇಂದಿರಾತನಯ'ರು ನನ್ನ 'ಸುಮಂಗಲಿ' ಕಾದಂಬರಿಯ ಹಸ್ತಪ್ರತಿಯನ್ನು ಓದಿ, "ಯಾರು ಈ ಹುಡುಗ, ನನ್ನನ್ನು ಕಾಣಲು ಹೇಳುತ್ತೀರ," ಎಂದು ಸಂಪಾದಕ ರಂಗನಾಥ ರಾಯರಲ್ಲಿ ಹೇಳಿದರಂತೆ. ಇದಾದ ಒಂದು ವಾರದಲ್ಲಿ ನಾನು 'ನಗುವ ನಂದ' ಕಚೇರಿಗೆ 'ಸುಮಂಗಲಿ'ಯ ಬಗ್ಗೆ ತಿಳಿಯಲು ಹೋದೆ.

ಕಾದಂಬರಿಯ ಪ್ರಕಟಣೆ ಮುಂದಿನ ತಿಂಗಳಿನಿಂದ ಶುರುವಾಗಲಿದೆಯೆಂದು ಸಂಪಾದಕರು ತಿಳಿಸಿದಾಗ ನನ್ನ ಸಂತೋಷ ಮುಗಿಲು ಮುಟ್ಟಿತ್ತು.

"ನಿಮಗೆ 'ಇಂದಿರಾತನಯ'ರು ಗೊತ್ತೆ?" ಸಂಪಾದಕರ ಪ್ರಶ್ನೆ.

"ಗೊತ್ತು. ಅವರ ಪರಿಚಯವಿಲ್ಲ, ಅವರ ಕಾದಂಬರಿ ಓದಿದ್ದೇನೆ."

ಆ ವೇಳೆಗೆ ನಾನು 'ಇಂದಿರಾತನಯ'ರ 'ನಕ್ಷತ್ರ ಗಾನ' ಕಾದಂಬರಿ ಓದಿದ್ದೆ.

"ಅವರನ್ನು ಭೇಟಿಯಾಗಿ. ಸಂಜೆ ಐದರ ಸುಮಾರಿಗೆ ಬಂದರೆ ಇಲ್ಲೇ ಸಿಗುತ್ತಾರೆ."

ಹೀಗೆ 'ಇಂದಿರಾತನಯ'ರ ಪರಿಚಯವಾಯಿತು. ನನ್ನ ಪೂರ್ವಾಪರ ಕೇಳಿದರು. 'ಸುಮಂಗಲಿ,' ಕಾದಂಬರಿ ಚೆನ್ನಾಗಿ ಬಂದಿದೆ. ಪಾತ್ರಪೋಷಣೆ ಇನ್ನಷ್ಟು ಗಟ್ಟಿಯಾಗಬಹುದಿತ್ತು ಎಂದು ಕೆಲವು ಪಾತ್ರಗಳನ್ನು, ಪ್ರಸಂಗಗಳನ್ನು ಎತ್ತಿ ಹೇಳಿದರು. 'ಇಂದಿರಾತನಯ'ರು ಆಗಲೇ 'ಮಂತ್ರಶಕ್ತಿ' 'ಶಕ್ತಿಪೂಜೆ' 'ಸೇಡಿನ ಕಿಡಿ'

'ಪೂಜಾ ತಂತ್ರ' ಕಾದಂಬರಿಗಳಿಂದ ಸುಪ್ರಸಿದ್ಧರಾಗಿದ್ದರು. ಅವರು ಈ ಅಣುಗನ ಕೃತಿ ಬಗ್ಗೆ ಮಾತಾಡಿದ್ದು ಕೇಳಿ ನನಗೆ ಆಕಾಶ ಒಂದೇ ಗೇಣು ಎನ್ನುವಂತಾಗಿತ್ತು.

"ಎಲ್ಲಿ ಕೆಲಸ ಮಾಡುತ್ತಿದ್ದೀರಿ?" ಎಂಬುದು 'ಇಂದಿರಾತನಯ'ರ ಮುಂದಿನ ಪ್ರಶ್ನೆಯಾಗಿತ್ತು. ಸದ್ಯ ನಿರುದ್ಯೋಗಿ, ಬರವಣಿಗೆಯನ್ನೇ ವೃತ್ತಿಯನ್ನಾಗಿಸಿಕೊಳ್ಳುವ ಇರಾದೆಯಿದೆ ಎಂಬ ನನ್ನ ಬಯಕೆಯನ್ನು ಕೇಳಿ 'ಕಷ್ಟ, ಕಷ್ಟ' ಎಂದು ಲೊಚಗುಟ್ಟಿದರು. ಪತ್ರಿಕಾಲಯದಲ್ಲಿ ಉದ್ಯೋಗ ದೊರೆತರೆ ಉದರಂಭರಣವೂ ಆದೀತು, ನನ್ನ ಬರವಣಿಗೆಗೂ ಸಹಾಯವಾದೀತು ಎನ್ನುವ ಆಸೆಯನ್ನು ಅವರ ಮುಂದೆ ತೋಡಿಕೊಂಡೆ.

"ಪತ್ರಿಕೆಯ ಸಂಪಾದಕರಾಗಲು ಕನ್ನಡದ ಜೊತೆಗೆ ಇಂಗ್ಲಿಷ್ ಜ್ಞಾನವೂ ಅಗತ್ಯ. ನಿಮಗೆ ಇಂಗ್ಲಿಷ್ ಗೊತ್ತೆ?"

"ಗೊತ್ತು" ಎಂದು ಬಿಟ್ಟೆ ಕೆಟ್ಟ ಧೈರ್ಯದಿಂದ. ಹೈಸ್ಕೂಲಿನಲ್ಲಿ ಇಂಗಿಷ್ ಮೇಷ್ಟ್ರು ಕ್ಷೇತ್ರಪಾಲಯ್ಯನವರು ಪಾಠ ಹೇಳಿದ ವರ್ಡ್ಸ್ ವರ್ತ್, ಶೆಲ್ಲಿ, ಚಾರ್ಲ್ಸ್ ಡಿಕನ್ಸ್ ಅವರುಗಳ ಕಿರುಪರಿಚಯವಾಗಿತ್ತು. ಕ್ಷೇತ್ರಪಾಲಯ್ಯನವರು ವರ್ಡ್ಸ್‌ವರ್ತ್‌ನ 'ಸಾಲಿಟರಿ ರೀಪರ್' ಕವಿತೆ ಓದಿದ ಪರಿ, ಡಿಕನ್ಸ್ ನ 'ಆಲಿವರ್ ಟ್ವಿಸ್ಟ್' ಕಥೆ ಹೇಳಿದ ಪರಿ ನನ್ನನ್ನು ಮಂತ್ರಮುಗ್ಧನನ್ನಾಗಿಸಿತ್ತು.

"ನಾಳೆಯಿಂದ 'ಹಿಂದೂ' ಪತ್ರಿಕೆಯನ್ನ ತಪ್ಪದೆ ಓದಿ. ಅದರಲ್ಲಿ ನಿಮಗೆ ಇಷ್ಟವಾದ ಸುದ್ದಿಯನ್ನು ಕನ್ನಡದಲ್ಲಿ ಬರೆಯುವ ಪ್ರಯತ್ನ ಮಾಡಿ," ಎಂದು 'ಇಂದಿರಾತನಯ'ರು ಪತ್ರಿಕಾ ವೃತ್ತಿಯ ಓನಾಮ ಹೇಳಿಕೊಟ್ಟರು. ಒಂದು ವಾರ ಕಾಲ ವ್ರತನಿಷ್ಠನಾಗಿ ಪಕ್ಕದಲ್ಲಿ ಭಾರದ್ವಾಜರ ನಿಘಂಟು ಇಟ್ಟುಕೊಂಡು ಭಾಷಾಂತರದಲ್ಲಿ ತೊಡಗಿಕೊಂಡೆ.

ಅನುವಾದ ಮಾಡಬಲ್ಲೆ ಎನ್ನುವ ಆತ್ಮವಿಶ್ವಾಸ ಅಲ್ಪಸ್ವಲ್ಪ ಕುದುರಿತು. ನೇರ 'ಇಂದಿರಾತನಯ'ರ ಮನೆಗೆ ಧಾವಿಸಿದೆ ನನ್ನ ಅನುವಾದಿತ ಸುದ್ದಿಗಳೊಂದಿಗೆ. 'ಇಂದಿರಾತನಯ'ರು ಅದಾವುದನ್ನು ನೋಡಲಿಲ್ಲ, ಅವರ ಶ್ರೀಮತಿಯವರು ತಿಂಡಿ ಕಾಫಿಗಳಿಂದ ಉಪಚರಿಸಿದರು. ನಂತರ 'ಇಂದಿರಾತನಯ'ರು ಅಂದಿನ 'ಹಿಂದೂ' ಪತ್ರಿಕೆ ಕೊಟ್ಟು ಅಗ್ರವಾರ್ತೆಯನ್ನು ಅನುವಾದಿಸಲು ಹೇಳಿದರು. ಸುಮಾರು ಒಂದು ಗಂಟೆಕಾಲ ತಿಣುಕಾಡಿ ಅನುವಾದ ಮುಗಿಸಿ ಅವರ ಕೈಯ್ಯಲ್ಲಿಟ್ಟೆ. ನಿಧಾನವಾಗಿ ಓದಿ ಒಂದೊಂದು ಪದದ ಅರ್ಥವನ್ನೂ ಕೇಳಿ, ಅನುವಾದವೆಂದರೆ ಅಕ್ಷರಶಃ ಮಕ್ಕಿ ಕಾ ಮಕ್ಕಿಯಲ್ಲ, ಇಂಗ್ಲಿಷ್ ಕಾಪಿಯನ್ನು ಓದಿ ಅರ್ಥಮಾಡಿಕೊಂಡು ನಿಮ್ಮ ಭಾಷೆಯಲ್ಲಿ ಬರೆಯಬೇಕು. ಆದರೆ, ಮೂಲದಿಂದ ಸ್ವಲ್ಪವೂ ಪಲ್ಲಟವಾಗಿರಬಾರದು. ಈಗ ಪ್ರಯತ್ನಿಸಿ ಎಂದು ಇನ್ನೊಮ್ಮೆ ಬರೆಸಿದರು. ಮತ್ತೆ ಬರೆದುದನ್ನು ನೋಡಿ, "ಈಗ

ಹೋಗಿ. ಮುಂದಿನವಾರ ಬನ್ನಿ," ಎಂದು ನನ್ನನ್ನು ಸಾಗ ಹಾಕಿದರು. ಅವರ ಪರೀಕ್ಷೆಯಲ್ಲಿ ಪಾಸಾದೆನೋ ಇಲ್ಲವೋ ಎಂಬ ಚಿಂತೆಯಲ್ಲೇ ಮನೆ ಸೇರಿಕೊಂಡೆ. ಅಂದಿನಿಂದಲೇ 'ಹಿಂದೂ' ಜೊತೆಗೆ ಷೇಕ್ಸ್‌ಪಿಯರ್, ಒ ಹೆನ್ರಿ, ಗ್ರಹಾಂ ಗ್ರೀನ್ ಮೊದಲಾದವರ ಪ್ರವೇಶವಾಯಿತು.

ಮುಂದಿನಸಲ ಭೇಟಿಯಾದಾಗ 'ಸಂಯುಕ್ತ ಕರ್ನಾಟಕ' ಪತ್ರಿಕೆಯ ಸ್ಥಾನಿಕ ಸಂಪಾದಕರನ್ನು ಭೇಟಿಮಾಡಿ ಒಂದು ಅರ್ಜಿ ಕೊಡಲು ತಿಳಿಸಿದರು. ನಾನು ಅರ್ಜಿಯೊಂದಿಗೆ ನನ್ನ 'ವಿನೋದ' 'ನಗುವ ನಂದ' ಬರಹಗಳ ಕಟಿಂಗ್ಸ್‌ನೊಂದಿಗೆ ಸಂಪಾದಕರನ್ನು ಭೇಟಿಯಾದೆ, "ಈಗ ಯಾವುದೂ ಹುದ್ದೆ ಖಾಲಿ ಇಲ್ಲ. ಖಾಲಿ ಆದಾಗ ನೋಡೋಣ," ಎಂದರು ಸಂಪಾದಕರು. ಇದಾದ ಹದಿನೈದನೆಯ ದಿನ ಸಂದರ್ಶನಕ್ಕೆ ಕರೆ ಬಂತು. ಸಂದರ್ಶನಕ್ಕೆ ಇಬ್ಬರನ್ನು ಕರೆದಿದ್ದರು. ಇನ್ನೊಬ್ಬರು ಬೆಳ್ಳಗಿನ ಸ್ಫುರದ್ರೂಪಿ ಯುವಕ.

ಪಿಟಿಐ ವಾರ್ತಾ ಸಂಸ್ಥೆಯ ಮೂರು–ನಾಲ್ಕು ಇಂಗ್ಲಿಷ್ ಸುದ್ದಿಗಳನ್ನು ಕೊಟ್ಟು ಭಾಷಾಂತರಿಸಲು ಹೇಳಿದರು. ಕೊಟ್ಟ ಸಮಯ ಕೇವಲ ಅರ್ಧಗಂಟೆ. ನಂತರ ಸ್ವಲ್ಪ ಹೊತ್ತು ಕೂಡಿಸಿ ಮೌಖಿಕ ಸಂದರ್ಶನ ನಡೆಸಿದರು.

ಈ ಮಧ್ಯೆ ಇನ್ನೊಬ್ಬ ಅಭ್ಯರ್ಥಿ ತಮ್ಮನ್ನು ಜಿ ಎಸ್ ಸದಾಶಿವ ಎಂದು ಪರಿಚಯಿಸಿಕೊಂಡರು.

'ಸಾಕ್ಷಿ'ಯಲ್ಲಿ ಕಥೆ ಬಂದಿದೆಯಲ್ಲ ಆ 'ಸದಾಶಿವಾ'ನ ನಾನು ಕೇಳಿದೆ. ಹೌದು ಎಂದು ಅವರು ತಲೆಯಾಡಿಸಿದರು. ಅಂದು ಹೀಗೆ ಪರಿಚಿತರಾದ ಸದಾಶಿವ ಮುಂದೆ ನನ್ನ ಆಪ್ತಮಿತ್ರರಾಗಿ ಕೊನೆಯವರೆಗೂ ಕಷ್ಟಸುಖಗಳಲ್ಲಿ ಭಾಗಿಯಾದರು.

ಸಂದರ್ಶನದಲ್ಲಿ ಸಂಪಾದಕ ರಂಗನಾಥ ದಿವಾಕರ ಮತ್ತು ಸ್ಥಾನಿಕ ಸಂಪಾದಕ ಆರ್ ಕೆ ಜೋಶಿ ಇದ್ದರು. ಜೋಶಿಯವರು ರಾಜ್ಯರಾಷ್ಟ್ರಗಳ ರಾಜಕೀಯ ವಿದ್ಯಮಾನ ಗಳ ಬಗ್ಗೆ ಒಂದೆರಡು ಪ್ರಶ್ನೆಗಳನ್ನು ಕೇಳಿದರು. ದಿವಾಕರರು ನನ್ನ ಬರವಣಿಗೆಯ ಕಟಿಂಗ್ಸ್ ನೋಡಿ, "ಇನ್ನೂ ಏನೆಲ್ಲ ಬರೆದಿದ್ದೀರಿ," ಎಂದು ಕೇಳಿದರು.

"ಕಥೆ, ರೇಡಿಯೋ ನಾಟಕ."

ಆಕಾಶವಾಣಿಯಲ್ಲಿ ನನ್ನದೊಂದು ಕಿರು ನಾಟಕ ಪ್ರಸಾರವಾಗಿತ್ತು.

"ಆಕಾಶವಾಣಿಯಲ್ಲಿ ನಿಮ್ಮ ನಾಟಕಕ್ಕೆ ಎಷ್ಟು ಸಂಭಾವನೆ ಕೊಟ್ಟರು?" ದಿವಾಕರರ ಪ್ರಶ್ನೆ.

"ಹತ್ತು ರೂಪಾಯಿ."

"ಯೂ ಆರ್ ಲಕ್ಕೀ... ನನಗೆ ಅವರು ಐದೇ ರೂಪಾಯಿ ಕೊಡ್ತಾರೆ. ನೀವಿನ್ನು ಹೋಗಬಹುದು," ಎಂದು ಕೇಂದ್ರದ ಮಾಜಿ ವಾರ್ತಾ ಸಚಿವರು ಅಪ್ಪಣೆ ಕೊಟ್ಟರು.

❖

3

ಸುದ್ದಿ ಸಂಪಾದಕರ ಮುಂದೆ ನಿಂತು, "ಸಾರ್, ತಮ್ಮ ಸೇವೆಯಲ್ಲಿ," ಎಂದು ತುಸು ನಾಟಕೀಯವಾಗಿಯೇ ಹೇಳಿದೆ. "ಪತ್ರಿಕೆಯ ಸೇವೆಯಲ್ಲಿ," ಎಂದು ತೀಕ್ಷ್ಣವಾಗಿ ನುಡಿದ ಸುದ್ದಿ ಸಂಪಾದಕರು ನನ್ನನ್ನು ಸಾಗ ಹಾಕಿದರು.

ತಾಯಿನಾಡು

'ಸಂಕ' ಸಂದರ್ಶನದಲ್ಲಿ ನಾನು ಸೋತಿದ್ದೆ. ಸದಾಶಿವ ಆಯ್ಕೆಯಾಗಿದ್ದರು. ಎಂಎ ಸ್ನಾತಕೋತ್ತರ ಪದವೀಧರರಾದ ಅವರ ಆಯ್ಕೆ ಸಹಜವೇ ಆಗಿತ್ತು. ಕೆಲಸ ಸಿಗದಿದ್ದರೂ ಸದಾಶಿವನ ಪರಿಚಯವಾದ್ದು ನನ್ನಲ್ಲಿ ಸಂತೋಷ ಉಂಟುಮಾಡಿತ್ತು. ಹೀಗೆ ಪತ್ರಿಕಾ ವ್ಯವಸಾಯದ ಮೊದಲ ಮೆಟ್ಟಿಲಿನಲ್ಲೇ ಎಡವಿದ ನಾನು ನನ್ನ ಮನಸೋಇಚ್ಛೆ ಓದು ಮತ್ತು ಬರವಣಿಗೆಯನ್ನು ಮುಂದುವರಿಸಿದ್ದೆ. 'ಇಂದಿರಾತನಯ'ರ 'ಮಂತ್ರಶಕ್ತಿ' 'ಶಕ್ತಿಪೂಜೆ' 'ಸೇಡಿನ ಕಿಡಿ' 'ಪೂಜಾ ತಂತ್ರ' ಕಾದಂಬರಿಗಳನ್ನು ಸರ್ಕ್ಯುಲೇಟಿಂಗ್ ಲೈಬ್ರರಿಯಿಂದ ತಂದು ಓದಿದೆ. ಇಂಥ ದೊಡ್ಡ ಲೇಖಕರ ಪರಿಚಯವಾದುದು ನನ್ನ ಪುಣ್ಯ ಎಂದುಕೊಂಡು ಹಿಗ್ಗಿದೆ.

1960ರ ಕಾಲಘಟ್ಟ, ರೆವಿನ್ಯೂ ಗುಮಾಸ್ತಗಿರಿಯ ದಿನಗಳು. ಆ ದಿನಗಳಲ್ಲೇ ಒಂದು ದಿನ ಕವಿ ನಿಸಾರ ಅಹಮದ್ ಅವರ ಪರೋಕ್ಷ ಪರಿಚಯವಾಯಿತು. ನಿಸಾರ್ ಅವರ ತಂದೆ ಹೈದರ್ ಸಾಹೇಬರು ಡೆಪ್ಯುಟಿ ಕಮಿಷನರ್ ಆಫೀಸಿನಲ್ಲಿ ಸೂಪರಿಂಟೆಂಡೆಂಟ್ ಆಗಿದ್ದರು.

ಆಗ ನಾನು ಮತ್ತು ದೇಶ ಕುಲಕರ್ಣಿ (ಅಷ್ಟೇನೂ ಪ್ರಸಿದ್ಧಿಗೆ ಬರದ ಕನ್ನಡದ ಒಬ್ಬ ಒಳ್ಳೆಯ ಕವಿ) ಅಲ್ಲಿ ಗುಮಾಸ್ತರು. ಶ್ರಾವಣದ ಒಂದು ಸಂಜೆ ಕಚೇರಿ ಮುಗಿಸಿ ಮನೆಗೆ ಹೋಗುವ ಮುನ್ನ ಹೈದರ್ ಸಾಹೇಬರು ನನ್ನ ಕರೆದು, "ಸ್ವಲ್ಪ ಟೈಪಿಂಗ್ ಕೆಲಸವಿದೆ ಮಾಡಿಕೊಡ್ತೀಯ," ಎಂದರು.

"ನಮ್ಮ ಹುಡುಗ ನಿಸಾರ್, ಜಿಯಾಲಜಿ ಎಂಎಸ್ಸಿ, ಅಮೆರಿಕಕ್ಕೆ ಹೋಗಬೇಕೂಂತ ಇದಾನೆ."

"ಸಾರ್, ಕವಿತೆ ಬರೀತಾರಲ್ಲ ನಿಸಾರ್ ಅಹಮದ್ ಅವರೇನಾ... ನಿಮ್ಮ ಮಗ," ನಾನು ಉದ್ಗರಿಸಿದೆ. ಆಗತಾನೇ, "ಮನಸು ಗಾಂಧಿ ಬಜಾರು," ಪ್ರಕಟವಾಗಿತ್ತು.

"ನಿನಗೆ ಗೊತ್ತೇನಪ್ಪ?"

"ಹೌದು ಸಾರ್ ಗಾಂಧಿ ಬಜಾರಿನಲ್ಲಿ ನೋಡ್ತಿರ್ತೇನೆ."

ಆ ದಿನಗಳಲ್ಲಿ ಸಂಜೆಯ ಆಕರ್ಷಣೆ ಗಾಂಧಿ ಬಜಾರಿನ ಕಲಾಮಂದಿರವಾಗಿತ್ತು. ಅಲ್ಲಿ ಎ ಎಸ್ ಮೂರ್ತಿ, ದಾಶರಥಿ ದೀಕ್ಷಿತ್, ನವರತ್ನರಾಮ್ ಇವರುಗಳ ನಾಟಕದ ಆಕರ್ಷಣೆ. ಮಿಗಿಲಾಗಿ ಮೈಸೂರು ಅನಂತಸ್ವಾಮಿಯವರ ಸಂಗೀತದ ಆಕರ್ಷಣೆ. ಅ ನ ಸುಬ್ಬರಾಯರ ಕಲೆಯ ಆಕರ್ಷಣೆ. ಇದರಿಂದಾಗಿ ರಂಗಭೂಮಿ, ಸಂಗೀತ ಕಲೆಗಳಲ್ಲಿ ಆಸಕ್ತಿ ಬೆಳೆಯಿತು.

ಇದೇ ಕಲಾಮಂದಿರದಲ್ಲಿ ಅನಕೃ, ತಿ ತಾ ಶರ್ಮ, ಪಿ. ಆರ್ ರಾಮಯ್ಯ ಇವರುಗಳನ್ನು ಹತ್ತಿರದಿಂದ ಕಾಣುವ, ಅವರ ಮಾತುಗಳನ್ನು ಕೇಳುವ ಸೌಭಾಗ್ಯವೂ ನನ್ನದಾಯಿತು. ನಿಸಾರ್ ಅಹಮದ್ ಅವರು ಕಲಾಮಂದಿರಕ್ಕೆ ಬರುತ್ತಿದ್ದರು. ನಿಸಾರ್ ಅಹಮದ್ ಅವರೊಂದಿಗೆ ಪರಿಚಯ ಗಾಢವಾಗಿ ಅವರ ಹೊಸ ಕವಿತೆಗಳನ್ನು ಮೊದಲು ಕೇಳುವ ಸೌಭಾಗ್ಯ ನನ್ನದಾಯಿತು. ಬಸವನಗುಡಿಯ ಮಹಮಡನ್ ಬ್ಲಾಕಿನಲ್ಲಿ ಅವರ ಮನೆ. ಮಹಡಿಯ ಮೇಲೆ ಹೈದರ್ ಸಾಹೇಬರ ಸಂಸಾರ. ಕೆಳಗೆ ಮಗನ ಓದಿಗಾಗಿ ಪ್ರತ್ಯೇಕ ಕೋಣೆ. ಭಾನುವಾರಗಳಂದು ಗಾಂಧಿ ಬಜಾರಿನಲ್ಲಿ ಭೇಟಿಯಾದಾಗ ನಿಸಾರ್ ಅಹಮದ್, "ಬನ್ರೀ ಮನೆಗೆ ಹೋಗೋಣ," ಅಂದರೆ ಹೊಸ ಕವಿತೆ ಬರೆದಿದ್ದಾರೆ ಎಂದೇ ಇಂಗಿತ. ಕೆಳಗಿನ ಕೋಣೆಯಲ್ಲಿ ನಿಸಾರ್ ಕವಿತೆಗಳನ್ನು ಓದುತ್ತಿದ್ದರೆ ಮಧ್ಯೆ ಮಧ್ಯೆ ಅವರ ತಾಯಿ ಚಹಾ ತಂದುಕೊಡುತ್ತಿದ್ದರು.

'ಸಂಕ'ದ ನಿರಾಶೆ ಕೊಡವಿಕೊಂಡು ಮತ್ತೆ 'ಇಂದಿರಾತನಯ'ರನ್ನು ಭೇಟಿ ಮಾಡಿದೆ. ಅವರು, "ನೀವು 'ತಾಯಿನಾಡು' ಪತ್ರಿಕೆಯಲ್ಲಿ ಏಕೆ ಪ್ರಯತ್ನಿಸಬಾರದು. ಅಲ್ಲಿ ಉಪ ಸಂಪಾದಕರು ಬೇಕಾಗಿದಾರಂತೆ," ಎಂದರು. 'ತಾಯಿನಾಡು' ಸ್ವಾತಂತ್ರ್ಯ ಹೋರಾಟ ಕಾಲದ ಪತ್ರಿಕೆ. ಕನ್ನಡದ ಮೊಟ್ಟಮೊದಲ ಬ್ರಾಡ್ ಶೀಟರ್, ಮೊಟ್ಟಮೊದಲು ರೋಟರಿ ಮುದ್ರಣ ಯಂತ್ರ ಹೊಂದಿದ ಪತ್ರಿಕೆ ಎಂಬೆಲ್ಲ ಖ್ಯಾತಿ ಅದರದು. ಆಗಲಿ ಸರ್ ಎಂದೆ. ಹಾಗಿದ್ದಲ್ಲಿ ನೀವು ನಾಳೆ 'ತಾಯಿನಾಡು' ಪತ್ರಿಕೆಯ ಸುದ್ದಿ ಸಂಪಾದಕ ಡಿ ಎಚ್ ಶ್ರೀನಿವಾಸ್ ಅವರನ್ನು ಕಾಣಿ ಎಂದರು.

'ತಾಯಿನಾಡು' ಕಚೇರಿ ಆಗ ಕಂಟೋನ್ಮೆಂಟಿನ ಬಿಆರ್‌ವಿ ಚಿತ್ರಮಂದಿರದ ಹಿಂದೆ ಇತ್ತು. ಆಗ ತಿ. ಸಿದ್ದಪ್ಪ 'ತಾಯಿನಾಡು' ಸಂಪಾದಕರು. ಮರುದಿನ ಬೆಳಿಗ್ಗೆ ಹನ್ನೊಂದರ ಸುಮಾರಿಗೆ ಡಿ ಎಚ್ ಶ್ರೀನಿವಾಸ್ ಅವರನ್ನು ಕಂಡೆ. ಇನ್ನೊಬ್ಬ ಅಭ್ಯರ್ಥಿ ಇದ್ದರು. ಇಬ್ಬರನ್ನೂ ಶ್ರೀನಿವಾಸ್ ಸಂಪಾದಕರ ಬಳಿ ಕರೆದೊಯ್ದು ನಮ್ಮ ಬಗ್ಗೆ ತಿಳಿಸಿದರು. ಟೆಸ್ಟ್ ಕೊಡಿ ಎಂದರು. ಸುದ್ದಿಯ ಭಾಷಾಂತರದ ಪರೀಕ್ಷೆ ನಡೆಯಿತು. ಎರಡು ದಿನ ಬಿಟ್ಟು ಬನ್ನಿ ನೋಡೋಣ ಎಂದರು ಸುದ್ದಿ ಸಂಪಾದಕರು.

ಎರಡು ದಿನಗಳ ನಂತರ, "ನಾಳೆಯಿಂದ ಕೆಲಸಕ್ಕೆ ಬನ್ನಿ 'ತಾಯಿನಾಡು'ಗೆ ಸ್ವಾಗತ," ಎಂದರು ಸುದ್ದಿ ಸಂಪಾದಕರು. ಅರವತ್ತು–ಎಪ್ಪತ್ತರ ದಶಕ, ಕನ್ನಡ ಪತ್ರಿಕಾ ವ್ಯವಸಾಯ ಉದ್ಯಮವಾಗಿ ಅಭಿವೃದ್ಧಿ ಹೊಂದುತ್ತಿದ್ದ ದಿನಗಳು ಅವು. ಅಂಥ ದಿನಗಳಲ್ಲಿ ನಾನು ಕನ್ನಡ ಪತ್ರಿಕೋದ್ಯಮ ಪ್ರವೇಶಿಸಿದ್ದೆ. ನನ್ನ ಪ್ರವೇಶ ನಗರದ ಮಹಾದ್ವಾರ ಅಥವಾ ಹೆಬ್ಬಾಗಿಲಿನಿಂದ ಆಗಿರಲಿಲ್ಲ, ದಿಡ್ಡಿ ಬಾಗಿಲಿನಿಂದಾಗಿತ್ತು. 'ಪ್ರಜಾವಾಣಿ'ಗೆ ಪ್ರಬಲ ಪೈಪೋಟಿ ನೀಡಲಾಗದೆ 'ತಾಯಿನಾಡು' ಬಸವಳಿಯುತ್ತಿದ್ದ ದಿನಗಳು ಅವು. ಹಣ, ಸುದ್ದಿ ಹೀಗೆ ಎಲ್ಲ ಬಗೆಯ ಸಂಪನ್ಮೂಲಗಳ ಕೊರತೆಯಿಂದ ಪತ್ರಿಕೆ ಸೊರಗುತಿತ್ತು. ಪಿ ಆರ್ ರಾಮಯ್ಯನವರಿಂದ 'ತಾಯಿನಾಡು' ಧನಾಢ್ಯರಾದ ಎಂ ಎಸ್ ರಾಮಯ್ಯನವರ ಕೈಗೆ ಹೋಗಿತ್ತು. ಆದರೂ ಸಂಪದ್ಬಲ ಕೂಡಿ ಬಂದಿರಲಿಲ್ಲ. ರಾಜಧಾನಿಯಲ್ಲಿದ್ದಷ್ಟು ಮಾನವ ಸಂಪನ್ಮೂಲವಾಗಲೀ ಸುದ್ದಿ ಜಾಲವಾಗಲಿ ರಾಜ್ಯದ ಇತರೆಡೆಗಳಲ್ಲಿ ಇರಲಿಲ್ಲ. ಜಾಹೀರಾತು, ಪ್ರಸರಣ ಮೊದಲಾದ ಬಾಬ್ತುಗಳಲ್ಲಿ ವೃತ್ತಿಪರತೆಯ ಕೊರತೆ ಎದ್ದು ಕಾಣುತ್ತಿತ್ತು.

ಸಂಪಾದಕೀಯ ವಿಭಾಗ ಸಾಕಷ್ಟು ಸಶಕ್ತವಾಗಿಯೇ ಇತ್ತು. ಸುದ್ದಿ ಸಂಪಾದಕ ಡಿ ಎಚ್ ಶ್ರೀನಿವಾಸ್, ಸಂಪಾದಕೀಯ ಬರಹಗಾರ ಎಂ ಎಸ್ ಆರ್ ಅಯ್ಯಂಗಾರ್, ಪಿ ಬಿ ಶ್ರೀನಿವಾಸನ್, ಹಿ ಮಾ ನಾಗಯ್ಯ, ಹಿರಿಯ ವರದಿಗಾರರಾದ ಬಿರುಗಾಳಿ ವೆಂಕಟರಾಮಯ್ಯ, ಮುಖ್ಯ ಉಪ ಸಂಪಾದಕರಾದ ಮೈ ಸು ಶೇಷಗಿರಿ ರಾವ್, ರಾಜಾ ರಾವ್, ಪುರವಣಿ ಸಂಪಾದಕರಾದ ಶ್ರೀ ಕೃಪಾ ಮೊದಲಾದ ಕ್ರಿಯಾಶೀಲ ಪತ್ರಕರ್ತರ ಪಟಾಲಮ್ಮೇ ಇತ್ತು.

ನಾನು ಸೇರುವುದಕ್ಕೆ ಒಂದೆರಡು ತಿಂಗಳು ಮುಂಚೆ ವೈಕುಂಠರಾಜು ಮತ್ತು ಶ್ರೀಮತಿ ನಾಗಮಣಿ 'ತಾಯಿನಾಡು' ಇಂದ ನಿರ್ಗಮಿಸಿದ್ದರು. ವೈಕುಂಠರಾಜು 'ಪ್ರಜಾವಾಣಿ' ಸೇರಿ 'ಸಾಪು' ಸಂಪಾದಕರಾಗಿ ಪ್ರಸಿದ್ಧಿ ಪಡೆದರು. ನಾಗಮಣಿ ಆಕಾಶವಾಣಿ ಸೇರಿ ಸುದ್ದಿ ಪ್ರಸಾರಕಿಯಾಗಿ ಒಳ್ಳೆಯ ಹೆಸರು ಪಡೆದರು. ಹಾಗೆಯೇ ಕೆಲವು ಐಷಾರಾಮಿ ಪತ್ರಕರ್ತರಿಗೆ 'ತಾಯಿನಾಡು' ಆಶ್ರಯಧಾಮವೂ ಆಗಿತ್ತು. ಇನ್ನು ಕೆಲವರಿಗೆ ರಾಜಕೀಯದಲ್ಲಿ ಕಾಲೂರಲು ಮೆಟ್ಟಿಲೂ ಆಗಿತ್ತು. 'ತಾಯಿನಾಡು' ವರದಿಗಾರ ಎಂದು ವಿಸಿಟಿಂಗ್ ಕಾರ್ಡ್ ಇಟ್ಟುಕೊಂಡು ಬೇಳೆ ಬೇಯಿಸಿಕೊಳ್ಳುತ್ತಿದ್ದ ಮಂದಿ ಇವರು. ದಿನದಲ್ಲಿ ಯಾವಾಗಲೋ ಒಮ್ಮೆ ಬಂದು ಹಾಜರಾತಿ ಪುಸ್ತಕದಲ್ಲಿ ಸಹಿ ಹಾಕಿ, ಸಂಪಾದಕ/ ಸುದ್ದಿ ಸಂಪಾದಕರಿಗೆ ಒಂದು ನಮಸ್ಕಾರ ಹಾಕಿ ಹೋಗುತ್ತಿದ್ದ ಪರಿ ನನ್ನನ್ನು ಚಕಿತಗೊಳಿಸಿದ್ದೂ ಉಂಟು. ಪತ್ರಿಕಾ ವೃತ್ತಿಯ ಈ ಮುಖ ಕಂಡು ವಿಮಂಚನೆಗೊಳಗಾದ್ದೂ ಉಂಟು.

ಆಗೆಲ್ಲ ಡಾಕ್ ಎಡಿಷನ್ ಸಂಜೆ ಎಂಟಕ್ಕೆ ಮುದ್ರಣಗೊಂಡು ರೈಲು, ಬಸ್ಸು, ಅಂಚೆಗಳಲ್ಲಿ ಗ್ರಾಮಾಂತರ ಪ್ರದೇಶಗಳನ್ನು ಮರುದಿನ ಮಧ್ಯಾಹ್ನ, ಸಂಜೆ ವೇಳೆಗೆ ತಲುಪುತ್ತಿತ್ತು. ಈ ಡಾಕ್ ಎಡಿಷನ್ ಸಿದ್ಧಪಡಿಸುವ ಹೊಣೆ ಮೊದಲನೆಯ ಪಾಳಿಯದಾಗಿತ್ತು. ಎರಡನೆಯ ಪಾಳಿಯವರು ಸಿಟಿ ಎಡಿಷನ್ (ನಗರ ಆವೃತ್ತಿ) ಸಿದ್ಧಪಡಿಸುತ್ತಿದ್ದರು. ನಗರ ಆವೃತ್ತಿ ಬೆಂಗಳೂರು ನಗರ ಮತ್ತು ಆಜೂಬಾಜಿನ ಹೊಸಕೋಟೆ, ಕನಕಪುರ, ಮಾಗಡಿ, ದೊಡ್ಡಬಳ್ಳಾಪುರ, ನೆಲಮಂಗಲಗಳನ್ನು ತಲುಪುತ್ತಿತ್ತು.

ಮೊದಲ ಪಾಳಿ ಹನ್ನೆರಡಕ್ಕೆ ಅಭಿಜಿತ್ ಮುಹೂರ್ತದಲ್ಲಿ ಶುರುವಾಗುತ್ತಿತ್ತು. 12ರಿಂದ 8ರವರೆಗೆ ಮೊದಲನೆಯ ಪಾಳಿ, 8ರಿಂದ 2ರವರೆಗೆ ಎರಡನೆಯ ಪಾಳಿ. ನಾನು ಡ್ಯೂಟಿಗೆ ರಿಪೋರ್ಟ್ ಮಾಡಿಕೊಂಡ ದಿನ ಮೈ ಸು ಶೇಷಗಿರಿ ರಾವ್ ಅವರದು ಮೊದಲನೆಯ ಪಾಳಿಯಾಗಿತ್ತು

ಸುದ್ದಿ ಸಂಪಾದಕರ ಮುಂದೆ ನಿಂತು, "ಸಾರ್, ತಮ್ಮ ಸೇವೆಯಲ್ಲಿ," ಎಂದು ತುಸು ನಾಟಕೀಯವಾಗಿಯೇ ಹೇಳಿದೆ. "ಪತ್ರಿಕೆಯ ಸೇವೆಯಲ್ಲಿ," ಎಂದು ತೀಕ್ಷ್ಣವಾಗಿ ನುಡಿದ ಸುದ್ದಿ ಸಂಪಾದಕರು ಮೈ ಸು ಶೇ ಅವರತ್ತ ತಿರುಗಿ, "ಶೇಷಗಿರಿ ರಾಯರೇ, ಇವರು ರಂಗನಾಥ ರಾವ್, ನಿಮ್ಮ ಪಾಳಿ ಸೇರಲಿರುವ ಹೊಸ ಉಪ ಸಂಪಾದಕರು," ಎಂದು ಅವರತ್ತ ನನ್ನನ್ನು ಸಾಗ ಹಾಕಿದರು.

ಇಷ್ಟೆಲ್ಲ ಆದರೂ ನನಗಿನ್ನೂ ನೇಮಕಾತಿ ಪತ್ರ ದೊರೆತಿರಲಿಲ್ಲ, "ನನ್ನ ನೇಮಕಾತಿ ಪತ್ರ," ಎಂದು ಕೇಳಿದೆ.

"ಬರುತ್ತೆ, ಹೋಗ್ರಿ ಮೊದಲು ಕೆಲಸ ಶುರು ಮಾಡಿ."

ಮೈ ಸು ಶೇಷಗಿರಿ ರಾವ್ ಅನಕೃ ಶಿಷ್ಯರಾಗಿದ್ದರು. ಅನಕೃ ಧಾಟಿಯಲ್ಲೇ ಹಲವಾರು ಕಾದಂಬರಿಗಳನ್ನು ಬರೆದು ಪ್ರಸಿದ್ಧರಾಗಿದ್ದರು.

ನಾನು ನಿಮ್ಮ ಕಾದಂಬರಿಗಳನ್ನು ಓದಿದ್ದೇನೆ ಎಂದೆ, "ಒಳ್ಳೆಯದು. ನೀವು ಆ ಮೇಜಿನಲ್ಲಿ ಕುಳಿತುಕೊಳ್ಳಿ," ಎಂದು ಖಾಲಿ ಇದ್ದ ಜಾಗವೊಂದನ್ನು ತೋರಿಸಿದರು. ಅಷ್ಟರಲ್ಲಿ ವಿದ್ಯುತ್ ಸಂಚಾರವಾದಂತೆ ಟಿನೋಪಾಲ್ ಬಿಳುಪಿನ ಕಚ್ಚೆ ಪಂಚೆ, ಜುಬ್ಬ ಧರಿಸಿದ್ದ ವ್ಯಕ್ತಿಯೊಬ್ಬರು, "ಗುಡ್ ಮಾರ್ನಿಂಗ್ ಎವ್ವರಿಬಡಿ," ಎನ್ನುತ್ತಾ ಪ್ರವೇಶ ಮಾಡಿದರು. ಮೈ ಸು ಶೇ ಪಕ್ಕದ ಮೇಜಿನಲ್ಲಿ ಆಸೀನರಾದರು.

"ಯಾರಿದು ಹೊಸ ಮುಖ?"

"ಹೊಸ ಮಿಕ, ರಂಗನಾಥ ರಾವ್ ಅಂತ," ಮೈ ಸು ಶೇ ಉವಾಚ.

ವ್ಯಕ್ತಿ ನನ್ನ ಮೇಜಿಗೆ ಎದ್ದು ಬಂದು, "ನಾನು ನಾರಾಯಣ ಸ್ವಾಮಿ ಅಂತ, ಸೀನಿಯರ್ ಸಬೆಡಿಟರ್. ನಿಮಗೆ ಸ್ವಾಗತ," ಎಂದು ಪರಿಚಯ ಮಾಡಿಕೊಂಡು ಕುಶಲೋಪರಿ ವಿಚಾರಿಸಿದರು. ಮರು ನಿಮಿಷವೇ ಸುದ್ದಿ ಸಂಪಾದಕರ ಬಳಿ ಹೋಗಿ, "ಶೀನಣ್ಣ ಹೋಗೋಣವಾ," ಎಂದರು.

"ಅಟೆಂಡನ್ಸ್ ಸೈನ್ ಮಾಡಿದೆಯಾ ನಾರಾಯಣ ಸ್ವಾಮಿ,"

"ಮಾಡಿದೆ ಶೀನಣ್ಣ,"

"ಸರಿ, ನಡೀರಪ್ಪ ಹೋಗೋಣ,"

ಸುದ್ದಿ ಸಂಪಾದಕರು ಮುಂದೆ ಅಡಿ ಇಟ್ಟರು. ಅವರ ಪಕ್ಕದಲ್ಲಿ ನಾರಾಯಣ ಸ್ವಾಮಿ. ಅವರ ಹಿಂದೆ ಮೈ ಸು ಶೇ ಇತ್ಯಾದಿ, "ಬನ್ರೀ ಕಾಫಿ ಕುಡಿದು ಬರೋಣ," ಎಂದು ಮೈ ಸು ಶೇ ನನ್ನನ್ನೂ ಸೇರಿಸಿಕೊಂಡರು.

ಹತ್ತಿರದ 'ಭಾರತ್ ಭವನ' ಹೋಟೆಲಿಗೆ ನಾರಾಯಣ ಸ್ವಾಮಿ ನಾಯಕತ್ವದಲಿ ನಮ್ಮ ಸವಾರಿ ಸಾಗಿತು. ದೋಸೆ ಇತ್ಯಾದಿ ಎಲ್ಲರೂ ಪುಷ್ಕಳವಾಗಿ ತಿಂದು ಕಾಫಿ ಕುಡಿದಾಯಿತು. ನಾರಾಯಣ ಸ್ವಾಮಿ ಡಬ್ಬಿಯಿಂದ ವಿಲ್ಸ್ ಫ್ಲೇಕ್ ಸಿಗರೇಟನ್ನು ಎತ್ತಿಕೊಂಡರು. ನಾನು ಧೂಮಪಾನ ಪ್ರಿಯನಲ್ಲ. ಬಿಲ್ ಬಂತು. ನಾರಾಯಣ ಸ್ವಾಮಿ ಬಿಲ್ ಕೊಟ್ಟರು. ಹೋಟೆಲಿನಿಂದ ಕಚೇರಿಯ ಗೇಟ್‌ವರೆಗೆ ಬಂದ ನಾರಾಯಣ ಸ್ವಾಮಿ, "ಶೀನಣ್ಣ ನಾನಿನ್ನು ಬರಲಾ," ಎಂದು ಕಾರು ಹತ್ತಿದರು.

ನಾರಾಯಣ ಸ್ವಾಮಿಯ ಈ ಸೇವೆ ನಿತ್ಯದ ಪರಿಪಾಠ ಎಂಬುದು ನನಗೆ ಕ್ರಮೇಣ ಗೊತ್ತಾಯಿತು. ಪ್ರತಿನಿತ್ಯ ಹನ್ನೆರಡೂವರೆ ಒಂದು ಗಂಟೆಗೆ ಸುಮಾರಿಗೆ ಆಗಮಿಸುತ್ತಿದ್ದ ನಾರಾಯಣ ಸ್ವಾಮಿ, 'ಶೀನಣ್ಣ'ನಾದಿಯಾಗಿ ಬೆಳಗಿನ ಪಾಳಿಯಲ್ಲಿ ಯಾರಿರಲಿ ಅವರಿಗೆಲ್ಲರಿಗೂ ತಿಂಡಿ-ಸಿಗರೇಟ್ ಸಮಾರಾಧನೆ ನಡೆಸಿ ಹಾಜರಿ ಹಾಕಿ ಅಂತರ್ಧಾನರಾಗಿ ಬಿಡುತ್ತಿದ್ದರು. ಹುಟ್ಟುವಾಗಲೇ ಬಾಯಲ್ಲಿ ಬೆಳ್ಳಿ ಚಮಚ

ಇಟ್ಟುಕೊಂಡು ಹುಟ್ಟಿದ ನಾರಾಯಣ ಸ್ವಾಮಿ ಕೋಲಾರ ಜಿಲ್ಲೆಯವರು. ಮೈಸೂರು ವಿಶ್ವವಿದ್ಯಾಲಯದಿಂದ ಪೊಲಿಟಿಕಲ್ ಸೈನ್ಸೋ, ಸೋಶಿಯಾಲಜಿಯಲ್ಲೋ ಎಂಎ ಮಾಡಿದ್ದರು. ಕಾಂಗ್ರೆಸ್ ಪಕ್ಷದ ಸಕ್ರಿಯ ಸದಸ್ಯರಾಗಿದ್ದರು. ಎಂಪಿಯೋ ಎಂಎಲ್ಲೆಯೋ ಆಗುವುದು ಅವರ ಮಹತ್ವಾಕಾಂಕ್ಷೆಯಾಗಿತ್ತು. ಇನ್ನೊಬ್ಬರು ಶ್ರೀಧರ ಬೋಂಗಾಳೆ, ವಾಣಿಜ್ಯ ಪುಟ ನೋಡಿಕೊಳ್ಳುತ್ತಿದ್ದರು. ದಿನದಲ್ಲಿ ಅರ್ಧ–ಮುಕ್ಕಾಲು ಗಂಟೆ ಬಂದು ಹೋಗುತ್ತಿದ್ದರು. ಅವರ ಮುಖ್ಯ ಕಾಳಜಿ ಶಿಕ್ಷಣವಾಗಿತ್ತು. ಅವರು ಖಾಸಗಿ ಶಾಲೆ ನಡೆಸುತ್ತಿದ್ದರು.

'ತಾಯಿನಾಡು'ನಲ್ಲಿ ನಾನು ಕಂಡ ಬಲು ಅಪರೂಪದ ಪತ್ರಕರ್ತ ಪಿ ಬಿ ಶ್ರೀನಿವಾಸನ್. ಈತ ಪಿ ಆರ್ ರಾಮಯ್ಯನವರ ಕಾಲದಿಂದಲೇ 'ತಾಯಿನಾಡು' ಪತ್ರಿಕೆಯಲ್ಲಿ ವರದಿಗಾರರಾಗಿ ಕೆಲಸ ಮಾಡುತ್ತಿದ್ದರು. ಅಂದಿನ ಸಂಪಾದಕರಿಗಿಂತ ಸೀನಿಯರ್ ಆಗಿದ್ದರು. 1936ರಲ್ಲಿ ಮೈಸೂರಿನ ಆಗಿನ ದೊರಗಳಾದ ನಾಲ್ವಡಿ ಕೃಷ್ಣರಾಜ ಒಡೆಯರ್ ತಮ್ಮ ಪರಿವಾರ ಸಮೇತ ವಿದೇಶ ಪ್ರವಾಸ ಕೈಗೊಂಡಾಗ ಅವರ ಪ್ರವಾಸವನ್ನು ವರದಿ ಮಾಡಲು ಪಿ ಆರ್ ರಾಮಯ್ಯನವರು ಮಹಾರಾಜರೊಟ್ಟಿಗೆ ಪಿ ಬಿ ಶ್ರೀನಿವಾಸನ್ ಅವರನ್ನು ಕಳುಹಿಸಿದ್ದರು. ಅಷ್ಟು ಹಳಬರು. ಬಹುಶಃ ಪತ್ರಿಕಾ ವರದಿಗಾರನಾಗಿ ವಿದೇಶ ಪ್ರವಾಸ ಮಾಡಿದ ಕನ್ನಡದ ಮೊದಲ ಪತ್ರಕರ್ತರು ಇವರಿರಬೇಕು.

ನಾನು 'ತಾಯಿನಾಡು' ಸೇರಿದಾಗಲೂ ಶ್ರೀನಿವಾಸನ್ ಅಲ್ಲಿ ಕಾರ್ಯನಿರತ ಪತ್ರಕರ್ತರಾಗಿದ್ದರು. ಆ ವೇಳೆಗೆ ಅವರ ವಯಸ್ಸು ಸುಮಾರು ಎಪ್ಪತ್ತರ ಗಡಿಯಲ್ಲಿದಂತೆ ಕಾಣುತ್ತಿತ್ತು. ಅಜಾನುಬಾಹು ವ್ಯಕ್ತಿ ಏನಲ್ಲ. ನಖಶಿಖಾಂತ ಖಾದಿ ಧೋತರ, ಜುಬ್ಬಾಗಳಲ್ಲಿ ಮುಳುಗಿ ಹೋದ ಮಟ್ಟಸ ವ್ಯಕ್ತಿತ್ವ. ಶ್ಯಾಮಲ ವರ್ಣ. ತಲೆಯಲ್ಲಿ ಪುಡಿ ಕ್ರಾಪು. ಯಾವಾಗ ಬರುತ್ತಿದ್ದರೋ ಯಾವಾಗ ಹೋಗುತ್ತಿದ್ದರೋ ಗೊತ್ತಾಗುತ್ತಿರಲಿಲ್ಲ. ಅವರಿಗೊಂದು ಜಾಗವಿತ್ತು. ಅಲ್ಲಿ ಕುಳಿತು ಧ್ಯಾನಮಗ್ನನಂತೆ ಬರೆಯುತ್ತಿದ್ದರು ಅಥವಾ ಓದುತ್ತಿದ್ದರು. 'ನಗರ ಸಂಚಾರಿಯ ಡೈರಿ' ಪಿ ಬಿ ಶ್ರೀನಿವಾಸನ್ ಬರೆಯುತ್ತಿದ್ದ ಭಾನುವಾರದ ಅಂಕಣ. ಪಿ ಬಿ ಬಳಿ ಒಂದು ಹಳೇ ಸೈಕಲ್ ಇತ್ತು. ಆ ಸೈಕಲ್ಲಿನಲ್ಲಿ ಅವರು ಆಫೀಸಿಗೆ ಬರುತ್ತಿದ್ದರು. ಪ್ರತಿ ಶನಿವಾರ ಪಿ ಬಿ ಆ ಸೈಕಲ್ ಏರಿ ಬೆಂಗಳೂರು ನಗರದ ಒಂದೊಂದು ಬಡಾವಣೆಯನ್ನೂ ಸುತ್ತುತ್ತಿದ್ದರು. ಬೆಳಿಗ್ಗೆ ಏಳು ಗಂಟೆಗೇ ಶುರುವಾಗುತ್ತಿತ್ತು ಈ ಸಂಚಾರ. ಸಂಜೆ ಏಳು ಗಂಟೆ ವೇಳೆಗೆ ಕಚೇರಿ ತಲುಪಿ 'ನಗರಸಂಚಾರಿ ಡೈರಿ' ಬರೆದು ಸುದ್ದಿ ಸಂಪಾದಕರ ಕೈಯ್ಯಲ್ಲಿಟ್ಟು ನಿರ್ಗಮಿಸುತ್ತಿದ್ದರು.

ಬೆಂಗಳೂರು ನಗರದ ಸಮಸ್ಯೆಗಳು, ಸಾರ್ವಜನಿಕ ಹಿತಾಸಕ್ತಿಯ ವಿದ್ಯಮಾನಗಳು. ಮಾನವಾಸಕ್ತಿ ವಿಷಯಗಳನ್ನು 'ನಗರ ಸಂಚಾರಿಯ ಡೈರಿ'ಯಲ್ಲಿ

ಪಿ ಬಿ ಪ್ರತ್ಯಕ್ಷದರ್ಶಿಯಾಗಿ ಬರೆಯುತ್ತಿದ್ದರು. ಪ್ರತಿ ಭಾನುವಾರ 'ತಾಯಿನಾಡು' ಈ ಅಂಕಣಕ್ಕಾಗಿ ಓದುಗರೂ, ಸರ್ಕಾರವೂ ಕಾಯುತ್ತಿದ್ದರಂತೆ. ಪಿ ಬಿ ಅವರ ಈ ಅಂಕಣಕ್ಕೆ ಸರ್ಕಾರ ಎಚ್ಚೆತ್ತುಕೊಳ್ಳುತ್ತಿತ್ತು.

ಶ್ರೀ ಕೃಪಾ ಭಾನುವಾರದ ಪುರವಣಿಯ ಸಂಪಾದಕರು. ಕಥೆ, ಕವನ, ನುಡಿ ಚಿತ್ರಗಳು ಮತ್ತು ಸಿನಿಮಾ ಸುದ್ದಿ ಭಾನುವಾರದ ಪುರವಣಿಯ ಆಕರ್ಷಣೆಯಾಗಿತ್ತು. ಬಂದ ಕಥೆ, ಲೇಖನ ಇತ್ಯಾದಿಗಳೆಲ್ಲವನ್ನೂ ಸ್ವಂತ ಕೈಬರಹದಲ್ಲಿ ಪುನರ್ ರಚಿಸುವುದು ಶ್ರೀ ಕೃಪಾ ಅವರ ಪರಿಷ್ಕರಣದ ವೈಶಿಷ್ಟ್ಯವಾಗಿತ್ತು. ಅವರದು ಬಲು ಮುದ್ದಾದ ಗುಂಡನೆ ಕೈಬರಹ. ಸಣ್ಣಪುಟ್ಟ ವ್ಯಾಕರಣ ದೋಷಗಳಿದ್ದರೆ ಅದನ್ನು ತಿದ್ದಿ ಇಡೀ ಕಥೆಯನ್ನು ಪುನಃ ಬರೆಯುತ್ತಿದ್ದರು.

ಒಂದು ದಿನ ಲಾಲ್ ಬಾಗ್ ಪುಷ್ಪ ಪ್ರದರ್ಶನದ ಮೇಲೆ ಒಂದು ನುಡಿಚಿತ್ರ ಬರೆಯಲು ನನಗೆ ಹೇಳಿದರು. ನಾನು ಲಾಲ್ ಬಾಗಿನಲ್ಲಿ ಅರ್ಧದಿನ ಕಳೆದು ಸಂಬಂಧಪಟ್ಟವರನ್ನೆಲ್ಲ ಸಂದರ್ಶಿಸಿ ಫೀಚರ್ ಬರೆದುಕೊಟ್ಟೆ. "ಚೆನ್ನಾಗಿದೆ. ಬರವಣಿಗೆ ಕಾವ್ಯಮಯವಾಗಿದೆ. ಸ್ವಲ್ಪ ತಿದ್ದಿ ಪರಿಷ್ಕರಿಸುವುದಿದೆ," ಎಂದರು ಶ್ರೀ ಕೃಪಾ. ನನ್ನ ಕಾಪಿಯನ್ನು ಪೂರ್ತಿಯಾಗಿ ಮತ್ತೆ ಬರೆದಿದ್ದರು. ಪರಿಷ್ಕರಿಸಿದ ಬರಹವನ್ನು ನನಗೆ ತೋರಿಸುತ್ತಾರೆ, ನಾನು ತಪ್ಪುಗಳನ್ನು ತಿದ್ದಿಕೊಳ್ಳಬಹುದು ಎನ್ನುವ ನಿರೀಕ್ಷೆಯಲ್ಲಿದ್ದೆ. ಕೃಪಾ ನೇರವಾಗಿ ಕಂಪೋಸಿಂಗ್‌ಗೆ ಕಳುಹಿಸಿದರು. ಕಂಪೋಸ್ ಆಗಿ ಪ್ರೂಫ್ ರೀಡಿಂಗ್‌ಗೆ ಬಂದಾಗ ನೋಡಿದೆ, ನಾನು ಬರೆದದ್ದನ್ನೇ ತಮ್ಮ ಕೈಬರಹದಲ್ಲಿ ಭಟ್ಟಿ ಇಳಿಸಿದ್ದರಷ್ಟೇ. ಒಂದಕ್ಷರವನ್ನೂ ಬದಲಾಯಿಸಿರಲಿಲ್ಲ. ಇದು ಶ್ರೀ ಕೃಪಾ ಅವರ ಶೈಲಿ. ಬೆಳಗಿನಿಂದ ಸಂಜೆಯವರೆಗೆ ಅವರು ಕೆಲಸ ಮಾಡುತ್ತಿದ್ದ ಈ ಶೈಲಿಯನ್ನು ಸಂಪಾದಕರು 'ಹಾರ್ಡ್ ವರ್ಕಿಂಗ್' ಎಂದು ಮೆಚ್ಚಿಕೊಂಡಿದ್ದರು.

ಶ್ರೀ ಕೃಪಾ ಸಿನಿಮಾ ಸುದ್ದಿಗಳನ್ನು, ಚಿತ್ರರಂಗದ ಝುಗಮಗಗಳನ್ನು ಬಹಳ ರೋಚಕವಾಗಿ ಬರೆಯುತ್ತಿದ್ದರು. ಶ್ರೀ ಕೃಪಾ ನಮ್ಮಂತೆ ಕುಚೇಲರಾಗಿರಲಿಲ್ಲ. ಹೊಗಳಿಕೆಗೆ ಮಾರು ಹೋಗುವುದು ಅವರ ದೌರ್ಬಲ್ಯವಾಗಿತ್ತು. ನಾವು ಕೆಲವರು ನಮ್ಮ ಜೇಬು ಖಾಲಿ ಆದಾಗ ಕೃಪಾ ಅವರ ಬಳಿ ಹೋಗಿ ಎಡಿಟಿಂಗ್‌ನಲ್ಲಿ ಅವರ ಕೈಚಳಕವನ್ನೋ, ಅವರ ದುಂಡನೆಯ ಕೈಬರಹವನ್ನೋ, ಆ ವಾರದ ಪುರವಣಿಯನ್ನೋ ಹಾಡಿ ಹೊಗಳುತ್ತಿದ್ದೆವು, "ಅಯ್ಯೋ ಬಿಡೀಪ್ಪ. ಏನು ಕಾಫಿ-ತಿಂಡಿ ಆಯಿತೋ. ನಡೀರಿ," ಎಂದು ಭಾರತ ಭವನಕ್ಕೆ ಕರೆದೊಯ್ಯುತ್ತಿದ್ದರು. ಶ್ರೀ ಕೃಪಾ ಒಂದೆರಡು ಕನ್ನಡ ಚಿತ್ರಗಳಿಗೆ ಗೀತೆಗಳನ್ನು ರಚಿಸಿದ್ದರು.

ನಾನು 'ತಾಯಿನಾಡು' ಸೇರಿದ್ದು 1965ರ ಜನವರಿಯಲ್ಲಿ. ನಾನು ಕೆಲಸಕ್ಕೆ ರಿಪೋರ್ಟ್ ಮಾಡಿಕೊಂಡ ದಿನವೇ ಸುದ್ದಿ ಸಂಪಾದಕರು ಹಾಜರಿ ಪುಸ್ತಕದಲ್ಲಿ

ನನ್ನ ಹೆಸರು ದಾಖಲಿಸಿದರು. ಆದರೆ, ಒಂದು ವಾರ ಕಳೆದರೂ ನೇಮಕದ ಆಜ್ಞೆ ಬರಲಿಲ್ಲ. ಕೊನೆಗೊಂದು ದಿನ ಬಂತು. ನನಗೆ ಆಘಾತ ಕಾದಿತ್ತು. ನನ್ನ ಜೊತೆ ಒಂದೇ ದಿನ ಟೆಸ್ಟ್ ತೆಗೆದುಕೊಂಡು ಒಂದೇ ದಿನ ಕೆಲಸಕ್ಕೆ ರಿಪೋರ್ಟ್ ಮಾಡಿಕೊಂಡ ಸಹೋದ್ಯೋಗಿಯ ನೇಮಕದ ಆಜ್ಞೆಯೂ ಬಂದಿತ್ತು. ನನಗೆ ಸಂಬಳ 80 ರೂ. ಆತನಿಗೆ 100 ರೂ. ಏಕೀ ಅಂತರ ಎಂದು ಸುದ್ದಿ ಸಂಪಾದಕರನ್ನು ಕೇಳದೆ.

"ಅವನು ಹೋಗಿ ಸಂಪಾದಕರ ಮನೇಲಿ ಹುಲಿ ಕಟ್ಟಿಹಾಕಿ ಬಂದ, ಅದಕ್ಕೆ," ಎಂದರು ಮುಗುಮ್ಮಾಗಿ.

ಆಗ ಮಾಸ್ಟರ್ ಹಿರಣ್ಣಯ್ಯನವರ 'ಲಂಚಾವತಾರ' ನಾಟಕ ಬೆಂಗಳೂರಿನಲ್ಲಿ ಮನೆಮಾತಾಗಿತ್ತು. ಈ ನಾಟಕದ ಪರಿಭಾಷೆಯಲ್ಲಿ ಹೇಳುವುದಾದರೆ, ಹುಲಿ ಕಟ್ಟಿಹಾಕುವುದು ಎಂದರೆ ನೂರು ರೂ., ಸಿಂಹ ಕಟ್ಟಿಹಾಕುವುದು ಸಾವಿರ ರೂ., ಈ ಮಾತನ್ನು ಸುದ್ದಿ ಸಂಪಾದಕರು ತಮಾಷೆಗೆ ಹೇಳಿದರೋ ಅಥವಾ ನಿಜವೋ ತಿಳಿಯದೇ ನಾನು ಅವಕ್ಕಾದೆ.

ತಿಂಗಳು ಕಳೆಯಿತು. ಒಂದನೆಯ ತಾರೀಕು ಸಂಬಳದ ಖುಷಿಯಿಂದ ಆಫೀಸಿಗೆ ಹೋದೆ. ಸಂಜೆಯಾದರೂ ಸಂಬಳದ ಸುಳಿವಿಲ್ಲ.

ಸುದ್ದಿ ಸಂಪಾದಕರ ಬಳಿ, "ಇವತ್ತು ಸಂಬಳ," ಎಂದು ಮೆಲ್ಲನೆ ಉಸುರಿದೆ. ಅವರು ಗಹಗಹಿಸಿ ನಕ್ಕುಬಿಟ್ಟರು, "ನಮ್ಮ ಅದೃಷ್ಟ ಚೆನ್ನಾಗಿದ್ದರೆ ಎಂಟಕ್ಕೋ ಹತ್ತಕ್ಕೋ ಬರುತ್ತೆ," ಎಂದರು. ಸಂಬಳಕ್ಕೆ ನಿಗದಿಯಾದ ದಿನ ಇರಲೇ ಇಲ್ಲ. ನಾವು ಪ್ರತಿ ತಿಂಗಳೂ ಹತ್ತನೆಯ ತಾರೀಕಿನವರೆಗೆ ತಾಳ್ಮೆಯಿಂದ ಕಾಯುತ್ತಿದ್ದೆವು. ಹತ್ತನೆಯ ತಾರೀಕು ಸಂಜೆ, ಸಂಬಳ ಕೊಡುವವರೆಗೆ ಕೆಲಸ ಮಾಡುವುದಿಲ್ಲ, ಎಡಿಷನ್ ತರುವುದಿಲ್ಲ," ಎಂದು ಸಂಪಾದಕೀಯ ವಿಭಾಗದವರೂ ಮುದ್ರಣಾಲಯದ ವಿಭಾಗದವರು ಆಫೀಸ್ ಮುಂದೆ ಧರಣಿ ಕೂರುತ್ತಿದ್ದೆವು. ಆಗ ಅಯ್ಯ ಓಡಿ ಬರುತ್ತಿದ್ದರು. ಅಯ್ಯ ಆಫೀಸ್ ಮ್ಯಾನೇಜರ್. "ಸಾಹುಕಾರ್ ಹತ್ತಿರ ಮಾತಾಡ್ತೀನಿ, ಕೆಲಸ ನಿಲ್ಲಿಸಬೇಡಿ," ಎಂದು ಗೋಗರೆಯುತ್ತಿದ್ದರು. ನಾವು ಜಗ್ಗುತ್ತಿರಲಿಲ್ಲ. ಅಯ್ಯನವರು ಸಾಹುಕಾರರ ಹತ್ತಿರ ಮಾತನಾಡಿ ಅಂದು ಸಂಬಳ ಖಾತ್ರಿ ಎಂದಾಗುವವರೆಗೆ ನಮ್ಮ ಮುಷ್ಕರ ನಿಲ್ಲುತ್ತಿರಲಿಲ್ಲ.

ಭರವಸೆಯ ನಂತರ ಡಾಕ್ ಎಡಿಷನ್ ತಯಾರಿ. ಡಾಕ್ ಎಡಿಷನ್ ಮುಗಿದರೂ ಅಯ್ಯನವರ ಪತ್ತೆಯಾಗುತ್ತಿರಲಿಲ್ಲ. ಕೊನೆಗೊಮ್ಮೆ ಒಂಬತ್ತು ಗಂಟೆ ಹೊತ್ತಿಗೆ ಕೈಯಲ್ಲಿ ಚರ್ಮದ ಚೀಲ ಹಿಡಿದು ಅಯ್ಯನವರು ಪ್ರತ್ಯಕ್ಷರಾಗುತ್ತಿದ್ದರು. ಸಂಬಳ ಬಟವಾಡೆ ಮಾಡುತ್ತಿದ್ದರು. ಒಂದೊಂದು ತಿಂಗಳು ಹನ್ನೆರಡನೆಯ ತಾರೀಕು ರಾತ್ರಿ ಹತ್ತು ಗಂಟೆಯವರೆಗೂ ಸಂಬಳಕ್ಕೆ ಕಾಯಬೇಕಿತ್ತು.

ನಮಗೆ ಕೊಡುತ್ತಿರುವ ಸಂಬಳ ಕಡಿಮೆ ಅದನ್ನು ಹೆಚ್ಚಿಸಬೇಕು ಎಂದು ಒಂದು ದಿನ ನಾವೆಲ್ಲ ಅಯ್ಯನವರಲ್ಲಿ ಮನವಿ ಮಾಡಿದೆವು. ಈಗಿರುವ ಸಂಬಳವೇ ಕೈಗೆ ಬರುವುದು ಖಾತ್ರಿ ಇಲ್ಲದಿರುವಾಗ, ಸಂಬಳ ಹೆಚ್ಚಳದ ಹಗಲುಗನಸು ಕಾಣುತ್ತಿದ್ದಾರೆ ಎಂದು ನಮ್ಮಲ್ಲೇ ಕೆಲವರು ಗೇಲಿ ಮಾಡಿದರು.

ಅಯ್ಯನವರು ಸಾಹುಕಾರಿಗೆ ನಮ್ಮ ಮನವಿ ಮುಟ್ಟಿಸಿದರು. ನಮಗೆ ಈಗ ಕೊಡುತ್ತಿರುವ ಸಂಬಳವೇ ಜಾಸ್ತಿ ಎಂಬುದು ಆಡಳಿತ ವರ್ಗದ ಅಭಿಪ್ರಾಯವಾಗಿತ್ತು. ಯಾರು ಎಷ್ಟೆಷ್ಟು ಕೆಲಸ ಮಾಡುತ್ತಾರೆ ಎಂದು ಸಾಹುಕಾರರು ತಿಳಿಯ ಬಯಸಿದರು. ಸಂಪಾದಕೀಯ ವಿಭಾಗದಲ್ಲಿ ವರದಿಗಾರರು, ಉಪ ಸಂಪಾದಕರುಗಳ ಕೆಲಸದ ಪ್ರಮಾಣ ತಿಳಿಯಲು ಆಡಳಿತ ವರ್ಗ ಒಂದು ಉಪಾಯ ಮಾಡಿತು. ಇದು ಯಾರ ಕಲ್ಪನೆಯೋ ಆಗ ತಿಳಿಯಲಿಲ್ಲ. ವರದಿಗಾರರು/ ಉಪ ಸಂಪಾದಕರು ಬರೆದ ಸುದ್ದಿಗಳ ಪ್ರೂಫನ್ನು ಪ್ರತ್ಯೇಕ ಗ್ಯಾಲಿಯಲ್ಲಿ ತೆಗೆಯಬೇಕು. ಈ ಗ್ಯಾಲಿಗಳಿಗೆ ಬರೆದವರ ಹೆಸರಿನ ಮದ್ರೆ ಒತ್ತಿ ಆ ಗ್ಯಾಲಿಗಳನ್ನು ಅಯ್ಯನವರ ಮೂಲಕ ಸಾಹುಕಾರರಿಗೆ ತಲುಪಿಸಬೇಕು ಎಂದು ಸುದ್ದಿ ಸಂಪಾದಕರಿಗೆ ಫರ್ಮಾನು ಬಂತು. ನಮ್ಮೆಲ್ಲರಿಗೂ ನಮ್ಮ ಇನ್‌ಶಿಯಲ್‌ಗಳನ್ನು ಕೆತ್ತಿದ ರಬ್ಬರ್ ಸ್ಟಾಂಪುಗಳನ್ನು ನೀಡಲಾಯಿತು. ಪತ್ರಿಕೆಗೆ ಹೋಗುತ್ತೋ ಬಿಡುತ್ತೋ ಎಂದು ಯೋಚಿಸದೆ ಪಿಟಿಐನ ಎಲ್ಲ ಸುದ್ದಿಗಳನ್ನೂ ಪೈಪೋಟಿಯಿಂದ ಭಾಷಾಂತರಿಸುವ ಉಮೇದು ಶುರುವಾಯಿತು. ವರದಿಗಾರರೂ ಎಲ್ಲ ಸಮಾರಂಭಗಳಿಗೂ ಎಡೆತಾಕಲಾರಂಭಿಸಿದರು.

ಸಾಮಾನ್ಯವಾಗಿ 'ನಗರದಲ್ಲಿ ಇಂದು' ಬರೆಯುವ ಕೆಲಸವನ್ನು ಕಬ್ ರಿಪೋರ್ಟರ್‌ಗೆ ವಹಿಸಲಾಗುತ್ತಿತ್ತು. ಹಿ ಮ ನಾಗಯ್ಯನವರು ಮುಖ್ಯ ವರದಿಗಾರರಾಗಿದ್ದರು. 'ನಗರದಲ್ಲಿ ಇಂದು'ವನ್ನು ಅವರೇ ಬರೆಯಲಾರಂಭಿಸಿದರು. ಎಲ್ಲರಿಗೂ ಗ್ಯಾಲಿ ಬೆಳೆಸುವ ಆತಂಕ. ನಾಗಯ್ಯನವರು ಎರಡು ಕವನ ಸಂಕಲನಗಳನ್ನು ಪ್ರಕಟಿಸಿದ್ದರು, ಕಾಂಗ್ರೆಸ್ ಪಕ್ಷದಿಂದ ನಿಂತು ಕಾರ್ಪೊರೇಟರ್ ಆಗಿದ್ದರು.

❖

4

‘ಸಂಕ’ ಪ್ರವೇಶವೂ ನನಗೆ ಹೆಬ್ಬಾಗಿಲಿನಿಂದ ಆಗಲಿಲ್ಲ. ಅಲ್ಲಿಯೂ ದಿಡ್ಡಿ ಬಾಗಿಲಿನ ಮೂಲಕವೇ. ಹೊರಗಿನ ಗಾಳಿ, ಬೆಳಕಿಗೆ ಗಡೀಪಾರು. ಕತ್ತು ತಗ್ಗಿಸಿ ಬರೆಯುವುದಷ್ಟೇ ಉಪ ಸಂಪಾದಕರು/ ವರದಿಗಾರರ ಕೆಲಸ. ಚಕ್ರವ್ಯೂಹ ಹೊಕ್ಕ ಅಭಿಮನ್ಯುವಿನಂತೆ ನಾನು ಇಲ್ಲಿ ಪ್ರವೇಶಿಸಿದ್ದೆ.

‘ಸಂಕ’ ಸಂಕಥನ

ಹೆಚ್ಚು ಸಂಬಳ ಬರುತ್ತಿದ್ದ ಕೆಲಸಗಳನ್ನು ಬಿಟ್ಟು ಕೊನೆಗೆ ನಾನು ಪತ್ರಕರ್ತನಾದದ್ದು, ಅದೂ ಕಡಿಮೆ ಸಂಬಳಕ್ಕೆ ‘ತಾಯಿನಾಡು’ ಸೇರಿದ್ದು ಮನೆಯಲ್ಲಿ ತಂದೆ-ತಾಯಿಯರಿಗೆ ಸ್ವಲ್ಪ ಅಸಮಾಧಾನ ಉಂಟುಮಾಡಿತ್ತು. ತಂದೆಗೆ ಬರುತ್ತಿದ್ದ ಅಲ್ಪ ವೇತನದಿಂದ ಒಂಬತ್ತು ಮಕ್ಕಳ ಸಂಸಾರ ಸಾಗಬೇಕಿತ್ತು. ಇನ್ನೂ ವಿದ್ಯಾರ್ಥಿಗಳಾಗಿದ್ದ ತಮ್ಮಂದಿರು-ತಂಗಿಯರು. ಅಸಮಾಧಾನ ಸಹಜವಾಗಿತ್ತು. ಆದರೆ, ತಂದೆ ನನ್ನ ಪರವಾಗಿದ್ದರು. ಇಷ್ಟವಿಲ್ಲದ ಕೆಲಸ ಮಾಡಬೇಡ ಎಂಬುದೇ ಅವರ ನಿಲುವಾಗಿತ್ತು. ಮಾಡುವ ಕೆಲಸದಲ್ಲಿ ಕಾಯಕದ ಪ್ರೀತಿ ಇರಬೇಕು, ಕಾಯಕ ಶುದ್ಧಿ ಇರಬೇಕು ಎಂಬುದು ಅವರು ಬೋಧಿಸಿದ ನೀತಿಯಾಗಿತ್ತು.

ಬರಹಗಾರನಾಗಿ ಬೆಳೆಯಲು ಪತ್ರಿಕಾ ವೃತ್ತಿಯಲ್ಲಿ ಅವಕಾಶಗಳಿದ್ದವು. ವಿಶೇಷ ವರದಿ, ನುಡಿ ಚಿತ್ರಗಳು ಹೀಗೆ ಸುದ್ದಿ ಸಂಪಾದಕರು ನನಗೆ ಬರೆಯಲು ಅವಕಾಶಗಳನ್ನು ಕಲ್ಪಿಸಿ ಕೊಡುತ್ತಿದ್ದರು. ಆದರೆ, ಈ ಬಾಬ್ತು ನನ್ನ ಓಡಾಟದ ಖರ್ಚುಗಳನ್ನೂ ಆಫೀಸ್ ಕೊಡುತ್ತಿರಲಿಲ್ಲ. ಬರೆಯುವ ಉತ್ಸಾಹ, ಕಲಿಯುವ ಉತ್ಸಾಹ ಎರಡೂ ಇತ್ತು. ಅವಕಾಶಗಳೂ ಇದ್ದವು. ಆದರೆ, ಹಣದ ಮುಗ್ಗಟ್ಟಿನಿಂದಾಗಿ ಖಿನ್ನತೆ ಆವರಿಸಿತ್ತು. ಇಲ್ಲಿ ಪತ್ರಿಕೆಯ ಎಲ್ಲ ವಿಭಾಗಗಳಲ್ಲೂ ಕೆಲಸ ಮಾಡಿ ಒಂದಿಷ್ಟು ಅನುಭವ ಗಳಿಸಿದರೆ, ಸದ್ಯಕ್ಕೆ ದೂರದ ನಕ್ಷತ್ರಗಳಾದ ದೊಡ್ಡ ಪತ್ರಿಕೆಗಳನ್ನು ಸೇರುವುದು ಸಾಧ್ಯವಾದೀತು ಎಂಬುದೊಂದೇ ಆಗ ನನ್ನ ದಿಗಂತದಲ್ಲಿ ಗೋಚರಿಸುತ್ತಿದ್ದ ಬೆಳ್ಳಿ ಗೆರೆ.

ಹೀಗಿರುವಾಗ ನನ್ನ ಹಿತೈಷಿಯಂತೆ ಮಾತನಾಡುತ್ತಿದ್ದ ಕಂಪೋಸಿಂಗ್ ವಿಭಾಗದ ಸಹೋದ್ಯೋಗಿಯೊಬ್ಬರು, "ಹುಲಿ ಸಿಂಹ ಏನೂ ಕಟ್ಟ ಬೇಕಾಗಿಲ್ಲ ಮಾರಾಯ, ಸಂಜೆ ಸ್ವಲ್ಪ ಚೀಫ್‌ನ ನೋಡ್ಕೊ ಕೆಲಸವೂ ಕಾಯಮ್ಮಾಗುತ್ತೆ ಸಂಬಳವೂ ಜಾಸ್ತಿಯಾಗುತ್ತೆ," ಎಂಬ ಸೂಚ್ಯ ಇಂಗಿತ ನೀಡಿದರು. ಮೂರು ಜನ ಚೀಫ್‌ಗಳಿದ್ದರು. ಯಾವ ಚೀಫ್ ಎಂದು ಕೇಳಿದೆ, "ಸಂಜೆ ಸಿಕ್ಕಿ ವಿವರವಾಗಿ ಮಾತಾಡೋಣ," ಎಂದೂ ಹೇಳಿದರು. ಎಳ್ಳಷ್ಟೂ ಲಜ್ಜೆ ಇಲ್ಲದೆ ಈ ಸಹೋದ್ಯೋಗಿ ನೀಡಿದ ಸೂಚನೆಯಿಂದ ನನಗೆ ಹೇಸಿಗೆ ಅಂಟಿಸಿಕೊಂಡಷ್ಟು ಅಸಹ್ಯವಾಯಿತು. ತುಂಬ ಕಸಿವಿಸಿಯಾಯಿತು. ಈ ವಾತಾವರಣದಿಂದ ಕಳಚಿಕೊಳ್ಳಬೇಕು ಎನ್ನುವ ತುಡಿತ ಆ ಕ್ಷಣ ತೀವ್ರವಾಯಿತು. ತಂದೆ ಹೇಳಿದ ಕಾಯಕ ಶುದ್ಧಿಯ ಮಾತು ನೆನಪಾಯಿತು. ಪವಿತ್ರವಾದ ಜ್ಞಾನ ಮೂಲವೂ ಕಲ್ಮಶ ಮುಕ್ತವಲ್ಲ ಎಂದು ತಿಳಿದು ಭ್ರಮನಿರಸನ ಇಣುಕಲಾರಂಭಿಸಿತು.

ಇಷ್ಟೆಲ್ಲ ಮುಜುಗರಗಳ ಮಧ್ಯೆ 'ಇಂದಿರಾತನಯ'ರನ್ನು ಭೇಟಿಮಾಡುತ್ತಿದ್ದೆ. ಆಗ ಅವರು 'ಸಂಕ'ದಲ್ಲಿ ಮುಖ್ಯ ಉಪ ಸಂಪಾದಕರಾಗಿದ್ದರು. ಇಬ್ಬರಿಗೂ ರಾತ್ರಿ ಪಾಳಿ ಇದ್ದಾಗ ಮಾತಾಡಲು ಹೆಚ್ಚು ಅವಕಾಶವಿರುತ್ತಿತ್ತು. ರಾತ್ರಿ ಪಾಳಿ ಇದ್ದಾಗ ನಾನು ಸಂಜೆ 4ರ ವೇಳೆಗೆ ಹನುಮಂತ ನಗರದಲ್ಲಿದ್ದ ಅವರ ಮನೆಗೆ ಹೋಗುವುದು. ಒಂದೆರಡು ಗಂಟೆ ಮಾತು. ನಂತರ ಅವರ ಮನೆಯಲ್ಲೇ ಅವರ ಪತ್ನಿ ಶ್ರೀಮತಿ ವಿಜಯಲಕ್ಷ್ಮಿಯವರು ಕಲಸಿ ಕೊಡುತ್ತಿದ್ದ ಹುಳಿಯನ್ನದ ಊಟ. ಇಬ್ಬರೂ ಸಂಜೆ ಸುಮಾರು ಏಳರ ವೇಳೆಗೆ ಹನುಮಂತ ನಗರದಿಂದ ಶಿವಾಜಿ ನಗರದ ಬಸ್ಸು ಹತ್ತುತ್ತಿದ್ದೆವು, ಅವರು 'ಸಂಕ' ಎದುರು ಇದ್ದ ರಿಸರ್ವ್ ಬ್ಯಾಂಕ್ ಬಸ್ ಸ್ಟಾಪಿನಲ್ಲಿ ಇಳಿಯುತ್ತಿದ್ದರು. ನಾನು ಬಿಆರ್‌ವಿ ಸ್ಟಾಪಿನಲ್ಲಿಳಿದು 'ತಾಯಿನಾಡು' ಕಚೇರಿಗೆ ಹೋಗುತ್ತಿದ್ದೆ. ಹೀಗಿರುವಾಗ ಒಂದು ದಿನ 'ಇಂದಿರಾತನಯ'ರು, "ಆರ್ ಕೆ ಜೋಶಿಯವರನ್ನೊಮ್ಮೆ (ಸ್ಥಾನಿಕ ಸಂಪಾದಕರು) ಬಂದು ನೋಡಿ," ಎಂದು

ಸೂಚ್ಯವಾಗಿ ಹೇಳಿದರು. ನಾನು ಮರುದಿನವೇ ಆರ್ ಕೆ ಜೋಶಿಯವರನ್ನು ಭೇಟಿಮಾಡಿ ನನ್ನ ಹಿಂದಿನ ಸಂದರ್ಶನ ಪ್ರಸ್ತಾಪಿಸಿ, ಈಗ 'ತಾಯಿನಾಡು'ನಲ್ಲಿದ್ದೇನೆ ಅವಕಾಶ ಕೊಟ್ಟರೆ ಉಪಕೃತನಾಗುವೆ ಎಂದು ವಿನಂತಿಸಿಕೊಂಡೆ. ಜೋಶಿಯವರು ಸ್ವಲ್ಪ ಮೀನಮೇಷ ಎಣಿಸಿ 'ನಾಳೆ ಬನ್ನಿ ನೋಡೋಣ' ಎಂದರು. ಮರುದಿನ ದಿವಾಕರ ರಂಗರಾಯರನ್ನು ನೋಡಲು ಹೇಳಿದರು. ನಾನು ದಿವಾಕರರನ್ನು ನೋಡಿದ ವೇಳೆ ಜೋಶಿಯವರೂ ಇದ್ದರು.

"ಈಗ 'ತಾಯಿನಾಡು'ನಲ್ಲಿದ್ದೀರ? ಅವರು ನಿಮ್ಮನ್ನ ಬಿಟ್ಟುಕೊಡುತ್ತಾರ?" ದಿವಾಕರರು ಇಷ್ಟೇ ಮಾತನಾಡಿದ್ದು.

"ನಾನು ಇನ್ನೂ ಪ್ರೊಬೇಷನರ್. ರಾಜೀನಾಮೆಗೆ ತೊಂದರೆಯಾಗಲಿಕ್ಕಿಲ್ಲ," ಎಂದೆ.

"ನೀವಿನ್ನು ಹೋಗಬಹುದು," ಎಂದರು ಜೋಶಿಯವರು. ಹೊರಬಂದು ಕಾದೆ.

"ಯಾವತ್ತಿನಿಂದ ಬರ್ತೀರಿ?" ಜೋಶಿಯವರ ಪ್ರಶ್ನೆ.

ಎರಡು ದಿನ ಕಾಲಾವಕಾಶ ಕೇಳಿದೆ, "ಅಸ್ತು" ಎಂದರು. ಸಂಬಳ ಇತ್ಯಾದಿ ಏನನ್ನೂ ಕೇಳದೆ ಒಪ್ಪಿಕೊಂಡಿದ್ದೆ. ಅಲ್ಲಿಂದ ನೇರ ಕಚೇರಿಗೆ ಹೋದೆ. ರೈಟಿಂಗ್ ಪ್ಯಾಡಿನ ಹಾಳೆಯಲ್ಲಿ ರಾಜೀನಾಮೆ ಬರೆದು ಸುದ್ದಿ ಸಂಪಾದಕರ ಕೈಯಲ್ಲಿಟ್ಟೆ.

"ಒಳ್ಳೆಯದಾಗಲಿ," ಎಂದು ಆಶೀರ್ವದಿಸಿ ಡಿ ಎಚ್ ಶ್ರೀನಿವಾಸ್ ಬೀಳ್ಕೊಟ್ಟರು.

'ಸಂಕ' ಪ್ರವೇಶವೂ ನನಗೆ ಹೆಬ್ಬಾಗಿಲಿನಿಂದ ಆಗಲಿಲ್ಲ. ಅಲ್ಲಿಯೂ ದಿಡ್ಡಿ ಬಾಗಿಲಿನ ಮೂಲಕವೇ. 'ಸಂಕ'ಗೆ ಹೆಬ್ಬಾಗಿಲಿತ್ತು. ಹೆಬ್ಬಾಗಿಲಿನ ಮೂಲಕ ಸಂಪಾದಕ ರಂಗನಾಥ ದಿವಾಕರರ ಚೇಂಬರಿಗೆ ಮತ್ತು ಆಡಳಿತ ವಿಭಾಗಕ್ಕೆ ಪ್ರವೇಶಾವಕಾಶವಿತ್ತು. ಸಂಪಾದಕರ ಕೊಠಡಿಯಿಂದ ಸಂಪಾದಕೀಯ ವಿಭಾಗಕ್ಕೆ ಹೋಗಲು ಒಳಬಾಗಿಲೊಂದಿತ್ತಾದರೂ ಅದು ಸಾರ್ವತ್ರಿಕವಾಗಿರಲಿಲ್ಲ. ಸಂಪಾದಕೀಯ ವಿಭಾಗದಲ್ಲಿ ಕೆಲಸ ಮಾಡುವವರು ಮತ್ತು ಸಾರ್ವಜನಿಕರು ಪಕ್ಕದ ಬಾಗಿಲಿನಿಂದಲೇ ಪ್ರವೇಶಿಸಬೇಕಾಗಿತ್ತು. ಎರಡು ಪಕ್ಕದ ಬಾಗಿಲುಗಳು. ಪಕ್ಕದ ಒಂದು ಬಾಗಿಲಿನಿಂದ ಪ್ರವೇಶಿಸಿದರೆ ಅದು ಮುಖ್ಯ ವರದಿಗಾರ ಶ್ಯಾಮರಾಯರ ಚೇಂಬರ್ ಮೂಲಕವೇ ಸಂಪಾದಕೀಯ ವಿಭಾಗಕ್ಕೆ ಒಯ್ಯುತ್ತಿತ್ತು. ಇದೂ ರಾಜಾ ರಸ್ತೆ ಆಗಿರಲಿಲ್ಲ. ಇನ್ನೊಂದು ಪಕ್ಕದ ಬಾಗಿಲ ಮೂಲಕ ಹೋದರೆ ಕಂಪೋಸಿಂಗ್ ವಿಭಾಗ ಸಿಗುತ್ತಿತ್ತು. ನಾವು ಈ ಎರಡನೆಯ ಪಕ್ಕದ ಬಾಗಿಲಿನಲ್ಲಿ, ಕಂಪೋಸಿಂಗ್ ವಿಭಾಗದ ಮೂಲಕವೇ ಸಂಪಾದಕೀಯ ವಿಭಾಗಕ್ಕೆ ಹೋಗುತ್ತಿದ್ದೆವು.

ಪತ್ರಿಕೆಯು ಸಾರ್ವಜನಿಕರಿಗೆ ಮುಡುಪಾದ ಒಂದು ವಿಶ್ವಸ್ಥ ಮಂಡಳಿ (ಪಬ್ಲಿಕ್ ಟ್ರಸ್ಟ್). ಅದು ಸಾರ್ವಜನಿಕರಿಗೆ, ಅವರ ಅಭಿಪ್ರಾಯಕ್ಕೆ ಮುಕ್ತದ್ವಾರ ಆಗಿರಬೇಕು ಎನ್ನುವುದು ಜಗತ್ತಿನಾದ್ಯಂತ ಒಪ್ಪಿತವಾಗಿರುವ ಪತ್ರಿಕಾ ಧರ್ಮ, ಆದರ್ಶ. ಆದರೆ, ಲೋಕಶಿಕ್ಷಣ ಟ್ರಸ್ಟಿನ 'ಸಂಕ' ಸಂಪಾದಕೀಯ ವಿಭಾಗ (ವರದಿಗಾರರೂ ಸೇರಿದಂತೆ) ಸಾರ್ವಜನಿಕರಿಗೆ ಸುಲಭ ಸಂಪರ್ಕ ಸಾಧ್ಯವಾಗದಂಥ ಏಳು ಸುತ್ತಿನ ಕೋಟೆಯೊಳಗಣ ಗವಿಯಲ್ಲಿ ಅಡಗಿದ್ದುದು ನನ್ನಲ್ಲಿ ಶುರುವಿಗೇ ಗಾಬರಿಯುಂಟು ಮಾಡಿತ್ತು. ಈ 'ಗವಿ'ಯೊಳಗೆ ನಾನು ತಲೆ ಇಟ್ಟಾಗಿತ್ತು. ಈ ಚಕ್ರವ್ಯೂಹ ಮಾದರಿಯ ಸುತ್ತು ಬಳಸು ಹಾದಿಗಳ ಮೂಲಕ ಸಂಪಾದಕೀಯ ವಿಭಾಗದ ಒಳಹೊಕ್ಕರೆ, ಬಂದ ದಾರಿ ಯಾವುದೆಂದು ಗೊತ್ತಾಗುತ್ತಿರಲಿಲ್ಲ. ನಿರ್ಗಮನದ ಹಾದಿಯಂತೂ ಮುಕ್ತವಾಗಿರಲಿಲ್ಲ.

1965ರ ಜೂನ್10ರಂದು ಮಾಸಿಕ 125 ರೂ. ಸಂಬಳದ ಮೇಲೆ ಪ್ರೊಬೇಷನರಿ ಉಪ ಸಂಪಾದಕನಾಗಿ 'ಸಂಯುಕ್ತ ಕರ್ನಾಟಕ' ಸಂಪಾದಕೀಯ ವಿಭಾಗವನ್ನು ಪ್ರವೇಶಿಸಿದಾಗ ನನ್ನ ಮನಸ್ಸಿನಲ್ಲಿ ಮೂಡಿದ ಚಿತ್ರ ಇನ್ನೂ ನಿಚ್ಚಳವಾಗೇ ಇದೆ. ಸಂಪಾದಕರ ಚೇಂಬರ್ಸ್, ಆಡಳಿತ ವಿಭಾಗ, ಶ್ಯಾಮರಾಯರ ಕೊಠಡಿ, ಕಂಪೋಸಿಂಗ್ ವಿಭಾಗಗಳ ಮಧ್ಯೆ ಸ್ಯಾಂಡ್ವಿಚ್ ಆಗಿದ್ದ 'ಸಂಕ' ಸಂಪಾದಕೀಯ ವಿಭಾಗ. ನಾಲ್ಕು ಗೋಡೆಗಳ ಮಧ್ಯೆ ಇದ್ದ ಒಂದು ದೊಡ್ಡ ಹಜಾರ. ಜೈಲಿನಂಥ ದೊಡ್ಡ ಗೋಡೆಗಳು. ಗಂವ್ ಎಂದು ಕವುಚಿಕೊಳ್ಳುತ್ತಿದ್ದ ಕಡು ನೀಲಿ ಬಣ್ಣದ ಪೈಂಟಿನ ಗೋಡೆಗಳು. ಮೇಲಿನಿಂದ ಬಲವೆಲ್ಲ ಬಿಟ್ಟು ಅದುಮಿದಂಥ ಉಸಿರು ಕಟ್ಟಿಸುವ ವಾತಾವರಣ. ಈ ಹಜಾರದಲ್ಲಿ ಒಂದು ಮೂಲೆಯಲ್ಲಿ ಸುದ್ದಿ ಸಂಪಾದಕರ ಮೇಜಿತ್ತು. ಸುಮಾರು ಆರಡಿ ನಾಲ್ಕಡಿ ಅಳತೆಯ ದೊಡ್ಡ ಮೇಜಿತ್ತು ಅದು ಜನರಲ್ ನ್ಯೂಸ್ ಡೆಸ್ಕ್. ಅದರ ಎರಡು ಬದಿ ಆ ಕಡೆ ನಾಲ್ಕು, ಈ ಕಡೆ ನಾಲ್ಕು ಕುರ್ಚಿಗಳು. ಸಂಪಾದಕರ ಕೊಠಡಿಯ ಬಾಗಿಲಿಗೆ ಹೊಂದಿಕೊಂಡ ಸ್ಥಳದಲ್ಲಿ ಇಂಥದೇ ಇನ್ನೊಂದು ದೊಡ್ಡ ಮೇಜಿತ್ತು. ಅದು ಗ್ರಾಮಾಂತರ ಸುದ್ದಿ ವಿಭಾಗ (ಮೊಫಿಸಿಲ್ ನ್ಯೂಸ್ ಡೆಸ್ಕ್).

ಆಗ ಪತ್ರಿಕಾ ವಲಯದಲ್ಲಿ 'ಮಾಧ್ವ ಮಠ' ಎನ್ನುವುದು 'ಸಂಕ'ಕ್ಕೆ ಅನ್ವರ್ಥನಾಮವಾಗಿತ್ತು. ಸಂಪಾದಕೀಯ ವಿಭಾಗಕ್ಕೆ ಪಕ್ಕದ ಎರಡು ಬಾಗಿಲುಗಳು ಹೊರತು ಕಿಟಕಿಗಳಾಗಲೀ, ಬೆಳಕಿಂಡಿಗಳಾಗಲೀ ಇರಲಿಲ್ಲ, "ಲೆಟ್ ನೊಬೆಲ್ ಥಾಟ್ಸ್ ಕಮ್ ಫ್ರಂ ಆಲ್ ಡೈರೆಕ್ಷನ್ಸ್," ಎಂಬ ಧ್ಯೇಯದಲ್ಲಿ ಆ 'ಮಠಕ್ಕೆ' ನಂಬಿಕೆ ಇದ್ದಂತಿರಲಿಲ್ಲ. ಹೊರಗಿನ ಗಾಳಿ, ಬೆಳಕಿಗೆ ಗಡೀಪಾರು. ಕತ್ತಲು ಕವಿದ ಈ ಪ್ರಪಂಚದಲ್ಲಿ ಟ್ಯೂಬ್ ಲೈಟುಗಳಲ್ಲೇ, 'ಟ್ಯೂಬ್ ಲೈಟುಗಳ' ಎಲ್ಲ ಕಾರುಬಾರು, ಎಲ್ಲ

ಪಾರುಪತ್ಯೆ. ಕತ್ತು ತಗ್ಗಿಸಿ ಬರೆಯುವುದಷ್ಟೇ ಉಪ ಸಂಪಾದಕರು/ ವರದಿಗಾರರ ಕೆಲಸ. ಚಕ್ರವ್ಯೂಹ ಹೊಕ್ಕ ಅಭಿಮನ್ಯುವಿನಂತೆ ನಾನು ಇಲ್ಲಿ ಪ್ರವೇಶಿಸಿದ್ದೆ.

ನಾನು ಸೇರಿದಾಗ ಸುರೇಂದ್ರ ದಾನಿಯವರು ಸುದ್ದಿ ಸಂಪಾದಕರಾಗಿದ್ದರು. ನಾಗೇಶ ರಾವ್, ಸುದ್ದಿ ವಿಭಾಗದ ಎಲ್ಲ ಕೆಲಸಗಳಿಗೂ ಹೊಣೆಗಾರರಾಗಿದ್ದು ನಮಗೆ ಮಾರ್ಗದರ್ಶನ ನೀಡುತ್ತಿದ್ದರು. ಅನಂತ ಸುಬ್ಬರಾವ್ ಸಂಪಾದಕೀಯ ಪುಟವನ್ನು ನೋಡಿಕೊಳ್ಳುತ್ತಿದ್ದರು. 'ಇಂದಿರಾತನಯ', ಎನ್ ವಿ ಜೋಶಿ, ಮತ್ತೂರು ಕೃಷ್ಣಮೂರ್ತಿ ಜನರಲ್ ಡೆಸ್ಕಿನ ಮೂರು ಪಾಳಿಗಳ ಮುಖ್ಯ ಉಪ ಸಂಪಾದಕರುಗಳು. ಅರ್ಚಿಕ ವೆಂಕಟೇಶ ಮತ್ತು ವ್ಯಾಸರಾವ್ ಗ್ರಾಮಾಂತರ ಸುದ್ದಿ ಮೇಜಿನಲ್ಲಿ ಮುಖ್ಯ ಉಪ ಸಂಪಾದಕರಾಗಿದ್ದರು. ಅರ್ಚಿಕ ವೆಂಕಟೇಶ ಸಾಹಿತಿಗಳಾಗಿದ್ದು ಪ್ರಗತಿಶೀಲ ಸಾಹಿತ್ಯ ಚಳವಳಿಯಿಂದ ಪ್ರೇರಿತರಾಗಿ 'ಅಸ್ಥಿಪಂಜರ' ಕಾದಂಬರಿಯಿಂದ ಖ್ಯಾತರಾಗಿದ್ದರು.

ನನ್ನ ಕೆಲಸ ಶುರುವಾದದ್ದು ಮತ್ತೂರರ ಪಾಳಿಯಲ್ಲಿ. ಬೆಳಿಗ್ಗೆ 10ರಿಂದ ಸಂಜೆ 5, ಮಧ್ಯಾಹ್ನ 2ರಿಂದ 9 ಹಾಗೂ ರಾತ್ರಿ 9ರಿಂದ ಬೆಳಿಗ್ಗೆ 2 ಪಾಳಿಯ ವೇಳೆಯಾಗಿತ್ತು. ಎಲ್ಲ ಪಾಳಿಗಳಲ್ಲೂ ನಾವು ಬಾಯಿ ಮುಚ್ಚಿಕೊಂಡು, ಕತ್ತು ಬಗ್ಗಿಸಿ ಪಿಟಿಐ ಮತ್ತು ಯುಎನ್ಐ ಕಾಪಿಗಳನ್ನು ಭಾಷಾಂತರಿಸುತ್ತಲೇ ಇರುತ್ತಿದ್ದೆವು. ಮಧ್ಯಾಹ್ನ, ರಾತ್ರಿ ಪಾಳಿಗಳಲ್ಲಿ ಪೇಜ್ ಮೇಕಪ್ ಮಾಡಿಸುತ್ತಿದ್ದೆವು. ನಮ್ಮಲ್ಲಿ ಸ್ವಲ್ಪ ವಾಚಾಳಿಗಳು ಎನ್ನಬಹುದಾಂಥ ಇಬ್ಬರು ಉಪ ಸಂಪಾದಕರಿದ್ದರು. ನನಗಿಂತ ಸೀನಿಯರ್ಸ್– ರಂಗನಾಥ್ ಮತ್ತು ಪಿ ಆರ್ ನಾರಾಯಣ ರಾವ್. ಇಬ್ಬರೂ ರಸಿಕರು. ಇವರು ಇದ್ದಲ್ಲಿ ಸ್ವಲ್ಪ ಹರಟೆ, ವಿನೋದ ಇರುತ್ತಿತ್ತು.

'ಸಂಕ'ದ ಮಣ್ಣಿನ ಗುಣವೋ ಏನೋ, ಅಲ್ಲಿ ಆಗಾಗ ಕಂಪನಗಳಾಗುತ್ತಿದ್ದವು. ನಾನು ಸೇರಿದ ಕೆಲವೇ ದಿನಗಳಲ್ಲಿ ಹೀಗೊಂದು ಕಂಪನವಾಗಿ ಆರ್ ಕೆ ಜೋಶಿ ಮತ್ತು ದಾನಿ ತೌರಿಗೆ, ಅಂದರೆ ಹುಬ್ಬಳ್ಳಿಗೆ ಮರಳಿದರು. ಶ್ಯಾಮರಾಯರು ಸ್ಥಾನಿಕ ಸಂಪಾದಕರಾದರು, ನಾಗೇಶ ರಾಯರು ಸುದ್ದಿ ಸಂಪಾದಕರಾದರು. ದಾವಣಗೆರೆಯಲ್ಲಿ 'ಸಂಜಯ' ಎನ್ನುವ ಪತ್ರಿಕೆ ಪ್ರಕಟಿಸಿ ನಂತರ 'ಸಂಕ' ಸೇರಿ ಮೇಲೇರಿದ್ದ ಶಾಮರಾಯರದು 'ವಜ್ರಾದಪಿ ಕಠೋರಾಣಿ' ವ್ಯಕ್ತಿತ್ವ, ವಜ್ರಮುಷ್ಟಿಯ ಮನುಷ್ಯ. ಅವರ ದೃಷ್ಟಿ, ಮುಖಭಾವಗಳಲ್ಲಿ ಎದುರಾಳಿಯನ್ನು ಹೊಸಕಿ ಹಾಕುವಂಥ ಕ್ರೌರ್ಯ ಕಂಡೂಕಾಣದಂತೆ ಇಣುಕು ನೋಟ ಬೀರುತ್ತಿತ್ತು.

ದಿನದ ಕೆಲಸ ಮುಗಿದ ನಂತರವೂ ವರದಿಗಾರರು ಅವರ ಅಪ್ಪಣೆಯಿಲ್ಲದೆ ಮನೆಗೆ ಹೋಗುವಂತಿರಲಿಲ್ಲ. ಉಪ ಸಂಪಾದಕರು ಊಟದ ವಿರಾಮ ಹೊರತು ಒಂದು ಕಡೆ ಸುಮ್ಮನೆ ಕುಳಿತಿರುವುದನ್ನು ಅವರು ಸಹಿಸುತ್ತಿರಲಿಲ್ಲ. 'ಸ್ಟೇಟ್ಸ್‌ಮನ್'

ಅಥವಾ 'ಇಂಡಿಯನ್ ಎಕ್ಸ್‌ಪ್ರೆಸ್' ಪತ್ರಿಕೆಯನ್ನು ಕೊಟ್ಟು, ಅದರ ಸಂಪಾದಕೀಯ ಪುಟದಲ್ಲಿನ ಲೇಖನವನ್ನು ಭಾಷಾಂತರಿಸಿಯೇ ಮನೆಗೆ ಹೋಗತಕ್ಕದ್ದೆಂದು ನಾಗೇಶ ರಾಯರ ಮೂಲಕ ಅಪ್ಪಣೆ ಕೊಡಿಸುತ್ತಿದ್ದರು. ಎರಡು ಗಂಟೆಗೆ ಮಧ್ಯಾಹ್ನದ ಪಾಳಿಯವರು ಬಂದನಂತರ ಬೆಳಗಿನ ಪಾಳಿ ಉಪ ಸಂಪಾದಕರ ಕೈಗೆ ಸ್ವಲ್ಪ ಬಿಡುವು ಸಿಗುತ್ತಿತ್ತು. ಆದರೆ, ಯಾವಾಗ ಶಾ ರಾ ತಮ್ಮ ಚೇಂಬರಿನ ರೆಕ್ಕೆ ಬಾಗಿಲಲ್ಲಿ ನಿಂತುಕೊಂಡು ಗೃಧ್ರ ದೃಷ್ಟಿ ಬೀರುತ್ತಾರೋ ಎಂಬ ಭಯ ನಮ್ಮನ್ನು ಕಾಡುತ್ತಲೇ ಇರುತ್ತಿತ್ತು. ಈ ಗೃಧ್ರ ದೃಷ್ಟಿಗೆ ಬಿದ್ದವರಿಗೆ 'ಸ್ಟೇಟ್ಸ್‌ಮನ್' ಶಿಕ್ಷೆ ಖಾತ್ರಿ. ಈ ಶಿಕ್ಷೆ ತಪ್ಪಿಸಿಕೊಳ್ಳಲು ಕೆಲವರು ಮುಂದೆ ಒಂದಿಷ್ಟು ಏಜೆನ್ಸಿ ಕಾಪಿಗಳನ್ನು ಇಟ್ಟುಕೊಂಡು ತಲೆ ಎತ್ತದೆ 'ಶ್ರೀ ರಾಮನಾಮ' ಬರೆಯುತ್ತಾ ಬ್ಯುಸಿಯಾಗಿರುವಂತೆ ನಟಿಸುತ್ತಿದ್ದರು. ಉಪ ಸಂಪಾದಕರು ಯಾರ್‍ಯಾರು ಎಷ್ಟು ಸಲ ಕಾಫಿಗೆ, ಸಿಗರೇಟಿಗೆ ಹೊರಗೆ ಹೋಗಿದ್ದರು ಎಂಬುದನ್ನು ಗುರುತು ಹಾಕಿಕೊಡು ನಾಗೇಶ ರಾಯರು ಶಾ ರಾ ಅವರಿಗೆ ವರದಿ ಮಾಡಬೇಕಿತ್ತು. ಒಂದು ರೀತಿಯ ಹಿಟ್ಲರ್ ಷಾಹಿ. ಶ್ಯಾಮರಾಯರನ್ನು ಪತ್ರಕರ್ತರು ಎನ್ನುವುದಕ್ಕಿಂತ ದಕ್ಷರಾದ ಪತ್ರಿಕಾ ಆಡಳಿತಗಾರ ಎನ್ನುವುದು ಹೆಚ್ಚು ಸಮಂಜಸವಾದೀತು.

ಒಮ್ಮೆ ಶ್ಯಾಮರಾಯರು ತಮ್ಮ ಮೂಗಿನ ನೇರಕ್ಕೆ ಸರಿಯಾಗಿ ಸಂಪಾದಕೀಯ ವಿಭಾಗದಲ್ಲಿ ಕೆಲವು ಬದಲಾವಣೆಗಳನ್ನು ಮಾಡಿದರು. ಉಪ ಸಂಪಾದಕರನ್ನು ವರದಿಗಾರರಾಗಿ ವರದಿಗಾರರನ್ನ ಉಪ ಸಂಪಾದಕರಾಗಿ, ಹಾಗೆಯೇ ಪಾಳಿಯಿಂದ ಪಾಳಿಗೆ ಬದಲಾವಣೆಗಳಾಗಿದ್ದವು. ಇದರಿಂದ ಕೆಲವರಿಗೆ ಅಸಮಾಧಾನವಾಗಿತ್ತು. ಆಗ ನನಗೆ ರಾತ್ರಿ ಪಾಳಿ. ಮರುದಿನ ಒಂದು ಪ್ರಮುಖ ಸುದ್ದಿ ಪತ್ರಿಕೆಯಲ್ಲಿ ಬರಲಿಲ್ಲ. ಬೆಳಿಗ್ಗೆ ಹತ್ತರ ಸಮಯ ಅದೇ ತಾನೇ ಎದ್ದು ಕುಳಿತು ಪತ್ರಿಕೆಯಲ್ಲಿ ಕಣ್ಣಾಡಿಸುತ್ತಿದ್ದೆ. ಶಾ ರಾ ಅವರಿಂದ ನನಗೆ ಬುಲಾವ್ ಬಂತು. ಡ್ರೈವರ್ ನನ್ನನ್ನು ನೇರವಾಗಿ ಶಾ ರಾ ಅವರ ಮನೆಗೇ ಕರೆದೊಯ್ದ. ದೂರ್ವಾಸ ಮುನಿಗಳಾಗಿದ್ದ ಶಾ ರಾ ಪಡಸಾಲೆಯಲ್ಲಿ ಶತಪಥ ಹಾಕುತ್ತಿದ್ದವರು, ನನ್ನ ಮುಖ ಕಂಡೊಡನೆ ಕೋರ್ಟ್ ಮಾರ್ಷಲ್ ಶುರು ಮಾಡಿದರು. ನನಗೆ ಕುಳಿತುಕೊ ಎಂದೂ ಹೇಳಲಿಲ್ಲ. ನಾನು ಕೈಕಟ್ಟಿಕೊಂಡು ನಿಂತಿದ್ದೆ.

'ನನ್ನ ವಿರುದ್ಧ ನಿಲ್ಲೋ ಅಷ್ಟು ಧೈರ್ಯ ಬಂತೆ ನಿನಗೆ?' ಎಂದು ಹರಿಹಾಯ್ದರು. ಹಿಂದಿನ ದಿನ ಮಾಡಿದ್ದ ಬದಲಾವಣೆಗಳಿಂದ ಅಸಮಾಧಾನಗೊಂಡಿದ್ದ ನಾನು ಆ ಮಹತ್ವದ ಸುದ್ದಿಯನ್ನು ತಮ್ಮ ಗಮನಕ್ಕೆ ತರಲಿಲ್ಲವೆಂದು ಮುಖ್ಯ ಉಪ ಸಂಪಾದಕರು ಸುದ್ದಿ ಮಿಸ್ ಆಗಿದ್ದಕ್ಕೆ ಸಮಜಾಯಿಷಿ ನೀಡಿದ್ದರು. ವಾಸ್ತವದಲ್ಲಿ ಟೆಲಿಪ್ರಿಂಟರಿನಲ್ಲಿ ಕಂಡ ಕೂಡಲೇ ನಾನು ಆ ಸುದ್ದಿಯನ್ನು ಮುಖ್ಯ ಉಪ ಸಂಪಾದಕರ ಗಮನಕ್ಕೆ ತಂದಿದ್ದೆ. ಅದೇನೂ ಅಂಥ ಮಹತ್ವದ ಸುದ್ದಿಯಲ್ಲವೆಂದು ಅವರು ಅದನ್ನು

ಬದಿಗಿರಿಸಿದ್ದರು. ನನ್ನ ಈ ವಿವರಣೆಯನ್ನು ಶಾ ರಾ ಕಿವಿಗೆ ಹಾಕಿಕೊಳ್ಳಲಿಲ್ಲ, ನೋಟಿಸ್ ಕೊಟ್ಟರು. ನನ್ನ ಕ್ಷಣಗಣನೆ ಶುರುವಾಯಿತು ಎಂದುಕೊಂಡೆ. ಹಾಗೇನೂ ಆಗಲಿಲ್ಲ. ಶಾ ರಾ ಅವರಿಗೆ ಕೊಟ್ಟ ವಿವರಣೆಯನ್ನೇ ನಾಗೇಶ ರಾಯರಿಗೂ ತಿಳಿಸಿದ್ದೆ. ಬದಲಾವಣೆಯಿಂದ ತಮಗೆ ಆಗಿದ್ದ ಅಸಮಾಧಾನವನ್ನು ಮುಖ್ಯ ಉಪ ಸಂಪಾದಕರು ನಾಗೇಶ ರಾಯರ ಬಳಿ ತೋಡಿಕೊಂಡಿದ್ದರಂತೆ. ಇದರಿಂದ ನಾಗೇಶ ರಾಯರು ವಾಸ್ತವ ಸಂಗತಿ ಏನೆಂಬುದನ್ನು ತಿಳಿಸಿ ನನ್ನನ್ನು ಬಚಾವ್ ಮಾಡಿದ್ದರು.

'ತಾಯಿನಾಡು'ವಿನಿಂದ 'ಸಂಯುಕ್ತ ಕರ್ನಾಟಕ'ಕ್ಕೆ ಬಂದದ್ದರಿಂದ ನನ್ನ ಬಡತನ ಸ್ವಲ್ಪಮಟ್ಟಿಗೆ ಹಿಮ್ಮೆಟ್ಟಿತ್ತು. ಬ್ರೇಕ್ ಫಾಸ್ಟಿಗಾಗಿ ನಾರಾಯಣ ಸ್ವಾಮಿಯ ಆಗಮನವನ್ನೇ ಎದುರು ನೋಡುತ್ತಾ ಕೂರುವಂಥ ಸ್ಥಿತಿ ಇರಲಿಲ್ಲ. ಆದರೆ, ನನ್ನ ಸ್ವಾತಂತ್ರ್ಯ ಸ್ವಲ್ಪ ಬಡವಾಗಿತ್ತು. ಅಲ್ಲಿ ಸಂಬಳ ಅಲ್ಪಸ್ವಲ್ಪವಾದರೂ ವಾತಾವರಣದಲ್ಲಿ ಸ್ವಾತಂತ್ರ್ಯದ ಗಾಳಿಗೆ ಬರವಿರಲಿಲ್ಲ. ಉಸಿರುಗಟ್ಟಿಸುವ ವಾತಾವರಣದಲ್ಲಿ ನಾನು 'ಸಂಕ' ಸೇರಿದಾಗ ನನಗಿದ್ದ ಏಕೈಕ ಭರವಸೆಯೆಂದರೆ 'ಇಂದಿರಾತನಯ'ರು. ಆದರೆ, ನಾನು ಸೇರಿದ ಕೆಲವೇ ದಿನಗಳಲ್ಲಿ ಅವರು 'ಪ್ರಜಾವಾಣಿ'ಗೆ ಹೋದರು. ನನಗೆ ಅಲ್ಲಿದ್ದ ಇನ್ನೊಬ್ಬ ಸಂವಹನೀಯ ಮಿತ್ರನೆಂದರೆ ಜಿ ಎಸ್ ಸದಾಶಿವ.

ಬಿ ಶ್ರೀನಿವಾಸ ಮೂರ್ತಿ ಎಂಬುವರು ಸಾಪ್ತಾಹಿಕ ಪುರವಣಿ ನೋಡಿಕೊಳ್ಳುತ್ತಿದ್ದರು. ಸದಾಶಿವ 'ಸಾಪು'ನಲ್ಲಿ ಅವರಿಗೆ ಜೂನಿಯರ್ ಆಗಿದ್ದರು. 'ಸಾಪು' ವಿಭಾಗವಿದ್ದದ್ದು ಮಹಡಿಯ ಮೇಲೆ, ಲೈಬ್ರರಿ ಇದ್ದ ಸ್ಥಳದಲ್ಲಿ. ಊಟದ ವಿರಾಮದಲ್ಲಿ ನಾವು ಭೇಟಿಯಾಗುತ್ತಿದ್ದೆವು. ಸಾಹಿತ್ಯದಲ್ಲಿ ನನಗಿರುವ ಆಸಕ್ತಿಯನ್ನು ಸದಾಶಿವ ನಾಗೇಶ ರಾಯರಿಗೆ ತಿಳಿಸಿರುವ ಸಾಧ್ಯತೆ ಇತ್ತು. 'ಸ್ಟೇಟ್ಸ್‌ಮನ್' ಇತ್ಯಾದಿ ದೈನಂದಿನ ವಿದ್ಯಮಾನಗಳ ಇಂಗ್ಲಿಷ್ ಲೇಖನಗಳ ಭಾಷಾಂತರವನ್ನೇ ನನಗೆ ವಹಿಸುತ್ತಿದ್ದ ನಾಗೇಶ ರಾಯರು ಒಂದು ದಿನ ಕೆಲವು ಪುಸ್ತಕಗಳನ್ನು ನನ್ನ ಕೈಯ್ಯಲ್ಲಿಟ್ಟು ಇವುಗಳ ರಿವ್ಯೂ ಬರೆದುಕೊಡಿ ಎಂದರು. 'ಸಂಕ' ಕಾರ್ಯ ವೈಖರಿಯೇ ವಿಚಿತ್ರವಾಗಿತ್ತು. ಸಾಪ್ತಾಹಿಕ ಪುರವಣಿ ಸಂಪಾದಕರು ಬಿ ಶ್ರೀನಿವಾಸ ಮೂರ್ತಿಯವರಾಗಿದ್ದರೂ ಪುಸ್ತಕ ವಿಮರ್ಶೆಯನ್ನು ನಾಗೇಶ ರಾಯರೇ ನೋಡಿಕೊಳ್ಳುತ್ತಿದ್ದರು. ಹೀಗೆ 'ಸಂಕ'ದಲ್ಲಿ ನನ್ನ ಬುಕ್ ರಿವ್ಯೂ ಶುರುವಾಯಿತು.

'ಕಾಲೂರ ಚೆಲುವ' ಅಚ್ಚಗನ್ನಡದಲ್ಲಿ ಬರೆದ ಒಂದು ಕಥನ ಕಾವ್ಯ. ಕವಿ ಕೊಳಂಬೆ ಪುಟ್ಟಣ್ಣ ಗೌಡರು. ನನಗೆ ನೆನಪಿರುವಂತೆ ಇದರ ವಿಮರ್ಶೆ ಪತ್ರಿಕೆಯಲ್ಲಿ ಪ್ರಕಟವಾದ ನನ್ನ ಮೊದಲ ಪತ್ರಿಕಾ ವಿಮರ್ಶೆ. ನಾಗೇಶ ರಾಯರು ಕೊಟ್ಟ ಪುಸ್ತಕಗಳಲ್ಲಿ ಇದೂ ಒಂದು. ನನ್ನ ವಿಮರ್ಶೆಯನ್ನು ಮೆಚ್ಚಿಕೊಂಡು ಕೊಳಂಬೆ ಪುಟ್ಟಣ್ಣ ಗೌಡರು ನನಗೊಂದು ಪತ್ರ ಬರೆದರು ಹಾಗೂ ಸ್ವಹಸ್ತಾಕ್ಷರ ಹಾಕಿ ಕಾವ್ಯದ

ಪ್ರತಿಯೊಂದನ್ನು ನನಗೆ ಕಳುಹಿಸಿಕೊಟ್ಟರು. ಅದು ಈಗಲೂ ನನ್ನ ಬಳಿ ಇದೆ. ಹೀಗೆ ನಾನು 'ಸಂಕ'ದಲ್ಲಿ ನನಗರಿವಿಲ್ಲದಂತೆಯೇ ಸಾಹಿತ್ಯ ವಿಮರ್ಶಕನಾಗಿ ಬಿಟ್ಟಿದ್ದೆ.

'ಸ್ಟೇಟ್ಸ್‌ಮನ್' ಪತ್ರಿಕೆ ಹಿಮಾಲಯದ ಕೊರೆಯುವ ಚಳಿಯಲ್ಲಿ ಗಡಿ ರಕ್ಷಣೆ ಮಾಡುತ್ತಿರುವ ನಮ್ಮ ವೀರ ಯೋಧರ ಸಾಹಸಗಳು, ಅವರು ಪಡುವ ಬವಣೆ, ಅಲ್ಲಿನ ಸ್ಥಿತಿಗತಿಯ ದರ್ಶನ ಮಾಡಿಸುವ ಒಂದು ಲೇಖನ ಮಾಲೆಯನ್ನು ಪ್ರಕಟಿಸಲಾರಂಭಿಸಿತ್ತು. ಅದು ಚೈನಾದೊಂದಿಗಿನ ನಮ್ಮ ಗಡಿಪ್ರದೇಶಕ್ಕೆ ಭೇಟಿಕೊಟ್ಟಿದ್ದ 'ಸ್ಟೇಟ್ಸ್‌ಮನ್' ಪತ್ರಿಕೆಯ ವರದಿಗಾರನ ಪ್ರತ್ಯಕ್ಷದರ್ಶಿ ಕಥನವಾಗಿತ್ತು. ತುಂಬ ಮಾಹಿತಿಪೂರ್ಣವಾಗಿದ್ದ, ನಮ್ಮ ವೀರ ಯೋಧರ ವೀರತೇಜವನ್ನು ವಿವರಿಸುವ ಲೇಖನ ಮಾಲೆ ಅದಾಗಿತ್ತು. ಓದಿದರೆ ಮೈನವಿರೇಳುತ್ತಿತ್ತು. ಆ ಲೇಖನಗಳನ್ನು ಕನ್ನಡೀಕರಿಸಿ 'ಸಂಕ' ಸಂಪಾದಕೀಯ ಪುಟದಲ್ಲಿ ಪ್ರಕಟಿಸಲು ಸಂಪಾದಕರು ನಿರ್ಧರಿಸಿದ್ದರು. ಆ ಲೇಖನಗಳನ್ನು ನಾನು ಮತ್ತು 'ಇಂದಿರಾತನಯ'ರು ಹಂಚಿಕೊಂಡು ಅನುವಾದಿಸತಕ್ಕದ್ದೆಂದು ಶಾ ರಾ ಹೇಳಿದ್ದಾರೆಂದು ನಾಗೇಶ ರಾಯರು ನಮಗೆ ತಿಳಿಸಿದರು. ಅಂದಿನಿಂದ 'ಸ್ಟೇಟ್ಸ್‌ಮನ್' ಪತ್ರಿಕೆ ಬಂದ ಕೂಡಲೇ ಒಂದು ಪ್ರತಿ ನನ್ನ ಕೈವಶವಾಗುತ್ತಿತ್ತು. ಸುಮಾರು ಹದಿನೈದು ಕಂತುಗಳಲ್ಲಿ ಈ ಲೇಖನ ಮಾಲೆ ಪ್ರಕಟವಾಯಿತು. 'ಇಂದಿರಾತನಯ'ರು 'ನಿಮ್ಮಿಂದಲೇ ಶುರುವಾಗಲೀ' ಎಂದು ಅನುವಾದವನ್ನು ಮೊದಲು ನನಗೆ ಒಪ್ಪಿಸಿದರು. ಒಂದೆರೆಡು ಅನುವಾದಗಳು ಪ್ರಕಟವಾದ ನಂತರ, "ಭಾಷೆ ಶೈಲಿಗಳಲ್ಲಿ ಏಕರೂಪತೆ ಇರಬೇಕು. ಆದ್ದರಿಂದ ನೀವೇ ಇದನ್ನು ಮಾಡಿ ಬಿಡಿ," ಎಂದು 'ಇಂದಿರಾತನಯ'ರು ಈ ಲೇಖನ ಮಾಲೆಯ ಅನುವಾದವನ್ನು ಪೂರ್ತಿಯಾಗಿ ನನಗೆ ವಹಿಸಿಬಿಟ್ಟರು. ಇದಕ್ಕೆ ನಾಗೇಶ ರಾಯರ ಸಮ್ಮತಿಯೂ ಇತ್ತು. ಈ ಲೇಖನಗಳನ್ನು 'ಸಂಕ' ಓದುಗರು ಮೆಚ್ಚಿಕೊಂಡಿದ್ದರು.

ಇದಾದ ಆರೆಂಟು ತಿಂಗಳ ನಂತರ 'ಹಿಮಾಲಯದ ವೀರರು' ಲೇಖಕ: ಮತ್ತೂರು ಕೃಷ್ಣಮೂರ್ತಿ ಎಂಬ ಪುಸ್ತಕವೊಂದು ನನ್ನ ಕಣ್ಣಿಗೆ ಬಿತ್ತು. ಕೈಗೆತ್ತಿಕೊಂಡು ನೋಡಿದೆ. ಅದು 'ಸಂಕ'ದಲ್ಲಿ ಪ್ರಕಟವಾದ 'ಸ್ಟೇಟ್ಸ್‌ಮನ್' ಪತ್ರಿಕೆಯಿಂದ ನಾನು ಅನುವಾದಿಸಿದ ಲೇಖನಗಳ ಸಂಗ್ರಹವಾಗಿತ್ತು. ಲೇಖಕರು ಮುನ್ನುಡಿಯಲ್ಲಿ ಇದು 'ಸಂಕ'ಕ್ಕೆ ತಾವು ಬರೆದ ಸ್ವತಂತ್ರ ಲೇಖನಗಳ ಸಂಕಲನವೆಂದು ಬಿನ್ನವಿಸಿಕೊಂಡಿದ್ದರು. ನಾನು ಇದನ್ನು 'ಇಂದಿರಾತನಯ'ರ ಬಳಿ ಪ್ರಸ್ತಾಪಿಸಿದೆ. ಆ ವೇಳೆಗಾಗಲೇ ಆ ಪುಸ್ತಕದ ಒಂದು ಪ್ರತಿಯನ್ನು 'ಇಂದಿರಾತನಯ'ರ ಕೈಯ್ಯಲ್ಲಿರಿಸಿ, "ಶ್ಯಾಮೂ ಹೆಚ್ಚು ಜನಕ್ಕೆ ನಮ್ಮ ವೀರ ಯೋಧರ ಪರಿಚಯವಾಗಲಿ ಎಂದು ಇದನ್ನು ಪುಸ್ತಕ ರೂಪದಲ್ಲಿ ತಂದಿದ್ದೇನೆ. ರಾಯಲ್ಟಿ ಹಂಚಿಕೊಳ್ಳೋಣ," ಎಂದು ಹೇಳಿದ್ದರಂತೆ.

"ಸಾರ್, ಇದು ಕೃತಿಚೌರ್ಯವಲ್ಲದೆ ಬೇರೇನೂ ಅಲ್ಲ. ಹಗಲು ದರೋಡೆ. ನಾನು ಅನುವಾದಿಸಿದ್ದನ್ನು ಅವರು ತಮ್ಮ ಹೆಸರಲ್ಲಿ ಪ್ರಕಟಿಸಿರುವುದು ಸರಿಯೇ?" ಎಂದು 'ಇಂದಿರಾತನಯ'ರಲ್ಲಿ ನನ್ನ ನೋವು, ಆಕ್ರೋಶಗಳನ್ನು ತೋಡಿಕೊಂಡೆ.

"ನೀವು ಮಾಡಿದ್ದೂ ಕೃತಿಚೌರ್ಯವಲ್ಲವೇ? ನೀವೂ 'ಸ್ಟೇಟ್ಸ್‌ಮನ್'ನಿಂದ ಅನುವಾದಿಸಿದ್ದು, ಅದರಲ್ಲಿ ನಿಮ್ಮ ಕಾಪಿರೈಟ್ ಸಾಧಿಸುವುದು ಹೇಗೆ ಸಾಧ್ಯ?"

"ಸಾರ್ ನಾನು ಕೃತಿಚೌರ್ಯ ಮಾಡಿಲ್ಲ. ಅನುವಾದ ಮಾಡಿದ್ದೇನೆ. ಅನುವಾದ ಮಾಡಲು ಹೇಳಿದ ಸಂಪಾದಕರು 'ಸ್ಟೇಟ್ಸ್‌ಮನ್' ಪತ್ರಿಕೆಯಿಂದ ಅನುಮತಿ ಪಡೆದಿರಬೇಕಲ್ಲವೆ?"

ಸ್ವಲ್ಪ ಹೊತ್ತು ಗಂಭೀರವದನರಾಗಿದ್ದ 'ಇಂದಿರಾತನಯ'ರು, "ರಂಗನಾಥ ರಾವ್, ಇದನ್ನ ಇಲ್ಲಿಗೇ ಬಿಟ್ಟುಬಿಡಿ. ಮುಂದುವರಿಸಬೇಡಿ. ನೀವು ನಡೆಯಬೇಕಾದ ಹಾದಿ ಇನ್ನು ಬಹಳಷ್ಟಿದೆ. ಇದೊಂದು 'ಸಣ್ಣ' ದರ್ಶನವಷ್ಟೇ," ಎಂದು ನನ್ನನ್ನು ಸಮಾಧಾನಗೊಳಿಸಿದರು.

'ಹಿಮಾಲಯದ ವೀರರು' ಎಸ್ಸೆಸ್ಸೆಲ್ಸಿಗೆ ಕನ್ನಡ ಪಠ್ಯವಾಯಿತು. ರಾಯಲ್ಟಿ ಹಂಚಿಕೊಳ್ಳುವುದು ಮಾತಾಗಿಯೇ ಉಳಿಯಿತು. ಈ ಮಧ್ಯೆ 'ಇಂದಿರಾಯತನಯ'ರು 'ಪ್ರಜಾವಾಣಿ'ಗೆ ಹೋದರು. ಈ ಬೌದ್ಧಿಕ ಅಪ್ರಾಮಾಣಿಕತೆ ಕಂಡು ನಾನು ಕ್ರುದ್ಧನಾಗಿದ್ದರೂ ಅಸಹಾಯಕನಾಗಿದ್ದೆ. ಅಲ್ಲಿ ನನ್ನ ಬೆಂಬಲಕ್ಕೆ ನಿಲ್ಲುವವರು, ನೈತಿಕತೆಯನ್ನು ಎತ್ತಿಹಿಡಿಯುವವರು ಯಾರೂ ಇರಲಿಲ್ಲ.

'ಸಂಕ'ದಲ್ಲಿ ಆಗ ನನ್ನ ಸಮಾನಮನಸ್ಕರೆಂದರೆ ಜಿ ಎಸ್ ಸದಾಶಿವ ಒಬ್ಬರೇ. ಖಾದ್ರಿ ಅಚ್ಯುತನ್ ಕೇಂದ್ರ ವಾರ್ತಾ ಸೇವೆಗೆ ಆಯ್ಕೆಯಾಗಿ ಸಿಮ್ಲಾದ ರಿಜಿಸ್ಟ್ರಾರ್ ಆಫ್ ನ್ಯೂಸ್ ಪೇಪರ್ಸ್ ಆಫೀಸಿನಲ್ಲಿ ಅಧಿಕಾರಿಯಾಗಿ ನೇಮಕಗೊಂಡಿದ್ದರು. ಸದಾಶಿವನ ಜೊತೆಯಲ್ಲೂ ಹೆಚ್ಚು ಮಾತನಾಡುವಂತಿರಲಿಲ್ಲ. 'ಸಾಪು' ವಿಭಾಗ ಇದ್ದದ್ದು ಮೊದಲ ಮಹಡಿಯಲ್ಲಿ. ಬೆಳಿಗ್ಗೆ ಸಂಪಾದಕೀಯ ವಿಭಾಗದಲ್ಲಿದ್ದ ಹಾಜರಾತಿ ಪುಸ್ತಕದಲ್ಲಿ ಸಹಿ ಹಾಕಿ ಮೇಲೆ ಹೋದರೆಂದರೆ ಅವರು ಕೆಳಗೆ ಬರುವಂತಿರಲಿಲ್ಲ. ಮೇಲೆ ಹೋಗಿ ಅವರನ್ನು ಮಾತನಾಡಿಸುವಂತಿರಲಿಲ್ಲ. ಅಷ್ಟು ಕಟ್ಟುನಿಟ್ಟು. ಲಂಚ್ ವೇಳೆಯಲ್ಲಿ ನಮ್ಮ ಭೇಟಿ. ಚಾಮರಾಜಪೇಟೆಯಲ್ಲಿ ಸದಾಶಿವ ರೂಮ್ ಮಾಡಿಕೊಂಡಿದ್ದರು. ಬಹುತೇಕ ಪ್ರತಿ ಭಾನುವಾರ ನಾನು ಅವರ ರೂಮಿಗೆ ಹೋಗುತ್ತಿದ್ದೆ. ಒಟ್ಟಿಗೆ ಬೆಳಗಿನ ಉಪಾಹಾರ. ನಂತರ ಸದಾಶಿವ ಆಗತಾನೇ 'ಚಂಡೆಮದ್ದಳೆ' ಭೇರಿ ಬಾರಿಸುತ್ತಾ ಬಂದಿದ್ದ ನವ್ಯ ಕಾವ್ಯದ ಬಗ್ಗೆಯೋ ಅನಂತ ಮೂರ್ತಿಯವರ ಕತೆಗಳ ಬಗ್ಗೆಯೋ ಮಾತಾಡುತ್ತಿದ್ದರು. ದುಡ್ಡು-ಕಾಸಿನಲ್ಲಿ ಸದಾಶಿವ್ ನನಗಿಂತ ಕೊಂಚ ಭದ್ರವಾಗಿದ್ದರು-ಮಹಾತ್ಮ ಗಾಂಧಿ ರಸ್ತೆಯ

ಪುಸ್ತಕದ ಅಂಗಡಿಗೆ ಬರುವ ಹೊಸ ಪುಸ್ತಕಗಳನ್ನು ಕೊಳ್ಳುವಷ್ಟು. ಆಗೆಲ್ಲ 5–10 ರೂ. ಗಳಿಗೆ ಪೆಂಗ್ವಿನ್ ಪೇಪರ್‌ಬ್ಯಾಕ್ ಪುಸ್ತಕಗಳು ಕೈಗೆಟುಕುತ್ತಿದ್ದವು. ಸದಾಶಿವನ ಸಣ್ಣ ಲೈಬ್ರರಿಯಲ್ಲಿ ಕಾಮು, ಕಾಫ್ಕ, ಡಿ ಎಚ್ ಲಾರೆನ್ಸ್, ಎಜ್ರಾ ಪೌಂಡ್, ಟಿ ಎಸ್ ಎಲಿಯಟ್, ಸಾರ್ತ್ರೆ ಇವರುಗಳ ಪುಸ್ತಕಗಳು ಹಾಸುಹೊಕ್ಕಾಗಿದ್ದವು 'ಆಹಾ ಇಂದೆನಗೆ ಆಹಾರ ಸಿಕ್ಕಿತು' ಎಂದು ನಾನು ಸದಾಶಿವನ ಪುಸ್ತಕ ಭಂಡಾರಕ್ಕೆ ಲಗ್ಗೆ ಹಾಕುತ್ತಿದ್ದೆ. ಷೇಕ್ಸ್‌ಪಿಯರ್, ಶೆಲ್ಲಿ, ಕೀಟ್ಸ್, ವರ್ಡ್ಸ್ ವರ್ತ್, ಗ್ರಹಾಂ ಗ್ರೀನ್, ಪೆರ್ರಿಮ್ಯಾಸನ್‌ವರೆಗೆ ಬಂದು ನಿಂತಿದ್ದ ನನ್ನ ಇಂಗ್ಲಿಷ್ ಸಾಹಿತ್ಯದ ಓದಿನ ದಿಗಂತ ವಿಸ್ತರಿಸತೊಡಗಿತು.

ಸ್ವಾತಂತ್ರ್ಯ ಮತ್ತು ಹಸಿವು, ಈ ಎರಡು ಹಪಾಹಪಿತನಗಳು ಮಾನವನ 'ವಿಧಿ'ಯನ್ನೇ ಹಾದಿ ತಪ್ಪಿಸಿ ಕ್ರಾಂತಿಯನ್ನುಂಟು ಮಾಡಬಲ್ಲವು ಎನ್ನುವುದಕ್ಕೆ ಜಗತ್ತಿನ ಇತಿಹಾಸದಲ್ಲಿ ಅನೇಕ ಉದಾಹರಣೆಗಳಿವೆ. ಅರವತ್ತರ ದಶಕವೂ ಇಂಥದೊಂದು ಹಪಾಹಪಿತನದಿಂದ ಏದುಸಿರು ಬಿಡುತ್ತಿತ್ತು. ನೆಹರೂ ಅವರ ಸಮಾಜವಾದಿ ಪರಿಕಲ್ಪನೆಯಿಂದ ಭ್ರಮನಿರಸನಗೊಂಡು, ಲೋಹಿಯಾ ಅವರ ಸಮಾಜವಾದದಿಂದ ಆಕರ್ಷಿತರಾದ ಹೊಸ ತಲೆಮಾರೊಂದು ಪರಿವರ್ತನೆಗೆ ಚಡಪಡಿಸುತ್ತಿತ್ತು. ಅಡಿಗರು, "ಇಲ್ಲ, ಇಲ್ಲ, ನೆಹರೂ ನಿವೃತ್ತರಾಗುವುದಿಲ್ಲ, ಶೇಕಡ ಹತ್ತಕ್ಕೆ ಮೋಸವಿಲ್ಲ," ಎಂದು ನೆಹರೂ ಸಮಾಜವಾದಕ್ಕೊಂದು ಭಾಷ್ಯ ಬರೆದಿದ್ದರು. ನನ್ನ ಮನಸ್ಸಿನ ಲೋಲಕವೂ ಲೋಹಿಯಾ ಚಿಂತನೆಗಳತ್ತ. ಕರ್ನಾಟಕದಲ್ಲಿ ಕಾಗೋಡು ಸತ್ಯಾಗ್ರಹ, ಗೋಪಾಲ ಗೌಡರು. ಅಣ್ಣಯ್ಯ ಅವರುಗಳತ್ತ ತುಯ್ದಾಡುತ್ತಿತ್ತು. 'ತಾಯಿನಾಡು' ಪತ್ರಿಕೆ ಕೆಲವೇ ದಿನಗಳಲ್ಲಿ ನನಗೆ ಪತ್ರಕರ್ತನ ಸ್ವಾತಂತ್ರ್ಯವನ್ನು ಕೊಟ್ಟುಬಿಟ್ಟಿತ್ತು. ನನ್ನ ಮಾನವಾಸಕ್ತಿ ಬರವಣಿಗೆಗಳಿಗೆ ಸಂಪಾದಕರು/ ಸುದ್ದಿ ಸಂಪಾದಕರು ಧಾರಾಳವಾಗಿ ಸ್ಥಳಾವಕಾಶ ಮಾಡಿಕೊಟ್ಟರು. ನನ್ನ ಒಂದು ಹಸಿವಿಗೆ ಸ್ವಲ್ಪಮಟ್ಟಿಗೆ ಅಲ್ಲಿ 'ಆಹಾರ' ದೊರಕಿತ್ತು. ಆದರೆ, ಒಡಲಾಳದ ಹಸಿವಿಗೆ ಅಲ್ಲಿ ಮುಕ್ತಿ ಸಿಕ್ಕಿರಲಿಲ್ಲ.

'ಸಂಕ'ದಲ್ಲಿ ಇದಕ್ಕೆ ತದ್ವಿರುದ್ಧ. ಮಾಹೆಯಾನ 125 ರೂ. ಸಂಬಳ ನನ್ನ ಮತ್ತು ನನ್ನ ಮನೆಯವರ ಹಸಿವನ್ನು ಸ್ವಲ್ಪಮಟ್ಟಿಗಾದರೂ ತಣಿಸಿತ್ತು. ಆದರೆ, ನನ್ನ ಸ್ವಾತಂತ್ರ್ಯದ ಹಪಾಹಪಿಗೆ ಶೃಂಖಲೆ ತೊಡಿಸಿದ್ದರು. ಸ್ವತಂತ್ರ ಚಿಂತನೆಗೆ ಇಲ್ಲಿ ಅವಕಾಶವಿರಲಿಲ್ಲ. ಸಂಪಾದಕೀಯ ವಿಭಾಗವು ಸೋಲ್ಜೆನಿಟ್ಸಿನ್ನನ 'ಎ ಡೇ ಇನ್ ದಿ ಲೈಫ್ ಆಫ್ ಇವಾನ್ ದಿ ಡೆನಿಸೊವಿಚ್,"ನ ಕೂಡುದೊಡ್ಡಿಯಂತಿತ್ತು (ಕಾನ್ಸಂಟ್ರೇಷನ್ ಕ್ಯಾಂಪ್). 'ಸಂಕ'ದ ಈ ಕೂಡುದೊಡ್ಡಿಯೊಳಗೆ ಬಂದಿಯಾಗಿದ್ದೆ ನಾನು.

ಹೀಗೆ ಕಳೆದ ಎರಡೂವರೆ ವರ್ಷಗಳಲ್ಲಿ ನಾನು 'ಸಂಕ'ದಲ್ಲಿ ಕಲಿತದ್ದು ಕಡಿಮೆ ಏನಲ್ಲ. ಸುದ್ದಿಗಳ ಭಾಷಾಂತರದಲ್ಲಿ, ಸುದ್ದಿಗಳ ಪರಿಷ್ಕರಣೆಯಲ್ಲಿ, ಪುಟ ವಿನ್ಯಾಸದಲ್ಲಿ ನಾನು ಅಗತ್ಯಕ್ಕಿಂತ ಹೆಚ್ಚಿನ ಉತ್ಸಾಹದಲ್ಲಿ ತೊಡಗಿಕೊಂಡು ಇವನ್ನೆಲ್ಲ ಕಲಿತೆ, ಎಲ್ಲಕ್ಕಿಂತ ಮಿಗಿಲಾಗಿ 'ಸ್ಟೇಟ್ಸ್‌ಮನ್' ಮೊದಲಾದ ದೆಹಲಿ ಪತ್ರಿಕೆಗಳ ಲೇಖನಗಳ ಅನುವಾದ, ಸಿಂಡಿಕೇಟ್ ಲೇಖನಗಳ ಅನುವಾದ ಕಾರ್ಯವನ್ನು ಶ್ಯಾಮರಾಯರು ನನಗೆ ಕೊಡುತ್ತಿದ್ದುದರಿಂದ (ಇವು ಸಂಪಾದಕೀಯ ಪುಟದಲ್ಲಿ ಪ್ರಕಟವಾಗುತ್ತಿದ್ದವು) ನನಗೆ ಭಾಷಾಂತರದಲ್ಲಿ ಒಂದು ಮಟ್ಟದ ಸಿದ್ಧಿ ಸಾಧ್ಯವಾಯಿತು. ಹಾಗೆಯೇ ನನ್ನಿಂದ ಪುಸ್ತಕ ವಿಮರ್ಶೆಗಳನ್ನು ಬರೆಸುವ ಮೂಲಕ 'ಸಂಕ' ನನಗೆ ಸಾಹಿತ್ಯ ಲೋಕದಲ್ಲಿ ಈಸುವ ಅವಕಾಶವನ್ನೂ ಒದಗಿಸಿತ್ತು

ದಿನಗಳು ಉರುಳುತ್ತಿದ್ದವು. ಸುದ್ದಿಗಳ, ಲೇಖನಗಳ ಭಾಷಾಂತರದಲ್ಲಿ, ಪೇಜ್ ಮೇಕಪ್ ಕೆಲಸಗಳಲ್ಲಿ ಏಕತಾನತೆ ಕಾಡಲಾರಂಭಿಸಿತು. ಸ್ವತಂತ್ರವಾಗಿ ಲೇಖನಗಳನ್ನು ಬರೆಯಬೇಕು, ನನ್ನ ತುಡಿತಗಳಿಗೆ ಅಭಿವ್ಯಕ್ತಿ ಕೊಡಬೇಕು, ಕೆಲಸದಲ್ಲಿ ಹೆಚ್ಚು ಸೃಜನಶೀಲನಾಗಬೇಕು, ಮ್ಯಾಗಸೀನ್ ವಿಭಾಗದಲ್ಲಿ ಕೆಲಸ ಮಾಡಲು ಅವಕಾಶ ದೊರೆತರೆ ಹೆಚ್ಚು ಸೃಜನಶೀಲನಾಗಲು ಆಸ್ಪದವಾದೀತು ಎಂಬುದೆಲ್ಲವೂ ಮನಸ್ಸಿನ ಮಂಡಿಗೆಗಳಾದವು. ಆದರೆ, ಅಂಥ ಅವಕಾಶ ದೊರೆಯಲಿಲ್ಲ. ಸಂಪಾದಕೀಯ ಪುಟಕ್ಕೆಂದು ಬರೆದುಕೊಟ್ಟ ಎರಡು–ಮೂರು ಲೇಖನಗಳನ್ನು ಶಾ ರಾ ತಿರಸ್ಕರಿಸಿದ್ದರು. 'ನಾನು ಹೇಳಿದಷ್ಟು ಮಾಡು' ಎಂದು ಉಪದೇಶಿಸಿದ್ದರು.

ನನಗೆ ವಾರದ ರಜೆ ಇದ್ದ ಒಂದು ದಿನ. ಬೆಳಿಗ್ಗೆಯೇ 'ಇಂದಿರಾತನಯ'ರ ಮನೆಗೆ ಹೋದೆ. ಅವರಿಗೆ ಆಗ ಮಧ್ಯಾಹ್ನದ ಪಾಳಿ. ಅವರು ಆಫೀಸಿಗೆ ಹೊರಟರು. ನಾನೂ ಅವರ ಜೊತೆ ಶಿವಾಜಿನಗರದ ಬಸ್ಸು ಹತ್ತಿದೆ. ಯಾವುದಾದರೂ ಇಂಗ್ಲಿಷ್ ಸಿನೆಮಾ ನೋಡುವ ಉಮೇದಿನಲ್ಲಿ. ಟಿಕೆಟ್ ತೆಗೆದುಕೊಳ್ಳಲು 'ಇಂದಿರಾತನಯ'ರು, "ನಿಮ್ಮ ಡೆಸ್ಟಿನೇಶನ್?" ಎಂದು ಕೇಳಿದರು.

"ಮೈ ಡೆಸ್ಟಿನಿ ಈಸ್ ಎಂ ಜಿ ರೋಡ್," ಎಂದು ಬಿಟ್ಟೆ ಅಚಾನಕವಾಗಿ.

"ನಿಮ್ಮ ಡೆಸ್ಟಿನಿ ಎಂ ಜಿ ರೋಡಾ?"

"ಹೌದು ನನ್ನ ಡೆಸ್ಟಿನಿ, ಡೆಸ್ಟಿನೇಶನ್ ಎರಡೂ ಮಹಾತ್ಮ ಗಾಂಧಿ ರಸ್ತೆ."

'ಇಂದಿರಾತನಯ'ರು ನಕ್ಕುಬಿಟ್ಟರು. ಹೌದು ನನ್ನ ಡೆಸ್ಟಿನಿ ಮತ್ತು ಡೆಸ್ಟಿನೇಶನ್ ಎರಡೂ ಮಹಾತ್ಮ ಗಾಂಧಿ ರಸ್ತೆ ಆಗಿತ್ತು. ಆದರೆ, ತಲುಪುವ ಮಾರ್ಗ ಕಾಣದಾಗಿತ್ತು. ಆ ಕ್ಷಣ ಆಶ್ಚರ್ಯಕರವಾಗಿ ನನ್ನ ದಿಗಂತದಲ್ಲಿ ಹೊಸ ನಕ್ಷತ್ರವೊಂದು ಗೋಚರಿಸಿತ್ತು. ನಾನು ಪುಳಕಿತನಾಗಿದ್ದೆ.

❖

5

ಪತ್ರಕರ್ತನ ತಲೆ ವೇಸ್ಟ್ ಪೇಪರ್ ಬ್ಯಾಸ್ಕೆಟ್ ಇದ್ದಂತೆ ಎಲ್ಲ ಜ್ಞಾನಗಳೂ ಅಲ್ಲಿ ಬಂದು ಬೀಳಬೇಕು' ಎಂಬ 'ಭಾರತೀಪ್ರಿಯ' ಅವರ ಮಾತುಗಳು ಇಂದಿಗೂ ನನ್ನನ್ನು ಪುನರ್ ನವೀಕರಿಸಿಕೊಳ್ಳಲು ಎಚ್ಚರಿಸುತ್ತಲೇ ಇರುತ್ತವೆ.

ಮಹಾತ್ಮ ಗಾಂಧಿ ರಸ್ತೆಯಲ್ಲಿ...

ವರ್ಷ 1967. ಹೊಸ ವರ್ಷದ ಉದಯವಾಗಿತ್ತು. ಅದು ಸಾಮಾನ್ಯ ವರ್ಷವಾಗಿರಲಿಲ್ಲ. ಬೇವು-ಬೆಲ್ಲ ಎರಡನ್ನೂ ಕೊಟ್ಟ ವರ್ಷ. ಕನ್ನಡ ಪತ್ರಿಕೋದ್ಯಮಕ್ಕೆ ಹೊಸಗಾಳಿ, ಹೊಸ ಸಂಚಲನ, ಜೊತೆಗೊಂದಿಷ್ಟು ವಿಷಾದಗಳ ಬೇವು-ಬೆಲ್ಲ ನೀಡಿದ ವರ್ಷ. 1927ರಲ್ಲಿ ಮೈಸೂರಿನಲ್ಲಿ ವಾರ ಪತ್ರಿಕೆಯಾಗಿ ತಲೆಎತ್ತಿದ ಪಿ ಆರ್ ರಾಮಯ್ಯನವರ 'ತಾಯಿನಾಡು' 1929ರಲ್ಲಿ ಬೆಂಗಳೂರಿಗೆ ಬಂದು ದಿನಪತ್ರಿಕೆ ಆಯಿತು. ಸ್ವಾತಂತ್ರ್ಯ ಹೋರಾಟದಲ್ಲಿ ಸಕ್ರಿಯವಾಗಿ ಪಾಲುಗೊಂಡಿದ್ದ 'ತಾಯಿನಾಡು' 1948ರಲ್ಲಿ ರೋಟರಿ ಮುದ್ರಣ ಯಂತ್ರ ಹೊಂದಿ ಕನ್ನಡದ ಪ್ರಪ್ರಥಮ ಬ್ರಾಡ್ ಶೀಟ್ ಎಂಬ ಹೆಗ್ಗಳಿಕೆಯನ್ನು ಗಳಿಸಿತು. 1957ರಲ್ಲಿ

ಎಂ ಎಸ್ ರಾಮಯ್ಯನವರಿಗೆ ಹಸ್ತಾಂತರಗೊಂಡಿದ್ದ 'ತಾಯಿನಾಡು' 1967ರಲ್ಲಿ ಕೊನೆಯುಸಿರೆಳೆದು ಇತಿಹಾಸದ ಪುಟಗಳನ್ನು ಸೇರಿತು. ಇದು ಬೇವು.

ಬೆಲ್ಲವೆಂದರೆ, ಹೊಸದೊಂದು ದಿನಪತ್ರಿಕೆಯ ಆಗಮನದ ಸುದ್ದಿಯನ್ನು ವಸಂತದ ಗಾಳಿ ತಂದಿತ್ತು. ನಮ್ಮಂಥವರ ಉತ್ಸಾಹಕ್ಕೆ ರೆಕ್ಕೆಗಳು ಮೂಡಿದ್ದವು. 'ಇಂಡಿಯನ್ ಎಕ್ಸ್‌ಪ್ರೆಸ್'ನ ಗೋಯಂಕಾ ಅವರು ಕನ್ನಡದಲ್ಲಿ ದಿನಪತ್ರಿಕೆ ಒಂದನ್ನು ತರಲಿದ್ದಾರೆಂಬ ಸುದ್ದಿ ಹೊಸ ಸಂಚಲನವನ್ನುಂಟು ಮಾಡಿ ಹಿರಿಯ ಪತ್ರಕರ್ತರು, ನನ್ನಂಥ ಉದಯೋನ್ಮುಖ ಪತ್ರಕರ್ತರು ಎಲ್ಲರೂ ತಮ್ಮ ಜಾತಕಗಳನ್ನು ಮತ್ತೊಮ್ಮೆ ನೋಡಿಕೊಳ್ಳುವಂತೆ ಮಾಡಿತ್ತು. 'ಕನ್ನಡಪ್ರಭ' ಕಲರವ ಶುರುವಾಗಿತ್ತು. 'ಪ್ರಜಾವಾಣಿ'ಯ ಹಿರಿಯ ಪತ್ರಕರ್ತರುಗಳಾದ ನಾರಾಯಣ ಸ್ವಾಮಿ, ಜಿ ಎಸ್ ರಾಮರಾವ್, ಎಚ್ ಎನ್ ಮೂರ್ತಿ ಮೊದಲಾದವರು ಬರಲಿರುವ 'ಕನ್ನಡಪ್ರಭ' ಸೇರಿದ್ದರು. 'ತಾಯಿನಾಡು'ನಿಂದ ಜಗ್ಗು ನಾರಾಯಣ್, ಸಂಪಿಗೆ ಸುಬ್ಬಣ್ಣ, ಎಸ್ ದೇವನಾಥ್, 'ಸಂಕ'ದಿಂದ ರಂಗನಾಥ್ ಮೊದಲಾದವರುಗಳನ್ನು 'ಕಪ್ರ' ಸೆಳೆದುಕೊಂಡಿತ್ತು. 'ಸಂಕ'ದಿಂದ ಪಿ ರಾಮಣ್ಣ, ಜಿ ಎಸ್ ಸದಾಶಿವ, ಕೆ ಎಸ್ ನಾಗಭೂಷಣಂ 'ಪ್ರಜಾವಾಣಿ' ಸೇರಿದ್ದರು. ನಾನು ನಿರೀಕ್ಷೆಯಲ್ಲಿ ಬೇಯುತ್ತಿದ್ದೆ.

1967ನೇ ಇಸವಿ ನವೆಂಬರ್ 4ರಂದು 'ಕನ್ನಡಪ್ರಭ' ಪ್ರಕಟಣೆ ಶುರುವಾಯಿತು. 'ವಿಶ್ವ ಕರ್ನಾಟಕ' 'ದೇಶ ಬಂಧು' 'ಡೆಕ್ಕನ್ ಹೆರಾಲ್ಡ್' 'ಕೈಲಾಸ' ಮೊದಲಾದ ಪತ್ರಿಕೆಗಳಲ್ಲಿ ಸೇವೆ ಸಲ್ಲಿಸಿದ್ದ ಹಿರಿಯ ಪತ್ರಕರ್ತ ಎನ್ ಎಸ್ ಸೀತಾರಾಮ ಶಾಸ್ತ್ರೀ ಸಂಪಾದಕರು. ಮದ್ರಾಸಿನ ಅಮೆರಿಕ ರಾಯಭಾರ ಪ್ರತಿನಿಧಿ ಕಚೇರಿಯಲ್ಲಿ ಕನ್ನಡ ವಿಭಾಗದ ಸಂಪಾದಕರಾಗಿದ್ದ ಕೆ ಎಸ್ ರಾಮಕೃಷ್ಣ ಮೂರ್ತಿ ಜಂಟಿ ಸಂಪಾದಕರು. ರಾಮಕೃಷ್ಣ ಮೂರ್ತಿ ಯುನೈಟೆಡ್ ಸ್ಟೇಟ್ಸ್ ಇನ್ಫರ್ಮೇಷನ್ ಸರ್ವೀಸ್ ಸೇರುವ ಮುನ್ನ 'ಪ್ರಜಾವಾಣಿ'ಯಲ್ಲಿದ್ದರು. ಇವರ ತಮ್ಮ ಕೆ ಎಸ್ ರಾಮಸ್ವಾಮಿಯವರೂ 'ಪ್ರಜಾವಾಣಿ'ಯಲ್ಲೇ ಉಪ ಸಂಪಾದಕರಾಗಿದ್ದರು. ರಾಮಕೃಷ್ಣ ಮೂರ್ತಿ ತಮ್ಮನಾದ್ದರಿಂದ 'ಸೋದರ'ನೆಂದೇ ಕರೆಯಲ್ಪಡುತ್ತಿದ್ದರು.

ನನ್ನೊಳಗಣ ಪುಳಕ ಚಡಪಡಿಕೆಯಾಗಿ ಪರಿವರ್ತನೆ ಹೊಂದಿತ್ತು. ನನಗೆ 'ಸಂಕ'ದಿಂದ ಬಿಡುಗಡೆ ಬೇಕಿತ್ತು. ಅಮುಕುವ ವಾತಾವರದಲ್ಲಿ ಕೊನರುವುದು ಸಾಧ್ಯವಿರಲಿಲ್ಲ. 'ಕನ್ನಡಪ್ರಭ' ನನ್ನ ಇಷ್ಟವಾಗಿರಲಿಲ್ಲ. ಮೊದಲ ಸಂಚಿಕೆ ನೋಡಿದ ಮೇಲೆ ನನ್ನ ನಿರ್ಧಾರ ಇನ್ನಷ್ಟು ಗಟ್ಟಿಯಾಗಿತ್ತು. ಕ್ವೀನ್ಸ್ ರಸ್ತೆಯಲ್ಲ, ಮಹಾತ್ಮ ಗಾಂಧಿ ರಸ್ತೆ ನನ್ನ ಡೆಸ್ಟಿನಿಯಾಗಿತ್ತು. ಆದರೆ, ಯಾರನ್ನು ಕಾಣಬೇಕು, ಯಾರಿಗೆ ಅರ್ಜಿ ಸಲ್ಲಿಸಬೇಕು ಎಂಬುದು ತಿಳಿದಿರಲಿಲ್ಲ.

'ಕನ್ನಡಪ್ರಭ' ಮೊದಲ ಸಂಚಿಕೆ ನನಗೆ ನಿರಾಶೆಯುಂಟು ಮಾಡಿತ್ತು. ಅದರಲ್ಲಿ ಸೃಜನಶೀಲತೆಯ ಕುರುಹೇನೂ ಕಾಣಿಸಿರಲಿಲ್ಲ. ದೈನಿಕ ಧಾರಾವಾಹಿಯೊಂದೇ

ವಿಶೇಷವಾಗಿತ್ತು. ಸಾಪ್ತಾಹಿಕದಲ್ಲಿ ಬರಬೇಕಾದ್ದು ಸುದ್ದಿಯ ಜಾಗವನ್ನು ಆಕ್ರಮಿಸಿತ್ತು. ಈ 'ಆಟ' ನನಗೆ ಸರಿ ಎನಿಸಲಿಲ್ಲ. ಸಂಪಾದಕ ಸೀತಾರಾಮ ಶಾಸ್ತ್ರೀಯವರ 'ಬಿಗಿತನ'ವೂ ನನಗೆ ಪರಿಚಯವಿತ್ತು. ನಾನು 'ತಾಯಿನಾಡು' ಸೇರುವ ಮುನ್ನ ಅವರನ್ನು ಭೇಟಿಯಾಗಿದ್ದೆ. ಆಗ 'ತಾಯಿನಾಡು' ಜೊತೆ ಎಂ ಎಸ್ ರಾಮಯ್ಯನವರು 'ಗೋಕುಲ' ವಾರ ಪತ್ರಿಕೆ ಮತ್ತು 'ಕೈಲಾಸ' ಮಾಸ ಪತ್ರಿಕೆಯನ್ನು ಪ್ರಕಟಿಸುತ್ತಿದ್ದರು. 'ಗೋಕುಲ'ಕ್ಕೆ ಖಾದ್ರಿ ಶಾಮಣ್ಣ ಸಂಪಾದಕರು, ಅವರಿಗೆ ಸಹಾಯಕರು ಬಾ ಸು ಕೃಷ್ಣ ಮೂರ್ತಿ. 'ಕೈಲಾಸ'ಕ್ಕೆ ಸೀತಾರಾಮ ಶಾಸ್ತ್ರೀ ಸಂಪಾದಕರು. ಅವರಿಗೆ ಎಸ್ ವೆಂಕಟ ರಾವ್ ಸಹಾಯಕರು. ಎಸ್ ವೆಂಕಟ ರಾವ್ "ಭಾರತೀಪ್ರಿಯ" ಎಂಬ ಕಾವ್ಯನಾಮದಲ್ಲಿ ಆ ವೇಳೆಗಾಗಲೇ ಹೆಸರಾಂತ ಕಥೆಗಾರರಾಗಿದ್ದರು.

'ಗೋಕುಲ' ಜನಪ್ರಿಯ ವಾರ ಪತ್ರಿಕೆಯಾದರೆ, 'ಕೈಲಾಸ' ಪ್ರಬುದ್ಧ ಮಾಸ ಪತ್ರಿಕೆಯಾಗಿತ್ತು. 'ಗೋಕುಲ'ದಲ್ಲಿ ನನ್ನ ಲೇಖನಗಳು ಪ್ರಕಟವಾಗುತ್ತಿದ್ದವು. 'ಕೈಲಾಸ'ಕ್ಕೆ ನಾನು ಕಳುಹಿಸಿದ ಕಥೆಗಳು ಪ್ರಕಟವಾಗಲೂ ಇಲ್ಲ, ಹಿಂದಿರುಗಿ ಬರಲೂ ಇಲ್ಲ. ನನ್ನ ಕಥೆಗಳ ಬಗ್ಗೆ ತಿಳಿಯಲು ಹಾಗೂ ಅಲ್ಲಿ ನನಗೆ ಉದ್ಯೋಗಾವಕಾಶವಿದೆಯೇ ಎಂದು ತಿಳಿಯಲು ಶಾಸ್ತ್ರೀಗಳನ್ನು ಒಂದು ದಿನ ಅವರ ಕಚೇರಿಯಲ್ಲಿ ಭೇಟಿಯಾದೆ. ಶಾಸ್ತ್ರೀಗಳ ಮುಖದಲ್ಲಿ ನನ್ನಂತೆಯೇ ನಗೆಯ ಒಂದು ರೇಖೆಯೂ ಇರಲಿಲ್ಲ, "ಏನು ಬಂದದ್ದು?" ಎಂದಷ್ಟೇ ಅವರು ಕೇಳಿದ್ದು, "ಸದ್ಯಕ್ಕೆ ಇಲ್ಲಿ ಕೆಲಸ ಯಾವುದೂ ಖಾಲಿ ಇಲ್ಲ. ಕಥೆಗಳ ಬಗ್ಗೆ ನೀವು ಅವರನ್ನು ಭೇಟಿಮಾಡಿ," ಎಂದು "ಭಾರತೀಪ್ರಿಯ"ರತ್ತ ನನ್ನನ್ನು ಸಾಗ ಹಾಕಿದರು. ಟಿನೊಪಾಲ್ ಹಾಕಿ ಒಗೆದು ಇಸ್ತ್ರೀ ಮಾಡಿದ ಅಚ್ಚ ಬಿಳುಪಿನ ಕಚ್ಚೆ ಪಂಚೆ, ಜುಬ್ಬ, ತಲೆಯಲ್ಲಿ ಅಷ್ಟೇ ಬಿಳುಪಿನ ಮುಡಿ ಗೂದಲು–ಇದು 'ಭಾರತೀಪ್ರಿಯ'ರ ಸ್ವಚ್ಛ ವ್ಯಕ್ತಿತ್ವದ ಬಾಹ್ಯ ನೋಟ. 'ಭಾರತೀಪ್ರಿಯ'ರು ನನ್ನನ್ನು ಕೂಡಿಸಿಕೊಂಡು ನನ್ನ ಕಥೆಗಳ ಬಗ್ಗೆ ಹೇಳಿದರು, ಕೈ ಇನ್ನೂ ಪಳಗಬೇಕೆಂದರು. ಪತ್ರಕರ್ತನಾಗುವ ಆಸೆ ಒಳ್ಳೆಯದೇ ಆದರೆ, ಅದರಿಂದ ಹೊಟ್ಟೆ ತುಂಬುವುದಿಲ್ಲ ಯೋಚಿಸಿ ಎಂದು ಬುದ್ಧಿ ಮಾತೂ ಹೇಳಿದರು, "ಪತ್ರಕರ್ತನಾಗಬೇಕಾದರೆ ಪ್ರಪಂಚದ ಎಲ್ಲ ವಿಷಯಗಳ ಬಗ್ಗೆ ಜ್ಞಾನವಿರಬೇಕು. ಪತ್ರಕರ್ತನ ತಲೆ ವೇಸ್ಟ್ ಪೇಪರ್ ಬ್ಯಾಸ್ಕೆಟ್ ಇದ್ದ ಹಾಗೆ, ಬೇಕಾದ್ದು, ಬೇಡವಾದ್ದು ಎಲ್ಲವೂ ಅಲ್ಲಿ ಬಂದುಬೀಳಬೇಕು. ಎಂದೋ ಒಂದು ದಿನ ಅದು ಉಪಯೋಗಕ್ಕೆ ಬರುತ್ತದೆ. ಚೆನ್ನಾಗಿ ಓದಿ ಜ್ಞಾನ ಬೆಳೆಸಿಕೊಳ್ಳಿ," ಎಂದು ಉಪದೇಶಿಸಿ ನನ್ನನ್ನು ಕಳುಹಿಸಿಕೊಟ್ಟರು.

'ಭಾರತೀಪ್ರಿಯ'ರ ಬಗ್ಗೆ ನಾನು ಒಂದೆರಡು ಮಾತುಗಳನ್ನು ಬರೆಯಲೇಬೇಕು. ಅವರ 'ಮೋಚಿ' ಎಂಬ ಕಥೆ ಬಹಳ ಪ್ರಸಿದ್ಧವಾದುದು. ಕನ್ನಡದ ಪ್ರಮುಖ ಆಂಥಾಲಜಿಗಳಲ್ಲಿ ಸ್ಥಾನ ಗೆದ್ದುಕೊಂಡಿರುವ ಕಥೆ. ಅವರು ಇನ್ನೂ ಹಲವಾರು

ಉತ್ತಮ ಕಥೆಗಳನ್ನು ಬರೆದಿದ್ದಾರೆ. ಬಹಳ ಶಿಸ್ತಿನ ಮನುಷ್ಯ. ಆರೋಗ್ಯಕರ ಮನಸ್ಸು. ಅವರ ವೃದ್ಧಾಪ್ಯ ದಿನಗಳು ಹಣದ ಮುಗ್ಗಟ್ಟಿನಿಂದಾಗಿ ಕಷ್ಟದ ದಿನಗಳಾಗಿದ್ದವು. ಇದು ಹೇಗೋ ಹಿರಿಯಣ್ಣ ಮಾಸ್ತಿಯವರಿಗೆ ಗೊತ್ತಾಯಿತು. ಕಷ್ಟದಲ್ಲಿರುವ ಸಹಲೇಖಕರ ನೆರವಿಗೆಂದೇ ಮಾಸ್ತಿಯವರು ಆ ವೇಳೆಗೆ 'ಲೇಖಕ ಸಾಹ್ಯ ನಿಧಿ' ಎಂದು ಒಂದು ಪುದವಟ್ಟು ಇಟ್ಟಿದ್ದರು. ಇದರಿಂದ 'ಭಾರತೀಪ್ರಿಯ'ರಿಗೆ ಸಹಾಯ ಮಾಡಬೇಕೆಂಬುದು ಮಾಸ್ತಿಯವರ ಇಚ್ಛೆ. ಆದರೆ, 'ಭಾರತೀಪ್ರಿಯ'ರ ಮನಸ್ಸಿಗೆ ನೋವಾಗಬಾರದು. ಒಂದು ದಿನ ಒಂದಿಷ್ಟು ಹಣವನ್ನು ಕವರಿನಲ್ಲಿ ಹಾಕಿಕೊಂಡು ಮಾವಿನಕೆರೆ ರಂಗನಾಥನ್ ಅವರನ್ನು ಜೊತೆಗೆ ಕರೆದುಕೊಂಡು 'ಭಾರತೀಪ್ರಿಯ'ರ ಮನೆಗೆ ಮಾಸ್ತಿಯವರು ಹೋಗುತ್ತಾರೆ. 'ಭಾರತೀಪ್ರಿಯ'ರ ಆರೋಗ್ಯ ವಿಚಾರಿಸಿ, ಬೇಗ ಗುಣವಾಗಿ ಎಂದು ಹಾರೈಸಿ ಧೈರ್ಯದ ಮಾತುಗಳನ್ನು ಆಡುತ್ತಾರೆ. ನಂತರ ಹೊರಡುವ ಮುನ್ನ ಅವರ ಮನೆಯವರನ್ನು ವಿಚಾರಿಸುವ ನೆಪದಲ್ಲಿ ಒಳಗೆ ಹೋಗಿ ದುಡ್ಡಿನ ಕವರನ್ನು ಶ್ರೀಮತಿ 'ಭಾರತೀಪ್ರಿಯ'ರಿಗೆ ಕಾಣುವಂತೆ ದೇವರ ಮಂದಾಸನದ ಬಳಿ ಸದ್ದು ಮಾಡದೆ ಇರಿಸಿ ವಾಪಸ್ಸಾಗುತ್ತಾರೆ.

ಪತ್ರಕರ್ತ ಸದಾ ಜ್ಞಾನದಾಹಿಯಾಗಿರಬೇಕು ಎನ್ನುವ ಅರ್ಥದ 'ಪತ್ರಕರ್ತನ ತಲೆ ವೇಸ್ಟ್ ಪೇಪರ್ ಬ್ಯಾಸ್ಕೆಟ್ ಇದ್ದಂತೆ ಎಲ್ಲ ಜ್ಞಾನಗಳೂ ಅಲ್ಲಿ ಬಂದು ಬೀಳಬೇಕು' ಎಂಬ 'ಭಾರತೀಪ್ರಿಯ' ಅವರ ಮಾತುಗಳು ಇಂದಿಗೂ ನನ್ನನ್ನು ಪುನರ್ ನವೀಕರಿಸಿಕೊಳ್ಳಲು ಎಚ್ಚರಿಸುತ್ತಲೇ ಇರುತ್ತವೆ. ಪತ್ರಕರ್ತನಾದವನು ಸಕಲ ಜ್ಞಾನವಲ್ಲಭನಲ್ಲವಾದರೂ ಅವನಿಗೆ ಜಗತ್ತಿನ ಸಕಲ ವಿಷಯಗಳಲ್ಲಿ ಪ್ರಾಥಮಿಕ ಜ್ಞಾನವಾದರೂ ಇರಲೇಬೇಕು ಎಂದು ನನಗೆ 'ಭಾರತೀಪ್ರಿಯ'ರ ಮಾತುಗಳಿಂದ ವೇದ್ಯವಾಯಿತು. ಇಲ್ಲವಾದಲ್ಲಿ, ಇಂತಿಷ್ಟು ಗೋಲುಗಳಿಂದ ಕರ್ನಾಟಕ ಮಹಾರಾಷ್ಟ್ರದ ಮೇಲೆ ರಣಜಿ ಕ್ರಿಕೆಟ್ ವಿಜಯ ಸಾಧಿಸಿತು ಎಂದೋ ಇಂತಿಷ್ಟು ರನ್ನುಗಳಿಂದ ಹಾಕಿ ಪಂದ್ಯ ಗೆದ್ದಿತು ಎಂದೋ ಬರೆದು, ಬರೆದವರು ಹಾಗೂ ಪತ್ರಿಕೆ ನಗೆಪಾಟಲಿಗೆ ಈಡಾಗಬೇಕಾಗುತ್ತದೆ.

ಆಗಿನ ದಿನಗಳಲ್ಲಿ ಕನ್ನಡ ಪತ್ರಿಕಾ ವೃತ್ತಿಯಲ್ಲಿ ಶೃಂಗವೆಂದರೆ 'ಪ್ರಜಾವಾಣಿ' ಮಹಾತ್ಮ ಗಾಂಧಿ ರಸ್ತೆಯ 'ಪ್ರಜಾವಾಣಿ' ತರುಣ ಪತ್ರಕರ್ತರ ಗುರಿ, ಆದರ್ಶ ಎಲ್ಲವೂ ಆಗಿತ್ತು. 'ಕನ್ನಡಪ್ರಭ' ಶುರುವಾಗಿ ಪತ್ರಕರ್ತರ ವಲಸೆ ಒಂದು ನಿಲುಗಡೆಗೆ ಬಂದಿತ್ತು. 'ಪ್ರಜಾವಾಣಿ'ಯಲ್ಲಿ ಯಾರನ್ನು ಕಾಣುವುದು, ಹೇಗೆ ಎಂದೇನೂ ತಿಳಿಯದೆ ಸದಾಶಿವನಲ್ಲಿ ಸಂಕಟ ತೋಡಿಕೊಂಡೆ, "ವೇಕೆನ್ಸಿ ಇದೆಯೋ ಇಲ್ಲವೋ ತಿಳಿಯದು. ನಿಮಗೆ ವೈಎನ್ಕೆ ಪರಿಚಯವಿದೆಯಲ್ಲ, ಅವರನ್ನು ನೋಡಿ," ಎಂದು ಸದಾಶಿವ ಸೂಚಿಸಿದರು. ವೈಎನ್ಕೆ ಅವರೊಂದಿಗೆ ನನ್ನ ಪರಿಚಯ ಗಾಂಧಿ ಬಜಾರಿನಲ್ಲಿ 'ನಮಸ್ಕಾರ ಸಾರ್' ಎನ್ನುವಷ್ಟಕ್ಕೆ ಮಾತ್ರ ಸೀಮಿತಗೊಂಡಿತ್ತು. ಭಾನುವಾರಗಳಂದು

ವಿದ್ಯಾರ್ಥಿ ಭವನದ ಎದುರು ಅವರನ್ನು ಸುತ್ತುಗಟ್ಟಿ ಅವರ ಶ್ಲೇಷಾತ್ಮಕ (ಪನ್‌ಭರಿತ) ಮಾತುಗಳನ್ನು ಆಲಿಸುತ್ತಿದ್ದ ಗುಂಪಿನಲ್ಲಿ ನಾನೂ ಒಬ್ಬನಾಗಿರುತ್ತಿದ್ದೆ. ಈ ಭಾನುವಾರ ಅವರನ್ನು ಮಾತನಾಡಿಸುವ ಧೈರ್ಯಮಾಡಬೇಕು ಎಂದು ನಿರ್ಧರಿಸಿದೆ. ಅಂದು ಭಾನುವಾರ ಗುಂಪು ಬರ್ಖಾಸ್ತ್ ಮಾಡಿ ಮುಂದೆ ಅಡಿ ಇಟ್ಟ ವೈಎನ್ಕೆ ಹಿಂದಿದ್ದ ನನ್ನ ಕಂಡು–

"ರಂಗನಾಥ ರಾವ್ ಆರ್ ಯು ಇಂಟರೆಸ್ಟೆಡ್ ಇನ್ ಜಾಯಿನಿಂಗ್ 'ಪ್ರಜಾವಾಣಿ?' ಎಂದು ಕೇಳಿದರು. ಬಯಸಿದ ಬಳ್ಳಿ ಕಾಲಿಗೆ ಸುತ್ತಿಕೊಂಡಂತಾಗಿತ್ತು.

"ಸರ್ಟನ್‌ಲೀ ಸರ್," ಎಂದೆ ನಾನು ಭರಪೂರ ಉತ್ಸಾಹದಲ್ಲಿ.

"ಹಾಗಿದ್ದಲ್ಲಿ ನಾಳೆ ಬೆಳಿಗ್ಗೆ ಆಫೀಸಿಗೆ ಬಂದು ಕಾಣಿ," ಎಂದು ನಡೆದುಬಿಟ್ಟರು ವೈಎನ್ಕೆ.

ಆಗ ರಾತ್ರಿ ಪಾಳಿಯಲ್ಲಿದ್ದ ನಾನು ಬೆಳಿಗ್ಗೆ ಹತ್ತಕ್ಕೆಲ್ಲ ಮನೆ ಬಿಟ್ಟು ಹನ್ನೊಂದಕ್ಕೆ 'ಪ್ರಜಾವಾಣಿ' ಸೇರಿ ವೈಎನ್ಕೆ ಮುಂದೆ ನಿಂತೆ. ಅವರು ಆಗತಾನೇ ಬಂದಿದ್ದರು. ವೈಎನ್ಕೆ ಸುದ್ದಿ ಸಂಪಾದಕ ಖಾದ್ರಿ ಶಾಮಣ್ಣನವರ ಬಳಿಗೆ ಕರೆದುಕೊಂಡು ಹೋಗಿ, "ಶಾಮಣ್ಣ, ಇವರು ರಂಗನಾಥ ರಾವ್," ಎಂದು ಪರಿಚಯಿಸಿದರು. ಖಾದ್ರಿಯವರಿಗೆ ನನ್ನ ಮುಖ ಪರಿಚಯವಿತ್ತು. ಅವರ ತಮ್ಮ ಅಚ್ಯುತನ್ ಜೊತೆ ಒಂದೆರಡು ಸಲ ಅವರ ಮನೆಗೆ ನಾನು ಹೋಗಿದ್ದುಂಟು. ಕೂತ್ಕೊಳ್ಳಿ ಎಂದ ಖಾದ್ರಿಯವರು.

"ಹೇಗಿದೆ ಹೊಸ ಪತ್ರಿಕೆ 'ಕನ್ನಡಪ್ರಭ?' ಅಲ್ಲಿಗೇಕೆ ನೀವು ಹೋಗಲಿಲ್ಲ?" ಎಂದು ಕೇಳಿದರು.

"ನಾವೆಲ್ಟಿ ಏನೂ ಇಲ್ಲ ಸರ್, ದೈನಿಕ ಧಾರಾವಾಹಿಯೊಂದೇ ಅದರ ಐಡೆಂಟಿಟಿಯಂತೆ ಕಾಣುತ್ತೆ ಸರ್."

"ಹೌದು. ಅದೇ ಅದರ ನಾವೆಲ್ಟಿ," ಎಂದು ಉತ್ತರಿಸಿ ಆಗ ಬೆಳಗಿನ ಪಾಳಿಯಲ್ಲಿದ್ದ ಮುಖ್ಯ ಉಪ ಸಂಪಾದಕ ಬಿ ಎಂ ಕೃಷ್ಣಸ್ವಾಮಿ ಅವರತ್ತ ತಿರುಗಿ, "ಬಿಎಂಕೆ ಇವರಿಗೊಂದಿಷ್ಟು ಕಾಪೀಸ್ ಕೊಡಿ ಭಾಷಾಂತರಿಸಲು," ಎಂದರು.

ಬಿಎಂಕೆ ದೇಶ–ವಿದೇಶಗಳ ಐದಾರು ಸುದ್ದಿಗಳನ್ನು ಕೊಟ್ಟರು. ಬರೆಯಲು ಕಾಗದ ಕೊಡಿಸಿದರು. ಅರ್ಧ–ಮುಕ್ಕಾಲು ಗಂಟೆಯಲ್ಲಿ ಮುಗಿಸಿಕೊಟ್ಟೆ. ಖಾದ್ರಿಯವರು ಸಂಪಾದಕ ಟಿ ಎಸ್ ರಾಮಚಂದ್ರರಾಯರ ಬಳಿ ಕರೆದುಕೊಂಡು ಹೋಗಿ ಪರಿಚಯಿಸಿದರು. ನಾನು ನನ್ನ ಪ್ರವರ ಹೇಳಿಕೊಂಡೆ.

"ಎಲ್ಲ ಸರಿ, ಶ್ಯಾಮರಾಯರು ನಿಮ್ಮನ್ನು ಬಿಟ್ಟುಕೊಡುವರೆ?"

"ಒಲ್ಲದ ಮನಸ್ಸಿನವರನ್ನು ಹೇಗೆ ಹಿಡಿದಿಟ್ಟುಕೊಳ್ಳಲು ಸಾಧ್ಯ ಸಾರ್?"

ಟಿಎಸ್ಸಾರ್ ನಕ್ಕು ಬಿಟ್ಟರು. ಅಲ್ಲಿಗೆ ಮುಗಿಯಿತು ಸಂದರ್ಶನ.

"ಆಯ್ತು ನೋಡೋಣ."

ನಾನು ನಮಸ್ಕಾರ ಹೇಳಿ ಹೊರ ಬಂದು ಖಾದ್ರಿಯವರಿಗೆ ಕಾದೆ. ಖಾದ್ರಿಯವರು, "ನೋಡೋಣ ಹೋಗಿಬನ್ನಿ," ಎಂದರು.

ಇಷ್ಟಾದದ್ದು 1967ರ ನವೆಂಬರಿನ ಒಂದು ಸೋಮವಾರ. ಬುಧವಾರ ರಾತ್ರಿ ಹನ್ನೊಂದರ ಸುಮಾರಿಗೆ 'ಇಂದಿರಾತನಯ'ರು ಫೋನ್ ಮಾಡಿ, "ನಾಳೆ ಬೆಳಿಗ್ಗೆ ನೀವು ಖಾದ್ರಿ ಶಾಮಣ್ಣನವರನ್ನು ಕಾಣಿ," ಎಂದರು.

"ಶ್ಯಾಮ್ ಅಲ್ಲವೆ ಮಾತಾಡಿದ್ದು?" ಎಂದು ಕೇಳಿದರು ಮುಖ್ಯ ಉಪ ಸಂಪಾದಕ ಎನ್ ವಿ ಜೋಶಿ. ಅವರು ವಾಸನೆ ಹಿಡಿದಿದ್ದರು. ರಾತ್ರಿ ಎಡಿಷನ್ ಮುಗಿದು ಮನೆಗೆ ಹೊರಡುವಾಗ ಜೋಶಿ, "ಏನೋ ನಾಳೆ ಡ್ಯೂಟೀಗೆ ಬರ್ತಿ ತಾನೆ?" ಎಂದು ಕೇಳಿದರು.

"ಬರ್ದೇ ಏನ್ಸಾರ್."

ಜೋಶಿ ನಕ್ಕುಬಿಟ್ಟರು.

ಮರುದಿನ ಗುರುವಾರ ಬೆಳಿಗ್ಗೆ ಹತ್ತಕ್ಕೆಲ್ಲ 'ಪ್ರಜಾವಾಣಿ' ಆಫೀಸಿನಲ್ಲಿದ್ದೆ. ಖಾದ್ರಿಯವರು ಆಗತಾನೇ ಬಂದು ಕರೆಕ್ಷನ್ ಕಾಪಿ ಮಾಡುತ್ತಿದ್ದರು. ಕೂತ್ಕೊಳ್ಳಿ ಎಂದು ಹೇಳಿದವರೇ ಮರು ಉಸುರಿನಲ್ಲೆ ಕೇಳಿದರು:

"ಯಾವತ್ತಿನಿಂದ ಬರ್ತೀರಿ?"

ನಾನು ಉತ್ತರಿಸುವುದಕ್ಕೂ ಮೊದಲೇ, "ಇವತ್ತಿನಿಂದಲೇ ಬನ್ನಿ. ರಾತ್ರಿ ಪಾಳಿಗೆ. ಹೋಗಿ 'ಸಂಕ' ಪರ್ಲು ಹರಕೊಳ್ಳಿ," ಎಂದು ಉಪದೇಶಿಸಿದರು.

ನಾನು 'ಪ್ರಜಾವಾಣಿ'ಯಲ್ಲೇ ಒಂದು ಕ್ವಾರ್ಟರ್ ಶೀಟ್ ತೆಗೆದುಕೊಂಡು ರಾಜೀನಾಮೆ ಪತ್ರ ಬರೆದು ಸಿದ್ಧಪಡಿಸಿಕೊಂಡು ಸೀದಾ ರೆಸಿಡೆನ್ಸಿ ರಸ್ತೆಗೆ ಹೋಗಿ ನಾಗೇಶ ರಾಯರ ಮುಂದೆ ಕುಳಿತೆ.

"ರಾತ್ರಿ ಪಾಳಿ ಅಲ್ಲವೇ? ಏನು ಬೆಳಿಗ್ಗೆ ಬಂದದ್ದು?" ಎಂದು ನಾಗೇಶ ರಾಯರು ಕೇಳಿದರು. ರಾಜೀನಾಮೆ ಪತ್ರವನ್ನು ಅವರ ಕೈಯಲ್ಲಿಟ್ಟೆ.

"ಎಂ ಜಿ ರೋಡೋ? ಕ್ವೀನ್ಸ್ ರೋಡೋ?"

"ಮಹಾತ್ಮ ಗಾಂಧಿ ರಸ್ತೆ ಸಾರ್," ಉಬ್ಬಿದ ದನಿಯಲ್ಲಿ ಹೇಳಿದೆ.

"ಒಳ್ಳೆಯದಾಗಲಿ. ಆದರೆ, ನೀವು ಇದನ್ನು ಸಂಪಾದಕರಿಗೆ ಕೊಡಬೇಕು," ಎಂದು ರಾಜೀನಾಮೆಯನ್ನ ಹಿಂದಿರುಗಿಸಿ, "ಇದಾರೆ ಹೋಗಿ ನೋಡಿ," ಎಂದರು.

ರೆಕ್ಕೆ ಬಾಗಿಲು ತೆರೆದುಕೊಂಡು ಒಳಗೆ ಅಡಿ ಇಟ್ಟು ನಮಸ್ಕಾರ ಸಾರ್ ಎಂದೆ.

"ಏನು ಬಂದಿ?"

ರಾಜೀನಾಮೆ ಪತ್ರವನ್ನು ಅವರ ಮುಂದಿಟ್ಟೆ.

ಅದನ್ನು ಕೈಗೆತ್ತಿಕೊಂಡು ಕಣ್ಣಾಡಿಸಿದರು, ನಂತರ ಹರಿದು ಕಸದ ಬುಟ್ಟಿಗೆ ಹಾಕಿ, "ರಾತ್ರಿ ಪಾಳಿ ಅಲ್ಲವೆ. ಹೋಗು ರಾತ್ರಿ ಕೆಲಸಕ್ಕೆ ಬಾ. ಪ್ರೊಬೇಷನರಿ ಪೀರಿಯಡ್ ಮುಗಿದು ಕಾಯಮ್ಮಾದ ಮೇಲೆ ಐದು ವರ್ಷ ಸೇವೆ ಕಡ್ಡಾಯ. ಇದು ಕಂಪನಿಯ ಸ್ಟ್ಯಾಂಡಿಂಗ್ ಆರ್ಡರ್. ತಿಳೀತಾ, ಹೋಗು," ಎಂದರು ಶಾಮರಾಯರು.

"ಸಾರ್ ನನ್ನ ಮನಸ್ಸು ಈಗ ಬೇರೆ ಕಡೆ ಇದೆ. ಇಲ್ಲಿದ್ರೂ ನಾನು ಮನಃಪೂರ್ವಕ ಕೆಲಸ ಮಾಡುವುದು ಸಾಧ್ಯವಿಲ್ಲ ದಯವಿಟ್ಟು ರಾಜೀನಾಮೆ ಸ್ವೀಕರಿಸಿ ಬಿಟ್ಟುಕೊಡಿ," ಅತ್ಯಂತ ವಿನಯದಿಂದ ಕೇಳಿಕೊಂಡೆ.

"ಬೇರೆ ಕಡೆ ಇದೆಯೋ ಮನಸ್ಸು! ರಂಗನಾಥ ರಾವ್ ಮೈಂಡ್ ಇಟ್, ನೀನು ಇಲ್ಲೇ ಇರು; ಎಲ್ಲೇ ಇರು; ಇಫ್ ಐ ಮೈಂಡ್ ಐ ಕೆನ್ ಮೇಕ್ ಯುವರ್ ಕೆರಿಯರ್ ಆರ್ ಮಾರ್ ಇವರ್ ಕೆರಿಯರ್. ಅರ್ಥಮಾಡಿಕೊ," ಎಂದವರೇ, "ನೀನಿನ್ನು ಹೋಗು," ಎಂದು ಆಜ್ಞಾಪಿಸಿದರು.

ಜೋರು ಗಂಟಲಿನ ಅವರ ಕೊನೆಯ ಮಾತುಗಳು ಹೊರಗಿದ್ದವರಿಗೂ ಕೇಳಿಸಿತ್ತು. ಹೊರಗೆ ಬಂದ ಕೂಡಲೇ ನಾಗೇಶ ರಾಯರು ಕರೆದು ತಮ್ಮ ಮುಂದೆ ಕೂಡಿಸಿಕೊಂಡರು. ಬರ್ತೀನಿ ಸಾರ್ ಎಂದೆ. ಕಾಫಿ ಬರುತ್ತೆ ಎಂದು ತಮ್ಮ ಕೆಲಸದಲ್ಲಿ ಮಗ್ನರಾದರು. ಕಾಫಿ ಆಯಿತು, "ಆತುರ ಪಡಬೇಡಿ. ಯೋಚನೆ ಮಾಡಿ. ರಾತ್ರಿ ಬರ್ತೀರಿ ತಾನೆ," ಎಂದ ಕೇಳಿ ಬೀಳ್ಕೊಟ್ಟರು.

ಅಲ್ಲಿಂದ ನೇರ ಜಿಪಿಒಗೆ ಹೋಗಿ ಮುಖ್ಯ ಸಂಪಾದಕರಾದ ರಂಗನಾಥ ದಿವಾಕರ ಅವರ ಬೆಂಗಳೂರು ಮತ್ತು ಹುಬ್ಬಳ್ಳಿ ವಿಳಾಸಕ್ಕೆ ಎರಡು ರಾಜೀನಾಮೆ ಪತ್ರಗಳನ್ನು ಬರೆದು ರಿಜಿಸ್ಟರ್ ಅಕ್ನಾಲೆಜ್ಮೆಂಟ್ ಡ್ಯೂ ಪೋಸ್ಟಿನಲ್ಲಿ ಕಳುಹಿಸಿದೆ. ಅದರ ಪ್ರತಿ ಇಟ್ಟುಕೊಳ್ಳಲು ಮರೆಯಲಿಲ್ಲ. ಶಾ ರಾ ಅವರ 'ಮೇಕ್ ಆರ್ ಮಾರ್' ಬೆದರಿಕೆಗೆ 'ಗೋಲಿಮಾರೋ' ಎಂದು ಮನೆ ಸೇರಿದಾಗ ಸಂಜೆಯಾಗಿತ್ತು. ಅಮ್ಮನಿಗೆ, ಅಣ್ಣನಿಗೆ 'ಪ್ರಜಾವಾಣಿ' ಸೇರುತ್ತಿರುವ ವಿಷಯ ತಿಳಿಸಿದೆ.

"ಸಂಬಳ ಎಷ್ಟು?"

"ಗೊತ್ತಿಲ್ಲ."

❖

6

1967ರ ನವೆಂಬರ್ 17, ಅಂದು ಸಂಜೆ ಗೋಧೂಳಿ ಮುಹೂರ್ತದಲ್ಲಿ ಮನೆಗೆ ಬರುವ ಕರುವಿನಂತೆ ನಾನು 'ಪ್ರಜಾವಾಣಿ'ಯನ್ನು ಪ್ರವೇಶಿಸಿದ್ದೆ. ಹೆಬ್ಬಾಗಿಲಿನಿಂದ ಕನ್ನಡ ಪತ್ರಿಕೋದ್ಯಮದಲ್ಲಿ ಎರಡನೆಯ ಹೆಜ್ಜೆಯನ್ನಿಟ್ಟಿದ್ದೆ. ಅದೊಂದು ಹೊಸ ನಡೆ.

ಮೊದಲ ದಿನ, ಮೊದಲ ತೇದಿ...

ಗೋಧೂಳಿ ಮುಹೂರ್ತ ಬಹಳ ಪ್ರಶಸ್ತವಾದ ಸಮಯ ಎನ್ನುವ ನಂಬಿಕೆ ಇದೆ. ಮೇಯಲು ಹೋದ ದನಕರುಗಳು ಮನೆಗೆ ಹಿಂದಿರುಗುವ ಸಂಜೆಯ ಸಮಯ. 1967ರ ನವೆಂಬರ್ 17, ಅಂದು ಸಂಜೆ ಗೋಧೂಳಿ ಮುಹೂರ್ತದಲ್ಲಿ ಮನೆಗೆ ಬರುವ ಕರುವಿನಂತೆ ನಾನು 'ಪ್ರಜಾವಾಣಿ'ಯನ್ನು ಪ್ರವೇಶಿಸಿದ್ದೆ. ಹೆಬ್ಬಾಗಿಲಿನಿಂದ ಕನ್ನಡ ಪತ್ರಿಕೋದ್ಯಮದಲ್ಲಿ ಎರಡನೆಯ ಹೆಜ್ಜೆಯನ್ನಿಟ್ಟಿದ್ದೆ. ಅದೊಂದು ಹೊಸ ನಡೆ.

ಸುದ್ದಿ ಸಂಪಾದಕ ಖಾದ್ರಿ ಶಾಮಣ್ಣವರ ಮುಂದೆ ಹೋಗಿ ನಿಂತೆ.

“ಏನು ಇಷ್ಟು ಬೇಗ ಬಂದಿರಿ. ನಿಮ್ಮ ಪಾಳಿ ಶುರುವಾಗುವುದು 9ಕ್ಕೆ,” ಎಂದು ಶಾಮಣ್ಣನವರು ಜಯಶೀಲ ರಾವ್, ಮುನಿಯಪ್ಪ ಹೀಗೆ ಅಲ್ಲಿದ್ದವರನ್ನು ಪರಿಚಯಿಸಿ, “ಬೇಗ ಬಂದದ್ದು ಒಳ್ಳೆಯದೇ ಆಯಿತು. ಬೆಳಗಿನಿಂದ ಬಂದಿರುವ ಸುದ್ದಿಗಳ ಮೇಲೆ ಕಣ್ಣು ಹಾಯಿಸಿ, ಇದು ಮುಖ್ಯ,” ಎಂದರು. ತಮ್ಮೆದುರು ಇದ್ದ ಬೆಳಗಿನಿಂದ ಕಂಪೋಸ್ ಆಗಿದ್ದ ಗ್ಯಾಲಿಗಳನ್ನು ಕೊಟ್ಟರು. ನಾನು ಡೆಸ್ಕಿನ ಒಂದು ಮೂಲೆಯಲ್ಲಿ ಕುಳಿತು ಅವುಗಳನ್ನು ಅವಲೋಕಿಸತೊಡಗಿದೆ.

ನನ್ನ ಪಾಳಿಯ ಮುಖ್ಯ ಉಪ ಸಂಪಾದಕರು ಆರ್ ಶಾಮಣ್ಣ. ಆರ್ ಶಾಮಣ್ಣ ಕಾರ್ಯನಿರತ ಪತ್ರಕರ್ತರ ಸಂಘಟನೆಯ ನಾಯಕರಾಗಿ ಅಖಿಲ ಭಾರತ ಮಟ್ಟದಲ್ಲಿ ಪ್ರಭಾವಶಾಲಿಯಾಗಿದ್ದರು. ಯಾವಾಗಲೂ ಪತ್ರಕರ್ತರ ಕಿಸೆಗೆ ತುಸು ಭಾರ ಎನ್ನಿಸುವ ಸೂಟು ಟೈ ಧಾರಿಯಾಗಿರುತ್ತಿದ್ದರು.

ಲಂಡನ್‌ಗೆ ಟಂಡನ್

ಮುರಾರ್ಜಿಗೆ ಮೂತ್ರವೇ ತೀರ್ಥ

ಇಂಥ ಸುದ್ದಿ ಶೀರ್ಷಿಕೆಗಳಿಂದಾಗಿ ‘ಹೆಡ್ ಲೈನ್ ಹಮ್ಮೀರ’ ಎಂದು ಖ್ಯಾತರಾಗಿದ್ದರು. ಪುಟ ವಿನ್ಯಾಸದಲ್ಲೂ ಅವರು ಅನುರೂಪತೆ/ ಸೌಂದರ್ಯ ಪ್ರಜ್ಞೆಗಳಿಗೆ ಮಾದರಿ ಎನಿಸಿಕೊಂಡಿದ್ದು ಅವರು ರೂಪಿಸಿದ ಪ್ರಥಮ ಪುಟ ವಿನ್ಯಾಸಕ್ಕೆ ಒಂದಕ್ಕೂ ಹೆಚ್ಚು ಸಲ ಕೇಂದ್ರ ವಾರ್ತಾ ಸಚಿವ ಶಾಖೆಯ ಪ್ರಶಸ್ತಿಗಳೂ ಬಂದು ‘ಪ್ರಜಾವಾಣಿ’ಯ ಕೊಂಬನ್ನು ಎತ್ತರಿಸಿದ್ದವು. ಈ ಆರ್ ಶಾಮಣ್ಣನವರ ಪಾಳಿಯಲ್ಲೇ ‘ಪ್ರವಾ’ದಲ್ಲಿ ನನ್ನ ಮೊದಲ ದಿನದ ಕೆಲಸ ಆರಂಭ. ಶಾಮಣ್ಣ 9ಕ್ಕೆ ಬಂದರು. ಖಾದ್ರಿಯವರು, “ಶಾಮಣ್ಣ ನಿಮಗೊಬ್ಬರು ಹೊಸ ಸಹೋದ್ಯೋಗಿಯನ್ನ ಕೊಡುತ್ತಿದ್ದೇನೆ ನೋಡಿ,” ಎಂದು ನನ್ನ ಪರಿಚಯಿಸಿದರು. ಆರ್ ಶಾಮಣ್ಣ ಕೈ ಕುಲುಕಿ ಸ್ವಾಗತಿಸಿದರು. ಹಿಂದಿನ ಪಾಳಿಯವರು ಹಸ್ತಾಂತರಿಸಿದ್ದ ಟೆಲಿಪ್ರಿಂಟರ್ ಕಾಪಿಗಳನ್ನು ನನ್ನ ಕೈಯ್ಯಲ್ಲಿಟ್ಟು, “ನೋಡಿ ಇದರಲ್ಲಿ ಯಾವುದಾದರೂ ಬರೆಯುವ ಸುದ್ದಿಗಳಿವೆಯಾ, ಹೇಗೆ,” ಎಂದರು. ಒಂದು ಪಾಳಿಯಲ್ಲಿ ಮುಖ್ಯ ಉಪ ಸಂಪಾದಕರಲ್ಲದೆ ಮೂವರು ಉಪ ಸಂಪಾದಕರುಗಳಿರುತ್ತಿದ್ದರು. ಅಂದು ಒಬ್ಬ ಉಪ ಸಂಪಾದಕರಿಗೆ ವಾರದ ರಜೆ, ಮತ್ತೊಬ್ಬರು ರಜೆ ಹಾಕಿದ್ದರು. ಹೀಗಾಗಿ ಶಾಮಣ್ಣ ಮತ್ತು ನಾನು ಇಬ್ಬರೇ.

ಆಗ ‘ಪ್ರಜಾವಾಣಿ’ಯ ಮೂರು ಎಡಿಷನ್‌ಗಳನ್ನು ಪ್ರಕಟಿಸಲಾಗುತ್ತಿತ್ತು. ಹುಬ್ಬಳ್ಳಿ, ಧಾರವಾಡ. ಕಲ್ಬುರ್ಗಿ, ರಾಯಚೂರು, ಬಳ್ಳಾರಿ, ಉತ್ತರ ಕನ್ನಡ ಹೀಗೆ ದೂರದ ಪ್ರದೇಶಗಳಿಗೆ ಹೋಗುವ ಡಾಕ್ ಎಡಿಷನ್ 9 ಗಂಟೆಗೆ ಸಿದ್ಧವಾಗಿ, 11ರೊಳಗೆ ಮುದ್ರಣ ಮುಗಿದು ವ್ಯಾನುಗಳು ಪೇಪರ್ ಕಟ್ಟುಗಳನ್ನ ತುಂಬಿಕೊಂಡು

ಹೊರಡಬೇಕಿತ್ತು. ಈ ಡಾಕ್ ಎಡಿಷನ್‌ನ್ನು ಮಾರ್ನಿಂಗ್ ಎಡಿಷನ್ ಎಂದೂ ಕರೆಯಲಾಗುತ್ತಿತ್ತು. ಇದು ಮಧ್ಯಾಹ್ನದ ಪಾಳಿಯವರ ಹೊಣೆಯಾಗಿರುತ್ತಿತ್ತು. ಮೈಸೂರು ಎಡಿಷನ್ ಮತ್ತು ಸಿಟಿ ಎಡಿಷನ್ ರಾತ್ರಿ ಪಾಳಿಯವರ ಹೊಣೆ. ಮೈಸೂರು ಎಡಿಷನ್ ಪೇಜುಗಳನ್ನು ನಾವು 10:30ಕ್ಕೆ ಮುಗಿಸಿ ಮುದ್ರಣಕ್ಕೆ ಕೊಡಬೇಕಾಗಿತ್ತು.

ಹನ್ನೆರಡರೊಳಗೆ ಮುದ್ರಣ ಮುಗಿದು, ಹನ್ನೆರಡಕ್ಕೆ ಮೈಸೂರು ಎಡಿಷನ್ ಹೊತ್ತ ವಾಹನಗಳು ಹೊರಡಬೇಕಿತ್ತು. ಮಂಡ್ಯ, ಮೈಸೂರು, ಕೊಡಗು, ದಕ್ಷಣ ಕನ್ನಡ ಜಿಲ್ಲೆಗಳು ಈ ಎಡಿಷನ್ನಿನ ವ್ಯಾಪ್ತಿಯಲ್ಲಿ ಬರುತ್ತಿದ್ದವು. ಸಿಟಿ ಎಡಿಷನ್‌ನನ್ನು ಲೇಟೆಸ್ಟ್ ನ್ಯೂಸ್‌ಗಳೊಂದಿಗೆ ನಾವು ರಾತ್ರಿ ಎರಡಕ್ಕೆ ಮುಗಿಸಬೇಕಿತ್ತು. ಮೂರಕ್ಕೆ ಮುದ್ರಣ ಶುರುವಾಗಿ ನಾಲ್ಕು ಗಂಟೆಗೆ ಪತ್ರಿಕೆಯ ಕಟ್ಟುಗಳನ್ನು ಹೊತ್ತ ವಾಹನಗಳ ಪಯಣ ಶುರುವಾಗಬೇಕಿತ್ತು. ಬೆಂಗಳೂರು ನಗರ ಮತ್ತು ಸುತ್ತಮುತ್ತಣ ಹೊಸಕೋಟೆ, ನೆಲಮಂಗಲ, ಮಾಗಡಿ ಇತ್ಯಾದಿ ಪಟ್ಟಣಗಳಲ್ಲದೆ ತುಮಕೂರು, ಕೋಲಾರ ಜಿಲ್ಲೆಗಳಿಗೂ ಸಿಟಿ ಎಡಿಷನ್ನೇ ಹೋಗುತ್ತಿತ್ತು.

ರಾತ್ರಿ ಸುಮಾರು 9:30ರ ಸಮಯ. ಜಯಶೀಲ ರಾವ್ ಮತ್ತು ಒಬ್ಬಿಬ್ಬರು ವರದಿಗಾರರು ಹೊರತು ಉಳಿದವರೆಲ್ಲ ಮನೆಗೆ ಹೋಗಿದ್ದರು. ಶಾಮಣ್ಣ ಮೈಸೂರು ಎಡಿಷನ್ ಮಾಡಿಸಲೆಂದು ನೆಲಮಹಡಿಯಲ್ಲಿದ್ದ ಕಂಪೋಸಿಂಗ್ ವಿಭಾಗಕ್ಕೆ ಹೋಗಿದ್ದರು.

ಟ್ರಣ್ ಟ್ರಣ್ ಟ್ರಣ್

ಟೆಲಿಫೋನ್ ಸದ್ದುಮಾಡಿತು. ಎತ್ತಿಕೊಂಡು ಹಲೋ ಎಂದಾಗ, "ಸಾರ್, ಸಂಪಾದಕರು, ಮಾತಾಡಿ," ಎಂದ ಆಪರೇಟರ್. ನನಗೆ ಜಂಘಾಬಲವೇ ಉಡುಗಿ ಹೋಯಿತು.

"ವಾಟ್ ಈಸ್ ದಿ ಲೀಡ್?" ಗುಂಡು ಹೊಡೆದಂತೆ ಬಂತು ಪ್ರಶ್ನೆ.

"ಫ್ರಂಟ್ ಪೇಜಿನಲ್ಲಿ ಲೀಡ್ ಫೋಟೋಗ್ರಾಫ್ ಯಾವುದು?"

"ಎಡಿಷನ್ ಡಿಲೇ ಆಗಿಲ್ಲ ತಾನೆ?"

"ಟೆಲಿಪ್ರಿಂಟರಿನಲ್ಲಿ ಏನು ಲೇಟೆಸ್ಟ್? ಎನಿ ಅರ್ತ್ ಶೇಕಿಂಗ್ ನ್ಯೂಸ್?"

ಒಂದಾದ ಮೇಲೊಂದು ಪ್ರಶ್ನೆಗಳು. ನಾನು ಎಲ್ಲದಕ್ಕೂ ತಡವರಿಸದೆ ಉತ್ತರಿಸಿದೆ, "ಯಾರದು?" ಕೊನೆಯಲ್ಲಿ ಕೇಳಿದರು.

"ನಾನು ರಂಗನಾಥ ರಾವ್ ಸಾರ್."

"ಗುಡ್."

ನಾನು ಮೊದಲ ಪರೀಕ್ಷೆಯಲ್ಲಿ ಪಾಸಾಗಿದ್ದೆ. ಮುಂಚಿತವಾಗಿ ಬಂದು ಸುದ್ದಿ ಸಂಪಾದಕರ ಆಣತಿಯಂತೆ ಗ್ಯಾಲಿಗಳನ್ನ, ಡಾಕ್ ಎಡಿಷನ್ ಪೇಜ್ ಪ್ರೂಫ್‌ಗಳನ್ನು ನೋಡಿದ್ದರಿಂದ ಕಷ್ಟವಾಗಲಿಲ್ಲ. ಜೊತೆಗೆ ಹಿಂದಿನ ಪಾಳಿಯ ಸೋದರ ಹೋಗುವ ಮುನ್ನ, "ರಾತ್ರಿ ಸಂಪಾದಕರು ಫೋನ್ ಮಾಡ್ತಾರೆ. ರಾಶಾ (ಆರ್ ಶಾಮಣ್ಣನನ್ನು ನಾವು ಹೀಗೆ ಕರೆಯುತ್ತಿದ್ದೆವು) ಇಲ್ಲದಿದ್ದರೆ ನೀನೇ ಫೋನ್ ಅಟೆಂಡ್ ಮಾಡಬೇಕಾಗುತ್ತೆ, ಹುಶಾರಾಗಿರು," ಎಂದು ಸೂಚನೆ ಕೊಟ್ಟಿದ್ದ.

ಸಂಜೆಯ ಮೀಟಿಂಗ್ ಮುಗಿಸಿಕೊಂಡು ಐದೂವರೆ ಆರಕ್ಕೆ ಟಿಎಸ್ಸಾರ್ ಆಫೀಸು ಬಿಡುತ್ತಿದ್ದರು. ರಾತ್ರಿ ಮಲಗುವ ಮುನ್ನ ಫೋನ್ ಮಾಡಿ ವಿಚಾರಿಸುವುದು ಅವರ ರೂಢಿಯಾಗಿತ್ತು. ರಾತ್ರಿ ಪಾಳಿ ಶುರುವಿಗೆ ಮುಂಚೆಯೇ ಬಂದು ಬೆಳಗಿನಿಂದ ಹೋಗಿರುವ ಸುದ್ದಿಗಳು ಮತ್ತು ಮಾರ್ನಿಂಗ್ ಎಡಿಷನ್ ಲೀಡ್ ಇತ್ಯಾದಿಗಳನ್ನು ತಿಳಿದುಕೊಂಡಿದ್ದಲ್ಲಿ ಟಿಎಸ್ಸಾರ್ ಅವರ 'ರಾತ್ರಿ ಕರೆ'ಯ ಪ್ರಶ್ನೆಗಳಿಗೆ ಉತ್ತರ ಕೊಡುವುದು ಸುಲಭವಾಗುತ್ತಿತ್ತು. ಅವರ ಪ್ರಶ್ನೆಗಳಿಗೆ ಉತ್ತರಿಸಲು ತಡಬಡಿಸಿದರೆ, "ಕಮ್ ಅಂಡ್ ಸೀ ಮಿ ಟುಮಾರೊ ಮಾರ್ನಿಂಗ್," ಎಂದು ಸಂಪಾದಕರು ತಾಕೀತು ಮಾಡುತ್ತಿದ್ದರು. ಮರುದಿನ ತಡಬಡಿಸಿದವನು ಹೋದಾಗ, ರಾತ್ರಿ ಪಾಳಿ ಶುರುವಿಗೆ ಮುಂಚೆಯೇ ಬಂದು ಬೆಳಗಿನಿಂದ ಆಗಿಹೋಗಿರುವ ಆಗುಹೋಗುಗಳನ್ನು ತಿಳಿದುಕೊಂಡಿರಬೇಕೆಂದು ಒಂದಿಷ್ಟು ಶಿಸ್ತುಬದ್ಧ ಕೆಲಸದ ಪಾಠ ಹೇಳುತ್ತಿದ್ದರು. ಕೆಲವೊಮ್ಮೆ ಹಿಂದಿನ ದಿನ ತಾವು ಹೇಳಿದ್ದನ್ನು ಮರೆತು ಬಿಟ್ಟಿರುತ್ತಿದ್ದರು, "ಏನು ಬಂದದ್ದು?" ಎಂದು ಕೇಳಿ ಕಾಫಿ ಕುಡಿಸಿ ಕಳಿಸಿಬಿಡುತ್ತಿದ್ದರು.

ರಾಶಾ ಅವರು ಮೈಸೂರು ಮುದ್ರಣ ಮುಗಿಸಿ ಮೇಲೆ ಬಂದರು. ಸಂಪಾದಕರು ಫೋನ್ ಮಾಡಿದ ವಿಷಯ ತಿಳಿಸಿದೆ, "ಸರಿ ಟೆಲಿಪ್ರಿಂಟರ್ ಕಾಪೀಸ್ ಕೊಡಿ," ಎಂದು ರಾಶಾ ನಾನು ಆರಿಸಿಟ್ಟಿದ್ದ ಕಾಪಿಗಳ ಮೇಲೆ ಕಣ್ಣು ಹಾಯಿಸಿ ಮೂರನ್ನು ಬರೆಯಲು ಕೊಟ್ಟರು. ಉಳಿದವನ್ನು, "ನಾಳೆ ಹೋಗಬಹುದು," ಎಂದು ಟ್ರೇನಲ್ಲಿ ಇಟ್ಟರು.

"ಜಯಶೀಲ ಇನ್ನೂ ಮುಗೀಲಿಲ್ವ ನಿಂದು," ಕೇಳಿದರು, "ಜಯಶೀಲನ ಕಾಪಿಗೆ ಹೆಡಿಂಗ್ ಹಾಕಿ ಕಂಪೋಸಿಂಗ್‌ಗೆ ಕಳಿಸಿ. ನಿಮ್ಮದೂ ಅಷ್ಟೇ ಕಂಪೋಸ್ ಆಗಿರಲಿ. ನಾನೀಗ ಸ್ವಲ್ಪ ಕೆಳಗೆ ಹೋಗಿ ಬರ್ತೇನೆ," ಎಂದು ರಾಶಾ ಕೆಳಕ್ಕೆ ಧಾವಿಸಿದರು. ಅವರ ಪ್ರತಿನಿಧಿಯಾಗಿ ಕೋಟು ಕುರ್ಚಿಯಲ್ಲಿ ನೇತಾಡುತ್ತಿತ್ತು.

ಮಹಾತ್ಮ ಗಾಂಧಿ ರಸ್ತೆಯ ತುದಿಯಲ್ಲಿ, ಕಾವೇರಿ ಎಂಪೋರಿಯಂ ಪಕ್ಕ ಆಗ 'ಗ್ರೀನ್ಸ್ ಬಾರ್' ಇತ್ತು. ಪತ್ರಕರ್ತರಲ್ಲಿ 'ಯತಿ ಬಾರ್' ಎಂದೇ ಪ್ರಸಿದ್ಧವಾಗಿತ್ತು. ಶಾಮಣ್ಣನವರು 'ಯತಿ' ಸೇವೆ ಸ್ವೀಕರಿಸಲು ಧಾವಿಸಿದ್ದರು. 'ಯತಿ' ಅಂದರೆ

ಯತಿರಾಜುಲು ನಾಯಿಡು. ಡಿಎಚ್/ ಪಿವಿ ಪತ್ರಕರ್ತರೆಂದರೆ ಈ ಯತಿಗೆ ಬಲು ಮಮತೆ. ತೆಲುಗಿನವರು, "ಏಮಿ ಚೇಸೇದೆ ಲಚುಮಿ, ಏಮಿ ಚೇಸೇದೆ ಲಚುಮಿ," ಎಂದೋ, "ಗೌರಮ್ಮ ನೀ ಮಗುಡೆವರಮ್ಮ," ಎಂದೋ ಹಾಡೊಂದನ್ನು ಪಲುಕುತ್ತ, ಗುಂಡಿನ ಜೊತೆ ದೋಸೆ-ಕಡ್ಲೆ ಉಸುಲಿಗಳನ್ನು ಕೊಡುತ್ತಾ ಪತ್ರಕರ್ತರಿಗೆ ವಿಶೇಷ ಮುತುವರ್ಜಿಯಿಂದ ಸೇವೆ ಸಲ್ಲಿಸುತ್ತಿದ್ದರು. ಅವರು ಹಾಡು ಗುನುಗಿದಂತೆ ಲಲನೆಯರು ಗ್ರಾಹಕರ ಸುತ್ತಮುತ್ತ ಸುಳಿಗಾಳಿಯಂತೆ ಚಲಿಸುತ್ತಿದ್ದರು.

ಜಯಶೀಲ ರಾವ್ ವರದಿ ಕೊಟ್ಟು ಹೋದರು. ಇಡೀ ಸಂಪಾದಕೀಯ ವಿಭಾಗದಲ್ಲಿ ನಾನು ಮತ್ತು ಅಟೆಂಡರ್ ಕೃಷ್ಣೋಜಿ ಇಬ್ಬರೇ. ಪ್ರೂಫ್ ರೀಡಿಂಗ್ ವಿಭಾಗ ಕಂಪೋಸಿಂಗ್ ವಿಭಾಗಕ್ಕೆ ಹೊಂದಿಕೊಂಡಂತೆ ಕೆಳಗೇ ಇತ್ತು. ಏನಾದರೂ ಭಾರೀ ಸುದ್ದಿ ಬಂದೀತೇನೋ ಎಂದು ನಾನು ಪಿಟಿಐ ಮತ್ತು ಯಎನ್ಐ ವಾರ್ತಾ ಸಂಸ್ಥೆಗಳ ಟೆಲಿಪ್ರಿಂಟರುಗಳನ್ನು ಕಣ್ಣಲ್ಲಿ ಕಣ್ಣಿಟ್ಟು ನೋಡುತ್ತಾ ಕುಳಿತಿದ್ದೆ. ಆರ್ ಶಾಮಣ್ಣ ಒಂದು ಗಂಟೆ ಸುಮಾರಿಗೆ ಬಂದರು. ನಾನು ಬರೆದ ಸುದ್ದಿಗಳು ಹಾಗೂ ಜಯಶೀಲ ರಾವ್ ವರದಿ ಕಂಪೋಸ್ ಆಗಿ, ಪ್ರೋಫ್ ರೀಡಿಂಗ್ ಆಗಿ ಗ್ಯಾಲಿ ಬಂದಿತ್ತು. ಶಾಮಣ್ಣ ಅವುಗಳತ್ತ ಒಂದು ನೋಟ ಬೀರಿ–

"ಸಿಟಿ ಎಡಿಷನ್ ಪೇಜುಗಳನ್ನ ಮಾಡಿಸ್ತೀರಾ?" ಎಂದು ಕೇಳಿದರು.

"ಮಾಡಿಸ್ತೀನಿ ಸಾರ್," ಎಂದೆ. ಮೊದಲ ಪುಟ, ನಗರದಲ್ಲಿ ಇಂದು ಪುಟ ಮತ್ತು ನಗರ ಸುದ್ದಿಗಳ ಪುಟ ಹೀಗೆ ಮೂರು ಪುಟಗಳನ್ನು ಮಾಡಿಸಬೇಕಿತ್ತು. ಕಂಪೋಸಿಂಗ್ ಸೆಕ್ಷನ್ನಿನಲ್ಲಿ ನಾರಾಯಣ ಅಂತ ಮೇಕಪ್ ಮ್ಯಾನ್, "ರಂಗನಾಥ ರಾಯರು ಬರ್ತಿದಾರೆ ಅವರು ಹೇಳಿದ ಹಾಗೆ ಪೇಜು ಕಟ್ಟು," ಎಂದು ನಾರಾಯಣನಿಗೆ ತಿಳಿಸಿದರು. ನಾನು ಕೆಳಗೆ ಹೋದೆ. ನಾರಾಯಣ ಮತ್ತಿಬ್ಬರು ನನ್ನ ಕುಲಗೋತ್ರ ವಿಚಾರಿಸುತ್ತಾ ತಮ್ಮ ಕಷ್ಟಸುಖ ಹೇಳ್ಕೋತಾ ಪೇಜುಗಳನ್ನು ಮುಗಿಸಿದರು.

ಗಂಟೆ ಎರಡು ಬಾರಿಸಿತ್ತು. ಕೊನೆಯದಾಗಿ ಟೆಲಿಪ್ರಿಂಟರ್ ಮೇಲೆ ಲೇಟೆಸ್ಟ್ ಬಿಸಿಬಿಸಿ ಸುದ್ದಿ ಏನಾದರೂ ಇದೆಯ ಎಂದು ಕಣ್ಣು ಹಾಯಿಸಿ ಮನೆಗೆ ಹೊರಟೆವು. ವ್ಯಾನಿನ ಮುಂದಿನ ಸೀಟಿನಲ್ಲಿ ಕುಳಿತಿದ್ದ ಶಾಮಣ್ಣ ಅವಿನ್ಯೂ ರೋಡ್, ಬಳೇಪೇಟೆ ಮತ್ತು ಚಿಕ್ಕಪೇಟೆಗಳೂ ಸಂಧಿಸುತ್ತಿದ್ದ ಸರ್ಕಲ್‌ಗೆ ಹೋಗಲು ಡ್ರೈವರಿಗೆ ತಿಳಿಸಿದರು. ಅಲ್ಲಿ ಇಡ್ಲಿ, ದೋಸೆ, ಚಿತ್ರಾನ್ನ ಹೀಗೆ ನಮ್ಮಂಥ ರಾತ್ರಿ ಪಾಳಿಯವರ ಸೇವೆಗಾಗಿ ಸಿದ್ಧವಿದ್ದ ತಿಂಡಿ ಗಾಡಿಗಳಿದ್ದವು. ರಾಶಾ ನಮ್ಮೆಲ್ಲರಿಗೂ ತಿಂಡಿ ಕೊಡಿಸಿದರು. ಹಸಿದ ಹೊಟ್ಟೆಗೆ ಹವಿಸ್ಸು ಲಭ್ಯವಾಗಿತ್ತು. ಇದು 'ಪ್ರವಾ'ದಲ್ಲಿ ನನ್ನ ಮೊದಲ, ರಾತ್ರಿ ಪಾಳಿಯ ಕೆಲಸದ ಪರಿ.

ರಾಶಾ ಮೈಸೂರು ಮುದ್ರಣ ಮುಗಿಸಿ 'ಯತಿ'ಗೆ ಹೊರಡುವುದು ಮಾಮೂಲಾಗಿತ್ತು. ಒಂದೊಂದು ದಿನ ಅಲ್ಲಿಂದಲೇ ಫೋನ್ ಮಾಡಿ ಸಿಟಿ ಎಡಿಷನ್ ಮುಗಿಸಿ ಬಿಡಿ ಎಂದು ಆದೇಶ ನೀಡುತ್ತಿದ್ದರು. ನಾವು ಸಿಟಿ ಎಡಿಷನ್ ಮುಗಿಸಿ, ಅವರ ಕೋಟನ್ನು ಕೈಗೆತ್ತಿಕೊಂಡು ಕೆಳಗೆ ಬಂದು 'ಯತಿ'ಯಲ್ಲಿ ರಾಶಾ ಅವರನ್ನು ವ್ಯಾನಿಗೆ ಹತ್ತಿಸಿಕೊಂಡು ಮನೆಗೆ ಮುಟ್ಟಿಸಬೇಕಾಗುತ್ತಿತ್ತು.

ರಾತ್ರಿ ಪಾಳಿ ಕಳೆದು ಹಗಲಿನ ಪಾಳಿಯೂ ಮುಗಿಯಿತು. ನಾನು ಚಾತಕ ಪಕ್ಷಿಯಂತೆ ಕಾಯುತ್ತಿದ್ದ ನೇಮಕದ ಆಜ್ಞೆ ಬರಲೇ ಇಲ್ಲ. ಹಾಜರಾತಿ ಪುಸ್ತಕದಲ್ಲಿ ದ್ವಾರಕಾನಾಥ್ (ಸಂಪಾದಕೀಯ ವಿಭಾಗದ ಆಡಳಿತಾತ್ಮಕ ಕೆಲಸಗಳನ್ನು ನೋಡಿಕೊಳ್ಳುತ್ತಿದ್ದವರು) ಸುದ್ದಿ ಸಂಪಾದಕರ ಆಣತಿಯಂತೆ ನನ್ನ ಹೆಸರು ಬರೆದಿದ್ದರು. ನಾನು ಪ್ರತಿದಿನ ಸಹಿ ಮಾಡುತ್ತಿದ್ದೆ. ತಿಂಗಳ ಕೊನೆಯಲ್ಲಿ ಅಕೌಂಟ್ಸ್ ವಿಭಾಗದವರು ಹಾಜರಾತಿ ಪುಸ್ತಕವನ್ನು ತರಿಸಿಕೊಂಡು ಪರಿಶೀಲಿಸಿ ಸಂಬಳದ ವ್ಯವಸ್ಥೆ ಮಾಡುವುದು ಅಲ್ಲಿನ ಪದ್ಧತಿ. ಕೃಷ್ಣಸ್ವಾಮಿ ರಾವ್ ಅಂತ ಚೀಫ್ ಅಕೌಟೆಂಟ್. ಅವರು ಖಾದ್ರಿಯವರಿಗೆ ಫೋನ್ ಮಾಡಿ–

"ಸಾರ್, ಅಟೆಂಡೆನ್ಸ್ ರಿಜಿಸ್ಟರಿನಲ್ಲಿ ರಂಗನಾಥ ರಾವ್ ಅಂತ ಹೊಸ ಹೆಸರು ಇದೆ. ಇವರ ನೇಮಕ ಆಗಿದೆಯೆ? ಸ್ಯಾಲರಿ ಎಷ್ಟು? ನಮಗೇನೂ ಮಾಹಿತಿ ಬಂದಿಲ್ಲ," ಎಂದು ಕೇಳಿದರಂತೆ. ಅಂದು ಬೆಳಿಗ್ಗೆ ಕೆಲಸಕ್ಕೆ ಹೋದಾಗ ಸುದ್ದಿ ಸಂಪಾದಕ ಖಾದ್ರಿ ಶಾಮಣ್ಣನವರಿಂದ ನನಗೆ ಬುಲಾವ್.

"ಏನಪ್ಪ, ಕೆಲಸಕ್ಕೆ ಒಂದು ಅರ್ಜಿನೂ ಗುಜರಾಯಿಸದೆ ಒಳಗೆ ಬಂದು ಸೇರಿಕೊಂಡು ಬಿಟ್ಟಿದೀಯಲ್ಲ. ಸಂಬಳ ಬೇಡವೇ? ಒಂದು ಅರ್ಜಿ ಬರೆದು ಕೊಡು," ಎಂದು 'ಸು ಸಂ' ತಾಕೀತು ಮಾಡಿದರು. ನಾನು ಉದ್ಯೋಗ ಕೋರಿ ಸಂಪಾದಕರಿಗೆ ಒಂದು ಅರ್ಜಿ ಬರೆದು 'ಖಾ ಶಾ' ಅವರ ಕೈಯ್ಯಲ್ಲಿಟ್ಟೆ. ಅವರು ಅದನ್ನು ಟಿಎಸ್ಸಾರ್ ಬಳಿ ಒಯ್ದು ಅವರಿಂದ ಅದರ ಮೇಲೆ ಒಂದು ಶಿಫಾರಸು ಟಿಪ್ಪಣಿ ಹಾಕಿಸಿ ದ್ವಾರಕಾನಾಥ್ ಕೈಯ್ಯಲ್ಲಿ ಪ್ರಿಂಟರ್ಸ್ ಸಂಸ್ಥೆಯ ಕಾರ್ಯದರ್ಶಿ ನೆಟ್ಟಕಲ್ಲಪ್ಪನವರ ಕಚೇರಿಗೆ ಕಳುಹಿಸಿದರು.

ನಂತರ ನೇಮಕದ ಆಜ್ಞೆ ಬಂತು. ಸಂಬಳ 270 ರೂ. ಸಂಪಾದಕರ ಶಿಫಾರಸಿನನ್ವಯ ಆದ ಕೊನೆಯ ನೇಮಕ ನನ್ನದು. ಆನಂತರ ನಾಲ್ಕೈದು ಜನರನ್ನು ಆಡಳಿತ ವರ್ಗ ನೇರವಾಗಿ ನೇಮಕ ಮಾಡಿ ಕಳುಹಿಸಿತ್ತು. ಆಗ ಪರ್ಸನಲ್ ಡಿಪಾರ್ಟ್ಮೆಂಟ್ ಅಂತ ಇದ್ದಂತಿರಲಿಲ್ಲ. ಮುಂದೆ ಹೊಸ ತಲೆಮಾರಿನವರು ಪತ್ರಿಕೆಯ ಆಡಳಿತದ ಅಧಿಕಾರ ವಹಿಸಿಕೊಂಡ ನಂತರ ನೇಮಕ ಇತ್ಯಾದಿಗಳಲ್ಲಿ ಶಿಸ್ತುಬದ್ಧ ಕ್ರಮ ಶುರುವಾಯಿತು. ಅರ್ಜಿಗಳನ್ನು ಕರೆಯುವುದು, ಸಂಪಾದಕೀಯ ವಿಭಾಗ

ಟೆಸ್ಟ್ ಕೊಟ್ಟು, ಮೌಲ್ಯಮಾಪನ ಮಾಡಿ ಉತ್ತರ ಪತ್ರಿಕೆಗಳನ್ನು ಕಳುಹಿಸುವುದು. ಟೆಸ್ಟಿನಲ್ಲಿ ಪಾಸಾದವರನ್ನು ಮೌಖಿಕ ಸಂದರ್ಶನಕ್ಕೆ ಕರೆಯುವುದು ಇವೆಲ್ಲ ಕ್ರಮಬದ್ಧವಾಗಿ ಶುರುವಾಯಿತು. ಮೌಖಿಕ ಸಂದರ್ಶನದಲ್ಲಿ ಸಂಪಾದಕರಾಗಲೀ ಸುದ್ದಿ ಸಂಪಾದಕರಾಗಲೀ ಇರಲು ಅವಕಾಶವಿರುತ್ತಿರಲಿಲ್ಲ. ನೇಮಕಗಳಲ್ಲಿ ಆಖೈರು ತೀರ್ಮಾನ ನಿರ್ದೇಶಕರುಗಳದೇ ಆಗಿರುತ್ತಿತ್ತು. ನಂತರದ ದಿನಗಳಲ್ಲಿ ಸಂಪಾದಕರೂ ಆಗಿದ್ದ ಮ್ಯಾನೇಜಿಂಗ್ ಡೈರೆಕ್ಟರ್ ಅವರು ಕಾರ್ಯನಿರ್ವಾಹಕ ಸಂಪಾದಕರ ಜೊತೆ ಟೆಸ್ಟಿನಲ್ಲಿ ಪಾಸಾದ ಅಭ್ಯರ್ಥಿಗಳ ಅರ್ಹತೆ ಇತ್ಯಾದಿಗಳ ಬಗ್ಗೆ ಸಮಾಲೋಚಿಸುತ್ತಿದ್ದುದುಂಟು.

ನೇಮಕದ ಆಜ್ಞೆಯೂ ಬಂತು ಸಂಬಳದ ದಿನವೂ ಬಂತು. ಪ್ರಿಂಟರ್ಸ್ (ಮೈಸೂರು) ಲಿಮಿಟೆಡ್ ಸಂಸ್ಥೆಯಲ್ಲಿ ತಿಂಗಳ ಮೊದಲ ದಿನವೇ ಸಂಬಳ. 'ಪ್ರಜಾವಾಣಿ'ಯಲ್ಲಿ ಮೊದಲ ಸಂಬಳ ಪಡೆದದ್ದೂ ಒಂದು ವಿಶೇಷ ಅನುಭವವೇ. ಕಾರ್ಯದರ್ಶಿಗಳಾಗಿದ್ದ ಕೆ ಎ ನೆಟ್ಟಕಲ್ಲಪ್ಪನವರೇ ಸ್ವಹಸ್ತದಿಂದ ನೌಕರರಿಗೆ ಸಂಬಳ ಕೊಡುವುದು ಅಲ್ಲಿನ ಸಂಪ್ರದಾಯವಾಗಿತ್ತು. ನಾವು ಅವರ ಚೇಂಬರಿಗೆ ಹೋಗಿ ಸಂಬಳ ಪಡೆಯಬೇಕಿತ್ತು. ಅಕೌಟೆಂಟ್ ಗುರುಮೂರ್ತಿಯವರು ಹೆಸರು ಹಿಡಿದು ಕರೆದಂತೆ ರಿಜಿಸ್ಟರಿನಲ್ಲಿ ಸಹಿ ಹಾಕಿ ನೆಟ್ಟಕಲ್ಲಪ್ಪನವರ ಮುಂದೆ ನಿಲ್ಲಬೇಕು. ಎದುರು ನಿಂತವರನ್ನು ಆಪಾದಮಸ್ತಕ ನೋಡಿ, ಮೇಜಿನ ಮೇಲಿದ್ದ ಟ್ರೇನಿಂದ ಸಂಬಳದ ಕವರನ್ನು ತೆಗೆದು ನೆಟ್ಟಕಲ್ಲಪನವರು ನಮಗೆ ಕೊಡುತ್ತಿದ್ದರು. ಒಮ್ಮೊಮ್ಮೆ ಕುಶಲೋಪರಿ ವಿಚಾರಿಸುತ್ತಿದ್ದುದೂ ಉಂಟು–ಮನೆಯವರ ಬಗ್ಗೆ, ಕೆಲಸದ ಬಗ್ಗೆ. ಇದು ಸಿಬ್ಬಂದಿಯೊಂದಿಗೆ ಪ್ರಿಂಟರ್ಸ್ (ಮೈಸೂರು) ಮಾಲೀಕರು ಇಟ್ಟುಕೊಂಡಿದ್ದ ಆಪ್ತ ಸಂಬಂಧದ ಶೈಲಿ.

ಪ್ರತಿವರ್ಷ ದೀಪಾವಳಿಗೆ ಮುಂಚೆ ಬೋನಸ್ ಕೊಡಲಾಗುತ್ತಿತ್ತು. ಸ್ವತಃ ಗೌರ್ನಿಂಗ್ ಡೈರೆಕ್ಟರ್ ಆಗಿದ್ದ ಕೆ ಎನ್ ಗುರುಸ್ವಾಮಿಯವರೇ ಸ್ವಹಸ್ತದಿಂದ ಎಲ್ಲ ನೌಕರರಿಗೂ ಬೋನಸ್ ಕೊಡುತ್ತಿದ್ದರು. ಈ ಬೋನಸ್ ವಿತರಣೆ ಸಮಾರಂಭ ಒಂದು ಹಬ್ಬದಂತೆ ನಡೆಯತ್ತಿತ್ತು. ಲಕ್ಷ್ಮೀ ಪೂಜೆ, ಗುರುಸ್ವಾಮಿಯವರಿಂದ ಪುಟ್ಟ ಭಾಷಣ, ನಂತರ ಬೋನಸ್ ವಿತರಣೆ. ಬೋನಸ್ ಹಣವನ್ನು ಕುಟುಂಬದ ಕ್ಷೇಮಾಭಿವೃದ್ಧಿಗಾಗಿ ಸದ್ವಿನಿಯೋಗ ಮಾಡಿ ಎಂದು ನೌಕರರಿಗೆ ಹಿತವಚನ ಹೇಳುವುದನ್ನು ಗುರುಸ್ವಾಮಿಯವರು ಮರೆಯುತ್ತಿರಲಿಲ್ಲ.

ನಾನು ಚಕಿತನಾದೆ. ಇದು ಊಳಿಗಮಾನ್ಯ ಮನೋಭಾವದ ಪಳೆಯುಳಿಕೆ 'ಪ್ರದರ್ಶನವೋ' ನಿಜವಾದ ಅಂತಃಕರಣವೋ ಎಂದು ಗೊಂದಲವಾಯಿತು. ಆದರೆ, ನೌಕರರ ಬಗೆಗಿನ ಈ ಪರಿಯ ಕುಶಲೋಪರಿಯಲ್ಲಿದ್ದ ಮಾನವೀಯತೆಯ ಸ್ಪರ್ಶವನ್ನಂತೂ ಅಲಕ್ಷಿಸುವಂತಿರಲಿಲ್ಲ. ❖

7

ಮೊಟ್ಟಮೊದಲಿಗೆ ಸಂಪಾದಕೀಯ ವಿಭಾಗದಲ್ಲಿ ನಾನು ಗಮನಿಸಿದ್ದು ಮುಕ್ತವಾಗಿ ಮಾತನಾಡಬಹುದಾದಂಥ ಸ್ವಾತಂತ್ರ್ಯ, ಮುಕ್ತವಾದ ವಾತಾವರಣ. ಸಂಪಾದಕ, ಸುದ್ದಿ ಸಂಪಾದಕರಿಂದ ಹಿಡಿದು ಹಿರಿಯ ಕಿರಿಯ ಸಹೋದ್ಯೋಗಿಗಳ ಜೊತೆ ನಿರ್ಭೀತಿಯಿಂದ, ಮುಚ್ಚುಮರೆ ಇಲ್ಲದೆ ಯಾವ ವಿಷಯ ಬೇಕಾದರೂ ಚರ್ಚಿಸಬಹುದಿತ್ತು.

ಸ್ವಾತಂತ್ರ್ಯದ ಸೊಬಗು

'ಮೈ ಬಣ್ಣವನ್ನೇ ಚೆಲುವೆಂದು ನಾವು ಭ್ರಮಿಸುತ್ತೇವೆ' ಎನ್ನುವುದು ಲೋಹಿಯಾ ಅವರ ಮಾತು. ಅಂತರಂಗದ ಸೊಬಗು ಎನ್ನುವುದೊಂದು ಇದೆ, ಅದಕ್ಕೆ ನಾವು ಕುರುಡಾಗಿದ್ದೇವೆ ಎನ್ನುವುದೂ ಈ ಮಾತಿನ ತಾತ್ಪರ್ಯವಾದೀತು. ಅಂತರಂಗದ ಸೊಬಗು ಎನ್ನುವುದು ಮುಖ್ಯವಾಗಿ ನೈತಿಕತೆ ಮತ್ತು ಸ್ವಾತಂತ್ರ್ಯಗಳಿಗೆ ಸಂಬಂಧಿಸಿದ್ದು. ಸ್ವಾತಂತ್ರ್ಯ, ಮುಕ್ತತೆ ಮತ್ತು ನೈತಿಕತೆಗಳು ಮಾನವನ ಘನತೆಯನ್ನು ಒರೆಗೆ ಹಚ್ಚುವ ಎರಡು ಮಾನದಂಡಗಳು. 'ಪ್ರಜಾವಾಣಿ'ಯಲ್ಲಿ ಹೆಜ್ಜೆಯಿಟ್ಟೊಡನೆಯೇ ಇಂಥದೊಂದು ಸೊಬಗನ್ನು ನನ್ನ ಆಂತರ್ಯ ಥಟ್ಟನೆ ಗುರುತಿಸಿತ್ತು.

ಮೊಟ್ಟಮೊದಲಿಗೆ ಸಂಪಾದಕೀಯ ವಿಭಾಗದಲ್ಲಿ ನಾನು ಗಮನಿಸಿದ್ದು ಮುಕ್ತವಾಗಿ ಮಾತನಾಡಬಹುದಾದಂಥ ಸ್ವಾತಂತ್ರ್ಯ, ಮುಕ್ತವಾದ ವಾತಾವರಣ. ಸಂಪಾದಕ, ಸುದ್ದಿ ಸಂಪಾದಕರಿಂದ ಹಿಡಿದು ಹಿರಿಯ ಕಿರಿಯ ಸಹೋದ್ಯೋಗಿಗಳ ಜೊತೆ ನಿರ್ಭೀತಿಯಿಂದ, ಮುಚ್ಚುಮರೆ ಇಲ್ಲದೆ ಯಾವ ವಿಷಯ ಬೇಕಾದರೂ ಚರ್ಚಿಸಬಹುದಿತ್ತು. ಟಿಎಸ್ಸಾರ್, ಖಾದ್ರಿ, ವೈಎನ್ಕೆ ಅವರಿಂದ ಹಿಡಿದು ಸಂಪಾದಕೀಯ ವಿಭಾಗದ ಒಂದೊಂದು ಭಾಗದಲ್ಲೂ ಇದ್ದವರ ವಿದ್ಯೆ, ಪರಿಣತಿ, ಅನುಭವ, ವರ್ಚಸ್ಸುಗಳೂ ಮುಕ್ತ ಚರ್ಚೆಯ ಸ್ವಾತಂತ್ರ್ಯಕ್ಕೆ ಪೂರಕವಾಗಿದ್ದವು.

ಎಲ್ಲ ಪತ್ರಿಕಾ ಕಚೇರಿಗಳಲ್ಲಿರುವಂತೆ ಸಾರ್ವ ಲೌಕಿಕ ಸುದ್ದಿ ಮೇಜು (ಜನರಲ್ ನ್ಯೂಸ್ ಡೆಸ್ಕ್), ಗ್ರಾಮಾಂತರ ಸುದ್ದಿ ಮೇಜು (ಮೊಫಿಸಿಲ್ ನ್ಯೂಸ್ ಡೆಸ್ಕ್), ವರದಿಗಾರರ ವಿಭಾಗ, ಸಂಪಾದಕೀಯ ಪುಟದ ವಿಭಾಗ, ಕ್ರೀಡಾ ವಿಭಾಗ, ವಾಣಿಜ್ಯ ವಿಭಾಗ, ಸಾಪ್ತಾಹಿಕ ಪುರವಣಿ ವಿಭಾಗಗಳು 'ಪ್ರಜಾವಾಣಿ'ಯಲ್ಲೂ ಇದ್ದವು. ಸಂಪಾದಕರು, ಸುದ್ದಿ ಸಂಪಾದಕರ ನಂತರ ಸಂಪಾದಕೀಯ ಪುಟ ನೋಡಿಕೊಳ್ಳಲು, ಸಂಪಾದಕೀಯ ಬರೆಯಲು ಇಬ್ಬರು ಸಹಾಯಕ ಸಂಪಾದಕರುಗಳಿದ್ದರು. ಅವರು ಮ ಶ್ರೀಧರ ಮೂರ್ತಿ ಮತ್ತು ಗೋಪಾಲ ಕಣ್ಣನ್. ಇಬ್ಬರೂ ಸಮರ್ಥ ಲೇಖಕರುಗಳಾಗಿದ್ದರು. ಚಿತ್ರದುರ್ಗ ಜಿಲ್ಲೆಯ ಮರಡಿಹಳ್ಳಿಯವರಾದ ಶ್ರೀಧರ ಮೂರ್ತಿಯವರು ಕೆಲವು ಕಾದಂಬರಿಗಳು ಮತ್ತು 'ನಂದಿಕೇಶ್ವರನ ಅಭಿನಯ ದರ್ಪಣ', 'ವಾತ್ಸಾಯನನ ಕಾಮ ಕಲೆ' ಮೊದಲಾದ ಶಾಸ್ತ್ರ ಗ್ರಂಥಗಳನ್ನು ರಚಿಸಿ ಖ್ಯಾತರಾಗಿದ್ದರು. ತರಾಸು ಮತ್ತು ಇತಿಹಾಸಕಾರ ಹುಲ್ಲೂರು ಶ್ರೀನಿವಾಸ ಜೋಯಿಸರ ನಿಕಟವರ್ತಿಗಳಾಗಿದ್ದರು.

ಕನ್ನಡ ಪತ್ರಿಕೋದ್ಯಮ ಸೇರಿದ ಮೊದಲ ಸ್ನಾತಕೋತ್ತರ ಎಂಎ ಪದವೀಧರರಾದ ಮಾಗಡಿ ಗೋಪಾಲ ಕಣ್ಣನ್ ಅವರೂ ರಾಜ್ಯ, ರಾಷ್ಟ್ರ, ವಿದೇಶಗಳ ವಿದ್ಯಮಾನಗಳಲ್ಲಿ ಜ್ಞಾನಿಗಳಾಗಿದ್ದರಲ್ಲದೆ ಸಂಗೀತ, ಕಲೆಗಳಲ್ಲೂ ಅಧ್ಯಯನ ಮಾಡಿದ್ದರು. ಕಣ್ಣನ್ ಅವರಿಗೆ ಸಾಹಿತ್ಯ, ಸಂಗೀತ, ನಾಟ್ಯ ಮೊದಲಾದ ಕಲೆಗಳಲ್ಲಿ ಪ್ರಕಾಂಡ ಪಂಡಿತರಾಗಿದ್ದ ಡಾ. ರಾಳ್ಳಪಳ್ಳಿ ಅನಂತಕೃಷ್ಣ ಶರ್ಮರೊಡನೆ ಒಡನಾಟವಿತ್ತು. ಅಲ್ಲದೆ ಅವರು ಆರ್‌ಎಸ್‌ಎಸ್‌ನ ಕಟ್ಟಾ ಅಭಿಮಾನಿಯಾಗಿದ್ದರು.

ವೈಎನ್ಕೆ ಮತ್ತು ಸಿ ಸಿದ್ದಲಿಂಗಪ್ಪ ಉಪ ಸುದ್ದಿ ಸಂಪಾದಕರು. ಇವರಿಬ್ಬರೂ ಸಾರ್ವ ಲೌಕಿಕ ಸುದ್ದಿ ಮೇಜು, ಗ್ರಾಮಾಂತರ ಸುದ್ದಿ ಮೇಜು ಮತ್ತು ವರದಿಗಾರರ ಸುದ್ದಿ ವಿಭಾಗದ ಸುದ್ದಿಗಳ ನಿರ್ವಹಣೆ ಮಾಡುತ್ತಿದ್ದರು. ಸಾರ್ವ ಲೌಕಿಕ ಸುದ್ದಿ ಮೇಜಿನಲ್ಲಿ ರಾಶಾ, ಬಿಎಂಕೆ. ಮತ್ತು ಎಚ್ ನರಸಿಂಹ ಮೂರ್ತಿ ಮುಖ್ಯ ಉಪ ಸಂಪಾದಕರುಗಳಾಗಿದ್ದರು. ಗ್ರಾಮಾಂತರ ಸುದ್ದಿ ಮೇಜಿನಲ್ಲಿ ಮುನಿಯಪ್ಪ, ಗುರು ಮೂರ್ತಿ ಮತ್ತು ಟಿ ನಾಗರಾಜು ಮುಖ್ಯ ಉಪ ಸಂಪಾದಕರುಗಳಾಗಿದ್ದರು. ಎಸ್ ವಿ

ಜಯಶೀಲ ರಾವ್ ಮುಖ್ಯ ವರದಿಗಾರರು. ಸಿ ವಿ ರಾಜಗೋಪಾಲ್, ಜಯತೀರ್ಥ ಹಿರಿಯ ವರದಿಗಾರರು. ಎಚ್ ಎಸ್ ಸೂರ್ಯನಾರಾಯಣ ಕ್ರೀಡಾ ವಿಭಾಗದ ಮುಖ್ಯ ಉಪ ಸಂಪಾದಕರಾಗಿದ್ದರು. 'ಮಾವ' ಎಂದೇ ಕರೆಯಲಾಗುತ್ತಿದ್ದ ಕೆ ಎಚ್ ನರಸಿಂಹ ಮೂರ್ತಿ ವಾಣಿಜ್ಯ ಪುಟ ನೋಡಿಕೊಳ್ಳುತ್ತಿದ್ದರು. ಬಿ ವಿ ವೈಕುಂಠರಾಜು ಸಾಪ್ತಾಹಿಕ ಪುರವಣಿಯ ಮುಖ್ಯ ಉಪ ಸಂಪಾದಕರು. ಅವರ ಜೊತೆ ಜಿ ಎಸ್ ಸದಾಶಿವ ಇದ್ದರು. ವೈಕುಂಠರಾಜು, ಸದಾಶಿವ ಹೊರತಾಗಿ ಉಳಿದವರೆಲ್ಲರೂ ವೃತ್ತಿಯಲ್ಲಿ ನನಗಿಂತ ಹಿರಿಯರೂ ಅನುಭವಿಗಳೂ ಆಗಿದ್ದರು. ಇವರೆಲ್ಲರೂ ತೆರೆದ ಮನಸ್ಸಿನವರಾಗಿದ್ದು ಕಿರಿಯರೊಂದಿಗೆ ಮುಕ್ತವಾಗಿ ಬೆರೆಯುತ್ತಿದ್ದುದು ನಾನು ಹೋದೊಡನೆಯೇ ಕಂಡುಕೊಂಡ ವಿಶೇಷ. ಹೀಗಾಗಿ ಇವರುಗಳ ಅನುಭವದ, ವಿಷಯ ಜ್ಞಾನ–ಪರಿಣಿತಿಗಳ ಲಾಭವನ್ನು ಪಡೆದುಕೊಳ್ಳುವ ಅದೃಷ್ಟ ನನ್ನಂಥವರದಾಗಿತ್ತು. ಚಿತ್ರಕಲೆ ಮತ್ತು ಸಂಗೀತ ಕಛೇರಿಗಳ ವಿಮರ್ಶೆ ಬರೆಯುತ್ತಿದ್ದ ಬಿವಿಕೆ ಶಾಸ್ತ್ರೀಗಳು 'ಪ್ರಜಾವಾಣಿ'ಯ ಉದ್ಯೋಗಿಯಲ್ಲದಿದ್ದರೂ ಉದ್ಯೋಗಿಯಂತೆಯೇ ಇದ್ದರು. ಸಂಗೀತಜ್ಞರೂ ಕಲಾಭಿಜ್ಞರೂ ಆಗಿದ್ದ ಶಾಸ್ತ್ರೀಗಳು ಪೌರಾತ್ಯ ಮತ್ತು ಪಾಶ್ಚಿಮಾತ್ಯ ಸಂಗೀತ ಮತ್ತು ವರ್ಣಚಿತ್ರ ಕಲೆಗಳಲ್ಲಿ ನನ್ನಂಥವರಿಗೆ ಒಂದು ಆಕರ ಗ್ರಂಥದಂತಿದ್ದರು.

ನನ್ನ ಮಟ್ಟಿಗಂತೂ 'ಪ್ರಜಾವಾಣಿ' ಒಂದು ಮುಕ್ತ ವಿಶ್ವವಿದ್ಯಾಲಯವೇ ಆಗಿತ್ತು. ಜ್ಞಾನ, ಅನುಭವ, ಪರಿಣತಿಗಳನ್ನುಳ್ಳ ಮಾನವ ಸಂಪತ್ತಿನ ಜೊತೆಗೆ ಸುಸಜ್ಜಿತವಾದ ಗ್ರಂಥಾಲಯವೂ ಇಲ್ಲಿತ್ತು. ಟಿಎಸ್ಸಾರ್ ಅವರ್ 'ಭೂಬಾಣ' ಅಂಕಣವೇ ಕಲಿಯವವರಿಗೆ ಒಂದು ಜ್ಞಾನದ ಗಣಿಯಂತಿತ್ತು. ಆ ಅಂಕಣದಲ್ಲಿ ನಮ್ಮ ದೇಶದ, ನಮ್ಮ ರಾಜ್ಯದ ಒಂದು ಸಣ್ಣ ಹಳ್ಳಿಯಿಂದ ಹಿಡಿದು ಪ್ರಪಂಚದ ಎಲ್ಲ ಮೂಲೆಗಳ ವಿಷಯಗಳು, ವ್ಯಕ್ತಿಗಳನ್ನು ಟಿಎಸ್ಸಾರ್ ತಮ್ಮ ಭೂತಗನ್ನಡಿಯಲ್ಲಿ ತೋರಿಸುತ್ತಿದ್ದರು. ಮಾಹಿತಿ ಮತ್ತು ಕಚಗುಳಿ ಇಡುವ, ಕೂರಂಬಾಗುವ ಟೀಕೆ–ಟಿಪ್ಪಣಿಗಳಿಂದ ಟಿಎಸ್ಸಾರ್ ವಿಷಯದ ಸರ್ವಾಂಗೀಣ ದರ್ಶನ ಮಾಡಿಸುತ್ತಿದ್ದರು. ಸಂಪಾದಕರಾಗಿ ಟಿಎಸ್ಸಾರ್ ನಮಗೆ ಕಲಿಸುತ್ತಿದ್ದ ಪರಿಯೂ ಪಾಠ ಹೇಳುವ ಮೇಷ್ಟ್ರ ರೀತಿಯದಾಗಿರಲಿಲ್ಲ, ಹಿರಿಯರು ಹೇಳುವ ಬುದ್ಧಿವಾದದ ರೀತಿಯದೂ ಆಗಿರಲಿಲ್ಲ. ನೀರಿನ ಹತ್ತಿರ ಕರೆದೊಯ್ದು 'ಇನ್ನು ನೀನುಂಟು ನೀರುಂಟು' ಎನ್ನುವ ರೀತಿಯದು. ಒಂದು ಮಾತಿನಲ್ಲಿ ಸೂಚನೆ ಇತ್ತು ಮುಂದೆ ಹೇಗೆ ಸಾಗಬೇಕು ಎನ್ನುವ ಬಗ್ಗೆ ನಮಗೆ ಪೂರ್ತಿಯಾಗಿ ಸ್ವಾತಂತ್ರ್ಯ ಕೊಟ್ಟು ಬಿಡುತ್ತಿದ್ದರು. ಸುದ್ದಿ ಬರೆಯುವುದು, ಸುದ್ದಿಯ ಮೌಲ್ಯ ವಿವೇಚನೆ, ಅದಕ್ಕೆ ಕೊಡಬೇಕಾದ ಪ್ರಾಶಾಸ್ತ್ಯ, ಪುಟ ವಿನ್ಯಾಸ ಇತ್ಯಾದಿ ಎಲ್ಲದರಲ್ಲೂ ನಮಗೆ ಸಂಪೂರ್ಣ ಸ್ವಾತಂತ್ರ್ಯ ಕೊಡುತ್ತಿದ್ದರು. ಇದೆಲ್ಲವನ್ನು ವಿಮರ್ಶಿಸುವ ಬೆಳಗುಬೈಗಿನ ಸಂಪಾದಕೀಯ ಸಭೆಯ ಸಂದರ್ಭದಲ್ಲೂ ನಮಗೆ

ನಮ್ಮ ನಿರ್ಧಾರ, ವಿವೇಚನೆಗಳನ್ನು ಸಮರ್ಥಿಸಿಕೊಳ್ಳುವ ಸ್ವಾತಂತ್ರ್ಯವಿತ್ತು. ಖಾದ್ರಿ ಶಾಮಣ್ಣನವರು ಹೇಳಿರುವಂತೆ, "ರಾಮಚಂದ್ರ ರಾಯರು ಸಹೋದ್ಯೋಗಿಗಳಿಗೆ ಸ್ವಾತಂತ್ರ್ಯವನ್ನು ಕೊಟ್ಟು ಸಾಮರ್ಥ್ಯವನ್ನು ಬೆಳೆಸಿದರು."

ನಾನು ಪತ್ರಿಕಾ ವ್ಯವಸಾಯಕ್ಕೆ ಕಾಲಿರಿಸಿದ ದಿನಗಳು ವಾತಾವರಣದ ತುಂಬ ಸಮಾಜವಾದ ಮತ್ತು ನವ್ಯ ಸಾಹಿತ್ಯದ ಗಾಳಿ ಆವರಿಸಿಕೊಂಡಿದ್ದ ದಿನಗಳು. 'ಪ್ರಜಾವಾಣಿ' ಇದರಲ್ಲಿ ಮುಂಚೂಣಿಯಲ್ಲಿತ್ತು. ಖಾದ್ರಿ ಶಾಮಣ್ಣ ಲೋಹಿಯಾ ಸಮಾಜವಾದದ ಮುಂದಾಳಾದರೆ ವೈಎನ್ಕೆ ನವ್ಯ ಸಾಹಿತ್ಯದ ಸಂಚಲನ ಶಕ್ತಿ.

ಲೋಹಿಯಾ, ಜೆ ಪಿ, ಅಶೋಕ್ ಮೆಹ್ತಾ, ಮೋಹನ್ ಧಾರಿಯಾ, ಮಧು ಲಿಮೆಯೆ, ಜಾರ್ಜ್ ಫರ್ನಾಂಡಿಸ್ ಮೊದಲಾದವರ ಬಗ್ಗೆ ಖಾದ್ರಿಯವರು ಸಮಯ–ಸಂದರ್ಭ ಒದಗಿ ಬಂದಾಗಲೆಲ್ಲ ನಮಗೆ ಹೇಳುತ್ತಿದ್ದರು. ಎಲಿಯಟ್, ಪೌಂಡ್, ಕಮೂ, ಕಾಫ್ಕ, ಲಾರೆನ್ಸ್, ಸಾರ್ತ್ರೆ, ಜಿನೆ, ರಿಚರ್ಡ್ಸ್ ಮೊದಲಾದವರನ್ನು ವೈಎನ್ಕೆ ನಮ್ಮಿಂದ ಓದಿಸುತ್ತಿದ್ದರು. ಹಾಗೆಯೇ ಐಸೆನ್‌ಸ್ಟೈನ್‌ನ 'ಬ್ಯಾಟಲ್‌ಶಿಪ್ ಪೊಟೆಮ್‌ಕಿನ್' (ರಷ್ಯದ ಕ್ರಾಂತಿ ಕುರಿತ ಚಿತ್ರ), ಕುರೊಸಾವಾನ 'ರಾಶೋಮನ್', ಸತ್ಯಜಿತ್ ರಾಯ್ ಅವರ 'ಪಥೇರ್ ಪಾಂಚಾಲಿ' ಮೊದಲಾದ ಅಭಿಜಾತ ಚಿತ್ರಗಳು, ಪೀಟರ್ ಬ್ರೂಕನ 'ಮಹಾಭಾರತ' ರಂಗಪ್ರಯೋಗಗಳ ಬಗ್ಗೆ, ಎನ್‌ಎಸ್‌ಡಿಯ ಅಲ್ಕಾಜಿ, ಸತ್ಯು, ಬಿ ವಿ ಕಾರಂತರ ರಂಗಪ್ರಯೋಗಗಳ ಬಗ್ಗೆ; ಹೊಸ ಸಿನಿಮಾ, ಹೊಸ ನಾಟಕ ಮತ್ತು ರಂಗಭೂಮಿ ಬಗ್ಗೆ; ಕೆ ವೆಂಕಟಪ್ಪನವರ ಶಿಲ್ಪಕಲೆ, ಪಾವಂಜೆ, ರುಮಾಲೆ ಚೆನ್ನಬಸಪ್ಪ, ಎಸ್ ಜಿ ವಾಸುದೇವ್, ಹೆಬ್ಬಾರ್, ಪಿಕಾಸೊ ಮೊದಲಾದವರ ವರ್ಣಚಿತ್ರಗಳ ಬಗ್ಗೆ; ಸಾಹಿತ್ಯ ಕಲೆಗಳ ಪಂಥಗಳ ಬಗ್ಗೆ ಬಗೆಬಗೆಯಾಗಿ 'ಫಾ' ಉವಾಚದೊಂದಿಗೇ ನಮ್ಮೊಂದಿಗೆ ಮಾತನಾಡುತ್ತಿದ್ದ ವೈಎನ್ಕೆ ಒಂದು ಮಾಹಿತಿ ಕೋಶವೇ ಆಗಿದ್ದರು.

ಖಾದ್ರಿ ಶಾಮಣ್ಣನವರು ಜರ್ನಲಿಸಮ್ ಆಫ್ ಹ್ಯುಮಾನಿಟಿ ಬಗ್ಗೆ ಹೇಳುತ್ತಲೇ ಪತ್ರಕರ್ತರಿಗೆ, ಭಾಷೆ, ಚರಿತ್ರೆ, ಭೂಗೋಳ ಚೆನ್ನಾಗಿ ಗೊತ್ತಿರಬೇಕೆಂದು ಪದೇಪದೇ ನುಡಿಯುತ್ತಿದ್ದರು. ಬೇಗು ಸರಾಯ್ ಎಲ್ಲಿದೆ ಗೊತ್ತಾ? ನಕ್ಸಲ್ಬಾರಿ ಎಲ್ಲಿದೆ ಗೊತ್ತಾ? ಕಾಗೋಡು ಎಲ್ಲಿದೆ ಗೊತ್ತಾ? ಎಂದು ಕೇಳುತ್ತಲೇ, ಪಟನಾ ಅಂತ ಬರೀಬೇಡಿ, ಪಾಟಲೀಪುತ್ರ ಸರಿಯಾದದ್ದು, ಕರಣ್ ಸಿಂಗ್ ಅಲ್ಲ, ಕರಣ ಸಿಂಹ ಎಂದೇ ಬರೆಯಬೇಕು ಎಂದೆಲ್ಲ ತಾಕೀತು ಮಾಡುತ್ತಿದ್ದರು. ನಾವು ಹಾಗೆ ಬರೆದಾಗ–

"ಅಂಕಿತ ನಾಮವನ್ನು ನಮ್ಮ ಮನಸ್ಸಿಗೆ ಬಂದ ಹಾಗೆ ಬರೆಯಬಾರದು, ಯಾರದು 'ಫಾ' ಕರಣ ಸಿಂಹ ಅಂತ ಬರೆದದ್ದು, ಯಾರದು 'ಫಾ' ಹಾಗೆ ಹೇಳಿದ್ದು," ಎಂದು ಮರುದಿನ ವೈಎನ್ಕೆ ಅವರಿಂದ ಮಂತ್ರಪುಷ್ಪ ಸುರಿಮಳೆಯಾಗುತ್ತಿತ್ತು.

ನಮಗೆ, ಇರುಸುಮುರುಸು ಮೋಜು ಎರಡೂ...

"ಸಾರ್ತರೋ, ಸಾರ್ತ್ರೆನೋ? ಸ್ಪೆಲಿಂಗ್ ಗೊತ್ತಾ? ಸರಿಯಾದ ಉಚ್ಚಾರಣೆ ಗೊತ್ತಾ? ಕಮೂನೂ ಕಾಮೂನೋ? ಒಟ್ಟಲ್ಲಿ ಎಲ್ಲ ಕಾಮವೇ, ಫುಲ್‌ಸ್ಟಾಪುಗಳೇ ಇಲ್ಲ. ಎಲ್ಲ 'ಫಾ' ಗಳು.

–ಇದು ವೈಎನ್ಕೆಯರಿಗೆ ಖಾದ್ರಿ ತಿರುಗೇಟು.

ಕ್ರಿಯಾ ಪದವಿಲ್ಲದ ಬರವಣಿಗೆ ಕಂಡರೆ ಖಾದ್ರಿ ಕಿಡಿಕಿಡಿಯಾಗುತ್ತಿದ್ದರು. ಕ್ರಿಯಯೂ ಇಲ್ಲ, ಕರ್ಮವೂ ಇಲ್ಲ ಎಂದು ಗಹಗಹಿಸಿ ನಗುತ್ತಿದ್ದರು. ಸಂಜೆ ಮನೆಗೆ ಹೋಗುವಾಗ ರಾತ್ರಿ ಪಾಳಿಯವರಿಗೆ, "ಜಯಶೀಲನ ಕಾಪಿ ಸರಿಯಾಗಿ ನೋಡಬೇಕು. ಅವನ ಬರವಣಿಗೆಯಲ್ಲಿ ಕ್ರಿಯಾಪದಗಳೇ ಇರೋದಿಲ್ಲ," ಎಂದು ಎಚ್ಚರಿಕೆಯ ಮಾತುಗಳನ್ನು ಹೇಳುತ್ತಿದ್ದರು. ಆದರೆ, ವಿಪರ್ಯಾಸವೆಂದರೆ ಖಾದ್ರಿಯವರೇ ಕ್ರಿಯಾಪದವಿಲ್ಲದ ವಾಕ್ಯಗಳನ್ನು ಬರೆಯುತ್ತಿದ್ದು ಜಯಶೀಲರನ್ನು ಹಂಗಿಸುತ್ತಿದ್ದರು. ಕನ್ನಡ ಪತ್ರಿಕೋದ್ಯಮದಲ್ಲಿ ಈ ಕ್ರಿಯಾಪದವಿಲ್ಲದ ಬರವಣಿಗೆ ಶುರುವಾದದ್ದು ಸಿದ್ಧವನಹಳ್ಳಿ ಕೃಷ್ಣಶರ್ಮರಿಂದ 'ಮಾತಿನ ಮಂಟಪ' ಅಂಕಣ ಮೊದಲಾದ ಬರಹಗಳಿಂದ ಎಂದು ಇನ್ನು ಕೆಲವರ ಅಂಬೋಣ. ಖಾದ್ರಿ, ಜಯಶೀಲ ರಾವ್ ಮೊದಲಾದವರು ಕೃಷ್ಣಶರ್ಮರ ಗರಡಿಯಲ್ಲಿ ಬೆಳೆದ ಪತ್ರಕರ್ತರೇ.

ಇಂಥ ಸಲ್ಲಾಪಗಳು ಬೇಕಾದಷ್ಟು ನಡೆಯುತ್ತಿದ್ದವು. ಇವೆಲ್ಲದರಿಂದ ನಾವು ಕಲಿಯಲು, ಬೆಳೆಯಲು ಸಹಾಯವಾಯಿತು. ನಮ್ಮ ನಮ್ಮಲ್ಲೇ ಒಂದು ಲೇಖನ, ವಿಶ್ಲೇಷಣೆ ಕುರಿತೋ ಸುದ್ದಿಯೊಂದಕ್ಕೆ ನೀಡಲಾದ ಮಹತ್ವ ಕುರಿತೋ, ಶೀರ್ಷಿಕೆ, ಭಾಷಾಂತರದ ಬಗ್ಗೆಯೋ ಚರ್ಚೆಗಳಾಗುತ್ತಿದ್ದವು.

❖

8

ಮುನಿಯಪ್ಪ, ಟಿಎಸ್ಸಾರ್ ನಿಧನಾನಂತರ ಆಫೀಸಿಗೆ ಬರುವುದನ್ನು ನಿಲ್ಲಿಸಿ ಬಿಟ್ಟರು. ಹಠಾತ್ತನೆ ನಾಪತ್ತೆಯಾಗಿ ಬಿಟ್ಟರು. ಬಂಧುಗಳಿದ್ದ ತಮ್ಮ ಹಳ್ಳಿಗೂ ಹೋಗಲಿಲ್ಲ. ಎಲ್ಲಿ ಹೋದರೆಂಬುದು ನಿಗೂಢವಾಗಿಯೇ ಉಳಿಯಿತು.

ಎಲ್ಲಿ ಹೋದಿರಿ ಮುನಿಯಪ್ಪ!

ಜನರಲ್ ಡೆಸ್ಕಿನ ಉಪ ಸಂಪಾದಕರ ಸುದ್ದಿ ಪ್ರಜ್ಞೆ, ಸಂವೇದನೆಗಳ ಬಗ್ಗೆ ಟೀಕೆ ಬರುತ್ತಿದ್ದುದು ಗ್ರಾಮಾಂತರ ಸುದ್ದಿ ಮೇಜಿನ ಮುನಿಯಪ್ಪನವರಿಂದ. ಅವರು ಪ್ರತಿದಿನ ರಾತ್ರಿ ಒಂಬತ್ತರವರೆಗೆ ಇದ್ದು ಮೈಸೂರು ಮತ್ತು ನಗರ ಮುದ್ರಣಗಳಿಗೆ ಹೋಗಲೇಬೇಕಾದ ಗ್ರಾಮೀಣ ಸುದ್ದಿಗಳ ಪಟ್ಟಿಯೊಂದನ್ನು ಕೊಟ್ಟು ಹೋಗುತ್ತಿದ್ದರು. ಸ್ಥಳದ ಒತ್ತಡದಿಂದಾಗಿಯೋ ಅಥವಾ ರಾಷ್ಟ್ರೀಯ/ಅಂತಾರಾಷ್ಟ್ರೀಯ ಮಟ್ಟದ ಸುದ್ದಿ ಸ್ಫೋಟದಿಂದಲೋ ಗ್ರಾಮೀಣ ಸುದ್ದಿಗಳು ನಿಂತು ಹೋಗುತ್ತಿದ್ದವು ಅಥವಾ ಆಯಾ ಮುದ್ರಣಕ್ಕೆ ಹೋಗಿ ನಗರ ಮುದ್ರಣಕ್ಕೆ ಬರುತ್ತಿರಲಿಲ್ಲ. ಇದು ಜನರಲ್ ಡೆಸ್ಕಿನಲ್ಲಿರುವವರಿಗೆ ಸುದ್ದಿ ಪ್ರಜ್ಞೆ ಇಲ್ಲ,

ಗ್ರಾಮೀಣ ಸಂವೇದನೆ ಇಲ್ಲ ಎಂಬ ಮುನಿಯಪ್ಪನವರ ಟೀಕೆಗೆ ಕಾರಣವಾಗಿತ್ತು. ಗ್ರಾಮೀಣ ಬದುಕಿನ ಸಮಸ್ಯೆಗಳು, ರೈತಾಪಿ ವರ್ಗದ ಕಷ್ಟನಷ್ಟಗಳು ವಿಧಾನಸೌಧಕ್ಕೆ ಮುಟ್ಟಬೇಕಾದರೆ ಆ ಸುದ್ದಿಗಳು ನಗರ ಮುದ್ರಣಕ್ಕೆ ಬರಬೇಕೆಂಬ ಮುನಿಯಪ್ಪನವರ ಆಗ್ರಹ ಸರಿಯಾದುದೇ ಆಗಿತ್ತು, "ನಮ್ಮೂರ ಸುದ್ದಿ ಸಮಸ್ಯೆಗಳು ಬೆಂಗಳೂರಿನ ಅಧಿಕಾರಿಗಳಿಗೆ ತಿಳಿಯಬೇಡವೇ?" ಎನ್ನುವ ಗ್ರಾಮೀಣ ವರದಿಗಾರರ ದೂರಿಗೆ ಮುನಿಯಪ್ಪ ದನಿಯಾಗುತ್ತಿದ್ದರು.

ಮುನಿಯಪ್ಪ ಅಪ್ಪಟ ಗಾಂಧಿ ಅನುಯಾಯಿಗಳಾಗಿದ್ದರು. ಬೆಂಗಳೂರಿನ ಸಮೀಪದ ಗ್ರಾಮವೊಂದರ ಆಗರ್ಭ ಶ್ರೀಮಂತ ಕುಟುಂಬಕ್ಕೆ ಸೇರಿದವರು. ಖಾದಿ ಸಿಲ್ಕ್ ಬಿಟ್ಟು ಬೇರೆ ಬಟ್ಟೆ ತೊಡುತ್ತಿರಲಿಲ್ಲ. ಬ್ರಹ್ಮಚಾರಿಯಾಗಿದ್ದ ಅವರಿಗೆ ಕೃಷಿ ಮತ್ತು ಗ್ರಾಮೀಣ ಕಸುಬುಗಳ ಬಗ್ಗೆ, ಗ್ರಾಮೋದ್ಯೋಗದ ಬಗ್ಗೆ ಹೆಚ್ಚಿನ ಕಾಳಜಿ ಇತ್ತು. ಅವರ ಟೀಕೆಗಳ ಹಿನ್ನೆಲೆ ಇದು. ಕಟುವಾಗಿ ಮಾತನಾಡುತ್ತಿದ್ದರಾದರೂ ಅಂತಃಕರಣದಲ್ಲಿ ಮೃದು. ಗ್ರಾಮೀಣ ಸುದ್ದಿಗಳ ಪರಿಷ್ಕರಣೆಯಲ್ಲಿ, ಗ್ರಾಮೀಣ ವರದಿಗಾರರಿಗೆ ಫೋನ್ ಮಾಡಿ ಸುದ್ದಿಗಳನ್ನು ತರಿಸುವುದರಲ್ಲಿ ನಿಷ್ಣಾತರಾಗಿದ್ದರು. ಗ್ರಾಮೀಣ ಕರ್ನಾಟಕದ ಚರಿತ್ರೆ, ಭೂಗೋಳ, ಅರ್ಥಶಾಸ್ತ್ರಗಳ ಜ್ಞಾನ ಚೆನ್ನಾಗಿತ್ತು. ಮುನಿಯಪ್ಪ ಅಪ್ಪಟ ಗಾಂಧಿವಾದಿಯಾಗಿದ್ದರೂ ಮಾಂಸಾಹಾರಿಯಾಗಿದ್ದರು. ಪ್ರತಿದಿನ ಕುರಿ–ಕೋಳಿಯ ಖಾದ್ಯಗಳನ್ನು ಅವರು ಬಯಸುತ್ತಿದ್ದರು. ಮಧ್ಯಾಹ್ನ 1–2 ಊಟದ ಸಮಯ. ಈ ಸಮಯದಲ್ಲಿ ಎದುರಾದವರನ್ನು ಊಟಕ್ಕೆ ಕರೆದುಕೊಂಡು ಹೋಗುವುದು ಮುನಿಯಪ್ಪನವರಿಗೆ ರೂಢಿಗತವಾಗಿತ್ತು.

ನನ್ನಂತೂ, "ಏ ಬಾಪ್ಲೋಡಾ ವಸ್ತಾವ ಭೋಜನಾಂಕಿ," ಎಂದು ಕರೆದುಕೊಂಡು ಹೋಗುತ್ತಿದ್ದರು. ನಾನು ಅವರ ಜೊತೆ ಹೋದಾಗ ಬಹುತೇಕ ಅವರೂ ಶಾಖಾಹಾರಿಗಳಾಗುತ್ತಿದ್ದರು ಇಲ್ಲವೇ ನನಗೆ ಶಾಖಾಹಾರಿ ಊಟ ಕೊಡಿಸಿ ತಮಗೆ ಪ್ರಿಯವಾದ ಮಾಂಸಾಹಾರಿ ಹೋಟೆಲಿಗೆ ಹೋಗುತ್ತಿದ್ದರು. ಧಾರಾಳಿಯಾಗಿದ್ದ ಮುನಿಯಪ್ಪನವರಿಂದ ನಾವು ತಿಂಗಳ ಕೊನೆಯಲ್ಲಿ ಸಣ್ಣಪುಟ್ಟ ಕೈಸಾಲ ಪಡೆಯುತ್ತಿದ್ದೆವು. ಸಂಜೆಯಾದ ಮೇಲೆ ಮುನಿಯಪ್ಪ ಇಷ್ಟು ಧಾರಾಳಿಯಾಗಿರುತ್ತಿರಲಿಲ್ಲ. ಆದರೆ, ನಮ್ಮಲ್ಲಿ ಕೆಲವರಿಗೆ ಸಂಜೆ ಕೆಲಸದ ನಂತರ ದುಡ್ಡಿನ ಅಗತ್ಯ ಬೀಳುತ್ತಿತ್ತು. ಗಾಂಧಿವಾದಿ ಮುನಿಯಪ್ಪ ಈ ಸಂಜೆಯ ಅಗತ್ಯಗಳಿಗೆ ಕೈಗಡವಾಗಿಯೂ ಹಣ ಕೊಡುತ್ತಿರಲಿಲ್ಲ. ಈ ಸಂಜೆಯ ಮಂದಿ ಆಗ ಸಮಾಜವಾದಿ ಖಾದ್ರಿ ಶಾಮಣ್ಣನವರ ಬಳಿ ಧಾವಿಸುತ್ತಿದ್ದರು. ಆಗ ಖಾದ್ರಿಯವರು ಚೂರುಪಾರು ಸತಾಯಿಸಿ ಇಪ್ಪತು ಮೂವತ್ತು ಕೊಡುತ್ತಿದ್ದರು. ಜಯಶೀಲ ರಾವ್ ಅವರಿಗೆ ಖಾದ್ರಿಯವರಲ್ಲಿ ವಿಶೇಷ ಸಲುಗೆ, "ಒಂದನೆಯ ತಾರೀಕು ಬೀಸಾಕಿಸಿಕೊಳ್ಳೋರಂತೆ. ಕೊಡ್ರೀ," ಎಂದು ದುಂಬಾಲು ಬೀಳುತ್ತಿದ್ದರು. ಖಾದ್ರಿಯವರು 'ಇಲ್ಲ, ಇಲ್ಲ'

ಎನ್ನುತ್ತಲೇ ಸಾವಧಾನವಾಗಿ ಜುಬ್ಬದ ಒಳ ಜೇಬಿನಿಂದ ಗರಿಗರಿ ನೋಟುಗಳನ್ನು ತೆಗೆದು ಕೊಡುತ್ತಿದ್ದರು.

ಮುನಿಯಪ್ಪ, ಟಿಎಸ್ಸಾರ್ ನಿಧನಾನಂತರ ಆಫೀಸಿಗೆ ಬರುವುದನ್ನು ನಿಲ್ಲಿಸಿ ಬಿಟ್ಟರು. 'ಪ್ರಜಾವಾಣಿ' ತೊರೆದು ಜಯನಗರದಲ್ಲಿ ಪತ್ರಕರ್ತ ಗೆಳೆಯರು ಕೆಲವರ ಸಹಭಾಗಿತ್ವದಲ್ಲಿ ಒಂದು ಮುದ್ರಣಾಲಯ ಸ್ಥಾಪಿಸಿದರು. ಒಂದು ಪತ್ರಿಕೆ ತರುವ ಆಲೋಚನೆಯೂ ಇದ್ದಂತಿತ್ತು. ಆದರೆ, ಏತನ್ಮಧ್ಯೆ ಯಾವ ಕಾರಣಕ್ಕಾಗಿಯೋ ಏನೋ ಭಿನ್ನಾಭಿಪ್ರಾಯ ತಲೆದೋರಿದಾಗ ಅವರ ಪಾಲಿನ ಮೂಲಧನವನ್ನು ಹಿಂದಿರುಗಿಸಿದರು. ಸ್ವಲ್ಪ ದಿನಗಳ ನಂತರ ಮುದ್ರಣಾಲಯ ನಿಂತು ಹೋಯಿತು. ಆನಂತರ ಮುನಿಯಪ್ಪ ಹಠಾತ್ತನೆ ನಾಪತ್ತೆಯಾಗಿ ಬಿಟ್ಟರು. ಬಂಧುಗಳಿದ್ದ ತಮ್ಮ ಹಳ್ಳಿಗೂ ಹೋಗಲಿಲ್ಲ. ಎಲ್ಲಿ ಹೋದರೆಂಬುದು ನಿಗೂಢವಾಗಿಯೇ ಉಳಿಯಿತು.

❖

9

‘ಪ್ರಜಾವಾಣಿ’ ನನಗೆ ಅನಂತ ಅವಕಾಶಗಳ ಬಾಗಿಲನ್ನು ತೆರೆಯಿತು. ಸುದ್ದಿ ವಿಭಾಗ, ವರದಿ ವಿಭಾಗ, ಸಂಪಾದಕೀಯ ಬರಹ, ಸಾಪ್ತಾಹಿಕ ಪುರವಣಿ, ದೀಪಾವಳಿ ವಿಶೇಷಾಂಕ ಹೀಗೆ ಇಲ್ಲೆಲ್ಲ ಬರೆಯಲು, ಕೆಲಸ ಮಾಡಲು ಅವಕಾಶ ಕಲ್ಪಿಸಿ ನನ್ನನ್ನು ಪತ್ರಕರ್ತನನ್ನಾಗಿ, ಸಾಹಿತ್ಯ, ಚಲನಚಿತ್ರ, ರಂಗಭೂಮಿ ವಿಮರ್ಶಕನನ್ನಾಗಿ ಬೆಳೆಸಿತು.

ಪರಿಣಿತ ಪ್ರತಿಭೆಗಳ ಮಧ್ಯೆ ಒಂದು ಕಾಯಿ ಮೊಗ್ಗು

ನಾಡಿನ ಹಲವಾರು ಪ್ರತಿಭಾವಂತ ಲೇಖಕರು-ಕಲಾವಿದರುಗಳನ್ನು ಗುರುತಿಸಿ ಬೆಳೆಸಿದ ಕನ್ನಡ ಪತ್ರಿಕೋದ್ಯಮದ ಕೀರ್ತಿಯಲ್ಲಿ ‘ಪ್ರಜಾವಾಣಿ’ಯ ಪಾಲು ದೊಡ್ಡದು. ಒಳಗಿನ ಹಾಗೂ ಹೊರಗಿನ ಪ್ರತಿಭೆಗಳನ್ನು ಪೋಷಿಸುವ ಈ ಸಾಂಸ್ಕೃತಿಕ ಮಹತ್ವದ ಕಾರ್ಯವನ್ನು ಅದು ಮೊದಲಿನಿಂದಲೂ ಪತ್ರಿಕೆಯ ಧ್ಯೇಯ ಎಂಬಂತೆ ನಡೆಸಿಕೊಂಡು ಬಂದಿರುವುದರಲ್ಲಿ ಸಂಪಾದಕೀಯ ನೀತಿ, ಸಂಪಾದಕರ ಪಾತ್ರ ಹಾಗೂ ಮಾಲೀಕರ ಪ್ರೋತ್ಸಾಹ ಇವು ಮೂರೂ ಶ್ಲಾಘನೀಯವಾದದ್ದು. ‘ಪ್ರಜಾವಾಣಿ’ ಸಂಪಾದಕೀಯ ವಿಭಾಗವೇ ಒಂದು ಪ್ರತಿಭಾ

ಭಂಡಾರವಾಗಿತ್ತು. 'ಪ್ರಜಾವಾಣಿ'ಯ ಪ್ರಥಮ ಸಂಪಾದಕರಾದ ಬಿ ಪುಟ್ಟಸ್ವಾಮಯ್ಯನವರು ಸ್ವತಃ ಪ್ರಸಿದ್ಧ ನಾಟಕಕಾರರೂ ಕಾದಂಬರಿಕಾರರೂ ಆಗಿದ್ದರು. ಅವರು ಬರೆಯುತ್ತಿದ್ದ 'ಪಾನ್ ಸುಪಾರಿ' ಅಂಕಣ ಜನಪ್ರಿಯವಾಗಿತ್ತೆಂದು ಕೇಳಿದ್ದೇನೆ. ನಂತರ ಬಂದ ಟಿ ಎಸ್ ರಾಮಚಂದ್ರ ರಾವ್ ಅವರೂ 'ಕೊರವಂಜಿ' 'ರಾಶಿ' ಗರಡಿಯಲ್ಲಿ ಪಳಗಿದ ಸೃಜನಶೀಲ ಲೇಖಕರಾಗಿದ್ದರು. ಸಮಾಜವಾದಿಗಳಾದ ಸಿ ಜಿ ಕೆ ರೆಡ್ಡಿ ಮತ್ತು ಖಾದ್ರಿ ಶಾಮಣ್ಣ ಅವರುಗಳ ಕಾರ್ಯವೈಖರಿ ಮತ್ತು ವಿಚಾರಧಾರೆ ಪತ್ರಿಕೆಯ ಮತ್ತೊಂದು ಆಯಾಮವಾಗಿತ್ತು. ಟಿಎಸ್ಸಾರ್ ಅವರ 'ಛೂಬಾಣ' ಅತ್ಯಂತ ಜನಪ್ರಿಯ ಅಂಕಣವಾಗಿತ್ತು.

ಸಂಪಾದಕರೇ ಸೃಜನಶೀಲ ಲೇಖಕನಾದಾಗ ಸಂಪಾದಕೀಯ ವಿಭಾಗದಲ್ಲಿ ಇಂಥ ಪ್ರತಿಭೆಗಳು ಅರಳುವುದು ಸಹಜವೇ. ನಾನು ಸೇರಿದಾಗ ಸೃಜನಶೀಲ ಪ್ರತಿಭೆಗಳ ಒಂದು ಪಟಾಲಮ್ಮನ್ನೇ ಕಂಡೆ. ಆಧುನಿಕ ಸಾಹಿತ್ಯ, ರಂಗಭೂಮಿ, ಸಿನಿಮಾ, ಚಿತ್ರಕಲೆ ಇವೆಲ್ಲದರ ಬಗ್ಗೆ ನಿಖರಜ್ಞಾನ, ಹರಿತವಾದ ಜ್ಞಾಪಕಶಕ್ತಿ ಹೊಂದಿದ್ದ ವೈಎನ್ಕೆ ಸೃಜನಶೀಲ ಲೇಖಕರೂ ಭಾಷಾ ಕೋವಿದರೂ ಆಗಿದ್ದರು. ಹೊಸ ಪ್ರತಿಭೆಗಳ ಸೃಜನಶೀಲ ಶಕ್ತಿಯನ್ನು ಗುರುತಿಸುವುದರಲ್ಲಿ ವೈಎನ್ಕೆ ಅವರದು ನಿಶಿತಮತಿ. ಕವಿ ಹೇಮದಳ ರಾಮದಾಸ್, ಕಾದಂಬರಿಕಾರ 'ಇಂದಿರಾತನಯ', ಚಲನಚಿತ್ರ ಬರಹಗಳಲ್ಲಿ ಪರಿಣಿತರಾಗಿದ್ದ ಬಿ ಎಂ ಕೃಷ್ಣಸ್ವಾಮಿ, ಕ್ರಿಯಾಶೀಲ ಧಾವಂತಿಗ ಬಿ ವಿ ವೈಕುಂಠರಾಜು, ಕತೆಗಾರ ಜಿ ಎಸ್ ಸದಾಶಿವ, ವಾಣಿಜ್ಯ ಮತ್ತು ಉದ್ಯಮ ಲೇಖನಿಗಳಿಗೆ ಹೆಸರಾಗಿದ್ದ ನರಸಿಂಹ ಮೂರ್ತಿ (ಮಾವ), ಕ್ರೀಡಾ ಬರಹಗಳಿಗೆ ಹೆಸರಾಗಿದ್ದ ಎಚ್ ಎಸ್ ಸೂರ್ಯನಾರಾಯಣ (ಸೂರಿ) ಮತ್ತು ದೇವನಾಥ್ ಹೀಗೆ ಸಂಪದ್ಯುಕ್ತವಾಗಿತ್ತು ಸಂಪಾದಕೀಯ ವಿಭಾಗ.

ಇವರೆಲ್ಲರ ಮಧ್ಯೆ ನಾನೊಂದು ಮುಗುಳು. 'ಪ್ರಜಾವಾಣಿ' ನನಗೆ ಅನಂತ ಅವಕಾಶಗಳ ಬಾಗಿಲನ್ನು ತೆರೆಯಿತು. ಸುದ್ದಿ ವಿಭಾಗ, ವರದಿ ವಿಭಾಗ, ಸಂಪಾದಕೀಯ ಬರಹ, ಸಾಪ್ತಾಹಿಕ ಪುರವಣಿ, ದೀಪಾವಳಿ ವಿಶೇಷಾಂಕ ಹೀಗೆ ಇಲ್ಲೆಲ್ಲ ಬರೆಯಲು, ಕೆಲಸ ಮಾಡಲು ಅವಕಾಶ ಕಲ್ಪಿಸಿ ನನ್ನನ್ನು ಪತ್ರಕರ್ತನನ್ನಾಗಿ, ಸಾಹಿತ್ಯ, ಚಲನಚಿತ್ರ, ರಂಗಭೂಮಿ ವಿಮರ್ಶಕನನ್ನಾಗಿ ಬೆಳೆಸಿತು. ಈ ಎಲ್ಲ ವಿಭಾಗಗಳ ಸಹೋದ್ಯೋಗಿಗಳು ನನ್ನ ಅಭಿರುಚಿ, ಆಸಕ್ತಿ ಮತ್ತು ಸೃಜನಶೀಲತೆಯನ್ನು ಗುರುತಿಸಿ ಪ್ರೋತ್ಸಾಹಿಸಿದರು. ಸಂಪಾದಕರು ನನ್ನನ್ನು ಪುಣೆಯ ಫಿಲ್ಮ್ ಇನ್‌ಸ್ಟಿಟ್ಯೂಟಿಗೆ ರಸಗ್ರಹಣ ತರಬೇತಿಗೆ ಕಳುಹಿಸಿದ್ದರಿಂದ ಹಲವಾರು ಪ್ರತಿಭೆಗಳ ಸಂಗಮವಾದ ಹೊಸದೊಂದು ಬೆಡಗಿನ ಲೋಕದಲ್ಲಿ ವಿದ್ಯಾರ್ಥಿಯಾಗಿ ಪ್ರವೇಶಿಸಿ ಸಿನಿಮಾ ಮಾಧ್ಯಮದ ಅಧ್ಯಯನ ನನಗೆ ಸಾಧ್ಯವಾಯಿತು.

ವರ್ಧಿಷ್ಣುಗಳಿಗೆ 'ಪ್ರಜಾವಾಣಿ' ಅವಕಾಶಗಳ ಆಗರವಾಗಿತ್ತು. ಮೂರು ಸಂಪಾದಕೀಯಗಳು, ಒಂದು ಅಗ್ರಲೇಖನ, 'ಛೂಬಾಣ', 'ವಾಚಕರ ವಾಣಿ' ಇದು ಸಂಪಾದಕೀಯ ಪುಟದ ಮುಖ್ಯ ಲಕ್ಷಣಗಳು. ಪ್ರತಿದಿನ ಬೆಳಿಗ್ಗೆ 11–11:30ರ ಸುಮಾರಿಗೆ ಸಂಪಾದಕರ ಕೊಠಡಿಯಲ್ಲಿ ಬೆಳಗಿನ ಸಭೆ ನಡೆಯುತ್ತು. ಈ ಸಭೆಯಲ್ಲಿ ಸಂಪಾದಕರಲ್ಲದೆ, ಸುದ್ದಿ ಸಂಪಾದಕರು, ಸಹಾಯಕ ಸಂಪಾದಕರು, ಮುಖ್ಯ ವರದಿಗಾರರು, ಮತ್ತು ಬೆಳಗಿನ ಪಾಳಿಯ ಮುಖ್ಯ ಉಪ ಸಂಪಾದಕರು ಹಾಜರಿರುತ್ತಿದ್ದರು. ಈ ಸಭೆಯಲ್ಲಿ ಮೊದಲಿಗೆ ಬೆಳಗಿನ ಸಂಚಿಕೆಯ ಪರಾಮರ್ಶೆ ನಡೆಯುತ್ತಿತ್ತು. ನಮ್ಮ ಪತ್ರಿಕೆಯ ವಿಶೇಷಗಳೇನು, ಕೊರತೆ–ಲೋಪದೋಷಗಳೇನು, ಪುಟ ವಿನ್ಯಾಸ ಇತ್ಯಾದಿಯಾಗಿ ಕೂಲಂಕಷ ಚರ್ಚೆ ನಡೆಯುತ್ತಿತ್ತು. ನಂತರ ಮುಖ್ಯ ವರದಿಗಾರರು ರಾಜ್ಯದಲ್ಲಿನ ಅಂದಿನ ಸಂಭಾವ್ಯ ಸುದ್ದಿಗಳು ಮತ್ತು ಪತ್ರಿಕಾಗೋಷ್ಠಿಗಳ ವಿವರ ನೀಡುತ್ತಿದ್ದರು. ಆದಾದ ಮೇಲೆ ಸಂಪಾದಕೀಯ ಪುಟ. ಅಂದಿನ ಸಂಪಾದಕೀಯ ಯಾವ ವಿಷಯಗಳ ಬಗ್ಗೆ ಬರೆಯಬೇಕು? ಅದರಲ್ಲಿ ನೀತಿ ನಿಲುವುಗಳು ಏನು? ಸಂಪಾದಕೀಯಗಳ ಎದುರು ಅಗ್ರಲೇಖನ ಯಾವುದು ಎಂದೆಲ್ಲ ಚರ್ಚೆ ನಡೆಯುತ್ತಿತ್ತು. ಆಗ ಪತ್ರಿಕೆಯಲ್ಲಿ ಮೂರು ಸಂಪಾದಕೀಯಗಳಿರುತ್ತಿದ್ದವು. ಎರಡು ಸಂಪಾದಕೀಯಗಳನ್ನು ಮ ಶ್ರೀ ಮತ್ತು ಕಣ್ಣನ್ ಬರೆಯುತ್ತಿದ್ದರು. ಇನ್ನೊಂದನ್ನು ನಮ್ಮಲ್ಲಿ ಯಾರಿಂದಲಾದರೂ, ಅಂದರೆ ಬೆಳಗಿನ ಅಥವಾ ಮಧ್ಯಾಹ್ನದ ಪಾಳಿಯ ಮುಖ್ಯ ಉಪ ಸಂಪಾದಕರು/ ಉಪ ಸಂಪಾದಕರಿಂದ ಬರೆಸಲಾಗುತ್ತಿತ್ತು.

ಅಗ್ರಲೇಖನಗಳು ರಾಜ್ಯ/ ರಾಷ್ಟ್ರ/ ಅಂತಾರಾಷ್ಟ್ರೀಯ ಪ್ರಚಲಿತ ವಿದ್ಯಮಾನ/ ವಿಷಯಗಳ ಲೇಖನಗಳಾಗಿರುತ್ತಿದ್ದವು. ರಾಜ್ಯ ವಿಷಯಗಳಿಗೆ ಸಂಬಂಧಿಸಿದಂತೆ ಬರೆಯುವವರು ನಮ್ಮಲ್ಲೇ ಸಾಕಷ್ಟು ಜನ ಇದ್ದರು. ರಾಷ್ಟ್ರೀಯ/ ಅಂತಾರಾಷ್ಟ್ರೀಯ ವಿಷಯಗಳ ಲೇಖನಿಗಳಿಗಾಗಿ ನವದೆಹಲಿಯ ಪಬ್ಲಿಕೇಶನ್ ಸಿಂಡಿಕೇಟ್, ಇನ್‌ಫಾ, ಪಿಟಿಐ ಇಂಥ ಸಂಸ್ಥೆಗಳಿಂದ ಲೇಖನಗಳನ್ನು ತರಿಸಿಕೊಳ್ಳಲಾಗುತ್ತಿತ್ತು. ಈ ಲೇಖನಗಳು ಇಂಗ್ಲಿಷ್‌ನಲ್ಲಿದ್ದು ಸಂಪಾದಕೀಯ ಸಿಬ್ಬಂದಿಯಿಂದ ಭಾಷಾಂತರ ಮಾಡಿಸುತ್ತಿದ್ದರು. ನಾವು ಇಂಥ ಅವಕಾಶಗಳಿಗಾಗಿಯೇ ಕಾಯುತ್ತಿದ್ದೆವು. ಇದು ಸಮರ್ಥರಿಗೆ ಪ್ರೋತ್ಸಾಹವಷ್ಟೇ ಆಗಿರದೆ ಪ್ರೋತ್ಸಾಹ ಧನದ ಆಕರ್ಷಣೆಯೂ ಇತ್ತು. ಸಂಪಾದಕೀಯ ಸಿಬ್ಬಂದಿ ವರ್ಗದವರು ಬರೆದ ಸ್ವತಂತ್ರ ಲೇಖನಗಳಿಗೆ ರೂ. 25, ಭಾಷಾಂತರಕ್ಕೆ ರೂ. 10, ಸಂಪಾದಕೀಯಕ್ಕೆ ರೂ. 20, ಹೀಗೆ ದೈನಂದಿನ ಕೆಲಸದ ಜೊತೆಗೆ ಈ ರೀತಿಯ ಹೆಚ್ಚಿನ ಕೆಲಸಗಳಿಗೆ ಸಂಭಾವನೆ ನೀಡುವುದು 'ಪ್ರಜಾವಾಣಿ'ಯ ಸತ್ಸಂಪ್ರದಾಯವಾಗಿತ್ತು. ಪ್ರತಿ ತಿಂಗಳ 20–22ರಂದು ಈ ಸಂಭಾವನೆ ಹಣವನ್ನು ಪಾವತಿಸಲಾಗುತ್ತಿತ್ತು. ಇದು ಒಂದು ರೀತಿಯಲ್ಲಿ

ನಮಗೆ ತಿಂಗಳ ಕೊನೆಯ ಖರ್ಚು-ವೆಚ್ಚಗಳಿಗೆ ಒದಗಿ ಬರುತ್ತಿದ್ದ ಎರಡನೆಯ ಸಂಬಳ. ಹೀಗಾಗಿ ಇಂಥ ಅವಕಾಶಗಳಿಗಾಗಿ ನಾವು ಕಾಯುತ್ತಿದ್ದೆವು. ನಾನು ಕೆಲಸಕ್ಕೆ ಸೇರಿದ ತಿಂಗಳಿನಿಂದಲೇ ನನಗೆ ಇಂಥ ಅವಕಾಶಗಳು ಲಭ್ಯವಾದುವು. ಸಹೋದ್ಯೋಗಿಗಳಲ್ಲಿ ಅನೇಕರು ಇಂಥ ಅವಕಾಶಗಳಿಗಾಗಿ ಕಾಯುತ್ತಿದ್ದರೆ ಇನ್ನು ಕೆಲವರು ನಿರಾಸಕ್ತರಾಗಿದ್ದರು.

ತೆಲುಗಿನಲ್ಲಿ, 'ಇಂಟಗಿನ್ನ ಗುಡಿಭದ್ರಮು' ಎನ್ನುವ ಗಾದೆ ಮಾತೊಂದಿದೆ. ಅಂದರೆ ಮನೆಗಿಂತ ದೇವಸ್ಥಾನವೇ ಸುರಕ್ಷಿತ. ಇದನ್ನು ನನಗೆ ತಿಳಿಸಿದವರು ಖಾದ್ರಿ ಶಾಮಣ್ಣನವರು. ನಾನು ರಾತ್ರಿ ಪಾಳಿಯಲ್ಲಿದ್ದಾಗಲೂ ಬೆಳಿಗ್ಗೆ ಕಚೇರಿಗೆ ಹಾಜರಾಗಿ ಸಾಪ್ತಾಹಿಕ ಪುರವಣಿಯಲ್ಲೋ ಗ್ರಂಥಾಲಯದಲ್ಲೋ ಕಾಲಕ್ಷೇಪ ಮಾಡುತ್ತಿದ್ದುದನ್ನು ಕಂಡು ಅವರು ಈ ಮಾತನ್ನ ಹೇಳಿದ್ದರು. ಅದು ನನ್ನ ಸಂದರ್ಭದಲ್ಲಿ ನಿಜವೂ ಆಗಿತ್ತು. ಮನೆಯ ತಾಪತ್ರಯಗಳಿಂದ ತಪ್ಪಿಸಿಕೊಳ್ಳಲು ನಾನು ರಾತ್ರಿ ಪಾಳಿ ಇದ್ದಾಗ ಬೆಳಿಗ್ಗೆ 11-30ರ ಸುಮಾರಿಗೆ ಆಫೀಸಿಗೆ ಬಂದು ನನ್ನ ಹಾಜರಿ ಸಂಪಾದಕರ/ಸಹಾಯಕ ಸಂಪಾದಕರುಗಳ ಗಮನಕ್ಕೆ ಬರುವಂತೆ ಮಾಡಿ ಗ್ರಂಥಾಲಯದಲ್ಲಿ ಪುಸ್ತಕವನ್ನೋ ಕ್ಲಿಪ್ಪಿಂಗ್‌ಗಳನ್ನೋ ನೋಡುವುದರಲ್ಲೋ ಪುಸ್ತಕವನ್ನು ಓದುವುದರಲ್ಲೋ ಮಗ್ನನಾಗಿರುತ್ತಿದ್ದೆ. ಇಲ್ಲವೇ 'ಸಾಪು' ವಿಭಾಗದಲ್ಲಿ ವೈಕುಂಠರಾಜು ವಹಿಸಿದ ಕೆಲಸದಲ್ಲಿ ನಿರತನಾಗಿರುತ್ತಿದ್ದೆ. ಹೀಗೆ ಭಾಷಾಂತರ/ಸಂಪಾದಕೀಯ ಬರೆಯುವ ಅವಕಾಶಗಳಿಗಾಗಿ ಕಾಯುತ್ತಿದ್ದೆ. ಇದು ಫಲಕೊಟ್ಟಿದ್ದುಂಟು.

ಒಮ್ಮೊಮ್ಮೆ ಟಿಎಸ್ಸಾರ್ ಮೂರನೆಯ ಸಂಪಾದಕೀಯ ಬರೆಯಲು 'ಆಕ್ರಾಂತ್'ಗೆ ಹೇಳಿ ಎಂದು ಕಣ್ಣನ್/ ಮ ಶ್ರೀಗೆ ತಿಳಿಸುತ್ತಿದ್ದರು. ಅವರು ಸಂಪಾದಕೀಯದ ವಿಷಯ, ನೀತಿ ತಿಳಿಸಿ ಬರೆಯಲು ಹೇಳುತ್ತಿದ್ದರು. 'ಆಕ್ರಾಂತ್' ಎನ್ನುವುದು ಟಿಎಸ್ಸಾರ್ ನನಗೆ ಇಟ್ಟಿದ್ದ ಅಡ್ಡ ಹೆಸರು. ನಾನು ಕೆಲವು ಸಂದರ್ಭಗಳಲ್ಲಿ ಅನಗತ್ಯವಾಗಿ ಭಾವೋದ್ರೇಕದಿಂದ ಮಾತನಾಡುತ್ತಿದ್ದುದರಿಂದಲೇ ಏನೋ ಸಹೋದ್ಯೋಗಿಗಳು ನನ್ನನ್ನು 'ಆಂಗ್ರಿ ಯಂಗ್ಮನ್' ಎಂದು ಚುಡಾಯಿಸುತ್ತಿದ್ದರು. ಅದರ ಫಲವೇ ಈ 'ಆಕ್ರಾಂತ್!' ಸಂಪಾದಕರು ಹೀಗೆ, 'ವಿಶ್ರಾಂತ್ ಜೀ' 'ಗುಬದುಲ್ಲಾ' 'ಕ್ರಾನಿಕ್ ಬ್ಯಾಚಲರ್' ಎಂದೆಲ್ಲ ಸಹೋದ್ಯೋಗಿಗಳಿಗೆ ಅಡ್ಡ ಹೆಸರುಗಳನ್ನಿಟ್ಟಿದ್ದರು. ಮಹಿಳೆಯ ಮಾನಭಂಗ ಸುದ್ದಿಯನ್ನು ಅತಿ ರೋಚಕವಾಗಿ ಬರೆದಿದ್ದ ಸಹೋದ್ಯೋಗಿಯೊಬ್ಬನಿಗೆ 'ಕ್ರಾನಿಕ್ ಬ್ಯಾಚಲರ್' ಎಂದು ಹೆಸರಿಟ್ಟಿದ್ದರು. ಆತನಿಗೆ ಆಗ ಇನ್ನೂ ವಿವಾಹವಾಗಿರಲಿಲ್ಲ.

ಒಂದು ಸೋಮವಾರ. ನಾನು ಬೆಳಗಿನ ಪಾಳಿಗೆ ಬಂದು ಕುಳಿತಿದ್ದೆ. ಸುಮಾರು ಹನ್ನೊಂದು ಗಂಟೆ ಸಮಯಕ್ಕೆ ಟಿಎಸ್ಸಾರ್ ಆಫೀಸಿಗೆ ಬಂದರು.

ಅವರು ಹಳೆಯ ಕಟ್ಟಡದಲ್ಲಿನ ತಮ್ಮ ಚೇಂಬರಿಗೆ ಸಂಪಾದಕೀಯ ವಿಭಾಗದ ಹಾಲ್ ಮೂಲಕವೇ ಹೋಗಬೇಕಿತ್ತು. ಹೀಗಾಗಿ ಅವರ ಆಗಮನ-ನಿರ್ಗಮನಗಳು ನಮ್ಮ ಕಣ್ಣಿಗೆ ಬೀಳುತ್ತಿದ್ದವು. ಸಾಮಾನ್ಯವಾಗಿ ಇಬ್ಬರೋ ಮೂವರೋ ಅವರ ಹಿಂದೆ ಏನಾದರೊಂದು ಅಹವಾಲು ಇಟ್ಟುಕೊಂಡು ಬರುತ್ತಿದ್ದರು. ರಾಯರು ಮಂತ್ರಿ ಮಹೋದಯರಿಗೆ ಫೋನ್ ಮಾಡಿಯೋ ಅಥವಾ ವರದಿಗಾರರಿಗೆ ವಹಿಸಿಯೋ ಹಿಂದೆ ಬಿದ್ದವರನ್ನು ಸಾಗ ಹಾಕುತ್ತಿದ್ದರು. ಅವರ ಸಮಸ್ಯೆಗೆ ಪರಿಹಾರ ಒದಗಿಸುತ್ತಿದ್ದರು. ಹೀಗೆಂದೇ ಟಿಎಸ್ಸಾರ್ ನೊಂದವರ 'ಶಿವೋಹಂ' ಎಂದು ಖ್ಯಾತರಾಗಿದ್ದರು.

ಅಂದು ಸುಮಾರು 35ರ ಪ್ರಾಯದ ಹೆಂಗಸೊಬ್ಬಳು ಗೇಟಿನಲ್ಲೇ ರಾಯರಿಗಾಗಿ ಕಾದಿದ್ದು ಅವರು ಬಂದ ಕೂಡಲೇ ಹಿಂದೆ ಬಿದ್ದಿದ್ದಳು. ಆಕೆ ಟಿಎಸ್ಸಾರ್ ಅವರ 'ಶ್ರೀನಿವಾಸ ಫಾರಂ' ಬಳಿ ಇದ್ದ ಹಳ್ಳಿಯೊಂದರ ಬಡವಿ. ರಾಯರು ಚೇಂಬರಿನೊಳಗೆ ಹೋದಂತೆ ಆ ಮಹಿಳೆ ಬಾಗಿಲಲ್ಲೇ ನಿಂತಳು. ಹತ್ತು ಹದಿನೈದು ನಿಮಿಷಗಳ ನಂತರ ರಾಯರು ತಮ್ಮ ಕೊಠಡಿಯ ರೆಕ್ಕೆ ಬಾಗಿಲನ್ನು ಅರ್ಧ ತೆಗೆದು, ಅದಕ್ಕೆ ಕೈ ಆನಿಸಿ ನಿಂತು ವರದಿಗಾರರರ ವಿಭಾಗದತ್ತ ಕಣ್ಣು ಹಾಯಿಸಿದರು. ವರದಿಗಾರರು ಯಾರೂ ಬಂದಿರಲಿಲ್ಲ. ನಂತರ ನಮ್ಮ ಮೇಜಿನತ್ತ ಕಣ್ಣು ಹಾಯಿಸಿದಾಗ ಅವರ ದೃಷ್ಟಿ ನನ್ನ ಮೇಲೆ ಬಿತ್ತು. ಒಳಕ್ಕೆ ಹೋದರು. ಮರುಕ್ಷಣವೇ ನನಗೆ ಬುಲಾವ್ ಬಂತು, "ನೋಡಿ ಹೊರಗೆ ನಿಂತಿದ್ದಾಳಲ್ಲ ಹೆಂಗಸು, ಅವಳ ಅಹವಾಲು ಏನೋ ಕೇಳಿ. ತನ್ನ ಮಕ್ಕಳನ್ನು ಯಾರೋ ಹಿಡಿದಿಟ್ಟುಕೊಂಡಿದ್ದಾರೆ ಎನ್ನುತ್ತಾಳೆ. ಏನದು ವಿಚಾರಿಸಿ," ಎಂದು ಅಪ್ಪಣೆ ಮಾಡಿದರು.

ವಿದೇಶಿ ದಂಪತಿ ತನ್ನ ಮಗುವೊಂದನ್ನು ಬಲಾತ್ಕಾರವಾಗಿ ತಮ್ಮ ದೇಶಕ್ಕೆ ಕರೆದುಕೊಂಡು ಹೋಗುತ್ತಿದ್ದಾರೆಂದೂ ಅವರಿಂದ ಮಗುವನ್ನು ತನಗೆ ಕೊಡಿಸಬೇಕೆಂದೂ ಆ ತಾಯಿ ಕಂಬನಿದುಂಬಿ ಹೇಳಿದಳು. ಸ್ವಲ್ಪ ಕೆದಕಿ ಕೇಳಿದಾಗ ಗೊತ್ತಾದದ್ದು ಇಷ್ಟು: ಗಂಡನಿಂದ ತಿರಸ್ಕೃತಳಾದ ಆಕೆ, ಬಡತನದ ಬೇಗೆ ತಾಳಲಾರದೆ ತನ್ನ ಮೂವರು ಮಕ್ಕಳಲ್ಲಿ ಒಬ್ಬ ಹುಡುಗನನ್ನು ವಿದೇಶಿ ದಂಪತಿಗೆ ಕೊಡಲು ಮೊದಲು ಒಪ್ಪಿದ್ದರೂ ಈಗ ಅವಳ ತಾಯಿ ಹೃದಯ ಅದಕ್ಕೆ ಒಪ್ಪುತ್ತಿಲ್ಲ. ಆ ವಿದೇಶಿ ದಂಪತಿ ರಿಚ್ಮಂಡ್ ಸರ್ಕಲ್ ಸಮೀಪ ಇರುವ ಬೆಂಗಳೂರು ಕ್ಲಬ್‌ನ ವಸತಿ ಗೃಹದಲ್ಲಿ ಇದ್ದು ಒಂದೆರಡು ದಿನಗಳಲ್ಲೇ ಸ್ವದೇಶಕ್ಕೆ ವಾಪಸಾಗಲಿದ್ದರು.

ನಾನು ಇಷ್ಟನ್ನು ಸಂಪಾದಕರಿಗೆ ವರದಿ ಮಾಡಿದೆ, "ಗೋ ಟು ಬೆಂಗಳೂರ್ ಕ್ಲಬ್ ಅಂಡ್ ಇನ್ವೆಸ್ಟಿಗೇಟ್," ಎಂದರು, "ಆಗಲಿ ಸಾರ್," ಎಂದೆ. ಕದಲದೇ ಅಲ್ಲೇ ನಿಂತಿದ್ದ ನನ್ನನ್ನು ನೋಡಿದ ಸಂಪಾದಕರು, ಚೀಫ್ ಅಕೌಟೆಂಟ್ ಕೃಷ್ಣಸ್ವಾಮಿ ಅವರಿಗೆ ಒಂದಿಷ್ಟು ಮುಂಗಡ ಹಣ ಕೊಡುವಂತೆ ಚೀಟಿ ಬರೆದು ಕೊಟ್ಟರು. ನಾನು ಹಣ

ಪಡೆದುಕೊಂಡು ಆಕೆಯನ್ನು ಆಟೋದಲ್ಲಿ ಕೂರಿಸಿಕೊಂಡು ಬೆಂಗಳೂರು ಕ್ಲಬ್‌ಗೆ ಧಾವಿಸಿದೆ. ವಿದೇಶಿ ದಂಪತಿಯನ್ನು ಪತ್ತೆ ಹಚ್ಚುವುದು ಕಷ್ಟವಾಗಲಿಲ್ಲ. ನಮ್ಮನ್ನು ನೋಡಿದ್ದೇ ಆ ದಂಪತಿ ಸಿಡಿಮಿಡಿಗೊಂಡರು, "ಮತ್ತೇಕೆ ಬಂದೆ? ಇನ್ನೇನೂ ಕೊಡುವುದಿಲ್ಲ. ಗೆಟೌಟ್," ಎಂದು ಗಂಡ ಅಬ್ಬರಿಸಿದ. ನಾನು ಪತ್ರಿಕೆಯವನು ಎಂದು ಪರಿಚಯಿಸಿಕೊಂಡಾಗ ನನ್ನ ಬಳಿ ಮಾತನಾಡಲು ಒಪ್ಪಿದರು.

ನನ್ನ ಜೊತೆ ಬಂದಿದ್ದ ಮಹಿಳೆ ಹೇಳಿದ್ದೆಲ್ಲವನ್ನೂ ಸುಳ್ಳೆಂದು ನಿರಾಕರಿಸಿದರು. ತಾವು ಅನಾಥಾಶ್ರಮವೊಂದರ ಮೂಲಕ ಅವಳ ಮಗುವನ್ನು ದತ್ತು ಸ್ವೀಕಾರ ಮಾಡಿರುವುದಾಗಿ ನುಡಿದ ವಿದೇಶಿ ಪ್ರಜೆ ಮ್ಯಾಜಿಸ್ಟ್ರೇಟರ ಸಮ್ಮುಖದಲ್ಲಿ ಸಹಿ ಆದ ದತ್ತು ಸ್ವೀಕಾರ ಪತ್ರವನ್ನು ತೋರಿಸಿದರು. ದತ್ತು ಸ್ವೀಕಾರ ಪತ್ರವನ್ನು ವಕೀಲರೊಬ್ಬರು ತಯಾರಿಸಿದ್ದರು. ಸಂಬಂಧಪಟ್ಟವರೆಲ್ಲರ ಸಹಿ, ಹೆಂಗಸಿನ ಹೆಬ್ಬೆಟ್ಟು ಗುರುತು, ಮ್ಯಾಜಿಸ್ಟ್ರೇಟರ ಮೊಹರು ಎಲ್ಲ ಇದ್ದವು. ಎಲ್ಲವೂ ಕಾನೂನು ಸಮ್ಮತವಾಗಿಯೇ ನಡೆದಿರುವಂತೆ ತೋರಿತು. ವಿದೇಶಿ ದಂಪತಿ ದತ್ತು ಸ್ವೀಕಾರಕ್ಕೆ ಮೊದಲು ಆಕೆಗೆ ಒಂದಿಷ್ಟು ಹಣ ಪಾವತಿಸಿದ್ದರು. ನಂತರ ಮತ್ತಷ್ಟು ಹಣಕ್ಕೆ ಒತ್ತಾಯ ಮಾಡಿದ್ದಳು. ಅವರು ಒಪ್ಪಿರಲಿಲ್ಲ. ರಾಯರು ಪತ್ರಿಕೆಯವರು, ಅವರನ್ನು ಹಿಡಿದರೆ ಕೆಲಸವಾಗುತ್ತೆ ಎಂದು ಯಾರೋ ಹೇಳಿದ ಮಾತನ್ನು ಕೇಳಿಕೊಂಡು ಫಾರಂನಲ್ಲಿ ರಾಯರ ಕಾಲಿಗೆ ಬಿದ್ದು ಕಚೇರಿಗೂ ಹಿಂಬಾಲಿಸಿ ಬಂದಿದ್ದಳು.

ವಿದೇಶಿ ದಂಪತಿ ಜೊತೆ ಇಷ್ಟೆಲ್ಲ ಆದಮೇಲೆ ನಾನು ಅನಾಥಾಶ್ರಮದ ವಿವರ ಗುರುತು ಹಾಕಿಕೊಂಡೆ. ಅದು ವಿಲ್ಸನ್ ಗಾರ್ಡನ್‌ನಲ್ಲಿನ ಅಬಲಾಶ್ರಮವಾಗಿತ್ತು. ಅಬಲಾಶ್ರಮಕ್ಕೆ ಆಕೆ ಜೊತೆ ಹೋದೆ. ಅಬಲಾಶ್ರಮದವರು ಎಲ್ಲ ವಿವರಗಳನ್ನೂ ಕೊಟ್ಟರು. ಹೆಂಗಸು ಮಗುವನ್ನು ಸಾಕಲಾಗದೆ ಅಬಲಾಶ್ರಮದಲ್ಲಿ ಬಿಟ್ಟಿದ್ದಕ್ಕೆ ದಾಖಲೆ ಇತ್ತು. ಮಗುವನ್ನು ದತ್ತು ಕೊಡಲು ಒಪ್ಪಿದ್ದಕ್ಕೆ ದಾಖಲೆ ಇತ್ತು. ಎಲ್ಲದಕ್ಕೂ ಆಕೆ ಹೆಬ್ಬೆಟ್ಟು ಒತ್ತಿದ್ದಳು, "ಇದೆಲ್ಲದಕ್ಕೂ ನೀನು ಹೆಬ್ಬೆಟ್ಟು ಒತ್ತಲು ಯಾರಾದರೂ ಬಲವಂತ ಮಾಡಿದರೋ ಅಥವಾ ನೀನೇ ಮನಸೊಪ್ಪಿ ಒತ್ತಿದ್ದೋ," ಎಂದು ಕೇಳಿದೆ, "ಯಾರೂ ಬಲಂತ ಮಾಡಿಲ್ಲ. ಬಡತನ, ಮಗೀನ ಬೆಳಸಾಕಾಗದಂತ ಇಲ್ಲಿ ಬುಟ್ಟೆ, ಅವರ‍್ತಾವಾನ ಸುಕವಾಗಿರಲೀ ಅಮ್ತ ನಾನೇ ದತ್ತು ಕೊಟ್ಟೆ," ಎಂದು ಬಾಯಿ ಬಿಟ್ಟಳು, "ಇನ್ನಷ್ಟು ಅಣ ಕೊಡ್ಸೀ ಬುದ್ದಿ ಮಗಾನ ಅವರೇ ಒಯ್ಲೀ," ಎಂದು ಬೇಡಿಕೆ ಇಟ್ಟಳು.

ಪತ್ರಿಕೆಯವರ ಮೂಲಕ ಹೋದರೆ ವಿದೇಶಿ ದಂಪತಿ ಹೆದರುತ್ತಾರೆ. ಆಗ ಅವರಿಂದ ಇನ್ನಷ್ಟು ಹಣ ಕೀಳಬಹುದು ಎಂದು ಯಾರೋ ಅವಳಿಗೆ ಚಿತಾವಣೆ ಮಾಡಿದ್ದರು.

ಇಷ್ಟೆಲ್ಲ ತನಿಖೆ ಮಾಡುವ ವೇಳೆಗೆ ಸಂಜೆಯಾಯಿತು, "ಸ್ವಾಮಿಗಳ್ನ ಕಾಣ್ದೆ ಓಗಲಾರೆ," ಎಂದು ಹೆಂಗಸು ನನ್ನ ಜೊತೆಯಲ್ಲೇ ಆಫೀಸಿಗೆ ಬಂದಳು. ಸಂಪಾದಕರಿಗೆ ಎಲ್ಲವನ್ನೂ ಸವಿಸ್ತಾರವಾಗಿ ವರದಿ ಮಾಡಿದೆ. ಹೊರಗೆ ನಿಂತಿದ್ದ ಹೆಂಗಸನ್ನು ಒಳಕ್ಕೆ ಕರೆಸಿದ ರಾಯರು, "ನೀನಾಗಿ ಒಪ್ಪಿ ದತ್ತು ಕೊಟ್ಟು ಈಗ ಅವರು ಹಿಡಿದಿಟ್ಟುಕೊಂಡಿದಾರ ಅಂತ ಸುಳ್ಳು ಹೇಳ್ತೀಯ? ಸುಳ್ಳು ಹೇಳಿದರೆ ಏನಾಗ್ತದೆ ಗೊತ್ತ? ಜೈಲಿಗೆ ಹೋಗಬೇಕಾಗ್ತದೆ," ಎಂದು ಗದರಿದರು. ಜೈಲಿನ ಮಾತು ಕೇಳಿದ್ದೇ ಹೆಂಗಸು ಅಳಲು ಶುರು ಮಾಡಿದಳು. ರಾಯರು ಪರ್ಸ್ ತೆಗೆದು ಹತ್ತರ ಕೆಲವು ನೋಟುಗಳನ್ನು ಅವಳ ಕೈಯಲ್ಲಿಟ್ಟು, ಹೋಗು ತಿರುಗಿ ಬರಬೇಡ," ಎಂದು ಅವಳನ್ನು ಸಾಗ ಹಾಕಿದರು.

"ಏನ್ಮಾಡ್ತೀಯ?"

"ಸರ್, ಇದರಲ್ಲಿ ಎರಡು 'ಕಥನ'ಗಳಿವೆ. ಒಂದು: ಬಡತನದಿಂದಾಗಿ ಹೊಟ್ಟೆಯಲ್ಲಿ ಹುಟ್ಟಿದ ಮಗುವನ್ನೇ ಕಳೆದುಕೊಳ್ಳಬೇಕಾದ ಪರಿಸ್ಥಿತಿಗೆ ದೂಡಲಾದ ನಿರ್ಭಾಗ್ಯ ತಾಯಿಯದು. ಎರಡನೆಯದು: ಸಂತಾನಹೀನರಾದ ದಂಪತಿಯದು.

ಮೊದಲನೆಯ 'ಕಥನ' ಪರಿಗಣಿಸಿದರೆ ಇದೊಂದು ಒಳ್ಳೆಯ ಮಾನವಾಸಕ್ತಿಯ ವರದಿಯಾದೀತು– ಅಂದರೆ ಹೆಂಗಸಿನ ಹೇಳಿಕೆಯನ್ನು ಮಾತ್ರ ಕೇಂದ್ರೀಕರಿಸಿ ವರದಿ ಮಾಡಿದಲ್ಲಿ, ಬಡತನ ಎಷ್ಟು ಘೋರವಾದ್ದು, ಅದು ಹೊಟ್ಟೆಯಲ್ಲಿ ಹುಟ್ಟಿದ ಮಕ್ಕಳನ್ನೇ ಮಾರಿಕೊಳ್ಳುವಂಥ ಶೋಚನೀಯ ಸ್ಥಿತಿಗೆ ದೂಡುತ್ತದೆ ಎಂಬುವ ಅಂತಃಕರಣ ಕರಗಿಸುವ ವರದಿಯಾದೀತು. ಎರಡನೆಯ ಹೇಳಿಕೆಯನ್ನು ಕೇಂದ್ರೀಕರಿಸಿ ವರದಿ ಮಾಡಿದರೆ, ಅಲ್ಲಿಯೂ ಸಂತಾನಹೀನ ದಂಪತಿಯ ವ್ಯಥೆ, ಅದಕ್ಕಾಗಿ ಅವರು ಪಡುವ 'ದತ್ತು'ಪಾಡು ಅಂತಃಕರಣ ಕರಗಿಸುವಂಥಾದ್ದೇ. ಎರಡೂ ಮಾನವಾಸಕ್ತಿ ವರದಿಗಳೇ ಆದೀತು.

ಮೂರನೆಯದೊಂದು ಎಂದರೆ ಇದ್ದುದನ್ನು ಇದ್ದ ಹಾಗೆ ವರದಿ ಮಾಡುವುದು. ಹಾಗೆ ಮಾಡಿದರೆ ವಿದೇಶಿ ದಂಪತಿಯರದು ಏನೂ ತಪ್ಪಿಲ್ಲ. ಹೆಂಗಸು ತಮ್ಮನ್ನು 'ಬ್ಲಾಕ್‌ಮೇಲ್' ಮಾಡಲು ಪ್ರಯತ್ನಿಸುತ್ತಿದ್ದಾಳೆ ಎಂಬ ವಿದೇಶಿ ದಂಪತಿ ಮಾತಿನಲ್ಲಿ ಸತ್ಯವಿದೆ. ಹಾಗೆ ವರದಿ ಮಾಡಿದರೆ ಹೆಂಗಸು ಸಿಕ್ಕಿ ಬೀಳುತ್ತಾಳೆ.

ಈ ನಿರ್ಭಾಗ್ಯ ತಾಯಿಯ 'ಕಥನ'ವನ್ನಷ್ಟೇ ಕೇಂದ್ರವಾಗಿರಿಸಿಕೊಂಡು ವರದಿ ಮಾಡಿದಲ್ಲಿ ಅದೊಂದು ಒಳ್ಳೆಯ ಮಾನವಾಸಕ್ತಿಯ ವರದಿಯಾಗಬಹುದಾದರೂ ಪತ್ರಿಕೆಯಿಂದ ಸತ್ಯಕ್ಕೆ ಅಪಚಾರವೆಸಗಿದಂತಾಗುತ್ತದೆ, ಹಣದಾಸೆಯಿಂದ 'ಬ್ಲಾಕ್‌ಮೇಲ್' ಮಾಡಲೆತ್ನಿಸಿದ ಮಹಿಳೆಯನ್ನು ರಕ್ಷಿಸುವ ಪ್ರಯತ್ನವೂ ಇದಾಗುತ್ತದೆ. ಅಂದರೆ ಪರೋಕ್ಷವಾಗಿ ಇಂಥ ಕುಟಿಲೋಪಾಯವನ್ನು ಪತ್ರಿಕೆ ಸಮರ್ಥಿಸಿದಂತಾಗುತ್ತದೆ.

ಮೂರನೆಯದಾಗಿ ಎಂದರೆ ಇದ್ದುದನ್ನು ಇದ್ದ ಹಾಗೆ ವರದಿ ಮಾಡಿದಲ್ಲಿ ವಿದೇಶಿ ದಂಪತಿಯರು ಪಾರಾಗುತ್ತಾರೆ, ಅಸಹನೀಯ ಬಡತನದಿಂದಾಗಿ ಹಣಕ್ಕೆ ಆಸೆ ಪಟ್ಟ ತಾಯಿ ಶಿಕ್ಷೆಗೆ ಗುರಿಯಾಗಬೇಕಾಗುತ್ತದೆ. ಹೆಂಗಸಿಗೆ ಮೋಸವಾಗಿದೆ ಎಂದೂ ಬರೆಯವಂತಿಲ್ಲ, ಕಡುಬಡತನ, ಸುಳ್ಳು ಹೇಳುವಂಥ, 'ಬ್ಲಾಕ್‌ಮೇಲ್' ಮಾಡುವಂಥ ಪರಿಸ್ಥಿತಿಗೆ ಹಳ್ಳಿಯ ನಿರ್ಭಾಗ್ಯ ಹೆಂಗಸೊಬ್ಬಳನ್ನು ದೂಡಿರುವ ಕಟುಸತ್ಯವನ್ನೂ ವರದಿ ಮಾಡದೇ ಇರಲಾಗದು.

ಇಂಥ ಪರಿಸ್ಥಿತಿಯಲ್ಲಿ ಪತ್ರಿಕೆಯ ನೀತಿ ಏನಾಗಬೇಕು? ಪತ್ರಿಕಾ ಧರ್ಮ ಏನನ್ನುತ್ತೆ?

ಬಡತನದ ದಾರುಣತೆಯಿಂದಾಗಿ ಹೆತ್ತ ಮಗುವನ್ನು ಮಾರಲು ಹಿಂಜರಿಯದ ಹೆಂಗಸಿನ ಸ್ಥಿತಿ ಮತ್ತು ಮಕ್ಕಳಿಗಾಗಿ ಹಂಬಲಿಸುವ ಸಂತಾನಹೀನ ದಂಪತಿಯ ಸ್ಥಿತಿ ಎರಡೂ ಸತ್ಯಗಳೇ?

ಇಷ್ಟನ್ನು ಹೇಳಿ, "ಏನ್ಮಾಡೋಣ ಸಾರ್?" ಎಂದು ಕೇಳಿದೆ.

"ಏನೂ ಬೇಡ."

ನಾನು, "ಸರಿ ಸಾರ್," ಎಂದು ಹೊರಬಂದೆ. ಆದರೆ, ನಾವು ಇಡೀ ಪ್ರಕರಣದ ಮುಖ್ಯ ಬಿಂದುವಾದ ಮಗುವನ್ನೇ ಮರೆತಿದ್ದವು. ಆ ಬಾಲಕನ ಮನಸ್ಸಿನಲ್ಲಿ ಏನಿದ್ದೀತು? ಅವನ ಭವಿಷ್ಯ ಏನಾದೀತು? ಅವನ ಪಾಲನೆ-ಪೋಷಣೆ ಹಡೆದ ತಂದೆ-ತಾಯಿಯರ ನೈತಿಕ ಹೊಣೆಯಲ್ಲವೆ? ಸಾಕು ತಾಯಿಯ ಪ್ರೀತಿವಾತ್ಸಲ್ಯ ಹೆತ್ತ ತಾಯಿಯ ಪ್ರೀತಿವಾತ್ಸಲ್ಯಗಳಿಗೆ ಸಾಟಿಯಾಗಬಲ್ಲುದೆ? ದತ್ತಕ ಬಾಲಕನಾದರೂ ಸಾಕು ತಾಯಿಗೆ ಹೊಂದಿಕೊಳ್ಳುವನೆಂಬ ಖಾತರಿ ಏನು?

ಇತ್ಯಾದಿ ಪ್ರಶ್ನೆಗಳು ಮೂಡದೇ ಇರಲಿಲ್ಲ. ಇದು ನನ್ನ ಸುಪ್ತಚಿತ್ತದಲ್ಲಿ ಅವಿತು ಕುಳಿತಿದ್ದು ಮುಂದೆ ಬ್ರೆಕ್ಟನ 'ಕಕೇಸಿಯನ್ ಚಾಕ್ ಸರ್ಕಲ್' ಅನುವಾದಕ್ಕೆ ಪ್ರೇರೇಪಿಸಿರಬಹುದು.

ಸುದ್ದಿಗೆಷ್ಟು ಮುಖ
ಹೇಳು ಸಖ!

❖

10

ಸೋಮವಾರ ಆಫೀಸಿಗೆ ಹೋಗುತ್ತಿದ್ದಂತೆಯೇ ಖಾದ್ರಿಯವರಿಂದ ಬುಲಾವ್ ಬಂತು. "ಗುರುಸ್ವಾಮಿಯವರು (ಗೌರ್ನಿಂಗ್ ಡೈರೆಕ್ಟರ್) ನಿಮ್ಮನ್ನ ಕರೀತಿದಾರೆ, ಹೋಗಿ ನೋಡಿ," ಎಂದರು. ಗುರುಸ್ವಾಮಿಯವರ ಚೇಂಬರಿಗೆ ಧಾವಿಸಿ ಕೈಕಟ್ಟಿ ನಿಂತೆ. ನನ್ನನ್ನು ನಖಶಿಖಾಂತ ನೋಡಿ, ಹಿಂದಿನ ದಿನದ 'ಸಾಪು' ಕೈಗೆತ್ತಿಕೊಂಡು ನನ್ನ ಮುಖಕ್ಕೆ ಹಿಡಿದು, "ನೀನೇನಾ ಇದನ್ನ ಮಾಡಿದ್ದು?" ಎಂದು ಕೇಳಿದರು.

ಶುಚಿ–ರುಚಿ, ವೃತ್ತಿಧರ್ಮ, ನೈತಿಕತೆ

'ಕನ್ನಡಪ್ರಭ'ದಿಂದ 'ಪ್ರಜಾವಾಣಿ'ಗೇನೂ ಬಾಧಕವಾಗಲಿಲ್ಲ. ಅದರ ಪ್ರಸಾರ ಸಂಖ್ಯೆ ಏರುತ್ತಲೇ ಇತ್ತು. 'ಕಪ್ರ' ತನ್ನದೇ ಆದ ಓದುಗರನ್ನು ಕಂಡುಕೊಂಡಿತ್ತು. ದೈನಿಕ ಧಾರಾವಾಹಿ ಮತ್ತು 'ಚಿತ್ರಪ್ರಭ' ಅದರ ಮುಖ್ಯ ಆಕರ್ಷಣೆಯಾಗಿದ್ದು, ಅವು ಅದಕ್ಕೆ ಅದರದೇ ಆದ ಓದುಗರನ್ನು ಗಳಿಸಿ ಕೊಟ್ಟಿದ್ದವು. ಎಲ್ಲ ಕ್ಷೇತ್ರಗಳಲ್ಲೂ ಸೆಳೆಯದ ಗ್ರಾಹಕ ವರ್ಗವೊಂದಿರುತ್ತದೆ. ಪತ್ರಿಕೋದ್ಯಮವೂ ಇದಕ್ಕೆ ಹೊರತಲ್ಲ. ಈ ಗ್ರಾಹಕ ವರ್ಗಕ್ಕೆ ಅವರದೇ ಆದ ಅಪೇಕ್ಷೆಗಳಿರುತ್ತವೆ. ಮಾರುಕಟ್ಟೆ ಸಂಶೋಧಕರು ಇಂಥ ವರ್ಗವನ್ನು ಪತ್ತೆಹಚ್ಚಿ ಅವರ ಮನೋಗತ ತಿಳಿಯುವ

ಪ್ರಯತ್ನಗಳನ್ನು ನಿರಂತರವಾಗಿ ನಡೆಸಿರುತ್ತಾರೆ. 'ಕಪ್ರ' ಪ್ರಕಟಣ ಪೂರ್ವದಲ್ಲಿ ಕನ್ನಡದ ಓದುಗರ ಮನಸ್ಸನ್ನು ಅರಿಯುವ ಇಂಥ ಪ್ರಯತ್ನ ನಡೆಸಿತ್ತೋ ಇಲ್ಲವೋ ತಿಳಿಯದು. ಆದರೆ, ದಿನಂಪ್ರತಿ ಕಾದಂಬರಿ ಓದಲಿಚ್ಛಿಸುವ, ಸಿನಿಮಾ ಲೋಕದ ಬಗ್ಗೆ ತಿಳಿಯುವ, ಅಂದರೆ ಸುದ್ದಿಯೇತರ ಮನರಂಜನಾ ವಿಷಯಗಳಲ್ಲಿ ಆಸಕ್ತಿ, ಅಪೇಕ್ಷೆಯುಳ್ಳ ಒಂದು ಓದುಗ ವರ್ಗ ಇತ್ತು (ಈಗಲೂ ಇದೆ). 'ಕಪ್ರ' ಈ ವರ್ಗದ ಅಪೇಕ್ಷೆಗಳನ್ನು ತಣಿಸಿ ನಗದು ಮಾಡಿಕೊಂಡಿತು. ಆಗ, ಈಗಿರುವಂತೆ ಮಾರುಕಟ್ಟೆ ಸಮೀಕ್ಷೆ, ಸಂಶೋಧನೆಗಳು ಪತ್ರಿಕಾ ರಂಗದಲ್ಲಿ ಇರಲಿಲ್ಲವಾದ್ದರಿಂದ 'ಪ್ರಜಾವಾಣಿ' ಗಮನಕ್ಕೆ ಈ ವರ್ಗ ಬಂದಿರಲಿಲ್ಲ ಹಾಗೂ 'ಪ್ರವಾ' ಸುದ್ದಿ ಪ್ರಧಾನ ಪತ್ರಿಕೆಯಾಗಿತ್ತು. 'ಪ್ರಜಾವಾಣಿ' ಸಾಪ್ತಾಹಿಕ ಪುರವಣಿಯಲ್ಲಿ ವಾರಕ್ಕೊಮ್ಮೆ ಅರ್ಧ ಅಥವಾ ಒಂದು ಪುಟ ಸಿನಿಮಾ ಲೋಕದ ಝಗಮಗ ಸುದ್ದಿಗಳನ್ನು ನೀಡುತ್ತಿತ್ತು. 'ಕನ್ನಡಪ್ರಭ' ಪ್ರತಿ ಶುಕ್ರವಾರ 'ಚಿತ್ರಪ್ರಭ' ಸಿನಿಮಾ ಪುರವಣಿ ಕೊಡಲಾರಂಭಿಸಿದ ನಂತರ 'ಪ್ರವಾ'ದಲ್ಲೂ ಶುಕ್ರವಾರ ಸಿನಿಮಾ ರಂಜನೆ ಪುರವಣಿ ಶುರುವಾಯಿತು.

'ಕಪ್ರ'ದ ಈ ಎರಡು ಆಕರ್ಷಣೆಗಳ ಜೊತೆಗೆ ಬಣ್ಣದ ಮುದ್ರಣವೂ ಅದರ ರಂಗನ್ನೇರಿಸಿತ್ತು. ಆಗ 'ಪ್ರಜಾವಾಣಿ'ಗೆ ಇನ್ನೂ ಆಫ್‌ಸೆಟ್ ಮುದ್ರಣ ಬಂದಿರಲಿಲ್ಲ. ಹಳೆಯ ರೋಟರಿ ಯಂತ್ರದಲ್ಲೇ ಅಚ್ಚಾಗುತ್ತಿತ್ತು. ಫೋಟೋಗಳು, ರೇಖಾಚಿತ್ರಗಳು, ಹಾಫ್ಟೋನ್ ಚಿತ್ರಗಳು ಇವೆಲ್ಲವನ್ನೂ ಪಡಿಯಚ್ಚು (ಬ್ಲಾಕ್) ಮಾಡಿಸಿಯೇ ಮುದ್ರಣಕ್ಕೆ ಬಳಸುತ್ತಿದ್ದೆವು. ಎಷ್ಟೋ ಸಲ ಮಸಿ ಈ ಚಿತ್ರಗಳ ಚೆಂದ, ಚೆಲುವುಗಳನ್ನು ನುಂಗಿಹಾಕಿ ಬಿಡುತ್ತಿತ್ತು. ಜಾರ್ಜ್ ಅಂತ ಪ್ರೆಸ್ ಸೂಪರಿಂಟೆಂಡೆಂಟ್ ಇದ್ದರು. ಕನ್ನಡ ಕಂಪೋಸಿಂಗ್ ವಿಭಾಗಕ್ಕೆ ವೀರಭದ್ರಪ್ಪ ಅಂತ ಸೂಪರವೈಸರ್, ಇವರಲ್ಲದೆ ಒಂದೊಂದು ಪಾಳಿಗೂ ಒಬ್ಬರು ಉಸ್ತುವಾರಿ ಇರುತ್ತಿದ್ದರು. ಅಕ್ಷರ ಜೋಡಣೆ ವಿಭಾಗದಲ್ಲೂ ಆಗಷ್ಟೇ ಲೈನೋಟೈಪ್ ಯಂತ್ರಗಳು ಬಂದಿದ್ದವಾದರೂ ಶೀರ್ಷಿಕೆಗಳನ್ನು ಕೈಯ್ಯಲ್ಲಿ ಮೊಳೆ ಜೋಡಿಸುವುದರಿಂದಲೇ ಮಾಡಬೇಕಿತ್ತು. ಲೈನೋಟೈಪ್ ಯಂತ್ರದಲ್ಲಿ ವಿವಿಧ ಗಾತ್ರಗಳಲ್ಲಿ ಅಕ್ಷರಗಳನ್ನು ಜೋಡಿಸುವ ಸೌಲಭ್ಯವಿರಲಿಲ್ಲ. ಪಠ್ಯವನ್ನು ಮಾತ್ರ 8–10 ಪಾಯಿಂಟ್ ಗಾತ್ರದಲ್ಲಿ ಲೈನೋಟೈಪ್ ಯಂತ್ರದಲ್ಲಿ ಕಂಪೋಸ್ ಮಾಡಬಹುದಿತ್ತು. ಇವರೆಲ್ಲರೂ ಅಂದವಾದ ಮುದ್ರಣಕ್ಕೆ ಶ್ರಮಿಸುತ್ತಿದ್ದರಾದರೂ ಹಳೆಯ ಮುದ್ರಣ ತಂತ್ರಜ್ಞಾನದಿಂದಾಗಿ ಆಗ 'ಪ್ರವಾ' ಅಂದಚೆಂದದ ಮುದ್ರಣದಲ್ಲಿ ಹಿಂದೆಯೇ ಇತ್ತು. ಎಪ್ಪತ್ತರ ದಶಕದಲ್ಲಿ ಹೊಸ ಮುದ್ರಣ ತಂತ್ರಜ್ಞಾನದೊಂದಿಗೆ ಮೊದಲ ಪೀಳಿಗೆಯ ಆಫ್‌ಸೆಟ್ ಮುದ್ರಣ ಯಂತ್ರವೂ ಬಂದು 'ಪ್ರವಾ' ಮುದ್ರಣ 'ವಾಹ್' ಎನ್ನುವಂತಾಯಿತು.

ಆಗ, ಅಂದರೆ ಅರವತ್ತರ ದಶಕದ ಕೊನೆಯಲ್ಲಿ ಎಂಟು ಪುಟಗಳ ಸಾಪ್ತಾಹಿಕ ಪುರವಣಿ ಕೊಡಲಾಗುತ್ತಿತ್ತು. ಸಾಪ್ತಾಹಿಕ ಪುರವಣಿಯ ಆಕರ್ಷಣೆಯಿಂದಾಗಿ

ಭಾನುವಾರಗಳಂದು 'ಪ್ರವಾ' ಪ್ರಸಾರ ಸಂಖ್ಯೆ ಮಿಕ್ಕ ದಿನಗಳಿಗಿಂತ ಹದಿನೈದು-ಇಪ್ಪತ್ತು ಸಾವಿರಗಳಷ್ಟು ಜಾಸ್ತಿ ಇರುತ್ತಿತ್ತು (ಒಂದು ಘಟ್ಟದಲ್ಲಿ ಅದು ನಲವತ್ತು ಸಾವಿರಕ್ಕೇರಿತ್ತೆಂದು ವೈಕುಂಠರಾಜು ಆತ್ಮಚರಿತ್ರೆಯಲ್ಲಿ ಬರೆದಿದ್ದಾರೆ). ದೀಪಾವಳಿ ವಿಶೇಷ ಸಂಚಿಕೆ ತರುವುದೂ 'ಸಾಪು' ವಿಭಾಗದ ಕೆಲಸವೇ ಆಗಿತ್ತು. ವಿಶೇಷ ಸಂಚಿಕೆಗೆ ಮೂರು-ನಾಲ್ಕು ತಿಂಗಳ ಪೂರ್ವಭಾವಿ ಸಿದ್ಧತೆ ಬೇಕಾಗುತ್ತಿತ್ತು. ಜೊತೆಗೆ ಕಂಪೋಸಿಂಗ್ ವಿಭಾಗಕ್ಕೆ ಹೋಗಿ ಗಂಟೆಗಟ್ಟಳೆ ನಿಂತು ಪುಟಗಳನ್ನು ಮಾಡುವ ಶ್ರಮದ ಕೆಲಸವೂ ಇರುತ್ತಿತ್ತು. ಸಹಜವಾಗಿಯೇ ಈ ಅವಧಿಯಲ್ಲಿ 'ಸಾಪು' ವಿಭಾಗಕ್ಕೆ ಹೆಚ್ಚುವರಿ ಮಾನವ ಸಂಪನ್ಮೂಲದ ಅಗತ್ಯ ಬೀಳುತ್ತಿತ್ತು. ಆಗೊಮ್ಮೆ ಈಗೊಮ್ಮೆ ಸಂಪಾದಕರಿಂದ ಬರುತ್ತಿದ್ದ ಸಲಹೆ, ಸೂಚನೆಗಳು ಹೊರತಾಗಿ ಲೇಖನ-ಕಥೆಗಳ ಆಯ್ಕೆ, ಪ್ರಚಲಿತ ವಿಷಯಗಳ ಬಗ್ಗೆ ಯಾರಿಂದ ಬರೆಸುವುದು, ಯಾರಿಂದ ಪುಸ್ತಕ ವಿಮರ್ಶೆ ಮಾಡಿಸುವುದು ಇತ್ಯಾದಿಗಳಲ್ಲಿ 'ಸಾಪು' ಮುಖ್ಯ ಉಪ ಸಂಪಾದಕರಿಗೆ ಸ್ವಾತಂತ್ರ್ಯವಿತ್ತು. ದೀಪಾವಳಿ ವಿಶೇಷ ಸಂಚಿಕೆ ಬಗ್ಗೆ ಮಾತ್ರ ಸಂಪಾದಕರೊಂದಿಗೆ ಒಂದೋ ಎರಡೋ ಸಭೆಗಳು ನಡೆಯುತ್ತಿದ್ದವು. ಈ ಸಭೆಯಲ್ಲಿ ವೈಎನ್ಕೆ ಮತ್ತು ಸುದ್ದಿ ಸಂಪಾದಕರು ಇರುತ್ತಿದ್ದರು. ಈ ಸಭೆಯಲ್ಲಿ ಆ ವರ್ಷದ ವಿಶೇಷ ಸಂಚಿಕೆಯ 'ಥೀಮ್' ಏನಿರಬೇಕು? ಯಾರಿಂದೆಲ್ಲ ಕಥೆ, ಕವನ, ಲೇಖನಗಳನ್ನು ಬರೆಸಬಹುದು ಇತ್ಯಾದಿಗಳು ಚರ್ಚೆಯಾಗಿ ಒಂದು ಸ್ಥೂಲ ನೀಲನಕ್ಷೆ ಸಿದ್ಧವಾಗುತ್ತಿತ್ತು. ಬಾಕಿಯಂತೆ ಚಿತ್ರಗಳು, ವಿನ್ಯಾಸ, ಲೇಖನಗಳಲ್ಲಿ ಮಾರ್ಪಾಟು, ಕಥಾ ಸ್ಪರ್ಧೆ, ಮಕ್ಕಳ ವರ್ಣಚಿತ್ರ ಸ್ಪರ್ಧೆಗಳಿಗೆ ತೀರ್ಪುಗಾರರ ಆಯ್ಕೆ ಇತ್ಯಾದಿಗಳಲ್ಲಿ 'ಸಾಪು' ವಿಭಾಗದವರಿಗೆ ಸಂಪೂರ್ಣ ಸ್ವಾತಂತ್ರ್ಯವಿತ್ತು. ಇವೆಲ್ಲವೂ ವೈಕುಂಠರಾಜು ಮತ್ತು ಸದಾಶಿವ ಇಬ್ಬರಿಗೆ ಮೀರಿದ ಸೃಜನಶೀಲ ಹೊಣೆಗಾರಿಕೆಯಾಗಿತ್ತು. ಆದರೆ, ಇಬ್ಬರೇ ಸಾಕೆಂದು ಸಂಪಾದಕರು ನಿರ್ಧರಿಸಿದ್ದರು.

ನನಗೆ ಸುದ್ದಿ ಪತ್ರಿಕೋದ್ಯಮಕ್ಕಿಂತ ನಿಯತಕಾಲಿಕ ಪತ್ರಿಕೋದ್ಯಮದಲ್ಲಿ (ಮ್ಯಾಗಸೀನ್ ಜರ್ನಲಿಸಮ್) ಹೆಚ್ಚು ಆಸಕ್ತಿ ಹುಟ್ಟಿತು. ಇದರಲ್ಲಿ ನನ್ನ ಸೃಜನಶೀಲ ಪ್ರತಿಭೆಯ ವಿಕಾಸಕ್ಕೆ ಹೆಚ್ಚಿನ ಅವಕಾಶಗಳು ದೊರೆಯಬಹುದೆಂಬ ನಿರೀಕ್ಷೆ. ಕಥೆ, ಕಾದಂಬರಿ ರಚನೆಗೆ ಸಹಾಯವಾಗುತ್ತದೆ ಎಂಬ ಭ್ರಮೆಯಿಂದ ಪತ್ರಿಕಾ ವೃತ್ತಿಯನ್ನು ಆರಿಸಿಕೊಂಡಿದ್ದ ನನಗೆ ಬಲುಬೇಗ ಭ್ರಮನಿರಸನವಾಗಿತ್ತು. ಆದರೆ, ಈ ವೃತ್ತಿಯಿಂದ ನನ್ನ ಬರವಣಿಗೆ, ಭಾಷೆ, ಸಾಹಿತ್ಯಕ/ ಸಾಂಸ್ಕೃತಿಕ ಅಭಿರುಚಿ ಸುಧಾರಿಸಿತ್ತು. ಕಥೆ, ಕಾದಂಬರಿ ರಚನೆ ನಿಂತೇ ಹೋಯಿತು.

ನನ್ನ ಸೃಜನಶೀಲ ಪ್ರತಿಭೆ ಸಾಮರ್ಥ್ಯಗಳಿಗೆ 'ಸಾಪು' ಅಥವಾ 'ಸುಧಾ'ಗಳಲ್ಲಿ ಹೆಚ್ಚು ಅವಕಾಶಗಳು ಲಭ್ಯವಾದೀತು ಎಂದು 'ಪ್ರವಾ' ಸೇರಿದ ಆರೆಂಟು ತಿಂಗಳಲ್ಲೇ ಇದಕ್ಕೆ ಪ್ರಯತ್ನಿಸಿದೆ. ಆದರೆ, 'ಸಾಪು'ನಲ್ಲಿ ಇಬ್ಬರಿದ್ದಾರಲ್ಲ, ಸಮಯಬಿದ್ದಾಗ

ಅವರಿಗೆ ಸಹಾಯಕನಾಗು, ಲೇಖನಗಳನ್ನು ಬರಿ ಎಂದು ಸಂಪಾದಕರು ಉಪದೇಶಿಸಿದರು. "ಐ ನೋ ಯು ಆರ್ ಕಟೌಟ್ ಫಾರ್ ಮ್ಯಾಗಸೀನ್," ಎಂದ ಎಂ ಬಿ ಸಿಂಗ್ ಅವರು 'ಸುಧಾ'ಕ್ಕೆ ಕರೆದುಕೊಳ್ಳಲಿಲ್ಲ, ಲೇಖನ, ಫೀಚರ್‌ಗಳನ್ನು ಬರೆಯಲು ಅವಕಾಶ ಕಲ್ಪಿಸಿದರು. ಬಿಡುವಿದ್ದಾಗಲೆಲ್ಲ ವೈಕುಂಠರಾಜು, ಸದಾಶಿವ ಹೇಳಿದ 'ಸಾಪು' ಕೆಲಸಗಳನ್ನು ಮಾಡುತ್ತಾ ಇದ್ದೆ. ಆ ವೇಳೆಗಾಗಲೇ 'ಸಾಕ್ಷಿ' 'ಸಂಕ್ರಮಣ'ಗಳಲ್ಲಿ ನನ್ನ ವಿಮರ್ಶಾ ಲೇಖನಗಳು ಪ್ರಕಟವಾಗಿದ್ದವು, ಇದನ್ನು ಗಮನಿಸಿದ್ದ ಹಾಗೂ ಕಲಾಮಂದಿರದ 'ಚಿತ್ರಾ' ಕಲಾವಿದರು ನಾಟಕ ತಂಡದಲ್ಲಿ ಐದಾರು ವರ್ಷಗಳ ಕಾಲ ಅಭಿನಯ ಇತ್ಯಾದಿಗಳಲ್ಲಿ ತೊಡಗಿಕೊಂಡಿದ್ದ ನನ್ನ ರಂಗಭೂಮಿ ಹಿನ್ನೆಲೆ ಅರಿತಿದ್ದ ವೈಎನ್ಕೆ ನನ್ನ ಕೈಯ್ಯಲ್ಲಿ ಪುಸ್ತಕ ವಿಮರ್ಶೆ, ನಾಟಕ ವಿಮರ್ಶೆ ಮಾಡಿಸಬಹುದೆಂದು ಸಂಪಾದಕರಿಗೆ ಸೂಚಿಸಿದ್ದರು. ಸಂಪಾದಕರ ಆದೇಶದಂತೆ ವೈಕುಂಠರಾಜು ನನ್ನ ಕೈಯ್ಯಲ್ಲಿ ಪುಸ್ತಕ ವಿಮರ್ಶೆ, ನಾಟಕ ವಿಮರ್ಶೆ ಬರೆಸಲು ಶುರು ಮಾಡಿದರು. ದೀಪಾವಳಿ ವಿಶೇಷ ಸಂಚಿಕೆ ಕೆಲಸದಲ್ಲಿ ನೆರವಾಗಲು ಮೂರು ತಿಂಗಳ ಕಾಲ 'ಸಾಪು'ನಲ್ಲಿ ಕೆಲಸ ಮಾಡುವ ಅವಕಾಶ 1968ರಲ್ಲಿ ಸಿಕ್ಕಿತು. ಮುಂದೆ 1984ರಲ್ಲಿ ನಾನು 'ಸಾಪು' ಸಂಪಾದಕನಾಗುವವರೆಗೆ ಪ್ರತಿ ದೀಪಾವಳಿ ಸಂಚಿಕೆಯಲ್ಲೂ ನನ್ನ ಪಾತ್ರವಿತ್ತು. 'ಸಾಪು' ಸಂಪಾದಕನಾದ ನಂತರ ದೀಪಾವಳಿ ಸಂಚಿಕೆಯ ಪೂರ್ತಿ ಹೊಣೆ ನನ್ನದಾಯಿತು. ನಿವೃತ್ತನಾಗುವವರೆಗೆ ವಿಶೇಷ ಸಂಚಿಕೆ ನೀಲನಕ್ಷೆ ತಯಾರಿಯಿಂದ ಹಿಡಿದು ಅಚ್ಚಾಗುವವರೆಗೆ ಪ್ರತಿ ಹಂತದಲ್ಲೂ ನಾನು ವಿಶೇಷ ಸಂಚಿಕೆಯ ಕೆಲಸದಲ್ಲಿ ಸಕ್ರಿಯವಾಗಿ ಕಾರ್ಯ ನಿರ್ವಹಿಸಿದ್ದು ನನ್ನ ಮೂವತ್ಮೂರು ವರ್ಷಗಳ 'ಪ್ರಜಾವಾಣಿ' ಜೀವನದಲ್ಲಿ ಒಂದು ಹೆಗ್ಗುರುತು.

ಸುದ್ದಿ ವಿಭಾಗದಲ್ಲಿ ದಿನಪತ್ರಿಕೆ ಕೆಲಸ ಕಾರ್ಯಗಳ ಜೊತೆಗೆ 'ಸಾಪು' ಮತ್ತು ದೀಪಾವಳಿ ವಿಶೇಷ ಸಂಚಿಕೆಗಳಲ್ಲಿ ಕೆಲಸ ಮಾಡುವ ಅವಕಾಶ ಸಿಕ್ಕಿದ್ದರಿಂದ ಮ್ಯಾಗಸೀನ್ ಜರ್ನಲಿಸಮ್‌ನಲ್ಲಿ ಹೆಚ್ಚಿನ ಅರಿವು, ಅನುಭವ ಗಳಿಸುವುದು ಸಾಧ್ಯವಾಯಿತು. ಈ ಅರ್ಹತೆಯಿಂದಾಗಿ ವೈಕುಂಠರಾಜು ಅಥವಾ ಸದಾಶಿವ ರಜೆ (ಪಿಎಲ್) ಮೇಲೆ ಹೋದಾಗ ತಿಂಗಳು/ ಹದಿನೈದು ದಿನಗಳ ಕಾಲ ಅವರ ಕೆಲಸ ನೋಡಿಕೊಳ್ಳುವ ಜವಾಬ್ದಾರಿಯನ್ನು ಸುದ್ದಿ ಸಂಪಾದಕರು ನನಗೇ ವಹಿಸುತ್ತಿದ್ದರು. ಒಮ್ಮೆ ವೈಕುಂಠರಾಜು, ಸದಾಶಿವ ಇಬ್ಬರೂ ಏಕಕಾಲದಲ್ಲಿ ರಜೆ ಮೇಲೆ ಹೋದಾಗ ಸುದ್ದಿ ಸಂಪಾದಕರು 'ಸಾಪು' ಹೊಣೆಯನ್ನು ನನಗೆ ವಹಿಸಿದರು. ಆ ವಾರದ ಪುರವಣಿಯ ಪೂರ್ವಸಿದ್ಧತೆ ಏನೂ ಆಗಿರಲಿಲ್ಲ. ಎಂಟು ಪುಟಗಳಿಗೂ ಲೇಖನ/ ಕಥೆ/ ಪುಸ್ತಕ ವಿಮರ್ಶೆ/ ಚಿತ್ರಗಳು/ ಫೋಟೋಗಳು ಇತ್ಯಾದಿಗಳನ್ನು ಹೊಂದಿಸಬೇಕಾಗಿತ್ತು. ಮೊದಲ ಪುಟಕ್ಕೆ ಲೇಖನ ತಲಾಶ್ ಮಾಡುವುದರಿಂದಲೇ ನನ್ನ ಕಸರತ್ತು ಶುರುವಾಯಿತು. ಲೇಖನಗಳನ್ನು ಆಯ್ಕೆ ಮಾಡುವ ಪೂರ್ಣ

ಸ್ವಾತಂತ್ರ್ಯ ನಮಗಿತ್ತು. ಆಯ್ಕೆ ಮಾಡಿದ ಲೇಖನದ ಗ್ಯಾಲಿ ಪ್ರೂಫನ್ನು ಸುದ್ದಿ ಸಂಪಾದಕರ ಅವಗಾಹನೆಗೆ ಕಳುಹಿಸಿದರೆ ಸಾಕಿತ್ತು.

ಆಗ ಮುಂಬಯಿಯಲ್ಲಿ 'ಪ್ರಜಾವಾಣಿ' ಬಾತ್ಮೀದಾರರಾಗಿದ್ದ ಸಂತೋಷ ಕುಮಾರ್ ಗುಲ್ವಾಡಿಯವರು 'ಪ್ಲೇ ಬಾಯ್' ಮ್ಯಾಗಸೀನ್ ಬಗ್ಗೆ ಒಂದು ಫೋಟೋ ಫೀಚರ್ ಕಳುಹಿಸಿದ್ದರು. ಕನ್ನಡಿಗರು ತಿಳಿಯಬೇಕಾದಂಥ ಮಾಹಿತಿ ಅದರಲ್ಲಿತ್ತು, ನೋಡಬೇಕಾದಂಥ ದೃಶ್ಯಗಳೂ ಇದ್ದವು. ರಸಿಕರೆದೆಯನ್ನು ಢವಗುಟ್ಟಿಸುವಂಥ ರೂಪದರ್ಶಿಯರ ಮೋಹಕ ಭಂಗಿಯ ನಗ್ನ/ ಅರೆನಗ್ನ ಚಿತ್ರಗಳು, ಭರ್ಜರಿ ಚಿತ್ರಗಳು. ಅದನ್ನು ಮೊದಲ ಪುಟಕ್ಕೆ ತೆಗೆದುಕೊಳ್ಳಲು ನಿರ್ಧರಿಸಿದೆ. ಲೇಖನದ ಗ್ಯಾಲೀ ಪ್ರೂಫನ್ನು ಸುದ್ದಿ ಸಂಪಾದಕರ ಮೇಜಿಗೆ ಕಳುಹಿಸಿ ಮುಂದುವರಿದೆ 'ಆಹಾ! ಇಂದೆನಗೆ ಆಹಾರ ಸಿಕ್ಕಿತು' ಎಂಬ ಉತ್ಸಾಹದಲ್ಲಿ ಚಿತ್ರಗಳನ್ನು ಬ್ಲೋಅಪ್ ಮಾಡಿ ಬ್ಲಾಕ್ ಮಾಡಿಸಿ ಪುರವಣಿಯ ಮೊದಲ ಪುಟದಲ್ಲಿ ಸುಂದರವಾಗಿ ವಿನ್ಯಾಸಗೊಳಿಸಿದೆ, ಪ್ರಿಂಟ್ ಆದಮೇಲೆ ನೋಡಿ ಹಿಗ್ಗಿದೆ.

ಭಾನುವಾರ ಕಳೆಯಿತು. ಸೋಮವಾರ ಆಫೀಸಿಗೆ ಹೋಗುತ್ತಿದ್ದಂತೆಯೇ ಖಾದ್ರಿಯವರಿಂದ ಬುಲಾವ್ ಬಂತು. ಎದುರಿಗೆ ನಿಂತಂತೇ, "ಗುರುಸ್ವಾಮಿಯವರು (ಗೌರ್ನಿಂಗ್ ಡೈರೆಕ್ಟರ್) ನಿಮ್ಮನ್ನ ಕರೀತಿದಾರೆ, ಹೋಗಿ ನೋಡಿ," ಎಂದರು ಖಾದ್ರಿಯವರು. ನಾನು ಆಡಳಿತ ವಿಭಾಗದಲ್ಲಿದ್ದ ಗುರುಸ್ವಾಮಿಯವರ ಚೇಂಬರಿಗೆ ಧಾವಿಸಿ ಅವರೆದುರು ಕೈಕಟ್ಟಿ ನಿಂತೆ. ಗುರುಸ್ವಾಮಿಯವರು ನನ್ನನ್ನು ನಖಶಿಖಾಂತ ನೋಡಿ, ಹಿಂದಿನ ದಿನದ 'ಸಾಪು' ಕೈಗೆತ್ತಿಕೊಂಡು ನನ್ನ ಮುಖಕ್ಕೆ ಹಿಡಿದು, "ನೀನೇನಾ ಇದನ್ನ ಮಾಡಿದ್ದು?" ಎಂದು ಕೇಳಿದರು.

"ಹೌದು ಸರ್."

"ಇಂಥ ಫೋಟೋಗಳನ್ನು ಹಾಕಬಹುದೆ?" ಎಂದು ಮೆಲುದನಿಯಲ್ಲೇ ಕೇಳಿದರು.

"ಹೌದು ಸರ್, ಹಾಕಬಹುದು."

"ಹಾಕಬಹುದೇ? 'ಪ್ರಜಾವಾಣಿ' ಓದುಗರು ಇದನ್ನ ಇಷ್ಟಪಡ್ತಾರ?"

"ಸರ್, ಇಷ್ಟಪಡ್ತಾರೆ."

"ಇಷ್ಟಪಡ್ತಾರೆ ಅಂತ ನಿಂಗೆ ಹೇಗೆ ಗೊತ್ತು? ನಂಗೆ ಓದುಗರು ಫೋನ್ ಮಾಡಿ ಹೇಳ್ತಿದಾರೆ ಇಂಥದ್ದನ್ನ ಹಾಕಬೇಡಿ, ನಮಗೆ ಇಷ್ಟ ಆಗಲ್ಲ ಅಂತ (ಗುರುಸ್ವಾಮಿಯವರ ಆಪ್ತ ವಲಯದ ಒಬ್ಬಿಬ್ಬರು, ಶೇರುದಾರರು, ಹೀಗೆ ಕೆಲವರು ಫೋನ್ ಮಾಡಿ ಹೀಗೆ ಹೇಳಿದ್ದರೆಂದು ನನಗೆ ಆನಂತರ ತಿಳಿಯಿತು)."

ನಾನು ನಿರುತ್ತರನಾಗಿ ನಿಂತಿದ್ದೆ.

"ಇಂಥಾದ್ದನ್ನೆಲ್ಲ ಹಾಕಬಾರದು. ನಮ್ಮ ಓದುಗರ ರುಚಿ ನಿಂಗೆ ಗೊತ್ತಿಲ್ಲ. ಚಿತ್ರಗಳೇನೋ ನೋಡಲು ಪರಮಾಯಿಷಿಯಾಗಿವೆ. ನಾವು ನೋಡಿ ಖುಷಿಪಡ ಬಹುದಷ್ಟೇ," ಎಂದು ಉಪದೇಶಿಸಿದ ಗುರುಸ್ವಾಮಿಯವರು, ತಿರಸ್ಕಾರವೋ ಭರ್ತ್ಸನೆಯೋ ಆಗಬಹುದಾದ ದನಿಯಲ್ಲಿ, "ನೀನಿನ್ನು ಹೋಗಬಹುದು," ಎಂದರು.

ನನ್ನ ಜಾಗಕ್ಕೆ ಬಂದು ಕುಳಿತವನೇ, "ಹೋಗಬಹುದು," ಎಂದರೆ, "ಮನೆಗೆ ಹೋಗು," ಎಂದಿರಬಹುದೇ ಎಂದು ದಿನವೆಲ್ಲ ತೊಳಲಾಡಿದೆ. ಸಂಜೆ ಖಾದ್ರಿಯವರ ಎದುರು ನಿಂತು, "ನಾಳೆಯಿಂದ ನನ್ನ ಗತಿ ಏನು?" ಎಂದು ಕೇಳಿದೆ. ಬೆಳಿಗ್ಗೆಯೇ ಈ ಬಗ್ಗೆ ಗುರುಸ್ವಾಮಿಯವರು ಟಿಎಸ್ಸಾರ್ ಅವರಿಗೆ ಫೋನ್ ಮಾಡಿ ಕೇಳಿದಾಗ, "ಅದರಲ್ಲಿ ಅಶ್ಲೀಲವಾದ್ದು ಏನೂ ಇಲ್ಲ," ಎಂದು ಟಿಎಸ್ಸಾರ್ ಸಮಜಾಯಿಷಿ ನೀಡಿ ನನ್ನ ಪಾರುಮಾಡಿ ಪ್ರಕರಣ ಮುಗಿಸಿದ್ದರಂತೆ. ಇದನ್ನು ತಿಳಿಸಿದ ಖಾದ್ರಿಯವರು ಓದುಗರ ಇಷ್ಟ–ಅನಿಷ್ಟ, ಶುಚಿ–ರುಚಿ–ಅಭಿರುಚಿಗಳ ಬಗ್ಗೆ, ಇದನ್ನು ಬೆಳೆಸುವುದರಲ್ಲಿ ಪತ್ರಿಕೆಗಳ ಜವಾಬ್ದಾರಿ, ವೃತ್ತಿಧರ್ಮ, ಕರ್ತವ್ಯಗಳ ಬಗ್ಗೆ ಒಂದು ಸಣ್ಣ ಉಪನ್ಯಾಸ ಕೊಟ್ಟರು.

ಪತ್ರಿಕೆ–ಓದುಗರು–ಲೇಖಕರು, ಇವರದೊಂದು ಸುವರ್ಣ ಸಂಯೋಗ. ಪತ್ರಿಕೆ ಇಲ್ಲದೆ ಓದುಗರು, ಲೇಖಕರು ಬೆಳೆಯುವುದಿಲ್ಲ. ಇವರಿಬ್ಬರೂ ಇಲ್ಲದೆ ಪತ್ರಿಕೆ ಬೆಳೆಯುವುದಿಲ್ಲ. ಇವರಿಬ್ಬರನ್ನೂ ಪತ್ರಿಕೆ ಬೆಳೆಸಬೇಕು. ಹೊಸ ಅಭಿರುಚಿ, ಹೊಸ ವಿಷಯ, ಹೊಸ ರೀತಿಯ ಬರವಣಿಗೆ ಇತ್ಯಾದಿ ಹೊಸಹೊಸ ಪ್ರಯೋಗಗಳಿಂದ ಓದುಗರನ್ನು, ಲೇಖಕರನ್ನು ಬೆಳೆಸುತ್ತಾ ತಾನೂ ಬೆಳೆಯಬೇಕು. ಈ ಸುವರ್ಣ ಸಂಯೋಗ ಪರಸ್ಪರ ಪೋಷಿಸಿಕೊಂಡು ಬೆಳೆಯುತ್ತಿರುವುದಕ್ಕೆ 'ಪ್ರವಾ'ಗಿಂತ ಮಿಗಿಲಾದ ಇನ್ನೊಂದು ನಿದರ್ಶನ ಬೇಕಿಲ್ಲ. ಓದುಗರ ಮನಸ್ಸನ್ನು ವಿಕಾರಗೊಳಿಸದ ರೀತಿಯಲ್ಲಿ ಹೊಸ ರುಚಿಯನ್ನು, ಅಭಿರುಚಿಯನ್ನು ಬೆಳೆಸುವುದು ಹೇಗೆ, ಹೊಸ ವಿಚಾರ, ವಿಷಯಗಳನ್ನು, ಸಂಶೋಧನೆಗಳನ್ನು, ಮನೋವಿಜ್ಞಾನ, ರತಿ ವಿಜ್ಞಾನ, ಅಂಗ ರಚನಾ ವಿಜ್ಞಾನಗಳಂಥ ಸೂಕ್ಷ್ಮ ಸಂವೇದಿ ವಿಚಾರಗಳನ್ನು ಜನರ ಭಾವನೆಗಳಿಗೆ, ನಂಬಿಕೆಗಳಿಗೆ ತ್ರಾಸ ಉಂಟುಮಾಡದ ರೀತಿಯಲ್ಲಿ, ಸಾರ್ವಜನಿಕ ಬದುಕಿನ ನೈತಿಕತೆಗೆ ಭಂಗವಾಗದಂತೆ ತಿಳಿಸುವುದು ಹೇಗೆ ಎಂದು ನಾನು ಯೋಚಿಸುವಂತಾಯಿತು ಮೇಲಿನ ಪ್ರಸಂಗದಿಂದ.

ಇಂಗ್ಲಿಷಿನಲ್ಲಿ 'ಪ್ಲೇಯಿಂಗ್ ಟು ದಿ ಗ್ಯಾಲರಿ' ಎನ್ನುವ ಮಾತೊಂದಿದೆ. ಈ ಗ್ಯಾಲರಿ ನಯನಾಜೂಕು ಮಡಿಮೈಲಿಗೆಗಳನ್ನು ಅಲಕ್ಷಿಸುವ, ಮುಕ್ತ ಮನರಂಜನೆ ಬಯಸುವ ಪಾಮರರ ರೂಪಕ. ಈ ಪಾಮರ ಪ್ರೇಕ್ಷಕರ ಕಾಮನೆಗಳನ್ನು ತಣಿಸುವ ಕಲೆಯ ಪ್ರಯತ್ನಗಳನ್ನು ಹೀಗೆ ಕರೆಯಲಾಗುತ್ತಿತ್ತು. ಕನ್ನಡ

ರಂಗಭೂಮಿಯ ಪಾರಿಭಾಷಿಕದಲ್ಲಿ ಹೇಳುವುದಾದರೆ, ನಾಲ್ಕಾಣೆ ಟಿಕೆಟು ಪಡೆದ ಪ್ರೇಕ್ಷಕರ ಮನೋಕಾಮನೆಗಳನ್ನು ಈಡೇರಿಸಲೇಬೇಕಾದ ಕಂಪನಿ ನಾಟಕಗಳ ಅನಿವಾರ್ಯತೆ. ದ್ರೌಪದಿ ಸೀರೆ ಸೆಳೆಯುವ ದೃಶ್ಯಕ್ಕೆ 'ಒನ್ಸ್ ಮೋರ್' ಬಂದಲ್ಲಿ ಆ ಬೇಡಿಕೆಯನ್ನು ಈಡೇರಿಸಿ ಗಲ್ಲಾಪೆಟ್ಟಿಗೆ ತುಂಬಿಕೊಳ್ಳುವ ಆತುರ... ನಾನೂ ಕೂಡ ಓದುಗರ ಮನೋಕಾಮನೆಯನ್ನು ತಣಿಸುವ ಮೂಲಕ ನನ್ನ ಹೆಗ್ಗಳಿಕೆ ಛಾಪು ಮೂಡಿಸಲು ಪ್ರಯತ್ನಿಸಿದನೇ ಎಂಬ ಅಪರಾಧ ಪ್ರಜ್ಞೆಯೂ ನನ್ನನ್ನು ಕಾಡದೇ ಇರಲಿಲ್ಲ. ಓದುಗರಲ್ಲಿ ಬಹುತೇಕ ಮಂದಿ 'ಪ್ಲೇ ಬಾಯ್' ಲೇಖನ ಮೆಚ್ಚಿಕೊಂಡು ಪತ್ರ ಬರೆದಿದ್ದರು. ಒಬ್ಬಿಬ್ಬರು ಮಡಿವಂತರು ಮೂಗು ಮುರಿದಿದ್ದರು.

ಮುಂದೆ ಸುಮಾರು ಇಪ್ಪತ್ತು ವರ್ಷಗಳ ನಂತರ ನಾನು 'ಸುಧಾ'ದಲ್ಲಿ ಸಹಾಯಕ ಸಂಪಾದಕನಾಗಿದ್ದಾಗ ನೇರವಾಗಿ ಓದುಗರ ಅಸಮಾಧಾನವನ್ನು ಎದುರಿಸಬೇಕಾಯಿತು. 1992–1993 ಇರಬೇಕು. ಆಗಿನ 'ಸುಧಾ'ದ ಒಂದು ಸಂಚಿಕೆಯಲ್ಲಿ ಬಾಂಬೆ ಡೈಯಿಂಗ್ ಟವೆಲ್‌ನ ಅರೆನಗ್ನ ಜಾಹೀರಾತು ಪ್ರಕಟವಾಗಿತ್ತು. ಟವೆಲ್ ಸಮ್ಮೋಹಕ ಚೆಲುವಿನ ರೂಪದರ್ಶಿಯ 'ಮಾನ'ವನ್ನು ಮಾತ್ರ ಮುಚ್ಚಿ ಅವಳ ಅರೆನಗ್ನ ದೇಹದ ಮೇಲೆ ಕಂಗೊಳಿಸುತ್ತಿತ್ತು. ಈ ಅರೆನಗ್ನ ಜಾಹೀರಾತು ಕೆಲವರು ಓದುಗರಿಗೆ ರುಚಿಸಿರಲಿಲ್ಲ. 15–20 ಮಂದಿ ನನಗೆ ಫೋನ್ ಮಾಡಿ, "ಮನೆ ಮಂದಿಯೆಲ್ಲಾ ಓದುವ ನಮ್ಮ 'ಸುಧಾ'ದಲ್ಲಿ ಇಂಥ ಜಾಹೀರಾತನ್ನು ನಿರೀಕ್ಷಿಸಿರಲಿಲ್ಲ. ಈ ವಾರ 'ಸುಧಾ'ನ ಎಲ್ಲರ ಕೈಗೆ ಸಿಗುವಂತೆ ಟೀಪಾಯ್ ಮೇಲೆ ಇಡುವ ಹಾಗಿಲ್ಲ. ಇಂಥ ಜಾಹೀರಾತು ಹಾಕಬೇಡಿ. 'ಸುಧಾ' ಬಹಿಷ್ಕರಿಸಬೇಕಾಗುತ್ತೆ," ಎಂದೆಲ್ಲ ತರಾಟೆಗೆ ತೆಗೆದುಕೊಂಡರು. ಸುಮಾರು ಜನ (100–120) ಈ ಜಾಹೀರಾತಿಗೆ ವಿರೋಧ ವ್ಯಕ್ತಪಡಿಸಿ ಪತ್ರಗಳನ್ನೂ ಬರೆದಿದ್ದರು.

ನನ್ನ ಗಮನಕ್ಕೆ ಬರದೇ ಆ ಜಾಹೀರಾತು ಸಂಚಿಕೆಯೊಳಗೆ ನುಸುಳಿತ್ತು. ಸಂಪಾದಕರ ಗಮನಕ್ಕೆ ತರದೆ ಆ ಜಾಹೀರಾತು ಹಾಕಬಾರದಿತ್ತು ಎಂದು ನಾನು ಜಾಹೀರಾತು ಮ್ಯಾನೇಜರಿಗೆ ಕಟುವಾಗಿಯೇ ಹೇಳಿದೆ. ಸಂಪಾದಕರ ಗಮನಕ್ಕೆ ತರದೆ ಇಂಥ ಜಾಹೀರಾತು ಹಾಕಬಾರದು ಎನ್ನುವ ದಿನಗಳು ಕನ್ನಡ ಪತ್ರಿಕೋದ್ಯಮದಲ್ಲಿ ಆಗಷ್ಟೇ ಮುಗಿದಿದ್ದವು. ಜಾಹೀರಾತು ಮ್ಯಾನೇಜರನೇ ಸಂಪಾದಕನಿಗಿಂತ ದೊಡ್ಡವನು (ದುಡ್ಡು ತರುವವನೇ ದೊಡ್ಡಪ್ಪ) ಎನ್ನುವ ಕಾರ್ಪೋರೆಟ್ ಆಲೋಚನಾ ಪ್ರವೃತ್ತಿಯ ಆರಂಭದ ದಿನಗಳು ಅವು. ಆಗ 'ಸುಧಾ'ದಲ್ಲಿ ಒಂದು ಪೂರ್ಣಪುಟ ಬಣ್ಣದ ಜಾಹೀರಾತಿಗೆ ಸುಮಾರು ಹದಿನೆಂಟು ಸಾವಿರ ರೂಪಾಯಿ ದರ ಇತ್ತು. ಬಾಂಬೆ ಡೈಯಿಂಗ್ ಜಾಹೀರಾತು ಸತತ ನಾಲ್ಕು ವಾರಗಳ ಪ್ರಕಟಣೆಗೆ ಬುಕ್ ಆಗಿತ್ತು. ಜಾಹೀರಾತು ಮ್ಯಾನೇಜರಿಗೆ ಇದಾಗದು ಎಂದು ನಾನು ಹೇಳಿದೆ. ಜಾಹೀರಾತು ಮ್ಯಾನೇಜರಿಗೆ 'ಟಾರ್ಗೆಟ್' ಮುಟ್ಟುವ

ಧಾವಂತ. ಅವರು ನೇರವಾಗಿ ಎಕ್ಸಿಕ್ಯೂಟಿವ್ ನಿರ್ದೇಶಕರ ಬಳಿ ಹೋಗಿ ನನ್ನ ನಿರಾಕರಣೆಯನ್ನು ತಿಳಿಸಿ ಆಗಬಹುದಾದ ನಷ್ಟವನ್ನು ವಿವರಿಸಿದರು. ಪತ್ರಿಕೆಯ ವರಮಾನಕ್ಕೆ ಧಕ್ಕೆಯಾಗಬಾರದು. ಜಾಹೀರಾತನ್ನು ನಿಲ್ಲಿಸಲಾಗದು, ತೆಗೆದುಕೊಳ್ಳಲೇಬೇಕು ಎಂದು ಎಕ್ಸಿಕ್ಯೂಟಿವ್ ಡೈರೆಕ್ಟರ್ ಆದೇಶಿಸಿದರು. ಆಗ ವಿಷಯ ಸಂಪಾದಕರೂ ಆಗಿದ್ದ ಮ್ಯಾನೇಜಿಂಗ್ ಡೈರೆಕ್ಟರ್ ಹರಿಕುಮಾರ್ ಅವರ ಬಳಿ ಹೋಯಿತು. ಅವರು ನನ್ನ ಕರೆಸಿದರು. ಸಂಪಾದಕರಾಗಿ ನಿಮ್ಮ ಅಭಿಪ್ರಾಯ ಏನು ಎಂದು ಕೇಳಿದರು. ಗುರುಸ್ವಾಮಿಯವರು ಓದುಗರ ಇಷ್ಟದ ಬಗ್ಗೆ ಕಲಿಸಿದ ಪಾಠ ನನ್ನಲ್ಲಿ ಧೈರ್ಯ, ವಿಶ್ವಾಸಗಳನ್ನು ತುಂಬಿತ್ತು, "ಓದುಗರು ಇಷ್ಟಪಡದ ಈ ಕೀಳು ಅಭಿರುಚಿಯ ಜಾಹೀರಾತನ್ನು ಪ್ರಕಟಿಸಬಾರದು. ಪತ್ರಿಕೆಗಳು ಓದುಗರ ಮೂಲ ಕಾಮನೆಗಳನ್ನು ಕೆರಳಿಸುವಂಥಾದ್ದನ್ನು ಪ್ರಕಟಿಸಬಾರದು ಎಂಬ ವೃತ್ತಿಯ ನೀತಿ–ನಿಯಮಗಳನ್ನು ನಾವು ಪಾಲಿಸಬೇಕಾಗುತ್ತದೆ. ಓದುಗರ ಭಾವನೆಗಳನ್ನು ನಾವು ಗೌರವಿಸಬೇಕಾಗುತ್ತದೆ. ನಮ್ಮ ಗಮನಕ್ಕೆ ತರದೇ ಈ ಜಾಹೀರಾತನ್ನು ಮ್ಯಾನೇಜರ್ ನೇರವಾಗಿ ಪ್ರಕಟಣೆಗೆ ಕಳುಹಿಸಿದ್ದು ತಪ್ಪು. ಪತ್ರಿಕೆಯಲ್ಲಿ ಜಾಹೀರಾತೂ ಸೇರಿದಂತೆ ಪ್ರಕಟವಾದುದೆಲ್ಲದಕ್ಕೂ ಸಂಪಾದಕ ಹೊಣೆಗಾರನಾಗುತ್ತಾನೆ, ಉತ್ತರದಾಯಿಯಾಗುತ್ತಾನೆ. ನೂರಾರು ಮಂದಿ ಓದುಗರು ಈ ಜಾಹೀರಾತಿಗೆ ಆಕ್ಷೇಪಣೆ ವ್ಯಕ್ತಪಡಿಸಿದ್ದಾರೆ," ಎಂದು ನಾನು ತಿಳಿಸಿದೆ.

ಮ್ಯಾನೇಜಿಂಗ್ ಡೈರೆಕ್ಟರ್ ಅವರಿಗೆ ನನ್ನ ಮಾತು ಒಪ್ಪಿಗೆಯಾಯಿತು. ಆ ಜಾಹೀರಾತನ್ನು ನಿಲ್ಲಿಸಿದರು ಹಾಗೂ ಇನ್ನು ಮುಂದೆ ಇಂಥ ಜಾಹೀರಾತುಗಳನ್ನು ಸಂಪಾದಕರ ಗಮನಕ್ಕೆ ತರದೆ ಪ್ರಕಟಣೆಗೆ ಕೊಡಬಾರದೆಂದು ಜಾಹೀರಾತು ಮ್ಯಾನೇಜರಿಗೆ ತಾಕೀತು ಮಾಡಿದರು.

ಆ ವರ್ಷ ನಮ್ಮ ಬೋನಸ್ಸೇನೂ ಕಡಿಮೆಯಾಗಲಿಲ್ಲ.

❖

11

ಎಪ್ಪತ್ತರ ದಶಕ ಅಡಿ ಇರಿಸಿತು. ಅಲ್ಲೋಲಕಲ್ಲೋಲಗಳನ್ನು ಸೃಷ್ಟಿಸಿದ ದಶಕವಿದು. ಕರ್ನಾಟಕದಲ್ಲಿ ದೇವರಾಜ ಅರಸು ಮುಖ್ಯಮಂತ್ರಿಯಾದರು. ಸದ್ದಿಲ್ಲದೆ ಸಾಮಾಜಿಕ ಕ್ರಾಂತಿಗೆ ಅಡಿಪಾಯ ಹಾಕಿದ ಸರದಾರ ದೇವರಾಜ ಅರಸು. ದೇವರಾಜ ಅರಸು ಅವರಿಗೆ 'ಪ್ರವಾ' ಎಂದರೆ ಪ್ರೀತಿ ಮತ್ತು ಹೆದರಿಕೆ. ಟಿಎಸ್ಸಾರ್ ಅವರಲ್ಲಿ ಗುರುಭಕ್ತಿ.

ಅರಸುಗಳಿಗಿದು ವೀರ ಪತ್ರಕರ್ತರಿಗೆ ತತ್ವ ವಿಚಾರ

ಅರವತ್ತರ ದಶಕದ ಕೊನೆ ಸಮೀಪಿಸಿತ್ತು. ಈ ಅವಧಿಯಲ್ಲಿ ನಾನು ಪತ್ರಕರ್ತನಾಗಿ ಸರ್ಕಾರದೊಡನೆ ಗುದ್ದಾಡುವ, ನಿಜಲಿಂಗಪ್ಪ, ರಾಮಕೃಷ್ಣ ಹೆಗಡೆ, ಗೋಪಾಲ ಗೌಡರು, ದೇವರಾಜ ಅರಸು ಅವರುಗಳನ್ನು ಮೂರು-ನಾಲ್ಕು ಬಾರಿ ಮೊಖ್ತಾ ಭೇಟಿಯಾಗಿ ವಾಗ್ವಾದ ನಡೆಸುವ ಪ್ರಸಂಗ ಒದಗಿ ಬಂದಿತ್ತು. ನಾನು 'ಪ್ರವಾ' ಸೇರಿದ ಮರು ತಿಂಗಳೇ ಅಣ್ಣ ಸೇವೆಯಿಂದ ನಿವೃತ್ತಿ ಹೊಂದಿದರು. ಬೆಂಗಳೂರು ಜಿಲ್ಲೆಯ ಹಳ್ಳಿಗಳಲ್ಲಿ ಆಯುರ್ವೇದ ವೈದ್ಯರಾಗಿ ಮೂವತ್ನಾಲ್ಕು ವರ್ಷ ಸೇವೆ ಸಲ್ಲಿಸಿದ ಅವರನ್ನು ಸರ್ಕಾರ ಬರಿಗೈಯ್ಯಲ್ಲಿ ಮನೆಗೆ ಕಳುಹಿಸಿತ್ತು. ಆಗೆಲ್ಲ ಲೋಕಲ್ ಫಂಡ್

ಆಸ್ಪತ್ರೆಗಳು ಎಂದು ಕರೆಯಲಾಗುತ್ತಿದ್ದ ಗ್ರಾಮೀಣ ಪ್ರದೇಶದ ಆಸ್ಪತ್ರೆಯಲ್ಲಿ ಸೇವೆ ಆರಂಭಿಸಿದ ಅಣ್ಣ ನಿವೃತ್ತಿ ಹೊಂದಿದಾಗ ಮಾಗಡಿ ತಾಲ್ಲೂಕಿನ ತಾವರೆಕೆರೆಯ ತಾಲ್ಲೂಕು ಬೋರ್ಡ್ ಆಸ್ಪತ್ರೆಯಲ್ಲಿದ್ದರು. ಲೋಕಲ್ ಫಂಡ್ ಆಸ್ಪತ್ರೆಗಳು ಮೊದಲು ಜಿಲ್ಲಾ ಬೋರ್ಡ್ ಆಡಳಿತ ನಿರ್ವಹಣೆಯಲ್ಲಿದ್ದು ನಂತರ ತಾಲ್ಲೂಕು ಬೋರ್ಡ್‌ಗಳ ಆಡಳಿತ ನಿರ್ವಹಣೆಯಲ್ಲಿದ್ದವು. ಈ ಲೋಕಲ್ ಫಂಡ್ ಆಸ್ಪತ್ರೆಗಳ ವೈದ್ಯರ ಹುದ್ದೆಗಳು ಹಂಗಾಮಿ ಹುದ್ದೆಯಾಗಿದ್ದು ಅವು ಪೆನ್ಷನಬಲ್ ಹುದ್ದೆಗಳಲ್ಲವಾದ್ದರಿಂದ ಈ ವೈದ್ಯರು ಪಿಂಚಣಿ ಮತ್ತು ಗ್ರಾಚ್ಯುಯಿಟಿಗಳಿಗೆ ಅರ್ಹರಲ್ಲವೆಂದು ಸರ್ಕಾರದ ಹಣಕಾಸು ಇಲಾಖೆ ತೀರ್ಮಾನವಾಗಿತ್ತು. ಆಗ ಭರತ್ ಎನ್ನುವರು ಹಣಕಾಸು ಇಲಾಖೆ ಕಾರ್ಯದರ್ಶಿ ಆಗಿದ್ದರು. ಅಣ್ಣನ ಜೊತೆ ಇನ್ನೂ ನಾಲ್ಕೈದು ಮಂದಿ ನಿವೃತ್ತಿ ಹೊಂದಿದ್ದರು. ಹಿಂದಿನ ವರ್ಷಗಳಲ್ಲಿ ಸುಮಾರು ಮೂವತ್ತು ನಲವತ್ತು ಮಂದಿ ರಾಜ್ಯ ವಿವಿಧೆಡೆಗಳಲ್ಲಿನ ತಾಲ್ಲೂಕು ಬೋರ್ಡ್ ಆಸ್ಪತ್ರೆಗಳಲ್ಲಿ ಸೇವೆ ಸಲ್ಲಿಸಿ ಬರಿಗೈಯ್ಯಲ್ಲಿ ನಿವೃತ್ತರಾಗಿ ಜೀವನದ ಸಂಧ್ಯಾಕಾಲದಲಿ ಬೇರಾವ ವರಮಾನವೂ ಇಲ್ಲದೆ ಅಹನ್ಯಹನಿ ಕಾಲಕ್ಷೇಪ ಮಾಡುತ್ತಿದ್ದರು. ರಾಜ್ಯದಲ್ಲಿ ಇಂಥವರ ಸಂಖ್ಯೆ ನೂರನ್ನು ದಾಟಿತ್ತು. ಮೈಸೂರು ಆಯುರ್ವೇದಿಕ್ ಮೆಡಿಕಲ್ ಪ್ರಾಕ್ಟೀಷನರ್ಸ್ ಅಸೋಸಿಯೇಷನ್ ಎಂಬ ಸಂಘದ ಸದಸ್ಯರಾಗಿದ್ದ ಅಣ್ಣ ಸಂಘದ ಮೂಲಕ ಸರ್ಕಾರಕ್ಕೆ, ತಮ್ಮನ್ನು ಎಲ್ಲ ಸರ್ಕಾರಿ ನೌಕರರಂತೆ ಪರಿಗಣಿಸಿ ಪಿಂಚಣಿ ಮತ್ತು ಗ್ರಾಚ್ಯುಯಿಟಿ ಮಂಜೂರು ಮಾಡುವಂತೆ ಮನವಿ ಸಲ್ಲಿಸಿದರು. ಅದಕ್ಕೆ ಹಣಕಾಸು ಇಲಾಖೆ ಮೇಲಿನಂತೆ ನಕಾರಾತ್ಮಕ ಉತ್ತರ ನೀಡಿತ್ತು.

ಆಗ ರಾಜಕೀಯವಾಗಿಯೂ ಸಕ್ರಿಯರಾಗಿದ್ದ ಆಯುರ್ವೇದ ವೈದ್ಯ ಪಾರ್ಥನಾರಾಯಣ ಪಂಡಿತ್ ಕಾಂಗ್ರೆಸ್ ಪಕ್ಷದಲ್ಲಿದ್ದು ಮೇಲ್ಮನೆಗೆ ನಾಮಕರಣಗೊಂಡು ಶಾಸಕರಾಗಿದ್ದರು. ಇವರು ಮತ್ತು ಗುಂಡಪ್ಪ ಎನ್ನುವ ಇನ್ನೊಬ್ಬರು ಆಯುರ್ವೇದ ವೈದ್ಯರು ಸರ್ಕಾರದಲ್ಲಿ ಪ್ರಭಾವಶಾಲಿಗಳಾಗಿದ್ದರು. ಅಣ್ಣನ ಸಹಪಾಠಿಯೂ ಆಪ್ತಮಿತ್ರರೂ ಆಗಿದ್ದ ಗುಂಡಪ್ಪನವರು (ದೂರದರ್ಶನದ ನಿವೃತ್ತ ನಿರ್ದೇಶಕ ಎನ್ ಜಿ ಶ್ರೀನಿವಾಸ್ ಅವರ ತಂದೆ) ಸರ್ಕಾರದ ನೆರವಿನಿಂದ ಶ್ರೀರಾಂಪುರದಲ್ಲಿ (ಗೋಪಾಲಸ್ವಾಮಿ ಹಾಸ್ಟೆಲ್ ಸಮೀಪ) ಬಡವರಿಗಾಗಿ ಉಚಿತ ಆಯುರ್ವೇದ ಚಿಕಿತ್ಸಾಲಯ ನಡೆಸುತ್ತಿದ್ದರು. ಇವರಿಬ್ಬರೂ ಮುಖ್ಯಮಂತ್ರಿ ನಿಜಲಿಂಗಪ್ಪ ಮತ್ತು ಆಗ ಆರೋಗ್ಯ ಸಚಿವರಾಗಿದ್ದ ನಾಗಪ್ಪ ಆಳ್ವ ಅವರಲ್ಲಿ ಬೀರಿದ ಪ್ರಭಾವವೂ ಫಲ ಕೊಡಲಿಲ್ಲ. ಆಗ ಗುಂಡಪ್ಪನವರು ಇದಕ್ಕೆ ದೊಡ್ಡ ಪ್ರಮಾಣದಲ್ಲಿ ಹೋರಾಟ ನಡೆಸಬೇಕಾಗುತ್ತೆ, ಪತ್ರಿಕೆಗಳ ಬೆಂಬಲವೂ ಬೇಕಾಗುತ್ತೆ, ನಿನ್ನ ಮಗ 'ಪ್ರಜಾವಾಣಿ'ಯಲ್ಲಿದ್ದಾನೆ, ಅವನು ಮನಸ್ಸು ಮಾಡಿದರೆ ಆಗುತ್ತೆ ಎಂದು ಅಣ್ಣನಲ್ಲಿ ಹೇಳಿದರಂತೆ.

ಅಣ್ಣನಿಂದ ಇಷ್ಟೆಲ್ಲ ತಿಳಿದ ನಂತರ ನಾನು ಯೋಚಿಸುವಂತಾಯಿತು. ಸ್ವಂತಕ್ಕಾಗಿ ಪತ್ರಿಕೆಯ ಪ್ರಭಾವ ಬಳಸಿಕೊಳ್ಳುವುದು ಸರಿಯೇ ಎಂಬ ಪ್ರಶ್ನೆ ನನ್ನನ್ನು ಕಾಡಿತು. ಈ ಬಗ್ಗೆ ಮುಖ್ಯ ವರದಿಗಾರ ಜಯಶೀಲ ರಾವ್ ಅವರಲ್ಲಿ ಚರ್ಚಿಸಿದೆ. ಆಯುರ್ವೇದ ವೈದ್ಯರಿಗೆ ಆಗಿರುವ ಈ ಅನ್ಯಾಯ ಸರಿಪಡಿಸಬೇಕಾದದ್ದು ವೆಲ್‌ಫೇರ್ ಸ್ಟೇಟಿನ ಕರ್ತವ್ಯವಲ್ಲವೆ? ಸರ್ಕಾರಕ್ಕೆ ಇದನ್ನು ಮನವರಿಕೆ ಮಾಡಿಕೊಡುವಂಥ ಒಂದು ಲೇಖನ ಬರೆದರೆ ಅದರಿಂದ ಪತ್ರಿಕೆಯನ್ನ ನನ್ನ ಸ್ವಾರ್ಥಕ್ಕೆ ಬಳಸಿಕೊಂಡಂತಾಗುತ್ತದೆಯೇ ಎಂದು ಕೇಳಿದೆ. ಇದು ನಿಮ್ಮ ತಂದೆಯವರದೊಬ್ಬರದೇ ಆಗಿದ್ದರೆ ಪತ್ರಿಕೆಯನ್ನು ಸ್ವಾರ್ಥಕ್ಕೆ ಬಳಸಿಕೊಂಡಂತಾಗುವುದು ಎನ್ನುವ ನಿಮ್ಮ ನೈತಿಕ ಆಲೋಚನೆ ಸರಿಯಾದುದೇ. ಅಂಥವರು ನೂರಕ್ಕೂ ಹೆಚ್ಚು ಮಂದಿ ಇದ್ದಾರೆ ಎನ್ನುತ್ತೀರಿ, ಅಂದಮೇಲೆ ಇದೊಂದು ನೂರಾರು ಕುಟುಂಬಗಳಿಗೆ ಸಂಬಂಧಿಸಿದ ಸಾರ್ವಜನಿಕ ಮಹತ್ವದ ವಿಷಯವೇ ಸರಿ ಎಂದ ಜಯಶೀಲ ರಾಯರು ಯೋಚನೆ ಮಾಡೋಣ ಎಂದರು.

ಹಾಗೆಂದ ಜಯಶೀಲ ರಾಯರು ನಾಗಪ್ಪ ಆಳ್ವ ಅವರಲ್ಲಿ ಪ್ರಸ್ತಾಪಿಸಿದಾಗ, ಅವರು ಇದು ಹಣಕಾಸಿನ ಹೊರೆಯಾದ್ದರಿಂದ ಸಚಿವ ಸಂಪುಟದಲ್ಲಿ ನೀತಿ–ನಿರ್ಣಯವಾಗಬೇಕಾಗುತ್ತದೆ ಎಂದರಂತೆ. ಹೊರಗಿನಿಂದ, ಶಾಸಕರಿಂದ ಒತ್ತಡವಿಲ್ಲದೆ ಈ ಕೆಲಸ ಸಾಧ್ಯವಿರಲಿಲ್ಲ. ಒಂದೆರಡು ವಾರಗಳ ನಂತರ ಜಯಶೀಲ ರಾಯರು ಆಯರ್ವೇದ ವೈದ್ಯರು, ಅವರ ಸಂಘದ ಅಧ್ಯಕ್ಷರು, ಹಣಕಾಸು ಇಲಾಖೆ ಇವರೆಲ್ಲರ ಅಭಿಪ್ರಾಯಗಳನ್ನು ತಿಳಿದು ಒಂದು ವರದಿ ಮಾಡಲು ಹೇಳಿದರು. ನಾನು ರಾತ್ರಿ ಪಾಳಿಯಲ್ಲಿದ್ದಾಗ ಹಗಲಿನ ಸಮಯದಲ್ಲಿ ಇವರೆಲ್ಲರನ್ನೂ ಭೇಟಿಮಾಡಿದೆ, ಭರತ್ ಅವರನ್ನು ಭೇಟಿಮಾಡಿದೆ. ಆಯುರ್ವೇದ ವೈದ್ಯರ ಹುದ್ದೆಗಳು ಪೆನ್ಷನಬಲ್ ಹುದ್ದೆಗಳಲ್ಲ, ನೇಮಕದ ಸಮಯದಲ್ಲೇ ಇದನ್ನು ಒಪ್ಪಿಕೊಂಡೇ ಅವರು ಕೆಲಸಕ್ಕೆ ಸೇರಿರುವುದರಿಂದ ಅವರು ಹಕ್ಕೊತ್ತಾಯ ಮಾಡುವಂತಿಲ್ಲ ಎಂದು ಭರತ್ ತಿಳಿಸಿದರು.

ನಿವೃತ್ತ ಆಯುರ್ವೇದ ವೈದ್ಯರುಗಳು ಸರ್ಕಾರಕ್ಕೆ ತಮ್ಮ ಅಹವಾಲನ್ನು ತೋಡಿಕೊಳ್ಳುವ ಪತ್ರವೊಂದನ್ನು 'ವಾಚಕರ ವಾಣಿ'ಯಲ್ಲಿ ಪ್ರಕಟಿಸುವುದರ ಮೂಲಕ 'ಪ್ರವಾ' ಈ ಸಾರ್ವಜನಿಕ ಮಹತ್ವದ ವಿಷಯವನ್ನು ಕೈಗೆತ್ತಿಕೊಂಡಿತು. ಸ್ವಲ್ಪ ದಿನಗಳ ನಂತರ ನನ್ನ ವರದಿ ಪ್ರಕಟವಾಯಿತು. ಹೀಗೆ 'ಪ್ರವಾ' ಸರ್ಕಾರದ ಗಮನ ಸೆಳೆಯುವ ಕೆಲಸ ಮಾಡಿತು. ನಂತರ ವೈದ್ಯರ ಸಂಘದ ನಿಯೋಗವೊಂದು ಗುಂಡಪ್ಪನವರ ನೇತೃತ್ವದಲ್ಲಿ ಮುಖ್ಯಮಂತ್ರಿ ನಿಜಲಿಂಗಪ್ಪನವರನ್ನು ಭೇಟಿಮಾಡಿತು. ಮುಖ್ಯಮಂತ್ರಿಯವರು ನಿಯೋಗದ ಅಹವಾಲನ್ನು ಆಲಿಸಿ ಅವರ ಮನವಿಯನ್ನು ಹಣಕಾಸು ಇಲಾಖೆಗೆ ಕಳುಹಿಸಿದರು. ಹಣಕಾಸು ಇಲಾಖೆ ಮೊದಲಿನ ತರ್ಕಕ್ಕೇ

ಅಂಟಿಕೊಂಡು ನಕಾರಾತ್ಮಕ ಅಭಿಪ್ರಾಯ ನೀಡಿತು. ಜನತೆಗೆ ಸಾಮಾಜಿಕ ಭದ್ರತೆ ನೀಡುವುದು ವೆಲ್‌ಫೇರ್ ಸ್ಟೇಟಿನ ಜವಾಬ್ದಾರಿ. ಸರ್ಕಾರ ಈ ಹೊಣೆಗಾರಿಕೆಯಿಂದ ತಪ್ಪಿಸಿಕೊಳ್ಳಲಾಗದು. ಆಯುರ್ವೇದ ವೈದ್ಯರ ಹುದ್ದೆಗಳು ನಾನ್ ಪೆನ್ಷನಬಲ್ ಎನ್ನುವ ಅಧಿಕಾರಷಾಹಿ ಮೊಂಡುವಾದಕ್ಕೆ ಕಿವಿಗೊಡದೆ, ಮಂತ್ರಿಮಂಡಲ ಇದನ್ನು ಸಾಮಾಜಿಕ ಭದ್ರತೆಯ ದೃಷ್ಟಿಯಿಂದ ನೋಡಿ ಪಿಂಚಣಿ ಸೌಲಭ್ಯ ನೀಡಬೇಕು ಎನ್ನುವ ನಮ್ಮ ಪ್ರತಿಪಾದನೆ ಎಸ್ಸೆನ್ ಅವರಿಗೆ ಮನವರಿಕೆಯಾದಂತೆ ತೋರಲಿಲ್ಲ.

ವಿಧಾನಮಂಡಲ ಅಧಿವೇಶನದ ಅವಧಿಯಲ್ಲಿ ಗೋಪಾಲ ಗೌಡರನ್ನು ಭೇಟಿಯಾಗಿ ಸಮಸ್ಯೆಯನ್ನು ಅವರ ಗಮನಕ್ಕೆ ತಂದೆ. 'ಪ್ರಜಾವಾಣಿ'ಯಲ್ಲಿ ಪ್ರಕಟವಾದ ಪತ್ರಗಳು, ವಿಶೇಷ ವರದಿಯನ್ನು ತೋರಿಸಿದೆ. ಅಧಿಕಾರಷಾಹಿಯ 'ರೂಲ್ ಬುಕ್' ನಿಲುವಿನಿಂದಾಗಿ ಸಮಸ್ಯೆಗೆ ಪರಿಹಾರ ಸಿಗುತ್ತಿಲ್ಲವೆಂದು ತಿಳಿಸಿದೆ. 'ಇಂಥ ಅಧಿಕಾರಿಗಳಿಗೆಲ್ಲ ಚೂರಿ ಹಾಕಬೇಕಯ್ಯ' ಎಂದು ಗೌಡರು ಕೆರಳಿದರು. ಗೋಪಾಲ ಗೌಡರು ಆಯರ್ವೇದ ವೈದ್ಯರ ಬವಣೆಯನ್ನೂ ಆಯುರ್ವೇದದ ಬಗೆಗಿನ ಸರ್ಕಾರದ ಮಲತಾಯಿ ಧೋರಣೆಯನ್ನು ಖಂಡಿಸಿ ಪತ್ರ ಬರೆಯುವುದಾಗಿಯೂ ಅಸೆಂಬ್ಲಿಯಲ್ಲಿ ಪ್ರಸ್ತಾಪಿಸುವುದಾಗಿಯೂ ತಿಳಿಸಿದರು. ಅಸೆಂಬ್ಲಿಯಲ್ಲಿ ಪ್ರಶ್ನೆ ಕೇಳಿ ಸರ್ಕಾರ ಎಲ್ಲ ವೈದ್ಯರಂತೆ ಆಯುರ್ವೇದ ವೈದ್ಯರಿಗೂ ಪಿಂಚಣಿ ಸೌಲಭ್ಯ ನೀಡಬೇಕೆಂದು ಆಗ್ರಹಪಡಿಸಿದರು.

ರಾಮಕೃಷ್ಣ ಹೆಗಡೆ ಆಗ ಹಣಕಾಸು ಸಚಿವರಾಗಿದ್ದರು. ಅವರನ್ನು ಭೇಟಿಯಾಗಿ ನಾನು, "ಇದೊಂದು ನೂರಾರು ಕುಟುಂಬಗಳ ಅನ್ನವಸನದ ಪ್ರಶ್ನೆ. ಹಂಗಾಮಿ ಹುದ್ದೆ ಎಂಬ ಪರಿಕಲ್ಪನೆಯಲ್ಲೇ ದೋಷವಿದೆ. ಗ್ರಾಮೀಣ ಪ್ರದೇಶದ ಜನರಿಗೆ ಆರೋಗ್ಯ ಸೇವೆ, ಸೌಲಭ್ಯ ಒದಗಿಸುವ ವ್ಯವಸ್ಥೆ ಹೇಗೆ ಹಂಗಾಮಿಯಾದೀತು? ಇಲ್ಲಿ ಸೇವೆ ಸಲ್ಲಿಸುವವರಿಗೆ ಸಾಮಾಜಿಕ ಭದ್ರತೆ ಎನ್ನುವುದು ಬೇಡವೆ? ಬರಿಗೈಯ್ಯಲ್ಲಿ ನಿವೃತ್ತರಾಗುವ ಇಂಥವರಿಗೆ ಸರ್ಕಾರ ಏನಾದಾರೂ ಅನ್ನಛತ್ರ ವ್ಯವಸ್ಥೆ ಮಾಡಿದೆಯೆ? ಇವರ ಗತಿ ಏನು? ಪತ್ರಿಕೆ ತನ್ನ ಕೆಲಸ ಮಾಡುತ್ತಿದೆ. ಸರ್ಕಾರ ಇನ್ನಾದರೂ ಎಚ್ಚೆತ್ತುಕೊಂಡು ತನ್ನ ಕರ್ತವ್ಯವನ್ನು ಮಾಡಬೇಕಿದೆ," ಎಂದೆಲ್ಲ ಹೆಗಡೆಯವರ ಮುಂದೆ ವಾದ ಮಂಡಿಸಿದೆ. ಹೆಗಡೆಯವರು ನನ್ನೆದುರಿನಲ್ಲೇ ಭರತ್ ಅವರನ್ನು ಕರೆಸಿ ಚರ್ಚಿಸಿದರು. ಭರತ್ ತಮ್ಮ ತರ್ಕದಿಂದ ಜಗ್ಗಲಿಲ್ಲ. "ಪಿಂಚಣಿ ಹುದ್ದೆಗಳೆಂದು ಪರಿವರ್ತಿಸಬೇಕಾದರೆ ಮಂತ್ರಿಮಂಡಲದ ನಿರ್ಣಯ ಅಗತ್ಯ ಹಾಗೂ ಪೂರ್ವ ಹಣಕಾಸಿನ ಹೊರೆಯನ್ನು ಸರ್ಕಾರದ ಸಂಚಿತ ನಿಧಿಯಿಂದಲೇ ಭರಿಸಬೇಕಾಗುತ್ತದೆ ಅದಕ್ಕೊಂದು ನಿರ್ಣಯವಾಗಬೇಕಾಗುತ್ತದೆ," ಎಂದೆಲ್ಲ ಹೇಳಿದರು.

ಎಲ್ಲವನ್ನೂ ಕೇಳಿಸಿಕೊಂಡ ಹೆಗಡೆಯವರು, "ಪಿಂಚಣಿ ಹೊಣೆಯನ್ನು ಸರ್ಕಾರ ಈ ಹಂತದಲ್ಲಿ ಹೊರಲಾಗದು. ಆದರೆ, ಸಂಬಂಧಪಟ್ಟ ತಾಲ್ಲೂಕು ಬೋರ್ಡುಗಳು ಅಥವಾ ಮುನಿಸಿಪಾಲಿಟಿಗಳು ಈ ವೈದ್ಯರಿಗೆ ಗ್ರಾಚ್ಯುಯಿಟಿ ನೀಡಲು ತೊಂದರೆಯಾಗಬಾರದು," ಎಂದು ಅಭಿಪ್ರಾಯ ಪಟ್ಟರು. ಇದಾದ ಎರಡು ವಾರಗಳಲ್ಲಿ ತಾಲ್ಲೂಕು ಬೋರ್ಡ್ ಅಥವಾ ಮುನಿಸಿಪಾಲಿಟಿ ಇತ್ಯಾದಿ ಲೋಕಲ್ ಫಂಡ್ ಆಸ್ಪತ್ರೆಗಳಲ್ಲಿ ಕೆಲಸ ನಿರ್ವಹಿಸಿದ/ ನಿರ್ವಹಿಸುತ್ತಿರುವ ಆಯುರ್ವೇದ ವೈದ್ಯರು ಸಲ್ಲಿಸಿದ ಸೇವೆಯಲ್ಲಿ ವರ್ಷಕ್ಕೆ ಹದಿನೈದು ದಿನಗಳ ವೇತನವನ್ನು ಗ್ರಾಚ್ಯುಯಿಟಿಯಾಗಿ ನೀಡತಕ್ಕದ್ದೆಂದು ಆಜ್ಞೆ ಹೊರಡಿಸಿದರು.

ಎಪ್ಪತ್ತರ ದಶಕ ಅಡಿ ಇರಿಸಿತು. ಅಲ್ಲೋಲಕಲ್ಲೋಲಗಳನ್ನು ಸೃಷ್ಟಿಸಿದ ದಶಕವಿದು. ಕರ್ನಾಟಕದಲ್ಲಿ ದೇವರಾಜ ಅರಸು ಮುಖ್ಯಮಂತ್ರಿಯಾದರು. ಸದ್ದಿಲ್ಲದೆ ಸಾಮಾಜಿಕ ಕ್ರಾಂತಿಗೆ ಅಡಿಪಾಯ ಹಾಕಿದ ಸರದಾರ ದೇವರಾಜ ಅರಸು. ದೇವರಾಜ ಅರಸು ಅವರಿಗೆ 'ಪ್ರವಾ' ಎಂದರೆ ಪ್ರೀತಿ ಮತ್ತು ಹೆದರಿಕೆ. ಟಿಎಸ್ಸಾರ್ ಅವರಲ್ಲಿ ಗುರುಭಕ್ತಿ. ಈ ಮರ್ಮ ಅರಿತೋ ಏನೋ ಬಿ ಟಿ ಸೋಮಣ್ಣನಂಥವರು ಟಿಎಸ್ಸಾರ್ ಹಿಂದೆ ಬಿದ್ದು ನನಗೊಂದು ಸ್ಥಾನವನ್ನು ನೀವು ಕರುಣಿಸದೆ 'ನಾ ನಿಮ್ಮ ಬಿಡೆ' ಎಂದು ದಿನಬೆಳಗೂ 'ಪ್ರವಾ' ಸಂಪಾದಕೀಯ ವಿಭಾಗದಲ್ಲಿ 'ಬೈಠಕ್ ಮುಷ್ಕರ' ಆರಂಭಿಸಿದರು. ಅಂದರೆ 'ಪ್ರವಾ' ಸಂಪಾದಕರ ಎದುರು ಕೂತು ಬಿಡುತ್ತಿದ್ದರು. ಹೀಗೆ ಸೋಮಣ್ಣ ನಮಗೆಲ್ಲ ಚಿರಪರಿಚಿತರಾದರು. ಕೊನೆಗೂ ರಾಯರ ಪ್ರಭಾವದಿದಂದ ಸೋಮಣ್ಣ ಸಿಟಿ ಇಂಪ್ರೂವ್ಮೆಂಟ್ ಟ್ರಸ್ಟ್ ಬೋರ್ಡಿನ (ಈಗಿನ ಬಿಡಿಎ) ಅಧ್ಯಕ್ಷರಾದರು. ಅಧ್ಯಕ್ಷರಾದ ಮರುದಿನವೇ 'ಪ್ರವಾ'ಗೆ ಬಂದು ಟಿಎಸ್ಸಾರ್‌ಗೆ ಅಡ್ಡಬಿದ್ದು ಪತ್ರಕರ್ತರಿಗೆ ನಿವೇಶನ ನೀಡುವ ಭರವಸೆ ಇತ್ತರು.

ಮುಂದೆ ಕರ್ನಾಟಕ ಪತ್ರಕರ್ತರ ಸಂಘದ ಮೂಲಕ ಹೋದ ಪತ್ರಕರ್ತರಿಗೆ ನಿವೇಶನಗಳನ್ನು ಮಂಜೂರು ಮಾಡಿದರು. ಈ ಸೋಮಣ್ಣನಿಗೆ ಹತ್ತಿರದವನಾಗಿದ್ದವನು ನಮ್ಮ ಸಹೋದ್ಯೋಗಿ ಐ ಕೆ ಜಹಗೀರ್‌ದಾರ್. ನನಗಿಂತ ಎರಡು-ಮೂರು ತಿಂಗಳು ಮುಂಚೆ ಟ್ರೈನಿ ಆಗಿ ಸೇರಿದ್ದ ಜಹಗೀರ್‌ದಾರ್ ಪಾಟೀಲ್ ಪುಟ್ಟಪ್ಪನವರ ಗರಡಿಯಲ್ಲಿ ಬೆಳೆದ ಪತ್ರಕರ್ತ. ಈ ಜಹಗೀರ್‌ದಾರ್ ಮಹಮದೀಯನೆಂದು ನಮಗೆ ಗೊತ್ತಾದದ್ದು ಆತ ನಮ್ಮನ್ನು ಈದ್ ಭೋಜನ ಕೂಟಕ್ಕೆ ತನ್ನ ಮನೆಗೆ ಆಹ್ವಾನಿಸಿದಾಗಲೇ. ಐ ಕೆ ಜಹಗೀರ್‌ದಾರನಿಗೆ ಟಿಎಸ್ಸಾರ್- 'ಇಳಕಲ್ ಕೃಷ್ಣಾಚಾರ್ ಜಹಗೀರ್‌ದಾರ್' ಎಂದು ನಾಮಕರಣ ಮಾಡಿದ್ದರು. ಹೀಗಾಗಿ ನಾನೂ ಸೇರಿದಂತೆ ಕೆಲವರು ಬಹಳ ದಿನಗಳ ಕಾಲ ಆತನನ್ನು ಮಾಧ್ವ ಬ್ರಾಹ್ಮಣ ಎಂದೇ ತಿಳಿದಿದ್ದೆವು.

ಜಹಗೀರ್‌ದಾರ್ ಐಪಿಎಸ್ ಆಫೀಸರ್ ಒಬ್ಬರ ದತ್ತು ಪುತ್ರ. ಹಿಗಾಗಿ ಬೆಂಗಳೂರಿಗೆ ಬಂದು 'ಪ್ರವಾ' ಸೇರಿದ್ದೇ ಸಚಿವಾಲಯದಲ್ಲಿ ಬಲು ಬೇಗ ಪ್ರಭಾವ ಬೆಳೆಸಿಕೊಂಡ. ಮುಂದೆ 'ಅರಸು ಆಡಳಿತ ರಂಗ' ಪುಸ್ತಕ ಬರೆದು ಅರಸು ಅವರ ಆಡಳಿತ ವೈಖರಿ, ಜನಸಾಮಾನ್ಯರ ಬಗೆಗಿನ ಕಾಳಜಿ ಮತ್ತು ವ್ಯಕ್ತಿತ್ವಗಳನ್ನು ಬಿಂಬಿಸಿದವನು. ಈ ಜಹಗೀರ್‌ದಾರನಲ್ಲಿ ನಾನು, "ಅರಸು ಅವರ ಕಾಲದಲ್ಲಾದರೂ ಆಯುರ್ವೇದ ವೈದ್ಯರಿಗೆ ಸಾಮಾಜಿಕ ನ್ಯಾಯ ದೊರಕಬಹುದೆ," ಎಂದು ಚರ್ಚಿಸಿದೆ. ನೋಡೋಣ ಎಂದ ಜಹಗೀರ್‌ದಾರ್ ಆಗ ದೇವರಾಜ ಅರಸು ಅವರ ಪತ್ರಿಕಾ ಕಾರ್ಯದರ್ಶಿಯಾಗಿದ್ದ ಪಿ ಕೆ ಶ್ರೀನಿವಾಸನ್ (ಇವರು 'ಡೆಕ್ಕನ್ ಹೆರಾಲ್ಡ್'ನಲ್ಲಿದ್ದರು) ಅವರಿಗೆ ಹೇಳಿ ಒಂದು ಮುಂಜಾನೆ ಆಯುರ್ವೇದ ವೈದ್ಯರ ನಿಯೋಗದ ಭೇಟಿಗೆ ಅವಕಾಶ ಕಲ್ಪಿಸಿದ.

ನಿಯೋಗದ ಮನವಿಯನ್ನು ಅರಸು ಅವರು ಸಾವಧಾನವಾಗಿ ಆಲಿಸಿದರು. ಆಯುರ್ವೇದ ವೈದ್ಯರ ಹುದ್ದೆ ನಾನ್ ಪೆನ್ಷನಬಲ್, ಪೆನ್ಷನ್ ಫಂಡಿಗೆ ಜಿಲ್ಲಾ ಬೋರ್ಡ್/ ತಾಲ್ಲೂಕು ಬೋರ್ಡುಗಳಿಂದ ವಂತಿಗೆ ಪಾವತಿಯಾಗಿಲ್ಲ ಇತ್ಯಾದಿ ಬ್ಯರೊಕ್ರಾಟಿಕ್ ಕಾರಣಗಳನ್ನು ಬದಿಗಿರಿಸಿ ಎಲ್ಲ ಸರ್ಕಾರಿ ನೌಕರರಂತೆ ಈ ವೈದ್ಯರಿಗೂ ಸಾಮಾಜಿಕ ಭದ್ರತೆಯ ದೃಷ್ಟಿಯಿಂದ ಪಿಂಚಣಿ ನೀಡುವುದು ಪ್ರಜಾ ಕಲ್ಯಾಣ ರಾಜ್ಯದ ಕರ್ತವ್ಯ ಮತ್ತು ಜವಾಬ್ದಾರಿಯಾಗಿದೆ. ತಾಲ್ಲೂಕು ಬೋರ್ಡುಗಳು, ಜಿಲ್ಲಾ ಬೋರ್ಡುಗಳ ಆಸ್ತಿಪಾಸ್ತಿ ಮತ್ತು ಸಂಪನ್ಮೂಲಗಳನ್ನು ವಾರಸುದಾರಿಕೆಯಿಂದ ಪಡೆದಿವೆ. ಆದ್ದರಿಂದ ಪೆನ್ಷನ್ ಫಂಡಿಗೆ ವಂತಿಗೆ ಕಟ್ಟಬೇಕಾದ್ದು ಅವುಗಳ ಕರ್ತವ್ಯ. ಈಗಲೂ ಸರ್ಕಾರ ತಾಲ್ಲೂಕು ಬೋರ್ಡುಗಳಿಂದ ವಂತಿಗೆ ಪಡೆದು ಪಿಂಚಣಿ ನೀಡಬಹುದೆಂದು ಮನವಿಯಲ್ಲಿ ನಿರೂಪಿಸಲಾದ ವಾದವನ್ನು ಮಾತುಕತೆ ಸಮಯದಲ್ಲಿ ಎತ್ತಿ ತೋರಲಾಯಿತು.

ಈ ಬಗ್ಗೆ ಹಣಕಾಸು ಇಲಾಖೆ, ಆರೋಗ್ಯ ಇಲಾಖೆ ಮತ್ತು ಪೌರಾಡಳಿತ ಇಲಾಖೆಯಿಂದ ಸಮಗ್ರ ವರದಿ ತರಿಸುವಂತೆ ಅರಸು ಅವರು ತಮ್ಮ ಕಚೇರಿಯ ವಿಶೇಷಾಧಿಕಾರಿಗೆ ತಿಳಿಸಿ ಮನವಿ ಮೇಲೆ ಷರಾ ಬರೆದು ಸಹಿ ಹಾಕಿದರು. ನಾವು ಸಹನೆಯಿಂದ ಅಹವಾಲು ಕೇಳಿಸಿಕೊಂಡ ಅರಸು ಅವರಿಗೆ ಕೃತಜ್ಞತೆ ಸಲ್ಲಿಸಿ ನಿರ್ಗಮಿಸಿದೆವು. ದೇವರಾಜ ಅರಸು ಅವರು ಏನು ಪವಾಡ ಮಾಡಿದರೋ ತಿಳಿಯದು, ಸುಮಾರು ಎರಡು ಎರಡೂವರೆ ತಿಂಗಳ ನಂತರ ತಾಲ್ಲೂಕು ಬೋರ್ಡ್ ಮತ್ತು ಇತರ ಲೋಕಲ್ ಫಂಡ್ ಆಸ್ಪತ್ರೆಗಳಲ್ಲಿನ ಆಯುರ್ವೇದ ವೈದ್ಯರ ಹುದ್ದೆಗಳು ಪೆನ್ಷನಬಲ್ ಹುದ್ದೆಗಳೆಂದು ಸರ್ಕಾರ ಆಜ್ಞೆ ಹೊರಡಿಸಿತು ಈ ಆಜ್ಞೆಯು ಗ್ರಾಚ್ಯುಯಿಟಿ ಆಜ್ಞೆಯಾದ ದಿನದಿಂದ ಪೂರ್ವಾನ್ವಯ ಜಾರಿಗೆ ಬರಲಿದೆಯೆಂದು ಸ್ಪಷ್ಟಪಡಿಸಲಾಗಿತ್ತು. ಇದರಿಂದಾಗಿ ಹಲವಾರು ಕುಟುಂಬಗಳು ನೆಮ್ಮದಿ ಕಂಡವು.

ಬೆಂಗಳೂರಿನ ಇಂಡಿಯನ್ ಇನ್‌ಸ್ಟಿಟ್ಯೂಟ್ ಆಫ್ ಮ್ಯಾನೇಜ್ಮೆಂಟ್ (ಐಐಎಂ) ಸಂಸ್ಥೆಯಲ್ಲಿ ಕೆಲವು ಅಕ್ರಮಗಳು, ಅನ್ಯಾಯಗಳು ನಡೆಯುತ್ತಿವೆಯೆಂದೂ ಅಲ್ಲಿ ಕನ್ನಡಿಗ ಉದ್ಯೋಗಿಗಳಿಗೆ ಕಿರುಕುಳ ಕೊಡಲಾಗುತ್ತಿದೆಯೆಂದೂ ಕೆಲವರು 'ಪ್ರಜಾವಾಣಿ'ಗೆ ಪತ್ರ ಬರೆದಿದ್ದರು. ಪತ್ರವನ್ನು ಟಿಎಸ್ಸಾರ್ ಹೆಸರಿಗೆ ಬರೆದಿದ್ದರು. ಸಂಪಾದಕರು ಈ ಪತ್ರವನ್ನು ನನಗೆ ಕೊಟ್ಟು, "ಒಂದು ತನಿಖಾ ವರದಿ ಮಾಡಲು ಸಾಧ್ಯವೇ ನೋಡು?" ಎಂದು ತಾಕೀತು ಮಾಡಿದರು. ಪತ್ರಕ್ಕೆ ಸಹಿ ಹಾಕಿದವರಲ್ಲಿ ಪ್ರೊಫೆಸರುಗಳು ಕೂಡ ಸೇರಿದ್ದರು. ಅವರಲ್ಲಿ ಖ್ಯಾತ ಸಾಹಿತಿ ಮತ್ತು 'ಕೊರವಂಜಿ'ಯ ಪತ್ರಕರ್ತ 'ರಾಶಿ'ಯವರ ಅಳಿಯ ಮಿರ್ಲೆ ಅವರೂ ಸೇರಿದ್ದರು. ಇಂಥ ಕೆಲಸಗಳನ್ನು ನಾನು ಸುದ್ದಿ ಮೇಜಿನ ಕೆಲಸ ತಪ್ಪಿಸದೆ ಮಧ್ಯಾಹ್ನ ಮತ್ತು ರಾತ್ರಿ ಪಾಳಿಗಳಿದ್ದಾಗ ಹಗಲು ಹೊತ್ತು ಮಾಡಬೇಕಿತ್ತು. ಆಗ ಬೆಂಗಳೂರು ಐಐಎಂನ ನಿರ್ದೇಶಕರಾಗಿದ್ದವರು ರಾಮಸ್ವಾಮಿ ಅಂತ. ಕೇರಳದ ಪ್ರಭಾವಿ ವ್ಯಕ್ತಿ. ಈತ ಪುಣೆಯ ಐಐಎಂ ನಿರ್ದೇಶಕರೂ ಆಗಿದ್ದು ಏಕಕಾಲದಲ್ಲಿ ಎರಡು ಹುದ್ದೆಗಳನ್ನು ನಿರ್ವಹಿಸುತ್ತಾ ಎರಡೆರಡು ಸಂಬಳ ಭತ್ಯೆಗಳನ್ನು ಪಡೆಯುತ್ತಿದ್ದರು. ಪುಣೆ ಬೆಂಗಳೂರಿನ ಮಧ್ಯೆ ವಿಮಾನದಲ್ಲಿ ಪಯಣಿಸುತ್ತಾ 'ಹಾರಾಡುವ ನಿರ್ದೇಶಕ' ಎಂದು ಖ್ಯಾತರಾಗಿದ್ದರು.

'ರಾಶಿ'ಯವರ ಅಳಿಯ ಶ್ರೀ ಮಿರ್ಲೆಯವರ ಭೇಟಿಯಿಂದಲೇ ನನ್ನ ತನಿಖಾ ವರದಿ ಕೆಲಸ ಶುರುವಾಯಿತು. ಮಿರ್ಲೆಯವರು ಅಲ್ಲಿನ ಇನ್ನಷ್ಟು ಮಂದಿ ಪ್ರೊಫೆಸರುಗಳು ಹಾಗೂ ಆಡಳಿತ ಮತ್ತು ಅಕೌಂಟ್ಸ್ ವಿಭಾಗದವರನ್ನು ಭೇಟಿಮಾಡಿಸಿದರು. ಹಲವಾರು ದೂರುಗಳು, ಅಕ್ರಮಗಳು ಕೇಳಿಬಂದವು. ಈ ಎಲ್ಲ ಮಾಹಿತಿಗಳಿಗೆ ಪೂರಕವಾದ ದಾಖಲೆ ಪ್ರತಿಗಳನ್ನು ಕೊಟ್ಟರು. ಇಷ್ಟೆಲ್ಲ ಸಿದ್ಧತೆಗಳೊಂದಿಗೆ ನಾನು ರಾಮಸ್ವಾಮಿಯವರನ್ನು ಭೇಟಿಮಾಡಲು ಹೋದೆ. ನಾನು ಸಿಬ್ಬಂದಿಯನ್ನು ಭೇಟಿಮಾಡಿದ್ದು, ಮಾಹಿತಿ ಪಡೆದದ್ದು ಎಲ್ಲವನ್ನೂ ರಾಮಸ್ವಾಮಿಯವರಿಗೆ ಯಾರೋ ತಿಳಿಸಿದ್ದರು. ರಾಮಸ್ವಾಮಿಯವರು ತಮ್ಮ ಕಾರ್ಯದರ್ಶಿ ಮೂಲಕ ನನ್ನ ಭೇಟಿಯ ಉದ್ದೇಶ ತಿಳಿದವರೇ ಸಂದರ್ಶನ ನಿರಾಕರಿಸಿದರು. ನಿರ್ದೇಶಕರ ಹೇಳಿಕೆ ಇಲ್ಲದಿದ್ದರೆ ವರದಿ ಏಕಮುಖವಾಗುತ್ತಿತ್ತು. ನಿರ್ದೇಶಕರು ಈ ವರದಿಗಾರನನ್ನು ಭೇಟಿಯಾಗಲು ನಿರಾಕರಿಸಿದರು ಎಂದೇ ಬರೆಯಬೇಕಾದೀತು ಎನ್ನುವ ಅಸ್ತ್ರ ಬಿಟ್ಟಾಗ ರಾಮಸ್ವಾಮಿಯವರು ಭೇಟಿಯಾಗಲು ಒಪ್ಪಿದರು.

"ಸಂಜೆ ಏಳಕ್ಕೆ ಮಹಾತ್ಮಾ ಗಾಂಧಿ ರಸ್ತೆಯ 'ಬ್ಲೂಫಾಕ್ಸ್'ನಲ್ಲಿ ನಿರ್ದೇಶಕರನ್ನು ನೀವು ಭೇಟಿ ಮಾಡಬಹುದು" ಎಂದು ಪಿಎ ತಿಳಿಸಿದರು. ನಾನು ಇದಕ್ಕೆ ಒಪ್ಪಲಿಲ್ಲ, "ನಿರ್ದೇಶಕರ ಕಚೇರಿಯಲ್ಲೇ ಸಂದರ್ಶನ ಬೇಕು," ಎಂದು ಪಟ್ಟು ಹಿಡಿದೆ.

ಕೊನೆಗೆ ಮರುದಿನ ತಮ್ಮ ಕಚೇರಿಯಲ್ಲೇ ಸಂದರ್ಶನ ನೀಡಿ ಎಲ್ಲ ದೂರುಗಳನ್ನೂ ನಿರಾಕರಿಸಿದರು. ದಾಖಲೆ, ಸಾಕ್ಷ್ಯಗಳು ನನ್ನಲ್ಲಿವೆ ಎಂದಾಗ ಅವೆಲ್ಲ ತನಗೆ ಆಗದವರು ಸೃಷ್ಟಿಸಿರುವ ನಕಲಿ ದಾಖಲೆಗಳು ಎಂದು ಜಾರಿಕೊಂಡರು. ತಮ್ಮ ವಿರುದ್ಧ ಏನಾದರೂ ಬರೆದಲ್ಲಿ ಪತ್ರಿಕೆ ಮಾನನಷ್ಟ ಮೊಕದ್ದಮೆಯನ್ನು ಎದುರಿಸಬೇಕಾಗುತ್ತದೆ ಎಂದು ಬೆದರಿಸಿದರು. ನಾನು ತನಿಖಾ ವರದಿ ಬರೆದು ಟಿಎಸ್ಸಾರ್ ಮುಂದಿಟ್ಟೆ. ವರದಿ 'ಪ್ರಜಾವಾಣಿ' ಮುಖಪುಟದಲ್ಲಿ ಎರಡು ಕಂತುಗಳಲ್ಲಿ ಪ್ರಕಟವಾಯಿತು. ಇದು ನಮ್ಮ ಸಂಸದರ ಕಣ್ಣು ತೆರೆಸಿತು. ಲೋಕಸಭೆ, ರಾಜ್ಯಸಭೆಗಳಲ್ಲಿ ಪ್ರಶ್ನೆಗಳನ್ನು ಕೇಳಿದರು. ಬೆಂಗಳೂರಿನ ಐಐಎಂ ವಿದ್ಯಮಾನಗಳ ಬಗ್ಗೆ ಚರ್ಚೆಯಾಯಿತು. ಕೇಂದ್ರ ಸರ್ಕಾರ ತನಿಖೆಗೆ ಆಜ್ಞೆ ಮಾಡಿತು. ರಾಮಸ್ವಾಮಿಯವರು ತಕ್ಷಣ ಪುಣೆಯ ಐಐಎಂ ಹುದ್ದೆ ತ್ಯಜಿಸಬೇಕಾಯಿತು. ನಂತರ ಬೆಂಗಳೂರು ಐಐಎಂನಿಂದಲೂ ನಿರ್ಗಮಿಸಿದರು.

ಆಗ ವರದಿಗಾರರಿಗೆ ಸುಖಾಸುಮ್ಮನೆ 'ಬೈಲೈನ್' ಕೊಡುತ್ತಿರಲಿಲ್ಲ. ನನ್ನ ಕೆಲವು ವರದಿಗಳು 'ವಿಶೇಷ ವರದಿ'ಗಳಾಗಿ ಪ್ರಕಟಗೊಂಡದ್ದು ಸಹೋದ್ಯೋಗಿಗಳು ಕೆಲವರಲ್ಲಿ (ಅದರಲ್ಲೂ ವರದಿಗಾರರಲ್ಲಿ) ಅಸಮಾಧಾನಕ್ಕೆಡೆ ಮಾಡಿಕೊಟ್ಟಿದ್ದವು. ಸಂಪಾದಕರು ಮೂರು–ನಾಲ್ಕು ತಿಂಗಳಿಗೊಮ್ಮೆ ಸಂಪಾದಕೀಯ ಸಿಬ್ಬಂದಿಯ ಸಭೆ ಕರೆಯುತ್ತಿದ್ದರು. ಪತ್ರಿಕೆಯ ಗುಣಮಟ್ಟವನ್ನು ಮತ್ತಷ್ಟು ಮೇಲಕ್ಕೇರಿಸುವುದು ಹೇಗೆ ಇತ್ಯಾದಿ ವಿಷಯಗಳು ಈ ಸಭೆಯಲ್ಲಿ ಮುಕ್ತ ಚರ್ಚೆಗೆ ಬರುತ್ತಿದ್ದವು. ಇಂಥ ಒಂದು ಸಭೆಯಲ್ಲಿ ವರದಿಗಾರರ ಅಸಮಾಧಾನಕ್ಕೆ ಜಯಶೀಲ ರಾವ್ ದನಿಯಾದರು, "ವರದಿಗಾರರ ವಿಭಾಗವೊಂದಿರುವಾಗ ಅದರ ಕೆಲಸವನ್ನು ಡೆಸ್ಕಿನವರಿಗೆ ವಹಿಸುವುದು ಸರಿಯಲ್ಲ. ಇದು ವರದಿಗಾರರ ನೈತಿಕ ಸ್ಥೈರ್ಯವನ್ನು ಕುಂದಿಸುತ್ತದೆ. ಬೇಕಾದರೆ ಅವರನ್ನು, (ನನ್ನನ್ನು) ವರದಿಗಾರರ ವಿಭಾಗಕ್ಕೆ ವರ್ಗಾಯಿಸಬಹುದು," ಎಂದು ಜಯಶೀಲ ರಾಯರು ಮಾತು ನಿಲ್ಲಿದರು. ಇನ್ನೊಬ್ಬ ಹಿರಿಯ ಉಪ ಸಂಪಾದಕರು, "ಇಲ್ಲಿ ಕೆಲವರಿಗೇ ಅವಕಾಶಗಳು ಸಿಗುತ್ತಿವೆ. ಎಲ್ಲರಿಗೂ ಸಮಾನವಾಗಿ ಅವಕಾಶಗಳು ಸಿಗಬೇಕು," ಎಂದರು.

"ಯಾರಿಗೆ ಯಾವ ಕೆಲಸ ವಹಿಸಬೇಕು ಎನ್ನುವುದು ಸಂಪಾದಕನಾಗಿ ನನ್ನ ವಿಶೇಷಾಧಿಕಾರ (ಇಟೀಸ್ ಮೈ ಪ್ರೆರೊಗೆಟಿವ್). ಅಗತ್ಯ ಕಂಡುಬಂದಾಗ ವರ್ಗಾವಣೆಯನ್ನು ಮಾಡಲಾಗುವುದು, ಸಮರ್ಥರಿಗೆ ಅವಕಾಶಗಳು ಸಿಕ್ಕೇ ಸಿಗುತ್ತವೆ. ಈ ವೃತ್ತಿಯಲ್ಲಿ ಸಮಾನ ಅವಕಾಶಗಳ ಹಕ್ಕೊತ್ತಾಯವನ್ನು ಮಾನ್ಯ ಮಾಡುವುದು ಕಷ್ಟಸಾಧ್ಯ, ಈಕ್ವಿಟಿಬಲ್ ಅವಕಾಶಗಳು ಸಿಗಬೇಕು, ಸಿಗುತ್ತವೆ," ಎಂದು ಟಿಎಸ್ಸಾರ್ ಗಂಭೀರ ದನಿಯಲ್ಲಿ ಹೇಳುತ್ತಿದ್ದಂತೆ, ನಮ್ಮ ನಡುವೆ ಕುಳಿತಿದ್ದ

ಗ್ರಾಮಾಂತರ ಮೇಜಿನ ಉಪ ಸಂಪಾದಕ ಶ್ರೀಕಂಠಯ್ಯನವರು (ಇವರನ್ನು ಟಿಎಸ್ಸಾರ್ 'ವಿಶ್ರಾಂತ್ ಜೀ' 'ಏಕಾಂತ್ ಜೀ' ಎಂದು ಕರೆಯುತ್ತಿದ್ದರು), "ನೀನು ಇನ್ನೂ ಎಷ್ಟು ದಿವಸ ಗೂಟ ಬಡ್ಕೊಂಡು ಈ ಕುರ್ಚೀಲಿ ಕೂತಿರ್ತಿ," ಎಂದು ಟಿಎಸ್ಸಾರ್ ಅವರನ್ನು ಕೇಳಿಬಿಟ್ಟರು.

ಒಂದು ಕ್ಷಣ ಸಭೆ ದಂಗಾಗಿ ಹೋಯಿತು. ಶ್ರೀಕಂಠಯ್ಯನವರು, "ನಂಗೆ ಯಾರ ಸಹಾಯವೂ ಬೇಕಿಲ್ಲ," ಎಂದು ಹೊರಕ್ಕೆ ಹೋಗಿ ರಾಜೀನಾಮೆ ಪತ್ರ ಬರೆದು ಸಂಪಾದಕರ ಕೈಯ್ಯಲ್ಲಿಟ್ಟು ನಡೆದೇ ಬಿಟ್ಟರು. ನಾನಂತೂ ಈ ಎಲ್ಲ ನಡಾವಳಿಗಳಿಂದ ಸ್ತಂಭೀಭೂತನಾಗಿದ್ದೆ. 'ವಿಶ್ರಾಂತ್ ಜೀ' ಎಂಬ ಅಡ್ಡ ನಾಮಾಂಕಿತ ಶ್ರೀಕಂಠಯ್ಯನವರು, ರಾಜೀನಾಮೆ ಫಲವಾಗಿ ಬಂದ ಹಣವನ್ನೆಲ್ಲ ಜಿ ವಿ ಐಯ್ಯರ್ ಅವರ ಕೈಯ್ಯಲ್ಲಿಟ್ಟರು. ಆಗ ಐಯ್ಯರ್ 'ಆನೆ ಹುಡುಗ (ಎಲಿಫೆಂಟ್ ಬಾಯ್)' ಎನ್ನುವ ಚಿತ್ರ ತಯಾರಿಸುವ ಉಮೇದಿನಲ್ಲಿದ್ದರು. 'ಸುಧಾ' ಸಂಪಾದಕ ಸೇತೂರಾಮ್, ಜಿ ವಿ ಐಯ್ಯರ್, ಶ್ರೀಕಂಠಯ್ಯ ಮತ್ತು ಬಿವಿಕೆ ಶಾಸ್ತ್ರೀ ಬಾಲ್ಯದಿಂದ ನಂಜನಗೂಡಿನಲ್ಲಿ ಸಹಪಾಠಿಗಳಾಗಿದ್ದರು. 'ಏಕಾಂತ್ ಜೀ-ವಿಶ್ರಾಂತ್ ಜೀ' ಶ್ರೀಕಂಠಯ್ಯನವರು ತಮ್ಮ ಉಳಿತಾಯ ಧನವನ್ನೆಲ್ಲ ಮಿತ್ರ ಐಯ್ಯರರ ಕೈಯ್ಯಲ್ಲಿಟ್ಟರು. ಆದರೆ, 'ಆನೆ ಹುಡುಗ' ಚಿತ್ರ ಬರಲೇ ಇಲ್ಲ. ಶ್ರೀಕಂಠಯ್ಯನವರು ಕೊನೆಗೆ ಮೈಸೂರು ರಸ್ತೆಯ ದೊಡ್ಡ ಆಲದ ಮರದ ಹತ್ತಿರ ಒಂದು ಆಶ್ರಮ ಸ್ಥಾಪಿಸಿಕೊಂಡು ತಮ್ಮ ಜೀವಿತದ ಕೊನೆಯನ್ನು ಕಳೆದರು.

ಮತ್ತೊಮ್ಮೆ ವೈಎನ್ಕೆ ಸುದ್ದಿ ಸಂಪಾದಕರಾಗಿದ್ದಾಗ ನಡೆದದ್ದು. ಆಗ ವಡ್ಡರ್ಸೆ ರಘುರಾಮ ಶೆಟ್ಟರು ಮುಖ್ಯ ವರದಿಗಾರರಾಗಿದ್ದರು. ಯಾವುದೋ ಒಂದು ಸಾಂಸ್ಕೃತಿಕ ಸಮಾರಂಭ. ಮುಖ್ಯ ವರದಿಗಾರರು ಆ ಸಮಾರಂಭ ವರದಿ ಮಾಡಲು ಯಾರನ್ನೂ ನಿಯೋಜಿಸಿರಲಿಲ್ಲ. ಇದನ್ನು ತಿಳಿದ ವೈಎನ್ಕೆ ಆ ಸಮಾರಂಭಕ್ಕೆ ಹೋಗಿ ವರದಿ ಮಾಡುವಂತೆ ನನಗೆ ಆದೇಶಿಸಿದರು. ಮರುದಿನ ನನ್ನ ವರದಿ ಪ್ರಕಟವಾಯಿತು. ಅಂದು ಬೆಳಿಗ್ಗೆ ಕಚೇರಿಗೆ ಬಂದ ರಘುರಾಮ ಶೆಟ್ಟರು ನನ್ನನ್ನು ಕರೆದು, "ಇದನ್ನು ವರದಿ ಮಾಡುವಂತೆ ನಿನಗೆ ಯಾರು ಹೇಳಿದ್ದು?" ಎಂದು ಕೇಳಿದರು, "ಸಂಪಾದಕರು," ಎಂದೆ.

"ವರದಿಯನ್ನು ನನಗೇಕೆ ತೋರಿಸಲಿಲ್ಲ?" ರಘುರಾಮ ಶೆಟ್ಟರು ಕೊಂಚ ಗಡುಸಾಗಿಯೇ ಕೇಳಿದರು.

"ಸಂಪಾದಕರು ಹೇಳಿದ್ದರಿಂದ ವರದಿಯನ್ನು ಅವರಿಗೇ ಕೊಟ್ಟೆ, ಇದರಲ್ಲಿ ತಪ್ಪೇನು?"

"ಹಾಗೋ, ಆಯಿತು, ಮಾಡುವೆನು ನಿನ್ನ ಬೊಜ್ಜ," ಎಂದು ಶೆಟ್ಟರು ರೇಗಿದರು.

‘ಬೊಜ್ಜ’ ಎಂದರೇನು ನನಗೆ ತಿಳಿಯಲಿಲ್ಲ. ಶ್ರೀಧರ ಆಚಾರ್ ಅವರನ್ನು ಕೇಳಿದೆ. ದ ಕ ಭಾಷೆಯಲ್ಲಿ ‘ಬೊಜ್ಜ’ ಎಂದರೆ ತಿಥಿಯಂತೆ!

ರಘುರಾಮ ಶೆಟ್ಟರ ಅಸಮಾಧಾನ ಸಹಜವೇ ಆಗಿತ್ತು. ಸಂಪಾದಕರು ಈ ಕೆಲಸವನ್ನು ನನಗೆ ವಹಿಸಿದಾಗ ಅವರಿಗೆ ತಿಳಿಸುವುದು, ವರದಿಯನ್ನು ಅವರ ಗಮನಕ್ಕೆ ತರಬೇಕಾದ್ದು ವೃತ್ತಿಯಲ್ಲಿನ ಒಂದು ಸೌಜನ್ಯದ ನಡೆಯಾಗಿತ್ತು. ನಾನೂ ಈ ಸೌಜನ್ಯದ ಎಲ್ಲೆ ಮೀರಿದ್ದೆ. ರಘುರಾಮ ಶೆಟ್ಟರು ಇದನ್ನೊಂದು ಪ್ರತಿಷ್ಠೆಯ ವಿಷಯ ಮಾಡಲಿಲ್ಲ ಎನ್ನುವುದು ಅವರ ಪ್ರಬುದ್ಧತೆ, ಹೃದಯ ವೈಶಾಲ್ಯತೆಗಳಿಗೆ ನಿದರ್ಶನ.

ಇದಾದ ಕೆಲವು ದಿನಗಳ ನಂತರ ಆಯುರ್ವೇದದ ಖ್ಯಾತ ತಜ್ಞ ವೈದ್ಯರಾಗಿದ್ದ ಕೆ ಗೋಪಾಲಕೃಷ್ಣ ರಾಯರ ಎಪ್ಪತ್ತನೆಯ ಹುಟ್ಟುಹಬ್ಬದ ಸಮಾರಂಭವೊಂದು ನಡೆಯಿತು. ಪಂಡಿತ ತಾರಾನಾಥರ ಕಟ್ಟಾ ಶಿಷ್ಯರಾಗಿದ್ದ ಗೋಪಾಲಕೃಷ್ಣ ರಾಯರ ಅಲ್ಪಸ್ವಲ್ಪ ಪರಿಚಯ ನನಗಿತ್ತು– ಅಣ್ಣನ ಮೂಲಕ. ರೋಗನಿದಾನ ಮತ್ತು ಚಿಕಿತ್ಸೆಯಲ್ಲಿ ಶಾಸ್ತ್ರಬದ್ಧರಾಗಿದ್ದ ಗೋಪಾಲಕೃಷ್ಣ ರಾಯರು ಪಥ್ಯ ವಿಷಯದಲ್ಲಿ ತುಂಬ ಕಟ್ಟುನಿಟ್ಟಿನವರಾಗಿದ್ದು ಜನಪ್ರಿಯರೂ–ಅಪ್ರಿಯರೂ ಆಗಿದ್ದರು. ಅವರನ್ನು ಸಂದರ್ಶಿಸಿ ನಾನು ಬರೆದ ಲೇಖನ ಭಾನುವಾರದ ಸಂಚಿಕೆಯಲ್ಲಿ ಪ್ರಕಟವಾಯಿತು. ಸೋಮವಾರ ಕಚೇರಿಗೆ ಬಂದವರೇ ರಘುರಾಮ ಶೆಟ್ಟರು ನಾನು ಕುಳಿತಿದ್ದ ಜಾಗಕ್ಕೇ ಬಂದು, “ಗೋಪಾಲಕೃಷ್ಣ ರಾಯರ ಸಂದರ್ಶನ ಲೇಖನ ಚೆನ್ನಾಗಿದೆ. ಅವರ ನಿಷ್ಠುರ ವ್ಯಕ್ತಿತ್ವವನ್ನು ಚೆನ್ನಾಗಿ ಗ್ರಹಿಸಿ, ಬಿಡಿಸಿದ್ದೀಯ,” ಎಂದು ಮೆಚ್ಚುಗೆ ವ್ಯಕ್ತಪಡಿಸಿದ್ದು ಇಂದಿಗೂ ನನ್ನ ಕಿವಿಗಳಲ್ಲಿ ನಿನದಿಸುತ್ತಿದೆ.

❖

12

'ಪ್ರಜಾವಾಣಿ'ಗಂತೂ ಈ ಅವಧಿ ಯಾತನಾಮಯವಾದುದು. ತುರ್ತುಪರಿಸ್ಥಿತಿಯ ಸ್ವಾತಂತ್ರ್ಯ ಹರಣದ ಜೊತೆಗೆ ಪತ್ರಿಕೆಯನ್ನು ಬೆಳೆಸಿದ ಕೆ ಎ ನೆಟ್ಟಕಲ್ಲಪ್ಪ ಮತ್ತು ಸಂಪಾದಕ ಟಿ ಎಸ್ ರಾಮಚಂದ್ರ ರಾವ್ ಅವರುಗಳ ಅಗಲಿಕೆಯ ನೋವು ಎಪ್ಪತ್ತರ ದಶಕದ ಭರಿಸಲಾಗದ ದುಃಖದ ಸಂಗತಿಗಳು. 'ಹೃದಯವಂತ' ಎಂದೇ ನೌಕರ ವರ್ಗದಲ್ಲಿ ಅಚ್ಚುಮೆಚ್ಚಾಗಿದ್ದ ಕೆ ಎ ನೆಟ್ಟಕಲ್ಲಪ್ಪನವರು 'ಪ್ರಜಾವಾಣಿ' 'ಡೆಕ್ಕನ್ ಹೆರಾಲ್ಡ್' ಪತ್ರಿಕೆಗಳನ್ನು ಜನಮನಕ್ಕೆ ಮುಟ್ಟಿಸುವುದರಲ್ಲಿ ಬಹುವಾಗಿ ಶ್ರಮಿಸಿದವರು.

ಎಪ್ಪತ್ತರ ಆಪತ್ತುಗಳು

ಅರವತ್ತರ ದಶಕ ಕೊನೆಗೊಂಡಿತ್ತು. ಪ್ರಶಾಂತ ಸಾಗರದಿಂದ ಪ್ರಕ್ಷುಬ್ಧ ಕಡಲಿಗೆ ಜಾರಿದಂತೆ ಎಪ್ಪತ್ತರ ದಶಕ ಆರಂಭವಾಗಿತ್ತು. ಜೆಪಿ ಆಂದೋಲನ, ತುರ್ತುಪರಿಸ್ಥಿತಿ ಮೊದಲಾದ ಕೋಲಾಹಲಗಳ ದಶಕ. ಪತ್ರಿಕಾ ಸ್ವಾತಂತ್ರ್ಯಕ್ಕೆ ಶೃಂಖಲೆ ತೊಡಿಸಿದ ದಶಕ. ನಂತರದ ದಶಕಗಳೆಲ್ಲವೂ ಪತ್ರಕರ್ತರಿಗೆ ಮತ್ತು ಪತ್ರಿಕೋದ್ಯಮಕ್ಕೆ ಅಗ್ನಿದಿವ್ಯದ ವರ್ಷಗಳೇ. ಹೆಜ್ಜೆಹೆಜ್ಜೆಗೆ ಪತ್ರಿಕಾ ಸ್ವಾತಂತ್ರ್ಯಕ್ಕೆ ಎದುರಾಗುತ್ತ ಇದ್ದ ಕುತ್ತುಗಳು, ಮಾಹಿತಿ ತಂತ್ರಜ್ಞಾನ ಹಾಗೂ ಮುದ್ರಣ ತಂತಜ್ಞಾನಗಳಲ್ಲಿನ ಹೊಸಹೊಸ ಆವಿಷ್ಕಾರಗಳು, ಕಾಲದೊಂದಿಗೆ ಓಡಲು ಅವುಗಳನ್ನು ಅಳವಡಿಸಿಕೊಳ್ಳಲೇಬೇಕಾದ ಅನಿವಾರ್ಯತೆ, ವಿದ್ಯುನ್ಮಾನ

ಮಾಧ್ಯಮಗಳನ್ನು ಎದುರಿಸಬೇಕಾದ ಸವಾಲು, ಕೊರಳು ಕೊಯ್ಯುವ ಪ್ರತಿಸ್ಪರ್ಧೆ, ಕಾರ್ಪೊರೇಟ್ ಆಡಳಿತ ಶೈಲಿ ದಾಂಗುಡಿ ಇಟ್ಟ ಪರಿಣಾಮವಾಗಿ ಆದ್ಯತೆಗಳಲ್ಲಿ ಆದ ಪಲ್ಲಟ, ಸಂಪಾದಕನ ಸ್ಥಾನವನ್ನು ಜಾಹೀರಾತು ಮ್ಯಾನೇಜರನೇ ಆಕ್ರಮಿಸಿದಂಥ ಮಾರುಕಟ್ಟೆ ಒತ್ತಡಗಳು... ಹೀಗೆ ಎಪ್ಪತ್ತನೆಯ ದಶಕದಿಂದ ಆರಂಭವಾದ ಆತಂಕ-ಅತಂತ್ರಗಳು ಎಂಬತ್ತು ತೊಂಬತ್ತರ ದಶಕಗಳಲ್ಲಿ ಹೆಚ್ಚುತ್ತಾ ಹೋಗಿ ಹೊಸ ಶತಮಾನದಲ್ಲಿ ಪರಾಕಾಷ್ಠೆ ಮುಟ್ಟಿದವು.

'ಪ್ರಜಾವಾಣಿ'ಗಂತೂ ಈ ಅವಧಿ ಯಾತನಾಮಯವಾದುದು. ತುರ್ತು ಪರಿಸ್ಥಿತಿಯ ಸ್ವಾತಂತ್ರ್ಯ ಹರಣದ ಜೊತೆಗೆ ಪತ್ರಿಕೆಯನ್ನು ಬೆಳೆಸಿದ ಕೆ ಎ ನೆಟ್ಟಕಲ್ಲಪ್ಪ ಮತ್ತು ಸಂಪಾದಕ ಟಿ ಎಸ್ ರಾಮಚಂದ್ರ ರಾವ್ ಅವರುಗಳ ಅಗಲಿಕೆಯ ನೋವು ಎಪ್ಪತ್ತರ ದಶಕದ ಭರಿಸಲಾಗದ ದುಃಖದ ಸಂಗತಿಗಳು. 'ಹೃದಯವಂತ' ಎಂದೇ ನೌಕರ ವರ್ಗದಲ್ಲಿ ಅಚ್ಚುಮೆಚ್ಚಾಗಿದ್ದ ಕೆ ಎ ನೆಟ್ಟಕಲ್ಲಪ್ಪನವರು 'ಪ್ರಜಾವಾಣಿ' 'ಡೆಕ್ಕನ್ ಹೆರಾಲ್ಡ್' ಪತ್ರಿಕೆಗಳನ್ನು ಜನಮನಕ್ಕೆ ಮುಟ್ಟಿಸುವುದರಲ್ಲಿ ಬಹುವಾಗಿ ಶ್ರಮಿಸಿದವರು.

ಸಂಪಾದಕನಾದವನು ಸುದ್ದಿಜಾಲ ರೂಪಿಸಿ ಅಂದಂದಿನ ಸುದ್ದಿಗಳನ್ನು, ವಿಶೇಷ ಸುದ್ದಿಗಳನ್ನು ಓದುಗರಿಗೆ ನೀಡಲು ಹೊಣೆಗಾರನಾಗಿರುವಂತೆ ಮಾರುಕಟ್ಟೆಯ ಜಾಲ ವಿಸ್ತರಿಸುವುದು ಆಡಳಿತ ವರ್ಗದ ಜವಾಬ್ದಾರಿ. ನೆಟ್ಟಕಲ್ಲಪ್ಪನವರು ರಾಜ್ಯಾದ್ಯಂತ ಪ್ರವಾಸ ಮಾಡಿ ನಂಬಿಕೆಗೆ ಅರ್ಹರಾದ ಏಜೆಂಟರುಗಳನ್ನು ನೇಮಿಸಿ ಪತ್ರಿಕೆಗಳ ಪ್ರಸಾರವೃದ್ಧಿಗೆ ಶ್ರಮಿಸಿದವರು. ನೆಟ್ಟಕಲ್ಲಪ್ಪನವರು ಮತ್ತು ಟಿಎಸ್ಸಾರ್ ಒಟ್ಟೊಟ್ಟಿಗೆ ರಾಜ್ಯದ ಜಿಲ್ಲೆ, ತಾಲ್ಲೂಕು, ಹಳ್ಳಿಗಳಲ್ಲಿ ಪ್ರವಾಸ ಮಾಡುತ್ತಿದ್ದರು. ಇಲ್ಲೆಲ್ಲ ಏಜೆಂಟರುಗಳು ಮತ್ತು ವಾಚಕರ ಸಭೆ ನಡೆಸಿ, ಅವರ ಬೇಕು ಬೇಡಗಳನ್ನು, ಸಮಸ್ಯೆಗಳನ್ನು ಆಲಿಸಿ 'ಪ್ರವಾ' ಮತ್ತು 'ಡಿಎಚ್' ಜನಪ್ರಿಯತೆಗೆ ಭದ್ರ ಬುನಾದಿ ಹಾಕಿದವರು. ಪ್ರಿಂಟರ್ಸ್ ಮೈಸೂರು ಸಂಸ್ಥೆಯ ಕಾರ್ಯದರ್ಶಿಗಳಾಗಿ, ಮ್ಯಾನೇಜಿಂಗ್ ಡೈರೆಕ್ಟರಾಗಿ ಪತ್ರಿಕೆಗಳ ಶ್ರೇಯೋಭಿವೃದ್ಧಿಗೆ ಅಹರ್ನಿಶಿ ದುಡಿಯುತ್ತಿದ್ದ ಕೆ ಎ ನೆಟ್ಟಕಲ್ಲಪ್ಪನವರು 1973ರಲ್ಲಿ ಹಠಾತ್ತನೆ ಸಂಸ್ಥೆಯಿಂದ ನಿರ್ಗಮಿಸಿದ್ದು ಇಂದಿಗೂ ಒಂದು ನಿಗೂಢವೇ.

ಕ್ರೀಡಾ ಪ್ರೇಮಿಯಾಗಿದ್ದ ನೆಟ್ಟಕಲ್ಲಪ್ಪನವರು ಮುಂದಿನ ದಿನಗಳಲ್ಲಿ ಕರ್ನಾಟಕದಲ್ಲಿ ಒಲಿಂಪಿಕ್ ಕ್ರೀಡಾಪಟುಗಳ ಪಾಲನೆ, ಪೋಷಣೆಯಲ್ಲಿ ತೊಡಗಿಕೊಂಡಿದ್ದರು. 1976ರ ಜೂನ್ 2ರಂದು ಕೆ ಎ ನೆಟ್ಟಕಲ್ಲಪ್ಪನವರು ಇಹಲೋಕ ತ್ಯಜಿಸಿದಾಗ ಅವರ ವಯಸ್ಸು ನಲವತ್ತೇಳು ವರ್ಷ. ಅವರು ನಿಧನರಾದ ದಿನ ಆಡಳಿತ ವರ್ಗ ಪತ್ರಿಕೆಗಳಿಗೆ ರಜೆ ಘೋಷಿಸಲಿಲ್ಲ. ಪತ್ರಿಕೆಗಳನ್ನು ಬೆಳೆಸಲು ದುಡಿದ ನೆಟ್ಟಕಲ್ಲಪ್ಪನವರ ಸ್ಮರಣಾರ್ಥ ಅಂದು ಪತ್ರಿಕೆಗಳಿಗೆ ರಜೆ ಘೋಷಿಸಬೇಕೆಂದು ನೌಕರರು ಆಗ್ರಹಪಡಿಸಿದರು. ಆಡಳಿತ ಮಂಡಳಿ ಒಪ್ಪಲಿಲ್ಲ. ಆಗ ಕರ್ನಾಟಕ ಕಾರ್ಯನಿರತ

ಪತ್ರಕರ್ತರ ಸಂಘದ ಅಧ್ಯಕ್ಷರಾಗಿದ್ದ ಮುನಿಯಪ್ಪನವರು, "ನಮಗಿಂದು ಶೋಕದ ದಿನ. ನೀವು ರಜೆ ಘೋಷಿಸದಿದ್ದರೆ ನಾವು ಸತ್ಯಾಗ್ರಹ ಆಚರಿಸುತ್ತೇವೆ," ಎಂದು ಖಡಾಖಂಡಿತವಾಗಿ ಹೇಳಿದಾಗ ಆಡಳಿತ ವರ್ಗ ಮಣಿಯಬೇಕಾಯಿತು.

ಈ ದಶಕದಲ್ಲಿ ತಲೆದೋರಿದ ಮುದ್ರಣ ಕಾಗದದ ಅಭಾವ ಪತ್ರಿಕೆಯ ಬೆಳವಣಿಗೆಗೆ ದೊಡ್ಡ ತೊಡಕಾಗಿ ಪರಿಣಮಿಸಿತು. ಪುಟಗಳನ್ನು ಕಡಿಮೆ ಮಾಡಬೇಕಾದುದರ ಜೊತೆಗೆ ಒಂದು ವರ್ಷ ದೀಪಾವಳಿ ವಿಶೇಷಾಂಕ ಪ್ರಕಟಣೆಯನ್ನು ನಿಲ್ಲಿಸಬೇಕಾಯಿತು. ಪ್ರತಿವರ್ಷ ಸುಗ್ಗಿ ವೇಳೆಗೆ ತರುತ್ತಿದ್ದ ಕೃಷಿ ವಿಶೇಷಾಂಕ ಪ್ರಕಟಣೆಯೂ ನಿಂತು ಹೋಯಿತು. ಈ ಕೃಷಿ ವಿಶೇಷಾಂಕವನ್ನು ಸಿದ್ದಲಿಂಗಪ್ಪ ಮತ್ತು ಟಿ ನಾಗರಾಜು ಸಿದ್ಧಪಡಿಸುತ್ತಿದ್ದರು. ಇದೇ ದಶಕದ ಆರಂಭದಲ್ಲಿ 'ಕನ್ನಡದ ಅತ್ಯಂತ ವಿಶ್ವಾಸಾರ್ಹ ಪತ್ರಿಕೆ' ಸಾಹಿತ್ಯ ಬಳಗದ ಕೆಲವರ ಅವಿಶ್ವಾಸವನ್ನೂ ಎದುರಿಸಬೇಕಾಯಿತು. ಬೆಂಗಳೂರು ವಿಶ್ವವಿದ್ಯಾಲಯದ ಕನ್ನಡ ವಿಭಾಗ ಏರ್ಪಡಿಸಿದ್ದ ವಿಚಾರ ಸಂಕಿರಣದ ವೇದಿಕೆಯನ್ನು ಬಳಸಿಕೊಂಡು ಕೆಲವರು ಕವಿಗಳು/ ಲೇಖಕರು ಚಂದ್ರಶೇಖರ ಪಾಟೀಲರ ನಾಯಕತ್ವದಲ್ಲಿ 'ಪ್ರಜಾವಾಣಿ' ವಿರುದ್ಧ ಹರಿಹಾಯ್ದರು. ಕಥೆ, ಕಾವ್ಯ, ಲೇಖನ, ವಿಮರ್ಶೆ ಇತ್ಯಾದಿಗಳ ಪ್ರಕಟಣೆಯಲ್ಲಿ ಕೆಲವೇ ಲೇಖಕರಿಗೆ ಮಣೆ ಹಾಕುತ್ತಿದೆ, ಕೆಲವು ಲೇಖಕರಿಗೆ ಅನ್ಯಾಯ ಮಾಡುತ್ತಿದೆ, ಪಕ್ಷಪಾತ, ಜಾತೀಯತೆಯ ಪೂರ್ವಾಗ್ರಹಗಳು ಮೊದಲಾದ ಆಪಾದನೆಗಳು ಕೇಳಿಬಂದವು. ಬಹುತೇಕ ಆಪಾದನೆಗಳು ಸಾಪ್ತಾಹಿಕ ಪುರವಣಿ ವಿರುದ್ಧ ಕೇಂದ್ರೀಕೃತವಾಗಿದ್ದಂತೆ ತೋರಿತು. ಇದೇ ವೇದಿಕೆಯಿಂದ ವೈಕುಂಠರಾಜು ಅವರು ಈ ಆರೋಪಗಳಿಗೆ ಉತ್ತರ ಕೊಟ್ಟಿದ್ದರು.

ಆಧುನಿಕ ತಂತ್ರಜ್ಞಾನ ಮತ್ತು ಆವಿಷ್ಕಾರಗಳ ಜೊತೆಗೆ ಸಂಪಾದಕೀಯ ವಿಭಾಗ ಮತ್ತು ವೃತ್ತಪತ್ರಿಕೆಯ ಆಡಳಿತ ಮಂಡಳಿಯಲ್ಲಿ ಹೊಸ ಪೀಳಿಗೆಯ ಹೊಸರಕ್ತ, ಬಿಸಿರಕ್ತಗಳ ಪ್ರವೇಶಕ್ಕೆ ನಾಂದಿಹಾಡಿದ ದಶಕವಿದು.

ಬಾಂಗ್ಲಾ ವಿಮೋಚನೆ

ನೆರೆಯ ಪೂರ್ವ ಪಾಕಿಸ್ತಾನದಲ್ಲಿ ವಿಮೋಚನಾ ಹೋರಾಟ ಯುದ್ಧದ ಪರಾಕಾಷ್ಠೆಯನ್ನು ತಲುಪಿ 1971ರಲ್ಲಿ ಬಾಂಗ್ಲಾ ವಿಮೋಚನೆಯಾಯಿತು, ಬಾಂಗ್ಲಾದೇಶ ಉದಯಿಸಿತು. ಅಂದುರಾತ್ರಿ ಪಾಳಿ ನಮ್ಮದೇ ಆಗಿತ್ತು. ನಾವು ರಾತ್ರಿ ಬರುವ ವೇಳೆಗೆ ಮಾರ್ನಿಂಗ್ ಎಡಿಷನ್ ಸಿದ್ಧವಾಗಿತ್ತು. ಸ್ವತಃ ಸುದ್ದಿ ಸಂಪಾದಕ ಖಾದ್ರಿ ಶಾಮಣ್ಣನವರು ಬಾಂಗ್ಲಾ ವಿಮೋಚನೆಯ ಅಗ್ರ ವಾರ್ತೆಯನ್ನು ಪರಿಶೀಲಿಸಿ ಅವರೇ 'ವಂಗ ವಿಮೋಚನೆ' ಎಂದು ಎಂಟು ಕಾಲಮ್ ಬ್ಯಾನರ್ ಶೀರ್ಷಿಕೆ ಕೊಟ್ಟಿದ್ದರು. ಈ ಶೀರ್ಷಿಕೆಯನ್ನು ಸುಂದರವಾದ ಲಿಪಿ ವಿನ್ಯಾಸಕ್ಕೆ ಪ್ರಖ್ಯಾತರಾಗಿದ್ದ

ಕಲಾವಿದ ಎಸ್ ರಮೇಶ್ ಅವರಿಂದ ಬರೆಸಿದ್ದರು. ಪತ್ರಿಕೆ ಶುರುವಾದಾಗ 'ಪ್ರಜಾವಾಣಿ'ಯ ಮಾಸ್ಟ್ ಹೆಡ್ ಬರೆದವರೂ ರಮೇಶ್ ಅವರೇ. ಈಗಿರುವುದು ಮೂಲದ ವಿಕೃತಿ.

ರಾತ್ರಿ ಹತ್ತರ ಸುಮಾರಿಗೆ ಟಿಎಸ್ಸಾರ್ ಫೋನ್ ಬಂತು. ರಾತ್ರಿ ಪಾಳಿಯಲ್ಲಿದ್ದ ನಾನು ಫೋನ್ ಕೈಗೆತ್ತಿಕೊಂಡೆ.

"ಲೀಡ್ ಹೆಡಿಂಗ್ ಏನು?"

"ವಂಗ ವಿಮೋಚನೆ."

"ವಾಟ್? ಏನದು ವಂಗ-ಮಂಗ, ಮೈಸೂರು ಎಡಿಷನ್‌ಗೆ ಬದಲಾಯಿಸಿ 'ಬಾಂಗ್ಲಾ ವಿಮೋಚನೆ' ಅಂತ ಮಾಡಿ."

"ರಮೇಶ್ ಕೈಯ್ಯಲ್ಲಿ ಹೆಡ್ ಲೈನ್ ಬರೆಸಿಯಾಗಿದೆ ಸರ್."

"ಸೋ ವಾಟ್. ಚೇಂಜ್ ದಿ ಬ್ಯಾನರ್ ಹೆಡ್ ಲೈನ್... ಟೈಪ್ ಸೆಟ್ ಮಾಡಿಸಿ."

ಪೋಸ್ಟರ್ ಟೈಪ್‌ನಲ್ಲಿ 'ಪ್ರವಾ' 'ಬಾಂಗ್ಲಾ ವಿಮೋಚನೆ'ಯನ್ನು ದುಂದುಭಿಸಿತು.

ಎಪ್ಪತ್ತರ ದಶಕದ ಪೂರ್ವಾರ್ಧದಲ್ಲೇ ಕನ್ನಡ ಪತ್ರಿಕಾ ಪ್ರಪಂಚದಲ್ಲಿ ಆದ ಇನ್ನೊಂದು ಘಟನೆಯೆಂದರೆ 'ಸಂಯುಕ್ತ ಕರ್ನಾಟಕ' ಪತ್ರಿಕೆಯ ಆಡಳಿತದಲ್ಲಿ ಆದ ಪಲ್ಲಟ. ಆರ್ಥಿಕ ಸಂಕಷ್ಟ, ಕಾರ್ಮಿಕ ವಿವಾದಗಳು ಹೀಗೆ ಹಲವಾರು ಬಿಕ್ಕಟ್ಟುಗಳ ಸುಳಿಯಲ್ಲಿ ಸಿಕ್ಕಿದ್ದ ಈ ಪತ್ರಿಕೆಯನ್ನು ಸರ್ಕಾರ ಸಂಡೂರಿನ ರಾಜವಂಶಸ್ಥರಾದ ಎಂ ವೈ ಘೋರ್ಪಡೆಯವರಿಗೆ ವಹಿಸಿಕೊಟ್ಟಿತು. ಸರ್ಕಾರದ ಈ ಕ್ರಮದ ವಿರುದ್ಧ ಶ್ಯಾಮರಾಯರು ಕೋರ್ಟಿನ ಮೆಟ್ಟಿಲು ಹತ್ತಿದರು. 'ಸಂಕ'ಗೆ ಕಾಯಕಲ್ಪ ಮಾಡಲೋ ಎಂಬಂತೆ ಘೋರ್ಪಡೆಯವರು 'ಪ್ರಜಾವಾಣಿ'ಯಿಂದ ಖಾದ್ರಿ ಶಾಮಣ್ಣ, ಜಯಶೀಲ ರಾವ್ ಮತ್ತು ಕೆ ಜನಾರ್ದನ ಅವರನ್ನು ಸೆಳೆದು ಕೊಂಡರು, ಖಾದ್ರಿ ಶಾಮಣ್ಣ 'ಸಂಕ' ಸಂಪಾದಕರಾದರು. ಜಯಶೀಲ ರಾವ್, ಜಂಟಿ ಸಂಪಾದಕರು, ಜನಾರ್ದನ ಮುಖ್ಯ ವರದಿಗಾರರು. 'ಪ್ರವಾ'ದಲ್ಲಿ ವೈಎನ್ಕೆ ಸುದ್ದಿ ಸಂಪಾದಕರಾಗಿ ಬಡ್ತಿ ಪಡೆದು ಖಾದ್ರಿಯವರಿಂದ ತೆರವಾದ ಸ್ಥಾನವನ್ನು ತುಂಬಿದರು. ಸಿ ವಿ ರಾಜಗೋಪಾಲ್ ಮುಖ್ಯ ವರದಿಗಾರರಾಗಿ ಬಡ್ತಿ ಪಡೆದರು.

ತುರ್ತು ಪರಿಸ್ಥಿತಿ

ಎಪ್ಪತ್ತರ ದಶಕದ ಅರ್ಧಭಾಗದಲ್ಲಿ ಇಂದಿರಾ ಗಾಂಧಿಯವರು ತುರ್ತುಪರಿಸ್ಥಿತಿ ಘೋಷಿಸಿ ದೇಶದಾದ್ಯಂತ ಭಾರಿ ಕೋಲಾಹಲವನ್ನೆಬ್ಬಿಸಿದ್ದರು. 1975ರ ಜೂನ್ 25ರಂದು ಮಧ್ಯರಾತ್ರಿ ಇಂದಿರಾ ಗಾಂಧಿಯವರ ಸರ್ಕಾರ ತುರ್ತುಪರಿಸ್ಥಿತಿ ಘೋಷಿಸಿತು. ತುರ್ತುಪರಿಸ್ಥಿತಿ ಘೋಷಿಸುವ ವೇಳೆಗೆ ತೇದಿ 26ರ ಪತ್ರಿಕೆಗಳು

ಮುದ್ರಣಗೊಂಡಿದ್ದವು. 26ರ ಮುಂಜಾನೆ ಆಕಾಶವಾಣಿ ಸುದ್ದಿ ಪ್ರಸಾರದಿಂದಲೇ ದೇಶದ ಜನತೆಗೆ ತುರ್ತುಪರಿಸ್ಥಿತಿ ಘೋಷಣೆ ತಿಳಿದದ್ದು. ವಿರೋಧಿ ನಾಯಕರುಗಳನ್ನೆಲ್ಲ ಬಂಧಿಸಲಾಗಿತ್ತು. ಪತ್ರಿಕೆಗಳ ಮೇಲೆ ಸೆನ್ಸಾರ್ ಜಾರಿಗೆ ತರಲಾಗಿತ್ತು. ಸೆನ್ಸಾರನ್ನು ಕಟ್ಟುನಿಟ್ಟಾಗಿ ಜಾರಿಗೆ ತರುವುದು ಕೇಂದ್ರ ಮತ್ತು ರಾಜ್ಯ ಸರ್ಕಾರಗಳ ವಾರ್ತಾ ಇಲಾಖೆಯ ಜವಾಬ್ದಾರಿಯಾಗಿತ್ತು.

ಕರ್ನಾಟಕದಲ್ಲಿ ರೇಣು ಆನಂದ ರಾವ್, ಕುಲಕರ್ಣಿ ಮತ್ತಿತರರು ಸೆನ್ಸಾರ್ ಅಧಿಕಾರಿಗಳಾಗಿ ನೇಮಕಗೊಂಡಿದ್ದರು. ರೇಣು ಆನಂದ ರಾವ್ ಮತ್ತು ಕುಲಕರ್ಣಿಯವರು ಬೆಳಿಗ್ಗೆ, ಸಂಜೆ 'ಪ್ರಜಾವಾಣಿ' ಸಂಪಾದಕೀಯ ವಿಭಾಗಕ್ಕೆ ಭೇಟಿ ನೀಡಿ ಮುದ್ರಣಕ್ಕೆ ಸಿದ್ಧಗೊಂಡ ಪುಟಗಳ ಕರಡು ನೋಡಿ 'ಓಕೆ' ಎಂದು ಸಹಿ ಮಾಡಿದ ನಂತರವೇ ಪತ್ರಿಕೆ ಮುದ್ರಣಕ್ಕೆ ಹೋಗಬೇಕಿತ್ತು. ಇಂದಿರಾ ಗಾಂಧಿ ಸರ್ಕಾರದ ವಿರುದ್ಧ ಸಣ್ಣ ಸೊಲ್ಲು ಇರುವ ಸುದ್ದಿಯನ್ನೂ ಅಚ್ಚಿಗೆ ಹೋಗಲು ಈ ಅಧಿಕಾರಿಗಳು ಬಿಡುತ್ತಿರಲಿಲ್ಲ. ಅಂಥ ಸುದ್ದಿಯನ್ನು ತೆಗೆದು ಅದರ ಜಾಗದಲ್ಲಿ ಹಾಕಿದ ಮತ್ತೊಂದು ಸುದ್ದಿಯನ್ನು ಪರಿಶೀಲಿಸಿದ ನಂತರವೇ ಪೇಜ್ 'ಓಕೆ' ಮಾಡುತ್ತಿದ್ದರು. ಪಿಟಿಐ ಮತ್ತು ಯುಎನ್ಐ ಮೊದಲಾದ ಏಜೆನ್ಸಿಗಳ ಸುದ್ದಿಗಳನ್ನು, ಸುದ್ದಿ ಮೂಲದಲ್ಲೇ, ಅಂದರೆ ದೆಹಲಿ ಮೊದಲಾದ ಕೇಂದ್ರಗಳಲ್ಲೇ ಸೆನ್ಸಾರ್ ಮಾಡಲಾಗುತ್ತಿತ್ತು. ಹೀಗಾಗೀ ನಮಗೆ ಸೆನ್ಸಾರ್ ಆದ ಸುದ್ದಿಗಳೇ ಬರುತ್ತಿದ್ದವು. ಇನ್ನು ಬೆಂಗಳೂರು ನಗರದ ಸ್ಥಳೀಯ ಮತ್ತು ಕರ್ನಾಟಕದ ರಾಜ್ಯದ ಬಾತ್ಮೀದಾರರ ಸುದ್ದಿಗಳನ್ನು ರಾಜ್ಯ ವಾರ್ತಾ ಇಲಾಖೆಯ ಸೆನ್ಸಾರ್ ಅಧಿಕಾರಿಗಳು ಪರಿಶೀಲಿಸುತ್ತಿದ್ದರು. ತಮ್ಮ ಕಣ್ತಪ್ಪಿ ಯಾವುದೇ ಸುದ್ದಿ ಹೋಗಬಾರದೆಂದು ಮುದ್ರಣಕ್ಕೆ ಪೂರ್ವಭಾವಿಯಾಗಿ ಪೇಜ್ ಪ್ರೂಫುಗಳನ್ನು ನೋಡುತ್ತಿದ್ದರು.

26ರಂದು ಬೆಳಿಗ್ಗೆ ಹನ್ನೊಂದು ಗಂಟೆಗೇ 'ಪ್ರಜಾವಾಣಿ'ಗೆ ಆಗಮಿಸಿದ ಸೆನ್ಸಾರ್ ಅಧಿಕಾರಿಗಳು ಸಂಪಾದಕರನ್ನು ಭೇಟಿಮಾಡಿ ಸೆನ್ಸಾರ್ ಜಾರಿಯನ್ನು, ಅದರ ನಿಯಮಗಳನ್ನು ತಿಳಿಸಿದರು. ತಮ್ಮ ಗಮನಕ್ಕೆ ಬಾರದೆ ಒಂದು ತುಣುಕು ಸುದ್ದಿಯೂ ಹೋಗುವಂತಿಲ್ಲವೆಂದು ಹೇಳಿ, ಸಂಜೆ ಬಂದು ಮುದ್ರಣಕ್ಕೆ ಸಿದ್ಧವಾದ ಪುಟಗಳನ್ನು ಪರಿಶೀಲಿಸುವುದಾಗಿ ತಿಳಿಸಿದ್ದರು. ಅವರು ತೆರಳಿದ ನಂತರ ಅಂದಿನ ಸಂಪಾದಕೀಯ ಸಭೆ ನಡೆಯಿತು. ಸಭೆಯಲ್ಲಿ ಪತ್ರಿಕೆಯ ನೀತಿ ನಿಲುವುಗಳನ್ನು ನಿರ್ಧರಿಸಲಾಗಿತ್ತು 'ವಿ ಶುಡ್ ಫೈಟಿಟ್ ಟೂತ್ ಅಂಡ್ ನೈಲ್' ಎನ್ನುವುದು ಸಂಪಾದಕರ ತೀರ್ಮಾನವಾಗಿತ್ತು. ಇದಕ್ಕೂ ಮುನ್ನ ಸಂಪಾದಕರು ಗೌರ್ನಿಂಗ್ ಡೈರೆಕ್ಟರ್ ಮತ್ತು ಇತರ ಆಡಳಿತ ಮಂಡಳಿಯವರೊಡನೆ ಸಮಾಲೋಚಿಸಿ ತುರ್ತುಪರಿಸ್ಥಿತಿಯ ಗಂಡಾಂತರಗಳನ್ನು ವಿವರಿಸಿದ್ದರೆಂದು ನಂತರ ನಮಗೆ ತಿಳಿಯಿತು, ತುರ್ತುಪರಿಸ್ಥಿತಿ ಘೋಷಣೆಯನ್ನು ಉಗ್ರವಾಗಿ ಖಂಡಿಸುವ

ಸಂಪಾದಕೀಯವನ್ನು ಕಣ್ಣನ್ ಬರೆದರು. 'ಭೂಬಾಣ'ದಲ್ಲೂ ಟಿಎಸ್ಸಾರ್ ಕಟುವಾಗಿ ಟೀಕಿಸಿದ್ದರು.

ಅಂದು ರಾತ್ರಿ ಪಾಳಿಯಲ್ಲಿ ಹಿರಿಯ ಸಹೋದ್ಯೋಗಿ ಬಿಎಂಕೆ ಮತ್ತು ನಾನು ಇದ್ದೆವು. ಇನ್ನೊಬ್ಬರು ಕೆ ಎಸ್ ನಾಗಭೂಷಣಂಗೆ ಅಂದು ವಾರದ ರಜೆಯಾಗಿತ್ತು. ಮಾರ್ನಿಂಗ್ ಎಡಿಷನ್ ಪುಟಗಳು ಮುದ್ರಣಕ್ಕೆ ಸಿದ್ಧವಾಗಿ ಸಂಪಾದಕೀಯ ಪುಟ ಒಂದು ಹೊರತು ಉಳಿದವು ಸೆನ್ಸಾರ್ ಅಧಿಕಾರಿಗಳಿಂದ 'ಓಕೆ' ಆಗಿದ್ದವು. ಈ ಸಂಪಾದಕೀಯ ಪುಟವನ್ನು ಹೇಗಾದರೂ ಸೆನ್ಸಾರ್ ಅಧಿಕಾರಗಳ ಹದ್ದಿನ ಕಣ್ಣಿನಿಂದ ತಪ್ಪಿಸಿ ಮುದ್ರಣಕ್ಕೆ ಹೈಜಾಕ್ ಮಾಡುವ ಉದ್ದೇಶದಿಂದ ಆ ಪುಟ ಸಿದ್ಧಗೊಳಿಸುವುದನ್ನು ತಡಮಾಡಲಾಗಿತ್ತು. ರಾತ್ರಿ 9ಕ್ಕೆ ಕುಲಕರ್ಣಿಯವರು ಬಂದರು. ಮೊದಲ ಪುಟದ ಪ್ರೂಫ್ ನೋಡಿ ತುರ್ತುಪರಿಸ್ಥಿತಿ ವಿರೋಧಿಸುವ ಸುದ್ದಿಗಳಿಗೆ ಕೆಂಪು ಶಾಯಿಯಲ್ಲಿ ಕಾಟು ಹಾಕಿ ಶತಾಯಗತಾಯ ಇವು ಅಚ್ಚಾಗಬಾರದೆಂದು ದೂರ್ವಾಸಾಜ್ಞೆ ಮಾಡಿದರು. ನಂತರ "ಸಂಪಾದಕೀಯ ಪುಟ ಸಿದ್ಧವಾಯಿತೆ, ತನ್ನಿ," ಎಂದರು. ಸಂಪಾದಕೀಯ ಪುಟವನ್ನು ತೋರಿಸದೇ ಗತ್ಯಂತರವಿರಲಿಲ್ಲ. ಅತ್ಯುಗ್ರ ಪದಗಳಲ್ಲಿ ತುರ್ತುಪರಿಸ್ಥಿತಿಯನ್ನು ಖಂಡಿಸಿ ಬರೆದಿದ್ದ ಸಂಪಾದಕೀಯವನ್ನು ಪೂರ್ತಿಯಾಗಿ ನಿಷೇಧಿಸಿದರು. 'ಭೂ' ಕೂರಂಬುಗಳಿದ್ದ ಸಾಲುಗಳಿಗೆ ಕಾಟು ಹಾಕಿದರು. ನಿಷೇಧಿಸಿದ ಸಂಪಾದಕೀಯದ ಜಾಗದಲ್ಲಿ ಏನು ಪ್ರಕಟಿಸುತ್ತೀರಿ ಎಂದು ಕೇಳಿದರು. ಸಂಪಾದಕರ ಜೊತೆ ಮಾತನಾಡಿ ತಿಳಿಸುವುದಾಗಿ ಬಿಎಂಕೆ ಹೇಳಿದರು. ಅರ್ಧಗಂಟೆ ಬಿಟ್ಟು ಮತ್ತೆ ಪರಿಶೀಲನೆಗೆ ಬರುವುದಾಗಿ ತಿಳಿಸಿ ಕುಲಕರ್ಣಿ ನಿರ್ಗಮಿಸಿದರು.

ಸ್ವಾತಂತ್ರ್ಯಹರಣದಿಂದ ನಾವು ಕಂಗಾಲಾಗಿದ್ದೆವು. ಬಿಎಂಕೆ ಸಂಪಾದಕರ ಕೊಠಡಿಗೆ ಹೋಗಿ ಅಲ್ಲಿನ ನೇರ ಟೆಲಿಫೋನ್ ಸಂಪರ್ಕದಿಂದ ಟಿಎಸ್ಸಾರ್ ಅವರಿಗೆ ಎಲ್ಲವನ್ನೂ ವಿವರಿಸಿದರು. ರಾಯರಿಗೆ ಸೆನ್ಸಾರಿನ ಇಂಥ ತೀವ್ರ ಕ್ರಮದ ಮುಂಗಾಣ್ಕೆ ಇತ್ತು. ಎಂದೇ ಬದಲೀ ಸಂಪಾದಕೀಯವೊಂದನ್ನು ಬರೆಸಿ ಕಂಪೋಸ್ ಮಾಡಿಸಿ ಇಡಿಸಿದ್ದರು. ಆ ಬದಲೀ ಸಂಪಾದಕೀಯ ಹಾಕಿ, ಸೆನ್ಸಾರ್ ಅಧಿಕಾರಿಗಳಿಗೆ ತೋರಿಸಿ, ಅವರ ನಿರ್ಗಮನದ ನಂತರ ಮುದಣ್ರಕ್ಕೆ ಕಳುಹಿಸುವ ಮುನ್ನ ತಮಗೆ ಮತ್ತೆ ಫೋನ್ ಮಾಡುವಂತೆ ಆದೇಶಿಸಿದರು. ಬದಲೀ ಸಂಪಾದಕೀಯಕ್ಕೆ ಸೆನ್ಸಾರ್ ವಿರೋಧವಿರಲಿಲ್ಲ 'ಓಕೆ' ಎಂದು ಸಹಿ ಹಾಕಿ ಹೋದರು. ಬದಲೀ ಸಂಪಾದಕೀಯವನ್ನು ತೆಗೆಸಿ ಆ ಜಾಗವನ್ನು ಖಾಲಿ ಬಿಟ್ಟು ಮುದ್ರಣಕ್ಕೆ ಕಳುಹಿಸುವಂತೆ ಟಿಎಸ್ಸಾರ್ ತಿಳಿಸಿದರು. ಜೂನ್ 27ರ 'ಪ್ರಜಾವಾಣಿ' ಮೊದಲ ಸಂಪಾದಕೀಯದ ಸ್ಥಳ ಖಾಲಿ ಉಳಿದು ಪ್ರಕಟಗೊಂಡಿತು. 'ಭೂಬಾಣ'ದಲ್ಲೂ ಕಾಟು ಹೊಡೆದ ಸಾಲುಗಳನ್ನು ತೆಗೆದು ಹಾಕಿ ಖಾಲಿ ಬಿಡಲಾಗಿತ್ತು. ಇದು

ತುರ್ತುಪರಿಸ್ಥಿತಿಗೆ 'ಪ್ರಜಾವಾಣಿ'ಯ ಮೌನ ಪ್ರತಿಭಟನೆಯಾಗಿತ್ತು. 'ಇಂಡಿಯನ್ ಎಕ್ಸ್‌ಪ್ರೆಸ್' ಪತ್ರಿಕೆಯೂ ನಮ್ಮಂತೆಯೇ ಸಂಪಾದಕೀಯ ಜಾಗ ಖಾಲಿ ಬಿಟ್ಟು ಪ್ರತಿಭಟಿಸಿತ್ತು. ದೇಶದಲ್ಲಿ ಇವೆರಡೇ ಪತ್ರಿಕೆಗಳು ಈ ರೀತಿ ಮೌನ ಪ್ರತಿಭಟನೆ ತೋರಿದ್ದು.

ಈ ಮೌನ ಪ್ರತಿಭಟನೆ ವಿರುದ್ಧ ದೆಹಲಿ ಆಡಳಿತ ಗರಂ ಆಗಿತ್ತು. ಈ ರೀತಿ ಜಾಗ ಖಾಲಿ ಬಿಡಲು ಅವಕಾಶ ನೀಡಬಾರದೆಂದು ಕೇಂದ್ರ ವಾರ್ತಾ ಸಚಿವಾಲಯದಿಂದ ರಾಜ್ಯಗಳ ಸೆನ್ಸಾರ್ ಅಧಿಕಾರಿಗಳಿಗೆ ಕಟ್ಟುನಿಟ್ಟಾದ ಸೂಚನೆ ಬಂದಿತು. ಓಡೋಡುತ್ತಾ ಬಂದ ರೇಣು ಆನಂದ ರಾವ್ ಮತ್ತು ಕುಲಕರ್ಣಿಯವರು ಸಂಪಾದಕರಿಗೆ ಸಂಪಾದಕೀಯ ಅಂಕಣ ಮತ್ತು 'ಛೂಬಾಣ' ಅಂಕಣಗಳಲ್ಲಿ ಜಾಗ ಖಾಲಿ ಬಿಟ್ಟಿರುವುದಕ್ಕೆ, ತಾವು 'ಓಕೆ' ಮಾಡಿ ನಿರ್ಗಮಿಸಿದ ನಂತರ ಸಂಪಾದಕೀಯ ಪುಟದಲ್ಲಿ ಈ ರೀತಿ ಬದಲಾವಣೆ ಮಾಡಿರುವುದಕ್ಕೆ ತೀವ್ರ ಆಕ್ಷೇಪಣೆ ವ್ಯಕ್ತಪಡಿಸಿದರು, ಖಾಲಿ ಬಿಡಬಾರದೆಂಬುದು ಕೇಂದ್ರ ವಾರ್ತಾ ಸಚಿವಾಲಯದ ಕಟ್ಟಾಜ್ಞೆ ಎಂದು ಎಚ್ಚರಿಕೆ ನೀಡಿದರು. ಅಂದುರಾತ್ರಿ ಮರುದಿನದ ಪತ್ರಿಕೆ ಅಚ್ಚಾಗುವವರೆಗೂ ಕಾದಿದ್ದು ಪತ್ರಿಕೆಯಲ್ಲಿ ಖಾಲಿ ಜಾಗದ ಮೌನ ಪ್ರತಿಭಟನೆ ಇಲ್ಲ ಎಂಬುದನ್ನು ಖಾತ್ರಿ ಮಾಡಿಕೊಂಡು ಮಧ್ಯರಾತ್ರಿ ಕಾಲ್ತೆಗೆದರು. ಹಾಗೆಂದು 'ಪ್ರಜಾವಾಣಿ' ಸುಮ್ಮನಾಗಲಿಲ್ಲ.

'ಛೂಬಾಣ'ದಲ್ಲಿ ಟಿಎಸ್ಸಾರ್ 'ಯಮ ಅರ್ಜೆನ್ಸಿ' ಎಂದು ಚಿಟುಕು ಮುಳ್ಳಾಡಿಸುತ್ತಿದ್ದರು. ತುರ್ತುಪರಿಸ್ಥಿತಿ ಕಾಲದಲ್ಲಿ ಸಂಜಯ ಗಾಂಧಿಯ ಅತಿರೇಕಗಳನ್ನು ಕುರಿತು– "ಇಫ್ ಇಂದಿರಾ ಸಫರ್ಸ್ ಪೊಲಿಟಿಕಲ್ ಡಿಸಾಸ್ಟರ್ ಇಟ್ ವಿಲ್ ಬಿ ಬೈ 'ಸನ್' ಸ್ಟ್ರೋಕ್", ಸನ್ ಪದದ ಶ್ಲೇಷೆಯಿಂದ ಮಗನ ಕೃತ್ಯಗಳಿಂದಾಗಿಯೇ ತಾಯಿಗೆ ವಿಪತ್ತು ಬರಲಿದೆ ಎಂದು ಒಂದು ಪೆನ್‌ಸ್ಟ್ರೋಕ್ ಕೊಟ್ಟಿದ್ದರು.

ಅನ್ಯ ದೇಶಗಳಲ್ಲಿನ ಸ್ವಾತಂತ್ರ್ಯ ಹರಣದ ಘಟನೆಗಳನ್ನೆತ್ತಿಕೊಂಡು ಸಂಪಾದಕೀಯಗಳನ್ನು ಬರೆಸಿ 'ತುರ್ತುಪರಿಸ್ಥಿತಿಯ ರಾಣಿ'ಗೆ 'ಪ್ರವಾ' ಮುಸುಕಿನೊಳಗೆ ಗುದ್ದು ಕೊಡಲಾರಂಭಿಸಿತು. ಧ್ವನ್ಯಾರ್ಥ, ವ್ಯಂಗ್ಯಾರ್ಥ, ಅನ್ಯೋಕ್ತಿ, ಶ್ಲೇಷೆಗಳನ್ನು ತಿಳಿಯುವಷ್ಟು ಸಾವಧಾನ ಸೆನ್ಸಾರ್ ಅಧಿಕಾರಿಗಳಿಗಿರುತ್ತಿರಲಿಲ್ಲ. ಸಂಪಾದಕೀಯಗಳಿಗೆ ಅಸ್ತು ಎನ್ನುತ್ತಿದ್ದರು. ಅಥವಾ ಅಂತರಂಗದೊಳಗೆ ಅವರಿಗೂ ತುರ್ತುಪರಿಸ್ಥಿತಿಗೆ ವಿರೋಧವಿತ್ತೋ ಏನೋ?

ತುರ್ತುಪರಿಸ್ಥಿತಿಯಲ್ಲಿ ಇನ್ನೊಂದು ದಿನ. ನನಗೆ ಬೆಳಗಿನ ಪಾಳಿ. ಕಲಾಸಿಪಾಳ್ಯದ ಕೋಟೆಯಲ್ಲಿ ವಾಸವಿದ್ದ ನಾನು ಹತ್ತರ ಸುಮಾರಿಗೆ ಸಿಟಿ ಮಾರ್ಕೆಟ್‌ನಲ್ಲಿ ಬಸ್ಸು

ಹಿಡಿದು ಗಾಂಧಿ ಸ್ಟ್ಯಾಚ್ಯೂ ಬಸ್ ಸ್ಟಾಪಿನಲ್ಲಿ ಇಳಿದು ಆಫೀಸಿನತ್ತ ಹೆಜ್ಜೆ ಹಾಕಿದ್ದೆ. ಜೀವ ವಿಮಾ ಕಚೇರಿ ಇರುವ ಓರಿಯಂಟಲ್ ಬಿಲ್ಡಿಂಗ್ ಬಳಿ ರಸ್ತೆ ದಾಟಬೇಕು ಎನ್ನುವಷ್ಟರಲ್ಲಿ ಒಂದು ನೋಟ ನನ್ನನ್ನು ಹಿಡಿದು ನಿಲ್ಲಿಸಿತು. ಜೀವ ವಿಮಾ ಕಚೇರಿ ಎದುರಿನ ಫುಟ್ಪಾತಿನ ಮೂಲೆಯಲ್ಲಿ 20-22ರ ಯುವಕನೊಬ್ಬ ಕುಳಿತಿದ್ದ. ಹರಿದು ಚಿಂದಿಯಾದ ಪ್ಯಾಂಟು, ಅಂಗಿ, ಎಣ್ಣೆ ನೀರು ಕಾಣದ ಜಟೆಗಟ್ಟಿದ ತಲೆ ಕೂದಲು, ಕೊಳಕು ಮೈ. ಅವನೆದುರು ಹರಿದ ಕಾಗದದ ಚೂರುಗಳ ರಾಶಿ ಇತ್ತು. ಯುವಕ ಹರಿದ ಕಾಗದ ಚೂರುಗಳನ್ನು ಎತ್ತಿಕೊಂಡು ಉಂಡೆಮಾಡಿ, ತುತ್ತು ಕಟ್ಟಿ ಉಣ್ಣುವಂತೆ ಬಾಯಿಗೆ ಎಸೆದುಕೊಂಡು ಅಗಿದು ನುಂಗುತ್ತಿದ್ದ. ನಾನು ಅವಾಕ್ಕಾಗಿ ಹೋದೆ. ಇದನ್ನು ಅರಗಿಸಿಕೊಳ್ಳಲಾಗದೆ ಚಿಂತಿಸುತ್ತಾ ಆಫೀಸಿನ ಕಡೆ ಹೊರಟೆ.

ಬಾಗಿಲಲ್ಲೇ ಸಿ ವಿ ರಾಜಗೋಪಾಲ್ ಸಿಕ್ಕರು. ಅವರಿಗೆ ನಾನು ಕಂಡದ್ದನ್ನ ತಿಳಿಸಿದೆ, "ಹೌದಾ ನಡೀ ಹೋಗೋಣ," ಎಂದರು. ಕಾಲಳತೆ ದೂರದ ಆ ಸ್ಥಳವನ್ನು ನಾವು ತಲುಪಿದಾಗಲೂ ಯುವಕ ಅಲ್ಲೇ ಕುಳಿತು ರುಚಿಕರವಾದ ಊಟವನ್ನು ಸವಿಯುತ್ತಿರುವಂತೆ ಕಾಗದದ ಚೂರುಗಳನ್ನು ತಿನ್ನುತ್ತಲೇ ಇದ್ದ. ಮಾತನಾಡಿಸಿದ್ದಕ್ಕೆ ಉತ್ತರವೇ ಇಲ್ಲ. ಟಿ ಎಲ್ ರಾಮಸ್ವಾಮಿ ಫೋಟೋ ತೆಗೆಯಲು ಹೋದಾಗಲೂ ತನ್ನದೇ ಆದ ಏಕಾಂತದಲ್ಲಿ ಆ ಸವಿಯೂಟವನ್ನು ಮೆಲ್ಲನೆ ಮೆಲ್ಲುತ್ತಿದ್ದ. ಸಿ ವಿ ರಾಜಗೋಪಾಲ್ ಮನಮಿಡಿಯವಂಥ 'ಹಸಿವಿನ ಕಥೆ' ಬರೆದರು. ಚಿತ್ರದೊಂದಿಗೆ ಪ್ರಕಟವಾಯಿತು. ಆ ಸಚಿತ್ರ ವರದಿಗೆ ಸೆನ್ಸಾರ್ ಅಧಿಕಾರಿಗಳು ವಿರೋಧ ವ್ಯಕ್ತಪಡಿಸಿದರು. ಹಿಂದಿನ ದಿನ 'ಅಸ್ತು' ಮಾಡಿದ್ದ ಆ ವರದಿ ಮಾರನೆಯ ದಿನ 'ದೇಶ ವಿರೋಧಿ' ಎನ್ನಿಸಿತ್ತು, "ದೇಶದಲ್ಲಿ ಜನಕ್ಕೆ ತಿನ್ನಲು ಅನ್ನ ಇಲ್ಲ ಎಂಬ ಭಾವನೆ ಉಂಟುಮಾಡಿ ನಮ್ಮ ಆಡಳಿತದ ಘನತೆಗೆ ಧಕ್ಕೆಯಾಗುತ್ತದೆ. ದೇಶ ಸುಭಿಕ್ಷವಾಗಿರುವಾಗ ಇಂಥ ವರದಿ ಪ್ರಕಟಣೆ ಪ್ರಭುತ್ವ ವಿರೋಧಿಯಲ್ಲದೆ ಮತ್ತೇನು?" ಎಂಬುದು ಅವರ ತರ್ಕವಾಗಿತ್ತು. ಆಗ ಟಿಎಸ್ಸಾರ್, "ಬುದ್ಧಿವಂತರಾದ ಅಧಿಕಾರಿಗಳೂ ತುರ್ತುಪರಿಸ್ಥಿತಿಯಿಂದಾಗಿ ಏನಾಗಿ ಬಿಡುತ್ತಾರೆ ಅನ್ನುವುದಕ್ಕೆ ಇದಕ್ಕಿಂತ ಮಿಗಿಲಾದ ಸಾಕ್ಷಿ ಬೇಕೆ?" ಎಂದು 'ಛೂಬಾಣ'ದ ಕೂರಂಬುಗಳಿಂದ ಅವರ ಬಾಯಿ ಮುಚ್ಚಿಸಿದ್ದರು. ಸೆನ್ಸಾರ್ ಅಧಿಕಾರಿಗಳಾಗಿದ್ದ ರೇಣು ಆನಂದ ರಾವ್, ಕುಲಕರ್ಣಿ ಅವರುಗಳೆಲ್ಲ ಪತ್ರಕರ್ತರ ಮಿತ್ರರೂ ಆಗಿದ್ದರು. ರೇಣು ಆನಂದ ರಾವ್ ಸಂವೇದನಾಶೀಲ ವರ್ಣಚಿತ್ರ ಕಲಾವಿದರೂ ಆಗಿದ್ದರು.

❖

13

ವೈಎನ್ಕೆ ಸಂಪಾದಕರಾಗಿದ್ದಲೇ ಲಂಕೇಶರು 'ಪ್ರಜಾವಾಣಿ'ಗೆ ಅಂಕಣ ಬರೆಯಲು ಶುರು ಮಾಡಿದ್ದು. ಲಂಕೇಶರಿಂದ ಒಂದು ಲೇಖನ ಮಾಲೆ ಬರೆಸಬಹುದೆಂದು ಸಂಪಾದಕರಿಗೆ ಮೇಲಿನಿಂದಲೇ ಸೂಚನೆ ಬಂದಿತ್ತು. ಪ್ರಖರ ಶೈಲಿಯ ರಾಜಕೀಯ ಟೀಕೆ–ಟಿಪ್ಪಣಿಗಳು, 'ಬಂ–ಗುಂ' ಲೇವಡಿಗಳು, ವಿಡಂಬನೆಗಳಿಂದ ಲಂಕೇಶರ ಲೇಖನಗಳು ಜನರಿಗೆ ರಸಕವಳದಂತಿದ್ದು ಪ್ರಿಯವಾದವು. ಲಂಕೇಶರ ಅಂಕಣವನ್ನು ನಿಲ್ಲಿಸಬೇಕಾದ ಅನಿವಾರ್ಯತೆಯೂ ವೈಎನ್ಕೆ ಅವರಿಗೇ ಒದಗಿ ಬಂತು.

ಮುಗಿದ ಆದಿ ಪರ್ವ

ಸಾಪ್ತಾಹಿಕ ಪುರವಣಿ 'ಪ್ರಜಾವಾಣಿ' ಓದುಗರ ಕಣ್ಮಣಿ. ಅಂದಿನಿಂದ ಇಂದಿನವರೆಗೆ ಓದುಗರು ಸಾಪ್ತಾಹಿಕ ಪುರವಣಿಯನ್ನು ಅತಿಯಾದ ನಿರೀಕ್ಷೆ, ಕಟ್ಟೆಚ್ಚರಗಳಿಂದ ನೋಡುತ್ತಾ ಬಂದಿದ್ದಾರೆ. ತಮ್ಮದೊಂದು ಕಥೆ, ಕವಿತೆ, ತಮ್ಮ ಪುಸ್ತಕ ವಿಮರ್ಶೆ 'ಪ್ರಜಾವಾಣಿ' 'ಸಾಪು'ದಲ್ಲಿ ಬರಬೇಕೆಂದು ಹಾತೊರೆಯುವ, ಅದೊಂದು ಮಾನ್ಯತೆಯೆಂದು ಹಿಗ್ಗುವ ಲೇಖಕರು ಇದ್ದಾರೆ. ಇದು 'ಸಾಪು' ಸ್ವಯಂ ರೂಪಿತ ಗುಣಮಟ್ಟದ ಹಿರಿಮೆ.

ತಾನೇ ರೂಪಿಸಿದ, ಕಟ್ಟಿದ ಗುಣಮಟ್ಟವನ್ನು ಎಲ್ಲ ಕಾಲಕ್ಕೂ ಕಾಪಾಡಿಕೊಳ್ಳುವುದು ಸುಲಭದ ಕೆಲಸವಲ್ಲ. ಅದಕ್ಕೆ ನಿರಂತರವಾಗಿ ಸೃಜನಶೀಲ ಪ್ರತಿಭಾನ್ವೇಷಣೆ ನಡೆಯುತ್ತಲೇ

ಇರಬೇಕಾಗುತ್ತದೆ. ನಾವು ಇಂಥ ಕಾರ್ಯದಲ್ಲಿ ಅವಿರತ ತೊಡಗಿದ್ದಾಗ್ಯೂ ಓದುಗರ ನಿರೀಕ್ಷೆಯನ್ನು ತಣಿಸಿದೆವು ಎಂದು ಖಾತ್ರಿಯಾಗಿ ಹೇಳಲಾಗದು, "ಇತ್ತೀಚೆಗೆ ಒಳ್ಳೆಯ ಕಥೆಗಳು ಬರುತ್ತಿಲ್ಲ, ಹೊಸ ರೀತಿಯ ಕಥೆಗಳು ಬರುತ್ತಿಲ್ಲ," ಎನ್ನುವ ಅಸಮಾಧಾನಗಳು ವಾಚಕರಿಂದ ಕೇಳಿ ಬರುತ್ತಲೇ ಇರುತ್ತವೆ. 76-77 ಅವಧಿಯಲ್ಲಿ ಒಮ್ಮೆ ವಾಚಕ ಮಹಾಶಯರೊಬ್ಬರು 'ಸಾಪು'ದಲ್ಲಿ ಪ್ರಕಟವಾದ ಒಂದು ಕಥೆಯನ್ನು ವಿಮರ್ಶಿಸಿ, "ಇದು 'ಪ್ರವಾ'ಯಲ್ಲಿ ಪ್ರಕಟವಾಗಲು ಯೋಗ್ಯವಲ್ಲದ ಕಥೆ. ಇತ್ತೀಚೆಗೆ ಒಳ್ಳೆಯ ಕಥೆಗಳು ಪ್ರಕಟವಾಗುತ್ತಿಲ್ಲ, ಎಂದು ನೇರವಾಗಿ ಸಂಪಾದಕರ ಹೆಸರಿಗೇ ಪತ್ರ ಬರೆದಿದ್ದರು. ಕಥೆಯನ್ನು ಓದಿ ನೋಡಿದ ಟಿಎಸ್ಸಾರ್, ತಿಂಗಳ ಸಭೆಯಲ್ಲಿ ಈ ಪತ್ರವನ್ನು ಪ್ರಸ್ತಾಪಿಸಿ, ಏಕೆ ಹೀಗೆ? ಇದೊಂದು ತೀರಾ ಸಾಧಾರಣವಾದ ಕಥೆ. ಇದನ್ನೇಕೆ ಆಯ್ಕೆ ಮಾಡಿದಿರಿ?" ಎಂದು ಕೇಳಿದರು.

"ಇತ್ತೀಚೆಗೆ ಒಳ್ಳೆಯ ಕಥೆಗಳೇ ಬರುತ್ತಿಲ್ಲ. ಬಂದಿದ್ದರಲ್ಲೇ ಒಂದನ್ನು ಹಾಕಬೇಕಾಗಿದೆ," ಎಂದು ವೈಕುಂಠರಾಜು ಸಮಜಾಯಿಷಿ ಕೊಟ್ಟರು.

"ಈಸ್ ಇಟ್! ಇಫ್ ಯೂ ಡೋಂಟ್ ಹ್ಯಾವ್ ಎ ಸ್ಟೋರಿ, ಯು ರೈಟ್ ಒನ್, ಡೋಂಟ್ ಪಬ್ಲಿಷ್ ರಬ್ಬಿಷ್," ಎಂದು ಸಂಪಾದಕರು ಕಡ್ಡಿ ತುಂಡು ಮಾಡಿದಂತೆ ಖಡಾಖಡಿ ಹೇಳಿದರು.

ಹೌದು, ಎಲ್ಲ ಕಾಲಕ್ಕೂ ಒಳ್ಳೆಯ ಲೇಖನಗಳು, ಕಥೆಗಳು, ವಿಮರ್ಶೆಗಳು ಬರುವುದಿಲ್ಲ. ಹಾಗೆಂದು ಪುರವಣಿಯ ಎಲ್ಲ ಕಾಲಮ್‌ಗಳನ್ನು ನಾವೇ ತುಂಬಲಿಕ್ಕಾಗುತ್ತದೆಯೆ? ಎಂದು ನಾವು ಯೋಚಿಸುವಂತಾಯಿತು. 'ಯು ರೈಟ್ ಒನ್' ಎನ್ನುವ ಮಾತಿನ ಅರ್ಥ ಮ್ಯಾಗಸೀನ್ ನಿರ್ವಹಿಸುವ ಉಪ ಸಂಪಾದಕರೇ ಬರೆಯಬೇಕು ಎನ್ನುವ ವಾಚ್ಯಕ್ಕೇ ಸೀಮಿತಗೊಂಡಿರಲಿಲ್ಲ. ಒಳ್ಳೆಯ ಕಥೆಗಳನ್ನು ಬರೆಸಬೇಕು ಎನ್ನುವ ಇಂಗಿತವಿತ್ತು ಅದರಲ್ಲಿ. ಜರ್ನಲಿಸ್ಟ್ಸ್ ಶುಡ್ ಬಿ ಮೋಟಿವೇಟರ್ಸ್, ಪತ್ರಕರ್ತರು ಪ್ರೇರಕ ಶಕ್ತಿಯಾಗಿ ಕೆಲಸ ಮಾಡಬೇಕು ಎಂದು ಒಮ್ಮೆ ಟಿಎಸ್ಸಾರ್ ಹೇಳಿದ್ದುಂಟು. ಈ ಮಾತು ನನ್ನ ತಲೆಯಲ್ಲಿ ಭದ್ರವಾಗಿ ತಳ ಊರಿಬಿಟ್ಟಿತು, ಉದ್ದಕ್ಕೂ ನನ್ನನ್ನು ಎಚ್ಚರಿಸುತ್ತಲೇ ಇತ್ತು. ದೀಪಾವಳಿ ವಿಶೇಷ ಸಂಚಿಕೆ ಸಂದರ್ಭದಲ್ಲಿ ಮಾತ್ರ ಕಥೆ/ ಕವನ/ ಲೇಖನ ಕೋರಿ ಲೇಖಕರಿಗೆ ಪತ್ರ ಬರೆಯುವ ಪರಿಪಾಠವಿಟ್ಟುಕೊಂಡಿದ್ದ ನಾವು ಈಗ 'ಸಾಪು'ಗೆ ಕಥೆ ಬರೆದು ಕೊಡಿ ಎಂದು ಪ್ರೀತಿಪೂರ್ವಕವಾಗಿ ಒತ್ತಾಯಿಸಿ ಲೇಖಕರಿಗೆ ಪತ್ರಗಳನ್ನು ಬರೆಯಲಾರಂಭಿಸಿದೆವು.

ಈ ಪರಿಯ ಕೆಲಸಕ್ಕೆ ಹೆಚ್ಚಿನ ಸಿಬ್ಬಂದಿ ಬೇಕಾಗುತ್ತದೆ. ಸಿಬ್ಬಂದಿಗೂ ಇನ್ಸೆಂಟಿವ್ ಕೊಡಬೇಕಾಗುತ್ತದೆ. ನನಗೆ ಇನ್ನೊಬ್ಬ ಉಪ ಸಂಪಾದಕರನ್ನು ಕೊಡಿ ಎಂಬ

ಬೇಡಿಕೆಯನ್ನಿಟ್ಟರು ವೈಕುಂಠರಾಜು. ಜೊತೆಗೆ ತಮಗೆ ಮ್ಯಾಗಸೀನ್ ಎಡಿಟರ್ ಅಭಿಧಾನ ನೀಡಬೇಕೆಂದು ಕೋರಿದರು. ಅವರು ವಾಸ್ತವವಾಗಿ 'ಸಾಪು' ಸಂಪಾದಕರಾಗಿ ಕಾರ್ಯ ನಿರ್ವಹಿಸುತ್ತಿದ್ದರೂ ಚೀಫ್ ಸಬ್ ಎಡಿಟರ್ ಅಭಿಧಾನ ನೀಡಲಾಗಿತ್ತು. ಸಂಪಾದಕರು ಎರಡನ್ನೂ ತಳ್ಳಿ ಹಾಕಿದರು. ತಮ್ಮನ್ನು ಮ್ಯಾಗಸೀನ್ ಎಡಿಟರ್ ಮಾಡಲಿಲ್ಲ ಎಂಬ ಅಸಮಾಧಾನ ವೈಕುಂಠರಾಜು ಅವರಲ್ಲಿ ಬಹಳ ದಿನಗಳಿಂದ ಇತ್ತು. ಪತ್ರಕರ್ತರ ಮೊದಲನೆಯ ವೇತನ ಮಂಡಳಿಯ ಶಿಫಾರಸುಗಳಲ್ಲಿ ಮ್ಯಾಗಸೀನ್ ಎಡಿಟರ್ ಎಂಬ ಹುದೆಯನ್ನು ಮಾನ್ಯ ಮಾಡಲಾಗಿತ್ತಾದರೂ ಅದಕ್ಕೆ ವಿಶೇಷ ಸಂಬಳ ಶಿಫಾರಸು ಮಾಡಿರಲಿಲ್ಲ. ಚೀಫ್ ಸಬ್ ಎಡಿಟರ್‌ಗೆ ನೀಡುವ ಸಂಬಳವನ್ನೇ ಮ್ಯಾಗಸೀನ್ ಎಡಿಟರ್, ಸ್ಪೋರ್ಟ್ಸ್ ಎಡಿಟರ್, ಕಾಮರ್ಸ್ ಎಡಿಟರ್ ಈ ಹುದ್ದೆಗಳಿಗೂ ಶಿಫಾರಸು ಮಾಡಿತ್ತು. ಆದರೆ, ಈ ಹುದ್ದೆಗಳನ್ನು ನಿರ್ವಹಿಸುತ್ತಿರುವವರಿಗೆ ಆಡಳಿತ ವರ್ಗ ವಿಶೇಷ ಸಂಬಳ ಅಥವಾ ಅಸಿಸ್ಟೆಂಟ್ ಎಡಿಟರ್ ಶ್ರೇಣಿಯ ವೇತನ ನೀಡಲು ಅವಕಾಶವಿತ್ತು. ವೈಕುಂಠರಾಜು ತಮ್ಮ ಬೇಡಿಕೆಯನ್ನು ಆಡಳಿತ ಮಂಡಳಿಗೆ ಸಲ್ಲಿಸಿದರು.

ಇಸವಿ 1977. ಟಿಎಸ್ಸಾರ್ ಆರೋಗ್ಯ ಸರಿ ಇರಲಿಲ್ಲ. ಮನೆಯಿಂದಲೇ 'ಛೂಬಾಣ' ಬರೆದು ಕಳುಹಿಸುತ್ತಿದ್ದರು ಹಾಗೂ ಫೋನಿನನಲ್ಲೇ ಸಂಪಾದಕೀಯ ವಿಷಯ ಇತ್ಯಾದಿಗಳನ್ನು ತಿಳಿಸಿ ಸಲಹೆ ಸೂಚನೆಗಳನ್ನು ನೀಡುತ್ತಿದ್ದರು. ಆಡಳಿತ ಮಂಡಳಿ ವೈಕುಂಠರಾಜು ಅವರ ಮನವಿ ಬಗ್ಗೆ ಸಂಪಾದಕರ ಅಭಿಪ್ರಾಯ ಕೇಳಿತ್ತು. ವೈದ್ಯರು ಮುಂಬಯಿಯಲ್ಲಿ ತಜ್ಞರಿಂದ ಚಿಕಿತ್ಸೆ ಪಡೆಯುವಂತೆ ಟಿಎಸ್ಸಾರ್ ಅವರಿಗೆ ಸಲಹೆ ಮಾಡಿದ್ದರು. ಮುಂಬಯಿಗೆ ಹೊರಡುವ ಹಿಂದಿನ ದಿನ ಇರಬೇಕು. ಸುಮಾರು ಹನ್ನೆರಡು ಗಂಟೆ ಹೊತ್ತಿಗೆ ಟಿಎಸ್ಸಾರ್ ಕಚೇರಿಗೆ ಬಂದರು. ಸುಮಾರು ಒಂದೂವರೆ ಎರಡು ತಿಂಗಳಿನಿಂದ ಬಂದಿರಲಿಲ್ಲ. ತುಂಬ ತೆಗೆದು ಹೋಗಿದ್ದರು. ಬಂದವರೇ ಸುದ್ದಿ ಸಂಪಾದಕರು ಮತ್ತು ಸಹಾಯಕ ಸಂಪಾದಕರುಗಳನ್ನು ಕರೆಸಿಕೊಂಡು ಮಾತುಕತೆ ನಡೆಸಿದರು. ವೈಕುಂಠರಾಜು ಅವರೂ ಹೋಗಿ ಕಂಡರು. ವೈಕುಂಠರಾಜು ಅವರಿಗೆ ಮ್ಯಾಗಸೀನ್ ಎಡಿಟರ್ ಅಭಿಧಾನ ನೀಡಬಹುದೆಂದು ಶಿಫಾರಸು ಬರೆದು ಆಡಳಿತ ಮಂಡಳಿಗೆ ಕಳುಹಿಸಿಕೊಟ್ಟರು. ಅದು ಅವರು ಸಹಿ ಮಾಡಿದ ಕೊನೆಯ ಶಿಫಾರಸು. ಊಟದ ಸಮಯವಾಗಿತ್ತು. ಟಿಎಸ್ಸಾರ್ ರೆಕ್ಕೆ ಬಾಗಿಲ ಬಳಿ ಬಂದು ಬಾಗಿಲ ಮೇಲೆ ಕೈ ಆನಿಸಿ ಮೇಲೆ ಸಂಪಾದಕೀಯ ವಿಭಾಗದುದ್ದಗಲ ಕಣ್ಣು ಹಾಯಿಸಿದರು. ಅವರು ಎಂದಿನಂತೆ 'ಎನಿಬಡಿ ಫಾರ್ ತಿಳಿಸಾರ್' ಎಂದು ಸಹಭೋಜನಕ್ಕೆ ಸಹೋದ್ಯೋಗಿಗಳನ್ನು ಕರೆಯಲಿಲ್ಲ. ನಿಧಾನವಾಗಿ ಮುಂದೆ ಹೆಜ್ಜೆ ಇಟ್ಟು ನಿರ್ಗಮಿಸಿದರು. ಅದೇ ಕೊನೆ, ಮತ್ತೆ ಟಿಎಸ್ಸಾರ್ ಬರಲಿಲ್ಲ. 'ಟಿಎಸ್ಸಾರ್' ಪದವನ್ನೇ 'ತಿಳಿಸಾರ್' ಎಂದು ಶ್ಲೇಷಿಸಿ ತಾವು

ತಿಳಿಸಾರು ಮಾಡುವುದರಲ್ಲಿ ನಳಪಾಕ ಹಸ್ತರೆಂದು ಅವರು ಹೇಳಿಕೊಳ್ಳುತ್ತಿದ್ದರು. ಹಾಗೂ ಊಟದ ವೇಳೆ ಸಹೋದ್ಯೋಗಿಗಳಿಗೆ ತಿಳಿಸಾರಿನ ರುಚಿ ತೋರಿಸುತ್ತಿದ್ದರು. ಇದು ಟಿಸ್ಸಾರ್ ತಮ್ಮನ್ನೇ ವಿಡಂಬಿಸಿಕೊಳ್ಳುವ ಪರಿಯೂ ಆಗಿತ್ತು.

ಮುಂಬಯಿನಿಂದ ಹಿಂದಿರುಗಿ ಬಂದರು. ಆದರೆ, ಕಾಯಿಲೆ ಗುಣವಾಗಿರಲಿಲ್ಲ. 1977ರ ಏಪ್ರಿಲ್ 11ರಂದು ರಾಮಚಂದ್ರ ರಾಯರು ಇಹಲೋಕ ತ್ಯಜಿಸಿದರು. ಆ ಕ್ಷಣಕ್ಕೆ ನಮಗೆ ಕನ್ನಡ ಪತ್ರಿಕಾ ಪ್ರಪಂಚದಲ್ಲೊಂದು ಶೂನ್ಯ ಉಂಟಾದಂತೆ ಭಾಸವಾಗಿತ್ತು. ಟಿಎಸ್ಸಾರ್ ನಿಧನದೊಂದಿಗೆ 'ಪ್ರಜಾವಾಣಿ'ಯ ಆದಿ ಪರ್ವ ಮುಕ್ತಾಯಗೊಂಡಿತ್ತು.

ಮುಂದೇನು? ಮುಂದೆ ಯಾರು?

ಈ ಪ್ರಶ್ನೆಗಳು ನಮ್ಮನ್ನು ಕಾಡತೊಡಗಿದವು. ಹೊಸ ಸಂಪಾದಕರು ನಮ್ಮವರಲ್ಲೇ ಒಬ್ಬರಾಗಿರುವರೇ? ಅಥವಾ ಹೊರಗಿನಿಂದ ಯಾರಾದರೂ ಬರಬಹುದೇ? ಸೇವಾ ಹಿರಿತನದ ಪ್ರಕಾರ ವೈಎನ್ಕೆ ಮತ್ತು ಸಿದ್ದಲಿಂಗಪ್ಪ ಅರ್ಹರಾಗಿದ್ದರು. ಆದರೆ, ವೇತನ ಮಂಡಳಿ ನಿಯಮಾನುಸಾರ ಸಂಪಾದಕರ ಹುದ್ದೆಯನ್ನು ಭರ್ತಿ ಮಾಡಲು ಸೇವಾ ಹಿರಿತನವಷ್ಟನ್ನೇ ಪರಿಗಣಿಸಬೇಕಾಗಿರಲಿಲ್ಲ. ಸಂಪಾದಕನಿಗೆ ವೇತನ ಮಂಡಳಿ ಸಂಬಳವನ್ನು ನಿಗದಿ ಪಡಿಸಿರಲಿಲ್ಲ. ಅದನ್ನು ಆಯಾ ಪತ್ರಿಕೆಗಳ ಆಡಳಿತ ವರ್ಗದ ಇಷ್ಟಕ್ಕೆ ಬಿಟ್ಟಿತ್ತು. ಆಡಳಿತ ಮಂಡಳಿ ಸೇವಾ ಹಿರಿತನವನ್ನು ಬದಿಗೊತ್ತಿ, ಹೆಚ್ಚಿನ ವೇತನದ ಮೇಲೆ ಹೊರಗಿನವರನ್ನೂ ನೇಮಿಸಬಹುದಾಗಿತ್ತು. ಸಿದ್ದಲಿಂಗಪ್ಪ ಮತ್ತು ವೈಕುಂಠರಾಜು ಸಂಪಾದಕ ಹುದ್ದೆಯ ಆಕಾಂಕ್ಷಿಗಳಾಗಿದ್ದು ಅವರದೇ ಆದ ಮಾರ್ಗದಲ್ಲಿ ಇಬ್ಬರೂ ಆಗ ಲಾಬಿ ನಡೆಸಿದ್ದು ಗೌಪ್ಯವಾಗೇನೂ ಉಳಿಯಲಿಲ್ಲ. ಸಿದ್ದಲಿಂಗಪ್ಪನವರು ಜ್ಯೋತಿಷ್ಯದ ಮೊರೆಯನ್ನು ಹೊಕ್ಕಿದ್ದರು. ಈ ಮಧ್ಯೆ ಕಂಪೋಸಿಂಗ್ ಮತ್ತು ಮುದ್ರಣ ವಿಭಾಗದ ಕಾಮ್ರೇಡುಗಳು, "ಸಂಪಾದಕನ ಹುದ್ದೆಗೆ ಬಿಸಿರಕ್ತದ ವೈಕುಂಠರಾಜು ಅವರೇ ಯೋಗ್ಯರು," ಎಂಬಂಥ ಕರಪತ್ರವೊಂದನ್ನು ಹೊರಡಿಸಿ ಅದನ್ನು ಗೌರ್ನಿಂಗ್ ಡೈರೆಕ್ಟರಿಗೆ ತಲುಪಿಸಿದ್ದರು. 'ಪ್ರಜಾವಾಣಿ'ಯ ಮುಂದಿನ ಸಂಪಾದಕರು ಯಾರು ಎಂಬುದು ಕೆಲವು ದಿನಗಳು 'ಪ್ರವಾ' ಒಳಗೂ ಹೊರಗೂ ಕುತೂಹಲ ಕೆರಳಿಸಿತ್ತು. ಆಡಳಿತ ಮಂಡಳಿ ವೈಎನ್ಕೆ ಅವರನ್ನು ಸಂಪಾದಕರನ್ನಾಗಿ ನೇಮಿಸಿ ಈ ಕುತೂಹಲಕ್ಕೆ ತೆರೆ ಎಳೆಯಿತು. ಸಿದ್ದಲಿಂಗಪ್ಪನವರು ಸುದ್ದಿ ಸಂಪಾದಕರಾದರು.

ಟಿಎಸ್ಸಾರ್ ನಿಧನದೊಂದಿಗೆ ಅವರ 'ಭೂಬಾಣ' ಅಂಕಣ ನಿಲ್ಲಿಸುವುದು ಅನಿವಾರ್ಯವಾಯಿತು. 'ಭೂಬಾಣ' ಅಂಕಣ ಉಳಿಸಿಕೊಳ್ಳಬೇಕು, ಆ ಅಂಕಣದಡಿ ವೈಎನ್ಕೆ ಬರೆಯಬಹುದೆಂದು ಕೆಲವರು ಸಲಹೆ ಮಾಡಿದರು. ವೈಎನ್ಕೆ ಅಥವಾ

ಬೇರೆ ಯಾರೇ ಬರೆದರೂ ಅದು ಟಿಎಸ್ಸಾರ್ 'ಛೂಬಾಣ'ವಾಗುತ್ತಿರಲಿಲ್ಲ. ಎಂದೇ ವೈಎನ್ಕೆ 'ಛೂಬಾಣ' ನಿಲ್ಲಿಸುವ ನಿರ್ಧಾರ ಕೈಗೊಂಡರು. ಅದರೆ 'ಛೂಬಾಣ'ದ ವ್ಯಂಗ್ಯ-ವಿಡಂಬನೆಗಳನ್ನು ಉಳಿಸಿಕೊಳ್ಳುವ ಅಗತ್ಯವಿತ್ತು. ಅದರ ಜಾಗ ತುಂಬಲು ಪ್ರಚಲಿತ ವಿಷಯಗಳನ್ನು ಅದರ ವಿವಿಧ ಮಗ್ಗುಲುಗಳಿಂದ ವಿಡಂಬಿಸುವ, ಪರಿಹಾಸ್ಯಗೈಯ್ಯುವ ಮೂರನೆಯ ಸಂಪಾದಕೀಯವನ್ನು ಪ್ರಾರಂಭಿಸಲು ವೈಎನ್ಕೆ ನಿರ್ಧರಿಸಿದರು. ಎರಡನೆಯ ಸಂಪಾದಕೀಯದ ಕೆಳಗೆ ಬರುತ್ತಿದ್ದ 'ಸುದ್ದಿಯ ತೆರೆಮರೆ' ನಿಲ್ಲಿಸಿ ಮೂರನೆಯ ಸಂಪಾದಕೀಯಕ್ಕೆ ಜಾಗ ಮಾಡಿಕೊಡಲಾಯಿತು. ಶುರುವಿನಲ್ಲಿ ವೈಎನ್ಕೆ ಅವರೇ ಈ ಮೂರನೆಯ ಸಂಪಾದಕೀಯವನ್ನು ಬರೆಯುತ್ತಿದ್ದರು. ಅವರಿಗೆ ಆಗದಿದ್ದಾಗ ಸದಾಶಿವನಿಗೆ ಅಥವಾ ನನಗೆ ಬರೆಯಲು ಹೇಳುತ್ತಿದ್ದರು. ವೈಎನ್ಕೆ ಬರೆದ ಮೂರನೆಯ ಸಂಪಾದಕೀಯಗಳು 'ಬರಲಿದೆ ಬರಲಿದೆ' ಹೆಸರಿನಲ್ಲಿ ಪುಸ್ತಕವಾಯಿತು. 1990ರಲ್ಲಿ ಸಹ ಸಂಪಾದಕನಾದ (ಅಸೋಸಿಯೇಟ್ ಎಡಿಟರ್) ನಂತರ ನಾನು ಬಹುತೇಕ ನಿವೃತ್ತನಾಗುವವರೆಗೆ ಮೂರನೆಯ ಸಂಪಾದಕೀಯವನ್ನು ಬರೆದೆ. ನನ್ನ ಆಯ್ದ ಮೂರನೆಯ ಸಂಪಾದಕೀಯಗಳು ಪುಸ್ತಕ 'ಚಿಲಿಪಿಲಿ', 'ಲಲಿತ ವಾಚಿಕೆಗಳು' ಅಭಿಧಾನದಲ್ಲಿ 1999ರಲ್ಲಿ ಪ್ರಕಟವಾಯಿತು.

ವೈಎನ್ಕೆ ಸಂಪಾದಕರಾಗಿದ್ದಲೇ ಲಂಕೇಶರು 'ಪ್ರಜಾವಾಣಿ'ಗೆ ಅಂಕಣ ಬರೆಯಲು ಶುರು ಮಾಡಿದ್ದು. ಲಂಕೇಶರಿಂದ ಒಂದು ಲೇಖನ ಮಾಲೆ ಬರೆಸಬಹುದೆಂದು ಸಂಪಾದಕರಿಗೆ ಮೇಲಿನಿಂದಲೇ ಸೂಚನೆ ಬಂದಿತ್ತು. ಪ್ರಖರ ಶೈಲಿಯ ರಾಜಕೀಯ ಟೀಕೆ-ಟಿಪ್ಪಣಿಗಳು, 'ಬಂ-ಗುಂ' ಲೇವಡಿಗಳು, ವಿಡಂಬನೆಗಳಿಂದ ಲಂಕೇಶರ ಲೇಖನಗಳು ಜನರಿಗೆ ರಸಕವಳದಂತಿದ್ದು ಪ್ರಿಯವಾದವು. ಲಂಕೇಶರ ಅಂಕಣವನ್ನು ನಿಲ್ಲಿಸಬೇಕಾದ ಅನಿವಾರ್ಯತೆಯೂ ವೈಎನ್ಕೆ ಅವರಿಗೇ ಒದಗಿ ಬಂತು. 'ಬಂ-ಗುಂ' ಪ್ರಯೋಗಗಳು, ಕಟುವಾದ ಟೀಕೆಗಳು ರಾಜಕೀಯ ವಲಯಗಳಲ್ಲಿ ಮತ್ತು ನಾಯಕರುಗಳ ಅಭಿಮಾನಿಗಳಿಗೆ ರುಚಿಸಿದಂತೆ ತೋರಲಿಲ್ಲ. ಕೆಲವು ವಲಯಗಳ ಈ ಅಸಮಾಧಾನ ಗೌರ್ನಿಂಗ್ ಡೈರೆಕ್ಟರ್ ಅವರ ಕಿವಿಯನ್ನೂ ಮುಟ್ಟಿತ್ತು. ಪ್ರಭಾವಶಾಲಿ ಬಣಗಳ ಲಾಬಿ, ಅಂಟುನಂಟುಗಳು ಕೆಲಸ ಮಾಡಿದ್ದವು. ಲಂಕೇಶರ ಅಂಕಣವನ್ನು ತತ್ಕ್ಷಣದಿಂದ ನಿಲ್ಲಿಸುವಂತೆ ಮೇಲಿನಿಂದ ವೈಎನ್ಕೆ ಅವರಿಗೆ ಹುಕುಂ ಬಂತು. ಅಂಕಣದ ಜನಪ್ರಿಯತೆ ಸಹಿಸದೇ ಪೂರ್ವಗ್ರಹ ಪೀಡಿತರಾದ ವೈಎನ್ಕೆಯವರೇ ಲಂಕೇಶರ ಅಂಕಣ ನಿಲ್ಲಲು ಕಾರಣ ಎಂಬ ಪುಕಾರು ಹಬ್ಬಿತು. ಹೊರಗಿನವರಿಗೆ ಒಳಗಿನ ಸತ್ಯ ತಿಳಿದಿರಲಿಲ್ಲ.

❖

14

ಎಪ್ಪತ್ತರ ದಶಕದಲ್ಲಿ ಈ ಪರಿ ನವಚೈತನ್ಯವನ್ನು ಮೈಗೂಡಿಸಿಕೊಂಡು ನಾವು ಎಂಬತ್ತರ ದಶಕಕ್ಕೆ ಕಾಲಿಟ್ಟಿದ್ದೆವು. 'ಪ್ರಜಾವಾಣಿ' ಮತ್ತು 'ಡೆಕ್ಕನ್ ಹೆರಾಲ್ಡ್' ಸಂಪಾದಕೀಯ ವಿಭಾಗಗಳು, ಮಹಾತ್ಮ ಗಾಂಧಿ ರಸ್ತೆಯ ಹಳೆಯ ಕಟ್ಟಡದಿಂದ ಹಿಂಭಾಗದಲ್ಲಿ ಚರ್ಚ್ ಸ್ಟ್ರೀಟಿಗೆ ಹೊಂದಿಕೊಂಡಿದ್ದ ಮುದ್ರಣ ವಿಭಾಗದ ಕಟ್ಟಡದ ಮೇಲೆ ಹೊಸದಾಗಿ ನಿರ್ಮಿಸಲಾದ ಮೊದಲ ಮತ್ತು ಎರಡನೆಯ ಅಂತಸ್ತಿಗೆ ಸ್ಥಳಾಂತರಗೊಂಡವು. ಆದರೆ, ಪ್ರವೇಶ ಮಹಾತ್ಮ ಗಾಂಧಿ ರಸ್ತೆಯಿಂದಲೇ.

ನವ ಮನ್ವಂತರ

ಎಂಬತ್ತು ತೊಂಬತ್ತರ ದಶಕಗಳು 'ಪ್ರಜಾವಾಣಿ'ಗೆ ನಿಜಕ್ಕೂ ಅಭಿವೃದ್ಧಿಯ ಪರ್ವಕಾಲ. ಬಹಿರಂಗ ಬಿಂಬ ಮತ್ತು ಅಂತಃಸತ್ವ ಎರಡರಲ್ಲೂ ತೀವ್ರ ಸ್ವರೂಪದ ಬದಲಾವಣೆಗಳನ್ನು ತಂದ ಪರ್ವ. ಎಪ್ಪತ್ತರ ದಶಕದ ಕೊನೆಯಲ್ಲೇ ಪ್ರಿಂಟರ್ಸ್ ಮೈಸೂರು ಸಂಸ್ಥೆಯ ಆಡಳಿತ ಸೂತ್ರಗಳು ಹೊಸ ಪೀಳಿಗೆಯ ನವತಾರುಣ್ಯದ ಯುವಕರಿಗೆ ಬಹುತೇಕ ಹಸ್ತಾಂತರಗೊಂಡವು. ಹರಿಕುಮಾರ್, ತಿಲಕ್ ಕುಮಾರ್ ಮತ್ತು ಶಾಂತಕುಮಾರ್ ಅವರುಗಳು ಎಕ್ಸಿಕ್ಯೂಟಿವ್ ಡೈರೆಕ್ಟರ್ ಮತ್ತು ಡೈರೆಕ್ಟರುಗಳಾಗಿ ಅಧಿಕಾರ ವಹಿಸಿಕೊಂಡರು. ಮುಂದೆ ಹರಿಕುಮಾರ್, ಮ್ಯಾನೇಜಿಂಗ್ ಡೈರೆಕ್ಟರ್ ಆದರು. ತಿಲಕ್ ಕುಮಾರ್ ಎಕ್ಸಿಕ್ಯೂಟಿವ್ ಡೈರೆಕ್ಟರ್

ಆದರು. ಇವರ ಬೆನ್ನಿಗೆ ಮಾರ್ಗದರ್ಶಕರಾಗಿ ಗೌರ್ನಿಂಗ್ ಡೈರೆಕ್ಟರ್ ಗುರುಸ್ವಾಮಿ ಅವರಿದ್ದರು. ಈ ಸೋದರರು ಒಬ್ಬೊಬ್ಬರೂ ಒಂದೊಂದು ಇಲಾಖೆಯ ಹೊಣೆಗಾರಿಕೆ ವಹಿಸಿಕೊಂಡು ಸಾಂಸ್ಥಿಕವಾಗಿ ಆಮೂಲಾಗ್ರ ಬದಲಾವಣೆ ತರುವ, ಪತ್ರಿಕೆಗಳ ಸರ್ವಾಂಗೀಣ ಅಭಿವೃದ್ಧಿಗೆ ಅಡಿಪಾಯ ನಿರ್ಮಿಸುವ ಕಾಯಕದಲ್ಲಿ ತೊಡಗಿಕೊಂಡು ಪತ್ರಿಕೋದ್ಯಮದ ಹೊಸ ದಿಗಂತಗಳನ್ನು ಅನ್ವೇಷಿಸಲಾರಂಭಿಸಿದರು. ಇದು ಸಂಸ್ಥೆಯ ಉದ್ಯೋಗಿಗಳಲ್ಲಿ ನವಚೈತನ್ಯವನ್ನು ಮೂಡಿಸಿತು.

ಸೃಜನಶೀಲತೆ, ದಕ್ಷತೆ ಮತ್ತು ಸಾಮರ್ಥ್ಯಗಳನ್ನು ಹೆಚ್ಚಿಸುವ ಉದ್ದೇಶದಿಂದ ಸಂಪಾದಕೀಯ ವಿಭಾಗದ ಬಲಸಂವರ್ಧನೆಗೆ ಆದ್ಯತೆ ದೊರೆಯಿತು. ಸುದ್ದಿಜಾಲದ ವಿಸ್ತರಣೆ ಮತ್ತು ಹೊಸ ಪ್ರತಿಭೆಗಳನ್ನು ಸೆಳೆಯುವ, ಹೊಸರಕ್ತ ತುಂಬುವ ಪ್ರಕ್ರಿಯೆ ಎಪ್ಪತ್ತರ ದಶಕದ ಕೊನೆಯಲ್ಲೇ ಶುರುವಾಯಿತು. 1951ರಷ್ಟು ಹಿಂದೆಯೇ ಮೈಸೂರು ವಿಶ್ವವಿದ್ಯಾಲಯದಲ್ಲಿ ಪತ್ರಿಕೋದ್ಯಮ ಶಿಕ್ಷಣ ಪ್ರಾರಂಭವಾಯಿತಾದರೂ ಅಲ್ಲಿಂದ ತೇರ್ಗಡೆ ಹೊಂದಿದ ಯುವಕರನ್ನು ಕನ್ನಡ ಪತ್ರಿಕೋದ್ಯಮ ಅಷ್ಟಾಗಿ ಆಕರ್ಷಿಸಿದಂತೆ ಕಾಣುವುದಿಲ್ಲ. ಅಂತೆಯೇ ಅಲ್ಲಿಯವರೆಗೂ ಉಪ ಸಂಪಾದಕರು/ ವರದಿಗಾರರಿಗೆ ಕನಿಷ್ಠ ವಿದ್ಯಾರ್ಹತೆಯನ್ನೂ ಉದ್ಯಮ ನಿಗದಿ ಪಡಿಸಿರಲಿಲ್ಲ. ಭಾಷಾಜ್ಞಾನ ಮತ್ತು ಬರೆಯುವ ಪ್ರತಿಭೆ ಇವೇ ಕನಿಷ್ಠ ಅರ್ಹತೆಗಳಾಗಿದ್ದವು.

ವರದಿಗಾರಿಕೆ, ಸುದ್ದಿ/ ಲೇಖನಗಳ ಪ್ರಕಟಣೆ, ಮುದ್ರಣ ಎಲ್ಲ ಸೇರಿದಂತೆ ಪತ್ರಿಕೆಯ ಗುಣಮಟ್ಟ ಉತ್ಕೃಷ್ಟವಾಗಿರಬೇಕೆಂಬ ಆಧುನಿಕ ಚಿಂತನೆಗನುಗುಣವಾಗಿ ಪತ್ರಕರ್ತರ ನೇಮಕದ ಮಾನದಂಡಗಳಲ್ಲೂ ಬದಲಾವಣೆಯಾಯಿತು. ಪತ್ರಿಕಾ ವೃತ್ತಿಗೆ ಭಾಷಾಜ್ಞಾನ, ಸೃಜನಶೀಲ ಬರವಣಿಗೆಯ ಪ್ರತಿಭೆ, ರಾಜಕೀಯ ಪ್ರಜ್ಞೆ ಇವುಗಳ ಜೊತೆಗೆ ಇಂಗ್ಲಿಷ್/ ಕನ್ನಡ/ ಪತ್ರಿಕೋದ್ಯಮದಲ್ಲಿ ವಿಶ್ವವಿದ್ಯಾಲಯದ ಸ್ನಾತಕೋತ್ತರ ಪದವಿಯಂಥ ಕನಿಷ್ಠ ಶೈಕ್ಷಣಿಕ ಅರ್ಹತೆ ಇರಬೇಕೆಂಬ ಆಲೋಚನೆ ಚಾಲ್ತಿಗೆ ಬಂತು.

1949ರ ಪೀಳಿಗೆಯ ಪತ್ರಕರ್ತರು ಕ್ರಮೇಣ ನಿವೃತ್ತರಾದಂತೆ ಹೊಸ ಪೀಳಿಗೆಯ ಪತ್ರಕರ್ತರು 'ಪ್ರಜಾವಾಣಿ' ಸೇರಿದರು. ಡಿ ವಿ ರಾಜಶೇಖರ, ಇಂದೂಧರ ಹೊನ್ನಾಪುರ, ಲಕ್ಷ್ಮಣ ಕೊಡಸೆ, ಇ ವಿ ಸತ್ಯನಾರಾಯಣ, ಶಿವಾಜಿ ಗಣೇಶನ್ ಇವರುಗಳು ಹೊಸ ಪೀಳಿಗೆಯ ಪತ್ರಕರ್ತರ ಮೊದಲ ತಂಡ ಎನ್ನಬಹುದು. ಮುಂದೆ ಎನ್ ಎಸ್ ಶಂಕರ್, ಮಹಾಬಲೇಶ್ವರ ಕಾಟ್ರಳ್ಳಿ, ಪೂರ್ಣಿಮಾ, ಪದ್ಮರಾಜ ದಂಡಾವತಿ, ರಂಜಾನ್ ದರ್ಗಾ, ಜಿ ಎನ್ ಮೋಹನ್, ಪ್ರೇಮಕುಮಾರ್ ಹರಿಯಬ್ಬೆ, ದಿನೇಶ್ ಅಮೀನ್‌ಮಟ್ಟು, ಸತೀಶ್ ಚಪ್ಪರಿಕೆ ಮೊದಲಾದವರ ನೇಮಕವಾಯಿತು. ಈ ಹೊಸ ಪೀಳಿಗೆಯ ಪತ್ರಕರ್ತರು ಸ್ನಾತಕೋತ್ತರ ಪದವೀಧರರಷ್ಟೇ ಅಲ್ಲದೆ

ಕವಿಗಳೂ ಕತೆಗಾರರೂ ಆಗಿದ್ದರು. ನವೋದಯ, ನವ್ಯ ಸಾಹಿತ್ಯಗಳ ಅಧ್ಯಯನದ ಜೊತೆಗೆ ದಲಿತ, ಬಂಡಾಯ ಸಾಹಿತ್ಯ ಚಳವಳಿಗಳಿಂದ ಪ್ರಭಾವಿತರಾದವರು. ಪ್ರತಿಭಾವಂತರನ್ನು, ವಿಚಾರಶೀಲರನ್ನು ಸೆಳೆದುಕೊಳ್ಳುವ 'ಪ್ರಜಾವಾಣಿ' ಪರಂಪರೆ ಹೀಗೆ ಮುಂದುವರಿಯಿತು.

ಪ್ರತಿವರ್ಷವೂ ತರಬೇತಿ ಪತ್ರಕರ್ತರ (ಟ್ರೈನೀಸ್) ನೇಮಕದ ಪದ್ಧತಿ ಪ್ರಾರಂಭವಾಯಿತು. ನೇಮಕಾತಿ ಪ್ರಕ್ರಿಯೆಯಲ್ಲೂ ಬದಲಾವಣೆಯಾಯಿತು. ಹೊಸದಾಗಿ ಅಸ್ತಿತ್ವಕ್ಕೆ ಬಂದ ಸಿಬ್ಬಂದಿ ವಿಭಾಗ ಅರ್ಜಿಗಳನ್ನು ಆಹ್ವಾನಿಸುತ್ತಿತ್ತು. ಕನಿಷ್ಠ ಅರ್ಹತೆಯುಳ್ಳವರನ್ನು ಲಿಖಿತ ಪರೀಕ್ಷೆಗಾಗಿ ಕರೆಯಲಾಗುತ್ತಿತ್ತು. ಲಿಖಿತ ಪರೀಕ್ಷೆ ಪ್ರಶ್ನೆ ಪತ್ರಿಕೆಗಳನ್ನು ಸಂಪಾದಕೀಯ ವಿಭಾಗದ ಹಿರಿಯ ಪತ್ರಕರ್ತರು ಸಿದ್ಧಪಡಿಸುತ್ತಿದ್ದರು. ಉತ್ತರ ಪತ್ರಿಕೆಗಳ ಮೌಲ್ಯಮಾಪನವೂ ಅವರಿಂದಲೇ ಆಗುತ್ತಿತ್ತು. ಸಿಬ್ಬಂದಿ ವಿಭಾಗ ಲಿಖಿತ ಪರೀಕ್ಷೆಯಲ್ಲಿ ಆಯ್ಕೆಯಾದವರನ್ನು ಮೌಖಿಕ ಪರೀಕ್ಷೆಗೆ ಕರೆಯುತ್ತಿತ್ತು. ಸಂಪಾದಕರೂ ಆಗಿದ್ದ ಎಕ್ಸಿಕ್ಯೂಟಿವ್ ಡೈರೆಕ್ಟರ್/ ಮ್ಯಾನೇಜಿಂಗ್ ಡೈರೆಕ್ಟರ್ ಅವರು ಮೌಖಿಕ ಸಂದರ್ಶನ ನಡೆಸಿ ಅರ್ಹರನ್ನು ಆಯ್ಕೆ ಮಾಡುತ್ತಿದ್ದರು. ಇದರಿಂದಾಗಿ ಭಾಷೆ, ಸಾಹಿತ್ಯ ಜ್ಞಾನವಷ್ಟೇ ಅಲ್ಲದೆ, ರಾಜಕೀಯ, ವಿಜ್ಞಾನ, ಸಮಾಜ ವಿಜ್ಞಾನ, ಕ್ರೀಡೆ, ವಾಣಿಜ್ಯ ಮೊದಲಾದ ವಿಷಯಗಳ ಜ್ಞಾನಹೊಂದಿದ ಪ್ರತಿಭಾವಂತರನ್ನು ಆಯ್ಕೆ ಮಾಡುವುದು ಸಾಧ್ಯವಾಯಿತು.

ಸುದ್ದಿಜಾಲ ವಿಸ್ತರಣೆಯೂ ಇಷ್ಟೇ ವಿವೇಚನಾಯುತವಾಗಿ ನಡೆಯಿತು. ಕರ್ನಾಟಕದ ಎಲ್ಲಾ ಜಿಲ್ಲೆಗಳು ಮತ್ತು ತಾಲ್ಲೂಕುಗಳಲ್ಲಿ 'ಪ್ರಜಾವಾಣಿ'ಗೆ ವರದಿಗಾರರು ಇದ್ದರೂ ಅವರೆಲ್ಲ ಪೂರ್ಣಾವಧಿ ವರದಿಗಾರರಾಗಿರಲಿಲ್ಲ. ಕೆಲವು ಜಿಲ್ಲೆಗಳು ಹೊರತು, ಉಳಿದೆಡೆ ಮತ್ತು ತಾಲ್ಲೂಕುಗಳಲ್ಲಿ ಅರೆಕಾಲಿಕ ವರದಿಗಾರರಿದ್ದರು. ಎಲ್ಲಾ ಜಿಲ್ಲೆಗಳಲ್ಲಿ ಪೂರ್ಣಾವಧಿ ವರದಿಗಾರರನ್ನು ನೇಮಿಸಲು ಹಾಗೂ ಜಿಲ್ಲಾ ಕೇಂದ್ರಗಳಲ್ಲಿ ಕಚೇರಿಗಳನ್ನು ತೆರೆಯಲು ಆಡಳಿತ ಮಂಡಳಿ ನಿರ್ಧರಿಸಿತು. ಬೆಂಗಳೂರು ಕಚೇರಿಯಲ್ಲಿನ ಅನುಭವಿ ವರದಿಗಾರರು/ ಉಪ ಸಂಪಾದಕರನ್ನು ಜಿಲ್ಲೆಗಳಿಗೆ ವರ್ಗಮಾಡುವ ಪರಿಪಾಠ ಶುರುವಾಯಿತು. ದೆಹಲಿ ನ್ಯೂಸ್ ಬ್ಯೂರೋದಲ್ಲಿ 'ಪ್ರಜಾವಾಣಿ'ಗಾಗಿಯೇ ಪತ್ಯೇಕ ವರದಿಗಾರರನ್ನು ನೇಮಿಸಲಾಯಿತು. ಅಲ್ಲಿಯವರೆಗ 'ಡೆಕ್ಕನ್ ಹೆರಾಲ್ಡ್' ವರದಿಗಾರರರು ಕಳುಹಿಸಿದ ವರದಿಯನ್ನೇ 'ಪ್ರವಾ' ತೆಗೆದುಕೊಳ್ಳುವ ರೂಢಿಯಿತ್ತು ಮೈಸೂರು, ಶಿವಮೊಗ್ಗ, ಹುಬ್ಬಳ್ಳಿ, ಬಳ್ಳಾರಿ, ಮಂಗಳೂರು ಮೊದಲಾದ ಪ್ರಮುಖ ಜಿಲ್ಲಾ ಕೇಂದ್ರಗಳಲ್ಲಿ ನ್ಯೂಸ್ ಬ್ಯೂರೋ ಸ್ಥಾಪಿಸಿ, ಹೆಚ್ಚಿನ ವರದಿಗಾರರನ್ನು ನೇಮಿಸಿ ಈ ಪ್ರದೇಶಗಳ ಸುದ್ದಿಗಳ ವ್ಯಾಪಕ ಪ್ರಕಟಣೆಗೆ ಅನುವು ಮಾಡಿಕೊಡಲಾಯಿತು. ಸಚಿತ್ರ ವರದಿಗಳ ಪ್ರಕಟಣೆಗೆ ಅನುಕೂಲವಾಗುವಂತೆ ಜಿಲ್ಲಾ ವರದಿಗಾರರಿಗೆ ಕ್ಯಾಮೆರಾಗಳನ್ನು

ನೀಡಲಾಯಿತು. ಇವೆಲ್ಲದರಿಂದ ಜಿಲ್ಲೆ ಮತ್ತು ಗ್ರಾಮಾಂತರ ಸುದ್ದಿಗಳು ಹೆಚ್ಚಿನ ಪ್ರಾಶಸ್ತ್ಯ ಪಡೆದವು, ಸುದ್ದಿ ನಿರ್ವಹಣೆಯಲ್ಲಿ ದಕ್ಷತೆ, ಸಾಮರ್ಥ್ಯಗಳು ಹೆಚ್ಚಿದವು. ಜನರ ವಿಶ್ವಾಸರ್ಹತೆಯೂ ಹೆಚ್ಚಿತು.

ಜಾಹೀರಾತು ಮತ್ತು ಪ್ರಸರಣ ವಿಭಾಗಗಳನ್ನೂ ಆಧುನೀಕರಣಗೊಳಿಸಿ ಬಲಪಡಿಸಲಾಯಿತು. ಮುಂಬಯಿ, ಮದ್ರಾಸ್, ಕೋಲ್ಕತ್ತ ಮೊದಲಾದ ಪ್ರಮುಖ ಕೇಂದ್ರಗಳಲ್ಲಿ ನ್ಯೂಸ್ ಬ್ಯೂರೋ ಜೊತೆಗೆ ಜಾಹೀರಾತು ವಿಭಾಗವನ್ನು ಪ್ರಾರಂಭಿಸಿ ಪೂರ್ಣ ಕಾಲದ ಪ್ರಾದೇಶಿಕ ಜಾಹೀರಾತು ಮ್ಯಾನೇಜರುಗಳನ್ನು ನೇಮಿಸಲಾಯಿತು.

ಎಪ್ಪತ್ತರ ದಶಕದಲ್ಲಿ ಈ ಪರಿ ನವಚೈತನ್ಯವನ್ನು ಮೈಗೂಡಿಸಿಕೊಂಡು ನಾವು ಎಂಬತ್ತರ ದಶಕಕ್ಕೆ ಕಾಲಿಟ್ಟಿದ್ದೆವು. 'ಪ್ರಜಾವಾಣಿ' ಮತ್ತು 'ಡೆಕ್ಕನ್ ಹೆರಾಲ್ಡ್' ಸಂಪಾದಕೀಯ ವಿಭಾಗಗಳು, ಮಹಾತ್ಮ ಗಾಂಧಿ ರಸ್ತೆಯ ಹಳೆಯ ಕಟ್ಟಡದಿಂದ ಹಿಂಭಾಗದಲ್ಲಿ ಚರ್ಚ್ ಸ್ಟ್ರೀಟಿಗೆ ಹೊಂದಿಕೊಂಡಿದ್ದ ಮುದ್ರಣ ವಿಭಾಗದ ಕಟ್ಟಡದ ಮೇಲೆ ಹೊಸದಾಗಿ ನಿರ್ಮಿಸಲಾದ ಮೊದಲ ಮತ್ತು ಎರಡನೆಯ ಅಂತಸ್ತಿಗೆ ಸ್ಥಳಾಂತರಗೊಂಡವು. ಆದರೆ, ಪ್ರವೇಶ ಮಹಾತ್ಮ ಗಾಂಧಿ ರಸ್ತೆಯಿಂದಲೇ.

ಈ ಸಮಯಕ್ಕೆ ನಾನು 'ಪ್ರವಾ' ಸೇರಿ ಹದಿನಾಲ್ಕು ವರ್ಷಗಳಾಗಿದ್ದವು. ವೃತ್ತಿಯಲ್ಲಿ ತೃಪ್ತಿ, ಸಮಾಧಾನಗಳು ಸಿಕ್ಕಿತ್ತಾದರೂ ಮನಸ್ಸಿನಲ್ಲಿ ಕೊಂಚ ತಾಕಲಾಟ ಶುರುವಾಗಿತ್ತು. 'ಪ್ರವಾ'ದಲ್ಲಿ ನಾನು 'ಪರಿತ್ಯಕ್ತ'ನಾಗುತ್ತಿದ್ದೇನೆಯೇ ಎಂಬ ಶಂಕೆ ಕಾಡಲಾರಂಭಿಸಿತ್ತು. ನನ್ನ ಜೊತೆಯಲ್ಲಿ ಸೇರಿದ ಇಬ್ಬರಿಗೆ ಬಡ್ತಿಗಳು ದೊರೆತಿದ್ದವು. ಆದರೆ, ನನಗೆ ಸಿಕ್ಕಿರಲಿಲ್ಲ. ಆಗ ಪ್ರಿಂಟರ್ಸ್ ಸಂಸ್ಥೆಯಲ್ಲಿ ಒಂದು ಸತ್ಸಂಪ್ರದಾಯವಿತ್ತು. ಬಡ್ತಿ ಇಲ್ಲದಿದ್ದರೂ ದಕ್ಷರನ್ನು ಪ್ರೋತ್ಸಾಹಿಸುವ ಸಲುವಾಗಿ ಮಾಮೂಲಿನ ವಾರ್ಷಿಕ ಇನ್‌ಕ್ರಿಮೆಂಟ್ ಜೊತೆ ಒಂದೆರಡು ಹೆಚ್ಚುವರಿ ಪ್ರೋತ್ಸಾಹದಾಯಕ ಇನ್‌ಕ್ರಿಮೆಂಟುಗಳನ್ನು ನೀಡುವ ಪದ್ಧತಿ ಇತ್ತು. ಈ ಹದಿನಾಲ್ಕು ವರ್ಷಗಳಲ್ಲಿ ಒಮ್ಮೆಯೂ ನನಗೆ ಈ ಭಾಗ್ಯ ದೊರೆತಿರಲಿಲ್ಲ. ಮುಂದಿನ ಹುದ್ದೆಗೆ ಬಡ್ತಿಯೂ ಸಿಗಲಿಲ್ಲ, ಪ್ರೋತ್ಸಾಹದಾಯಕ ಹೆಚ್ಚುವರಿ ಇನ್‌ಕ್ರಿಮೆಂಟೂ ಇಲ್ಲ. ಹೀಗಾಗಿ ನನ್ನಲ್ಲಿ ನಿರಾಶೆ ಕವಿಯತೊಡಗಿತು. ನಾನು ಇಲ್ಲಿ 'ಪರ್ಸೋನಾ ನಾನ್ ಗ್ರಾಟ' ಅಂದರೆ, ಬೇಡವಾದ ವ್ಯಕ್ತಿ ಆಗುತ್ತಿದ್ದೇನೆಯೇ ಎನ್ನುವ ಭಾವನೆ ಹಿಂಸಿಸತೊಡಗಿತು. ಹೀಗಾಗುವುದಕ್ಕೂ ಮುಂಚೆಯೇ ಇಲ್ಲಿಂದ ಕಳಚಿಕೊಳ್ಳಬೇಕೆನ್ನಿಸಿತು. ಆದರೆ, ಅಂದು ಕನ್ನಡ ಪತ್ರಿಕೋದ್ಯಮದಲ್ಲಿ 'ಪ್ರಜಾವಾಣಿ' ಹಿಮಾಲಯದ ಗೌರಿಶಂಕರ ಸದೃಶವಾಗಿತ್ತು. ಅಲ್ಲಿಂದ ಮುಂದಕ್ಕೆ ಬೇರಾವ ಶೃಂಗವೂ ಕಾಣಿಸುತ್ತಿರಲಿಲ್ಲ. ಇದೇ ಸಮಯದಲ್ಲಿ ಹೈದರಾಬಾದಿನಲ್ಲಿ ಶುರುವಾಗಿದ್ದ ಕನ್ನಡ ಉಪಗ್ರಹ ದೂರದರ್ಶನದ ಸುದ್ದಿ ವಿಭಾಗಕ್ಕೆ ನುರಿತ ಪತ್ರಕರ್ತರ ಅಗತ್ಯವಿದೆ ಎನ್ನುವ ಸುಳಿವು ಸಿಕ್ಕಿತು. ಅರ್ಜಿ ಹಾಕಿದೆ. ಅನಂತ ಮೂರ್ತಿಯವರೂ ನನ್ನ ಹೆಸರನ್ನು ಶಿಫಾರಸು ಮಾಡಿದ್ದರು. ಆದರೆ, ಗೃಹಕೃತ್ಯದ ಒತ್ತಡಗಳಿಂದಾಗಿ ನಾನು ದೂರದರ್ಶನಕ್ಕೆ ಹೋಗಲಾಗಲಿಲ್ಲ.

ಹೀಗೆ ಬರೆಯುತ್ತಿರುವಾಗ ವೃತ್ತಿ ಬಾಂಧವ ರವಿ ಬೆಳಗೆರೆಯ ನಿಧನದ ಸುದ್ದಿ ತಾಕುತ್ತಿದೆ. ಸೃಜನಶೀಲ ಪ್ರತಿಭೆ, ಧೈರ್ಯ ಮತ್ತು ಸಾಹಸ, ಕೋಲಾಹಲ ಪ್ರವೃತ್ತಿಯ ಸಂಯೋಗ ರವಿ ಬೆಳಗೆರೆ. ರವಿ ಬೆಳಗೆರೆಯವರ ಒಂದೆರಡು ಸಣ್ಣ ಕಥೆಗಳು ಅವರು ಬರವಣಿಗೆ ಪ್ರಾರಂಭಿಸಿದ ತರುಣದಲ್ಲೇ ಸಾಪ್ತಾಹಿಕ ಪುರವಣಿಯಲ್ಲಿ ಪ್ರಕಟವಾದದ್ದುಂಟು. ಅವರು 'ಹಾಯ್ ಬೆಂಗಳೂರು' ಶುರು ಮಾಡುವುದಕ್ಕೆ ಮೊದಲಿನ ಪ್ರಸಂಗ. 'ಕರ್ಮವೀರ'ದಲ್ಲಿ ಇದ್ದರು. 'ಸುಧಾ' ಸೇರುವ ಆಸೆ ಅವರಲ್ಲಿತ್ತು. ಅರ್ಜಿ ಹಾಕಿದರು. ಆ ವರ್ಷ (1994) ಎಲ್ಲರ ಜೊತೆ ಅವರನ್ನು ಲಿಖಿತ ಪರೀಕ್ಷೆ ಮತ್ತು ಸಂದರ್ಶನಕ್ಕೆ ಕರೆಯಲಾಯಿತು.

ಬಂದವರೇ, "ಸರ್, ನಿಮ್ಮ, ಹತ್ತಿರ ಸ್ವಲ್ಪ ಮಾತಾಡಬೇಕು," ಎಂದರು.

"ಏನು ಹೇಳಿ?"

"ಸರ್, ನಾನೂ ಈ ರಿಟನ್ ಟೆಸ್ಟ್ ತಗೊಬೇಕಾ? ನೀವು ನೇರವಾಗಿ ನನ್ನನ್ನ ನೇಮಕ ಮಾಡಿಕೋಬೇಕು," ಎಂದು ತಮ್ಮ ಅರ್ಹತೆಯನ್ನು ಸಮರ್ಥನೆ ಮಾಡಿಕೊಳ್ಳುವ ರೀತಿಯಲ್ಲಿ, ಹಕ್ಕೊತ್ತಾಯದ ದನಿಯಲ್ಲಿ ಹೇಳಿದರು.

"ಹೌದು, ನೀವು ಲಿಖಿತ ಪರೀಕ್ಷೆ ಬರೆಯಬೇಕು. ನಮ್ಮ ಸಂಸ್ಥೆಯ ನಿಯಮ ಹಾಗಿದೆ. ಅದರಿಂದ ನಿಮಗೆ ವಿನಾಯಿತಿ ತೋರಲಾಗದು."

"ಇದು ನನ್ನ ಅರ್ಹತೆ ಮತ್ತು ಅನುಭವವನ್ನು ಅಗೌರವಿಸಿದ ಹಾಗೆ ಸರ್."

"ಇಲ್ಲ. ನಾವು ಅರ್ಹತೆ, ಅನುಭವಗಳನ್ನು ಗೌರವಿಸುವ ಪರಿ ಇದು. ನೀವು ನಮ್ಮ ಸಂಸ್ಥೆಯ ನಿಯಮದಂತೆ ಪರೀಕ್ಷೆ ಬರೆಯಬೇಕು. ನಿಮ್ಮ ಅನುಭವವನ್ನು ಖಂಡಿತವಾಗಿಯೂ ಪರಿಗಣಿಸಲಾಗುವುದು."

ರವಿ ಬೆಳಗೆರೆಯವರು ಒಲ್ಲದ ಮನಸ್ಸಿನಿಂದಲೇ ಲಿಖಿತ ಪರೀಕ್ಷೆ ಬರೆದರು. ಮುಂದೆ ಅವರನ್ನು ಮೌಖಿಕ ಸಂದರ್ಶನಕ್ಕೂ ಕರೆಯಲಾಯಿತು. ಈ ಮಧ್ಯೆ 'ಸುಧಾ' ಸಂಪಾದಕೀಯ ವಿಭಾಗಕ್ಕೆ ಟೆಲಿಫೋನ್ ಕರೆಗಳು ಬರಲಾರಂಭಿಸಿದವು.

"ಸಹಾಯಕ ಸಂಪಾದಕ ರವಿ ಬೆಳಗೆರೆ ಅವರಿಗೆ ಕೊಡಿ," ಎನ್ನುವಂಥ ಕರೆಗಳು.

ರವಿ ಬೆಳಗೆರೆಯವರು 'ಸುಧಾ' ಸೇರಿದ್ದಾರೆ ಎಂಬ ವದಂತಿಗೆ ರೆಕ್ಕೆಪುಕ್ಕ ಬಂದಿತ್ತು. ಈ ಕರೆಗಳನ್ನು ಗಮನಿಸಿದ 'ಸುಧಾ' ಸಹೋದ್ಯೋಗಿಗಳು ನನ್ನ ಬಳಿ ಬಂದು, "ಏನ್ ಸಾರ್, ರವಿ ಬೆಳಗೆರೆ ಬರ್ತಾರ, ಏನಾಗಿ ಬರ್ತಾರೆ? ಮೇಲಿಂದ ಮೇಲೆ 'ರವಿ ಬೆಳಗೆರೆ, 'ಸುಧಾ' ಅಸಿಸ್ಟೆಂಟ್ ಎಡಿಟರ್ ಬೇಕು' ಎನ್ನುವ ಫೋನ್

ಕರೆಗಳು ಬರುತ್ತಿವೆ. ಅವರ ನೇಮಕವಾಗಿದೆಯೇ? ಅವರು ಬಂದರೆ ನಮ್ಮ ಸ್ಥಾನಮಾನ ಏನು?" ಎಂದು ಆತಂಕ ತೋಡಿಕೊಂಡರು.

ಕೊನೆಗೆ ನಾನೂ ಟೆಲಿಫೋನ್ ಆಪರೇಟರಿಗೆ, "ರವಿ ಬೆಳಗೆರೆ ಅಂತ ಯಾರೂ 'ಸುಧಾ'ದಲ್ಲಿ ಇಲ್ಲ, ಯಾರಾದರೂ ಫೋನ್ ಮಾಡಿದರೆ ಹಾಗೆ ಹೇಳಿ, ನಮಗೆ ಕನೆಕ್ಟ್ ಮಾಡಬೇಡಿ," ಎಂದು ಹೇಳಬೇಕಾಯಿತು. ನೇಮಕಕ್ಕೆ ಮೊದಲೇ ತಾನು 'ಸುಧಾ' ಸೇರಿರುವುದಾಗಿ ಸುದ್ದಿ ಮಾಡಿದ್ದು ರವಿ ಬೆಳಗೆರೆ ಅವರ ಕೋಲಾಹಲಕಾರಿ 'ಅಹಂ'ಗೆ ಒಂದು ನಿದರ್ಶನ.

"ರವಿಯವರೇ ನೀವು 'ಕರ್ಮವೀರ' ಬಿಡುವುದೇಕೆ?" ಎಂದು ಮೌಖಿಕ ಸಂದರ್ಶನದಲ್ಲಿ ಕೇಳಿದಾಗ, "ಶ್ಯಾಮರಾಯರೊಂದಿಗೆ ನಿಭಾಯಿಸಿಕೊಂಡು ಹೋಗುವುದು ನನ್ನಿಂದ ಆಗುತ್ತಿಲ್ಲ ಅದರಿಂದಾಗಿ."

"ಹಾಗಿದ್ದಲ್ಲಿ ಇಲ್ಲೂ ರಂಗನಾಥ ರಾಯರೊಂದಿಗೆ ನಿಭಾಯಿಸುವುದು ನಿಮಗೆ ಸಾಧ್ಯವಾಗದೇ ಹೋಗಬಹುದಲ್ಲವೆ?"

ಅಲ್ಲಿಗೆ ರವಿ ಬೆಳಗೆರೆಯವರ ಸಂದರ್ಶನ ಮುಗಿದಿತ್ತು.

ರವಿ, ಸಲಗ ನಡೆದದ್ದೇ ದಾರಿ ಎಂಬಂತೆ ತಮ್ಮ ಮಾರ್ಗ ಕಂಡುಕೊಂಡರು.

❖

15

ಮುಷ್ಕರ ಐವತ್ಮೂರು ದಿನಗಳಷ್ಟು ಸುದೀರ್ಘಕಾಲ ನಡೆದು ನಾವೆಲ್ಲ ಹೈರಾಣೆದವು. ಸುಮಾರು ಒಂದು ತಿಂಗಳ ಕಾಲ ಯಾವುದೇ ರೀತಿಯ ನಿರ್ಣಾಯಕ ಮಾತುಕತೆ, ಸಂಧಾನವಿಲ್ಲದೆಯೇ ಕಳೆಯಿತು. ನಂತರ ಸರ್ಕಾರದ ಕಾರ್ಮಿಕ ಇಲಾಖೆ ಸಂಧಾನಕ್ಕೆ ಮುಂದಾಗಿ ಕಾರ್ಮಿಕರು ಮತ್ತು ಆಡಳಿತ ವರ್ಗದ ಪ್ರತಿನಿಧಿಗಳ ಸಭೆಗಳು ಶುರುವಾದವು.

ಕಂಗಾಲಾಗಿಸಿದ ಮುಷ್ಕರ

ಹೊಸ ಕಟ್ಟಡಕ್ಕೆ ಸ್ಥಳಾಂತರಗೊಂಡ ನಂತರ, ಎಂಬತ್ತರ ದಶಕದ ಪೂರ್ವಾರ್ಧದಲ್ಲಿ 'ಪ್ರಜಾವಾಣಿ' ಸಂಪಾದಕೀಯ ವಿಭಾಗದಲ್ಲಿ ಕೆಲವೊಂದು ಕ್ಷಿಪ್ರ ಬದಲಾವಣೆಗಳಾದವು. ಸಹಜವಾಗಿಯೇ ಈ ಬದಲಾವಣೆಗಳು ತವಕ–ತಲ್ಲಣಗಳನ್ನುಂಟು ಮಾಡಿದ್ದವು. ಸದಾಶಿವನಿಗೆ ಸಹಾಯಕ ಸಂಪಾದಕ ಹುದ್ದೆಗೆ ಬಡ್ತಿ ನೀಡಿ 'ಸುಧಾ'ಕ್ಕೆ ವರ್ಗಾಯಿಸಲಾಯಿತು. ಕೆಲವೇ ದಿನಗಳಲ್ಲಿ 'ಸುಧಾ' ಕೆಲಸದ ಜೊತೆಗೆ 'ಮಯೂರ' ಸಂಪಾದಕತ್ವವನ್ನೂ ಸದಾಶಿವನಿಗೆ ವಹಿಸಲಾಯಿತು. 'ಮಯೂರ'ದ ಇಂಪ್ರಿಂಟಿನಲ್ಲಿ ಸಂಪಾದಕರೆಂದು ಅವರ ಹೆಸರನ್ನು ಪ್ರಕಟಿಸಲಾಯಿತು.

ನಮ್ಮ ಪೀಳಿಗೆಯ ಸರೀಕರಲ್ಲಿ ಈ ಭಾಗ್ಯ ಪಡೆದ ಅದೃಷ್ಟಶಾಲಿ ಸದಾಶಿವ! ಆದರೆ, ಆ 'ಭಾಗ್ಯ'ವೂ ಅಲ್ಪಾಯುವಾಯಿತೆನ್ನುವುದು ಬೇರೆ ಮಾತು.

ನನ್ನನ್ನು ಜನರಲ್ ಡೆಸ್ಕಿನಿಂದ 'ಸಾಪು'ಗೆ ಸದಾಶಿವನ ಜಾಗಕ್ಕೆ ವರ್ಗಾಯಿಸಲಾಯಿತು. 1981ರ ಡಿಸೆಂಬರಿನಲ್ಲಿ ಸೀನಿಯರ್ ಸಬ್ ಎಡಿಟರ್ ಆಗಿ ನನಗೆ ಬಡ್ತಿಯೂ ದೊರೆಯಿತು. ನನ್ನನ್ನು ಕವಿದಿದ್ದ ನಿರಾಸೆ ಸ್ವಲ್ಪಮಟ್ಟಿಗೆ ಹಿಂದೆ ಸರಿದು ಮೊದಲಿನ ಉತ್ಸಾಹದಿಂದ ವೈಕುಂಠರಾಜು ಮಾಗದರ್ಶನದಲ್ಲಿ 'ಸಾಪು' ಕೆಲಸ ಕಾರ್ಯಗಳಲ್ಲಿ ತೊಡಗಿಕೊಂಡೆ.

1983 ಒಂದು ದುಃಸ್ವಪ್ನದ ವರ್ಷವೆಂದರೆ ಅದು ಅತಿಶಯೋಕ್ತಿಯಾಗದು. ವರ್ಷದ ಶುರುವಿಗೇ ಪ್ಯಾಕಿಂಗ್ ವಿಭಾಗದ ಕಾಮ್ರೇಡುಗಳ ಕೆಲವು ಸಮಸ್ಯೆಗಳಿಂದಾಗಿ ಕಾರ್ಮಿಕ ಅಶಾಂತಿ ತಲೆದೋರಿತು. ಪ್ಯಾಕಿಂಗ್ ವಿಭಾಗ 'ಓವರ್ ಟೈಮ್ ವಿಭಾಗ' ಎಂದೇ ಹೆಸರು ಪಡೆದಿತ್ತು. ಅಲ್ಲಿನ ಕೆಲಸದ ಸ್ವರೂಪ ಮತ್ತು ಒತ್ತಡಗಳಿಂದಾಗಿ ಅಲ್ಲಿ ಕೆಲಸ ಮಾಡುತ್ತಿದ್ದವರಿಗೆ 'ಓವರ್ ಟೈಮ್' ಕೊಡುವುದು ಅನಿವಾರ್ಯ ಎಂಬಂಥ ಸ್ಥಿತಿ ಉಂಟಾಗಿತ್ತು. 'ಓವರ್ ಟೈಮ್' ಎಂದರೆ ಆ ಕೆಲಸದ ಅವಧಿಗೆ ಎರಡುಪಟ್ಟು ಸಂಬಳ ನೀಡಬೇಕಾಗುತ್ತಿತ್ತು. ಆ ವಿಭಾಗದ ಸಂಬಳದ ಬಿಲ್ ಪ್ರತಿ ತಿಂಗಳೂ ಏರುತ್ತಲೇ ಹೋಗಿತ್ತು. ಈ 'ಓವರ್ ಟೈಮ್' ತಗ್ಗಿಸಲು ಆಡಳಿತ ಮಂಡಳಿ ನಿರ್ಧರಿಸಿತು. ಈ ಸಂಬಂಧ ಕಾರ್ಮಿಕ ಸಂಘದ ಜೊತೆ ಮಾತುಕತೆಯನ್ನೂ ನಡೆಸಿತು. ಆಗ ಪತ್ರಿಕಾ ನೌಕರರ ಎರಡು ಸಂಘಟನೆಗಳಿದ್ದವು. ಒಂದು, ಕಾರ್ಯನಿರತ ಪತ್ರಕರ್ತರ, 'ಕರ್ನಾಟಕ ಯೂನಿಯನ್ ಆಫ್ ವರ್ಕಿಂಗ್ ಜರ್ನಲಿಸ್ಟ್ಸ್ (ಕೆಯುಡಬ್ಲ್ಯುಜೆ)' ಇನ್ನೊಂದು ಪತ್ರಿಕಾ ನೌಕರರ 'ಬೆಂಗಳೂರು ನ್ಯೂಸ್ ಪೇಪರ್ ಎಂಪ್ಲಾಯೀಸ್ ಯೂನಿಯನ್ (ಬಿಎನ್‌ಇಯು)' ಕಲಾವಿದ ಜಿ ಕೆ ಸತ್ಯ ಕೆಯುಡಬ್ಲ್ಯುಜೆ ಅಧ್ಯಕ್ಷರಾಗಿದ್ದರು. ಎಂ ಸಿ ನರಸಿಂಹನ್ ಬಿಎನ್‌ಇಯು ಅಧ್ಯಕ್ಷರಾಗಿದ್ದರು. ಬಿಎನ್‌ಇಯು ಮುಷ್ಕರಕ್ಕೆ ಮುಂದಾಯಿತು. ರಹಸ್ಯ ಮತದಾನದಲ್ಲಿ ಕಾರ್ಮಿಕರು ಮುಷ್ಕರದ ಪರ ಮತ ಹಾಕಿದರು. ಆಗ ಕೆಯುಡಬ್ಲ್ಯುಜೆ ಕಾರ್ಮಿಕರನ್ನು ಬೆಂಬಲಿಸುವ ನಿರ್ಣಯ ತೆಗೆದುಕೊಂಡಿತು. ಹೀಗಾಗಿ, ಕಾರ್ಯನಿರತ ಪತ್ರಕರ್ತರಾದ ನಾವೂ ಮುಷ್ಕರದಲ್ಲಿ ಭಾಗಿಗಳಾದೆವು. 'ಪ್ರವಾ' ಇತಿಹಾಸದಲ್ಲೇ ಕಂಡರಿಯದಂಥ ಮುಷ್ಕರ ಇದಾಯಿತು.

ಮುಷ್ಕರ ಐವತ್ಮೂರು ದಿನಗಳಷ್ಟು ಸುದೀರ್ಘಕಾಲ ನಡೆದು ನಾವೆಲ್ಲ ಹೈರಾಣಾದೆವು. ಸುಮಾರು ಒಂದು ತಿಂಗಳ ಕಾಲ ಯಾವುದೇ ರೀತಿಯ ನಿರ್ಣಾಯಕ ಮಾತುಕತೆ, ಸಂಧಾನವಿಲ್ಲದೆಯೇ ಕಳೆಯಿತು. ನಂತರ ಸರ್ಕಾರದ ಕಾರ್ಮಿಕ ಇಲಾಖೆ ಸಂಧಾನಕ್ಕೆ ಮುಂದಾಗಿ ಕಾರ್ಮಿಕರು ಮತ್ತು ಆಡಳಿತ ವರ್ಗದ ಪ್ರತಿನಿಧಿಗಳ ಸಭೆಗಳು ಶುರುವಾದವು. ಇಬ್ಬರೂ ತಮ್ಮ ಪಟ್ಟುಗಳನ್ನು

ಬಿಟ್ಟುಕೊಡದೆ ನಿಲುವುಗಳಿಗೆ ಅಂಟಿಕೊಂಡಿದ್ದರಿಂದ ಸಂಧಾನ ಮಾತುಕತೆಯಲ್ಲಿ ಏನೊಂದು ಪ್ರಗತಿಯೂ ಕಾಣಲಿಲ್ಲ. ಯಾವುದೇ ನಿರ್ಧಾರಕ್ಕೆ ಬರದೆ ಸಭೆಗಳು ಮುಂದೂಡಲ್ಪಡುತ್ತಿದ್ದವು. ಈ ಮಧ್ಯೆ ಆಡಳಿತ ವರ್ಗ ಮುಷ್ಕರ ಅಕ್ರಮ ಎಂದು ಘೋಷಿಸಿ ಆ ತಿಂಗಳ ಸಂಬಳ ಪಾವತಿಸಲಿಲ್ಲ. ನಮ್ಮಲ್ಲಿ ಬಹುತೇಕ ಮಂದಿಯಲ್ಲಿ ಕಷ್ಟಕಾಲಕ್ಕೆ ಉಳಿತಾಯ ಎಂಬುದು ಇರಲಿಲ್ಲ.

ಸ್ನೇಹಿತರು, ಮಾರ್ವಾಡಿಗಳ ಹತ್ತಿರ ಸಾಲಮಾಡಿ ಮೂವತ್ತು ನಲವತ್ತು ದಿನಗಳ ಕಾಲ ಸಂಸಾರ ತೂಗಿಸಿದ್ದಾಯಿತು. ಸೆಟ್ಟರು ಮುಷ್ಕರದ ವಿಷಯ ತಿಳಿದು ದಿನಸಿಯನ್ನು ಸಾಲವಾಗಿ ಕೊಟ್ಟರು. ಆದರೆ, ಹಾಲಿನವರಿಗೆ, ತರಕಾರಿಯವರಿಗೆ, ಮಕ್ಕಳ ಶಾಲೆಯ ಫೀಜು, ವ್ಯಾನು ಶುಲ್ಕಗಳಿಗೆ ಸಾಲ ಹೇಳುವಂತಿರಲಿಲ್ಲ. ನಮ್ಮ ಎಂ ಜಿ ರಸ್ತೆಯಲ್ಲೇ ಭೋರಿಲಾಲ್ ಎಂಬ ಪಾರ್ಸಿ ಲೇವಾದೇವಿದಾರರೊಬ್ಬರಿದ್ದರು. ಸದಾಶಿವ ಈ ಭೋರಿಲಾಲನಿಗೆ ನನ್ನ ಪರಿಚಯ ಮಾಡಿಕೊಟ್ಟಿದ್ದರು. ವೈಎನ್ಕೆ ಅವರಿಂದ ಸದಾಶಿವನಿಗೆ ಭೋರಿಲಾಲನ ಪರಿಚಯವಾಗಿತ್ತು. ನಾವು ತಿಂಗಳ ಕೊನೆಯಲ್ಲಿ ಕೈ ಬರಿದಾದಾಗ ಭೋರಿಲಾಲನ ಬಳಿ ಹೋಗಿ ಪೋಸ್ಟ್ ಡೇಟೆಡ್ ಚೆಕ್ ಕೊಟ್ಟು ನೂರಿನ್ನೂರು ಸಾಲ ತೆಗೆದುಕೊಳ್ಳುತ್ತಿದ್ದವು. ಭೋರಿಲಾಲ್ ಒಂದು ತಿಂಗಳಿಗೆ ನೂರು ರೂಪಾಯಿಗೆ ಎಂಟು ರೂಪಾಯಿ ಬಡ್ಡಿ ಮುರಿದುಕೊಂಡು ತೊಂಬತ್ತೆರಡು ರೂಪಾಯಿ ಕೊಡುತ್ತಿದ್ದರು. ಒಮ್ಮೊಮ್ಮೆ ಹತ್ತು ರೂಪಾಯಿ ಮುರಿದುಕೊಳ್ಳುತ್ತಿದ್ದುದೂ ಉಂಟು. ಮುಷ್ಕರದ ಸಮಯದಲ್ಲಿ ನಮಗೆ ಸಂಬಳ ಬರಲಿಲ್ಲವಾದ್ದರಿಂದ ಹಿಂದಿನ ತಿಂಗಳು ನಾವು ಕೊಟ್ಟ ಚೆಕ್ ಬೌನ್ಸ್ ಆಗಿ ಭೋರಿಲಾಲನೂ ಸಾಲ ನಿಲ್ಲಿಸಿ ಬಿಟ್ಟ. ಬಡ್ಡಿ ಮುರಿದುಕೊಂಡು ಸಾಲ ಕೊಡುವ ಮಾವಳ್ಳಿಯ ಇನ್ನೊಬ್ಬ ಲೇವಾದೇವಿದಾರನನ್ನು 'ಇಂದಿರಾತನಯ'ರು ಬಹಳ ಹಿಂದೆಯೇ ನನಗೆ ಪರಿಚಯಿಸಿದ್ದರು. ಆತನಿಂದ ಸಾಲ ಪಡೆದು ದಿನಗಳನ್ನು ದೂಡಿದ್ದಾಯಿತು. ಮುಷ್ಕರ ಐವತ್ತನೆಯ ದಿನಕ್ಕೆ ಕಾಲಿಟ್ಟಿತು. ಕೊನೆಗೆ ಹರಿಕುಮಾರ್ ಅವರೇ ಸಂಧಾನದ ಮೇಜಿಗೆ ಬಂದರು. ಪರಿಹಾರ ಕಾಣಿಸಿದರು. ಐವತ್ಮೂರು ದಿನಗಳ ನಂತರ ನಾವು ಕೆಲಸಕ್ಕೆ ವಾಪಸಾದೆವು.

ನಾವು ಮುಷ್ಕರದ ಬಿಸಿಯಿಂದ ಚೇತರಿಸಿಕೊಂಡು ಮತ್ತೆ ಉತ್ಸಾಹದಿಂದ ಕೆಲಸದಲ್ಲಿ ತೊಡಗಿಕೊಂಡ ಕೆಲವೇ ದಿನಗಳಲ್ಲಿ 'ಪ್ರವಾ' ಸಂಪಾದಕೀಯ ವಿಭಾಗದಲ್ಲಿ ಕೆಲವೊಂದು ಮಹತ್ವದ ಬದಲಾವಣೆಗಳಾದವು. ನಿವೃತ್ತಿಗೆ ಒಂದು ವರ್ಷ ಬಾಕಿಯಿದ್ದಾಗಲೇ, ಒಂದು ದಿನ ಬೆಳಿಗ್ಗೆ ಟೈಮ್ ಆಫೀಸಿನಲ್ಲೇ ವೈಎನ್ಕೆ ಅವರಿಗೆ ಪರ್ಸನಲ್ ಡಿಪಾರ್ಟ್ಮೆಂಟಿನಿಂದ ಒಂದು ಲಕೋಟೆ ನೀಡಲಾಯಿತು. ಅದು, ವೈಎನ್ಕೆ ಅವರನ್ನು ಸಂಪಾದಕ ಸ್ಥಾನದಿಂದ ಪದಚ್ಯುತಿಗೊಳಿಸಿ ಸಂಪಾದಕೀಯ ಸಲಹೆಗಾರರನ್ನಾಗಿ ನೇಮಿಸಿದ ಆದೇಶವಾಗಿತ್ತು. ಎಂ ಬಿ ಸಿಂಗ್ ಅವರನ್ನು 'ಪ್ರವಾ'

ಸಂಪಾದಕರನ್ನಾಗಿ ನೇಮಿಸಲಾಗಿತ್ತು. 'ಸುಧಾ' ಹೊಣೆಗಾರಿಕೆಯನ್ನು ಜಿ ಎಸ್ ಸದಾಶಿವ ಅವರಿಗೆ ವಹಿಸಲಾಯಿತು. ವೈಎನ್ಕೆ ಅವರಿಗೆ ಕೂರಲು ಪ್ರತ್ಯೇಕ ಸ್ಥಳದ ವ್ಯವಸ್ಥೆ ಮಾಡಲಾಯಿತು. ಅವರು ನಾಮ್ ಕೇ ವಾಸ್ತೆ ಸಲಹೆಗಾರರಾಗಿದ್ದರು. ಪ್ರತಿದಿನ ಬಂದು ಒಂದಿಷ್ಟು ಸಮಯವಿದ್ದು ಹೋಗುತ್ತಿದ್ದರು. 1984ರಲ್ಲಿ ನಿವೃತ್ತಿ ಹೊಂದಿದರು. 1983ರ ಇನ್ನೊಂದು ಬದಲಾವಣೆ ಎಂದರೆ ಬಿ ವಿ ವೈಕುಂಠರಾಜು ಅವರನ್ನು ಸಾಪ್ತಾಹಿಕ ಪುರವಣಿಯಿಂದ ಪಲ್ಲಟಗೊಳಿಸಿದ್ದು.

1983ರ ಮಧ್ಯಭಾಗದಲ್ಲಿ ವೈಕುಂಠರಾಜು ಅವರನ್ನು 'ಸಾಪು'ದಿಂದ ತೆಗೆದು ಅವರಿಗೆ ಚೀಫ್ ಫೀಚರ್ ರೈಟರ್ ಹುದ್ದೆ ನೀಡಲಾಯಿತು. ತಮ್ಮನ್ನು 'ಸಾಪು'ದಿಂದ ಬರಖಾಸ್ತು ಮಾಡಲು ಅನಂತ ಮೂರ್ತಿಯವರ ಒತ್ತಡವೇ ಕಾರಣವೆಂದು ಸಿ ವಿ ರಾಜಗೋಪಾಲ್ ಹೇಳಿದ್ದಾಗಿ ಬಿವಿವಿ 'ತಹತಹ' ಆತ್ಮಚರಿತ್ರೆಯಲ್ಲಿ ಬರೆದಿದ್ದಾರೆ. "ಇದು ನಿಜವೇ ಎಂದು ಅನಂತ ಮೂರ್ತಿಗೆ ಪತ್ರ ಬರೆದೆ. 'ಒಬ್ಬ ಮನುಷ್ಯ ಒಂದೇ ಜಾಗದಲ್ಲಿರುವುದು ಅವನಿಗೂ ಒಳ್ಳೆಯದಲ್ಲ ಸಮಸ್ತರಿಗೂ ಒಳ್ಳೆಯದಲ್ಲ ಎನ್ನುವ ದೃಷ್ಟಿಯಿಂದ ನಾನು ಹರಿಕುಮಾರ್‌ಗೆ ಹೇಳಿದ್ದು ನಿಜ. ಆದರೆ, ನೀವಿದ್ದಿದ್ದರೆ ಚೆನ್ನಾಗಿತ್ತು' ಎಂದು ಅನಂತ ಮೂರ್ತಿಯವರು ಉತ್ತರಿಸಿದ್ದಾಗಿಯೂ ಬಿವಿವಿ ಬರೆದಿದ್ದಾರೆ." "ಸಾಧ್ಯವಾದರೆ ಒಂದಿಷ್ಟು ದಿವಸ ವೈಕುಂಠರಾಜು ಅವರನ್ನು ವಾರದ ವಿಭಾಗದ 'ಸಾಪ್ತಾಹಿಕ ಪುರವಣಿ'ಯಿಂದ ಬದಲಾಯಿಸಲು ಸಾಧ್ಯವಾದರೆ ನೋಡಿ, ಎಂದು ಡಿ ಆರ್ ನಾಗರಾಜ್, ಹರಿಕುಮಾರ್ ಅವರಿಗೆ ಸಲಹೆ ಮಾಡಿದ್ದಾಗಿ ಶೂದ್ರ ಶ್ರೀನಿವಾಸ್, 'ಲಂಕೇಶ್, ಮೋಹಕ ರೂಪಕಗಳ ನಡುವೆ' ಗ್ರಂಥದಲ್ಲಿ ದಾಖಲಿಸಿದ್ದಾರೆ (ಪುಟ 130)."

ವೈಕುಂಠರಾಜು ಅವರನ್ನು ಬೇರೆ ಹುದ್ದೆಗೆ ಬದಲಾಯಿಸಿದ ನಂತರ ಸಾಪ್ತಾಹಿಕ ಪುರವಣಿಯ ಪೂರ್ಣ ಹೊಣೆಯನ್ನು ನನಗೆ ವಹಿಸಲಾಯಿತು.

ವೈಕುಂಠರಾಜು ಅವರು ಚೀಫ್ ಫೀಚರ್ ರೈಟರಾಗಿ ಒಂದು ಫೀಚರನ್ನೂ ಬರೆಯಲಿಲ್ಲ. ಸಹಾಯಕ ಸಂಪಾದಕರ ಕೊಠಡಿಯಲ್ಲಿ ಕುಳಿತು 'ವಾಚಕರ ವಾಣಿ' ಪತ್ರಗಳನ್ನು ನೋಡಿ ಪರಿಷ್ಕರಿಸುವ ಕೆಲಸ ಮಾಡುತ್ತಿದ್ದರು. ಹುದ್ದೆ ಬದಲಾವಣೆಯಿಂದ ಅಸಮಾಧಾನಗೊಂಡಿದ್ದ ಬಿವಿವಿ 'ಪ್ರವಾ'ದಲ್ಲಿ ಇದ್ದುಕೊಂಡೇ 'ವಾರ ಪತ್ರಿಕೆ'ಯ ಸಿದ್ಧತೆ ನಡೆಸಿದ್ದರು. 1984ರ ಜನವರಿಯಲ್ಲಿ ರಾಜೀನಾಮೆ ನೀಡಿದರು. ಅವರು ರಾಜೀನಾಮೆ ನೀಡಿದ ಮರುದಿನವೇ 'ಪ್ರವಾ' ಮೊದಲ ಪುಟದಲ್ಲಿ 'ವಾರ ಪತ್ರಿಕೆ' ಪ್ರಕಟಣೆಯ ಜಾಹೀರಾತು ಪ್ರಕಟವಾಗಿ ಆಡಳಿತ ವರ್ಗಕ್ಕೆ ಸ್ವಲ್ಪ ಇರುಸುಮುರುಸು ಆಯಿತು. ಆಡಳಿತ ವರ್ಗ ತಮ್ಮ ಪತ್ರಿಕೆಯ ಜಾಹೀರಾತನ್ನು ಪ್ರಕಟಿಸುವುದಿಲ್ಲವೆಂಬ ಶಂಕೆಯಿಂದಲೋ ಏನೋ ಬಿವಿವಿ. ರಾಜೀನಾಮೆಗೂ

ಮುನ್ನ ಜಾಹೀರಾತು ಸಂಸ್ಥೆ ಮೂಲಕ ಜಾಗ ಕಾಯ್ದಿರಿಸಿ, ಜಾಹೀರಾತು ವಿಭಾಗದ ಮ್ಯಾನೇಜರಿಗೂ ಜಾಹೀರಾತಿನ ವಿಷಯ ಗೊತ್ತಾಗದಂತೆ ಕೊನೆಗಳಿಗೆಯಲ್ಲಿ ಜಾಹೀರಾತಿನ ಬ್ಲಾಕ್ ನೀಡುವಂತೆ ರಹಸ್ಯವಾಗಿ ಪ್ರಕಟಣೆಗೆ ವ್ಯವಸ್ಥೆ ಮಾಡಿದ್ದರು.

ವೈಕುಂಠರಾಜು ಅವರ 'ವಾರ ಪತ್ರಿಕೆ' ಜಾಹೀರಾತು ಪ್ರಕಟವಾದೊಂದೆರಡು ದಿನಗಳಲ್ಲೇ 'ಕನ್ನಡ ಪ್ರಭ' ರಂಗನಾಥ್ ಅವರು ನನ್ನನ್ನು ಮತ್ತು ಸದಾಶಿವನನ್ನು ಸಂಪರ್ಕಿಸಿ ಭೇಟಿಮಾಡುವ ಇರಾದೆ ವ್ಯಕ್ತಪಡಿಸಿದರು. ಭೇಟಿಯಾದಾಗ, ರಂಗನಾಥ್, "ನಾನು ಮತ್ತು ಸದಾಶಿವ 'ಪ್ರವಾ'ಗೆ ರಾಜೀನಾಮೆ ಕೊಟ್ಟು 'ವಾರ ಪತ್ರಿಕೆ' ಸೇರಿದರೆ ಅದು ಪ್ರಚಂಡ ಯಶಸ್ಸು ಗಳಿಸುವುದರಲ್ಲಿ ಅನುಮಾನವೇ ಇಲ್ಲ. ನೀವಿಬ್ಬರು ನಿಮ್ಮ ಪಿಎಫ್ ಹಣವನ್ನು ಅದರಲ್ಲಿ ಬಂಡವಾಳವಾಗಿ ತೊಡಗಿಸಿ ಪಾಲುದಾರರರೂ ಆಗಬಹುದು," ಎಂಬ ಸಲಹೆಯನ್ನು ನಮ್ಮ ಮುಂದಿಟ್ಟರು. ಇದು ರಂಗನಾಥ್ ಅವರ ಸಲಹೆಯೋ ಅಥವಾ ಅವರು ಬಿವಿವಿ ಅವರ ರಾಯಭಾರಿಯಾಗಿ ಈ ಮಾತುಗಳನ್ನಾಡಿದ್ದರೋ ತಿಳಿಯದು. ಆದರೆ, ನಮ್ಮ ನಮ್ಮ ಕೌಟುಂಬಿಕ ಹಿನ್ನೆಲೆಯಲ್ಲಿ, 'ಪ್ರವಾ' ಬಿಟ್ಟು ಇಂಥ ಅಪಾಯಕಾರಿ ಸಾಹಸಕ್ಕಿಳಿಯುವ ಸ್ಥಿತಿಯಲ್ಲಿ ನಾವಿರಲಿಲ್ಲ.

❖

16

ಬೆಂಗಳೂರಿಗೆ ಹಿಂದಿರುಗಲು ಸಜ್ಜಾದೆವು. ನಮ್ಮ ನಮ್ಮ ಕಾರುಗಳನ್ನು ಏರಲಿದ್ದೆವು. ಅಷ್ಟರಲ್ಲಿ ಸ್ವಾಮಿಗಳ ಪ್ರತಿನಿಧಿಗಳು ಓಡೋಡುತ್ತಾ ಬಂದು ನಮ್ಮ ಕೈಯ್ಯಲ್ಲಿ ಒಂದೊಂದು ಕವರುಗಳನ್ನು ಇಟ್ಟರು.

"ಇದೇನಿದು" ಎಂದು ನಾನು ಕೇಳಿದೆ.

"ಸ್ವಾಮಿಗಳ ಆಶೀರ್ವಾದ," ಎನ್ನುವ ಉತ್ತರ ಬಂತು.

'ಗಿಫ್ಟೆಡ್' ಇದಕೇನನ್ನಬೇಕೋ ತಿಳಿಯದು

ಜನ್ಮಜಾತ ಪ್ರತಿಭಾವಂತರು ಕೆಲವರು ಇರುತ್ತಾರೆ. ಅಂಥವರನ್ನ 'ಗಿಫ್ಟೆಡ್ ರೈಟರ್' 'ಗಿಫ್ಟೆಡ್ ಆರ್ಟಿಸ್ಟ್' ಎಂದು ಕರೆಯುವುದು ರೂಢಿಯಲ್ಲಿದೆ. ನಮ್ಮ ಪತ್ರಕರ್ತರಲ್ಲೂ ಅಂಥವರು ಇದ್ದರು, ಇದ್ದಾರೆ. ಆದಾಗ್ಯೂ ನಮ್ಮ ವೃತ್ತಿಯಲ್ಲಿ ಈ 'ಗಿಫ್ಟೆಡ್' ಒಂದು 'ಕೊಂಕು' ಪದವಾಗಿಯೇ ಪ್ರಯೋಗಿಸುತ್ತಿದ್ದ ದಿನಗಳು ಇದ್ದವು –ಈಗಿಲ್ಲ ಎಂದು ಎದೆ ಮುಟ್ಟಿಕೊಂಡು ಹೇಳಲಾರೆ. ಅವನೊಬ್ಬ ಗಿಫ್ಟೆಡ್ ಜರ್ನಲಿಸ್ಟ್/ ಗಿಫ್ಟೆಡ್ ರಿಪೋರ್ಟರ್ ಎಂದರೆ 'ಗಿಫ್ಟ್' ಪದ ಕೊಂಕು ನುಡಿಯಾಗಿಯೇ (ಸ್ಲಾಂಟ್) ದನಿ ಪಡೆದುಕೊಳ್ಳುತ್ತಿತ್ತು. ಅಂದರೆ, ಪತ್ರಿಕಾಗೋಷ್ಠಿ ಮತ್ತೆಡೆಗಳಲ್ಲಿ

ಗಿಫ್ಟ್ ಯಾನೆ ಉಡುಗೊರೆಗಳಿಗೆ ಹಾತೊರೆಯುವವರು ಎಂದು ನಮ್ಮಲ್ಲೇ 'ಯಂಗ್ ಟರ್ಕ್ಸ್'ಗಳು, 'ಗಿಫ್ಟೆಡ್' ಸಹೋದ್ಯೋಗಿಗಳನ್ನು ಲೇವಡಿ ಮಾಡುತ್ತಿದ್ದೆವು.

ಸಾಮಾನ್ಯವಾಗಿ ಆ ದಿನಗಳಲ್ಲಿ ಸಚಿವರುಗಳು, ಶಾಸಕರು, ವಾಣಿಜ್ಯೋದ್ಯಮಿಗಳು, ಸಿನಿಮಾ ನಿರ್ಮಾಪಕ/ ನಿರ್ದೇಶಕರುಗಳು ನಡೆಸುತ್ತಿದ್ದ ಪತ್ರಿಕಾಗೋಷ್ಠಿಗಳಲ್ಲಿ ಪುಷ್ಕಳವಾದ ತಿಂಡಿತೀರ್ಥಗಳ ಜೊತೆಗೆ ಉಡುಗೊರೆಯ ಪ್ರಲೋಭನೆಯೂ ಇರುತ್ತಿತ್ತು. ಅದರಿಂದಾಗಿ ವರದಿಗಾರರಲ್ಲಿ ಹೆಚ್ಚು ಮಂದಿ ಇಂಥ ಪತ್ರಿಕಾಗೋಷ್ಠಿಗಳಿಗೆ ಹೋಗಲು ಹಂಬಲಿಸುತ್ತಿದರು. ಉಪ ಸಂಪಾದಕರುಗಳೂ ಇಂಥ ಅವಕಾಶಗಳಿಗಾಗಿ ಕಾಯುತ್ತಿದ್ದರು. ನಾನು ಡೆಸ್ಕಿನಲ್ಲಿದ್ದ ದಿನಗಳಲ್ಲಿ ಸಂಜೆ ವೇಳೆ ವೈಕುಂಠರಾಜು ಸಿನಿಮಾ ಸುದ್ದಿ ತರಲು ನನ್ನನ್ನು ಸಿನಿಮಾ ಸೆಟ್ಟುಗಳಿಗೆ ಕಳುಹಿಸುತ್ತಿದ್ದರು. ಆ ದಿನಗಳಲ್ಲಿ ಡಾ. ರಾಜಕುಮಾರ್ ಅಂಥವರು ಬಿಟ್ಟರೆ, ಬಾಕಿಯಂತೆ ಹಿರಿಕಿರಿಯ ತಾರೆಯರೆಲ್ಲರೂ ಪ್ರಚಾರಕ್ಕಾಗಿ, ತಮ್ಮದೊಂದು ಸಂದರ್ಶನ ಪ್ರಕಟಣೆಗಾಗಿ ಹಾತೊರೆಯುತ್ತಿದ್ದರು. ಪತ್ರಕರ್ತರನ್ನ 'ಚೆನ್ನಾಗಿ ನೋಡಿಕೊಂಡರೆ' ಇದೆಲ್ಲ ಸಾಧ್ಯ ಎಂಬ ಭಾವನೆ ಕೆಲವು ಕಲಾವಿದರಲ್ಲೂ ಇತ್ತು. ಹೀಗಾಗಿ ಸೆಟ್ಟುಗಳಲ್ಲಿ/ ಹೊರಾಂಗಣ ಚಿತ್ರೀಕರಣ ಸ್ಥಳಗಳಲ್ಲಿ ಪತ್ರಕರ್ತರಿಗೆ ವಿಶೇಷ ಸ್ವಾಗತ, ಆದರಾತಿಥ್ಯಗಳು ಇರುತ್ತಿದ್ದವು. ತಿಂಡಿ, ತೀರ್ಥ, ಸಿಗರೇಟು ಹೀಗೆ. ಕೆಲವರು, ಕೊನೆಗೆ ಹೋಗುವಾಗ ಎಳ್ಳಷ್ಟೂ ಲಜ್ಜೆ ಇಲ್ಲದೆ ಕೇಳಿ, ದಾರಿಗೋ ಮನೆಗೋ ಪಾರ್ಸೆಲ್ ತೆಗೆದುಕೊಂಡು ಹೋಗುತ್ತಿದ್ದುದನ್ನು ನಾನು ಅನೇಕ ಸಲ ಕಂಡಿದ್ದೆ. ಈ ಆಮಿಷಗಳನ್ನು ನಿರಾಕರಿಸುತ್ತಿದ್ದ ನನ್ನಂಥವರನ್ನು ವೃತ್ತಿಬಾಂಧವರಿರಲಿ, ನಟ–ನಿರ್ದೇಶಕರುಗಳೂ 'ಮಡಿವಂತರು–ಮಿಸ್ಟರ್ ಕ್ಲೀನ್' ಎಂದು ಲೇವಡಿ ಮಾಡುತ್ತಿದ್ದರು.

ಈ ಮಧ್ಯೆ ನನ್ನನ್ನು ವಿವೇಚನೆಗೀಡು ಮಾಡುವಂಥ ಒಂದು ಪ್ರಸಂಗ ಜರುಗಿತು. 1977ರಲ್ಲಿ ಆಂಧ್ರಪ್ರದೇಶದಲ್ಲಿ 'ದಿವಿಸೀಮಾ' ಎಂಬ ಭೀಕರ ಚಂಡಮಾರುತವೆದ್ದು ಹತ್ತು ಸಾವಿರಕ್ಕೂ ಹೆಚ್ಚು ಜನ ಅದಕ್ಕೆ ಆಹುತಿಯಾಗಿದ್ದರು. ಹತ್ತು ಲಕ್ಷ ಮನೆಗಳು ನೆಲಸಮವಾಗಿದ್ದವು. ಇಂಥ ಸ್ಥಿತಿಯಲ್ಲಿ ಉಡುಪಿಯ ಪೇಜಾವರ ಮಠದ ವಿಶ್ವೇಶತೀರ್ಥರು ನೊಂದವರಿಗೆ ಅನ್ನ, ಆಶ್ರಯ ಕಲ್ಪಿಸಲು ಧಾವಿಸಿದ್ದರು. ವಿಶ್ವೇಶತೀರ್ಥರು ನೆಲಸಮವಾಗಿದ್ದ ಎರಡು ಗ್ರಾಮಗಳನ್ನು ದತ್ತು ತೆಗೆದುಕೊಂಡು ನಿರ್ವಸತಿಗರಾದವರಿಗೆ ಅಲ್ಲಿ ಪುನರ್ವಸತಿ ಕಲ್ಪಿಸಿದ್ದರು. ಆ ಗ್ರಾಮದಲ್ಲಿ ಮನೆ ಕಳೆದುಕೊಂಡವರಿಗೆಲ್ಲ ಮನೆಗಳನ್ನು ಕಟ್ಟಿಸಿಕೊಟ್ಟಿದ್ದರು. ಅವರ ಬದುಕಿಗೆ ಆಧಾರ ಕಲ್ಪಿಸಿದ್ದರು. ಈ ಪುನರ್ವಸತಿ ಗೃಹಪ್ರವೇಶ ಸಮಾರಂಭಕ್ಕೆ ಬೆಂಗಳೂರಿನಿಂದ ಪೇಜಾವರ ಶ್ರೀಗಳು ಪತ್ರಕರ್ತರನ್ನು ಆಹ್ವಾನಿಸಿದರು. 'ಪ್ರವಾ'ದಿಂದ ನಾನು, 'ಸಂಕ'ದಿಂದ ರಾಜಾ ರಾವ್, 'ಕಪ್ರ'ದಿಂದ ಶ್ರೀ ಹರ್ಷ ಹಾಗೂ 'ಡೆಕ್ಕನ್ ಹೆರಾಲ್ಡ್'

'ಇಂಡಿಯನ್ ಎಕ್ಸ್‌ಪ್ರೆಸ್' ಮತ್ತು 'ಹಿಂದೂ' ಪತ್ರಿಕೆಗಳ ಮಿತ್ರರೂ ಈ ತಂಡದಲ್ಲಿ ಇದ್ದರು.

ಚಂಡಮಾರುತದ ಪ್ರವಾಹದಲ್ಲಿ ಕೊಚ್ಚಿಹೋದ ಸಮುದ್ರ ತೀರದ ಈ ಎರಡು ಗ್ರಾಮಗಳ ಪುನರುಜ್ಜೀವನವನ್ನು ನಮಗೆ ತೋರಿಸಲಾಯಿತು. ಹೋಮ, ಹವನ, ಪೂಜೆ, ಪುನಸ್ಕಾರಗಳ ನಂತರ ಗ್ರಾಮದ ಜನತೆ ಹೊಸ ಮನೆಗೆ, ಹೊಸ ಬದುಕಿಗೆ ಪದಾರ್ಪಣ ಮಾಡಿದರು. ಅಲ್ಲಿಗೆ ನಮ್ಮ ಕೆಲಸ ಮುಗಿದಿತ್ತು. ವಾಪಸು ಹೋಗಿ ವರದಿ ಬರೆಯಬೇಕು. ಅಷ್ಟರಲ್ಲಿ ನಮ್ಮಲಿ ಕೆಲವರಿಗೆ, "ಇಷ್ಟು ಹತ್ತಿರ ಬಂದಿದ್ದೀವಿ ತಿಮ್ಮಪ್ಪನ ದರ್ಶನ ಮಾಡದೇ ಹೋಗುವುದೇ," ಎಂಬ ದೈವಭಕ್ತಿ ಜಾಗೃತವಾಯಿತು. ಅದನ್ನು ವಿಶ್ವೇಶ ತೀರ್ಥರ ಕಾರ್ಯದರ್ಶಿಯವರಲ್ಲಿ ಬಿನ್ನವಿಸಿಕೊಂಡರೂ ಕೂಡ.

"ನಾವು ಬಂದ ಕೆಲಸ ಮುಗಿಯಿತು. ದೇವರ ದರ್ಶನ ನಮ್ಮ ಕಾರ್ಯಸೂಚಿಯಲ್ಲಿಲ್ಲ. ನಾವು ಕೂಡಲೇ ಬೆಂಗಳೂರಿಗೆ ಹೋಗುವುದು ಸೂಕ್ತ," ಎಂಬುದು ನನ್ನ, ಹರ್ಷ ಹಾಗೂ ಇನ್ನೂ ಒಬ್ಬಿಬ್ಬರ ಅಭಿಪ್ರಾಯವಾಗಿತ್ತು. ಆದರೆ, ಭಕ್ತರು ಗೆದ್ದರು. ನಮ್ಮ ತಿರುಪತಿ ತಿಮ್ಮಪ್ಪನಿಗೂ ಉಡುಪಿ ಕೃಷ್ಣನಿಗೂ ಹಳೆಯ ನಂಟು ಉಂಟಲ್ಲ. ಶ್ರೀಗಳು ವಿಶೇಷ ದರ್ಶನಕ್ಕೆ ವ್ಯವಸ್ಥೆ ಮಾಡಿದರು. ನಮ್ಮನ್ನು ತಿರುಪತಿಗೆ ಕರೆದೊಯ್ದು ದೇವರ ದರ್ಶನ ಮಾಡಿಸುವ ಜವಾಬ್ದಾರಿಯನ್ನು ಶಿಷ್ಯರೊಬ್ಬರಿಗೆ ವಹಿಸಿ ಸ್ವಾಮಿಗಳು ಉಡುಪಿಯ ಹಾದಿ ಹಿಡಿದರು. ಹೊರಡುವ ಮುನ್ನ ನಮ್ಮಲ್ಲಿ ಒಬ್ಬೊಬ್ಬರನ್ನೂ ಕರೆದು, ಯೋಗಕ್ಷೇಮ ವಿಚಾರಿಸಿ ಫಲ ಮಂತ್ರಾಕ್ಷತೆ ಕೊಟ್ಟು ಆಶೀರ್ವದಿಸಿದರು. ನಾವು ಹೀಗೆ ತಿರುಪತಿ ಯಾತ್ರೆ ಮಾಡಿ ತಿಮ್ಮಪ್ಪನ ದರ್ಶನ ಪಡೆದುಕೊಂಡೆವು (ನನ್ನ ಮಟ್ಟಿಗೆ ಅದೇ ಮೊದಲು, ಅದೇ ಕೊನೆಯಾದ ತಿರುಪತಿ ಯಾತ್ರೆ. ನಂತರ ನನ್ನ ಕೈ ಹಿಡಿದ ಸರಳಾ ಸಹ ತಿರುಪತಿಗೆ ಹೋಗುವ ಎಂದು ಎಂದೂ ಒತ್ತಾಯ ಪಡಿಸಲಿಲ್ಲ).

ಬೆಂಗಳೂರಿಗೆ ಹಿಂದಿರುಗಲು ಸಜ್ಜಾದೆವು. ನಮ್ಮ ನಮ್ಮ ಕಾರುಗಳನ್ನು ಏರಲಿದ್ದೆವು. ಅಷ್ಟರಲ್ಲಿ ಸ್ವಾಮಿಗಳ ಪ್ರತಿನಿಧಿಗಳು ಓಡೋಡುತ್ತಾ ಬಂದು ನಮ್ಮ ಕೈಯ್ಯಲ್ಲಿ ಒಂದೊಂದು ಕವರುಗಳನ್ನು ಇಟ್ಟರು.

"ಇದೇನಿದು ಎಂದು ನಾನು ಕೇಳಿದೆ?"

ಹರ್ಷನೂ ಅದನ್ನೇ ಕೇಳಿದರು.

"ಸ್ವಾಮಿಗಳ ಆಶೀರ್ವಾದ," ಎನ್ನುವ ಉತ್ತರ ಬಂತು.

"ಫಲ ಮಂತ್ರಾಕ್ಷತೆ ಕೊಟ್ಟು ಸ್ವಾಮಿಗಳು ಆಗಲೇ ಆಶೀರ್ವದಿಸಿ ಆಗಿದೆಯಲ್ಲ, ಇದಿನ್ನೇಕೆ?"

"ಹೇ... ಹೇ... ಕೃಷ್ಣನ ಕೃಪೆ."

"ನಮಗೆ ಇದು ಬೇಡ, ಫಲ ಮಂತ್ರಾಕ್ಷತೆ ಸಾಕು," ಎಂದು ನಾನು ಮತ್ತು ಹರ್ಷ ಕವರನ್ನು ಹಿಂದಿರುಗಿಸಿದೆವು.

"ದೇವರ ಕೃಪೆಯನ್ನು ಧಿಕ್ಕರಿಸುವಷ್ಟು ಅಹಂಕಾರ ಇರಬಾರದು," ಎಂದು ಉಳಿದವರು ಕವರನ್ನು 'ಕಿಸಾ'ಯಿಸಿ (ಪಾಕೆಟೆಡ್) ಕೊಂಡರು.

ಪತ್ರಕರ್ತರ ಮಾನ ಹೀಗೆ ಹರಾಜಾಗುತ್ತಿರುವುದನ್ನು ಕಂಡು ಸಹಿಸಿಕೊಳ್ಳಲಾಗದೆ ನಾವು ಕೆಲವರು; ನಾನು, 'ಕನ್ನಡಪ್ರಭ'ದ ಶ್ರೀಹರ್ಷ, 'ಸಂಯುಕ್ತ ಕರ್ನಾಟಕ'ದ ವೆಂಕಟಸುಬ್ಬು, ದೇವನಾಥ್, 'ಇಂಡಿಯನ್ ಎಕ್ಸ್‌ಪ್ರೆಸ್'ನ ಬಿ ಕೆ ವಿಟ್ಠಲ್, 'ಪ್ರಜಾಮತ'ದ ಪಿ ಎನ್ ರಂಗನ್ ಮೊದಲಾಗಿ ಕೆಲವರು ಕರ್ನಾಟಕ ಕಾರ್ಯನಿರತ ಪತ್ರಕರ್ತರ ಸಂಘದ ಸರ್ವಸದಸ್ಯರ ಸಭೆಯಲ್ಲಿ ಈ ವಿಷಯವನ್ನು ಪ್ರಸ್ತಾಪಿಸಿದೆವು. ಡಿ ವಿ ಗುಂಡಪ್ಪನವರು ಸ್ಥಾಪಿಸಿದ ಈ ಸಂಘ ಕೇವಲ ಹಕ್ಕುಗಳಿಗಾಗಿ ಹೋರಾಡುವ ಸಂಘವಷ್ಟೇ ಅಲ್ಲ, ಪತ್ರಿಕಾ ಧರ್ಮ ಮತ್ತು ನೀತಿಗಳನ್ನು ಕಾಪಾಡುವ, ಆ ನಿಟ್ಟಿನಲ್ಲಿ ಮಾರ್ಗದರ್ಶನ ಮಾಡುವ ಹೊಣೆಗಾರಿಕೆಯೂ ಅದಕ್ಕಿದೆ. ಆದ್ದರಿಂದ ಈ ಗಿಫ್ಟ್ ಇತ್ಯಾದಿ ಸೇವೆಗಳನ್ನು ಪಡೆಯುವುದರಲ್ಲಿ ಪತ್ರಕರ್ತರಿಗೆ ಒಂದು ನೀತಿಸಂಹಿತೆ ರೂಪಿಸುವಂತೆ ಒತ್ತಾಯಿಸಿದೆವು. ಸಾಕಷ್ಟು ಚರ್ಚೆಯ ನಂತರ ಈ ವಿಷಯದ ಮಂಥನಕ್ಕಾಗಿಯೇ ಒಂದು ವಿಶೇಷ ಸಭೆ ಕರೆಯಲು ಅಂದಿನ ವಾರ್ಷಿಕ ಸಭೆ ನಿರ್ಧರಿಸಿತು.

ವಿಶೇಷ ಸಭೆಯೂ ನಡೆಯಿತು. ಇದರಲ್ಲಿ ಬೆಂಗಳೂರಿನ ಪ್ರಮುಖ ಪತ್ರಿಕೆಗಳ ಪತ್ರಕರ್ತರು ಭಾಗವಹಿಸಿದ್ದರು. ಪತ್ರಕರ್ತರು ಯಾವುದೇ ಆಮಿಷ/ಪ್ರಲೋಭನೆಗಳಿಗೊಳಗಾಗದೆ ಕರ್ತವ್ಯ ನಿರ್ವಹಿಸಬೇಕೆಂಬುದು ಈ ಸಭೆಯ ಸರ್ವಸಮ್ಮತ ಅಭಿಪ್ರಾಯವಾಗಿತ್ತು. ಆದರಾತಿಥ್ಯ ಮತ್ತು ಉಡುಗೊರೆಗಳ ಪ್ರಶ್ನೆ ಬಂದಾಗ ಸಭೆಯಲ್ಲಿ ಎರಡು ಅಭಿಪ್ರಾಯಗಳು ವ್ಯಕ್ತವಾದವು.

ಅತಿಥಿಗಳನ್ನು ಸತ್ಕರಿಸುವುದು ನಮ್ಮ ಸಂಪ್ರದಾಯ. ಹೀಗಾಗಿ ವ್ಯವಸ್ಥಾಪಕರು ಆತಿಥ್ಯ ನೀಡುವುದು ಸಹಜ. ಅದನ್ನು ಸ್ವೀಕರಿಸುವುದರಲ್ಲಿ ತಪ್ಪೇನಿಲ್ಲ–ಎನ್ನುವುದು ಒಂದು ತರ್ಕವಾದರೆ,

ಪತ್ರಕರ್ತರು ಅತಿಥಿಗಳಾಗಿ ಹೋಗಿರುವುದಿಲ್ಲ, ತಮ್ಮ ಕರ್ತವ್ಯ ನಿರ್ವಹಣೆಗಾಗಿ ಹೋಗಿರುತ್ತಾರೆ. ಕರ್ತವ್ಯ ನಿರ್ವಹಣೆಯಲ್ಲಿ ಯಾವುದೇ ಹಂಗಿಗೆ ಒಳಗಾದರೂ ವಸ್ತುನಿಷ್ಠ ಕರ್ತವ್ಯ ಸಾಧ್ಯವಾಗದು. ಪ್ರಲೋಭನೆಗಳಿಗೆ ಈಡಾಗುವುದು ಮಾನವ ಸಹಜ ದೌರ್ಬಲ್ಯ. ಇದನ್ನು ಹತ್ತಿಕ್ಕಿ ನಾವು ನಿಲ್ಲಬೇಕು, ಇಲ್ಲವಾದಲ್ಲಿ ಪಟ್ಟಭದ್ರಹಿತಾಸಕ್ತಿಗಳು ಈ ದೌರ್ಬಲ್ಯದ ಲಾಭ ಪಡೆಯುವ ಸಾಧ್ಯತೆಗಳೇ ಹೆಚ್ಚಾಗಿರುತ್ತದೆ ಎನ್ನುವುದು ಇನ್ನೊಂದು ತರ್ಕವಾಗಿತ್ತು.

ಸಾಕಷ್ಟು ಚರ್ಚೆಯ ನಂತರ, "ಪತ್ರಕರ್ತರು ಯಾವುದೇ ಆಮಿಷ, ಪ್ರಲೋಭನೆಗಳಿಗೆ ಒಳಗಾಗದೆ ಸತ್ಯವನ್ನು ವರದಿ ಮಾಡುವ ವೃತ್ತಿಧರ್ಮಕ್ಕೆ ಬದ್ಧರಾಗಿರಬೇಕು. ಕಾಫಿ-ತಿಂಡಿಯ ಸೌಜನ್ಯದ ಆತಿಥ್ಯವನ್ನು ಸ್ವೀಕರಿಸುವುದು, ಆತಿಥೇಯರಂತೆ ಅತಿಥಿಗೂ ಒಂದು ಸೌಜನ್ಯದ ನಡೆಯಾಗಿರುತ್ತದೆ. ಉಡುಗೊರೆಗಳನ್ನು ಸ್ವೀಕರಿಸಬಾರದು ಎಂಬ ನಿರ್ಣಯಕ್ಕೆ ಬರಲಾಯಿತು. ವೃತ್ತಿಪರ ಸಂಸ್ಥೆಯೂ ಆದ ಕೆಯುಡಬ್ಲ್ಯುಜೆ ತನ್ನ ಸದಸ್ಯರಿಗೆ ಈ ನಿಯಮ ಪಾಲಿಸುವಂತೆ ಸೂಚಿಸಬೇಕು ಎಂದು ನಿರ್ಧರಿಸಲಾಯಿತು.

ಆದರೆ, ಈ ನಿರ್ಣಯಗಳು ಕಾಗದದ ಮೇಲೇ ಉಳಿದವು. ಉಡುಗೊರೆಗಳನ್ನು ಕೊಡುವುದು, ಸ್ವೀಕರಿಸುವುದು ಯಾವುದೂ ನಿಲ್ಲಲಿಲ್ಲ. ಎಂಬತ್ತು-ತೊಂಬತ್ತರ ದಶಕದಲ್ಲಿ ಇನ್ನೊಂದು ಹೊಸ ವಿದ್ಯಮಾನ ಕಾಣಿಸಿಕೊಂಡಿತು. ವಾಣಿಜ್ಯೋದ್ಯಮಗಳ ಪತ್ರಿಕಾಗೋಷ್ಠಿಗಳಲ್ಲಿ ತಿಂಡಿ-ತೀರ್ಥಗಳ ಜೊತೆಗೆ ಆಹ್ವಾನಿತ ಪತ್ರಕರ್ತರಿಗೆ ಉಡುಗೊರೆ ಬದಲು 'ಗಿಫ್ಟ್ ಕೂಪನ್' ಕೊಡುವ ಹೊಸ ಪದ್ಧತಿ ಶುರುವಾಯಿತು. 'ಗಿಫ್ಟ್ ಕೂಪನ್' ತೋರಿಸಿ ಗೊತ್ತಾದ ಮಳಿಗೆಗಳಲ್ಲಿ ಅದರಲ್ಲಿ ನಮೂದಾದ ನಿಗದಿತ ಮೊತ್ತಕ್ಕೆ ಸಮನಾದ ಯಾವುದೇ ವಸ್ತುವನ್ನು ಪತ್ರಕರ್ತರು ಪಡೆದುಕೊಳ್ಳಬಹುದಿತ್ತು.

ಈ ಗಿಫ್ಟ್ ಕೂಪನ್ನುಗಳನ್ನು ಪತ್ರಿಕಾಗೋಷ್ಠಿಯಲ್ಲಿ ಹಾಜರಿದ್ದ ವರದಿಗಾರರಿಗೆ ಕೊಡುವುದರ ಜೊತೆಗೆ ಆ ಪತ್ರಿಕೆಯ ಸಂಪಾದಕರು, ಸುದ್ದಿ ಸಂಪಾದಕರು ಮತ್ತು ಮುಖ್ಯ ವರದಿಗಾರರಿಗೂ ವರದಿಗಾರರ ಮೂಲಕ ಕಳುಹಿಸಿ ಕೊಡುವ ಮುತುವರ್ಜಿಯನ್ನು ವ್ಯವಸ್ಥಾಪಕರು ವಹಿಸುತ್ತಿದ್ದರು. ಕೆಲವೆಡೆ ವರದಿಗಾರರರೇ ನಮ್ಮ ಸಂಪಾದಕರಿಗೆ, ಸುದ್ದಿ ಸಂಪಾದಕರಿಗೊಂದು 'ಗಿಫ್ಟ್ ಕೂಪನ್' ಕೊಡಿ ಎಂದು ಒಂದಕ್ಕಿಂತ ಹೆಚ್ಚಿನ 'ಗಿಫ್ಟ್ ಕೂಪನ್' ಪಡೆದುಕೊಳ್ಳುತ್ತಿದ್ದರು ಎಂಬುದೂ ನನ್ನ ಗಮನಕ್ಕೆ ಬಂದಿತ್ತು. ವರದಿಗಾರರೊಬ್ಬರು 'ಸರ್ ಇದು ತಮಗೆ' ಎಂದು ನನ್ನ ಮುಂದೆ 'ಗಿಫ್ಟ್ ಕೂಪನ್' ಒಂದನ್ನು ಇಟ್ಟಾಗ ಈ ಹೊಸ ಪದ್ಧತಿ ನನ್ನ ಗಮನಕ್ಕೆ ಬಂತು, "ಇಂಥದನ್ನೆಲ್ಲ ನಾವು ಪತ್ರಕರ್ತರು ಸ್ವೀಕರಿಸಬಾರದು, ನಾವು ಇಂಥ ಹಂಗುಗಳಲ್ಲಿ ಸಿಗಬಾರದು," ಎಂದು ಕಟ್ಟುನಿಟ್ಟಾಗಿ ಹೇಳಬೇಕಾಯಿತು. ಹಾಗೂ ಮುಖ್ಯ ವರದಿಗಾರರ ಮೂಲಕ ಎಲ್ಲ ವರದಿಗಾರರಿಗೂ ಇದನ್ನು ಅರುಹಲಾಯಿತು. ವರದಿಗಾರರರು ಇದನ್ನು ಎಷ್ಟರಮಟ್ಟಿಗೆ ಪಾಲಿಸಿದರೋ ತಿಳಿಯದು. ನನಗಂತೂ 'ಗಿಫ್ಟ್ ಕೂಪನ್' ಬರುವುದು ನಿಂತಿತು.

ನಮ್ಮಲ್ಲಿ ಒಬ್ಬರು ಸುದ್ದಿ ಸಂಪಾದಕರಿದ್ದರು. ಅವರೂ ನನ್ನ ಸರೀಕರೆ. ಆಗ ನಾನು 'ಸುಧಾ'ದಲ್ಲಿದ್ದೆ. ಅವರು 'ಪ್ರವಾ'ದಲ್ಲಿ 'ಸುಸಂ' ಆಗಿದ್ದರು. ಅವರು ಬಂದ ಕೂಡಲೇ ವರದಿಗಾರರ ದಿನದ ಕೆಲಸಗಳನ್ನು ತೋರಿಸುವ ಸೂಚಿಯನ್ನು

ಗಂಭೀರವಾಗಿ ಪರಾಮರ್ಶಿಸಿ, ವರದಿಗಾರರರು ಕಾಲಕ್ಕೆ ಸರಿಯಾಗಿ ವರದಿಗಳನ್ನು ತಮಗೆ ರವಾನಿಸುವಂತೆ/ ಕೊಡುವಂತೆ ಬಹಳ ಮುತುವರ್ಜಿಯಿಂದ ನೋಡಿಕೊಳ್ಳುತ್ತಿದ್ದರು. ಹೀಗೆ ಗಮನಿಸುವಾಗ ಯಾವುದು ಉಡುಗೊರೆ ಲಾಭದ ಪತ್ರಿಕಾಗೋಷ್ಠಿ ಎಂಬುದು ಅವರ ಕಣ್ಣುಗಳನ್ನು ಮರೆಮಾಚುತ್ತಿರಲಿಲ್ಲ. ಅಂಥ ಗೋಷ್ಠಿಗೆ ಹೋಗಿಬಂದ ವರದಿಗಾರರನನ್ನು ಕರೆದು, ಪತ್ರಿಕಾಗೋಷ್ಠಿಯಲ್ಲಿ ಏನಾಯಿತೆಂದು ಕೇಳಿ ತಿಳಿದು ಕೊಳ್ಳುತ್ತಿದ್ದರು. ನಂತರದ ಪಶ್ನೆ: "ಏನು ಗಿಫ್ಟ್ ಕೊಟ್ಟರು. ಅದನ್ನು ತಾ ಇಲ್ಲಿ," ವರದಿಗಾರ ತಂದು ತೋರಿಸಿದಾಗ, ಗಿಫ್ಟ್ ಅನ್ನು ತಮ್ಮಲ್ಲೇ ಇರಿಸಿಕೊಂಡು, "ಆಯಿತು, ಇದು ಇಲ್ಲಿರಲಿ, ನೀನು ಬೇಗ ವರದಿಕೊಡು, ಅದು ಮಾರ್ನಿಂಗ್ ಎಡಿಷನ್‌ಗೆ ಹೋಗಬೇಕು," ಎಂದು ತಾಕೀತು ಮಾಡುತ್ತಿದ್ದರು. ಕಿರಿಯ ವರದಿಗಾರರು 'ಗಿಫ್ಟ್'ನ್ನು 'ಸುಸಂ'ಗೆ ಒಪ್ಪಿಸಿದರೆ, ಇನ್ನು ಕೆಲವರು 'ಗಿಫ್ಟೇನೂ ಇಲ್ಲ ಸರ್' ಎಂದು ತಾರಮ್ಮಯ್ಯ ಆಡಿಸಿ ಖುಷಿಪಡುತ್ತಿದ್ದರು. ಇದನ್ನೆಲ್ಲ ಒಬ್ಬಿಬ್ಬರು ವರದಿಗಾರರು ನನ್ನ ಬಳಿ ತೋಡಿಕೊಂಡಿದ್ದರು.

1999. ಎಸ್ ಎಂ ಕೃಷ್ಣ ಕರ್ನಾಟಕ ಪ್ರದೇಶ ಕಾಂಗ್ರೆಸ್ ಅಧ್ಯಕ್ಷರಾಗಿ, ಎಲ್ಲರನ್ನು ತಮ್ಮ ಜೊತೆಗೆ ಕಟ್ಟಿಕೊಂಡು ರಾಜ್ಯಾದ್ಯಂತ ಪ್ರವಾಸಮಾಡಿ ಚುನಾವಣೆಯಲ್ಲಿ ಕಾಂಗ್ರೆಸ್ ಗೆಲ್ಲುವಂತೆ ಮಾಡಿದರು. ಅದಕ್ಕೆ ಉಡುಗೊರೆಯಾಗಿ ಅವರಿಗೆ ಮುಖ್ಯಮಂತ್ರಿ ಪದವಿಯೂ ಸಿಕ್ಕಿತು. ಕರ್ನಾಟಕದಲ್ಲಿ ಮತ್ತೆ ಕಾಂಗ್ರೆಸ್ ಸರ್ಕಾರ ಅಧಿಕಾರಕ್ಕೆ ಬಂದು ಒಂದು ವಾರವಾಗಿರಬೇಕು. ಒಂದು ದಿನ ನಾನು ದಿನದ ಕೆಲಸ ಮುಗಿಸಿಕೊಂಡು ರಾತ್ರಿ 11ಕ್ಕೆ ಮನೆಗೆ ಹೋದಾಗ, ವೆರಾಂಡಾದಲ್ಲೇ ಒಂದು ಭಾಂಗಿ ನನ್ನ ಕಣ್ಣಿಗೆ ಬಿತ್ತು.

"ಏನದು?" ಎಂದು ಸರಳಾಳನ್ನು ಕೇಳಿದೆ.

"ಯಾರೋ ಕಾಂಗ್ರೆಸ್ಸಿನವರಂತೆ, ನಿಮ್ಮನ್ನು ಕೇಳಿಕೊಂಡು ಬಂದು ಅದನ್ನು ಕೊಟ್ಟು ಹೋದರು."

ಅದರಲ್ಲಿ ಏನಿರಬಹುದು? ಕಾಂಗ್ರೆಸ್ಸಿನವರು ಅದನ್ನು ಏಕೆ ಕಳುಹಿಸಿರಬಹುದು ಎಂಬ ಪ್ರಶ್ನೆಗಳು ನನ್ನ ಮನಸ್ಸಿನಲ್ಲಿ ಹುಟ್ಟಿದವು. ಅದೇ ಯೋಚನೆಯಲ್ಲೇ ಊಟ ಮುಗಿಸಿ ಮಲಗಿದೆ. ಮರುದಿನ ಎಂದಿನ ಅಭ್ಯಾಸದಂತೆ ಪತ್ರಿಕೆಗಳನ್ನು ಓದಿ, ನಮ್ಮ ಕೊರತೆಗಳೇನು, ತಪ್ಪುಗಳೇನು ಎಂದೆಲ್ಲ ಟಿಪ್ಪಣಿ ಮಾಡಿಕೊಂಡು, ನಿತ್ಯ ವಿಧಿಯಂತೆ ಮುಖ್ಯ ವರದಿಗಾರ ಜಗದೀಶ್ ಅವರಿಗೆ ಫೋನ್ ಮಾಡಿದೆ. ಅಂದಿನ ಸಂಚಿಕೆ, ಅಂದಿನ ಕಾರ್ಯಕ್ರಮಗಳ ಬಗ್ಗೆ ಮಾತನಾಡಿದ ನಂತರ ಜಗದೀಶ್ ಅವರಿಗೆ ಭಾಂಗಿಯ ವಿಚಾರ ತಿಳಿಸಿ ಅದರ ಬಗ್ಗೆ ನಿಮಗೇನಾದರೂ ಗೊತ್ತೆ? ಎಂದು ಕೇಳಿದೆ.

"ಅದು ಕರ್ನಾಟಕ ಪ್ರದೇಶ ಕಾಂಗ್ರೆಸ್ ಪಕ್ಷ ವಿಜಯೋತ್ಸವ ಆಚರಿಸುತ್ತಿರುವ ರೀತಿ," ಎಂದು ಅವರು ಉತ್ತರಿಸಿದರು.

"ತಾವು ಮತ್ತೆ ಅಧಿಕಾರಕ್ಕೆ ಬಂದುದಕ್ಕೆ ಖುಷಿಯಿಂದ ವಿಜಯೋತ್ಸವ ಆಚರಿಸುತ್ತಿರುವ ಕೆಪಿಸಿಸಿ ನಗರದ ಎಲ್ಲ ಪತ್ರಿಕೆಗಳ ಸಂಪಾದಕರು, ಮುಖ್ಯ ವರದಿಗಾರರು ಸೇರಿದಂತೆ ಹಿರಿಯ ಪತ್ರಕರ್ತರಿಗೆ ವಿಜಯೋತ್ಸವದ ಉಡುಗೊರೆ ಕಳುಹಿಸುತ್ತಿದೆ. ಸೀರೆ, ಕುಪ್ಪುಸದ ಖಣ, ಪ್ಯಾಂಟ್ ಮತ್ತು ಶರ್ಟ್ ಪೀಸ್, ಇಷ್ಟೇ ಸರ್ ಇನ್ನೇನೂ ಇಲ್ಲ," ಎಂದು ಜಗದೀಶ್ ನಿಷ್ಕಾಳಜಿಯಿಂದ ಹೇಳಿದರು.

ಇದನ್ನು ಕೇಳಿ ನನಗೆ ಮೈ ಉರಿದುಹೋಯಿತು. ಗೆದ್ದ ಪಕ್ಷ ಒಳ್ಳೆಯ ಆಡಳಿತ ನೀಡುವತ್ತ ಗಮನ ಹರಿಸುವುದು ಬಿಟ್ಟು ಪತ್ರಕರ್ತರನ್ನು ಓಲೈಸಿಕೊಳ್ಳಲು ಹೊರಟಿದೆಯೇ? ಭ್ರಷ್ಟಾಚಾರ ಇಲ್ಲಿಂದಲೇ ಶುರುವಾಗುತ್ತಿದೆಯೇ? ಎಂದು ಪ್ರಕ್ಷುಬ್ಧನಾದೆ. ಈ ಮುಜುಗರದಲ್ಲೇ ಆಫೀಸಿಗೆ ಹೋಗಿ ಮುಖ್ಯಮಂತ್ರಿ ಕೃಷ್ಣ ಅವರನ್ನು ಸಂಪರ್ಕಿಸಲು ಪ್ರಯತ್ನಿಸಿದೆ. ಎರಡು-ಮೂರು ಟೆಲಿಫೋನ್ ಕರೆಗಳ ನಂತರ ಆಪ್ತ ಕಾರ್ಯದರ್ಶಿ ಕೃಷ್ಣ ಅವರಿಗೆ ಫೋನ್ ಕನೆಕ್ಟ್ ಮಾಡಿದರು.

"ನಮಸ್ಕಾರ ಸರ್, ನಮ್ಮ ವಾಚಕರ ಪರವಾಗಿ ನಿಮಗೆ ಅಭಿನಂದನೆಗಳು. ಜನತೆ ನಿಮ್ಮಿಂದ ಹೆಚ್ಚಿನ ನಿರೀಕ್ಷೆಗಳನ್ನು ಇಟ್ಟುಕೊಂಡಿದ್ದಾರೆ. ಆದರೆ, ಒಬ್ಬ ಪತ್ರಕರ್ತನಾಗಿ ನಾನು ಇದನ್ನು ನಿಮ್ಮಿಂದ ನಿರೀಕ್ಷಿಸಿರಲಿಲ್ಲ?"

"ಏನದು ಹೇಳಿ ರಾಯರೆ?'

"ನಿಮ್ಮ ಪಕ್ಷ ಪತ್ರಕರ್ತರನ್ನು ಖರೀದಿಯ ಸರಕು ಎಂದು ತಿಳಿದಿದೆಯೆ? ಉಡುಗೊರೆಯಂಥ ಆಮಿಷಗಳಿಂದ ಪತ್ರಕರ್ತರನ್ನು ಬುಟ್ಟಿಗೆ ಹಾಕಿಕೊಳ್ಳಬಹುದು ಎಂದು ತಿಳಿದಿದೆಯೆ?"

"ನನಗೆ ನಿಮ್ಮ ಮಾತು ಅರ್ಥವಾಗ್ತಿಲ್ಲ. ಸ್ವಲ್ಪ ವಿವರಿಸಿ?"

"ಕೆಪಿಸಿಸಿ ಕಚೇರಿಯಿಂದ ನನಗೊಂದು ಉಡುಗೊರೆಯ ಪಾರ್ಸೆಲ್ ಬಂದಿದೆ. ಅದರರ್ಥ ಏನು ಎಂಬುದನ್ನು ನೀವೇ ಹೇಳಬೇಕು."

"ಹೌದೇ! ನನಗೆ ಆ ವಿಚಾರ ತಿಳಿಯದು."

"ಇದು ನಿಮಗೆ ತಿಳಿಯದೆ ನಡೆದಿದೆ ಎನ್ನುತ್ತಿದ್ದೀರಿ, ಇದನ್ನು ನಾವು ನಂಬಬೇಕು ಎಂಬುದು ನಿಮ್ಮ ಇಚ್ಛೆಯಾಗಿರುವಂತೆ ತೋರುತ್ತಿದೆ. ಏನೇ ಇರಲಿ, ನಿಮ್ಮ ಪಕ್ಷದ ಈ ವರ್ತನೆಯಿಂದ ನನಗೆ ನೋವಾಗಿದೆ. ಇದು ನಮ್ಮ ವೃತ್ತಿ ಪಾವಿತ್ರ್ಯ ಮತ್ತು ನೀತಿ-ನಿಯಮಗಳಿಗೆ ತೋರಿದ ಅಗೌರವ."

“ನಾನು ವಿಚಾರಿಸುತ್ತೇನೆ. ಪತ್ರಿಕಾ ಸ್ವಾತಂತ್ರ್ಯ ಮತ್ತು ನೀತಿ–ನಿಯಮಗಳ ಬಗ್ಗೆ ನನಗೆ ಗೌರವವಿದೆ. ನಿಮಗೆ ನೋವಾಗಿದ್ದರೆ ಸಾರಿ,”

“ಹೌದು ನೋವಾಗಿದೆ. ಮೊದಲು ಕೆಪಿಸಿಸಿ ಆ ಉಡುಗೊರೆಯನ್ನು ನನ್ನ ಮನೆಯಿಂದ ವಾಪಸು ತೆಗೆದುಕೊಂಡು ಹೋಗಬೇಕು,” ಎಂದು ನಾನು ಖಡಾಖಂಡಿತವಾಗಿ ಹೇಳಿದೆ.

ಅಲ್ಲಿಗೆ ಒಂದೆರಡು ಶಿಷ್ಟಾಚಾರದ ಮಾತುಗಳ ನಂತರ ಮುಖ್ಯಮಂತ್ರಿ ಕೃಷ್ಣ ಅವರೊಂದಿಗೆ ನನ್ನ ಫೋನ್ ಸಂಭಾಷಣೆ ಮುಗಿಯಿತು.

ರಾತ್ರಿ ಮನೆಗೆ ಹೋದ ಕೂಡಲೇ, “ನಿನ್ನೆ ಬಂದ ವ್ಯಕ್ತಿಯೇ ಬಂದು ಆ ಪಾರ್ಸೆಲ್ ವಾಪಸು ತೆಗೆದುಕೊಂಡು ಹೋದರು. ‘ಬೇರೆ ಯಾರಿಗೋ ಕೊಡಬೇಕಾದ್ದು ತಪ್ಪಾಗಿ ನಿಮಗೆ ಕೊಟ್ಟುಬಿಟ್ಟೆ ಸಾರಿ’ ಹೇಳಿ ವಾಪಸು ತೆಗೆದುಕೊಂಡು ಹೋದರು,” ಎಂದು ಸರಳಾ ಹೇಳಿದಳು.

ಈ ‘ಗಿಫ್ಟ್’ ಪುರಾಣದಲ್ಲಿ ಯಾರೊಬ್ಬರನ್ನೂ ದೂಷಿಸುವ ಅಥವಾ ಯಾರ ಮನಸ್ಸನ್ನು ನೋಯಿಸುವ ಉದ್ದೇಶವೂ ಇಲ್ಲ. ನನ್ನ ಆತ್ಮಸಾಕ್ಷಿಯನ್ನು ತಿಳಿಗೊಳಿಸಿಕೊಳ್ಳುತ್ತಿದ್ದೇನೆ, ಅಷ್ಟೇ.

❖

17

ಆ ವೇಳೆಗಾಗಲೇ 'ನವ್ಯದ ಪರ' ಎಂಬ ಹೆಗ್ಗಳಿಕೆಗೋ ತೆಗಳಿಕೆಗೋ ಪಾತ್ರವಾಗಿದ್ದ 'ಸಾಪು'ವನ್ನು ಮತ್ತಷ್ಟು ನವ್ಯ ಮಾಡಬೇಡಿ ಎಂದು ನನಗೆ ಶುರುವಿಗೇ ಎಚ್ಚರಿಕೆ ನೀಡಿದ್ದರು. ಹೊಸ ಅಭಿರುಚಿ, ಹೊಸ ಸಂವೇದನೆಗಳನ್ನು ಬೆಳೆಸುವ ನಿಟ್ಟಿನಲ್ಲಿ ಸಾಪ್ತಾಹಿಕ ಪುರವಣಿಯನ್ನು ಬೆಳೆಸುವ ಸಂಕಲ್ಪದಿಂದ ನಾನು ಮುಂದೆ ಅಡಿ ಇಟ್ಟೆ.

ಸಾಂಸ್ಕೃತಿಕ ಪತ್ರಿಕೋದ್ಯಮದ ಸಾಧನ ಸಂಪತ್ತುಗಳು

ಹೊಸ ಸಂಪಾದಕರಾದ ಎಂ ಬಿ ಸಿಂಗ್ ಅವರು ಸಾಪ್ತಾಹಿಕ ಪುರವಣಿಯ ಪೂರ್ತಿ ನಿರ್ವಹಣೆಯನ್ನೇನೋ ನನಗೆ ವಹಿಸಿದರು. ಆದರೆ, ಅದು ಒಬ್ಬರ ಕೆಲಸ, ಇನ್ನೊಬ್ಬ ಉಪ ಸಂಪಾದಕ ಬೇಕಿಲ್ಲ ಎನ್ನುವ ತೀರ್ಮಾನಕ್ಕೆ ಬಂದಿದ್ದರು. ಹೀಗೆ, ಏಕಮೇವಾದ್ವಿತೀಯನಾದ ನನ್ನಲ್ಲಿ 'ಸಾಪು'ಗೆ ವಸ್ತು–ವಿನ್ಯಾಸಗಳಲ್ಲಿ ಹೊಸ ರೂಪ ಕೊಡುವ ಆಸೆ ಚಿಗುರಿತು. ಕನ್ನಡ ಸಾಂಸ್ಕೃತಿಕ ಪತ್ರಿಕೋದ್ಯಮದಲ್ಲಿ 'ಪ್ರವಾ' ಸಾಪ್ತಾಹಿಕ ಪುರವಣಿ ಮತ್ತು ದೀಪಾವಳಿ ವಿಶೇಷಾಂಕಗಳ ಕೊಡುಗೆ ಗಣನೀಯವಾದುದು

ಎಂಬುದು ಈ ವೇಳೆಗಾಗಲೇ ಮಾನ್ಯವಾಗಿತ್ತು. ಅದನ್ನು ಮತ್ತಷ್ಟು ಎತ್ತರಕ್ಕೊಯ್ಯುದ್ದ ಕನ್ನಡ ಸಾಂಸ್ಕೃತಿಕ ಲೋಕದ 'ಧ್ರುವತಾರೆ'ಯಾಗಿಸುವ ಹುಮ್ಮಸ್ಸಿನಿಂದ ಒಂದು ನೀಲನಕ್ಷೆ ಸಿದ್ಧಪಡಿಸಿ ಅದಕ್ಕೆ ಸಂಪಾದಕರ ಅಂಗೀಕಾರವನ್ನೂ ಪಡೆದುಕೊಂಡೆ. ಹೊಸ ವಿನ್ಯಾಸ ರೂಪಿಸುವ ಕೆಲಸವನ್ನು ಕಲಾವಿದ ಗೆಳೆಯ ಚಂದ್ರನಾಥ್‌ಗೆ ವಹಿಸಲಾಯಿತು. ಸಾಹಿತ್ಯ, ಕಲೆಗಳ ಹಳೆ ಪೀಳಿಗೆಯನ್ನು ಅಲಕ್ಷಿಸದೇ, ಆಧುನಿಕ ಸಂವೇದನೆಯ ಹೊಸ ಪೀಳಿಗೆಯನ್ನೂ ಪೋಷಿಸಿ/ ಪ್ರೋತ್ಸಾಹಿಸುವ ಮೂಲಕ 'ಸಾಪು'ವನ್ನು ಹೆಚ್ಚು ಸತ್ವಶಾಲಿಯೂ ನವನವೋನ್ಮೇಷಶಾಲಿನಿಯೂ ಆಗಿ ಚೆಂದ ಕಾಣಿಸುವಂತೆ ಮಾಡುವ ಕೆಲಸ ನನ್ನ ಹೊಣೆಗಾರಿಕೆಯನ್ನು ಹೆಚ್ಚಿಸಿತ್ತು.

ಆ ವೇಳೆಗಾಗಲೇ 'ನವ್ಯದ ಪರ' ಎಂಬ ಹೆಗ್ಗಳಿಕೆಗೋ ತೆಗಳಿಕೆಗೋ ಪಾತ್ರವಾಗಿದ್ದ 'ಸಾಪು'ವನ್ನು ಮತ್ತಷ್ಟು ನವ್ಯ ಮಾಡಬೇಡಿ ಎಂದು ಸಿಂಗ್ ಸಾಹೇಬರು ನನಗೆ ಶುರುವಿಗೇ ಎಚ್ಚರಿಕೆ ನೀಡಿದ್ದರು.

ಓದುಗರ ಬೇಕು–ಬೇಡಗಳನ್ನೂ ಗಮನದಲ್ಲಿಟ್ಟುಕೊಂಡು ಹೊಸ ಅಭಿರುಚಿ, ಹೊಸ ಸಂವೇದನೆಗಳನ್ನು ಬೆಳೆಸುವ ನಿಟ್ಟಿನಲ್ಲಿ ಸಾಪ್ತಾಹಿಕ ಪುರವಣಿಯನ್ನು ಬೆಳೆಸುವ ಸಂಕಲ್ಪದಿಂದ ನಾನು ಮುಂದೆ ಅಡಿ ಇಟ್ಟೆ. ಈ ನಿಟ್ಟಿನಲ್ಲಿ ಲೇಖಕರು ಮತ್ತು ಕಲಾವಿದರ ಸಹಕಾರ ಅತ್ಯಗತ್ಯವಾಗಿತ್ತು. ಎಂದೇ ಸಾಹಿತಿಗಳು ಮತ್ತು ಕಲಾವಿದರುಗಳನ್ನು ಸಂಪರ್ಕಿಸುವುದು ನನ್ನ ಮೊದಲ ಕೆಲಸವಾಯಿತು.

ಬೆಂಗಳೂರಿನ ಕವಿಗಳು, ಸಾಹಿತಿಗಳು ಕಲಾವಿದರುಗಳನ್ನು ಭೇಟಿಮಾಡಿದ್ದರ ಜೊತೆಗೆ, ಸಂಪಾದಕರ ಒಪ್ಪಿಗೆ ಪಡೆದು ಮೈಸೂರು ಮತ್ತು ಧಾರವಾಡಗಳಿಗೂ ಹೋಗಿ ಕವಿಗಳು, ಸಾಹಿತಿಗಳು ಮತ್ತು ಕಲಾವಿದರೊಡನೆ ಸಮಾಲೋಚಿಸಿ ಅವರ ಸಹಕಾರ ಕೋರಿದೆ. ಸುಪ್ರಸಿದ್ಧರು, ಹೊಸ ಪೀಳಿಗೆಯ ಪ್ರಖ್ಯಾತರು ಮತ್ತು ಉದಯೋನ್ಮುಖರು ಇವರೆಲ್ಲರನ್ನೂ ಗಣನೆಗೆ ತೆಗೆದುಕೊಂಡು ಅವರುಗಳಿಂದ ಪ್ರಚಲಿತಕ್ಕೆ ಪ್ರಸ್ತುತವಾಗುವ ರೀತಿಯಲ್ಲಿ ಲೇಖನ/ ಕಥೆ/ ಕವನ/ ಅಂಕಣಗಳನ್ನು ಬರೆಸುವುದು ನನ್ನ ಈ ಭೇಟಿಯ ಮುಖ್ಯ ಉದ್ದೇಶವಾಗಿತ್ತು.

ಮೈಸೂರಿನಲ್ಲಿ ಬೆಳಿಗ್ಗೆ ಸಾಹಿತಿ ಮಿತ್ರರನ್ನು ಭೇಟಿಮಾಡಿ ನಂತರ 'ಮಾನಸ ಗಂಗೋತ್ರಿ'ಯ ಕಡೆ ಹೆಜ್ಜೆ ಹಾಕಿದೆ. ಆಗ ಹಾರೋಗದ್ದೆ ಮಾನಪ್ಪ ನಾಯಕರು ಕನ್ನಡ ಅಧ್ಯಯನ ಸಂಸ್ಥೆಯ ಮುಖ್ಯಸ್ಥರಾಗಿದ್ದರು. ನಾಯಕರನ್ನು ಭೇಟಿಯಾಗಲು ಬೆಳಿಗ್ಗೆ ಪೂರ್ವಭಾವಿಯಾಗಿ ಅವರಿಗೆ ಟೆಲಿಫೋನ್ ಮಾಡಿ ಸಮಯ ನಿಗದಿ ಪಡಿಸಿಕೊಂಡಿದ್ದೆ. ನಾಯಕರ ಕೊಠಡಿ ಪ್ರವೇಶಿಸಿದಂತೆ ಅವರು, "ಬನ್ನಿ ಸ್ವಾಮಿ? ಬನ್ನಿ," ಎಂದು ಆತ್ಮೀಯವಾಗಿ ಸ್ವಾಗತಿಸಿದರು. ಇದು ನನಗೆ ತುಂಬ ಅನಿರೀಕ್ಷಿತವಾಗಿತ್ತು. ಏಕೆಂದರೆ ಆ ವೇಳೆಗೆ ನನಗೆ ಅಂಟಿಕೊಂಡಿದ್ದ

'ನವ್ಯದ ಅಡ್ಡೆಯವನು' ಎಂಬ ಹಣೆಪಟ್ಟಿ ಒಂದು ಕಾರಣವಾದರೆ, ಕೆಲವು ತಿಂಗಳುಗಳ ಹಿಂದೆ ಜಿ ಎಚ್ ನಾಯಕರು ಕೇಂದ್ರ ಸಾಹಿತ್ಯ ಅಕಾಡೆಮಿಗೆ ಬರೆದ 'ಸ್ವಾತಂತ್ರ್ಯೋತ್ತರ ಕನ್ನಡ ಸಾಹಿತ್ಯ ಮಾರ್ಗಗಳ ಸಂಕ್ಷಿಪ್ತ ಸಮೀಕ್ಷೆ' ಲೇಖನ ಕುರಿತ ವಿವಾದ ಮತ್ತೊಂದು ಕಾರಣವಾಗಿತ್ತು.

"ಇಪ್ಪತ್ತು ಪುಟಗಳ ಲೇಖನದಲ್ಲಿ ನವ್ಯರಿಗೆ 13 ಪುಟ ಮೀಸಲಿಟ್ಟು, ಬೇಂದ್ರೆಯವರಿಗೆ 9 ಸಾಲು, ಕೆ ವಿ ಪುಟ್ಟಪ್ಪ ಅವರಿಗೆ ಒಂದು ಪುಟಕ್ಕಿಂತ ಕಡಿಮೆ ಸ್ಥಳ ಕೊಟ್ಟಿರುವ ಲೇಖಕರು, ಮಾಸ್ತಿ, ಡಿವಿಜಿ, ಪುತಿನ, ಭೈರಪ್ಪ ಅವರ ಹೆಸರನ್ನು ಹೇಳಿಲ್ಲ," ಇತ್ಯಾದಿಯಾಗಿ ಹಾಮಾನಾ ಅವರು ಜಿ ಎಚ್ ನಾಯಕರ ಲೇಖನವನ್ನು ಟೀಕಿಸಿ, ಇಂಥ ವಿಮರ್ಶಕರ ಬಗ್ಗೆ ಎಚ್ಚರ ಅಗತ್ಯ ಎಂದು ಕನ್ನಡ ಜನತೆಗೆ ಕರೆ ನೀಡಿದ್ದರು. ಅಲ್ಲದೆ ಈ ಲೇಖನವನ್ನು ಇತರ ಭಾರತೀಯ ಭಾಷೆಗಳಿಗೆ ಅನುವಾದಿಸಕೂಡದೆಂದು ಅಕಾಡೆಮಿಯಲ್ಲಿ ಠರಾವನ್ನೂ ಮಾಡಿಸಿದ್ದರು. ನಾನು ಜಿ ಎಚ್ ನಾಯಕರನ್ನು ಸಮರ್ಥಿಸಿ 'ಪ್ರಜಾವಾಣಿ' 'ವಾಚಕರ ವಾಣಿ' ವಿಭಾಗದಲ್ಲಿ ಬರೆದ ಪತ್ರದಿಂದಾಗಿ ಹಾ ಮಾ ನಾಯಕರಲ್ಲಿ ನನ್ನ ಬಗ್ಗೆ ಪೂರ್ವಾಗ್ರಹ ಬೆಳೆದಿತ್ತು. ಎಷ್ಟರಮಟ್ಟಿಗೆ ಎಂದರೆ, ಅವರು ತಮ್ಮದೊಂದು ಲೇಖನದಲ್ಲಿ ನನ್ನನ್ನು ಪತ್ರಕರ್ತನೆಂದೂ ಪರಿಗಣಿಸದೇ 'ವಾಚಕರ ವಾಣಿ ಲೇಖಕ' ಎಂದು ಹಗುರವಾಗಿ ಕಂಡಿದ್ದರು. ಪತ್ರಕರ್ತನಾಗಿ 'ವಾಚಕರ ವಾಣಿ'ಯ ಮಹತ್ವ ತಿಳಿದಿದ್ದ ನಾನು ಇದನ್ನು ಗಂಭೀರವಾಗಿ ತೆಗೆದುಕೊಂಡಿರಲಿಲ್ಲ. ಈ ಹಿನ್ನೆಲೆಯಲ್ಲಿ ಹಾಮಾನಾ ಹೇಗೆ ಸ್ವಾಗತಿಸುವರೋ ಎಂಬ ಆತಂಕ ನನ್ನಲ್ಲಿತ್ತು. ಅವರ ಸ್ವಾಗತ ಕಂಡು ನಿರಾಳನಾದೆ.

ಹಾ ಮಾ ನಾಯಕರು ಆಗಷ್ಟೇ 'ಪ್ರಜಾಮತ'ಕ್ಕೆ ಬರೆಯುತ್ತಿದ್ದ ಅಂಕಣವನ್ನು ನಿಲ್ಲಿಸಿದ್ದರು. ಬೇರೆ ಯಾವ ಪತ್ರಿಕೆಗೂ ಬರೆಯುತ್ತಿರಲಿಲ್ಲ. ಅವರಿಂದ 'ಸಾಪು'ಗೆ ಒಂದು ಅಂಕಣ ಬರೆಸುವುದು ನನ್ನ ಭೇಟಿಯ ಉದ್ದೇಶವಾಗಿತ್ತು. ಉಭಯ ಕುಶಲೋಪರಿಗಳಾದ ನಂತರ ನಾನು ಅಂಕಣ ಬರೆಯುವಂತೆ ಅವರಲ್ಲಿ ವಿನಂತಿಸಿಕೊಂಡೆ.

"ನನಗೆ ನಿಮ್ಮ ಬಗ್ಗೆಯಾಗಲೀ 'ಪ್ರವಾ' ಬಗ್ಗೆಯಾಗಲೀ ಯಾವುದೇ ಪೂರ್ವಾಗ್ರಹಗಳಿಲ್ಲ. ನಿಮ್ಮ ಆಹ್ವಾನಕ್ಕೆ ವಂದನೆಗಳು. ಸ್ವಲ್ಪ ಸಮಯ ಕೊಡಿ ಯೋಚಿಸಿ ತಿಳಿಸುತ್ತೇನೆ," ಎಂದರು ನಾಯಕರು.

ಒಂದೆರಡು ವಾರ ಬಿಟ್ಟು ಸಂಪರ್ಕಿಸಲೇ ಎಂದಾಗ, "ಬೇಡ ನಾನೇ ಬರೆಯುತ್ತೇನೆ," ಎಂದರು. ಅಲ್ಲಿಗೆ ನಮ್ಮ ಔಪಚಾರಿಕ ಮಾತುಕತೆ ಮುಕ್ತಾಯವಾಯಿತು. ನಾನು ವಿದಾಯ ಹೇಳಲು ಎದ್ದು ನಿಂತೆ.

"ಕುಳಿತುಕೊಳ್ಳಿ ಸ್ವಾಮಿ, ಏಕೆ ಇಷ್ಟು ಆತುರದಲ್ಲಿದ್ದೀರಿ," ಎಂದರು ನಾಯಕರು.

"ಆತುರವೇನಿಲ್ಲ. ನಿಮ್ಮ ಸಮಯ ಹಾಳುಮಾಡುವ ಇಚ್ಛೆ ಇಲ್ಲ."

"ಇಲ್ಲ, ಇಲ್ಲ ನಿಮ್ಮ ಭೇಟಿಯ ಸಮಯವೂ ನನಗೆ ಉಪಯುಕ್ತವಾದುದೇ," ಎಂದು ಕುಳ್ಳಿರಿಸಿ ಕಾಫಿ ಸತ್ಕಾರ ನೀಡಿದ ನಾಯಕರು ಮೆಲ್ಲಗೆ ಪೀಠಿಕೆ ಹಾಕಿದರು.

"ನನ್ನನ್ನು ಅಂಕಣ ಬರೆಯಲು ಕೇಳಿದ್ದೀರಿ. ಅದಕ್ಕೆ ಧನ್ಯವಾದಗಳು. ಆದರೆ, ನಿಮ್ಮ ಶರತ್ತುಗಳೇನು ಎಂದು ತಿಳಿಸಲಿಲ್ಲವಲ್ಲ."

"ವಿಶೇಷವಾದ ಶರತ್ತುಗಳೇನೂ ಇಲ್ಲ. ನೀವು ವಾರಕ್ಕೊಂದು ಲೇಖನ ಬರೆದು ಕೊಡಬೇಕು. ಅದು ಐದುನೂರರಿಂದ ಏಳುನೂರು ಪದಗಳ ಮಿತಿಯಲ್ಲಿರಬೇಕು. ನಿಮ್ಮ ಲೇಖನಕ್ಕೆ ಸೂಕ್ತ ಸಂಭಾವನೆ ನೀಡಲಾಗುವುದು."

"ಇದರಲ್ಲಿ ನನ್ನ ಸ್ವಾತಂತ್ರ್ಯವೆಷ್ಟು?"

"ಲೇಖಕರಾಗಿ ನಿಮಗೆ ಸಂಪೂರ್ಣ ಸ್ವಾತಂತ್ರ್ಯವಿದೆ, ಲೇಖನದ ವಸ್ತು, ವಿಷಯ ಆಯ್ಕೆ, ಭಾಷೆ, ಶೈಲಿ ಇವೆಲ್ಲದರಲ್ಲೂ ಒಬ್ಬ ಸೃಜನಶೀಲ ಲೇಖಕನಿಗಿರುವ ಸಂವಿಧಾನದತ್ತವಾದ ಅಭಿವ್ಯಕ್ತಿ ಸ್ವಾತಂತ್ರ್ಯ ನಿಮಗಿರುತ್ತದೆ. ಹಾಗೆಯೇ ಸಂಪಾದಕರಿಗೂ ಪತ್ರಿಕೆಯ ಸಂಪಾದಕೀಯ ನೀತಿ, ವೃತ್ತಿಯ ನೀತಿ-ನಿಯಮಗಳ ಬದ್ಧತೆಗಳಿರುತ್ತವೆ ಎಂಬುದನ್ನು ತಾವು ಗಮನದಲ್ಲಿಟ್ಟುಕೊಂಡರೆ ಸಾಕು."

"ಆಯಿತು ಸ್ವಾಮಿ. ನನ್ನದು ಇನ್ನೊಂದು ಮಾತಿದೆ, ನಾನು ಪ್ರತಿ ಬರಹಕ್ಕೂ 500 ರೂ. ಸಂಭಾವನೆ ಅಪೇಕ್ಷಿಸುತ್ತೇನೆ."

"ಆಗಬಹುದು ಸರ್, ಅದೇನೂ ದೊಡ್ಡ ವಿಷಯವಲ್ಲ."

"ಸರಿ ಸ್ವಾಮಿ, ನನಗೆ ಯೋಚಿಸಲು ಒಂದು ವಾರ ಕಾಲಾವಕಾಶ ಕೊಡಿ."

(ಆಗ ನಮಗೆ ಗರಿಷ್ಠ 400 ರೂ. ವರೆಗೆ ಸಂಭಾವನೆ ಕೊಡಲು ಅಧಿಕಾರವಿತ್ತು. ನಾನು ಹಾಮಾನಾ ಅವರಿಂದ ಬರೆಸುವ ಉತ್ಸಾಹದಲ್ಲಿ ಇದನ್ನು ಯೋಚಿಸದೇ ಆಗಲಿ ಎಂದು ಬಿಟ್ಟಿದ್ದೆ. ಸಂಪಾದಕರಲ್ಲಿ ಅರುಹಿದಾಗ ಅವರು ವಿಶೇಷ ಪ್ರಕರಣ ಎಂದು 500 ರೂ. ಗೆ ಆಡಳಿತ ವರ್ಗದ ಅನುಮತಿ ದೊರಕಿಸಿಕೊಟ್ಟರು.)

ನಾಲ್ಕೈದು ದಿನಗಳಲ್ಲೇ ಹಾಮಾನಾ ತಮ್ಮ ಒಪ್ಪಿಗೆ ಸೂಚಿಸಿ ಪತ್ರ ಬರೆದರು. ಅಂಕಣಕ್ಕೆ ನಾಲ್ಕೈದು ಹೆಸರುಗಳನ್ನು ಸೂಚಿಸಿದ್ದರು. ಅವುಗಳಲ್ಲಿ 'ಸಂಪ್ರತಿ'ಯನ್ನು ನಾನು ಆಯ್ಕೆ ಮಾಡಿದೆ. 1985ರ ಜನವರಿ 6ರಿಂದ 'ಸಂಪ್ರತಿ' ಶುರುವಾಯಿತು. ಕೆಲವೇ ವಾರಗಳಲ್ಲಿ ಹಾಮಾನಾ ಕಲ್ಬುರ್ಗಿ ವಿಶ್ವವಿದ್ಯಾಲಯದ ಕುಲಪತಿಗಳಾಗಿ ನೇಮಕಗೊಂಡರು. ಅಲ್ಲಿಂದ ಸಮಯಕ್ಕೆ ಸರಿಯಾಗಿ ನನ್ನ ಕೈಸೇರುವಂತೆ ಲೇಖನ

ಕಳುಹಿಸುತ್ತಿದ್ದರು. ಅಂಕಣ ತುಂಬ ಜನಪ್ರಿಯವಾಯಿತು. 1990ರಲ್ಲಿ ನಾನು 'ಸುಧಾ'ಕ್ಕೆ ವರ್ಗಾವಣೆಗೊಂಡ ನಂತರವೂ ಸೆಪ್ಟೆಂಬರ್‌ವರೆಗೆ ಹಾಮಾನಾ ಈ ಅಂಕಣ ಬರೆದರು. ಅಲ್ಲಿಯವರೆಗೆ 'ಪ್ರವಾ'ದಲ್ಲಿ ಇಷ್ಟು ಸುದೀರ್ಘಕಾಲ ಒಂದು ಅಂಕಣ ಅವ್ಯಾಹತವಾಗಿ ಪ್ರಕಟಗೊಂಡಿರಲಿಲ್ಲ. ಅಂಚೆಯ ವಿಳಂಬದಿಂದಾಗಿ ಒಂದು ವಾರ ಮಾತ್ರ (ಮಾರ್ಚ್ 2, 1986) ಪ್ರಕಟಗೊಳ್ಳಲಿಲ್ಲ. ಇದೊಂದು ದಾಖಲೆ. ಮುಂದೆ ಡಿ ವಿ ರಾಜಶೇಖರ್ ಪ್ರಾರಂಭಿಸಿದ ಜಿ ವೆಂಕಟಸುಬ್ಬಯ್ಯನವರ 'ಇಗೋ ಕನ್ನಡ' ಈ ದಾಖಲೆಯನ್ನು ಮುರಿಯಿತು.

ಹಾಮಾನಾ ಅವರ ಲೇಖನವನ್ನು ಪರಿಷ್ಕರಿಸುವ ಪ್ರಮೇಯವೇ ಬರುತ್ತಿರಲಿಲ್ಲ. ವಿಷಯದ ಆಯ್ಕೆ, ಮಂಡನೆ, ಭಾಷೆ ಎಲ್ಲದರಲ್ಲೂ ಅಚ್ಚುಕಟ್ಟು. ಒಮ್ಮೆ ಮಾತ್ರ ಅವರ ಲೇಖನಕ್ಕೆ ಕತ್ತರಿ ಆಡಿಸಲೇಬೇಕಾದ ಅನಿವಾರ್ಯತೆ ಒದಗಿ ಬಂತು. ಒಂದು ಲೇಖನದಲ್ಲಿ, ರಾಜ್ಯೋತ್ಸವ ಪ್ರಶಸ್ತಿಗೆ ಸಂಬಂಧಿಸಿದಂತೆ ನಮ್ಮ ಸಂಪಾದಕರಾದ ಎಂ ಬಿ ಸಿಂಗ್ ಅವರ ನಡೆಯನ್ನು ಪ್ರಶಂಸಿಸಿ ಒಂದು ಪ್ಯಾರಾ ಬರೆದಿದ್ದರು. ಸಿಂಗ್ ಅವರು ರಾಜ್ಯೋತ್ಸವ ಪ್ರಶಸ್ತಿಯನ್ನು ತಮಗೆ ಬೇಡವೆಂದು ಸಕಾರಣವಾಗಿಯೇ ನಿರಾಕರಿಸಿದ್ದರು.

"ನೀವು ದೊಡ್ಡ ಪತ್ರಿಕೆಯವರಿಗೆ ಮಾತ್ರ ಪ್ರಶಸ್ತಿ ನೀಡುತ್ತೀರಿ. ಸಣ್ಣ ಪತ್ರಿಕೆಯವರನ್ನ ಗಮನಿಸುವುದಿಲ್ಲ. ಇದು ಸರಿಯಲ್ಲ. ಅವರಿಗೂ ಗೌರವ ಸಂದಾಯವಾಗಬೇಕೆಂದು ನಾನು ಸಲಹೆ ಮಾಡಿದ್ದೇನೆ. ಆ ಸಲಹೆಯನ್ನು ನೀವು ಮಾನ್ಯ ಮಾಡಿಲ್ಲ. ಈ ತಾರತಮ್ಯ ನನಗೆ ಸರಿ ಕಾಣುವುದಿಲ್ಲ. ಆದ್ದರಿಂದ ನಾನು ನಿಮ್ಮ ಪ್ರಶಸ್ತಿಯನ್ನು ಸ್ವೀಕರಿಸಲಾರೆ," ಎಂದು ಎಂ ಬಿ ಸಿಂಗ್ ಅವರು ಪ್ರಶಸ್ತಿಯನ್ನು ತಿರಸ್ಕರಿಸಿ ಸರ್ಕಾರಕ್ಕೆ ಕಾಗದ ಬರೆದಿದ್ದರು. ಸರ್ಕಾರ ಸಣ್ಣ ಪತ್ರಿಕೆಗಳ ಸಮಸ್ಯೆ ಕುರಿತಂತೆ ಅಧ್ಯಯನ ಮಾಡಿ ವರದಿ ಸಲ್ಲಿಸಲು ಸಿಂಗ್ ಅವರ ಅಧ್ಯಕ್ಷತೆಯಲ್ಲಿ ಸಮಿತಿಯೊಂದನ್ನು ರಚಿಸಿತ್ತು. ಪ್ರಶಸ್ತಿ ಪುರಸ್ಕಾರಗಳನ್ನು ನೀಡುವಾಗ ಸಣ್ಣ ಪತ್ರಿಕೆಯವರನ್ನೂ ಪರಿಗಣಿಸಬೇಕೆಂದು ಸಿಂಗ್ ಅವರ ಸಮಿತಿ ಸರ್ಕಾರಕ್ಕೆ ಶಿಫಾರಸು ಮಾಡಿತ್ತು. ಆ ವರ್ಷದ ಪ್ರಶಸ್ತಿಗಳ ಬಗ್ಗೆ ಬರೆಯುತ್ತಾ ಈ ವಿಚಾರ ತಿಳಿದಿದ್ದ ಹಾಮಾನಾ, ಸಿಂಗ್ ಅವರ ನಿಲುವನ್ನು ಪ್ರಶಂಶಿಸಿದ್ದರು. ಇದನ್ನು ನಾನು ಸಿಂಗ್ ಅವರ ಗಮನಕ್ಕೆ ತಂದೆ.

"ಏನು ಮಾಡುತ್ತೀರಿ?"

"ಏನು ಮಾಡೋಣ ಸರ್?"

"ಪುರವಣಿ ಸಂಪಾದಕರಾಗಿ ನಿಮ್ಮ ನಿಲುವೇನು, ಹೇಳಿ. ಪ್ರಕಟಿಸುವಿರಾ?"

"ನಮ್ಮ ಪತ್ರಿಕೆಯಲ್ಲಿ ನಮ್ಮ ಬಗ್ಗೆಯೇ ಹೊಗಳಿಕೆ ಪ್ರಕಟಸಿಕೊಳ್ಳುವುದು, ನಮ್ಮನ್ನೇ ಮಾದರಿಯಾಗಿ ಬಿಂಬಿಸಿಕೊಳ್ಳುವುದು ಸರಿಯಲ್ಲ ಎಂದೇ ನನ್ನ

ಭಾವನೆ. ಹಾಮಾನಾ ಅವರು ಲೇಖನದಲ್ಲಿ ಇದನ್ನೇ ಮಾಡಿದ್ದಾರೆ. ಆದರೆ, ನೀವು ತೆಗೆದುಕೊಂಡಿರುವ ನಿಲುವಿನಲ್ಲಿ ನೈತಿಕ ಮೌಲ್ಯವಿದೆ ಹಾಗೂ ಆಯ್ಕೆಯ ಮಾನನದಂಡಗಳು ನ್ಯಾಯೋಚಿತವಾಗಿಲ್ಲ ಎಂಬುದು ಅದರಿಂದ ತಿಳಿಯುತ್ತದೆ, ಆದ್ದರಿಂದ ಇದು ನಿಮ್ಮ ಗುಣಗಾನದಷ್ಟೇ ಸಾರ್ವಜನಿಕ ಮಹತ್ವದ ವಿಷಯವೂ ಆಗುತ್ತದೆ. ಹೀಗಾಗಿ ಪ್ರಕಟಿಸಿದರೆ ತಪ್ಪಿಲ್ಲ ಎಂದೂ ಅನ್ನಿಸುತ್ತಿದೆ."

"ಬೇಡ. ಆ ಪ್ಯಾರಾ ಎಡಿಟ್ ಮಾಡಿ. ನಾಯಕರಿಗೆ ಫೋನ್ ಮಾಡಿ ಹೇಳಿ."

ನಾಯಕರು ಇದಕ್ಕೆ ಮೊದಲು ಒಪ್ಪಲಿಲ್ಲ. ಆದರೆ, ಇದು ಸಂಪಾದಕರು ಮತ್ತು ಪತ್ರಿಕೆಯ ನೀತಿ ವಿಚಾರ ಎಂದಾಗ ಒಪ್ಪಿದರು. ಹೊಗಳಿಕೆಯ ಪ್ಯಾರಾ ತೆಗೆದು ಹಾಕಿ ಅಂಕಣ ಪ್ರಕಟಿಸಿದೆ.

ರಾಜ್ಯೋತ್ಸವ ಪ್ರಶಸ್ತಿಗಾಗಿ ಏನೆಲ್ಲ ಪ್ರಭಾವ ಬೀರಿದ, ಶಿಫಾರಸುಗಳನ್ನು ಮಾಡಿಸಿದ ಪತ್ರಕರ್ತರನ್ನು ನಾನು ಕಂಡಿದ್ದೇನೆ. ಬಂಗಾರಪ್ಪನವರು ಮುಖ್ಯಮಂತ್ರಿಯಾಗಿದ್ದಾಗ, ಒಬ್ಬ ಪತ್ರಕರ್ತ ಪ್ರಶಸ್ತಿ ಪಡೆದವರ ಪಟ್ಟಿಯಲ್ಲಿ ತಮ್ಮ ಹೆಸರು ಕಾಣದೆ, "ಪ್ರಶಸ್ತಿ ಪ್ರಕಟಿಸುವವರೆಗೆ ಏಳುವುದಿಲ್ಲ," ಎಂದು ಮುಖ್ಯಮಂತ್ರಿ ಕಚೇರಿ ಎದುರು ಧರಣಿ ಮುಷ್ಕರ ನಡೆಸಿ ಪ್ರಶಸ್ತಿ ಪಡೆದುಕೊಂಡದ್ದನ್ನೂ ನಾನು ಬಲ್ಲೆ. ಆದರೆ, ಸಿಂಗ್ ಅವರಂತೆ ಪ್ರಶಸ್ತಿ ಬೇಡ ಎಂದ ಇನ್ನೊಬ್ಬ ಪತ್ರಕರ್ತರನ್ನು ಕಂಡಿಲ್ಲ, ಕೇಳಿಲ್ಲ.

ಹಾಮಾನಾ ಅವರ 'ಸಂಪ್ರತಿ' ಬರಹಗಳ ಹೆಚ್ಚಳವೆಂದರೆ ಅದರ ಸಾಹಿತ್ಯಕ ಮೌಲ್ಯ. ಇದನ್ನು ಗಮನಿಸಿಯೇ ಕೇಂದ್ರ ಸಾಹಿತ್ಯ ಅಕಾಡೆಮಿ, ಅಲ್ಲಿಯವರೆಗೆ ಪತ್ರಿಕಾ ಬರಹವೆಂದು ಅನಾದರಣೆಗೊಳಗಾಗಿದ್ದ ಅಂಕಣ ಬರಹವನ್ನು ಸೃಜನಶೀಲ ಸಾಹಿತ್ಯವೆಂದು ಮಾನ್ಯ ಮಾಡಿತು. ಹಾಮಾನಾ ಅವರ 'ಸಂಪ್ರತಿ' ಬರಹಗಳ ಮೊದಲ ಸಂಪುಟಕ್ಕೆ 1989ರಲ್ಲಿ ಕೇಂದ್ರ ಸಾಹಿತ್ಯ ಅಕಾಡೆಮಿ ಪ್ರಶಸ್ತಿ ಲಭಿಸಿತು.

ಕೀರ್ತಿನಾಥ ಕುರ್ತಕೋಟಿಯವರಿಂದ ನಾನು ಬರೆಸಿದ 'ಸಮ್ಮುಖ' ಅಂಕಣವೂ ಶುರುವಾಯಿತು. ಸಾಹಿತ್ಯಪ್ರಿಯರಿಗೆ, ಸಾಹಿತ್ಯದ ವಿದ್ಯಾರ್ಥಿಗಳಿಗೆ ರುಚಿಕರವಾಯಿತು, ಉಪಯುಕ್ತವಾಯಿತು. ಈ ಅಂಕಣ ಪ್ರಕಟವಾಗುತ್ತಿದ್ದಾಗಲೇ ಒಂದು ದಿನ ಜಿ ಬಿ ಜೋಶಿಯವರು ಮತ್ತು ಕುರ್ತಕೋಟಿಯವರು ಯಾವುದೋ ಕಾರ್ಯಕ್ರಮದ ಸಲುವಾಗಿ ಬೆಂಗಳೂರಿಗೆ ಬಂದವರು 'ಪ್ರಜಾವಾಣಿ'ಗೆ ಭೇಟಿಕೊಟ್ಟರು. ನೇರವಾಗಿ ನನ್ನ ಬಳಿಗೇ ಬಂದರು. ಹಿರಿಯರನ್ನು ಆದರಿಸಿ ಕುಳ್ಳಿರಿಸಿದ ನಂತರ ಒಂದಿಷ್ಟು ಹೊತ್ತು ಪುರವಣಿ ಬಗ್ಗೆ, ಅಂಕಣಗಳ ಬಗ್ಗೆ ಲೋಕಾಭಿರಾಮ ಮಾತುಕತೆ ನಡೆಯಿತು. ನಂತರ ಕುರ್ತಕೋಟಿಯವರು, "ಹೊರಡೋಣು ಇನ್ನು," ಎಂದರು.

"ನೀ ಏನ ಹೇಳಬೇಕು ಅಂತಿದ್ದೆಯಲ್ಲ ಅದನ್ನ ಹೇಳಬಿಡು ಮತ್ತ," ಅಂದರು ಜೋಶಿಯವರು. ಕುರ್ತಕೋಟಿಯವರು ಮೌನ ಮುರಿಯಲಿಲ್ಲ.

ಜೋಶಿಯವರೇ ಮಾತು ಮುಂದುವರಿಸಿ, "ನೋಡಿ ರಂಗನಾಥ ರಾವ್ 'ಪ್ರವಾ'ಗೆ ಇದು ಸರಿಯಲ್ಲ ಅನಿಸ್ತದೆ," ಎಂದು ರಾಗ ತೆಗೆದರು.

"ಜೋಶಿಯವರೇ ಸರಿಯಲ್ಲ ಎನ್ನುವುದು ಯಾವುದು?" ನಾನು ಕೇಳಿದೆ.

"ಸಂಭಾವನೆಯಲ್ಲಿ ಲೇಖಕರ ನಡುವೆ ತಾರತಮ್ಯ ತೋರೋದು... ಇದರಾಗ ಕುರ್ತಕೋಟಿಗೆ ಅಪಮಾನವಾಗದ."

ನನಗೆ ಅರಿವಾಗಿ ಹೋಯಿತು. ನಮಗಿದ್ದ ಮಿತಿಯಲ್ಲಿ ಕುರ್ತಕೋಟಿಯವರಿಗೆ ಪ್ರತಿ ಲೇಖನಕ್ಕೆ 400 ರೂ. ಕೊಡುತ್ತಿದ್ದೆವು. ಹಾಮಾನಾ ಅವರಿಗೆ 500 ರೂ. ಕೊಡುತ್ತಿದ್ದುದು ಹೇಗೋ ಕುರ್ತಕೋಟಿಯವರಿಗೆ ಗೊತ್ತಾಗಿ ಹೋಗಿತ್ತು. ಹೀಗಾಗಿ ಅವರು ತಮ್ಮ ಅಸಮಾಧಾನವನ್ನೇ ತೋರಿಸಲು ಬಂದಿದ್ದರು.

ನನಗೂ ತಾರತಮ್ಯದ ಮಾತು ಕೇಳಿ ತುಂಬ ಕಸಿವಿಸಿಯಾಯಿತು. ಸ್ವಲ್ಪ ಯೋಚಿಸಿ, "ಇದನ್ನು ನಾನು ಸರಿಪಡಿಸುತ್ತೇನೆ. ಆ ಬಗ್ಗೆ ಕಾಳಜಿ ಮಾಡಬೇಡಿ. ಅಂಕಣ ಮುಂದುವರಿಸಿ," ಎಂದು ಕುರ್ತಕೋಟಿಯವರಲ್ಲಿ ಮನವಿ ಮಾಡಿದೆ. ನನ್ನ ಮಾತು ಅವರಿಗೆ ಸಮಾಧಾನ ತಂದಿರಬೇಕು. ನಗುನಗುತ್ತಲೇ ಹೊರಟರು. ನಂತರ ನಾನು ಈ ವಿಷಯವನ್ನು ಸಿಂಗ್ ಅವರಲ್ಲಿ ಪ್ರಸ್ತಾಪಿಸಿದಾಗ, "ಗೌರವ ಸಂಭಾವನೆ ಮೊತ್ತವನ್ನು ಪರಿಷ್ಕರಿಸೋಣ. ಯಾವುದಾದರೂ ಒಂದು ಮಾನದಂಡವಿಟ್ಟುಕೊಂಡು. ನೀವೊಂದು ಪ್ರಪೋಸಲ್ ಕೊಡಿ ನಾನು ಮಾತಾಡುತ್ತೇನೆ," ಎಂದರು.

ಮುಂದೆ ಸಾಧ್ಯವಾದಷ್ಟೂ ಇಂಥ ಅಸಮಾಧಾನಗಳಿಗೆಡೆ ಮಾಡಿಕೊಡದಂತೆ ಗೌರವಧನವನ್ನು ಹೆಚ್ಚಿಸುವ ನಮ್ಮ ಪ್ರಸ್ತಾವನೆಗೆ ಹರಿಕುಮಾರ್ ಅವರು ಒಪ್ಪಿಗೆ ನೀಡಿದರು. ಕುರ್ತಕೋಟಿಯವರ 'ಸಮ್ಮುಖ' ಅಂಕಣ ಬರಹಗಳು ಮುಂದೆ 'ಉರಿಯ ನಾಲಗೆ' ಹೆಸರಿನಲ್ಲಿ ಪುಸ್ತಕ ರೂಪದಲ್ಲಿ ಪ್ರಕಟವಾಯಿತು. 1995ರಲ್ಲಿ ಕೇಂದ್ರ ಸಾಹಿತ್ಯ ಅಕಾಡೆಮಿಯ ಪ್ರಶಸ್ತಿಗೆ ಭಾಜನವಾಯಿತು. ಇದು 'ಪ್ರವಾ' 'ಸಾಪು'ಗೆ ಮೂಡಿದ ಎರಡನೆಯ ಕೋಡು. ಅಂಕಣ ಬರಹಕ್ಕೆ ಸೃಜನಶೀಲ ಸಾಹಿತ್ಯದ ಮಾನ್ಯತೆ ತಂದುಕೊಡುವುದರಲ್ಲಿ 'ಪ್ರವಾ' ತನ್ನ ಸಾಂಸ್ಕೃತಿಕ ಹೊಣೆಗಾರಿಕೆಯನ್ನ ನಿರ್ವಹಿಸಿತ್ತು ಎಂದು ಈಗ ಯಾವ ಎಗ್ಗೂ ಇಲ್ಲದೆ ಹೇಳಬಹುದು.

ಧಾರವಾಡದಲ್ಲಿ ಕಣವಿ, ಕುರ್ತಕೋಟಿ, ಜಿ ಬಿ ಜೋಶಿ, ಗಿರಡ್ಡಿ, ಸಿದ್ಧಲಿಂಗ ಪಟ್ಟಣಶೆಟ್ಟಿ, ಆರ್ಯ ಹೀಗೇ ಹಲವಾರು ಲೇಖಕ ಮಿತ್ರರನ್ನು ಭೇಟಿಮಾಡಿ

ಸಮಾಲೋಚಿಸಿದೆ. 'ಸಾಪು'ಗೆ ಬರೆಯುವಂತೆ ಕೋರಿದೆ. ಕುರ್ತಕೋಟಿಯವರು ಅಂಕಣ ಬರೆಯಲು ಒಪ್ಪಿದ್ದು ಧಾರವಾಡ ಭೇಟಿಯ ಮೊದಲ ಸಿದ್ಧಿಯಾಗಿತ್ತು. ಅಲ್ಲಿಂದ ಎನ್ಕೆ ಅವರನ್ನು ಭೇಟಿಯಾದೆ. ಅವರು ಬೇಂದ್ರೆಯವರ ಬದುಕನ್ನಾಧರಿಸಿ ಕಾದಂಬರಿಯೊಂದನ್ನು ಬರೆಯುತ್ತಿರುವ ವಾಸನೆ ಹಿಡಿದೇ ನಾನು ಅವರಲ್ಲಿಗೆ ಹೋಗಿದ್ದೆ. ಕಾಂಬರಿಯನ್ನು 'ಪ್ರವಾ'ಗೆ ಕೊಡಿ, 'ಸಾಪು'ದಲ್ಲಿ ಧಾರಾವಾಹಿಯಾಗಿ ಪ್ರಕಟಿಸುತ್ತೇನೆ ಎಂದು ಆ ಹಿರಿಯ ಪ್ರಸಾರಕ/ ಲೇಖಕರಿಗೆ ಮನವಿ ಮಾಡಿದೆ. ಎನ್ಕೆ ಸಂತೋಷದಿಂದ ಒಪ್ಪಿದರು. ಹೇಳಿದ ಸಮಯಕ್ಕೆ ಹಸ್ತಪ್ರತಿಯ ಮೊದಲ ಕಂತನ್ನು ಕೊಟ್ಟರು. 'ಧಾರವಾಡ ಮಾಸ್ತರ' ಶುರುವಾಯಿತು, ಬೇಂದ್ರೆಯವರ ಮನೋಬಿಂಬಗಳನ್ನು ಬಿಂಬಿಸುವ ಚಂದ್ರನಾಥರ ಮನೋಜ್ಞ ಚಿತ್ರಗಳೊಂದಿಗೆ. ಅವರ ಚಿತ್ರಗಳ ರೇಖೆವರ್ಣಗಳಲ್ಲಿ 'ಬೇಂದ್ರೆತನ' ಪುಟಿಯುತ್ತಿತ್ತು. ಆಗ ಧಾರವಾಡದಲ್ಲಿ ಸಹೋದ್ಯೋಗಿ ಪ್ರೇಮಕುಮಾರ್ ಹರಿಯಬ್ಬೆ ನಮ್ಮ ಬಾತ್ಮೀದಾರರಾಗಿದ್ದರು. ಅವರು ಮುತುವರ್ಜಿವಹಿಸಿ ಉಳಿದ ಕಂತುಗಳು ನನಗೆ ಸಕಾಲದಲ್ಲಿ ತಲುಪುವಂತೆ ಮಾಡಿದರು. 'ಧಾರವಾಡ ಮಾಸ್ತರ' ಕಾದಂಬರಿ ನಮ್ಮ ವಾಚಕರ ಹಾಗೂ ಸಹೃದಯಿ ವಿಮರ್ಶಕರ ಮೆಚ್ಚುಗೆಗೆ ಪಾತ್ರವಾಯಿತು.

ಸಾಹಿತಿ, ಕಲಾವಿದ ಮಿತ್ರರು ಮತ್ತು ಸಹೋದ್ಯೋಗಿ ಮಿತ್ರರಾದ ರಮೇಶ್, ಚಂದ್ರನಾಥ್, ಜಿ ಕೆ ಸತ್ಯ, ಶ್ರೀನಿವಾಸ ಮೂರ್ತಿ, ಮನೋಹರ, ಖ್ಯಾತ ವ್ಯಂಗ್ಯ ಚಿತ್ರಕಾರ ಆರ್ ಮೂರ್ತಿ –ಈ ಕಲಾವಿದರುಗಳ ಸಹಕಾರಗಳಿಂದ 'ಸಾಪು' ಹೊಸ ವಸ್ತು–ವಿನ್ಯಾಸಗಳಲ್ಲಿ ಹಳೆಯ/ ಹೊಸ ಓದುಗರ ಹೃದಯಕ್ಕೆ ಲಗ್ಗೆ ಇಟ್ಟಿತು.

❖

18

ಒಂದು ವರ್ಷ ಹೀಗಾಯಿತು. ಮೊಗಳ್ಳಿ ಗಣೇಶ್ ಅವರ ಕಥೆಯನ್ನು ಮೊದಲ ಸುತ್ತಿನ ಪರಾಮರ್ಶಕರು ತಿರಸ್ಕರಿಸಿದ್ದರು. ಡಬಲ್ ಚೆಕ್ ಪ್ರಕ್ರಿಯೆಯಲ್ಲಿ ಇದು ತೀರ್ಪುಗಾರರ ಪರಾಮರ್ಶೆಗೆ ಹೋಗಿ ಬಹುಮಾನಕ್ಕೆ ಯೋಗ್ಯವಾದ ಕಥೆ ಎನಿಸಿತು. ಆಶ್ಚರ್ಯವೆಂದರೆ, ತೀರ್ಪುಗಾರರು ಆ ಕಥೆಯನ್ನೇ ಪ್ರಥಮ ಬಹುಮಾನಕ್ಕೆ ಅರ್ಹವೆಂದು ತೀರ್ಮಾನಿಸಿದ್ದರು. ಡಬಲ್ ಚೆಕ್‌ನಿಂದಾಗಿ ಒಂದು ಅನ್ಯಾಯ ತಪ್ಪಿತ್ತು.

ವಿಶೇಷಾಂಕಗಳ ಸುತ್ತಾಮುತ್ತಾ...

ಪತ್ರಿಕೆಗಳು ಸಾಹಿತ್ಯ ಮತ್ತು ಸಂಸ್ಕೃತಿ ಪ್ರಸಾರ ಮಾಧ್ಯಮಗಳಾಬೇಕೆಂಬ ಚಿಂತನೆ ಇವತ್ತಿನದೇನಲ್ಲ. 'ಪ್ರಬುದ್ಧ ಕರ್ನಾಟಕ' 'ಜಯಂತಿ'ಗಳಿಂದ ಹಿಡಿದು 'ಸಾಕ್ಷಿ' 'ಸಂಕ್ರಮಣ'ದವರೆಗೆ ಅನೇಕ ಸಾಹಿತ್ಯ ಪತ್ರಿಕೆಗಳು ಈ ಕೆಲಸವನ್ನು ತಮ್ಮ ಮಿತಿಯೊಳಗೇ ಲಾಗಾಯ್ತಿನಿಂದ ಮಾಡಿಕೊಂಡು ಬಂದಿವೆ. ಮುಖ್ಯವಾಹಿನಿಯ ಪತ್ರಿಕೆಗಳಲ್ಲಿ, 'ಪ್ರಜಾವಾಣಿ' ಶುರುವಿನಿಂದಲೂ ಕರ್ತವ್ಯ ಬದ್ಧತೆಯಿಂದ ಈ ಕೆಲಸವನ್ನು ಮಾಡಿಕೊಂಡು ಬಂದಿದೆ. ನವೋದಯ, ಪ್ರಗತಿಶೀಲ, ನವ್ಯ, ದಲಿತ, ಬಂಡಾಯ ಈ ಎಲ್ಲ ಪ್ರಮುಖ ಚಳವಳಿಗಳ ಸಾಹಿತ್ಯ ಮತ್ತು ಸಂಸ್ಕೃತಿಗಳಿಗೆ ಪ್ರೋತ್ಸಾಹ

ಮತ್ತು ಪ್ರಚಾರ ಎರಡರಲ್ಲೂ 'ಪ್ರಜಾವಾಣಿ' ಮುಂಚೂಣಿಯಲ್ಲಿ ನಿಂತು ಗಣನೀಯ ಕೆಲಸ ಮಾಡಿದೆ. ನವ್ಯ ಕಾವ್ಯ-ಕಥೆ-ವಿಮರ್ಶೆಗಳಿಗಂತೂ 'ಪ್ರವಾ' ಒಂದು ವೇದಿಕೆಯಾಗಿಯೇ ಕೆಲಸ ಮಾಡಿತು. ಆದರೆ, ಅದು ಕೇವಲ ಪ್ರಚಾರದ ವೇದಿಕೆಯಷ್ಟೇ ಆಗದೆ ವಿಮರ್ಶೆ, ಮೌಲ್ಯ ವಿವೇಚನೆಗೂ ವೇದಿಕೆಯಾಯಿತು. ನವ್ಯಕ್ಕೆ ಮೊದಲು ಪ್ರಗತಿಶೀಲರ ಭರಾಟೆಯ ಕಾಲಘಟ್ಟದಲ್ಲಿ, ಸಾಹಿತ್ಯ ಮತ್ತು ಕಾಮ ಪ್ರಚೋದನೆ ಕುರಿತಂತೆ ಅನಕೃ ಮತ್ತು ನಿರಂಜನರ ವಾದ-ತರ್ಕಗಳಿಗೆ ವೇದಿಕೆಯಾದುದನ್ನು ಇಲ್ಲಿ ಸ್ಮರಿಸಬಹುದು. ಈ ಎಲ್ಲ ಚಳವಳಿಯ ಪ್ರಮುಖ ಲೇಖಕರ ಹೊಸದನಿಗಳ ಅಭಿವ್ಯಕ್ತಿಗೆ ಜಾಗಮಾಡಿ ಕೊಟ್ಟಿದ್ದಷ್ಟೇ ಅಲ್ಲದೆ ಓದುಗರಲ್ಲಿ ಈ ಹೊಸ ಸಾಹಿತ್ಯಗಳ ಬಗ್ಗೆ ಒಲವು, ಅಭಿರುಚಿಗಳನ್ನು ಬೆಳೆಸುವ ಕೆಲಸವನ್ನೂ ಮಾಡಿತು. ಈ ಮಾತು ಹೊಸ ಸಿನಿಮಾ, ರಂಗಭೂಮಿ, ಮತ್ತು ಇತರ ಪ್ರದರ್ಶಕ ಕಲೆಗಳಿಗೂ ಲಲಿತ ಕಲೆಗೂ ಅನ್ವಯಿಸುತ್ತದೆ.

ಸಾಪ್ತಾಹಿಕ ಪುರವಣಿಯ ಜೊತೆಗೆ ಸಾಹಿತ್ಯ ಪೋಷಣೆ ಮತ್ತು ಪ್ರಸಾರ ಕಾರ್ಯಗಳಲ್ಲಿ ದೀಪಾವಳಿ ವಿಶೇಷಾಂಕಗಳ ಪಾತ್ರ ಮಹತ್ವಪೂರ್ಣವಾದುದು. ಸಾಹಿತ್ಯ, ಜಾನಪದಕಲೆ, ಸಂಗೀತ, ನೃತ್ಯ ಮೊದಲಾದ ಸಾಂಸ್ಕೃತಿಕ ಮಾಧ್ಯಮಗಳನ್ನು ಕುರಿತ ಲೇಖನಗಳು, ಪ್ರಾಚೀನ, ಅರ್ವಾಚೀನ, ಪರಂಪರೆ, ಆಧುನಿಕತೆ ಕುರಿತ ವಿಚಾರ ವಿಮರ್ಶೆಯ ಸಂಕಿರಣಗಳು, ಸಂವಾದಗಳು, ಪ್ರಖ್ಯಾತ ಕವಿಗಳು, ಕಥೆಗಾರರ ಕಥೆ-ಕಾವ್ಯಗಳ ಜೊತೆಗೆ ಹೊಸ ಪ್ರತಿಭೆ, ಸೃಜನಶೀಲತೆಗೆ ವೇದಿಕೆಯಾದ ಕಥಾ ಸ್ಪರ್ಧೆ ಮತ್ತು ಮಕ್ಕಳ ವರ್ಣಚಿತ್ರ ಸ್ಪರ್ಧೆ ಇವುಗಳಿಂದ ದೀಪಾವಳಿ ಸಂಚಿಕೆಗಳಲ್ಲಿ ತಾನೇತಾನಾಗಿ ಸಾಂಸ್ಕೃತಿಕ ಸೌರಭ ಒಡಮೂಡುತ್ತಿತ್ತು. ಕಥಾ ಸ್ಪರ್ಧೆಯಂತೂ ಎರಡು-ಮೂರು ಹೊಸ ಪೀಳಿಗೆಯ ಶ್ರೇಷ್ಠ ಕತೆಗಾರರನ್ನು ಕೊಟ್ಟು ಕನ್ನಡ ಸಣ್ಣ ಕಥೆಗೆ ಮುತ್ತುಮಾಣಿಕ್ಯಗಳಂಥ ಅಮೂಲ್ಯ ಕೊಡುಗೆಯನ್ನು ನೀಡಿದೆ ಎಂದರೆ ಅತಿಶಯೋಕ್ತಿಯಾಗದು. ಅನಂತ ಮೂರ್ತಿ, ರಾಮಚಂದ್ರ ಶರ್ಮ, ತೇಜಸ್ವಿ, ಲಂಕೇಶ್, ಕೆ ಸದಾಶಿವ, ಟಿ ಜಿ ರಾಘವ ಮೊದಲಾಗಿ ನವ್ಯರಿಂದ ಹಿಡಿದು ದಲಿತ, ಬಂಡಾಯಗಳ ಮೊಗಳ್ಳಿ ಗಣೇಶ್, ಅಮರೇಶ ನುಗಡೋಣಿ, ಅಬ್ದುಲ್ ರಶೀದ್ ಮೊದಲಾದವರೂ 'ಪ್ರಜಾವಾಣಿ' ದೀಪಾವಳಿ ಕಥಾ ಸ್ಪರ್ಧೆಯಿಂದ ಹುಟ್ಟಿಬಂದ ಕಥೆಗಾರರರು. ಸ್ವಾರಸ್ಯವೆಂದರೆ ಬಹುಮಾನ ಪಡೆದ ಕಥೆಗಾರರಲ್ಲಿ ಕೆಲವರು ಮುಂದಿನ ವರ್ಷಗಳಲ್ಲಿ ತೀರ್ಪುಗಾರರೂ ಆದರು.

ದೀಪಾವಳಿ ವಿಶೇಷ ಸಂಚಿಕೆಯ ಸಿದ್ಧತೆ ಆರೇಳು ತಿಂಗಳುಗಳ ಮುಂಚೆಯೇ ಶುರುವಾಗುತ್ತಿತ್ತಾದರೂ ಈ ದೀಪಾವಳಿ ವಿಶೇಷಾಂಕ ವರ್ಷವಿಡೀ ನಮ್ಮ ತಲೆಯಲ್ಲಿ ಸಕ್ರಿಯವಾಗಿರುತ್ತಿತ್ತು. ಒಂದು ದೀಪಾವಳಿ ವಿಶೇಷ ಸಂಚಿಕೆ ಮುಗಿದ ಕೂಡಲೇ ಮುಂದಿನ ವರ್ಷದ ಸಂಚಿಕೆ ಹೇಗಿರಬೇಕೆಂಬ ಚಿಂತನೆ ಶುರುವಾಗುತ್ತಿತ್ತು.

ವಿಶೇಷಾಂಕ ಸಿದ್ಧಪಡಿಸುವುದು 'ಸಾಮು' ಹೊಣೆಯಾದರೂ ವೈಎನ್ಕೆ ಸಂಪಾದಕೀಯ ಸಲಹೆಗಾರರಾಗಿ ಸ್ಥಳಾಂತರ ಹೊಂದುವವರೆಗೆ ಇದರಲ್ಲಿ 'ಬ್ರೈನ್ ಬಿಹೈಂಡ್ ಇಟ್' ಎನ್ನುವೋಪಾದಿ ಇರುತ್ತಿದ್ದರು. ಕನ್ನಡ/ ಭಾರತ/ ವಿಶ್ವ ಸಾಹಿತ್ಯ/ ಸಿನೆಮಾ/ ರಂಗಭೂಮಿ ಈ ಯಾವುದೇ ರಂಗದಲ್ಲಿ ಏನಾದರೂ ಒಂದು ಭೂಕಂಪನದಂಥ ಘಟನೆಯಾದರೆ, ಹೊಸತು ಏನಾದರೂ ಸಂಭವಿಸಿದರೆ, ವೈಎನ್ಕೆ ಕೂಡಲೇ, "ಈ ಬಗ್ಗೆ ದೀಪಾವಳಿಗೆ ಬರೆಸಬಹುದು," ಎಂದು ಒಂದು ಚೀಟಿ ಬರೆದು 'ಸಾಮು' ಸಂಪಾದಕರಿಗೆ ಕಳುಹಿಸುತ್ತಿದ್ದರು. ಇದು ನಮಗೆ ಪ್ರತಿವರ್ಷ 'ವಿಶೇಷ ಥೀಮ್' ಹುಡುಕುವುದರಲ್ಲಿ ಸಹಕಾರಿಯಾಗುತ್ತಿತ್ತು. ಅವರ ಕನ್ನಡ/ಇಂಗ್ಲಿಷ್ ಸಾಹಿತ್ಯಗಳ ಓದು ನಮಗೆ, "ಯಾರಿಂದ ಏನು ಬರೆಸಬಹುದು," ಎನ್ನುವುದರ ಬಗ್ಗೆಯೂ ಮಾರ್ಗಸೂಚಿಯಾಗುತ್ತಿತ್ತು. ಉದಾಹರಣೆಗೆ ಹೇಳುವುದಾದರೆ: ಒಂದು ವರ್ಷ ಪುತಿನ ಅವರ, ಮ್ಯೂಸಿಕಲ್ ಒಪೆರಾ ಎನ್ನಬಹುದಾದ ಗೇಯ ನಾಟಕಗಳ ಬಗ್ಗೆ ವಿಶೇಷ ಲೇಖನ ಏಕೆ ಬರೆಸಬಾರದು ಎನ್ನುವ ಆಲೋಚನೆ ನನ್ನಲ್ಲಿ ಬಂತು. ವೈಎನ್ಕೆ ಅವರ ಮುಂದೆ ಈ ಸಲಹೆ ಇಟ್ಟೆ, "ಗುಡ್ ಐಡಿಯಾ. ನೀವು ಬಿವಿಕೆ ಹತ್ತಿರ ಮಾತಾಡಿ," ಎಂದರು.

ಏಕೋ ಏನೋ ಆ ವರ್ಷ ಅದು ಸಾಧ್ಯವಾಗಲಿಲ್ಲ. ಆದರೆ, ಅದು ನನ್ನ ಮನಸ್ಸಿನ ಒಂದು ಮೂಲೆಯಲ್ಲಿ ಶೇಷವಾಗಿ ಉಳಿದಿತ್ತು. ನಾನು 'ಸಾಮು' ವಹಿಸಿಕೊಂಡ ದಿನಗಳಿಂದ ಕಾರ್ಯನಿರ್ವಾಹಕ ಸಂಪಾದಕನಾಗಿ ನಿವೃತ್ತಿ ಹೊಂದುವವರೆಗೆ ಭಾನುವಾರ ರಜೆ ತೆಗೆದುಕೊಳ್ಳುತ್ತಿರಲಿಲ್ಲ. ಭಾನುವಾರದ ದಿನವೂ ಆಫೀಸಿಗೆ ಹೋಗುತ್ತಿದ್ದೆ. ಭಾನುವಾರಗಳಂದು ಭೇಟಿಮಾಡುವವರು ಇತ್ಯಾದಿ ತೊಂದರೆಗಳಿರುತ್ತಿರಲಿಲ್ಲ, ಸಾವಧಾನದಿಂದ ಒಂದಿಷ್ಟು ಯೋಚಿಸಲು ಗಲಾಟೆಮುಕ್ತ ಪರಿಸರವಿರುತ್ತಿತ್ತು. ಜೊತೆಗೆ ಕೆಲವು ವಿಷಯಗಳನ್ನು ನಿಧಾನವಾಗಿ ಯೋಚಿಸೋಣ ಎಂದು ಭಾನುವಾರಕ್ಕೆ ಮುಂದೂಡಿರುತ್ತಿದ್ದೆ. ಅವೆಲ್ಲವನ್ನೂ ಅಂದು ನಿರ್ವಹಿಸುವ ಪ್ರಯತ್ನ ಮಾಡುತ್ತಿದ್ದೆ. ಈ ಭಾನುವಾರಗಳಂದು ಬಿವಿಕೆಯವರೂ ಸಾಮಾನ್ಯವಾಗಿ 'ಪ್ರವಾ'ಗೆ ಬರುತ್ತಿದ್ದರು. ಬೇರೆಬೇರೆ ಪತ್ರಿಕೆಗಳನ್ನೋದುತ್ತ ಕುಳಿತಿರುತ್ತಿದ್ದರು. ಕೊನೆಗೆ, "ಏನು ರಂಗನಾಥ ರಾಯರಿಗೆ ಮನೆಗೆ ಹೋಗಲು ಇನ್ನೂ ವೇಳೆಯಾಗಲಿಲ್ಲವೇ?" ಎಂದು ಮಾತಿಗೆಳೆಯುತ್ತಿದ್ದರು. ಅಂಥ ಒಂದು ಭಾನುವಾರ ಪುತಿನ ಅವರ ಗೇಯ ನಾಟಕಗಳ ಬಗ್ಗೆ ಪ್ರಸ್ತಾಪ ಎತ್ತಿದೆ.

"ಇದೇನಿದು ಏಕಾಏಕಿ ಪುತಿನ ಬಗ್ಗೆ!"

"ಏಕಾಏಕಿ ಏನಿಲ್ಲ. ಪುತಿನ ಅವರ ಗೇಯ ನಾಟಕಗಳ ಬಗ್ಗೆ ನಮ್ಮ ದೀಪಾವಳಿ ಸಂಚಿಕೆಗೆ ಒಂದು ಘನವಾದ ಲೇಖನ ಬರೆಸಬೇಕೆಂಬ ಆಲೋಚನೆ ಒಂದರೆಡು

ವರ್ಷಗಳಿಂದ ಇದೆ. ಸಂಗೀತ ಮತ್ತು ಸಾಹಿತ್ಯ ಎರಡೂ ರಸಾಭಿಜ್ಞತೆಗಳನ್ನು ಬಲ್ಲವರಿಂದ ಬರೆಸಬೇಕಷ್ಟೇ... ಅದಕ್ಕೆ."

"ರಂಗನಾಥ ರಾಯರೆ ಅನೇಕರಿಗೆ ಗೊತ್ತಿಲ್ಲದ ಒಂದು ವಿಷಯ ನಿಮಗೆ ಹೇಳ್ತೀನಿ, ಕೇಳಿ. ಪುತಿನ ಕವಿ ಅಷ್ಟೇ ಅಲ್ಲ ರಾಗ ಸಂಯೋಜನೆ ಮಾಡುವಷ್ಟು ಸಂಗೀತಜ್ಞರೂ ಹೌದು."

"ಹೌದೆ?!"

"ಹೌದು. ಪುತಿನ ಬೆಳಗಿನ ಝಾವಕ್ಕೇ ಎದ್ದು ತಮ್ಮ ಗೀತೆಗಳಿಗೆ ರಾಗ ಸಂಯೋಜನೆ ಮಾಡುತ್ತಿದ್ದರು. ಅದು ಪೂರ್ತಿ ಪಕ್ಕಾ ಆಯಿತು ಎನಿಸಿದ್ದೇ ಬೆಳ್ಳಂಬೆಳಿಗ್ಗೆ ವೀಣೆ ದೊರೆಸ್ವಾಮಿ ಅಯ್ಯಂಗಾರರ ಮನೆಗೆ ಓಡುತ್ತಿದ್ದರು. ಅವರ ಮುಂದೆ ತಮ್ಮ ರಾಗ ಸಂಯೋಜನೆಯನ್ನು ಮಂಡಿಸುತ್ತಿದ್ದರು. ಅವರು, ಸರಿ, ಚೆನ್ನಾಗಿದೆ ಎಂದು ಬಿಟ್ಟರೆ ಪುತಿನ ಅವರಿಗೆ ತೃಪ್ತಿಯಾಗುತ್ತಿತ್ತು."

(ಇದನ್ನು ವೀಣೆ ದೊರೆಸ್ವಾಮಿ ಅಯ್ಯಂಗಾರ್ ಅವರೂ 'ಸುಧಾ'ದಲ್ಲಿ ನಾನು ಬರೆಸಿದ ಆತ್ಮಕಥೆಯಲ್ಲಿ ಪ್ರಸ್ತಾಪಿಸಿದ್ದಾರೆ.)

"ಹಾಗಿದ್ದಲ್ಲಿ ಕವಿ/ ರಾಗ ಸಂಯೋಜಕ ಪುತಿನ ಅವರ ಬಗ್ಗೆ ಒಂದು ಲೇಖನ ಬರೆದುಕೊಡಿ. ಈ ವರ್ಷ ದೀಪಾವಳಿ ಸಂಚಿಕೆಗೆ ಎಂದು ಶಾಸ್ತ್ರೀಯವರಿಗೆ ಹೇಳಿದೆ. ಅವರು ಒಪ್ಪಿ ಬರೆದುಕೊಟ್ಟರು. ಆ ಲೇಖನ ಪುತಿನ ಅವರ ಸೃಜನಶೀಲ ಮನಸ್ಸಿನ ಇನ್ನೊಂದು ಮಗ್ಗುಲನ್ನು ಸೋದಾಹರಣವಾಗಿ ಅನಾವರಣಗೊಳಿಸಿತ್ತು. ಜೊತೆಗೆ ಸಂಗೀತ ಮತ್ತು ಸಾಹಿತ್ಯದ ನಡುವಣ ಅವಿನಾಭಾವ ಸಂಬಂಧವನ್ನೂ ರುಜುವಾತು ಪಡಿಸಿತ್ತು.

ಮತ್ತೆ ಕಥಾ ಸ್ಪರ್ಧೆಯತ್ತ ಒಂದು ಹಿನ್ನೋಟ ಹರಿಸುವುದಾದರೆ ಅದೊಂದು ಹಿಂದಿನ ದಿನಗಳ ಶ್ರಮದ ಪುನರಾವರ್ತನೆಯೇ ಸರಿ. ಪತ್ರಿಕಾ ವೃತ್ತಿಯ ದೈನಂದಿನ ಕೆಲಸದಂತೆಯೇ ದೀಪಾವಳಿ/ ಯುಗಾದಿ ವಿಶೇಷಾಂಕಗಳ ಕೆಲಸವು ಬೌದ್ಧಿಕವಾಗಿ, ನೈತಿಕವಾಗಿ, ದೈಹಿಕವಾಗಿ ತುಂಬ ಶ್ರಮದಾಯಕ ಕೆಲಸ. ಕಥಾ ಸ್ಪರ್ಧೆಗೆ ಕಥೆಗಳನ್ನು/ ಮಕ್ಕಳ ವರ್ಣಚಿತ್ರ ಸ್ಪರ್ಧೆಗೆ ಚಿತ್ರಗಳನ್ನು ಆಹ್ವಾನಿಸುವ ಪ್ರಕಟಣೆಯೊಂದಿಗೇ ಈ ಶ್ರಮ ಶುರುವಾಗುತ್ತಿತ್ತು. ಕಥೆಗಾರರಿಗೆ ಸಾಕಷ್ಟು ಸಮಯಾವಕಾಶ ನೀಡುವ ದೃಷ್ಟಿಯಿಂದ ಒಂದೆರಡು ತಿಂಗಳು ಅವಕಾಶ ನೀಡಲಾಗುತ್ತಿತ್ತು. ಕಥೆಗಳು ಬರಲು ಶುರುವಾದಂತೆ ಅವುಗಳನ್ನು ಒಂದು ರಿಜಿಸ್ಟರಿನಲ್ಲಿ ದಾಖಲಿಸಿ, ಅಂದರೆ ಕಥೆ ಹೆಸರು, ಕಥೆಗಾರರ ಹೆಸರು, ವಿಳಾಸ, ತಲುಪಿದ ದಿನ ಇತ್ಯಾದಿ ವಿವರಗಳನ್ನು ರಿಜಿಸ್ಟರಿನಲ್ಲಿ ಬರೆದು ಕಥೆಗಳಿಗೆ ಕ್ರಮ ಸಂಖ್ಯೆ ನೀಡಲಾಗುತ್ತಿತ್ತು. ಕಥೆಗಾರರ ಹೆಸರು, ವಿಳಾಸ ಇತ್ಯಾದಿ ವೈಯಕ್ತಿಕ ವಿವರಗಳನ್ನು ಹಸ್ತಪ್ರತಿಯಿಂದ ಬೇರ್ಪಡಿಸಿ,

ತೀರ್ಪುಗಾರರಿಗೆ ಕಥೆಗಾರರ ಹೆಸರು, ಚಹರೆಗಳು ಪತ್ತೆಯಾಗದಂತೆ ಎಚ್ಚರಿಕೆ ವಹಿಸಲಾಗುತ್ತಿತ್ತು. ಕೊನೆಯ ದಿನಾಂಕ ಆದಮೇಲೆ ಮುಂದಿನ ಕ್ರಮ.

ಪ್ರತಿವರ್ಷ ಸುಮಾರು 100ರಿಂದ 200 ಕಥೆಗಳು ಬರುತ್ತಿದ್ದವು. ಕಥೆಗಳನ್ನು ಆಯ್ಕೆರಾಗಿ ತೀರ್ಪುಗಾರರಿಗೆ ಕೊಡುವ ಮುನ್ನ ಪೂರ್ವಭಾವಿ ಪರಿಶೀಲನೆ ನಮ್ಮಿಂದಲೇ ನಡೆಯುತ್ತಿತ್ತು. ಸಾಹಿತ್ಯಕಲೆಗಳಲ್ಲಿ ಅಭಿರುಚಿ ಸಂವೇದನೆಯುಳ್ಳ ಸಹೋದ್ಯೋಗಿಗಳನ್ನು ಗುರುತಿಸಿ ಅವರಿಗೆ ಪೂರ್ವಭಾವಿ ಪರಾಮರ್ಶೆ ಕೆಲಸವನ್ನು ವಹಿಸಲಾಗುತ್ತಿತ್ತು. ಅವರಿಗೆ ಇದಕ್ಕಾಗಿ ಪ್ರತ್ಯೇಕ ಸಂಭಾವನೆ ನೀಡಲಾಗುತ್ತಿತ್ತು. ಪ್ರತಿಯೊಬ್ಬರಿಗೂ 25–30 ಕಥೆಗಳನ್ನು ಕೊಡಲಾಗುತ್ತಿತ್ತು. ಕೊಡುವ ಮುನ್ನ ಕಥೆಗಾರರ ಹೆಸರು, ವಿಳಾಸಗಳಿಲ್ಲ ಎಂಬುದನ್ನು ಖಾತ್ರಿ ಮಾಡಿಕೊಳ್ಳಲಾಗುತ್ತಿತ್ತು. ಪೂರ್ವಭಾವಿ ಪರಾಮರ್ಶೆಯಲ್ಲಿ ತೀರ್ಪುಗಾರರು ಬಹುಮಾನಕ್ಕೆ ಯೋಗ್ಯ ಎಂದು ಪರಿಶೀಲಿಸಬಹುದಾದಂಥ ಕಥೆಗಳನ್ನು ಶಿಫಾರಸು ಮಾಡಬೇಕಿತ್ತು.

ಈ ಪೂರ್ವಭಾವಿ ಪರಾಮರ್ಶೆಯಲ್ಲೂ ತಪ್ಪು ನಿರ್ಣಯಗಳಾಗುವ ಸಾಧ್ಯತೆಯನ್ನು ತಳ್ಳಿ ಹಾಕುವಂತಿರಲಿಲ್ಲ. ಆದ್ದರಿಂದಲೇ 'ಡಬಲ್ ಚೆಕ್' ವ್ಯವಸ್ಥೆಯನ್ನು ರೂಪಿಸಲಾಗಿತ್ತು, ಪೂರ್ವಭಾವಿ ಪರಿಶೀಲನೆಯಾಗಿ ಬಂದ ಕಥೆಗಳನ್ನು ನಾವು ಮೂವರು (ಬಿವಿವಿ, ಸದಾಶಿವ ಮತ್ತು ನಾನು) ಮತ್ತೊಮ್ಮೆ ಪರಿಶೀಲಿಸುತ್ತಿದ್ದೆವು. ಸಾಮಾನ್ಯವಾಗಿ ನಮ್ಮ ಸಹೋದ್ಯೋಗಿಗಳ ಬಹುಮಾನಯೋಗ್ಯ ಕಥೆಗಳ ಆಯ್ಕೆ ಸರಿಯಾಗಿಯೇ ಇರುತ್ತಿತ್ತು. ಅಪರೂಪದ ಅಪವಾದಗಳು ಇರುತ್ತಿದ್ದವು. ಕೆಲವೊಮ್ಮೆ ಭಾಷೆ, ಶೈಲಿ, ವಸ್ತು ಈ ಕೆಲವು ಕಾರಣಗಳಿಂದಾಗಿ 'ಒಳ್ಳೆಯ ಕಥೆಗಳೂ' ಪೂರ್ವಭಾವಿ ಪರಿಶೀಲನೆಯಲ್ಲಿ ತಿರಸ್ಕರಿಸಲ್ಪಡುತ್ತಿದ್ದವು. ಮೊಗಳ್ಳಿ ಗಣೇಶ್, ಅಮರೇಶ ನುಗಡೋಣಿ, ಕುಂ ವೀರಭದ್ರಪ್ಪ ಅವರುಗಳ ಪ್ರಾದೇಶಿಕ ಸೊಗಡಿನ ಕೆಳಗೇರಿಯ ಭಾಷೆಯನ್ನು ಅರಗಿಸಿಕೊಳ್ಳಲು ಸಾಕಷ್ಟು ಸಹನೆ, ಸಂಯಮ ಮತ್ತು ಸಾವಧಾನತೆಗಳು ಬೇಕು. ಇಲ್ಲವಾದಲ್ಲಿ ಇವು ಅವಗಣನೆಗೆ ಗುರಿಯಾಗುತ್ತವೆ. ಒಂದು ವರ್ಷ ಹೀಗಾಯಿತು. ಮೊಗಳ್ಳಿ ಗಣೇಶ್ ಅವರ ಕಥೆಯನ್ನು ಮೊದಲ ಸುತ್ತಿನ ಪರಾಮರ್ಶಕರು ತಿರಸ್ಕರಿಸಿದ್ದರು. ಡಬಲ್ ಚೆಕ್ ಪ್ರಕ್ರಿಯೆಯಲ್ಲಿ ಇದು ತೀರ್ಪುಗಾರರ ಪರಾಮರ್ಶೆಗೆ ಹೋಗಿ ಬಹುಮಾನಕ್ಕೆ ಯೋಗ್ಯವಾದ ಕಥೆ ಎನಿಸಿತು. ಆಶ್ಚರ್ಯವೆಂದರೆ, ತೀರ್ಪುಗಾರರು ಆ ಕಥೆಯನ್ನೇ ಪ್ರಥಮ ಬಹುಮಾನಕ್ಕೆ ಅರ್ಹವೆಂದು ತೀರ್ಮಾನಿಸಿದ್ದರು. ಡಬಲ್ ಚೆಕ್‌ನಿಂದಾಗಿ ಆಗಬಹುದಾಗಿದ್ದ ಒಂದು ಅನ್ಯಾಯ ತಪ್ಪಿತ್ತು.

ಪೂರ್ವಭಾವಿ ಪರಾಮರ್ಶೆ ನಡೆಯುತ್ತಿದ್ದಂತೆಯೇ ನಾವು ತೀರ್ಪುಗಾರರ ಬೇಟೆ ಆರಂಭಿಸುತ್ತಿದ್ದೆವು. ಸಾಮಾನ್ಯವಾಗಿ ಪ್ರಸಿದ್ಧ ವಿಮರ್ಶಕರು, ಹೆಸರಾಂತ ಕಥೆಗಾರರು ಮತ್ತು ಕವಿಗಳನ್ನು ತೀರ್ಪುಗಾರರ ಪೀಠಕ್ಕೆ ನಾವು ಪರಿಗಣಿಸುತ್ತಿದ್ದೆವು.

ಸಂಭವನೀಯ ತೀರ್ಪುಗಾರರ ಪಟ್ಟಿ ಸಿದ್ಧಪಡಿಸಿ ಸಂಪಾದಕರ ಮುಂದೆ ಇಡುತ್ತಿದ್ದೆವು. ಅವರ ಒಪ್ಪಿಗೆ ನಂತರ ಮುಂದಿನ ಕೆಲಸ. ಇದೇನೂ ಸುಲಭದ ಕೆಲಸವಾಗಿರಲಿಲ್ಲ. ಇಬ್ಬರು ತೀರ್ಪುಗಾರರಿರುತ್ತಿದ್ದರು.

"ಸರ್, ಈ ಸಲದ ದೀಪಾವಳಿ ಕಥಾ ಸ್ಪರ್ಧೆಗೆ ನೀವು ತೀರ್ಪುಗಾರರಾಗಿರಬೇಕು ಎನ್ನುವುದು ನಮ್ಮ ಸಂಪಾದಕರ ಅಪೇಕ್ಷೆ," ಎಂದು ಹೇಳುತ್ತಿದ್ದಂತೆಯೇ ಬರುತ್ತಿದ್ದ ಪ್ರಶ್ನೆ:

"ಇನ್ನೊಬ್ಬರು ಯಾರು?"

"...."

"ಅವರಿದ್ದರೆ ನನ್ನನ್ನು ಬಿಟ್ಟುಬಿಡಿ," ಹೀಗೆ ತೀರ್ಪುಗಾರರ ಆಯ್ಕೆಯೂ ಒಮ್ಮೊಮ್ಮೆ ಕಠಿಣವಾಗುತ್ತಿತ್ತು. ಆದರೆ, ಫಲಿತಾಂಶ ಮಾತ್ರ ನಿರ್ವಿವಾದಾತ್ಮಕವಾಗಿರುತ್ತಿತ್ತು.

ದೀಪಾವಳಿ ವಿಶೇಷಾಂಕದ ಕೆಲಸಗಳಲ್ಲಿ ಒಂದೆರಡು ಬಾರಿ ನಾನು ಪೇಚಿಗೆ ಸಿಲುಕಿದ್ದೂ ಉಂಟು. ಟಿಎಸ್ಸಾರ್ ಕಾಲದಲ್ಲಿ ವಿಶೇಷಾಂಕದ ವೈಶಿಷ್ಟ್ಯಗಳು ಮತ್ತು ಯಾರ್ಯಾರಿಂದ ಏನೆಲ್ಲ ಬರೆಸುವ ಉದ್ದೇಶವಿದೆ ಎಂಬುದನ್ನು ತಿಳಿಸಿ ಅವರ ಒಪ್ಪಿಗೆ ಪಡೆದುಕೊಳ್ಳುತ್ತಿದ್ದೆವು, ನಂತರ ಆಹ್ವಾನಿತ ಲೇಖನ, ಕಥೆ, ಕವನ... ಇವು ಯಾವುದನ್ನೂ ಅವರ ಪರಿಶೀಲನೆಗೆ ಒಪ್ಪಿಸುವ ಪದ್ಧತಿ ಇರಲಿಲ್ಲ. ಕಥಾ ಸ್ಪರ್ಧೆಯ ತೀರ್ಪುಗಾರರ ಸಭೆಯಲ್ಲಿ ಸಂಪಾದಕರ ಪರವಾಗಿ 'ಸಾಪು' ಸಂಪಾದಕರೇ ಭಾಗವಹಿಸುತ್ತಿದ್ದರು. ತೀರ್ಪುಗಾರರು ಬಹುಮಾನಕ್ಕೆ ಕತೆಗಳನ್ನು ಆಯ್ಕೆ ಮಾಡಿ ಬರೆದ ಶಿಫಾರಸುಗಳ ಟಿಪ್ಪಣಿಯೊಂದಿಗೆ ಸಭೆಯ ನಂತರ ಸಂಪಾದಕರೊಂದಿಗೆ ಕಾಫಿಯ ಅನೌಪಚಾರಿಕ ಭೇಟಿ ನಡೆಯುತ್ತಿತ್ತು. ಆಗ ಟಿಎಸ್ಸಾರ್ ಟಿಪ್ಪಣಿಗೆ ಅನುಮೋದನೆಯ ಸಹಿ ಹಾಕುತ್ತಿದ್ದರು.

ಸಿಂಗ್ ಸಾಹೇಬರು ಸಂಪಾದಕರಾಗಿ ಬಂದಾಗ ಇದರಲ್ಲಿ ಕೊಂಚ ಬದಲಾವಣೆ ಯಾಯಿತು. ಆಹ್ವಾನಿತ ಲೇಖನ/ ಕಥೆ/ ಕವನಗಳನ್ನು ತಮ್ಮ ಅವಗಾಹನೆಗೆ ತರದೆ ಕಂಪೋಸಿಂಗ್‌ಗೆ ಕಳುಹಿಸಬಾರದೆಂದು ತಾಕೀತು ಮಾಡಿದರು. ಹಾಗೂ ಸ್ಪರ್ಧೆಯ ಕಥೆಗಳನ್ನು ತೀರ್ಪುಗಾರರಿಗೆ ಕಳುಹಿಸುವ ಮುನ್ನ ತಮ್ಮ ಗಮನಕ್ಕೆ ತರಬೇಕೆಂದು ಹೇಳಿದರು. ಇವೆಲ್ಲವನ್ನೂ ಸಿಂಗ್ ಅವರು ಓದುತ್ತಿದ್ದರು. ಹಾಗೂ ತೀರ್ಪುಗಾರರ ಸಭೆಯಲ್ಲೂ ಭಾಗವಹಿಸುತ್ತಿದ್ದರು. 1987ರಲ್ಲಿರಬೇಕು. ಆ ವರ್ಷ ದೀಪಾವಳಿ ಸಂಚಿಕೆಗೆ ಒಂದು ಕವಿತೆ ಬರೆದು ಕೊಡುವಂತೆ ಖ್ಯಾತ ಕವಿ ಬಿ ಆರ್ ಲಕ್ಷ್ಮಣರಾವ್ ಅವರನ್ನು ಕೇಳಿದ್ದೆವು. ಅವರು 'ಗುಂಡಪ್ಪ ವಿಶ್ವನಾಥ್' ಕವಿತೆ ಕಳುಹಿಸಿಕೊಟ್ಟರು. ವಿಶ್ವನಾಥರ ಕಲಾತ್ಮಕ ಆಟವನ್ನು 'ಧ್ಯಾನಸ್ಥ' ಮನೋಭಾವದಿಂದ ನೋಡುವ ಕವಿ, ವಿಶ್ವನಾಥರ ಆಟದ ಕಲಾತ್ಮಕತೆಯನ್ನು ಪ್ರತಿಮಾತ್ಮಕವಾಗಿ ಚಿತ್ರಿಸುವ ವ್ಯಕ್ತಿಚಿತ್ರ

ಕಾವ್ಯವಾಗಿತ್ತು ಆ ಕವನ. ನಾನು ಓದಿ ಖುಷಿಪಟ್ಟು ಸಿಂಗ್ ಅವರಿಗೆ ಕಳುಹಿಸಿಕೊಟ್ಟೆ. ಮರುದಿನ ಸಿಂಗ್ ಅವರಿಂದ ಕರೆಬಂತು, "ಲಕ್ಷ್ಮಣರಾವ್ ಕವಿತೆ ಓದಿದಿರಾ? ನಿಮಗೇನಾದರೂ ಅರ್ಥವಾಯಿತೆ?" ಎಂದು ಕೇಳಿದರು. ಕವಿತೆಯನ್ನು ಅರ್ಥಮಾಡಿಸುವುದು ಕಷ್ಟದ ಕೆಲಸ. ಅದೊಂದು ಪ್ರತಿಮಾತ್ಮಕ ಕವನ, ಸರ್ ಎಂದು ಅರ್ಥಮಾಡಿಸುವ ಪ್ರಯತ್ನ ಮಾಡಿದೆ.

"ಏನು ಪ್ರತಿಮೆಯೋ ಏನೋ... ತುಂಬ ಕ್ಲಿಷ್ಟವಾಗಿದೆ. ನನಗೇನೂ ಅರ್ಥವಾಗಲಿಲ್ಲ. ನನಗೆ ಅರ್ಥವಾಗದ್ದನ್ನ ಓದುಗರ ತಲೆಗೆ ಕಟ್ಟುವುದು ನನಗಿಷ್ಟವಿಲ್ಲ. ಸಾಮಾನ್ಯ ಓದುಗರಿಗೂ ಅರ್ಥವಾಗುವಂಥ ಬೇರೊಂದು ಕವಿತೆ ಬರೆದು ಕೊಡುವಂತೆ ಹೇಳಿ," ಎಂದು ಅಪ್ಪಣೆ ಕೊಡಿಸಿದರು. ನನಗೆ ಆಶ್ಚರ್ಯ, ಮುಜುಗರ ಎರಡೂ ಆಯಿತು. ಆಶ್ಚರ್ಯ ಏಕೆಂದರೆ ಸಿಂಗ್ ಅವರಿಗೆ ಕಾವ್ಯ ಸಂವೇದನೆ ಇರಲಿಲ್ಲವೆಂದಲ್ಲ. ಅಡಿಗರ 'ಪ್ರಾರ್ಥನೆ' ಕವಿತೆಯನ್ನು 'ಸಾಪು'ದಲ್ಲಿ ಪ್ರಕಟಿಸಿ ಸುದ್ದಿ ಮಾಡಿದವರು ಅವರು. ಅದು ಅಶ್ಲೀಲ ಎಂದು ಕೆಲವರ ದೂರಿನ ಮೇರೆ ಸರ್ಕಾರ ಸಮಜಾಯಿಷಿ ಕೇಳಿದಾಗ ಟಿಎಸ್ಸಾರ್, "ಬೇಲೂರಿನ ಶಿಲಾಬಾಲಿಕೆಗಳಿಗೆ ಮೊದಲು ಮುಸುಕು ಹಾಕಿಸಿಬಿಡಿ," ಎಂದು ಸವಾಲು ಹಾಕಿ ಮಡಿವಂತಿಕೆ ವಕ್ತಾರರ ಹಾಗೂ ಸರ್ಕಾರದ ಬಾಯಿಮುಚ್ಚಿಸಿದ್ದು ಈಗ ಇತಿಹಾಸ. ಇಂಥ ಸಿಂಗ್‌ಗೆ ಬಿಆರ್‌ಎಲ್ ಕವಿತೆ ಅರ್ಥವಾಗಲಿಲ್ಲ ಅಂದರೆ... ಲಕ್ಷ್ಮಣರಾವ್‌ಗೆ ನಿಮ್ಮ ಕವಿತೆ ಅರ್ಥವಾಗಲ್ಲ ಎಂದು ಬರೆಯುವುದು ಮುಜುಗರದ ಕೆಲಸವೇ ಆಯಿತು. ಪತ್ರ ಬರೆದು ಸಿಂಗ್ ಅವರ ಕೈಯಲ್ಲೇ ಸಹಿ ಮಾಡಿಸಿದ್ದಾಯಿತು. ಎದುರಿಗೆ ಸಿಕ್ಕಾಗ ಇನ್ನಷ್ಟು ಮುಜುಗರವಾಯಿತು. ಆ ವರ್ಷ ಲಕ್ಷ್ಮಣರಾವ್ ಬೇರೊಂದು ಕವಿತೆ ಬರೆದು ಕೊಡಲಿಲ್ಲ.

ಮತ್ತೊಂದು ಪೇಚಿನ ಪ್ರಸಂಗ. ವಿಶೇಷಾಂಕಕ್ಕೆ ಆಹ್ವಾನ ನೀಡಿ ಪತ್ರ ಬರೆದಾಗ (ಒಪ್ಪಿಗೆ ಸೂಚಿಸಲು ಅಂತರ್ದೇಶಿಯ ಪತ್ರ ಲಗತ್ತಿಸುತ್ತಿದ್ದೆವು) ಉತ್ತರ ಬಾರದಿದ್ದಾಗ ಟೆಲಿಫೋನಿನಲ್ಲೂ ಕೋರುವ ರೂಢಿ ನಮ್ಮಲ್ಲಿತ್ತು. ಒಂದು ವರ್ಷ ಪತ್ರ ಬರೆದ ನಂತರ ಜವಾಬು ಬಾರದೆ ನಾನು ಪೂರ್ಣಚಂದ್ರ ತೇಜಸ್ವಿಯವರಿಗೆ ಫೋನ್ ಮಾಡಿ, "ಸರ್, ಈ ವರ್ಷದ ದೀಪಾವಳಿ ವಿಶೇಷಾಂಕಕ್ಕೆ ಒಂದು ಕಥೆ ಬರೆದು ಕೊಡಿ," ಎಂದು ವಿನಂತಿ ಮಾಡಿಕೊಂಡೆ.

"ಆಯಿತು ಬರೆದು ಕೊಡುತ್ತೇನೆ, ನೀವು ಐದು ಸಾವಿರ ಸಂಭಾವನೆ ಕೊಡುವುದಾದಲ್ಲಿ ಮಾತ್ರ. ಅದಕ್ಕೆ ಕಡಿಮೆಗೆ ನಾನು ಬರೆಯುವುದಿಲ್ಲ."

ನಾನು ಸ್ತಂಭೀಭೂತನಾದೆ. ನನಗೆ ವಿಶೇಷಾಂಕದ ಲೇಖನ/ ಕಥೆಗೆ ಸಾವಿರ ರೂ. ಗಿಂತ ಹೆಚ್ಚು ಕೊಡುವ ಅಧಿಕಾರವಿರಲಿಲ್ಲ. ಆ ದಿನಗಳಲ್ಲಿ ವಿಶೇಷಾಂಕದ ಬಜೆಟ್ಟೂ ಎಂಟು–ಹತ್ತು ಸಾವಿರದ ಆಸುಪಾಸಿನಲ್ಲಿರುತ್ತಿತ್ತು.

"ತೇಜಸ್ವಿಯವರೇ ಅದೂ..."

"ನೀವು ರಾಗ ಎಳೆಯಬೇಡಿ ರಂಗನಾಥ ರಾವ್. ನಿಮ್ಮ ಪತ್ರಿಕೆಗೆ ಅಷ್ಟು ಕೊಡುವ ಸಾಮರ್ಥ್ಯ ಉಂಟು."

ತೇಜಸ್ವಿಯವರು ಬರೆಯಲಿಲ್ಲ. ಅವರು ಸಂಭಾವನೆ ಕಾರಣಕ್ಕಾಗಿ ಬರೆಯಲಿಲ್ಲವೋ ಅಥವಾ ಆ ಕಾಲಘಟ್ಟದಲ್ಲಿ ಲೇಖಕರು ಕಲಾವಿದರ ಒಕ್ಕೂಟ ಕೈಗೊಂಡಿದ್ದ, "ಒಕ್ಕೂಟದ ಸದಸ್ಯರು ಬ್ರಾಹ್ಮಣ ಪ್ರಾಬಲ್ಯವಿರುವ ದಿನಪತ್ರಿಕೆಗಳಿಗೆ ಯಾವುದೇ ಕಾರಣಕ್ಕೂ ಬರೆಯಕೂಡದು," ಎಂಬ ನಿರ್ಣಯದಿಂದಾಗಿ ಬರೆಯಲಿಲ್ಲವೋ ತಿಳಿಯದು.

ಇಂದಿಗೂ ನನ್ನ ಕಾಡುತ್ತಿರುವ ಪ್ರಶ್ನೆ ಇದು.

ಮತ್ತೊಂದು ಪ್ರಸಂಗ. ಒಂದು ವರ್ಷ ವಿಶೇಷಾಂಕಕ್ಕೆ ವರನಟ ಡಾ. ರಾಜಕುಮಾರ್ ಅವರ ಸಂದರ್ಶನ ಪ್ರಕಟಿಸುವ ನಿರ್ಧಾರವಾಯಿತು. ಅದರಂತೆ ಸಂದರ್ಶನಕ್ಕೆ ದಿನ, ವೇಳೆ ಕೇಳಿ ರಾಜಕುಮಾರ್ ಅವರಿಗೆ ಮನವಿ ಮಾಡಲಾಯಿತು. ಒಂದು ವಾರದ ನಂತರ ನಮಗೆ ಅವರ ಕಡೆಯವರಿಂದ ಫೋನ್ ಬಂತು:

"ಓಂ ಶ್ರೀ ರಾಘವೇಂದ್ರಾಯ ನಮಃ 'ಪ್ರಜಾವಾಣಿ' ಸಂದರ್ಶನಕ್ಕೆ ಡಾ. ರಾಜಕುಮಾರ್ ಅವರು ಒಪ್ಪಿದ್ದಾರೆ. ಸಂದರ್ಶನಕ್ಕೆ ನಿಮ್ಮಲ್ಲಿ ಸೀನಿಯರ್ ಜರ್ನಲಿಸ್ಟ್ ಆಗಿರುವ ಬಿಎಂಕೆ ಅವರನ್ನೇ ಕಳುಹಿಸತಕ್ಕದ್ದು."

ನಾನು ಇದನ್ನು ಸಿಂಗ್ ಅವರಿಗೆ ಮುಟ್ಟಿಸಿ, "ಬಿಎಂಕೆ ಅವರಿಗೇ ಸಂದರ್ಶನ ಮಾಡಲು ಹೇಳಿ ಬಿಡಿ ಸರ್" ಎಂದೆ. ಬಿಎಂಕೆ ಅವರಿಗೂ ರಾಜಕುಮಾರ್ ಮತ್ತು ಅವರ ಕುಟುಂಬಕ್ಕೂ ಆಪ್ತ ಸಂಬಂಧವಿತ್ತು. 'ಸುಧಾ' ಉಪಸಂಪಾದಕರಾಗಿದ್ದ ಗಂಗಾಧರ ಮೊದಲಿಯಾರ್ ಅವರನ್ನು ಡಾ. ರಾಜಕುಮಾರ್ ಅಭಿಮಾನಿಗಳು ಅಪಹರಿಸಿ ಸ್ಥಾನಬದ್ಧತೆಯಲ್ಲಿಟ್ಟಿದ್ದಾಗ ಅವರನ್ನು ಬಂಧನಮುಕ್ತಗೊಳಿಸುವುದರಲ್ಲಿ ಬಿಎಂಕೆ ಮುಖ್ಯಪಾತ್ರ ವಹಿಸಿದ್ದರು.

ಬಿಎಂಕೆ ಏನು ಕಾರಣವೋ ಸಂದರ್ಶನ ಮಾಡಲು ಒಪ್ಪಲಿಲ್ಲ. ನಾನು ಸಂದರ್ಶನ ಕೇಳಿದಾಗ, ಬಿಎಂಕೆ ಅವರನ್ನೇ ಕಳುಹಿಸಿ ಎಂದಿದ್ದರಿಂದ ನನಗೆ ಅವಮಾನವಾಗಿತ್ತು. ಅಂದರೆ ನನ್ನ ಪ್ರಾಮಾಣಿಕತೆಯಲ್ಲಿ ಅವರಿಗೆ ಗೌರವವಿಲ್ಲ ಎಂಬುದು ನನಗೆ ಸ್ಪಷ್ಟವಾಗಿತ್ತು. ಹೀಗಾಗಿ ಸಂದರ್ಶನ ಮಾಡಲು ನನ್ನ ಮನಸ್ಸು ಒಪ್ಪಲಿಲ್ಲ. ಯಾರು ಸಂದರ್ಶನ ಮಾಡಬೇಕು ಎಂಬ ಜಿಜ್ಞಾಸೆಯಲ್ಲೇ ಒಂದು ವಾರ ಕಳೆಯಿತು. ನಂತರ ಒಂದು ದಿನ ಸಿಂಗ್ ಅವರು, "ನೀವೇ ಸಂದರ್ಶನ ಮಾಡಬೇಕು," ಎಂದರು.

"ನಾನು ಅವರಿಗೆ ಅನಪೇಕ್ಷಿತ ವ್ಯಕ್ತಿ. ಈ ಅವಮಾನವನ್ನು ನುಂಗಿಕೊಂಡು ನಾನು ಸಂದರ್ಶನ ಮಾಡುವುದಿಲ್ಲ," ಎಂದೆ.

"ಇಲ್ಲ ನೀವು ಮಾಡಲೇಬೇಕು."

"ಬೇಡ ಸರ್, ಪತ್ರಿಕಾ ಹಕ್ಕು ಮತ್ತು ಸ್ವಾತಂತ್ರ್ಯಗಳಿಗೆ ಆಣತಿ ಮಾಡುವವರಿಗೆ ನಾವು ತಲೆಬಾಗಬೇಕೇ? ಅವರ ಸಂದರ್ಶನ ಇಲ್ಲದೆಯೂ ನಮ್ಮ ವಿಶೇಷ ಸಂಚಿಕೆಯ ಮೌಲ್ಯಕ್ಕೆ ಧಕ್ಕೆಬಾರದು."

"ಸಂಪಾದಕನಾಗಿ ನಾನು ನಿಮಗೆ ಆರ್ಡರ್ ಮಾಡುತ್ತಿದ್ದೇನೆ, ನೀವು ಡಾ. ರಾಜಕುಮಾರ್ ಅವರ ಸಂದರ್ಶನ ಮಾಡಬೇಕು."

ಇದಾದ ಮಾರನೆಯ ದಿನ ಮಧ್ಯಾಹ್ನದ ವೇಳೆ ಟೆಲಿಫೋನ್ ಕರೆಬಂತು:

"ಓಂ ಶ್ರೀ ರಾಘವೇಂದ್ರಾಯ ನಮಃ ನೀವು ನಾಳೆ ಬೆಳಿಗ್ಗೆ 10ಕ್ಕೆ ಸಂದರ್ಶನಕ್ಕೆ ಬರಬಹುದು."

❖

19

ನವ್ಯದಂತೆಯೇ, ದಲಿತ, ಬಂಡಾಯ ಚಳವಳಿಗಳ ಕಥೆಗಾರರನ್ನು 'ಪ್ರವಾ' ಗುರುತಿಸಿ, ಪ್ರೋತ್ಸಾಹಿಸಿ ಬೆಳೆಸಿತು. ಇವರ ಕೃತಿಗಳಲ್ಲಿ ಕರ್ನಾಟಕದಲ್ಲಿನ ವಿವಿಧ ಸಂಸ್ಕೃತಿಗಳು, ಅಲ್ಲಿನ ಬಹುತ್ವಗಳು ಪ್ರಕಟಗೊಂಡವು. ಚರ್ಚೆ, ವಿಚಾರ ವಿಮರ್ಶೆಗಳ ನಿಕಷಕ್ಕೆ ಒಡ್ಡಿಕೊಂಡವು. ಇದೆಲ್ಲದರ ಪರಿಣಾಮವೆಂಬಂತೆ ಹೊಸ ಕಥನ ಸಂಸ್ಕೃತಿಯೊಂದು ಆವಿರ್ಭವಿಸಿತು.

ಸಣ್ಣ ಕಥೆಗಳ ಸಾಂಸ್ಕೃತಿಕ ಛಾಪು

ಸಾಹಿತ್ಯ ಪ್ರಕಟಣೆ ಮತ್ತು ವರ್ಧಿಷ್ಣು ಲೇಖಕರನ್ನು ಪ್ರೋತ್ಸಾಹಿಸುವ ಮೂಲಕ ಕರ್ನಾಟಕ ಸಂಸ್ಕೃತಿಗೆ 'ಪ್ರವಾ' ಕೊಡುಗೆ ಗಣನೀಯವಾದುದೆಂದು ಈಗಾಗಲೇ ಹೇಳಿದ್ದೇನೆ. ಅದನ್ನು ನಿರ್ದಿಷ್ಟವಾಗಿ ಗುರುತಿಸಲು ಒಂದೆರಡು ನಿದರ್ಶನಗಳನ್ನು ನೋಡಬಹುದು. ವಿಶೇಷವಾಗಿ ಸಣ್ಣ ಕಥೆ ಮತ್ತು ಕಾವ್ಯದ ಮೂಲಕ ಪತ್ರಿಕೆ ಈ ಮಹತ್ಕಾರ್ಯವನ್ನು ನಡೆಸಿತು. ದೀಪಾವಳಿ ಕಥಾ ಸ್ಪರ್ಧೆ, ವಿಶೇಷಾಂಕದ ವಿಶೇಷ ಕಥೆಗಳಿಂದ, ಕಾವ್ಯಗಳಿಂದ ಹೊಸ ಪೀಳಿಗೆಯ ಕವಿಗಳನ್ನೂ ಕಥೆಗಾರರನ್ನು ಬೆಳೆಸಿದ ಪರಿಯಲ್ಲೇ ಪತ್ರಿಕೆಯ ಸಾಂಸ್ಕೃತಿಕ ಕಾಳಜಿ ಸ್ಪಷ್ಟವಾಗುತ್ತದೆ. ದೀಪಾವಳಿ ಕಥಾ ಸ್ಪರ್ಧೆಯಲ್ಲಿ

ಬಹುಮಾನ ಪಡೆದವರು ಮುಂದೆ ನುರಿತ ಕಥೆಗಾರರಾಗಿ ಬೆಳೆದದ್ದು 'ಸಾಪು' ಮತ್ತು ವಿಶೇಷ ಸಂಚಿಕೆಗಳಲ್ಲಿ.

ನವ್ಯದಂತೆಯೇ, ದಲಿತ, ಬಂಡಾಯ ಚಳವಳಿಗಳ ಕಥೆಗಾರರನ್ನು 'ಪ್ರವಾ' ಗುರುತಿಸಿ, ಪ್ರೋತ್ಸಾಹಿಸಿ ಬೆಳೆಸಿತು. ಇವರ ಕೃತಿಗಳಲ್ಲಿ ಕರ್ನಾಟಕದಲ್ಲಿನ ವಿವಿಧ ಸಂಸ್ಕೃತಿಗಳು, ಅಲ್ಲಿನ ಬಹುತ್ವಗಳು ಪ್ರಕಟಗೊಂಡವು. ಚರ್ಚೆ, ವಿಚಾರ ವಿಮರ್ಶೆಗಳ ನಿಕಷಕ್ಕೆ ಒಡ್ಡಿಕೊಂಡವು. ಇದೆಲ್ಲದರ ಪರಿಣಾಮವೆಂಬಂತೆ ಹೊಸ ಕಥನ ಸಂಸ್ಕೃತಿಯೊಂದು ಆವಿರ್ಭವಿಸಿತು. ಅಲ್ಲಿಯತನಕ ಮಾಸ್ತಿ ಕಥಾ ಪರಂಪರೆಯನ್ನು ಚರ್ಚಿಸುವುದರಲ್ಲಿ ನಿರತವಾಗಿದ್ದ ಕನ್ನಡ ವಿಮರ್ಶೆ, ಹೊಸ ಪರಂಪರೆಯೊಂದನ್ನು ಸೃಷ್ಟಿಸುವ ಸಾಮರ್ಥ್ಯವಿದ್ದ ಈ ಹೊಸ ಪೀಳಿಗೆಯ ಕಥೆಗಾರರರನ್ನು ಗಮನಿಸುವುದು ಅನಿವಾರ್ಯವಾಯಿತು.

ನವ್ಯ ಕಾವ್ಯದಲ್ಲಿ, ಗೋಪಾಲಕೃಷ್ಣ ಅಡಿಗ, ಗಂಗಾಧರ ಚಿತ್ತಾಲ, ರಾಮನುಜನ್, ರಾಮಚಂದ್ರ ಶರ್ಮ, ತಿರುಮಲೇಶ, ಚಂದ್ರಶೇಖರ ಕಂಬಾರ ಮೊದಲಾದವರ ರಚನೆಗಳಲ್ಲಿ ಕಂಡಬರುವ ಸಾಂಸ್ಕೃತಿಕ ಮುಖಾಮುಖಿ ಮತ್ತು ಶೋಧನೆಗಳನ್ನು ದಲಿತ, ಬಂಡಾಯ ಚಳವಳಿಗಳ ಸಿದ್ದಲಿಂಗಯ್ಯ, ರಂಜಾನ್ ದರ್ಗಾ, ಎಸ್ ಜಿ ಸಿದ್ದರಾಮಯ್ಯ, ಪ್ರತಿಭಾ ನಂದಕುಮಾರ್, ಚನ್ನಣ್ಣ ವಾಲೀಕಾರ, ಬರಗೂರು ರಾಮಚಂದ್ರಪ್ಪ, ಅರವಿಂದ ಮಾಲಗತ್ತಿ, ಸುಕನ್ಯಾ ಮಾರುತಿ ಮೊದಲಾದವರ ಕಾವ್ಯದಲ್ಲಿ ಗೋಚರಿಸತೊಡಗಿದ್ದನ್ನು ನಾವು ಕಾಣುತ್ತೇವೆ. ಸಾಂಸ್ಕೃತಿಕ ಮೊನಚಿನ ಸಾಹಿತ್ಯ ನಿರ್ಮಿತಿಯ ಈ ಕಾಲಘಟ್ಟದಲ್ಲೇ ಇನ್ನೊಂದಷ್ಟು ಜನ ಹೊಸ ಕಥೆಗಾರರರು ಹುಟ್ಟಿಕೊಂಡರು. ವಿವೇಕ ಶಾನಭಾಗ, ಎಸ್ ದಿವಾಕರ, ಜಯಂತ ಕಾಯ್ಕಿಣಿ, ರಾಘವೇಂದ್ರ ಪಾಟೀಲ, ಕೆ ಸತ್ಯನಾರಾಯಣ, ಕುಂ ವೀರಭದ್ರಪ್ಪ, ವೈದೇಹಿ, ಮೊಗಳ್ಳಿ ಗಣೇಶ್, ಅಮರೇಶ ನುಗಡೋಣಿ ಈ ಹೊಸ ಕಥೆಗಾರರಲ್ಲಿ ಪ್ರಮುಖರು. ಇವರುಗಳನ್ನು ನವ್ಯೋಬಂಡಾಯೋತ್ತರ ಪೀಳಿಗೆ ಎಂದು ಕರೆಯಬಹುದೇನೋ! ನವ್ಯ ಮತ್ತು ಬಂಡಾಯ ಇವರೆಡರ ಗುಣಧರ್ಮಗಳನ್ನು ಅರಗಿಸಿಕೊಂಡು ತಮ್ಮದೇ ಅನನ್ಯತೆಯನ್ನು, ಅಸ್ಮಿತೆಯನ್ನು ಬೆಳೆಸಿಕೊಂಡಿರುವುದು ಇವರ ವೈಶಿಷ್ಟ್ಯ. ಇವರ ಕಥೆಗಳಲ್ಲಿ ನವ್ಯದ ಕಲಾತ್ಮಕ ಶಿಸ್ತಿದೆ, ಭಾಷೆಯನ್ನು ಸೃಜನಶೀಲವಾಗಿ ಬಳಸಿಕೊಳ್ಳುವ ಪ್ರತಿಭೆ ಇದೆ, ವಿವಿಧ ಸಾಮಾಜಿಕ ವರ್ಗಗಳ ದನಿ ಇದೆ. ಇವರೆಲ್ಲರೂ 'ಪ್ರಜಾವಾಣಿ' ಮತ್ತು 'ಸುಧಾ'ದಲ್ಲಿ ಬೆಳೆದ ಕಥೆಗಾರರು.

ಒಂದು ಗಾಢವಾದ ಶ್ರದ್ಧೆಯಿಂದ ಬದುಕಿನ ವ್ಯವಹಾರಗಳನ್ನೆಲ್ಲ, ಬಿಡಿಬಿಡಿಯಾಗಿ ಹಾಗೂ ಅವುಗಳ ಒಟ್ಟಂದದ ಪರಿಣಾಮಗಳಲ್ಲಿ ಕಟ್ಟಿಕೊಡುವ, ವ್ಯಾಖ್ಯಾನಿಸುವ, ಬೆಲೆಕಟ್ಟುವ ಒಂದು ಸಾತ್ವಿಕ ಪ್ರಯತ್ನವನ್ನು ನಾನು ಇವರ ಕಥೆಗಳಲ್ಲಿ ಗಮನಿಸಿದೆ. ಇದು ಮಾಸ್ತಿಯವರ ಪರಂಪರೆಯ ಹೊಸ ಆಯಾಮ ಎಂದು ತೋರಿತು.

ಪತ್ರಿಕೆಗಳು ಇದನ್ನು ಪ್ರೋತ್ಸಾಹಿಸಬೇಕು, ಪೋಷಿಸಬೇಕು ಎನ್ನಿಸಿ ಇವರುಗಳ ಬೆನ್ನು ಹತ್ತಿದೆ. ಎದುರಿಗೆ ಸಿಕ್ಕಾಗ, "ಒಂದು ಕಥೆ ಬರೆದುಕೊಡಿ," ಎಂದು ವಿನಂತಿಸುವುದರೊಂದಿಗೆ ಪತ್ರಗಳನ್ನೂ ಬರೆಯುತ್ತಿದ್ದೆ. ಇವರ ಕಥೆಗಳು ಬೇರೆ ಪತ್ರಿಕೆಗಳಲ್ಲಿ ಪ್ರಕಟವಾದಾಗ 'ನಾನು ಸೋತೆ' ಎಂದು ಮನಸ್ಸು ಖಿನ್ನವಾಗುತ್ತಿತ್ತು. ಇದು ಸರಿಯಲ್ಲ, ಲೇಖಕರಿಗೆ ತಮಗೆ ಬೇಕಾದ ಪತ್ರಿಕೆಗೆ ಕೊಡುವ ಸ್ವಾತಂತ್ರ್ಯವಿದೆ ಎಂದು ವಿವೇಕ ಮೊಟಕುತ್ತಿದ್ದರೂ ಒಮ್ಮೆ ಹೀಗಾಯಿತು.

ನಮ್ಮ ಸ್ವಾತಂತ್ರ್ಯ ಸುವರ್ಣ ಮಹೋತ್ಸವದ ವರ್ಷಾಚರಣೆಯ ಮರುವರ್ಷ. ಒಂದು ಭಾನುವಾರ 'ಕನ್ನಡಪ್ರಭ' ಪುರವಣಿಯಲ್ಲಿ ಕೆ ಸತ್ಯನಾರಾಯಣ ಅವರ 'ವಿಕ್ಟೋರಿಯಾ ಮಗ ದೇವಲಿಂಗು' ಕಥೆ ಪ್ರಕಟವಾಯಿತು. ಓದಿದೆ. ಕಥೆ ತುಂಬ ಸಾಂದರ್ಭಿಕವಾಗಿಯೂ ಮಾರ್ಮಿಕವಾಗಿಯೂ ನನಗೆ ತುಂಬ ಹಿಡಿಸಿತು. ಇದು ನಾನು ಪ್ರಕಟಿಸಬೇಕಾಗಿದ್ದ ಕಥೆ, ವೈಎನ್ಕೆ ಹೇಗೆ ಇದನ್ನು ನನ್ನಿಂದ ಹಾರಿಸಿಕೊಂಡು ಹೋದರು ಎಂಬ ಭಾವನೆ ಸುಳಿದು, ಒಂದು ಕ್ಷಣ ವೈಎನ್ಕೆ ನನ್ನ ಪ್ರತಿಸ್ಪರ್ಧಿ ಖಳನಾಯಕನಂತೆ ತೋರಿ ಕಸಿವಿಸಿಯಾಯಿತು. ಆಗ ಸತ್ಯನಾರಾಯಣ್ ಮದ್ರಾಸಿನಲ್ಲಿದ್ದರು. ಕೂಡಲೇ ಅವರಿಗೆ ಫೋನ್ ಮಾಡಿ '...ದೇವಲಿಂಗು' 'ಪ್ರವಾ'ದಲ್ಲಿ ಪ್ರಕಟವಾಗಬೇಕಾದ ಕಥೆ, ನೀವು ಹೇಗೆ ಅದನ್ನು 'ಕಪ್ರ'ಗೆ ಕೊಟ್ಟಿರಿ ಎಂದು ಸತ್ಯನಾರಾಯಣರ ಕಥೆಗಳ ಹಕ್ಕುಸ್ವಾಮ್ಯ ಪಡೆದವನಂತೆ ಕೇಳಿದೆ. ಒಳ್ಳೆಯ ಕಥೆಗಳನ್ನು 'ಪ್ರವಾ'ದಲ್ಲಿ ನಾನೇ ಪ್ರಕಟಿಸಬೇಕು, ಬೇರೊಬ್ಬರಿಗೆ ಬಿಟ್ಟುಕೊಡಬಾರದು, ನಾನು ನನ್ನ ಕೆಲಸದಲ್ಲಿ ಸೋತೆನೆ ಇತ್ಯಾದಿ ಭಾವನೆಗಳು ಆ ಕ್ಷಣದಲ್ಲಿ ನನ್ನಿಂದ ಮೇಲಿನ ಮಾತುಗಳನ್ನು ಆಡಿಸಿದ್ದವು. ಹಾಗೇ ದುಡುಕಿ ಸತ್ಯನಾರಾಯಣರ ಜೊತೆ ಮಾತನಾಡಿದ್ದನ್ನು ಜ್ಞಾಪಿಸಿಕೊಂಡರೆ ಈಗ 'ಹಾಗೆ ಮಾಡಬಾರದಿತ್ತು' ಎನ್ನಿಸುತ್ತದೆ.

ಇಂಥ ಅಲೋಚನೆ ನಮ್ಮ ಲೇಖಕರಲ್ಲೂ ಇದೆ. ಕೆಲವರಿಗೆ ತಾವು ಬರೆದದ್ದೆಲ್ಲವೂ 'ಪ್ರವಾ', 'ಸುಧಾ'ಗಳಲ್ಲೇ ಪ್ರಕಟವಾಗಬೇಕೆನ್ನುವ ಬದ್ಧತೆ ಇದ್ದುದನ್ನು ನಾನು ಕೇಳಿದ್ದೇನೆ. ನಮ್ಮ ಕೆಲವು ಕಥೆಗಾರ್ತಿಯರಿಗಂತೂ ತಾವು ಬರೆದ ಕಥೆ/ ಕಾದಂಬರಿಗಳು 'ಸುಧಾ'ದಲ್ಲೇ ಪ್ರಕಟವಾಗಬೇಕೆಂಬ ವಾಂಛೆ. ಇದಕ್ಕಾಗಿ ಸಂಪಾದಕರು ತೋರಿಸಿದ ಓರೆಕೋರೆಗಳನ್ನು ಪರಿಷ್ಕರಿಸಿ ಮತ್ತೆಮತ್ತೆ ಬರೆದು ವರ್ಷಗಟ್ಟಳೆ ಕಾಯ್ದುವರಿದ್ದಾರೆ.

'ಪ್ರವಾ' ನವ್ಯ ಮತ್ತು ನವ್ಯೋತ್ತರ ಹೊಸ ಅಭಿರುಚಿ, ಹೊಸ ಸಂವೇದನೆಗಳನ್ನು ತನ್ನ ಓದುಗರಲ್ಲಿ ಹೇಗೆ ಬಿತ್ತನೆ ಮಾಡಿತೋ ಹಾಗೆಯೇ ಜನಪ್ರಿಯ ಕಥಾ ಸಂವೇದನೆಯೊಂದನ್ನು ತನ್ನ ಓದುಗರ ಚಿತ್ತಭಿತ್ತಿಯಲ್ಲಿ ಬಿತ್ತನೆ ಮಾಡಿ ಅದರ ಫಲವನ್ನು ಕೊಯಿಲು ಮಾಡಿದ ಕೀರ್ತಿ 'ಸುಧಾ' ಪತ್ರಿಕೆಯದು. ಕೃಷಿಕಾರ: ಎಂ ಬಿ ಸಿಂಗ್. ದೂರದರ್ಶನ ಇನ್ನೂ ಬಲುದೂರ ಎನ್ನಲಾಗುತ್ತಿದ್ದ ಆ ದಿನಗಳಲ್ಲಿ

ಮಧ್ಯಾಹ್ನದ ಬಿಡುವಿನ ಗೃಹಿಣಿಯರಿಗೆ ಹಾಗೂ ನಿವೃತ್ತರಿಗೆ 'ಸುಧಾ' ಮೆಚ್ಚಿನ ಸಂಗಾತಿ. 'ಪ್ರಜಾಮತ' ಕೃಶವಾಗುತ್ತಿತ್ತು. 'ತರಂಗ' ಬಂದಿರಲಿಲ್ಲ. ಆ ಕಾಲ ಘಟ್ಟದಲ್ಲಿ ಸಿಂಗ್ ಅವರು ಮನೋರಂಜನೆ ಮತ್ತು ಮಾಹಿತಿ ಪ್ರಧಾನವಾದ ಕಥನ ಮಾರ್ಗವೊಂದಕ್ಕೆ ಬಾಗಿಲು ತೆರೆದರು.

ಸಿಂಗ್ ಅವರು ಸ್ವತಃ ಸೃಜನಶೀಲ ಬರಹಗಾರರಾಗಿದ್ದರೆ ಏನೆಲ್ಲ ಬರೆಯುತ್ತಿದ್ದರೋ ತಿಳಿಯದು. ಆದರೆ, ಅವರ ತಲೆಯಲ್ಲಿ ಅನೇಕ ಹೊಳಹುಗಳಿದ್ದವು. ಅದನ್ನು ಅವರು ಟಿ ಕೆ ರಾಮರಾವ್, ಶಾರದೆ, ಉಷಾ ನವರತ್ನರಾಮ್, ಸುದರ್ಶನ ದೇಸಾಯಿ, ಅನಂತರಾವ್, ವಿಜಯ ಸಾಸನೂರು ಅವರುಗಳೊಡನೆ ಹಂಚಿಕೊಂಡು ಕಾದಂಬರಿ ಬರೆಯಲು ಪ್ರೇರೇಪಿಸುತ್ತಿದ್ದರು. ಹೀಗೆ ಕಾದಂಬರಿಕಾರರಿಗೆ ಹೊಸ ಥೀಮ್ ಒಂದನ್ನು ಸೂಚಿಸಿ, ಬರೆಯಿಸಿ, ಹೊಸ ಓದುಗರನ್ನು ಸೃಷ್ಟಿಸಿಕೊಳ್ಳುವ ಕಲೆ, ಸಿಂಗ್ ಅವರಿಗೆ ಚೆನ್ನಾಗಿ ತಿಳಿದಿತ್ತು.

ಆ ರೀತಿ ಅವರು ಬರೆಸಿದ ಉಷಾ ನವರತ್ನರಾಮ್ ಅವರ ಕೊನೆಯ ಕಾದಂಬರಿ, ವಿಮಾನಯಾನದ ಗಗನ ಸಖಿಯರ ಜೀವನ ಶೈಲಿ ಕುರಿತ ಕಾದಂಬರಿ. ಸಿಂಗ್ ಸೂಚಿಸಿದ ಗಗನ ಸಖಿಯರ ಹಾರಾಟದ ಹಾಗೂ ಅವರ ನೆಲದ ಮೇಲಿನ ಬದುಕನ್ನು ಅಭ್ಯಸಿಸಲು ತಾವು ಹತ್ತು ಹನ್ನೆರಡು ಬಾರಿ ವಿಮಾನಯಾನ ಮಾಡಿದ್ದಾಗಿ ಉಷಾ ನವರತ್ನರಾಮ್ ಅವರೇ ನನಗೆ ತಿಳಿಸಿದ್ದುಂಟು. ಅದೇ ರೀತಿ ವಿಜಯ ಸಾಸನೂರು ಮತ್ತು ಅವರ ಪತ್ನಿ ವಿದ್ಯುಲ್ಲತಾ ಸಾಸನೂರು ಅವರಿಬ್ಬರನ್ನೂ ಕೂಡಿಸಿ ಒಂದು ಸಂಯುಕ್ತ ಕಾದಂಬರಿ ಬರೆಸುವ ಪ್ರಯೋಗ ಮಾಡಿದರು. ಸಿಂಗ್ ಅವರ ಇಂಥ ಪ್ರಯೋಗಗಳು ಫಲ ಕೊಟ್ಟವು. ಓದುಗರು, ವಿಶೇಷವಾಗಿ ಮಹಿಳಾ ಓದುಗರು ಇಂಥ ಕಾದಂಬರಿಗಳಿಗಾಗೇ ಕಾಯುತ್ತಿದ್ದರು. ಪ್ರಸರಣ ಸಂಖ್ಯೆಯೇ ಮಾನದಂಡವಾಗಿತ್ತು.

ಉಷಾ ನವರತ್ನರಾಮ್, ಶಾರದೆ, ಟಿ ಕೆ ರಾಮರಾವ್, ಸುದರ್ಶನ ದೇಸಾಯಿ, ಅನಂತರಾವ್ ಇವರ ಕಾದಂಬರಿಗಳ ಪ್ರಕಟಣೆ ಕಾಲದಲ್ಲಿ 'ಸುಧಾ' ಪ್ರಸಾರ ಐದು-ಹತ್ತು ಸಾವಿರ ಹೆಚ್ಚುತ್ತಿತ್ತು. ಧಾರವಾಹಿ ಮುಗಿದ ಕೂಡಲೇ ಈ ಸಂಖ್ಯೆಯೂ ಇಳಿಯುತ್ತಿತ್ತು. ಅಂದರೆ ಈ ಲೇಖಕರುಗಳಿಗೆ ಅವರದೇ ಆದ ಅಭಿಮಾನಿ ಓದುಗರಿದ್ದರು. ಹಾಗೆಯೇ ತೆಲುಗಿನ ಯಂಡಮೂರಿ ವೀರೇಂದ್ರನಾಥ್. ಯಂಡಮೂರಿ ಐದು ಸಾವಿರಕ್ಕೆ ಕಡಿಮೆ ಸಂಭಾವನೆ ಸ್ವೀಕರಿಸುತ್ತಿರಲಿಲ್ಲ. ಅವರಿಗೆ ಅಷ್ಟು ಕೊಟ್ಟ ಮೇಲೆ ಅನುವಾದಕರಿಗೆ ಅದರಲ್ಲಿ ಅರ್ಧದಷ್ಟಾದರೂ ಕೊಡಬೇಡವೇ? ಪತ್ರಿಕೆಯ ಪ್ರಸಾರ ಹೆಚ್ಚುತ್ತಿದ್ದುದರಿಂದ ಇದು ಗೌಣವಾಗುತ್ತಿತ್ತು. ಸಿಂಗ್ ಸಾಹೇಬರು ಇದಕ್ಕೆ ಆಡಳಿತ ಮಂಡಳಿಯ ಅನುಮತಿ ದೊರಕಿಸಿಕೊಂಡಿದ್ದರು. ಹೀಗೆ ಜನಪ್ರಿಯ ಕಥಾ ಸಂಸ್ಕೃತಿಯೊಂದನ್ನು ಬೆಳೆಸಿದ ಕೀರ್ತಿ 'ಸುಧಾ'ಕ್ಕೆ ಸಲ್ಲುತ್ತದೆ. ದೂರದರ್ಶನ

ಬಂದ ನಂತರ ಈ ಓದುಗರೆಲ್ಲ 'ಸಾಬೂನು ನಾಟಕ ಮಂಡಳಿಯ (ಸೋಪ್ ಒಪೆರಾ)' ಥಳುಕು ಬಳುಕಿಗೆ ಮಾರು ಹೋಗಿ ಮುದ್ರಣ ಮಾಧ್ಯಮವನ್ನು ಬರಡಾಗಿಸಿದ್ದು ಬೇರೆ ಕಥೆ.

ನಿಯತಕಾಲಿಕ ಪತ್ರಿಕೋದ್ಯಮದಲ್ಲಿ ಕಥನ ಸಂಸ್ಕೃತಿ ಮಹತ್ವ ಈ ರೀತಿಯದು. ನಾನು 'ಸುಧಾ'ಗೆ ಹೋದ ಒಂದರೆಡು ವರ್ಷಗಳಲ್ಲಿ (1993–94) ಇರಬೇಕು. ಒಂದು ದಿನ ಆರ್ ಪೂರ್ಣಿಮಾ ನನ್ನ ಬಳಿ ಸಮಾಲೋಚನೆಗಾಗಿ ಬಂದವರು, "ಸರ್, ಅನುಪಮಾ ನಿರಂಜನ ಹೊಸ ಕಾದಂಬರಿಯೊಂದನ್ನು ಬರೆದಿದ್ದಾರೆ," ಎಂದರು.

"ಹೌದೇ, ಹಾಗಿದ್ದಲ್ಲಿ ಹಸ್ತಪ್ರತಿ ಇಸ್ಕೊಂಡು ಬನ್ನಿ, ಧಾರಾವಾಹಿಯಾಗಿ ಪ್ರಕಟಿಸಬಹುದೋ ನೋಡೋಣ," ಎಂದೆ.

ಪೂರ್ಣಿಮಾ ಅಂದೇ ಅನುಪಮಾ ಅವರನ್ನು ಸಂಪರ್ಕಿಸಿ ಮತ್ತೆ ಬಂದರು.

"ಸರ್ ಅವರೊಂದು ಶರತ್ತು ಹಾಕುತ್ತಿದ್ದಾರೆ..."

"ಏನದು?"

"ಐದು ಸಾವಿರ ಸಂಭಾವನೆ ಕೇಳುತ್ತಿದ್ದಾರೆ."

ಆಗ ನಮಗೆ ಒಂದು ಧಾರಾವಾಹಿಗೆ ಮೂರು ಸಾವಿರಕ್ಕಿಂತ ಹೆಚ್ಚು ಸಂಭಾವನೆ ಕೊಡುವ ಅಧಿಕಾರವಿರಲಿಲ್ಲ, ಯಂಡಮೂರಿ ಹೊರತಾಗಿ. ಯಂಡಮೂರಿಗೆ ಐದು ಸಾವಿರ ಕೊಡುವುದು ಸಾದ್ಯವಾದರೆ, ಕನ್ನಡತಿ ಅನುಪಾಮಾ ಕೃತಿಗೂ ಅದು ಸಾಧ್ಯವಾಗಬೇಕೆನ್ನಿಸಿತು ನನಗೆ.

"ಆಗಲಿ," ಎಂದೆ.

ಪೂರ್ಣಿಮಾ ಹಸ್ತಪ್ರತಿ ತಂದರು. ಕಾದಂಬರಿ ಚೆನ್ನಾಗಿತ್ತು. ಧಾರಾವಾಹಿ ಪ್ರಕಟಿಸಿದೆವು. ಹರಿಕುಮಾರ್ ಅವರಿಗೆ ಅನುಪಮಾ ಅವರ ಕೋರಿಕೆ ಹಾಗೂ ಕಾದಂಬರಿಯ ವೈಶಿಷ್ಟ್ಯವನ್ನು ತಿಳಿಸಿದೆ. ಅವರು ಒಪ್ಪಿಗೆ ಕೊಟ್ಟರು. ಅನುಪಮಾ ಅವರ ಕಾದಂಬರಿ ನಮ್ಮ ಓದುಗರಿಗೆ ಪ್ರಿಯವಾಯಿತು. ಬಹುಶಃ ಅದು ಅವರು ಬರೆದ ಕೊನೆಯ ಕಾದಂಬರಿ.

❖

20

ಸಂಪಾದಕೀಯ ಒಂದು ಪತ್ರಿಕೆಯ ಆತ್ಮವಿದ್ದಂತೆ. ಇ ಆರ್ ಸೇತೂರಾಮ್ 'ಸುಧಾ' ಸಂಪಾದಕೀಯ ಬರೆಯುತ್ತಿದ್ದರು. ಅವರು ನಿವೃತ್ತಿ ಹೊಂದಿದ ನಂತರ, ಏಕೋ ಏನೋ ಸಿಂಗ್ ಅವರು ಸಂಪಾದಕೀಯ ಅಂಕಣ ನಿಲ್ಲಿಸಿ ಬಿಟ್ಟಿದ್ದರು. ನಾನು ಸಂಪಾದಕೀಯ ಮತ್ತೆ ಶುರು ಮಾಡಿದೆ. ಮುಂದೆ ನನ್ನ 'ಸುಧಾ' ಸಂಪಾದಕೀಯಗಳು 'ಸೃಜನಶೀಲ' ಎಂದು ಪುಸ್ತಕ ರೂಪದಲ್ಲಿ ಪ್ರಕಟಗೊಂಡಿತು.

'ಸುಧಾ' 'ಮಯೂರ'ಗಳಲ್ಲಿ...

1989ರಲ್ಲಿ 'ಪ್ರಜಾವಾಣಿ' ಹುಬ್ಬಳ್ಳಿ ಆವೃತ್ತಿ ಶುರುವಾಯಿತು. ಈ ಸಡಗರವನ್ನು ಬೆನ್ನಿಗಿಟ್ಟುಕೊಂಡೇ ಬಂದ ತೊಂಬತ್ತರ ದಶಕ ಉದ್ದಕ್ಕೂ ತವಕತಲ್ಲಣಗಳ ದಶಕವಾಗಿತ್ತು. ದಶಕದ ಶುರುವಿಗೇ ಎಂ ಬಿ ಸಿಂಗ್ ನಿವೃತ್ತಿ ಹೊಂದಿದರು. ಸಿಂಗ್ ಅವರ ನಿವೃತ್ತಿಯೊಂದಿಗೆ ಸಿಬ್ಬಂದಿ ವರ್ಗದವರೇ ಸಂಪಾದಕರಾಗುವ ಸಂಪ್ರದಾಯ ಕೊನೆಗೊಂಡಿತು. ಆ ವೇಳೆಗಾಗಲೇ ಪತ್ರಿಕೆಯ ಮಾಲೀಕರೇ ಸಂಪಾದಕರಾಗುವ ಹೊಸ ಸಂಪ್ರದಾಯವೊಂದು ಅಖಿಲ ಭಾರತ ಮಟ್ಟದಲ್ಲಿ ಶುರುವಾಗಿತ್ತು. 'ಹಿಂದೂಸ್ತಾನ್ ಟೈಮ್ಸ್' 'ದಿ ಹಿಂದೂ' 'ಟೈಮ್ಸ್ ಆಫ್ ಇಂಡಿಯಾ' ಮೊದಲಾದ ಪತ್ರಿಕೆಗಳಲ್ಲಿ ಮಾಲೀಕರೇ

ಸಂಪಾದಕರಾಗಿದ್ದರು. ಈ ವೇಳೆಗಾಗಲೇ 'ಡೆಕ್ಕನ್ ಹೆರಾಲ್ಡ್'ಗೆ ಪ್ರಧಾನ ಸಂಪಾದಕರಾಗಿದ್ದ ಹರಿಕುಮಾರ್ ಅವರು 'ಪ್ರಜಾವಾಣಿ' 'ಸುಧಾ' 'ಮಯೂರ' ಪತ್ರಿಕೆಗಳಿಗೂ ಪ್ರಧಾನ ಸಂಪಾದಕರಾದರು. ಅವರ ಮಾರ್ಗದರ್ಶನದಲ್ಲಿ ಅಸೋಸಿಯೇಟ್ ಎಡಿಟರ್/ ಎಕ್ಸಿಕ್ಯೂಟಿವ್ ಎಡಿಟರ್ ಆಗಿದ್ದವರು ಸಂಪಾದಕೀಯ ವಿಭಾಗದ ಜವಾಬ್ದಾರಿಗಳನ್ನು ನೋಡಿಕೊಳ್ಳುತ್ತಿದ್ದರು. ಸಿಂಗ್ ಅವರ ಜಾಗಕ್ಕೆ ಸುದ್ದಿ ಸಂಪಾದಕ ಬಿ ಎಂ ಕೃಷ್ಣಸ್ವಾಮಿ ಅವರನ್ನು ಅಸೋಸಿಯೇಟ್ ಎಡಿಟರ್ ಆಗಿ ಬಡ್ತಿ ನೀಡಿ ನೇಮಿಸಲಾಗಿತ್ತು. ಮ ಶ್ರೀಧರ ಮೂರ್ತಿಯವರ ನಿವೃತ್ತಿಯ ನಂತರ ಗೋಪಾಲ ಕಣ್ಣನ್ ಒಬ್ಬರೇ ಸಂಪಾದಕೀಯ ಪುಟ ನೋಡಿಕೊಳ್ಳುತ್ತಿದ್ದರು. ಕಣ್ಣನ್ ಅವರು ನಿವೃತ್ತಿ ಹೊಂದಿದಾಗ ಜನರಲ್ ನ್ಯೂಸ್ ಡೆಸ್ಕಿನಲ್ಲಿ ಮುಖ್ಯ ಉಪ ಸಂಪಾದಕರಾಗಿದ್ದ ಪಿ ರಾಮಣ್ಣನವರಿಗೆ ಸಹಾಯಕ ಸಂಪಾದಕರಾಗಿ ಬಡ್ತಿ ಕೊಟ್ಟು ಕಣ್ಣನ್ ಅವರ ಜಾಗಕ್ಕೆ ನೇಮಿಸಲಾಯಿತು.

'ಸುಧಾ' 'ಮಯೂರ'ಗಳಿಗೆ ಸಹಾಯಕ ಸಂಪಾದಕರಾಗಿದ್ದ ಜಿ ಎಸ್ ಸದಾಶಿವ ಅವರನ್ನು 'ಪ್ರವಾ' ಸಂಪಾದಕೀಯ ಪುಟ ವಿಭಾಗಕ್ಕೆ ವರ್ಗಾಯಿಸಲಾಯಿತು. ಇದರ ಜೊತೆಗೆ 'ಪ್ರವಾ' ಸಂಪಾದಕೀಯ ವಿಭಾಗದಲ್ಲಿ ಆಗತಾನೇ ಶುರುವಾಗಿದ್ದ ಕಂಪ್ಯೂಟರೀಕರಣದ ಹೊಣೆಯನ್ನೂ ಸದಾಶಿವನಿಗೆ ವಹಿಸಲಾಯಿತು. ನನಗೆ ಸಹಾಯಕ ಸಂಪಾದಕ ಹುದ್ದೆಗೆ ಬಡ್ತಿ ನೀಡಿ 'ಸುಧಾ' 'ಮಯೂರ'ಗಳ ಜವಾಬ್ದಾರಿ ವಹಿಸಲಾಯಿತು. 'ಪ್ರಜಾವಾಣಿ'ಯ ಅಸೋಸಿಯೇಟ್ ಎಡಿಟರ್ ಅವರ ನೇತೃತ್ವದಲ್ಲಿ ಸಹಾಯಕ ಸಂಪಾದಕರೊಬ್ಬರು 'ಸುಧಾ' ಮತ್ತು 'ಮಯೂರ'ಗಳ ಪ್ರಕಟಣೆಯ ಹೊಣೆಗಾರಿಕೆ ನೋಡಿಕೊಳ್ಳಲು ಸಾಕೆಂಬುದು ಆಡಳಿತ ವರ್ಗದ ನೀತಿ ಇದ್ದಂತಿತ್ತು.

'ಡೆಕ್ಕನ್ ಹೆರಾಲ್ಡ್' 'ಪ್ರಜಾವಾಣಿ' 'ಸುಧಾ' 'ಮಯೂರ' ಇವೆಲ್ಲ ದಿ ಪ್ರಿಂಟರ್ಸ್ ಮೈಸೂರು (ಪ್ರೈವೆಟ್) ಲಿಮಿಟೆಡ್ ಸಂಸ್ಥೆಯ ಪ್ರಕಟಣೆಗಳು, ಸಂಪಾದಕೀಯ ಸಿಬ್ಬಂದಿಯನ್ನು ಈ ಪ್ರಕಟಣೆಗಳಲ್ಲಿ ಎಲ್ಲಿಗೆ ಬೇಕಾದರೂ ವರ್ಗಮಾಡಬಹುದು ಎಂದು ಸಂಸ್ಥೆಯ ಸ್ಟ್ಯಾಂಡಿಂಗ್ ಆರ್ಡರ್ ಹೇಳುತ್ತಿತ್ತು. 'ಸುಧಾ' ಶುರುವಾದಾಗ ಸಂಪಾದಕ ಇ ಆರ್ ಸೇತೂರಾಮ್, ಸಹಾಯಕ ಸಂಪಾದಕ ಸಿಂಗ್, ಉಪ ಸಂಪಾದಕ ಕೆ ನಾಗರಾಜ್ ಅವರೆಲ್ಲ 'ಪ್ರವಾ'ದಿಂದ ವರ್ಗವಾಗಿ ಹೋದವರೇ. ಆದರೆ, ಈ ವರ್ಗದ ವ್ಯವಸ್ಥೆ ಸಿಬ್ಬಂದಿಗೆ ಹಿಡಿಸಿರಲಿಲ್ಲ. ಒಂದೊಂದು ಪತ್ರಿಕೆಯ ಸಂಪಾದಕೀಯ ಸಿಬ್ಬಂದಿಯನ್ನು ಪ್ರತ್ಯೇಕವಾಗಿ ಪರಿಗಣಿಸಿ ಆ ವಿಭಾಗದಲ್ಲಿ ಹುದ್ದೆಗಳು ಖಾಲಿಯಾದಾಗ ಅಲ್ಲಿಯವರಿಗೆ ಬಡ್ತಿ ನೀಡಬೇಕೆಂಬುದು ಕಾರ್ಮಿಕ ಸಂಘಟನೆಯ ನಿಲುವಾಗಿತ್ತು. ಆಗ 'ಪ್ರವಾ' ಮತ್ತು 'ಸುಧಾ' ಎರಡರ ಸಿಬ್ಬಂದಿಯನ್ನು ಪರಿಗಣಿಸಿದಾಗ ನಾನೇ ಸೀನಿಯರ್ಮೋಸ್ಟ್ ಆಗಿದ್ದೆ ಹಾಗೂ

ನಿಯತಕಾಲಿಕ ಪತ್ರಿಕೋದ್ಯಮದಲ್ಲಿ ಅನುಭವಿಯೂ ಆಗಿದ್ದೆ. ಹೀಗಾಗಿ ನನ್ನ ಬಡ್ತಿ ಮತ್ತು 'ಸುಧಾ' 'ಮಯೂರ'ಗಳಿಗೆ ವರ್ಗಾವಣೆ ನ್ಯಾಯೋಚಿತವಾಗಿಯೇ ಇತ್ತು.

ಆದರೆ, 'ಸುಧಾ'ದಲ್ಲಿ ಕೆಲವರಿಗೆ ಇದರಿಂದ ಅಸಮಾಧಾನವಾಗಿತ್ತು. ತಮಗೇ ಈ ಹುದ್ದೆ ದೊರೆಯಬೇಕಿತ್ತೆಂಬುದು ಈ ಅಸಮಾಧಾನಕ್ಕೆ ಕಾರಣವಿದ್ದೀತು. ಒಂದಿಷ್ಟು ದಿನ ಈ ಅಸಮಾಧಾನ ಅಸಹಕಾರದ ರೂಪದಲ್ಲಿ ವ್ಯಕ್ತವಾಯಿತು. ನಾನು ಅಧಿಕಾರ ವಹಿಸಿಕೊಂಡ ನಂತರದ ಮೊದಲ ಸಂಚಿಕೆ. ಪ್ಲಾನ್ ಮಾಡಲು ಸಾಕಷ್ಟು ಸಮುಯವಿರಲಿಲ್ಲ. ಲೇಖನಗಳು/ ನುಡಿಚಿತ್ರಗಳು/ ಧಾರಾವಾಹಿಗಳು/ ಕಥೆಗಳು/ ಬಾಲವಿಹಾರ ಹೀಗೆ ಕೆಲಸವನ್ನು ಉಪ ಸಂಪಾದಕರುಗಳಿಗೆ ಸದಾಶಿವ ಗೊತ್ತುಪಡಿಸಿದ್ದರು.

ಅವರುಗಳು ಲೇಖನ/ ಕಥೆ/ ಧಾರಾವಾಹಿ ಇತ್ಯಾದಿಗಳನ್ನು ಆಯ್ಕೆ ಮಾಡಿ ಸಹಾಯಕ ಸಂಪಾದಕರ ಅಂಗೀಕಾರ ಪಡೆಯಬೇಕಾಗಿತ್ತು. ನಂತರ ಅವುಗಳ ಪರಿಷ್ಕರಣೆ, ಚಿತ್ರಗಳನ್ನು ಬರೆಸುವುದು/ ಫೋಟೋಗಳ ಆಯ್ಕೆ, ಪುಟ ವಿನ್ಯಾಸ ಹೀಗೆ ಮುದ್ರಣಕ್ಕೆ ಹೋಗುವವರೆಗೆ ಅವುಗಳ ನಿರ್ವಹಣೆ ಉಪ ಸಂಪಾದಕರುಗಳ ಹೊಣೆಯಾಗಿತ್ತು. ಸಹಾಯಕ ಸಂಪಾದಕರು ಡೆಮ್ಮಿ ಮಾಡಿ ಸ್ಥಳ ಗೊತ್ತುಪಡಿಸಿದ ನಂತರ ಪುಟಗಳನ್ನು ರೂಪಿಸಿ ಓಕೆ ಮಾಡಿ ಸಹಾಯಕ ಸಂಪಾದಕರಿಗೆ ತೋರಿಸಿ ಫಾರಮ್ಮನ್ನು ಮುದ್ರಣಕ್ಕೆ ಬಿಡುಗಡೆ ಮಾಡುವುದು ಅವರುಗಳ ಜವಾಬ್ದಾರಿಯಾಗಿತ್ತು.

ಆಗ 74 ಪುಟಗಳ 'ಸುಧಾ'ವನ್ನು 16 ಪುಟಗಳ ನಾಲ್ಕು ಹಾಗೂ 8 ಪುಟಗಳ ಒಂದು ಫಾರಮ್. ಅಂದರೆ ಒಟ್ಟು 5 ಫಾರಮ್‌ಗಳನ್ನಾಗಿ ವಿಂಗಡಿಸಿ ಪುಟ ವಿನ್ಯಾಸ ಮಾಡಿ ಮುದ್ರಣಕ್ಕೆ ಬಿಡುಗಡೆ ಮಾಡುತ್ತಿದ್ದವು. ಅಂದು ಸಂಜೆ 5 ಗಂಟೆ. ಕೊನೆಯ ಫಾರಮ್‌ನ ಇನ್ನೂ ಎರಡು ಪುಟ ಬರಬೇಕಾಗಿದೆಯೆಂದು ಪೇಸ್ಟಪ್ ವಿಭಾಗದಿಂದ ಫೋನ್ ಬಂತು. ಸಂಬಂಧಪಟ್ಟ ಉಪ ಸಂಪಾದಕರನ್ನು ಕೇಳಲಾಗಿ, "ಎರಡು ಪುಟ ಖಾಲಿ ಇದೆ. ಅದನ್ನು ತುಂಬಲು ನನ್ನ ಬಳಿ ಲೇಖನ ಇಲ್ಲ," ಎಂದು ತಾರಮ್ಮಯ್ಯ ಆಡಿಸಿದರು. ಫೀಚರ್ ಯಾವುದಾದರೂ ಇದೆಯೇ ಎಂದು ಕೇಳಿದಾಗ ಫೀಚರ್ ರೈಟರ್ ಸಹ ನನ್ನ ಹತ್ತಿರ ಯಾವುದೂ ಇಲ್ಲ ಎಂದು ಕೈ ಝಾಡಿಸಿಕೊಂಡು ನಡೆದುಬಿಟ್ಟರು. ಉಳಿದೆರಡು ಪುಟಗಳನ್ನು ನಾಳೆ ಕೊಡುವುದಾಗಿ ಹೇಳಿ, ಸಂತೆ ಹೊತ್ತಿಗೆ ಎರಡು ಮೊಳ ಎಂಬಂತೆ ಸಂಜೆ ಕೂತು ಒಂದು ಲೇಖನ ಬರೆದು ಕಂಪೋಸಿಂಗ್‌ಗೆ ಕೊಟ್ಟು ಮನೆಗೆ ಹೋದೆ. ಸಂಚಿಕೆ ಪ್ರಕಟವಾಯಿತು. ಲೇಖನದ ಬಗ್ಗೆ ಕುಹಕದ ಮಾತುಗಳು ಕೇಳಿಬಂದವು. ಹೀಗೆ ಒಂದು ಸಣ್ಣ ಕಹಿಯೊಂದಿಗೆ 'ಸುಧಾ'ದಲ್ಲಿ ನನ್ನ ವೃತ್ತಿ ಜೀವನ ಶುರುವಾಯಿತು.

ಸಂಪಾದಕೀಯ ಒಂದು ಪತ್ರಿಕೆಯ ಆತ್ಮವಿದ್ದಂತೆ. ಇ ಆರ್ ಸೇತೂರಾಮ್ 'ಸುಧಾ' ಸಂಪಾದಕೀಯ ಬರೆಯುತ್ತಿದ್ದರು. ಅವರು ನಿವೃತ್ತಿ ಹೊಂದಿದ ನಂತರ, ಏಕೋ ಏನೋ ಸಿಂಗ್ ಅವರು ಸಂಪಾದಕೀಯ ಅಂಕಣ ನಿಲ್ಲಿಸಿ ಬಿಟ್ಟಿದ್ದರು. ನಾನು ಸಂಪಾದಕೀಯ ಮತ್ತೆ ಶುರು ಮಾಡಿದೆ. ನಾನೇ ಬರೆಯುತ್ತಿದ್ದೆ. ಮುಖ್ಯವಾಗಿ ಕಲೆ, ಸಾಹಿತ್ಯ, ಸಂಸ್ಕೃತಿ ವಿಷಯಗಳನ್ನು ಕುರಿತು ಬರೆಯುತ್ತಿದ್ದೆ. ಮುಂದೆ ನನ್ನ 'ಸುಧಾ' ಸಂಪಾದಕೀಯಗಳು 'ಸೃಜನಶೀಲ' ಎಂದು ಪುಸ್ತಕ ರೂಪದಲ್ಲಿ ಪ್ರಕಟಗೊಂಡಿತು.

ಮುಖಪುಟ ಲೇಖನ ಎಂಬುದು ನಿಯತಕಾಲಿಕಗಳಲ್ಲಿ ಆಗಷ್ಟೇ ಮೂಡಿದ ಹೊಸ ಚಿಂತನೆಯಾಗಿತ್ತು. ಈ ಮೊದಲು 'ಸ್ಟಾಲ್ ವ್ಯಾಲ್ಯೂ' ಗಮನದಲ್ಲಿಟ್ಟುಕೊಂಡು ಅಂದರೆ, ಸ್ಟಾಲ್‌ನಲ್ಲಿ ನೇತುಹಾಕಿದಾಗ ಅಷ್ಟು ದೂರದಿಂದಲೇ ಗ್ರಾಹಕರ ಕಣ್ಸೆಳೆಯುವಷ್ಟು ಮುಖಪುಟ ಆಕರ್ಷಕವಾಗಿರಬೇಕು ಎಂಬುದೇ ಮುಖಪುಟದ ಮಾನದಂಡವಾಗಿತ್ತು. ಸಾಮಾನ್ಯವಾಗಿ ರೂಪದರ್ಶಿಯರು, ಸಿನಿಮಾ ತಾರೆಯರು ಅಥವಾ ಪುರಾಣ, ರಾಮಾಯಣ ಮಹಾಭಾರತಗಳ ವರ್ಣಚಿತ್ರಗಳನ್ನು ಮುಖಪುಟಕ್ಕೆ ಆಯ್ಕೆ ಮಾಡಲಾಗುತ್ತಿತ್ತು. ದೀಪಾವಳಿ/ ಯುಗಾದಿ ವಿಶೇಷಾಂಕಗಳ ಮುಖಪುಟಕ್ಕೂ ಇದೇ ಮಾನದಂಡವನ್ನು ಅನುಸರಿಸಲಾಗುತ್ತಿತ್ತು. 'ತರಂಗ' ಬಂದ ನಂತರ ಇದು ಬದಲಾಯಿತು. ಮುಂಬಯಿ ಪತ್ರಿಕಾ ಪ್ರಪಂಚ ಕಂಡಿದ್ದ ಸಂತೋಷ ಕುಮಾರ್ ಗುಲ್ವಾಡಿ ಪ್ರತಿವಾರವೂ ಕವರ್ ಸ್ಟೋರಿ ಎಂದು ಪ್ರಚಲಿತ ವಿಷಯಗಳನ್ನು ಕುರಿತು ವಿಶೇಷ ಲೇಖನ ಪ್ರಕಟಿಸಲಾರಂಭಿಸಿದರು. ಈ ವಿಶೇಷ ಲೇಖನದ ಚಿತ್ರವೇ ಮುಖಪುಟದಲ್ಲಿ ರಾರಾಜಿಸುತ್ತಿತ್ತು. ಇದರಲ್ಲಿ 'ಸುಧಾ' ಹಿಂದೆ ಬೀಳಲಿಲ್ಲ. ಪ್ರತಿಸ್ಪರ್ಧಿಯನ್ನು ಹಿಂದಿಕ್ಕುವಷ್ಟು ರಾಜಕೀಯ, ವಿಜ್ಞಾನ, ತಂತ್ರಜ್ಞಾನ, ಸಿನಿಮಾ, ರಂಗಭೂಮಿ ಇತ್ಯಾದಿ ಕ್ಷೇತ್ರಗಳಲ್ಲಿ ಪ್ರಚಲಿತ ವಿದ್ಯಮಾನಗಳನ್ನು ಕುರಿತ ಮುಖಪುಟ ಲೇಖನಗಳನ್ನು ಪೈಪೋಟಿ ಎಂಬಂತೆ ಪ್ರಕಟಿಸಲಾರಂಭಿಸಿತು. ಇದನ್ನು ಓದುಗರು ಮೆಚ್ಚಿಕೊಂಡರೂ ಕೂಡ. ಹೊಸ ಧಾರಾವಾಹಿ, ಫೋಟೋ ಕಾಮಿಕ್ಸ್, ವಿಶೇಷವಾಗಿ ಹೇಳಿ ಬರೆಸಿದ ಸಣ್ಣ ಕಥೆಗಳೂ ಸಹ ಮುಖಪುಟದ ಮರ್ಯಾದೆಗೆ ಪಾತ್ರವಾಗುತ್ತಿದ್ದವು.

ಪ್ರತಿವಾರ ಮುಖಪುಟ ಲೇಖನ ಹೊಂದಿಸುವುದು ಒಂದು ಬೌದ್ಧಿಕ ಕಸರತ್ತೇ ಆಗುತ್ತಿತ್ತು. ವಸ್ತು–ವಿಷಯ ಹುಡುಕಿ ತೆಗೆದು, ಸಮರ್ಥರಿಂದ ಲೇಖನ ಬರೆಸಿ ಅಥವಾ ನಾವೇ ಬರೆದು, ಅದಕ್ಕೆ ಪೂರಕವಾದ ಗ್ರಾಫಿಕ್ಸ್ ಹೊಂದಿಸುವುದು ಇವೆಲ್ಲವೂ ಬುದ್ಧಿಮತ್ತೆ ಮತ್ತು ಶ್ರಮಗಳೆರಡನ್ನೂ ಬೇಡುವ ಕೆಲಸವಾಗಿತ್ತು. ಧಾರಾವಾಹಿ ಕಾದಂಬರಿಗಳು 'ಸುಧಾ'ದ ಮುಖ್ಯ ಆಧಾರಸ್ತಂಭವಾಗಿದ್ದವು. ಮುಖಪುಟ ಲೇಖನದಂತೆ ಧಾರಾವಾಹಿ ಕಾದಂಬರಿಗಳ ಆಯ್ಕೆಯೂ ಸಂಪಾದಕೀಯ ವಿಭಾಗದ ಬಹುಪಾಲು ವೇಳೆಯನ್ನು ತಿಂದು ಹಾಕುತ್ತಿತ್ತು. ಜನಪ್ರಿಯ ಲೇಖಕರಿಗೆ

ಹೇಳಿ ಬರೆಯಿಸುವುದು, ಬಂದ ಹಸ್ತಪ್ರತಿಗಳಲ್ಲಿ ಅತ್ಯುತ್ತಮವಾದುದನ್ನು ಆಯ್ಕೆ ಮಾಡುವುದು, ಹೊಸ ಪ್ರತಿಭೆಗಳನ್ನು ಗುರುತಿಸುವುದು ಹೀಗೆ ಧಾರಾವಾಹಿ ಆಯ್ಕೆ ಪ್ರಕ್ರಿಯೆ ನಿರಂತರವಾಗಿ ನಡೆಯುತ್ತಿತ್ತು. ಶರತ್ ಕಲ್ಕೋಡ್ ಮೊದಲ ಸುತ್ತಿನ ಆಯ್ಕೆ ಮಾಡಿ ತಮ್ಮ ಶರಾದೊಂದಿಗೆ ನನ್ನೆಡೆಗೆ ಕಳುಹಿಸುತ್ತಿದ್ದರು. ನಾನು ಸಂಜೆ ಐದರನಂತರ ದಿನದ ಕೆಲಸ ಮುಗಿದ ಮೇಲೆ ಹಾಗೂ ಭಾನುವಾರಗಳಂದು ಕಾದಂಬರಿ ಹಸ್ತಪ್ರತಿಗಳನ್ನು ಸಾವಧಾನವಾಗಿ ಓದಲು ಅನುವು ಮಾಡಿಕೊಳ್ಳುತ್ತಿದ್ದೆ.

'ನೀವು ಕೇಳಿದಿರಿ' 'ವಿಚಾರ ಲಹರಿ' 'ವ್ಯಕ್ತಿ ವಿಷಯ' 'ಸುದ್ದಿಯ ಹಿನ್ನೆಲೆ' 'ಕೆಣಕು ತಿಣುಕು' ಇವು 'ಸುಧಾ'ದ ಕೆಲವು ಜನಪ್ರಿಯ ಅಂಕಣಗಳಾಗಿದ್ದವು. ಇವುಗಳ ಜೊತೆಗೆ ನಾನು, ಸುನಂದಾ ಬೆಳಗಾಂವಕರ್ ಅವರ 'ಕೈತುತ್ತು', ಚಲನಚಿತ್ರ ತಾರೆಯರ 'ನನ್ನ ನಾ ಕಂಡಂತೆ' ಮೊದಲಾದ ಹೊಸ ಅಂಕಣಗಳನ್ನು ಪ್ರಾರಂಭಿಸಿದೆ. ಹೀಗೆ ಹಳೆಯ ಸತ್ವಗಳ ಜೊತೆಗೆ ಹೊಸದನ್ನೂ ಮೈಗೂಡಿಸಿಕೊಂಡು 'ಸುಧಾ' ಇನ್ನಷ್ಟು ದಷ್ಟಪುಷ್ಟವಾಯಿತು. ಪ್ರಸರಣ ಸಂಖ್ಯೆಯಲ್ಲಿ ಇದು ವ್ಯಕ್ತವಾಯಿತು.

ಎಚ್ಚೆಸ್ಕೆಯವರ 'ಸುದ್ದಿಯ ಹಿನ್ನೆಲೆ' ಮತ್ತು 'ವ್ಯಕ್ತಿ ವಿಷಯ' ಬಹಳ ಉಪಯುಕ್ತ ಅಂಕಣಗಳಾಗಿದ್ದವು. ಒಂದು ದಿನ ಅದೇ ತಾನೇ ಐಎಎಸ್ ಪರೀಕ್ಷೆ ಪಾಸು ಮಾಡಿದ ಶಿವರಾಮ್ ಎಂಬುವರು ಹರಿಕುಮಾರ್ ಅವರನ್ನು ಭೇಟಿಯಾಗಿ, ತಾನು 'ಸುಧಾ' 'ಸುದ್ದಿಯ ಹಿನ್ನೆಲೆ' ಮತ್ತು 'ವ್ಯಕ್ತಿ ವಿಷಯ' ಅಂಕಣಗಳನ್ನು ತಪ್ಪದೆ ಓದಿ, ಕನ್ನಡ ಮಾಧ್ಯಮದಲ್ಲೇ ಪರೀಕ್ಷೆ ಬರೆದು ಐಎಎಸ್ ಪಾಸು ಮಾಡಿರುವುದಾಗಿ ಹಿಗ್ಗಿನಿಂದ ಹೇಳಿದ್ದರು. ಹರಿಕುಮಾರ್ ಅವರು ಶಿವರಾಮ್ ಅವರನ್ನು ನನ್ನ ಬಳಿ ಕಳುಹಿಸಿದ್ದರು. ಆತ ಹಿಗ್ಗು ಹೆಮ್ಮೆಯಿಂದ 'ಸುಧಾ' ಬಗ್ಗೆ ಮಾತನಾಡಿದ್ದು ನಮ್ಮಲ್ಲಿ ಆ ಕ್ಷಣ ಸಾರ್ಥಕತೆಯ ಭಾವವನ್ನು ಮೂಡಿಸಿತ್ತು.

'ಸುಧಾ' ಮತ್ತು 'ಮಯೂರ' ಎರಡನ್ನೂ ನಿರ್ವಹಿಸುವುದು ಒಬ್ಬ ಸಹಾಯಕ ಸಂಪಾದಕರಿಂದ ಸಾಧ್ಯವಿಲ್ಲ ಎನ್ನುವ ಅಭಿಪ್ರಾಯವಿತ್ತಾದರೂ, "ಏಕೆ ಸಾಧ್ಯವಿಲ್ಲ? ಕೈಕೆಳಗೆ ನಾಲ್ಕೈದು ಮಂದಿ ಉಪ ಸಂಪಾದಕರಿರುತ್ತಾರಲ್ಲ. ಅವರಿಂದ ಕೆಲಸ ಮಾಡಿಸಬೇಕು" ಎನ್ನುವುದು ಇನ್ನೊಂದು ವಾದವಾಗಿತ್ತು. ನಿಯತಕಾಲಿಕ ಪತ್ರಿಕೋದ್ಯಮವೂ ಒಂದು ಸೃಜನಶೀಲ ಕೆಲಸ ಅದಕ್ಕೆ, ಅಧ್ಯಯನ, ಸಮಯ, ಸಾವಧಾನಚಿತ್ತ ಬೇಕಾಗುತ್ತವೆ ಎನ್ನುವುದು ಅರಿವಿಗೆ ಬರಲಿಲ್ಲ. ಕೊನೆಗೆ ಗೆದ್ದದ್ದು ಎರಡನೆಯ ವಾದವೇ.

ಉಪ ಸಂಪಾದಕಿ ವಿಜಯಶ್ರೀ 'ಮಯೂರ'ದ ಮೊದಲ ಸುತ್ತಿನ ಆಯ್ಕೆ ಮತ್ತು ಪೇಜ್ ಮೇಕಪ್ ಗ್ರಾಫಿಕ್ಸ್ ಮೊದಲಾದ ಪೂರಕ ಸಾಮಗ್ರಿ ಸಜ್ಜುಗೊಳಿಸುವುದು ಮೊದಲಾದ ಕೆಲಸಗಳನ್ನು ನೋಡಿಕೊಳ್ಳುತ್ತಿದ್ದರು. ಕಥೆ/ ಕಾದಂಬರಿ/ ಲೇಖನಗಳ

ಅಂತಿಮ ಆಯ್ಕೆ ಮತ್ತು ಸಂಚಿಕೆಯ ಹೊಣೆಗಾರಿಕೆ ನನ್ನದೇ ಆಗಿತ್ತು. ಹೇಗೋ ಏನೋ 'ಪ್ರಬುದ್ಧ ಓದುಗರ ಪತ್ರಿಕೆ' ಎನ್ನುವ ಇಮೇಜ್ 'ಮಯೂರ'ಕ್ಕೆ ಬಂದುಬಿಟ್ಟಿತ್ತು. ಪ್ರತಿ ತಿಂಗಳೂ ಪತ್ರಿಕೆಯನ್ನು ರೂಪಿಸುವಾಗ ಇದನ್ನು ಮನಸ್ಸಿನಲ್ಲಿಟ್ಟುಕೊಂಡೇ ಶ್ರೇಷ್ಠವಾದುದನ್ನು ಕೊಡುವ ಹೆಣಗಾಟ ನಡೆಸುತ್ತಿದ್ದೆವು. ನಾನು ವಹಿಸಿಕೊಂಡ ನಂತರ ಕನ್ನಡದ ಹೊಸ ತಲೆಮಾರಿನ ಕಥೆಗಾರರ ಶ್ರೇಷ್ಠ ಕಥೆಗಳು, ವಿಶ್ವದ ಶ್ರೇಷ್ಠ ಕಥೆಗಳ 'ವಿಶ್ವಕಥಾ ಮಾಲಿಕೆ', ಕೆ ಎಸ್ ನಿಸಾರ ಅಹಮದ್ ಅವರ 'ವಿಚಾರ ವಿಹಾರ' ಮತ್ತು ಬಿ ಎಸ್ ವೆಂಕಟಲಕ್ಷ್ಮಿಯವರ 'ಪತ್ನಿಯರು ಕಂಡಂತೆ ಪ್ರಸಿದ್ಧರು' ಮೊದಲಾದ ಹೊಸ ಅಂಕಣಗಳನ್ನು ಪ್ರಾರಂಭಿಸಿದೆ. ಹೀಗೆ 'ಹಳೆ ಬೇರು ಹೊಸ ಚಿಗುರು' ಸೇರಿ 'ಮಯೂರ' ಮತ್ತಷ್ಟು ಚಂದಗಾಣಿಸಿತು.

❖

21

ಪತ್ರಿಕೆಗಳು ಸಜೀವ ಸಂವಹನ ತಂತು. ಪತ್ರಿಕೆಗಳಲ್ಲಿ ಜನರ ಹೃದಯ ಮಿಡಿಯುತ್ತದೆ, ದೇಶದ ಹೃದಯ ಮಿಡಿಯುತ್ತದೆ ಎನ್ನುವ ಪರಿಜ್ಞಾನ, ಪತ್ರಿಕಾ ಪ್ರಪಂಚದ ಸಂವೇದನಾಶೀಲತೆ ಮ್ಯಾನೇಜರುಗಳಲ್ಲಿ ಕಂಡುಬರಲಿಲ್ಲ. ಈ ಪರಿಯ ಅಸಂವೇದನಾಶೀಲತೆಯಿಂದಾಗಿ ಸಂಪಾದಕೀಯ ವಿಭಾಗಕ್ಕೆ ಬಹಳಷ್ಟು ಸಲ ಕಿರಿಕಿರಿ, ಮುಜುಗರಗಳು ಉಂಟಾಗುತ್ತಿದ್ದವು.

ಸಂಪಾದಕೀಯವನ್ನು ಅತಿಕ್ರಮಿಸಿದ ಕಾರ್ಪೊರೇಟ್ ಸಂಸ್ಕೃತಿ

'ಪ್ರಜಾವಾಣಿ' ಮತ್ತು 'ಡೆಕ್ಕನ್ ಹೆರಾಲ್ಡ್'ಗಳಿಗೆ ನ್ಯೂಸ್ ಪೇಪರ್ ಸಾಫ್ಟ್‌ವೇರ್ ಅನ್ನು ಅಳವಡಿಸಿಕೊಳ್ಳಲು ನಿರ್ಧರಿಸಿದ ಆಡಳಿತ ವರ್ಗ ತ್ವರಿತ ಗತಿಯಲ್ಲಿ ಆ ನಿಟ್ಟಿನಲ್ಲಿ ಕಾರ್ಯಮಗ್ನವಾಯಿತು. ತಾಂತ್ರಿಕ ಸಿಬ್ಬಂದಿಯ ನೇಮಕದೊಂದಿಗೆ ಈ ಪ್ರಕ್ರಿಯೆ ಶುರುವಾಯಿತು. ಮುದ್ರಣ ವಿಭಾಗವನ್ನು ನೋಡಿಕೊಳ್ಳುತ್ತಿದ್ದ ಪ್ರೆಸ್ ಸೂಪರಿಂಟೆಂಡೆಂಟ್ ಜಾಗಕ್ಕೆ ಚೀಫ್ ಪ್ರೊಡಕ್ಷನ್ ಮ್ಯಾನೇಜರ್ ಬಂದರು. ಅವರ ಕೈಕೆಳಗೆ ಒಂದೊಂದು ಪಾಳಿಗೆ ಒಬ್ಬರಂತೆ ಮೂವರು

ಪ್ರೊಡಕ್ಷನ್ ಮ್ಯಾನೇಜರುಗಳು ಬಂದರು. ತಂತ್ರಾಂಶ ಅಭಿವೃದ್ಧಿ ಮೊದಲಾದ ಕೆಲಸಗಳನ್ನು ನೋಡಿಕೊಳ್ಳಲು ವಿದ್ಯುನ್ಮಾನ ವಿಭಾಗವನ್ನು ತೆರೆಯಲಾಯಿತು. ಈ ವಿಭಾಗಕ್ಕೆ ಒಬ್ಬರು ಚೀಫ್ ಮ್ಯಾನೇಜರ್ ಮತ್ತು ಅವರ ಕೈಕೆಳಗೆ ನಾಲ್ಕಾರು ಮಂದಿ ಎಲೆಕ್ಟ್ರಾನಿಕ್ಸ್ ಎಂಜಿನಿಯರಿಂಗ್ ಪದವೀಧರರು ಮ್ಯಾನೇಜರುಗಳಾಗಿ ಬಂದರು. ಸಿಬ್ಬಂದಿಗೆ ಕಂಪ್ಯೂಟರ್ ತರಬೇತಿ ಮತ್ತು ವಿದ್ಯುನ್ಮಾನ ವಿಭಾಗದ ಎಲ್ಲ ಕೆಲಸಗಳು ಇವರ ಹೊಣೆಯಾಯಿತು. ಏಕಕಾಲದಲ್ಲಿ ಸಂಪಾದಕೀಯ ವಿಭಾಗದ ಜೊತೆಗೆ ಜಾಹೀರಾತು, ಪ್ರಸರಣ ಮತ್ತು ಅಕೌಂಟ್ಸ್ ಮತ್ತು ಎಚ್‌ಆರ್ ವಿಭಾಗಗಳು ಕಂಪ್ಯೂಟರೀಕರಣಗೊಂಡವು. ಈ ವಿಭಾಗಗಳಿಗೂ ಜನರಲ್ ಮ್ಯಾನೇಜರ್, ಚೀಫ್ ಮ್ಯಾನೇಜರುಗಳ ನೇಮಕವಾಯಿತು. ಹೀಗೆ ಸಂಸ್ಥೆಯ ಎಲ್ಲ ವಿಭಾಗಗಳೂ ಸಂಪೂರ್ಣವಾಗಿ ನ್ಯೂಸ್ ಪೇಪರ್ ಸಾಫ್ಟ್‌ವೇರ್ ಅನ್ನು ಅಳವಡಿಸಿಕೊಳ್ಳಲು ಸಜ್ಜಾದವು.

ಸಂಪಾದಕೀಯ ವಿಭಾಗವನ್ನು ಸಂಪುರ್ಣವಾಗಿ ಹವಾ ನಿಯಂತ್ರಣಕ್ಕೆ ಒಳಪಡಿಸಲಾಯಿತು. ಹಳೆಯ ಕುರ್ಚಿ ಮೇಜುಗಳು ಹೋಗಿ ಅವುಗಳ ಜಾಗದಲ್ಲಿ ಕ್ಯೂಬಿಕಲ್ಸ್ ಮತ್ತು ಕಂಪ್ಯೂಟರ್ ಮೇಜುಗಳು ಬಂದವು. ಈ ಬದಲಾವಣೆಗಳಿಂದಾಗಿ ಸಂಪಾದಕೀಯ ವಿಭಾಗ ಕಾರ್ಪೊರೇಟ್ ಆಫೀಸಿನ ಖಳೆ ಪಡೆಯಿತು. ಕೈಗಳಲ್ಲಿ ಮೊಳೆ ಜೋಡಿಸುವುದು, ಸಾಲಚ್ಚು ಯಂತ್ರಗಳಲ್ಲಿ ಸುದ್ದಿ ಕಂಪೋಸ್ ಮಾಡುವುದು ಹೋಗಿ ಅವುಗಳ ಜಾಗಕ್ಕೆ ಡಿಟಿಪಿಗಳು ಬಂದವು. ಡಿಟಿಪಿಗಳು ಬಂದರೂ ಅವು ಸಾಪ್ತಾಹಿಕ ಪುರವಣಿ ಮತ್ತು ಸಂಪಾದಕೀಯ ಪುಟದ ಲೇಖನಗಳನ್ನು ಟೈಪ್ ಮಾಡಲು ಸೀಮಿತವಾಗಿತ್ತು. ಕಂಪ್ಯೂಟರ್ ಟೈಪಿಂಗ್‌ನಲ್ಲಿ ತರಬೇತಿ ಪಡೆದಿದ್ದ ಉಪ ಸಂಪಾದಕರು ಮತ್ತು ವರದಿಗಾರರು ಲೇಖನಿ ಮತ್ತು ಕಾಗದಕ್ಕೆ 'ನಮಸ್ಕಾರ' ಹೇಳಿ ಕಂಪ್ಯೂಟರಿನಲ್ಲೇ ತಮ್ಮ ವರದಿಗಳನ್ನು ಬರೆಯಬೇಕಿತ್ತು ಹಾಗೂ ಪಿಟಿಐ ಮತ್ತು ಯುಎನ್‌ಐ ಸುದ್ದಿಗಳನ್ನು ಭಾಷಾಂತರ ಮಾಡಬೇಕಿತ್ತು. ಕಂಪ್ಯೂಟರುಗಳಿಗೆ ಸ್ಪ್ಲಿಟ್ ಸ್ಕ್ರೀನ್ ಸೌಲಭ್ಯ ಅಳವಡಿಸಿದ್ದರಿಂದ ಎಡಬದಿಯಲ್ಲಿ ಅವತರಿಸುತ್ತಿದ್ದ ಏಜೆನ್ಸಿಯ ಇಂಗ್ಲಿಷ್ ವರದಿಗಳನ್ನು ಬಲಬದಿಯ ಸ್ಕ್ರೀನ್ ಮೇಲೆ ಭಾಷಾಂತರ ಮಾಡುವ ಅನುಕೂಲವಿತ್ತು. ಜಿಲ್ಲಾ ವರದಿಗಾರರು ಮೋಡೆಮ್ ಮೂಲಕ ಕಳುಹಿಸುತ್ತಿದ್ದ ವರದಿಗಳು ಗ್ರಾಮಾಂತರ ವಿಭಾಗದ ಸುದ್ದಿ ಮೇಜಿನ ಕಂಪ್ಯೂಟರ್ ಜಾಲಕ್ಕೆ ಬಂದಿಳಿಯುತ್ತಿದ್ದವು. ಹೀಗೆ ಬಂದ ಸುದ್ದಿಗಳನ್ನು ಕಂಪ್ಯೂಟರಿನಲ್ಲೇ ಪರಿಷ್ಕರಿಸಿ (ಎಡಿಟ್ ಮಾಡಿ) ಪ್ರಿಂಟರಿಗೆ ಕಳಹಿಸಬೇಕಾಗಿತ್ತು. ಪೇಜಿನೇಷನ್ ತಂತ್ರಾಂಶ ಇನ್ನೂ ಸಿದ್ಧವಾಗಿರಲಿಲ್ಲವಾದ್ದರಿಂದ ಶುರುವಿಗೆ 'ಕಟ್ ಅಂಡ್ ಪೇಸ್ಟ್' ಮೂಲಕ ಪುಟಗಳನ್ನು ಸಿದ್ಧಪಡಿಸುತ್ತಿದ್ದೆವು. ಕಂಪ್ಯೂಟರಿನಲ್ಲಿ ಪರಿಷ್ಕೃತವಾದ ಸುದ್ದಿಗಳನ್ನು/ ಲೇಖನಗಳನ್ನು ಪ್ರಿಂಟರಿಗೆ ಕಳುಹಿಸಿ, ಅವುಗಳ ಔಟ್‌ಪುಟ್ ತೆಗೆದುಕೊಂಡು ಪುಟಗಳ ಗ್ರಿಡ್‌ಗಳಿಗೆ 'ಕಟ್ ಅಂಡ್ ಪೇಸ್ಟ್' ಮಾಡುತ್ತಿದ್ದೆವು.

ಫೋಟೋಗಳನ್ನು/ ರೇಖಾ ಚಿತ್ರಗಳನ್ನು ಬ್ಲಾಕ್ ಮಾಡಿಸುವ ವ್ಯವಸ್ಥೆಯೂ ಹೋಗಿ ಅದರ ಜಾಗಕ್ಕೆ ಬ್ರೋಮೈಡ್ ಬಂತು. ಫೋಟೋ/ ಚಿತ್ರದ ನೆಗೆಟಿವನ್ನು ಒಂದು ಯಂತ್ರಕ್ಕೆ ಕಳುಹಿಸಿದರೆ ಅದು ಕಪ್ಪು ಬಿಳುಪು ಚಿತ್ರದ ಬ್ರೋಮೈಡ್ ಔಟ್‌ಪುಟ್ ಅನ್ನು ಕೊಡುತ್ತಿತ್ತು. ಈ ಬ್ರೋಮೈಡುಗಳನ್ನು ಪುಟಗಳಿಗೆ 'ಕಟ್ ಅಂಡ್ ಪೇಸ್ಟ್' ಮಾಡುತ್ತಿದ್ದೆವು.

ಕಂಪ್ಯೂಟರೀಕರಣದ ಈ ಮೊದಲ ಹಂತ ನಮಗೆ ಸಾಕಷ್ಟು ಪಡಿಪಾಟಲುಗಳನ್ನು ತಂದೊಡ್ಡಿತು. ಮೊದಲನೆಯದಾಗಿ, ನನ್ನಂಥ ವಯಸ್ಸಾದ ಹಳೆಯ ತಲೆಮಾರಿನವರಿಗೆ ಈ ಹೊಸ ವ್ಯವಸ್ಥೆಗಳಿಗೆ ಮಾನಸಿಕವಾಗಿ ಹೊಂದಿಕೊಳ್ಳುವುದೇ ಕಷ್ಟವಾಗಿತ್ತು. ಪೆನ್ನು, ಕಾಗದ ತ್ಯಜಿಸಿ ಕಂಪ್ಯೂಟರಿನಲ್ಲಿ ಬರೆಯುವುದೇ ಒಂದು ದೊಡ್ಡ ಶಿಕ್ಷೆಯಂತೆ ಭಾಸವಾಗುತ್ತಿತ್ತು. ಕೈ ಬರವಣಿಗೆಯ 'ಸುಖ' ಹೋಗಿ, ಪಿತ್ರಾರ್ಜಿತ ಆಸ್ತಿ ಕಳೆದುಕೊಂಡವರಂತೆ ಖಿನ್ನರಾದೆವು. ಪೆನ್ನು ಹಿಡಿದು ಬರೆಯುತ್ತಿದ್ದಾಗ ಬುದ್ಧಿ, ಮನಸ್ಸು ಮತ್ತು ಕೈಗಳ ನಡುವೆ ಇರುತ್ತಿದ್ದ ಸಾಮರಸ್ಯ ಕಂಪ್ಯೂಟರ್ ಬರವಣಿಗೆಯಲ್ಲಿ ಮಾಯವಾಗಿತ್ತು. ಮನಸ್ಸಿನಲ್ಲಿ ಮೂಡಿದ ಸುದ್ದಿ/ ವಿಚಾರಗಳನ್ನು ಕಂಪ್ಯೂಟರಿನಲ್ಲಿ ಮೂಡಿಸಲು ಇಂಗ್ಲಿಷ್ ಕೀಲಿಮಣೆಯಲ್ಲಿ ಕನ್ನಡ ಅಕ್ಷರಗಳಿಗಾಗಿ ತಡಕಾಡುತ್ತಿದ್ದಂತೆ ಮನಸ್ಸಿನಲ್ಲಿ ಮೂಡಿದ ಆಲೋಚನೆ, ಸುದ್ದಿಗಳ ಹರಿವು, ಲೇಖನದ ವಿಚಾರ ಲಹರಿ ನಿಂತು ಹೋಗುತ್ತಿತ್ತು. ಸೇವ್ ಮಾಡದ ಮೈಮರೆತದಿಂದ ಅಲ್ಲಿಯವರೆಗೆ ಬರೆದದ್ದು ಅಳಿಸಿ ಹೋಗಿರುತ್ತಿತ್ತು. ಅಲ್ಲಿಯವರೆಗ ಮಾಡಿದ ಸುದ್ದಿಗಳು ಬ್ಯಾಕಪ್‌ನಲ್ಲಿ ತಂತಾನೆ 'ಸೇವ್' ಆಗುವ ವ್ಯವಸ್ಥೆ ಇತ್ತು. ಆದರೆ, ಬ್ಯಾಕಪ್‌ನಿಂದ ಕಾಪಿ ಮಾಡಿಕೊಳ್ಳುವ ಕಮಾಂಡುಗಳು ಮರೆತು ಹೋಗುತ್ತಿದ್ದವು. ಹೀಗಾಗಿ 'ಸಂಕಟ ಬಂದಾಗ ವೆಂಕಟರಮಣ' ಎಂಬಂತೆ ನಿಮಿಷ–ನಿಮಿಷಕ್ಕೂ ಎಂಜಿನಿಯರುಗಳ ಮೊರೆ ಹೋಗುವುದು ಅನಿವಾರ್ಯವಾಯಿತು. ಹೊಸ ತಲೆಮಾರಿನ ಪತ್ರಕರ್ತರು ಇದರಲ್ಲಿ ಹಳಬರಿಗಿಂತ ತುಂಬ ಚುರುಕಾಗಿದ್ದರು/ ಚಾಲೂಕಾಗಿದ್ದರು. ಕಂಪ್ಯೂಟರಿನಲ್ಲಿ ಕೆಲಸ ಮಾಡುವುದು ಅವರಿಗೆ ಬಲುಬೇಗ ಕರಗತವೂ ಆಯಿತು ಮನೋಗತವೂ ಆಯಿತು.

ಹೀಗೆ ಕೆಲವೊಮ್ಮೆ ಮಾನವ ತಪ್ಪುಗಳಿಂದಾಗಿ, ಇನ್ನು ಕೆಲವೊಮ್ಮೆ ತಂತ್ರಾಂಶ/ ಯಂತ್ರಾಂಶಗಳ ತಪ್ಪುಗಳಿಂದಾಗಿ ಮೊತ್ತದ ಪರಿಣಾಮ ಎಡಿಷನ್ ಮೇಲೆ ಆಗುತ್ತಿತ್ತು. 'ಕಟ್ ಅಂಡ್ ಪೇಸ್ಟ್' ಮಾಡಿ ಸಿದ್ಧಪಡಿಸಿದ ಪುಟಗಳನ್ನು ಕ್ಯಾಮೆರಾ ವಿಭಾಗಕ್ಕೆ ಕೊಡಬೇಕಾಗಿತ್ತು. ಇಲ್ಲಿಗೆ ಸಂಪಾದಕೀಯ ವಿಭಾಗದ ಹೊಣೆ ಮುಗಿಯತ್ತಿತ್ತು. ಕ್ಯಾಮೆರಾ ವಿಭಾಗದಲ್ಲಿ ನಾವು ಕೊಟ್ಟ ಸಿದ್ಧಪಡಿಸಿದ ಪೇಜುಗಳ ನೆಗೆಟಿವ್ ತೆಗೆದು ಪ್ಲೇಟ್ ಮೇಕಿಂಗ್ ವಿಭಾಗಕ್ಕೆ ಕಳುಹಿಸುತ್ತಿದ್ದರು. ಅಲ್ಲಿ ಪ್ಲೇಟ್ ಮಾಡಿ ಮುದ್ರಣ ವಿಭಾಗಕ್ಕೆ ಕಳುಹಿಸಲಾಗುತ್ತಿತ್ತು. ಕ್ಯಾಮೆರಾ ವಿಭಾಗಕ್ಕೆ ಪುಟಗಳನ್ನು

ಕೊಡುವುದರೊಂದಿಗೆ ನಮ್ಮ ಹೊಣೆ ಮುಗಿಯಿತು ಎನ್ನುವಂತಿರಲಿಲ್ಲ. ಔಟ್‌ಪುಟ್, ಫೋಟೋ ಬ್ರೊಮೈಡುಗಳು ಬರುವುದು ಸಾಮಾನ್ಯವಾಗಿ ತಡವಾಗುತ್ತಿತ್ತು. ಇದರಿಂದಾಗಿ ಪುಟಗಳನ್ನು ಸಿದ್ಧಪಡಿಸುವುದು ತಡವಾಗುತ್ತಿತ್ತು. ಹೀಗಾಗಿ 'ಎಡಿಟೋರಿಯಲ್ ಡಿಲೇ' ಎಂದು ಎಲ್ಲ ವಿಭಾಗದವರೂ ತಮ್ಮ ವರದಿಗಳಲ್ಲಿ ಒಂದು ಟೀಕು ಬರೆಯುತ್ತಿದ್ದರು.

ಪ್ರತಿದಿನ ಮಧ್ಯಾಹ್ನ ಒಂದೂವರೆ–ಎರಡು ಗಂಟೆಗೆ ನಿರ್ದೇಶಕರುಗಳೊಂದಿಗೆ ಎಲ್ಲ ವಿಭಾಗದ ಮುಖ್ಯಸ್ಥರ ಡೈಲಿ ಮೀಟಿಂಗ್ ನಡೆಯುತ್ತಿತ್ತು. ಪತ್ರಿಕೆಯನ್ನು ಹೊರತರುವುದರಲ್ಲಿ ಹಿಂದಿನ ದಿನ ಎದುರಿಸಿದ ಸಮಸ್ಯೆಗಳನ್ನು ಚರ್ಚಿಸಿ ಪರಿಹಾರ ಕಂಡುಕೊಳ್ಳುವುದು ಈ ಸಭೆಯ ಉದ್ದೇಶ. ಸಭೆ ಶುರುವಾಗುತ್ತಿದ್ದುದೇ 'ಎನಿ ಪ್ರಾಬ್ಲಮ್' ಎನ್ನುವ ಎಂಡಿ ಅವರ ಪ್ರಶ್ನೆಯಿಂದ. ಪ್ರಸರಣ ವಿಭಾಗದ ಜನರಲ್ ಮ್ಯಾನೇಜರ್, "ಎಡಿಷನ್ ಡಿಲೇ ಸರ್.. ನಗರದ ಏಜೆಂಟರುಗಳು ನಾಲ್ಕೈದು ಕಡೆ ಪೇಪರ್ ಬಂಡಲ್‌ಗಳನ್ನು ತೆಗೆದುಕೊಳ್ಳಲು ನಿರಾಕರಿಸಿದ ಕಾರಣ ವಾಪಸು ಬಂದಿವೆ," ಎಂದು ವರದಿ ಒಪ್ಪಿಸುತ್ತಿದ್ದರು. ಪತ್ರಿಕೆ ಸಕಾಲಕ್ಕೆ ವಿತರಣಾ ಕೇಂದ್ರಗಳನ್ನು ತಲುಪದಿದ್ದರೆ, ಪತ್ರಿಕೆ ಹಂಚುವ ಹುಡುಗರು ಕಾಯುವ ಸಹನೆ ತೋರದೆ ಹೊರಟು ಹೋಗುತ್ತಿದ್ದರು. ಹೀಗಾಗಿ ಏಜೆಂಟರುಗಳು ಪತ್ರಿಕೆಯ ಬಂಡಲ್‌ಗಳನ್ನು ತೆಗೆದುಕೊಳ್ಳಲು ನಿರಾಕರಿಸುತ್ತಿದ್ದರು. ಎಷ್ಟು ಬಂಡಲ್‌ಗಳು ವಾಪಸು ಬಂದವೋ ಅಂದು ಅಷ್ಟು ನಷ್ಟ.

"ವೈ ಡಿಲೇ?"

"ಎಡಿಟೋರಿಯಲ್ ಡಿಲೇ ಸರ್.." ಎಂದು ಚೀಫ್ ಪ್ರೊಡಕ್ಷನ್ ಮ್ಯಾನೇಜರ್ ಅವರ ಉತ್ತರ ಸಿದ್ಧವಿರುತ್ತಿತ್ತು.

ಈಗ 'ಹೋರಿ ಮೇಲೆ ಮಾರಿ ಕಣ್ಣು' ಎನ್ನುವ ಥರ ಎಲ್ಲರ ಕಣ್ಣೂ ಸಂಪಾದಕೀಯ ವಿಭಾಗದ ಮುಖ್ಯಸ್ಥನ ಮೇಲೆ. ಎಂದೇ ನಾನು ಆಫೀಸಿಗೆ ಹೋದ ತಕ್ಷಣ, ಅಂದು ಎಡಿಷನ್ ಡಿಲೇ ಆಗಲು ಕಾರಣಗಳೇನು ಎಂದು ತಲೆಕೆಡಿಸಿಕೊಂಡು ಸಮಜಾಯಿಷಿ ಸಿದ್ಧಪಡಿಸಿಕೊಳ್ಳತ್ತಿದ್ದೆ. ಔಟ್‌ಪುಟ್ ಡಿಲೇ, ಬ್ರೊಮೈಡ್ ಡಿಲೇ, ಪೇಸ್ಟಪ್ ಸಿಬ್ಬಂದಿಯ ಕೊರತೆ ಇತ್ಯಾದಿ. ಪ್ರೊಡಕ್ಷನ್ ವಿಭಾಗದವರು ಇದೆಲ್ಲವನ್ನೂ ತಳ್ಳಿಹಾಕುತ್ತಿದ್ದರು. ಪ್ರೊಡಕ್ಷನ್ ವಿಭಾಗಗಳ ಮುಖ್ಯಸ್ಥರ ವರದಿಗಳಲ್ಲಿ ಇದಾವುದೂ ಇರುತ್ತಿರಲಿಲ್ಲ. ಎಡಿಟೋರಿಯಲ್ ಡಿಲೇ ಎನ್ನುವುದು ಮಾತ್ರ ಇರುತ್ತಿತ್ತು. ತಮ್ಮಿಂದ ಇದಾವ ತೊಂದರೆಯೂ ಆಗಿಲ್ಲ ಎಂದು ಚೀಫ್ ಪ್ರೊಡಕ್ಷನ್ ಮ್ಯಾನೇಜರ್ ಸಮರ್ಥಿಸಿಕೊಳ್ಳುತ್ತಿದ್ದರು. ಕೊನೆಗೆ ನಾನೇ ತಲೆ ಕೊಡಬೇಕಾಗುತ್ತಿತ್ತು.

ಪತ್ರಿಕಾ ವ್ಯವಸಾಯ ಸ್ವಾತಂತ್ರ್ಯಾನಂತರ ಭಾರಿ ಬಂಡವಾಳ ಬೇಡುವ ಉದ್ಯಮವಾಗಿ ಬೆಳೆದದ್ದು ಈಗ ಇತಿಹಾಸ. ವಿದ್ಯುನ್ಮಾನ ಕ್ಷೇತ್ರದಲ್ಲಿನ ಹೊಸಹೊಸ ತಂತ್ರಜ್ಞಾನಗಳನ್ನು, ವೃತ್ತಪತ್ರಿಕೆಗಳಿಗೆಂದೇ ರೂಪಿಸಲಾದ ತಂತ್ರಾಂಶವನ್ನು ಅಳವಡಿಸಿಕೊಳ್ಳುವ ನಿಟ್ಟಿನಲ್ಲಿ ಅದು ದಾಪುಗಾಲು ಹಾಕಿ ನಡೆಯತೊಡಗಿದಾಗ ಅದರ ಸಾಂಸ್ಥಿಕ ಸ್ವರೂಪದಲ್ಲೂ ಬದಲಾವಣೆಗಳಾದವು. ಸಂಪಾದಕೀಯ ವಿಭಾಗಕ್ಕೆ ಮತ್ತು ಮುದ್ರಣ ವಿಭಾಗಕ್ಕೆ ಪ್ರತ್ಯೇಕ ತಂತ್ರಾಂಶಗಳನ್ನು ರೂಪಿಸಲಾಗಿತ್ತು. ಅವುಗಳನ್ನು ಅಳವಡಿಸಿಕೊಳ್ಳಲು ಪತ್ರಿಕೆಗಳಿಗೆ ಎಲೆಕ್ಟ್ರಾನಿಕ್ಸ್, ಮೆಕಾನಿಕಲ್ ಎಂಜನಿಯರುಗಳು ಮತ್ತು ಎಲೆಕ್ಟ್ರಿಕಲ್ ಎಂಜನಿಯರುಗಳ ಅಗತ್ಯ ಉಂಟಾಯಿತು. ಹೀಗೆ ನೇಮಕಗೊಂಡ ಎಂಜಿನಿಯರುಗಳಿಗೆ ಪತ್ರಿಕೆಯ ಉತ್ಪಾದನೆಯೂ ನಟ್-ಬೋಲ್ಟುಗಳಂತೆಯೇ ಒಂದು ಜಡ ಉತ್ಪನ್ನವಾಗಿ ಕಂಡದ್ದು ಒಂದು 'ಸೃಜನಶೀಲ ದುರಂತವೇ' ಸರಿ.

ಪತ್ರಿಕೆಗಳು ಸಜೀವ ಸಂವಹನ ತಂತು. ಪತ್ರಿಕೆಗಳಲ್ಲಿ ಜನರ ಹೃದಯ ಮಿಡಿಯುತ್ತದೆ, ದೇಶದ ಹೃದಯ ಮಿಡಿಯುತ್ತದೆ ಎನ್ನುವ ಪರಿಜ್ಞಾನ, ಸುದ್ದಿ ಜ್ಞಾನ, ಪತ್ರಿಕಾ ಪ್ರಪಂಚದ ಸಂವೇದನಾಶೀಲತೆ ಅವರಲ್ಲಿ ಕಂಡುಬರಲಿಲ್ಲ. ಜಾಹೀರಾತು ಹಾಗೂ ಪ್ರಸರಣ ವಿಭಾಗಗಳಿಗೆ ಹೊಸದಾಗಿ ಬಂದ ಎಂಬಿಎ ಪದವೀಧರ ಮ್ಯಾನೇಜರುಗಳೂ ಹಾಗೇ ಇದ್ದರು. ಈ ಪರಿಯ ಮ್ಯಾನೇಜರುಗಳ ಅಸಂವೇದನಾಶೀಲತೆಯಿಂದಾಗಿ ಸಂಪಾದಕೀಯ ವಿಭಾಗಕ್ಕೆ ಬಹಳಷ್ಟು ಸಲ ಕಿರಿಕಿರಿ, ಮುಜುಗರಗಳು ಉಂಟಾಗುತ್ತಿದ್ದವು. ರಾತ್ರಿ 2 ಗಂಟೆಗೆ ಒಂದು ಅಲ್ಲೋಲಕಲ್ಲೋಲ ಸುದ್ದಿ ಬರುತ್ತದೆ. ಆ ವೇಳೆಗಾಗಲೇ ಸಿಟಿ ಎಡಿಷನ್ ಮುದ್ರಣ ಶುರುವಾಗಿರುತ್ತದೆ. ಮುಖ್ಯ ಉಪ ಸಂಪಾದಕ ಮುದ್ರಣ ವಿಭಾಗಕ್ಕೆ ಫೋನ್ ಮಾಡಿ, ಲೇಟೆಸ್ಟ್ ಸುದ್ದಿ ತೆಗೆದುಕೊಳ್ಳಬೇಕಾಗಿರುವ ಕಾರಣ ಮುದ್ರಣ ನಿಲ್ಲಿಸುವಂತೆ (ಸ್ಟಾಪ್ ಪ್ರೆಸ್) ಹೇಳುತ್ತಾರೆ.

"ಇಲ್ಲ ಸಾರ್, ನಿಲ್ಲಿಸಲಿಕ್ಕೆ ಆಗಲ್ಲ. ಆ ಸುದ್ದಿ ನಾಳೆ ತೆಗೆದುಕೊಂಡರೆ ಆಗುವುದಿಲ್ಲವೆ?" ಎನ್ನುತ್ತಾರೆ ಮುದ್ರಣ ವಿಭಾಗದ ರಾತ್ರಿ ಪಾಳಿಯ ಪ್ರೊಡಕ್ಷನ್ ಮ್ಯಾನೇಜರ್. ಮುಖ್ಯ ಉಪ ಸಂಪಾದಕರು ನನಗೆ ಫೋನ್ ಮಾಡುತ್ತಾರೆ. ನಾನು ಚೀಫ್ ಪ್ರೊಡಕ್ಷನ್ ಮ್ಯಾನೇಜರ್ ಅವರಿಗೆ ಫೋನ್ ಮಾಡಿ ಅವರಿಂದಲೂ, "ನಾಳೆ ತೆಗೆದುಕೊಂಡರಾಗದೇ? ಎಡಿಷನ್ ಡಿಲೇ ಆಗುತ್ತೆ, ಪೇಪರ್ ಬಂಡಲ್‌ಗಳು ವಾಪಸು ಬರುತ್ತವೆ," ಎನ್ನುವ ಪ್ರತಿಕ್ರಿಯೆ ಬರುತ್ತದೆ. ನಾನು ಆ ಸುದ್ದಿ ತೆಗೆದುಕೊಳ್ಳಲೇಬೇಕಾದ ಅಗತ್ಯವನ್ನೂ ನಾವು ತೆಗೆದುಕೊಳ್ಳದೆ ಹೋದರೆ, ಪ್ರತಿಸ್ಪರ್ಧಿ ಪತ್ರಿಕೆಗಳು ತೆಗೆದುಕೊಳ್ಳುತ್ತವೆ, ಆಗ ನಮ್ಮ ಪತ್ರಿಕೆಯ ನಂಬಿಕೆ, ವಿಶ್ವಾಸಾರ್ಹತೆ,

ಓದುಗರ ನಿರೀಕ್ಷೆಗಳಿಗೆ ಧಕ್ಕೆಯಾಗುತ್ತದೆ ಎಂದೆಲ್ಲ ಹೇಳಿದ ಮೇಲೆ 'ಸ್ಟಾಪ್ ಪ್ರೆಸ್'ಗೆ ಒಪ್ಪುತ್ತಾರೆ. ಆಗಲೂ ತಕ್ಷಣ ಮುದ್ರಣ ನಿಲ್ಲಿಸುವುದಿಲ್ಲ. ಸಂಪಾದಕೀಯ ವಿಭಾಗ ಪುಟದಲ್ಲಿ ಹೊಸ ಸುದ್ದಿ ಹಾಕಿ, ಪುಟದ ಪ್ಲೇಟ್ ಆಗಿ ಮುದ್ರಣ ವಿಭಾಗಕ್ಕೆ ಹೋದಾಗಲೇ ಯಂತ್ರ ನಿಲ್ಲುವುದು. ನಿಲ್ಲಿಸಿ ಹಳೇ ಪ್ಲೇಟ್ ತೆಗೆದು ಹೊಸ ಪ್ಲೇಟ್ ಹಾಕುತ್ತಾರೆ. ಅಂದರೆ ನಗರ ಮುದ್ರಣದಲ್ಲೂ ಕೆಲವು ಭಾಗಗಳಿಗೆ ಕೋಲಾಹಲಕಾರಿ ಸುದ್ದಿ ಹೋಗಿರುವುದಿಲ್ಲ. ಬಸವನಗುಡಿ ಓದುಗರಿಗೆ ಲಭಿಸಿದ ಲೇಟೆಸ್ಟ್ ಸುದ್ದಿ ರಾಜಾಜಿನಗರದ ಓದುಗರಿಗೆ ಲಭಿಸಿರುವುದಿಲ್ಲ. ಓದುಗರಿಂದ ಹೀಗೇಕೆ ಎಂದು ಬರುವ ಫೋನ್ ಕರೆಗಳಿಗೆ ಸಂಪಾದಕ ಉತ್ತರಿಸಬೇಕಾಗುತ್ತಿತ್ತು.

ಮೊದಲು ಹೀಗಿರಲಿಲ್ಲ. 'ಸ್ಟಾಪ್ ಪ್ರೆಸ್' ಎಂದಾಕ್ಷಣ ಸುದ್ದಿಯ ಗಹನತೆಗೆ ಮುದ್ರಣ ವಿಭಾಗದವರು ಸ್ಪಂದಿಸುತ್ತಿದ್ದರು. 'ಸ್ಟಾಪ್ ಪ್ರೆಸ್' ಆಗುತ್ತಿತ್ತು. ಈ ಪ್ರಕ್ರಿಯೆಯಲ್ಲಿ ಆದ ವಿಳಂಬವನ್ನು ರವಾನೆಯಲ್ಲಿ ಸರಿದೂಗಿಸುತ್ತಿದ್ದರು. ಅಂದರೆ ಹಳಬರಿಗೆ ಪತ್ರಿಕಾಲಯದ ಪರಿಭಾಷೆ ಅರ್ಥವಾಗುತ್ತಿತ್ತು. ಇಂದಿನವರಿಗೆ ಅದರ ಜ್ಞಾನವಿರಲಿಲ್ಲ. ತಿಳಿಯುವ ಆಸಕ್ತಿಯೂ ಇರಲಿಲ್ಲ. ಮರುದಿನ ಮೀಟಿಂಗಿನಲ್ಲಿ ಚೀಫ್ ಪ್ರೊಡಕ್ಷನ್ ಮ್ಯಾನೇಜರ್, "ಅದು 'ಸ್ಟಾಪ್ ಪ್ರೆಸ್' ಮಾಡುವಂಥ ಮಹತ್ವದ ಸುದ್ದಿಯಲ್ಲ," ಎಂದು ನಮ್ಮ ಕಾಲೆಳೆಯುತ್ತಿದ್ದರು. ಒಮ್ಮೊಮ್ಮೆ ಈ ಅಭಿಪ್ರಾಯವನ್ನು ನಿರ್ದೇಶಕರೂ ಅನುಮೋದಿಸಿದಾಗ ನನಗೆ ಕಟಕಟೆಯಲ್ಲಿ ನಿಂತ ಅನುಭವವಾಗುತ್ತಿತ್ತು.

ಜಿಲ್ಲಾ ವರದಿಗಾರರಿಗೆ ಕಂಪ್ಯೂಟರ್, ಮೋಡೆಮ್ ಮತ್ತು ಕ್ಯಾಮೆರಾಗಳನ್ನು ಕೊಡಲಾಗಿತ್ತು. ವರದಿಗಾರರು ಜಿಲ್ಲೆಯ ಪ್ರಮುಖ ಸಭೆ, ಸಮಾರಂಭಗಳ ವರದಿ ಜೊತೆಗೆ ಚಿತ್ರವನ್ನು ಕಳುಹಿಸಿ ಕೊಡತಕ್ಕದ್ದೆಂದು ನಾನು ಕಡ್ಡಾಯ ಮಾಡಿದ್ದೆ. ಎಲ್ಲ ವರದಿಗಾರರೂ ಛಾಯಾಗ್ರಹಣದಲ್ಲಿ ನುರಿತವರಾಗಿರಲಿಲ್ಲ. ಆದ್ದರಿಂದ ಅವರು ಕಳುಹಿಸುತ್ತಿದ್ದ ಚಿತ್ರಗಳ ಗುಣಮಟ್ಟ 'ಎ–1' ಎನ್ನುವಂತಿರುತ್ತಿರಲಿಲ್ಲ. ಆದರೆ, ತೀರ ಕಳಪೆ ಚಿತ್ರಗಳೂ ಆಗಿರುತ್ತಿರಲಿಲ್ಲ. ಇಂಥ ಚಿತ್ರಗಳನ್ನು ಬ್ರೊಮೈಡ್ ಮಾಡಲು ಕಳುಹಿಸಿದಾಗ ಚಿತ್ರ ಚೆನ್ನಾಗಿಲ್ಲವೆಂದು ಆ ವಿಭಾಗದವರು ಚಿತ್ರವನ್ನು ತಿರಸ್ಕರಿಸುತ್ತಿದ್ದರು. ಮತ್ತೆ ನಾನು ಪ್ರೊಡಕ್ಷನ್ ಮ್ಯಾನೇಜರಿಗೆ ಫೋನ್ ಮಾಡಿ ಆ ಜಿಲ್ಲೆಯ ಎಡಿಷನ್‌ಗೆ ಚಿತ್ರ ಹೋಗಲೇಬೇಕಾದ ಅಗತ್ಯವನ್ನು ವಿವರಿಸಬೇಕಾಗಿ ಬರುತ್ತಿತ್ತು. ಹೀಗೆ ಸುದ್ದಿ ಮತ್ತು ಸುದ್ದಿ ಚಿತ್ರಗಳ ಮಹತ್ವ ಕುರಿತು ಕಿರಿಕಿರಿ ಆಗುತ್ತಲೇ ಇರುತ್ತಿತ್ತು. 'ಕೋಣನ ಮುಂದೆ ಕಿನ್ನರಿ' ಬಾರಿಸುವ ಕೆಲಸವನ್ನು ಮಾಡಬೇಕಾದಾಗ ನನಗಂತೂ ಕಿರಿಕಿರಿಯ ಜೊತೆಗೆ ಕೋಪವೂ ಬರುತ್ತಿತ್ತು. ಸಂಪಾದಕೀಯ ವಿಭಾಗ ಎಷ್ಟೇ ಮುತುವರ್ಜಿ ವಹಿಸಿ ಕೆಲಸ ಮಾಡಿ ಪತ್ರಿಕೆಯನ್ನು 'ನಂಬರ್ 1' ಸ್ಥಾನಕ್ಕೆ ತಂದರೂ ಮಧ್ಯಾಹ್ನದ ಸಭೆಯಲ್ಲಿ ಅವರ ಶ್ರಮ ಗೌಣವಾಗುತ್ತಿತ್ತು.

ಉಳಿದ ವಿಭಾಗಗಳವರು ಒಂದಲ್ಲ ಒಂದು ಕೊರೆ ತೆಗೆದು ಸಂಪಾದಕೀಯ ವಿಭಾಗದ ಮೇಲೆ ಗೂಬೆ ಕೂರಿಸುತ್ತಿದ್ದರು. ಹೀಗೆ ಪತ್ರಿಕೆಯ ಸಂಪಾದಕೀಯ ವಿಭಾಗದ ಮಹತ್ವದಲ್ಲಿ ಪಲ್ಲಟವಾಯಿತು. ಸಂಪಾದಕೀಯ ವಿಭಾಗದ ಗೌರವ ಮರ್ಯಾದೆಗಳು ಶಿಥಿಲಗೊಂಡವು. ತಂತ್ರಾಂಶ ಮತ್ತು ಮ್ಯಾನೇಜರುಗಳು ಮೇಲುಗೈ ಪಡೆಯಲಾರಂಭಿಸಿದರು.

ಮೊದಲೆಲ್ಲ ಪತ್ರಿಕೆಯೊಂದರಲ್ಲಿ ಅತಿ ಹೆಚ್ಚು ವೇತನ ಪಡೆಯುತ್ತಿದ್ದವನೆಂದರೆ, ಅವನು ಸಂಪಾದಕ ಮಹಾಶಯ. ಈಗ ಸಂಪಾದಕ ಮಹಾಶಯ ಆ ಸ್ಥಾನದಿಂದ ಪದಚ್ಯುತನಾಗಿದ್ದ. ಈಗ ಅತಿ ಹೆಚ್ಚು ವೇತನ ಪಡೆಯುತ್ತಿದ್ದವರು ಚೀಫ್ ಜನರಲ್ ಮ್ಯಾನೇಜರ್/ ಚೀಫ್ ಎಕ್ಸಿಕ್ಯೂಟಿವ್ ಆಫೀಸರ್ ಮತ್ತು ಜಾಹೀರಾತು ವಿಭಾಗದ ಜನರಲ್ ಮ್ಯಾನೇಜರುಗಳು. ಜಾಹೀರಾತು ಮ್ಯಾನೇಜರಿಗೆ ವರಮಾನ ತರುವವನು ಎನ್ನುವ ಕೋಡು ಬೇರೆ. ಮ್ಯಾನೇಜರುಗಳಿಗಾಗಿಯೇ ಪ್ರತ್ಯೇಕ ವೇತನಶ್ರೇಣಿ ಇತ್ತು. ನಮಗೆ ವೇತನ ಮಂಡಳಿಯ ಶಿಫಾರಸಿನಂತೆ ವೇತನ. ಹೀಗಾಗಿ ಮ್ಯಾನೇಜರುಗಳಿಗೆ ಸಂಪಾದಕೀಯ ವಿಭಾಗದವರಿಗಿಂತ ಹೆಚ್ಚಿನ ವೇತನ ಬರುತ್ತಿತ್ತು. ಇದರಿಂದಾಗಿ ಅವರಲ್ಲಿ ತಾವು ಸಂಪಾದಕೀಯ ವಿಭಾಗದವರಿಗಿಂತ ಮೇಲಿನವರು, 'ಬಾಸ್‌ಗಿರಿ' ಮಾಡಬಹುದು ಎನ್ನುವ ಮೇಲರಿಮೆ ಬೆಳೆದಿತ್ತು. ಈ ಎಲ್ಲ ಕಾರಣಗಳಿಂದಾಗಿ ಸಂಪಾದಕೀಯ ವಿಭಾಗದ ಮಹತ್ವ ದಿನೇದಿನೇ ಕುಸಿಯತೊಡಗಿತು.

ಒಮ್ಮೆಯಂತೂ ಮಧ್ಯರಾತ್ರಿ ಎರಡು ಗಂಟೆ ವೇಳೆಯಲ್ಲಿ ದೀಪಾವಳಿ ಸಂಚಿಕೆಯ ಮೂವತ್ತೆರಡು ಪುಟಗಳ ಪ್ರೂಫನ್ನು ನನ್ನ ಮನೆಗೆ ಕಳುಹಿಸಿ ಅದನ್ನು ಆ ಕೂಡಲೇ ನೋಡಿಕೊಡುವಂತೆ ಪ್ರೊಡಕ್ಷನ್ ಮ್ಯಾನೇಜರು ಫೋನಿನಲ್ಲಿ ಹೇಳಿದರು. ರಾತ್ರಿ ಅವೇಳೆಯಲ್ಲಿ, ವಿದ್ಯುತ್ ದೀಪದ ಬೆಳಕಿನಲ್ಲಿ ಪ್ರೂಫ್ ನೋಡುವುದು ಹೇಗೆ ಸಾಧ್ಯ? ಆಗುವುದಿಲ್ಲವೆಂದೆ.

"ನಾನು ಪ್ರೊಡಕ್ಷನ್ ಮ್ಯಾನೇಜರ್ ಹೇಳ್ತಿದೀನಿ ನೀವು ನೋಡಿ ಕೊಡಬೇಕು. ಇಲ್ಲವಾದರೆ ನೀವು ನೋಡಿ 'ಓಕೆ' ಮಾಡಿದ್ದೀರಿ ಎಂದು ಭಾವಿಸಿ ಪ್ರಿಂಟ್ ಮಾಡಲು ಹೇಳುತ್ತೇನೆ" ಎಂದು ಆಜ್ಞೆ ಮಾಡುವ ಧಿಮಾಕಿನಲ್ಲಿ ಹೇಳಿದರು. ನಾನು ಸಾಧ್ಯವಿಲ್ಲ, ಬೆಳಿಗ್ಗೆ ನೋಡುತ್ತೇನೆ ಎಂದು ವಾಪಸು ಕಳುಹಿಸಿದೆ. ಮಾರನೆಯ ದಿನ ಮಧ್ಯಾಹ್ನದ ಸಭೆಗೆ ಹೋದಾಗ ಪ್ರೊಡಕ್ಷನ್ ಮ್ಯಾನೇಜರ್ ನನ್ನ ವಿರುದ್ಧ ಮೂರು ಪುಟಗಳ ದೂರು ಕೊಟ್ಟಿದ್ದರು. ಸಂಪಾದಕೀಯ ವಿಭಾಗದ ಅಸಹಕಾರದಿಂದಾಗಿ ಈ ವರ್ಷ ದೀಪಾವಳಿ ಸಂಚಿಕೆಯನ್ನು ಸಕಾಲದಲ್ಲಿ ತರಲಾಗದು ಎಂದೂ ಹೇಳಿದ್ದರು. ಅದೃಷ್ಟವಶಾತ್ ಪ್ರಧಾನ ಸಂಪಾದಕರೂ ಆಗಿದ್ದ ಹರಿಕುಮಾರ್ ಅವರಿಗೆ ಪತ್ರಿಕಾ ವೃತ್ತಿಯ ಸಂವೇದನೆ ಮತ್ತು ಕರಡು ತಿದ್ದುವ ಸೂಕ್ಷ್ಮತೆಗಳು ತಿಳಿದಿದ್ದರಿಂದ ನಾನು ಬಚಾವ್ ಆದೆ. ರಾತ್ರಿ ಅವೇಳೆಯಲ್ಲಿ ಪ್ರೂಫ್ ನೋಡುವಂತೆ ನಿರೀಕ್ಷಿಸುವುದು

ಅಮಾನುಷ. ಆ ಹೊತಿನಲ್ಲಿ ಪ್ರೂಫ್‌ಗೆ ಏನು ನ್ಯಾಯ ಒದಗಿಸಲಾದೀತು? ಇನ್ನು ಮೇಲೆ ವಿಶೇಷ ಸಂಚಿಕೆಯ ಪ್ರೂಫುಗಳನ್ನು ಬೆಳಗಿನ ಹೊತ್ತಿನಲ್ಲೇ ಕೊಡಬೇಕು. ಇದು ಸಂಪಾದಕೀಯ ವಿಭಾಗದಿಂದ ಆಗಿರುವ ವಿಳಂಬವಲ್ಲ. ಆದ್ದರಿಂದ ಸಂಚಿಕೆ ಸಕಾಲದಲಿ ಬರುವಂತೆ ನೋಡಿಕೊಳ್ಳುವುದು ಪ್ರೊಡಕ್ಷನ್ ವಿಭಾಗದ ಜವಾಬ್ದಾರಿ ಎಂದು ತೀರ್ಪುಕೊಟ್ಟರು.

ಕಂಪ್ಯೂಟರೀಕರಣದಿಂದ ಸಿಬ್ಬಂದಿ ಸಮಸ್ಯೆಯೊಂದು ತಲೆದೂರಿತು. ಕಂಪ್ಯೂಟರೀಕರಣದಿಂದಾಗಿ ಕೆಲವು ಹುದ್ದೆಗಳು ಅನವಶ್ಯಕವಾದವು. ಕಂಪ್ಯೂಟರಿನಲ್ಲಿ ಬರೆಯುವಾಗ ಉಪ ಸಂಪಾದಕನಾಗಲೀ, ವರದಿಗಾರನಾಗಲೀ ತಪ್ಪಿಲ್ಲದೆ ಬರೆಯುತ್ತಾನೆ ಎಂದು ನಿರೀಕ್ಷಿಸಲಾಗುತ್ತದೆ. ತಪ್ಪಿದ್ದರೂ ಅದನ್ನು ಪುನರ್ ಪರಿಷ್ಕರಿಸುವಾಗ ತಪ್ಪನ್ನು ಅವನೇ ತಿದ್ದಬೇಕು. ಹೀಗಾಗಿ ಪ್ರೂಫ್ ರೀಡರುಗಳು ಬೇಕಾಗಿಲ್ಲ ಎನ್ನುವ ನಿರ್ಧಾರಕ್ಕೆ ಬರಲಾಯಿತು. ಅದೇ ರೀತಿ ಸಂಪಾದಕೀಯ ವಿಭಾಗದವರೇ ಕಂಪ್ಯೂಟರಿನಲ್ಲಿ ಬರೆಯುವ ಕಾರಣ ಡಿಟಿಪಿ ಆಪರೇಟರುಗಳು ಅನವಶ್ಯಕವಾದರು. ಇವರೆಲ್ಲರಿಗೂ ಸ್ವಯಂ ನಿವೃತ್ತಿ ಯೋಜನೆ ಸಲಹೆ ಮಾಡಲಾಯಿತು. ಆದರೆ, ಅದನ್ನು ಯಾರೂ ಒಪ್ಪಿಕೊಳ್ಳಲಿಲ್ಲ. ಲೆಕ್ಕಪತ್ರ ವಿಭಾಗ, ಜಾಹೀರಾತು/ ಪ್ರಸರಣ ವಿಭಾಗ, ಹೀಗೆ ಬೇರೆಬೇರೆ ವಿಭಾಗಗಳಲ್ಲಿ ಅವರಿಗೆ ಜಾಗ ತೋರಿಸಲಾಯಿತು. ಪ್ರೂಫ್ ರೀಡರುಗಳು ತಮಗೆ ಉಪ ಸಂಪಾದಕ/ ವರದಿಗಾರರ ಹುದ್ದೆಗಳಿಗೆ ಬಡ್ತಿ ನೀಡಿ ಸಂಪಾದಕೀಯ ವಿಭಾಗದಲ್ಲೇ ಮುಂದುವರಿಸಬೇಕೆಂಬ ಬೇಡಿಕೆ ಮುಂದಿಟ್ಟರು. ಅವರುಗಳನ್ನೆಲ್ಲ ವರದಿಗಾರರನ್ನಾಗಿ ಜಿಲ್ಲೆಗಳಿಗೆ ಕಳುಹಿಸಲು ನಿರ್ಧರಿಸಲಾಯಿತು. 'ಪ್ರವಾ' ಆಗಷ್ಟೇ ಜಿಲ್ಲಾ ಆವೃತ್ತಿಗಳನ್ನು ಪ್ರಾರಂಭಿಸಿದ್ದರಿಂದ ಜಿಲ್ಲಾಮಟ್ಟದಲ್ಲಿ ವರದಿಗಾರಿಕೆಯನ್ನು ಬಲಪಡಿಸುವ ಅಗತ್ಯವೂ ತಲೆದೋರಿತ್ತು. ಹೀಗೆ ಕರಡು ತಿದ್ದುವವರೆಲ್ಲರನ್ನೂ ಜಿಲ್ಲಾ ವರದಿಗಾರರನ್ನಾಗಿ ನೇಮಿಸಲಾಯಿತು. ಈ ಪುನರ್ ನೇಮಕಗಳಿಂದ, ದಿ ಪ್ರಿಂಟರ್ಸ್ ಮೈಸೂರು ಆಡಳಿತ ವರ್ಗ ಹೆಚ್ಚುವರಿ ಸಿಬ್ಬಂದಿಯನ್ನು ಮನೆಗೆ ಕಳುಹಿಸದೆ ಮಾನವೀಯತೆ ಮೆರೆಸಿತು.

❖

22

‘ಸುಧಾ’ ‘ಮಯೂರ’ ಎರಡು ದೋಣಿಗಳ ಪಯಣ ಹೀಗೆ ಸಾಗುತ್ತಿದ್ದಂತೆ, 1994ರ ಜುಲೈ ತಿಂಗಳ ಒಂದು ದಿನ ಸಂಜೆ ಪ್ರಧಾನ ಸಂಪಾದಕರೂ ಮ್ಯಾನೇಜಿಂಗ್ ಡೈರೆಕ್ಟರೂ ಆಗಿದ್ದ ಕೆ ಎನ್ ಹರಿಕುಮಾರ್ ಅವರಿಂದ ಕರೆಬಂತು. ಎಲ್ಲಿ ಏನು ಪ್ರಮಾದವಾಗಿದೆಯೋ ಎಂಬ ಧಾವಂತದಲ್ಲೇ ನಾನು ಅವರ ಚೇಂಬರಿಗೆ ಧಾವಿಸಿದೆ. ಹರಿಕುಮಾರ್ ಅವರು, ನಾನು ‘ಪ್ರವಾ’ದಲ್ಲೂ ಹೆಚ್ಚಿನ ಜವಾಬ್ದಾರಿಯನ್ನು ವಹಿಸಿಕೊಳ್ಳಬೇಕೆಂದು ತಾವು ಬಯಸುವುದಾಗಿ ಪೀಠಿಕೆ ಹಾಕಿದರು.

ಬಯಸದೇ ಬಂದದ್ದು...

ಪ್ರತಿ ಸಂಚಿಕೆಯನ್ನೂ ನವನವೋನ್ಮೇಷಶಾಲಿನಿಯಾಗಿ ರೂಪಿಸುವ ‘ಸುಧಾ’ ‘ಮಯೂರ’ಗಳ ಕೆಲಸ ಸೃಜನಾತ್ಮಕವಾಗಿ ಹೆಚ್ಚು ಸವಾಲಿನದಾಗಿತ್ತು. ಲೇಖನ, ಕಥೆ, ಕಾದಂಬರಿಗಳ ಆಯ್ಕೆ ಜೊತೆಗೆ ಚಿತ್ರಗಳನ್ನು/ ಒಳ್ಳೆಯ ಗುಣಮಟ್ಟದ ಕಲರ್ ಟ್ರಾನ್ಸಪರೆನ್ಸಿಗಳನ್ನು ಹೊಂದಿಸುವುದು ಕಷ್ಟದ ಕೆಲಸವಾಗಿತ್ತು. ‘ಸುಧಾ’ ‘ಮಯೂರ’ಗಳ ಮುಖಪುಟ ಮಾರ್ಡ್ರನ್ ಪ್ರೋಸೆಸ್‌ನಲ್ಲಿ ಪ್ರಿಂಟ್ ಆಗುತ್ತಿತ್ತು. ಮುಖಪುಟ ಚಿತ್ರದ ಟ್ರಾನ್ಸಪರೆನ್ಸಿಗಳನ್ನು ಮಾರ್ಡ್ರನ್ ಪ್ರೋಸೆಸ್‌ನವರು ಬಡಪಟ್ಟಿಗೆ ಒಪ್ಪುತ್ತಿರಲಿಲ್ಲ. ರಿಪ್ರೊಡಕ್ಷನ್ ಚೆನ್ನಾಗಿ ಬರಲ್ಲ ಎಂದು ವಾಪಸು ಮಾಡುತ್ತಿದ್ದರು. ಆದ್ದರಿಂದ ಮುಖಪುಟದ ಲೇಖನದಂತೆಯೇ ಒಳ್ಳೆಯ ಗುಣಮಟ್ಟದ ಟ್ರಾನ್ಸಪರೆನ್ಸಿಗಳನ್ನು

ತಲಾಶ್ ಮಾಡುವುದು ಕೆಲವೊಮ್ಮೆ ಹರಸಾಹಸವೇ ಆಗುತ್ತಿತ್ತು. ಪುಣ್ಯವಶಾತ್ ನನಗೆ ಟಿ ಎಸ್ ಸತ್ಯನ್, ಇ ಹನುಮಂತರಾವ್, ಧೀರಜ್ ಚಾವ್ಡಾ, ಪೆರುಮಾಳ್, ಕೃಪಾಕರ ಸೇನಾನಿ, ರವೀಶ ಕಾಸರವಳ್ಳಿ, ಡಿಸಿ ನಾಗೇಶ್, ರಾಜಾರಾಮ್, ಮೈಸೂರಿನ ತಿಪ್ಪೇಸ್ವಾಮಿ ಅವರಂಥ ಹೆಸರಾಂತ ಛಾಯಾಚಿತ್ರಗ್ರಾಹಕರುಗಳ ಪರಿಚಯ/ ಸ್ನೇಹ ಇದ್ದುದರಿಂದ ಕಷ್ಟಕರವೆನಿಸಲಿಲ್ಲ. ಅವರುಗಳಲ್ಲಿ ಸತ್ಯನ್, ಹನುಮಂತರಾವ್, ಚಾವ್ಡಾ, ಅವರುಗಳು ವ್ಯಾವಹಾರಿಕವಾಗಿ ಬಹಳ ಕಟ್ಟುನಿಟ್ಟಿನವರಾಗಿದ್ದರು.

ಒಂದು ಟ್ರಾನ್ಸಪರೆನ್ಸಿಯನ್ನು ಅಥವಾ ಪ್ರಿಂಟನ್ನು ಒಂದು ಮುದ್ರಣಕ್ಕೆ ಮಾತ್ರ ಉಪಯೋಗಿಸಬೇಕು, ಒಂದು ಮುದ್ರಣಕ್ಕೆ ಉಪಯೋಗಿಸಿದ ನಂತರ ಹಿಂದಿರುಗಿಸಬೇಕು, ಇಂತಿಷ್ಟು ಸಂಭಾವನೆ ನೀಡಬೇಕು –ಹೀಗೆ ಕೆಲವೊಂದು ಶರತ್ತುಗಳನ್ನು ವಿಧಿಸುತ್ತಿದ್ದರು. ಅವರುಗಳೆಲ್ಲ ಅಂತಾರಾಷ್ಟ್ರೀಯ ಖ್ಯಾತಿಯ ಛಾಯಾಚಿತ್ರಗ್ರಾಹಕರಾಗಿದ್ದರು. ಎಂದೇ ಅವರ ಸಲುವಾಗಿ 250ರಿಂದ 350ರವರೆಗೆ ವಿಶೇಷ ಸಂಭಾವನೆ ಪಾವತಿಸಲು ಆಡಳಿತ ವರ್ಗದ ಅನುಮತಿ ಪಡೆದಿದ್ದೆ. ಬೆಂಗಳೂರಿನ ವೈಪಿಎಸ್–ಯೂಥ್ ಫೋಟೋಗ್ರಾಫಿಕ್ ಸೊಸೈಟಿಯೂ ಕೆಲವೊಮ್ಮೆ ನಮ್ಮ ನೆರವಿಗೆ ಬರುತ್ತಿತ್ತು. ನಮ್ಮ ನಿರ್ದೇಶಕರುಗಳಲ್ಲಿ ಒಬ್ಬರಾದ ಕೆ ಎನ್ ಶಾಂತಕುಮಾರ್ ಅವರು ಸ್ವತಃ ಉತ್ತಮ ಕ್ರೀಡಾ ಛಾಯಾಗ್ರಾಹಕರೆಂದು ಮಾನಿತರಾಗಿದ್ದರು. ಒಲಿಂಪಿಕ್ ಕ್ರೀಡಾ ಸ್ಪರ್ಧೆಗಳ ಸಂದರ್ಭದಲ್ಲಿ ಅವರ ಸುಂದರ ಚಿತ್ರಗಳು 'ಸುಧಾ'ದ ಚೆಲುವನ್ನು ಇಮ್ಮಡಿಗೊಳಿಸುತ್ತಿದ್ದವು.

ಒಂದೊಂದು ಸಂಚಿಕೆಯೂ, ಯುಗಾದಿ ವಿಶೇಷಾಂಕಗಳೂ ನಮ್ಮ ಸೃಜನಶೀಲತೆಗೆ, ಕಾರ್ಯಕ್ಷಮತೆಗೆ ಸವಾಲಾಗಿರುತ್ತಿದ್ದವು. ಈ ಪ್ರಕ್ರಿಯೆಯಲ್ಲಿ 'ಸುಧಾ' 'ಮಯೂರ' ಹೆಚ್ಚು ಸೃಜನಶೀಲ, ವಿಚಾರಪ್ರದವಾಗುತ್ತಿವೆ ಎಂಬ ಅಲ್ಪ ತೃಪ್ತಿಯೂ ದೊರೆಯುತ್ತಿತ್ತು. ಪ್ರತಿ ಸಂಚಿಕೆ ಹೊರಬಂದಾಗಲೂ ಅದರ ಸೌಂದರ್ಯಕ್ಕೆ ಹಿಗ್ಗುತ್ತಾ, ಅದರ ಸಮಗ್ರ ಚೆಲುವಿಗೆ ಎಲ್ಲಿ ಊನವಾಯಿತು ಎಂದು ಅವಲೋಕಿಸುತ್ತಾ, ಅದನ್ನು ತಪ್ಪಿಸಿ ಸುಧಾರಣೆಗೊಳ್ಳುವುದು ಹೇಗೆ ಎಂದು ಧೇನಿಸುತ್ತಾ ನಾನು ಮತ್ತು ನನ್ನ ಸಹೋದ್ಯೋಗಿಗಳು ಹೆಜ್ಜೆ ಹಾಕುತ್ತಿದ್ದೆವು.

'ಸುಧಾ' 'ಮಯೂರ' ಎರಡು ದೋಣಿಗಳ ಪಯಣ ಹೀಗೆ ಸಾಗುತ್ತಿದ್ದಂತೆ, 1994ರ ಜುಲೈ ತಿಂಗಳ ಒಂದು ದಿನ ಸಂಜೆ ಪ್ರಧಾನ ಸಂಪಾದಕರೂ ಮ್ಯಾನೇಜಿಂಗ್ ಡೈರೆಕ್ಟರೂ ಆಗಿದ್ದ ಕೆ ಎನ್ ಹರಿಕುಮಾರ್ ಅವರಿಂದ ಕರೆಬಂತು. ಎಲ್ಲಿ ಏನು ಪ್ರಮಾದವಾಗಿದೆಯೋ ಎಂಬ ಧಾವಂತದಲ್ಲೇ ನಾನು ಅವರ ಚೇಂಬರಿಗೆ ಧಾವಿಸಿದೆ. 'ಸುಧಾ' 'ಮಯೂರ'ಗಳ ಬಗ್ಗೆ ಕೆಲವೊಂದು ಮಾತುಗಳನ್ನಾಡಿದ ನಂತರ ಹರಿಕುಮಾರ್ ಅವರು, ನಾನು 'ಪ್ರವಾ'ದಲ್ಲೂ ಹೆಚ್ಚಿನ ಜವಾಬ್ದಾರಿಯನ್ನು ವಹಿಸಿಕೊಳ್ಳಬೇಕೆಂದು ತಾವು ಬಯಸುವುದಾಗಿ ಪೀಠಿಕೆ ಹಾಕಿದರು. ಬಿಎಂಕೆ ನಂತರ

ಅಸೋಸಿಯೇಟ್ ಎಡಿಟರ್ ಆಗಿ ಕಾರ್ಯ ನಿರ್ವಹಿಸುತ್ತಿದ್ದ ಪಿ ರಾಮಣ್ಣನವರು ನಿವೃತ್ತಿ ಹೊಂದಲಿದ್ದರು. ಅವರ ಜವಾಬ್ದಾರಿಯನ್ನು ನಾನು ವಹಿಸಿಕೊಳ್ಳಬೇಕೆಂದು ಆಡಳಿತ ವರ್ಗ ತೀರ್ಮಾನಿಸಿರುವುದಾಗಿ ಹರಿಕುಮಾರ್ ಅವರು ತಿಳಿಸಿದರು. ಹಾಗೂ ಇನ್ನಿಬ್ಬರು ನಿರ್ದೇಶಕರುಗಳನ್ನು ಭೇಟಿಮಾಡುವಂತೆಯೂ ತಿಳಿಸಿದರು. ಇನ್ನಿಬ್ಬರು ನಿರ್ದೇಶಕರುಗಳೂ ಇದೇ ಇಂಗಿತ ನೀಡಿದರು ಹಾಗೂ ನಾನು ಆ ಹುದ್ದೆಯನ್ನು ಸಮರ್ಥವಾಗಿ ನಿರ್ವಹಿಸಬಲ್ಲೆ ಎಂಬ ಭರವಸೆ ತಮಗಿರುವುದಾಗಿಯೂ ತಿಳಿಸಿ ಶುಭ ಕೋರಿದರು.

ಇದನ್ನು ನಾನು ಬಯಸಿರಲಿಲ್ಲ. ಇದು ನನಗೆ ಅನಿರೀಕ್ಷಿತವಾಗಿತ್ತು. ನಾನು 'ಸುಧಾ' 'ಮಯೂರ'ಗಳ ಕೆಲಸದಲ್ಲಿ ತೃಪ್ತನಾಗಿದ್ದೆ. ಈ ಹೊಸ ಹೊಣೆಗಾರಿಕೆ ಬಗ್ಗೆ ನಾನು ಯೋಚಿಸುವಂತಾಯಿತು. ಮೊದಲನೆಯದಾಗಿ ಜಿ ಎಸ್ ಸದಾಶಿವ ನನಗಿಂತ ಸೇವೆಯಲ್ಲಿ ಹಿರಿಯರಾಗಿದ್ದರು. ಅವರ ನಂತರದ ಸೇವಾ ಹಿರಿತನ ನನ್ನದು. ಅವರನ್ನು ಕಡೆಗಣಿಸಿ ನನ್ನೇಕೆ ಆಯ್ಕೆ ಮಾಡಿದ್ದಾರೆ ಎಂಬ ಗುಂಗೀಹುಳ ನನ್ನ ತಲೆ ಹೊಕ್ಕಿತು. ಸದಾಶಿವ ಮತ್ತು ನಾನು ಕೇವಲ ಸಹೋದ್ಯೋಗಿಗಳಷ್ಟೇ ಆಗಿರಲಿಲ್ಲ, ಆಪ್ತಮಿತ್ರರಾಗಿದ್ದೆವು. ಹೀಗಿರುವಾಗ ಅವರನ್ನು ನಾನು ಅಧೀನರಾಗಿ ಕಾಣುವುದು ಕನಸಿನಲ್ಲೂ ನನಗೆ ಅಸಾಧ್ಯವಾಗಿತ್ತು. ಜೊತೆಗೆ ಈ ಹುದ್ದೆಗಾಗಿ ನಾನು ತಮ್ಮ ವಿರುದ್ಧ ಲಾಬಿ ಮಾಡಿರಬಹುದೇ ಎನ್ನುವ ತಪ್ಪು ತಿಳಿವಳಿಕೆ ಸದಾಶಿವನಲ್ಲಿ ಮೂಡಬಹುದೇ ಎಂಬ ಆಲೋಚನೆಯೇ ನನ್ನಲ್ಲಿ ತೀವ್ರವಾದ ಮಾನಸಿಕ ತಳಮಳವನ್ನುಂಟು ಮಾಡಿತು. ಇಡೀ ರಾತ್ರಿ ಇದೇ ಯೋಚನೆ. ಮರುದಿನ ಆಫೀಸಿಗೆ ಹೋದ ನಂತರ ನೇರವಾಗಿ ಸದಾಶಿವ ಕುಳಿತಿದ್ದ ಜಾಗಕ್ಕೆ ಹೋಗಿ ಹಿಂದಿನ ದಿವಸ ನನಗೆ ನಿರ್ದೇಶಕರುಗಳಿಂದ ದೊರೆತ ಸೂಚನೆಯನ್ನು ತಿಳಿಸಿದೆ. ಅವರು ನನ್ನನ್ನು ಅಭಿನಂದಿಸಲು ಮುಂದಾದರು. ನಾನು, "ಇಲ್ಲ. ಸ್ವಲ್ಪ ತಡೆಯಿರಿ, ನನ್ನ ಮಾತನ್ನು ಮನಗೊಟ್ಟು ಕೇಳಿಸಿಕೊಳ್ಳಿ," ಎಂದೆ.

"ಹೇಳೀ."

"ನೀವು 'ಪ್ರವಾ' ಸಂಪಾದಕೀಯದಲ್ಲಿ ನನಗಿಂತ ಹಿರಿಯರು/ ಸೇವಾ ಹಿರಿತನ ಮತ್ತೆಲ್ಲ ಅರ್ಹತೆಗಳ ಪ್ರಕಾರ ಈ ಹುದ್ದೆಗೆ ನೀವು ಅರ್ಹರು. ಅದು ನಿಮಗೇ ಸಿಗಬೇಕು. ಆದರೆ, ಆಡಳಿತ ವರ್ಗ ಏಕೆ ಈ ನಿರ್ಧಾರ ತೆಗೆದುಕೊಂಡಿದೆಯೋ ನನಗೆ ತಿಳಿಯದು. ಎಂದೇ ಈ ಹೊಣೆಗಾರಿಕೆಯನ್ನು ವಹಿಸಿಕೊಳ್ಳುವ ಬಗ್ಗೆ ನಾನು ಯೋಚಿಸುತ್ತಿದ್ದೇನೆ. ನಾನು ಇದಕ್ಕಾಗಿ ಎಂದೂ ಪ್ರಯತ್ನಿಸಿದವನಲ್ಲ, ಅದೂ ನಿಮ್ಮ ವಿರುದ್ಧವಾಗಿ. ನೀವು ನನ್ನ ಈ ಮಾತುಗಳನ್ನು ನಂಬಬೇಕು."

ಸದಾಶಿವ ಎಂದಿನಂತೆ ನಿರುದ್ವಿಗ್ನರಾಗಿ ಮೆಲುದನಿಯಲ್ಲಿ ನುಡಿದರು: "ರಂಗನಾಥ ರಾವ್, ಡೋಂಟ್ ಗೆಟ್ ಎಕ್ಸೈಟೆಡ್ ಆರ್ ಎಮೋಷನಲ್. ಆಡಳಿತ

ವರ್ಗದ ಈ ನಿರ್ಧಾರದಿಂದ ನಿಮ್ಮಷ್ಟೇ ನನಗೂ ಆಘಾತವಾಗಿದೆ. ಆಡಳಿತ ವರ್ಗ ಏಕೆ ನನ್ನ ಸೇವಾ ಹಿರಿತನವನ್ನು ಕಡೆಗಣಿಸಿತೋ ತಿಳಿಯದು. ಅಥವಾ ನನ್ನಲ್ಲಿ ಏನು ಕೊರತೆ ಕಂಡಿತೋ ತಿಳಿಯದು. ಆದರೆ, ಆಡಳಿತ ವರ್ಗದ ಈ ನಿರ್ಧಾರದ ಹಿಂದೆ ಬೇರೆ ಪರಿಗಣನೆಗಳಿರಬೇಕು. ನಿಮ್ಮನ್ನು ತಪ್ಪು ತಿಳಿಯುವ ಪ್ರಶ್ನೆಯೇ ಇಲ್ಲ. ನೀವು ಈ ಹುದ್ದೆಗಾಗಿ ನನ್ನ ವಿರುದ್ಧ ಲಾಬಿ ಮಾಡಿದ್ದೀರಿ ಎಂದು ನಾನು ಕನಸು–ಮನಸುಗಳಲ್ಲೂ ಯೋಚಿಸಲಾರೆ. ಅಂಥ ಗಿಲ್ಟ್ ನಿಮ್ಮಲ್ಲಿ ಏಕೆ ಬಂತೋ ಗೊತ್ತಾಗುತ್ತಿಲ್ಲ. ನೀವು ಹೊಸ ಹೊಣೆಗಾರಿಕೆಯನ್ನು ಒಪ್ಪಿಕೊಳ್ಳಿ. ನಿಮಗೆ ನನ್ನ ಸಹಕಾರವಿರುತ್ತದೆ. ನಿಮಗೆ ಶುಭವಾಗಲಿ."

ಆದರೆ, ನೀತಿ, ನೈತಿಕತೆ ಎಂಬುದು ಇದೆಯಲ್ಲ. ಪ್ರತಿಯೊಂದು ನಿರ್ಧಾರದಲ್ಲೂ ನಮ್ಮ ನೈತಿಕ ಹೊಣೆ ಇರುತ್ತದೆ. ಸದಾಶಿವನಿಗೆ ಆಗುತ್ತಿರುವ ಅನ್ಯಾಯದಲ್ಲಿ ನಾನೂ ಭಾಗಿಯಾಗುತ್ತಿದ್ದೇನಲ್ಲ. ಇದರಲ್ಲಿ ನನ್ನ ಸ್ವಾರ್ಥ ಇರಬಹುದೇ? ಅಥವಾ ನಾನು ಸಾಂದರ್ಭಿಕ ಬಲಿಪಶುವೇ? ಎಂಬೆಲ್ಲ ನೈತಿಕ ಪ್ರಶ್ನೆಗಳು ನನ್ನನ್ನು ಕಾಡಿದವು.

"ನಿಮಗೆ ಅನ್ಯಾಯವಾಗುತ್ತಿದೆ. ಅದಕ್ಕೆ ನೈತಿಕವಾಗಿ ನಾನೂ ಹೊಣೆಗಾರನಾಗುತ್ತೇನಲ್ಲ. ಎಂದೇ ನನಗೆ ಇದು ಬೇಡ ಎನ್ನಿಸುತ್ತಿದೆ. ಜೊತೆಗೆ ನಾನು ಈ ಹುದ್ದೆಯನ್ನು ಬಯಸಿರಲಿಲ್ಲ, ಇದರ ಆಕಾಂಕ್ಷಿಯಾಗಿರಲಿಲ್ಲ. ನನಗೆ ಬೇಡವೆನ್ನಿಸುತ್ತಿದೆ. ನಾನು 'ಸುಧಾ'ದಲ್ಲಿ ಸುಖವಾಗಿದ್ದೇನೆ."

"ರಂಗನಾಥ ರಾವ್, ಜರ್ನಲಿಸಮ್ ಈಸ್ ಎಂಟರಿಂಗ್ ಇನ್‌ಟು ಎ ನ್ಯೂ ಎರಾ ಆಫ್ ಮ್ಯಾನೇಜ್ಮೆಂಟ್. ಕಾಲಿಟ್ ಕಾರ್ಪೊರೇಟ್ ಆರ್ ಸಮ್‌ಥಿಂಗ್. ಮುಂದಿನ ದಿನಗಳು ಇಂದಿನಂತಿರುವುದಿಲ್ಲ. ದೇರ್ ವಿಲ್ ಬಿ ಹೈರಿಂಗ್ ಅಂಡ್ ಫೈರಿಂಗ್. ನಾವು ಇದಕ್ಕೆಲ್ಲ ಸಿದ್ಧವಾಗಬೇಕು. ನನ್ನ ಬಗ್ಗೆ ಕಾಳಜಿ ಮಾಡಬೇಡಿ. ನೀವು ಇದನ್ನು ಒಪ್ಪಿಕೊಳ್ಳದೇ ಹೋದರೆ ಹೇಡಿಯಾಗುತ್ತೀರಿ. ಆ ಜಾಗಕ್ಕೆ ನಮ್ಮಿಬ್ಬರ ಜೂನಿಯರ್ ಒಬ್ಬರು ಬರಬಹುದು ಅಥವಾ ಹೊರಗಿನವರು ಬರಬಹುದು. ಆಗ ಇಲ್ಲಿ ನಿಮ್ಮ ಬದುಕು ಯಾತನಾಮಯವಾಗಬಹುದು, ಯೋಚಿಸಿ."

"ವಾಟೆಬೌಟ್ ಯು?"

"ಇಟೀಸ್ ಆಲ್‌ರೆಡಿ ಸೀಲ್ಡ್ ಹಿಯರ್."

ಸದಾಶಿವ ಸ್ಥಿತಪ್ರಜ್ಞರಂತೆ ಮಾತಾಡಿದ್ದರು.

ತಮ್ಮ ಸೇವಾ ಹಿರಿತನವನ್ನು ಕಡೆಗಣಿಸಿದ್ದರಿಂದ ಸಹಜವಾಗಿಯೇ ಸದಾಶಿವನಿಗೆ ನೋವಾಗಿತ್ತು. 'ಪ್ರಜಾವಾಣಿ'ಯ ಈವರೆಗಿನ ಬೆಳವಣಿಗೆಯಲ್ಲಿ ಅವರ 'ಕೊಡುಗೆ' ಇತ್ತು. ಆದರೆ, ಅದು ಗಣನೆಗೆ ಬಂದಂತೆ ತೋರಲಿಲ್ಲ. ಅವರ ನೋವಿಗೆ, ಅವರಿಗೆ

ಸಲ್ಲಬೇಕಾದ್ದನ್ನು ಅಪ್ರಯತ್ನಾಪೂರ್ವಕವಾಗಿ ಕಿತ್ತುಕೊಂಡು ನಾನು ಅವರ ನೋವಿಗೆ ಕಾರಣನಾದೆ ಎಂಬ 'ಅಪರಾಧ ಪ್ರಜ್ಞೆ' ನನ್ನನ್ನು ಕಾಡಿತು.

ಸದಾಶಿವ ನಂ. 16, ಮಹಾತ್ಮ ಗಾಂಧಿ ರಸ್ತೆಯೊಂದಿಗಿನ ಸಂಬಂಧದಿಂದ ದೂರವಾಗಲು ನಿಶ್ಚಯಿಸಿದ್ದಂತೆ ತೋರುತ್ತಿತ್ತು. ಕೆಲವೇ ದಿನಗಳಲ್ಲಿ ಅವರು ರಾಜೀನಾಮೆ ಕೊಟ್ಟರು. ಅವರು 'ಕನ್ನಡಪ್ರಭ' ಸೇರಲಿದ್ದರು. ಅವರು ಕೇವಲ ನನ್ನ ಸಹೋದ್ಯೋಗಿ, ಸ್ನೇಹಿತ ಅಷ್ಟೇ ಆಗಿರಲಿಲ್ಲ. ನನ್ನ ನೈತಿಕ ಸ್ಥೈರ್ಯದ ಭಾಗವಾಗಿದ್ದರು. ಅವರನ್ನು ಕಳುಹಿಸುವುದು ನನಗೆ ಸುತರಾಂ ಇಷ್ಟವಿರಲಿಲ್ಲ. ಅವರಿಗಾಗಿರುವ ನೋವನ್ನು ಹೇಗೆ ಶಮನಗೊಳಿಸಬಹುದು ಎಂದು ಯೋಚಿಸಿದೆ. 'ಪ್ರವಾ'ಗೆ ಅವರೊಂದು 'ಆಸ್ತಿ' ಇದ್ದಂತೆ, ಅವರನ್ನು ಕಳೆದುಕೊಳ್ಳಲಾಗದು ಎಂದು ಹರಿಕುಮಾರ್ ಅವರಿಗೆ ತಿಳಿಸಿದೆ. ಅವರಿಗೆ ತಮ್ಮ ಸೇವಾ ಹಿರಿತನವನ್ನು ಕಡೆಗಣಿಸಿದ್ದರಿಂದ ನೋವಾಗಿದೆ ಎಂದೂ ತಿಳಿಸಿದೆ.

"ಓಕೆ. ಅವರನ್ನೂ ಅಸೋಸಿಯೇಟ್ ಎಡಿಟರ್ ಮಾಡೋಣ, ರಾಜೀನಾಮೆ ವಾಪಸು ತೆಗೆದುಕೊಳ್ಳಲು ಹೇಳಿ," ಎನ್ನುವ ವೃತ್ತಿಪರ ಕಾಳಜಿಯನ್ನೂ ಔದಾರ್ಯವನ್ನೂ ಹರಿಕುಮಾರ್ ತೋರಿದರು. ಸದಾಶಿವನಿಗೆ ಇದನ್ನು ತಿಳಿಸಿ, "ನೀವು ಇಲ್ಲೇ ಇರಿ ನಮ್ಮಲ್ಲಿ ಈ ಸೇವಾ ಹಿರಿತನದ ಮುಜುಗರ ಉಂಟಾಗದು ಎಂದು ನಾನು ನಿಮಗೆ ಭರವಸೆ ಕೊಡುತ್ತೇನೆ," ಎಂದೆ. ಸದಾಶಿವ ಒಪ್ಪಲಿಲ್ಲ.

"ನಾನು ಈಗಾಗಲೇ ಕ್ವೀನ್ಸ್ ರಸ್ತೆಯಲ್ಲಿದ್ದೇನೆ, ರಂಗನಾಥ ರಾವ್ ನಿಮಗೆ ಒಳ್ಳೆಯದಾಗಲಿ," ಎಂದರು.

ಸದಾಶಿವ ರಾಜೀನಾಮೆ ಕೊಟ್ಟು 'ಕನ್ನಡಪ್ರಭ' ಸೇರಿದರು. ಪ್ರಪ್ರಥಮವಾಗಿ ನನಗೆ 'ಪ್ರವಾ'ದಲ್ಲಿ ನಾನು ಒಂಟಿ ಅನಿಸಿತು. ವೈಎನ್ಕೆ, ವೈಕುಂಠರಾಜು, ಸಿ ವಿ ರಾಜಗೋಪಾಲ್, ಈಗ ಸದಾಶಿವ...

ಕಾರ್ಪೊರೇಟ್ ಕ್ಯೂಬಿಕ್‌ನ ಪಂಜರದಲ್ಲಿ ಸಿಕ್ಕಿಬಿದ್ದ ಒಂಟಿ ಪಕ್ಷಿ ನಾನು!

ಹಳೆ ತಲೆಮಾರಿನ ಪೈಕಿ ಉಳಿದವರು ನಾನು, ದೇವನಾಥ್, ಅರ್ಜುನದೇವ ಹೀಗೆ ಮೂರು-ನಾಲ್ಕು ಮಂದಿ ಮಾತ್ರ. ಉಳಿದವರೆಲ್ಲ ಹೊಸ ಪೀಳಿಗೆಯ ಪತ್ರಕರ್ತರು. ಸದಾಶಿವನೊಂದಿಗೆ ಮಾತ್ರ ನನ್ನ ಆಲೋಚನೆಗಳು, ಕೆಲಸಗಳನ್ನು ಮುಕ್ತವಾಗಿ, ನಂಬಿಕೆ-ವಿಶ್ವಾಸಗಳಿಂದ ಹಂಚಿಕೊಳ್ಳುವುದು ಸಾಧ್ಯವಿತ್ತು. ಈಗ ನಿಜವಾಗಿ ನಾನು ಒಂಟಿಯಾಗಿದ್ದೆ.

❖

23

ಪತ್ರಿಕೆಯ ಗುಣಮಟ್ಟ ಹೆಚ್ಚಿಸುವುದು ಹೇಗೆ? ಪತ್ರಿಕೆಯ ಪ್ರಸರಣ ಹೆಚ್ಚಿಸುವುದು ಹೇಗೆ? ಯಾವಯಾವ ಪ್ರದೇಶದಲ್ಲಿ 'ಪ್ರವಾ' ಪ್ರಸರಣದಲ್ಲಿ ದುರ್ಬಲವಾಗಿದೆ. ಇದಕ್ಕೆ ಕಾರಣಗಳೇನು? ಎಂದೆಲ್ಲ ಯೋಚಿಸಿ ಈ ನಿಟ್ಟಿನಲ್ಲಿ ಕೆಲವೊಂದು ಯೋಜನೆಗಳನ್ನು ಹಮ್ಮಿಕೊಂಡೆ.

ಸವಾಲುಗಳ ಮಧ್ಯೆ...

ಬಯಸದೇ ಬಂದ ಬಡ್ತಿಯನ್ನು ಒಂದು ಸವಾಲಾಗಿ ಸ್ವೀಕರಿಸುವುದು ಅಥವಾ ತಿರಸ್ಕರಿಸಿ ಸೇವಾ ಹಿರಿತನದಲ್ಲಿ ನನಗಿಂತ ಕಿರಿಯರಾದವರ ಅಥವಾ ಬೇರೊಬ್ಬರ ಅಧೀನದಲ್ಲಿ ಕೆಲಸ ಮಾಡುವುದು ಇವೆರಡೇ ನನಗಿದ್ದ ಮಾರ್ಗಗಳು. ನನಗೆ ಇನ್ನೂ ಆರು ವರ್ಷಗಳ ಸೇವಾ ಅವಕಾಶವಿತ್ತು. ಬಹಳ ಯೋಚನೆಯ ನಂತರ ಒಂದು ಸವಾಲಾಗಿಯೇ ಬಡ್ತಿಯನ್ನು ಸ್ವೀಕರಿಸಿದೆ. ಹೊಸ ಪೀಳಿಗೆಯ ವರದಿಗಾರರು/ ಉಪ ಸಂಪಾದಕರುಗಳಲ್ಲಿ ಬಹಳ ಮಂದಿಗೆ ನನಗೆ ಬಡ್ತಿ ನೀಡಿದ್ದು ಪ್ರಿಯವಾದ ವಿಷಯವಾಗಿರಲಿಲ್ಲ ಎನ್ನುವುದು ಬಲುಬೇಗ ವ್ಯಕ್ತಗೊಂಡಿತು. ಅವರಲ್ಲಿ, ಕೆಲವರಲ್ಲಿ ವಿರೋಧ, ಅಸಹನೆಗಳು ಇದ್ದವು. ವಿರೋಧ

ಸಕಾರಣವಾಗಿರಲಿಲ್ಲ. ಏಕೆಂದರೆ ಸೇವಾ ಹಿರಿತನದಲ್ಲಿ ನಾನು ಅವರೆಲ್ಲರಿಗಿಂತ ಹಿರಿಯನಾಗಿದ್ದೆ. ನನ್ನ ಬಡ್ತಿಯಿಂದ ಅವರ್ಯಾರಿಗೂ ಅನ್ಯಾಯವಾಗಿರಲಿಲ್ಲ. ವಿರೋಧ, ಅಸಹನೆಗಳಿಗೆ ಬೇರೆಯೇ ಕಾರಣ ಇದ್ದಿರಬಹುದು. ಆದರೆ, ನಾನು ಆ ಬಗ್ಗೆ ಯೋಚಿಸಲು ಹೋಗಲಿಲ್ಲ.

ಪತ್ರಿಕೆಯ ಗುಣಮಟ್ಟ ಹೆಚ್ಚಿಸುವುದು ಹೇಗೆ? ಪತ್ರಿಕೆಯ ಪ್ರಸರಣ ಹೆಚ್ಚಿಸುವುದು ಹೇಗೆ? ಯಾವಯಾವ ಪ್ರದೇಶದಲ್ಲಿ 'ಪ್ರವಾ' ಪ್ರಸರಣದಲ್ಲಿ ದುರ್ಬಲವಾಗಿದೆ. ಇದಕ್ಕೆ ಕಾರಣಗಳೇನು? ಎಂದೆಲ್ಲ ಯೋಚಿಸಿ ಈ ನಿಟ್ಟಿನಲ್ಲಿ ಕೆಲವೊಂದು ಯೋಜನೆಗಳನ್ನು ಹಮ್ಮಿಕೊಂಡೆ. ಕೆಲವೆಡೆ ಆ ಪ್ರದೇಶದ ಸುದ್ದಿಗಳು ಸಮರ್ಪಕವಾಗಿ 'ಬರುತ್ತಿಲ್ಲ' ಎಂಬ ದೂರು ಕಾರಣವಾಗಿತ್ತು. ಇನ್ನು ಕೆಲವು ಪ್ರದೇಶಗಳಲ್ಲಿ ಪತ್ರಿಕೆ ತಡವಾಗಿ ತಲುಪುವುದು ಕಾರಣವಾಗಿತ್ತು. ಕೆಲವೊಂದು ವರ್ಗದ ಓದುಗರಲ್ಲೂ ಪತ್ರಿಕೆ ಬಗ್ಗೆ ಅತೃಪ್ತಿ ಇತ್ತು. ಮಾಮೂಲಿನ ಸುದ್ದಿಗಳ ಜೊತೆಗೆ ವಾಣಿಜ್ಯ–ಉದ್ಯಮ, ಕ್ರೀಡೆ, ವಿಜ್ಞಾನ, ಪರಿಸರ, ಫ್ಯಾಶನ್ ಮೊದಲಾದ ವಿವಿಧ ಜ್ಞಾನ ಶಾಖೆಗಳಲ್ಲಿ ನಡೆಯುತ್ತಿರುವ ವಿದ್ಯಮಾನಗಳು ವರದಿಯಾಗುತ್ತಿಲ್ಲ, ಹೆಚ್ಚಿನ ಮಾಹಿತಿ ಸಿಗುತ್ತಿಲ್ಲ ಇತ್ಯಾದಿ ಅತೃಪ್ತಿಗಳು. ಆಗ ಸಾಮಾನ್ಯವಾಗಿ ಪ್ರತಿದಿನ 'ಪ್ರವಾ' ಎಂಟು ಪುಟಗಳ ಸಂಚಿಕೆಯಾಗಿರುತ್ತಿತ್ತು. ಜಾಹೀರಾತಿನ ಒತ್ತಡ ಹೆಚ್ಚಿದ್ದಾಗ, ಅಂದರೆ ಹಬ್ಬದ ಸಾಲಿನಲ್ಲಿ ಹತ್ತು ಪುಟಗಳ ಸಂಚಿಕೆಯಾಗಿರುತ್ತಿತ್ತು. ಪತ್ರಿಕೆಯಲ್ಲಿ ಶೇ 60ರಷ್ಟು ಸ್ಥಳ ಸುದ್ದಿಗೆ, ಶೇ 40ರಷ್ಟು ಸ್ಥಳ ಜಾಹೀರಾತಿಗೆ ಎಂಬುದು ಅಂಗೀಕೃತ ದಾಮಾಷಾ ಆಗಿತ್ತು. ಎಂಟು ಪುಟಗಳಲ್ಲಿ ಶೇ 40 ಜಾಹೀರಾತು ಹೋಗಿ ಉಳಿದ ಶೇ 60ರಲ್ಲಿ ದೈನಂದಿನ ಬಿಸಿಬಿಸಿ ಸುದ್ದಿಗಳಿಗೇ ಜಾಗ ಸಾಲುತ್ತಿರಲಿಲ್ಲ. ಇನ್ನು ಅಕೆಡಮಿಕ್ ಸ್ವರೂಪದ ಈ ವಿಶೇಷ ಸುದ್ದಿ/ ಲೇಖನಗಳಿಗೆ ಸ್ಥಳಾವಕಾಶವೆಲ್ಲಿ? ಓದುಗರು ಬಯಸುತ್ತಿದ್ದ ಇವುಗಳನ್ನು ನೀಡಲು 'ಜಾಗದ' ಕೊರತೆ ಒಂದು ಕಾರಣವಾದರೆ, ಕ್ರೀಡೆ, ವಿಜ್ಞಾನ, ವಾಣಿಜ್ಯ ಇಂಥ ವಿಷಯಗಳಲ್ಲಿ ನುರಿತ ಪತ್ರಕರ್ತರ ಕೊರತೆ ಮತ್ತೊಂದು ಕಾರಣವಾಗಿತ್ತು. ಕ್ರೀಡೆ, ವಿಜ್ಞಾನ, ವಾಣಿಜ್ಯ ಮೊದಲಾದ ವಿಷಯಗಳಲ್ಲಿ ಪರಿಣಿತ ಸಿಬ್ಬಂದಿ ಇರಲಿಲ್ಲವೆಂದಲ್ಲ. ಕ್ರೀಡೆ ಹೊರತಾಗಿ ಈ ವಿಭಾಗಗಳಲ್ಲಿ ಒಬ್ಬೊಬ್ಬರೇ ಇದ್ದರು. ಅವರಿಗೆ ದೈನಂದಿನ ವರದಿಗಾರಿಕೆಯೇ ಸಾಕಾಗುತ್ತಿತ್ತು. ಕ್ರೀಡಾ ವಿಭಾಗದಲ್ಲಿ ಮೂರು ಜನ ಇದ್ದರು. ಓದುಗರು ಬಯಸುವ ವಿಶೇಷ ಮಾಹಿತಿಗಳನ್ನು ನೀಡಲು ಹೆಚ್ಚಿನ ಪುಟಗಳು ಹಾಗೂ ಹೆಚ್ಚಿನ 'ಜನಶಕ್ತಿ'ಯ ಅಗತ್ಯವಿತ್ತು.

ಈ ಕೊರತೆಗಳನ್ನು ಸರಿಪಡಿಸಲು ಕೆಲವು ಉಪಾಯಗಳು ಹೊಳೆದವು. ಮೊದಲನೆಯದಾಗಿ ಎಲ್ಲೆಲ್ಲಿ ಸುದ್ದಿಗಳು ಸಮರ್ಪಕವಾಗಿ ಪ್ರಕಟವಾಗುತ್ತಿಲ್ಲ ಎಂಬ ದೂರಿದೆಯೋ ಅಲ್ಲೆಲ್ಲ ಸಮರ್ಥ ವರದಿಗಾರರಿಂದ ಸುದ್ದಿ ಜಾಲವನ್ನು ಬಲಪಡಿಸಿ

ಸಕಾಲದಲ್ಲಿ ವರದಿಗಳು ಪ್ರಕಟವಾಗುವಂತೆ ಮಾಡುವುದು. ವಾಣಿಜ್ಯ, ವಿಜ್ಞಾನ, ಕ್ರೀಡೆ, ಕೃಷಿ ಇತ್ಯಾದಿಗಳಲ್ಲಿ ಓದುಗರಿಗಿರುವ ಜ್ಞಾನದಾಹವನ್ನು ಇಂಗಿಸಲು ಪ್ರತ್ಯೇಕ ಪುರವಣಿಗಳನ್ನು ಪ್ರಕಟಿಸುವುದು ವಿಹಿತವೆನಿಸಿತು.

ಆಗ ಶುಕ್ರವಾರ ಸಿನಿಮಾ ರಂಜನೆ ಪುರವಣಿ ಮಾತ್ರ ಬರುತ್ತಿತ್ತು. ವಾರದ ಮಿಕ್ಕ ದಿನಗಳಲ್ಲಿ ಒಂದೊಂದು ಪುರವಣಿ ಪ್ರಕಟಿಸುವ ಹಾಗೂ ಹೆಚ್ಚು ಸಿಬ್ಬಂದಿ ನೇಮಕ ಮಾಡಿಕೊಳ್ಳಬೇಕಾದ ಅವಶ್ಯಕತೆಯನ್ನು ಬಿಂಬಿಸುವ ಯೋಜನಾ ವರದಿಯೊಂದನ್ನು ಪ್ರಧಾನ ಸಂಪಾದಕರೂ ಆಗಿದ್ದ ಮ್ಯಾನೇಜಿಂಗ್ ಡೈರೆಕ್ಟರ್ ಅವರಿಗೆ ಸಲ್ಲಿಸಿದೆ.

'ಪ್ರವಾ' ಗುಣಮಟ್ಟ ಸುಧಾರಣೆ ಮತ್ತು ಪ್ರಸಾರ ಹೆಚ್ಚಿಸಬೇಕಾದ್ದು ನಾನು ಮೊದಲು ಎದುರಿಸಿದ ಸವಾಲುಗಳು. ಇದಕ್ಕಾಗಿ ನಾನು ಸಲ್ಲಿಸಿದ ಯೋಜನೆಗಳಿಗೆ ಪ್ರಧಾನ ಸಂಪಾದಕರಾದ ಹರಿಕುಮಾರ್ ಅವರು ಸಂಪೂರ್ಣ ಅನುಮೋದನೆ ನೀಡಿದರು. ಜೊತೆಗೆ ಬಹಳ ದಿನಗಳಿಂದ ನನೆಗುದಿಗೆ ಬಿದ್ದಿದ್ದ ಜಿಲ್ಲಾ ಆವೃತ್ತಿಗಳನ್ನು ಪ್ರಾರಂಭಿಸುವಂತೆ ಆದೇಶಿಸಿದರು. ಜಿಲ್ಲಾ ಆವೃತ್ತಿಗಳೆಂದರೆ, ಕರ್ನಾಟಕದ ಪ್ರತಿ ಜಿಲ್ಲೆಗೂ ಒಂದು ಪುಟ ಮೀಸಲಿಡುವುದು. ಆ ಪುಟದಲ್ಲಿ ಆ ಜಿಲ್ಲೆಯ ಸುದ್ದಿಗಳು ಮಾತ್ರ ಬರತಕ್ಕದ್ದು. ಇದರಿಂದ 'ನಮ್ಮ ಸುದ್ದಿ ಬರಲಿಲ್ಲ' ಎಂಬ ದೂರು ಸ್ವಲ್ಪವಾದರೂ ಕಮ್ಮಿಯಾದೀತು ಎನ್ನುವುದು ನಮ್ಮ ಆಸೆಯಾಗಿತ್ತು.

ಪ್ರಧಾನ ಸಂಪಾದಕರ ಆದೇಶದಂತೆ ಜಿಲ್ಲಾ ಆವೃತ್ತಿಗಳನ್ನು ಪ್ರಾರಂಭಿಸಿದೆ. ನಿಂತು ಹೋಗಿದ್ದ 'ಜಿಲ್ಲಾ ವಾರ್ತಾಪತ್ರ' ಅಂಕಣವನ್ನು ಪುನರಾರಂಭಿಸಿದೆ. ಜಿಲ್ಲೆಯ ವರದಿಗಾರರು ಕಡ್ಡಾಯವಾಗಿ ವಾರಕ್ಕೊಮ್ಮೆ 'ಜಿಲ್ಲಾ ವಾರ್ತಾಪತ್ರ' ಬರೆಯಬೇಕೆಂದು ಸೂಚಿಸಲಾಯಿತು. ಮಂತ್ರಿಮಹೋದಯರು, ಅಧಿಕಾರಿಗಳು ಒಳಗೊಂಡಂತೆ ರಾಜಧಾನಿಯ ಓದುಗರಿಗೂ ಜಿಲ್ಲೆಗಳ ಆಗುಹೋಗುಗಳ ತಿಳಿವಳಿಕೆ ಅಗತ್ಯವೆನಿಸಿದ್ದರಿಂದ 'ಜಿಲ್ಲಾ ವಾರ್ತಾಪತ್ರ'ಗಳು ಎಲ್ಲ ಮುದ್ರಣಗಳಿಗೂ ಹೋಗತಕ್ಕದ್ದೆಂದು ನಿರ್ಧರಿಸಿ ಮುದ್ರಣದ ಹೊಣೆ ಹೊತ್ತ ಮುಖ್ಯ ಉಪ ಸಂಪಾದಕರುಗಳಿಗೆ 'ಜಿವಾಪ'ಗಳನ್ನು ಎಲ್ಲ ಮುದ್ರಣಗಳ ಪುಟದಲ್ಲಿ ತೆಗೆದುಕೊಳ್ಳುವಂತೆ ತಾಕೀತು ಮಾಡಲಾಯಿತು. ಪಿ ವಿ ನರಸಿಂಹರಾಯರು ಪ್ರಾರಂಭಿಸಿದ ಸಂಸದರ ನಿಧಿ (ಎಂಪೀಸ್ ಲೋಕಲ್ ಏರಿಯಾ ಡೆವಲಪ್ಮೆಂಟ್ ಫಂಡ್) ಏನಾಯಿತು? ಮೊದಲಾದ ತನಿಖಾ ವರದಿಗಳ ಪ್ರಕಟಣೆ ಆರಂಭಿಸಿದೆ.

ಆಡಳಿತ ಮಂಡಳಿಗೆ ಸಲ್ಲಿಸಿದ ಯೋಜನೆಗಳಿಗೆ ಒಮ್ಮೆಗೇ ಅನುಮೋದನೆ ದೊರೆಯಲಿಲ್ಲ. 'ಒನ್ ಅಟ್ ಎ ಟೈಮ್' ಎನ್ನುವಂತೆ ಕ್ರಮೇಣ ಅನುಮೋದನೆ ದೊರೆಯಿತು. ಮೊದಲಿಗೆ 'ವಾಣಿಜ್ಯ ಪುರವಣಿ' ಶುರುವಾಯಿತು. ನಂತರ 'ಕ್ರೀಡಾ

ಪುರವಣಿ' 'ವಿಜ್ಞಾನ...' ಹೀಗೆ ಪ್ರತಿದಿನ ಒಂದೊಂದು ಪುರವಣಿಯನ್ನು ನಿತ್ಯದ ಸಂಚಿಕೆಯೊಂದಿಗೆ ನಮ್ಮ ಓದುಗರಿಗೆ ಕೊಡುವುದು ಸಾಧ್ಯವಾಯಿತು. ಇದರ ಪರಿಣಾಮ ಫಲಶ್ರುತಿಯೂ ಓದುಗರಿಂದ ಲಭ್ಯವಾಯಿತು. 'ವಾಣಿಜ್ಯ ಪುರವಣಿ' ಓದಿದ ನಂತರ: ಕುಡಿಕೆಯಲ್ಲಿ ಕೂಡಿಟ್ಟಿದ್ದ ಹಣವನ್ನು ಮ್ಯೂಚುಯಲ್ ಫಂಡ್ ಇತ್ಯಾದಿಗಳಲ್ಲಿ ಹೂಡಿ ಲಾಭ ಪಡೆಯುತ್ತಿರುವುದಾಗಿ ಗ್ರಾಮೀಣ ಜನರು ಪತ್ರ ಬರೆದರು. ಕ್ರೀಡಾ ಪುರವಣಿ ಯುವಜನತೆಯಲ್ಲಿ ಖುಷಿ ಉಂಟುಮಾಡಿತ್ತು. ಪತ್ರಿಕೆ ಪ್ರಸರಣವೂ ಮೂರು ಲಕ್ಷ ದಾಟಿತು.

ಕರ್ನಾಟಕ ಕಲೆ, ಸಂಸ್ಕೃತಿಗಳ ಬೀಡು. ಕರ್ನಾಟಕದ ಮೂಲೆಮೂಲೆಗಳಲ್ಲಿ ನಡೆಯುವ ಸಾಂಸ್ಕೃತಿಕ ಕಾರ್ಯಕ್ರಮಗಳಿಗೆ ಸೂಕ್ತ ಪ್ರಕಟಣೆ/ ಪ್ರಚಾರಗಳು ಸಿಗುತ್ತಿಲ್ಲ. ಒಂದು ಭಾಗದಲ್ಲಿ ನಡೆಯುವ ಸಾಂಸ್ಕೃತಿಕ ಕಾರ್ಯಕ್ರಮಗಳು ಮತ್ತೊಂದು ಭಾಗದವರಿಗೆ ಗೊತ್ತಾಗುತ್ತಿಲ್ಲ ಎನ್ನುವುದು ಬಹಳ ದಿನಗಳಿಂದ ಕೇಳಿ ಬರುತ್ತಿದ್ದ ದೂರು. ಇದಕ್ಕೆ ಸ್ವಲ್ಪಮಟ್ಟಿಗಾದರೂ ಪರಿಹಾರ ನೀಡಲು ಪ್ರತಿ ಭಾನುವಾರ 'ಕಲಾರಂಗ' ಪುಟ ಪ್ರಾರಂಭಿಸಲು ನಿರ್ಧರಿಸಿದೆ ('ಕಲಾರಂಗ' ಎಂಬ ಅಂಕಣ ಈ ವೇಳೆಗೆ ಭಾನುವಾರ ಪ್ರಕಟವಾಗುತ್ತಿತ್ತು. ಅದು ಕಲೆ/ ಸಂಗೀತ ಹಾಗೂ ನಾಟಕ ವಿಮರ್ಶೆಗಳಿಗೆ ಒಂದು ಕಾಲಮ್ಮಿಗೆ, ಬೆಂಗಳೂರು ಆವೃತ್ತಿಗೆ ಸೀಮಿತವಾಗಿತ್ತು). ಇದನ್ನು ಒಂದು ಪುಟಕ್ಕೆ ವಿಸ್ತರಿಸಿ ಎಲ್ಲ ಓದುಗರಿಗೆ ಲಭ್ಯವಾಗುವಂತೆ ಮಾಡಲು ಯೋಚಿಸಿದೆ. ರಾಜ್ಯಾದ್ಯಂತ ನಡೆಯುವ ಸಾಂಸ್ಕೃತಿಕ ಚಟುವಟಿಕೆಗಳ ವರದಿ ವಿಶೇಷಗಳನ್ನು ನಾಡಿನ ಎಲ್ಲ ಜನತೆಗೂ ಲಭ್ಯವಾಗಿಸುವ ಉದ್ದೇಶದಿಂದ 'ಕಲಾರಂಗ'ಕ್ಕೆ ಒಂದು ಪುಟ ಮೀಸಲಿಟ್ಟು, ಪ್ರೊಫೆಸರ್ ಸಿದ್ಧಲಿಂಗ ಪಟ್ಟಣಶೆಟ್ಟಿಯವರ 'ಚಹಾದ ಜೋಡಿ ಚೂಡಾಧಾಂಗ', ವೀರಣ್ಣ ದಂಡೆಯವರ 'ಕಲಬುರ್ಗಿ ಕಲರವ', ನಾ ದಾಮೋದರ ಶೆಟ್ಟಿಯವರ 'ತೆಂಕಣದ ಸುಳಿಗಾಳಿ', ಡಾ. ಬಿ.ಎ.ಶ್ರೀಧರ ಅವರ 'ಟಿವಿ ಲೋಕ' ಮೊದಲಾದ ಅಂಕಣಗಳ ಪ್ರಕಟಣೆ ಪ್ರಾರಂಭಿಸಿದೆ. ಸಂಪಾದಕೀಯ ಪುಟ ಭಾನುವಾರದಂದು 'ಕಲಾರಂಗ' ಪುಟವಾಯಿತು. ಇದರಿಂದ ಬೆಂಗಳೂರಿನ ಸಾಂಸ್ಕೃತಿಕ ಕಾರ್ಯಕ್ರಮಗಳು ಮಾತ್ರ ವರದಿಯಾಗುತ್ತವೆ ಎನ್ನುವ 'ಆಪಾದನೆಯಿಂದ' 'ಪ್ರವಾ' ಮುಕ್ತವಾಯಿತು. ಈ ಅಂಕಣಗಳು ಜನಪ್ರಿಯವಾದುವು.

ವೃತ್ತಪತ್ರಿಕೆಗಳ ಆಡಳಿತ ಸ್ವರೂಪವೂ ಬದಲಾದುದರಿಂದ ಸಂಪಾದಕನಿಗೆ ಪತ್ರಿಕೆಯ ಸಂಪಾದಕೀಯ ಹೊಣೆಗಾರಿಕೆ ಜೊತೆಗೆ ಕೆಲವು ಆಡಳಿತಾತ್ಮಕ ಜವಾಬ್ದಾರಿಗಳೂ ಬಂದು ಅಂಟಿಕೊಂಡಿದ್ದವು. ಅವುಗಳಲ್ಲಿ ಮುಖ್ಯವಾದುದು ಸಂಪಾದಕೀಯ ವಿಭಾಗದ ವಾರ್ಷಿಕ ಬಜೆಟ್ಟನ್ನು ತಯಾರಿಸುವುದು. ಈ ಬಜೆಟ್‌ನಲ್ಲಿ ಸಂಪಾದಕೀಯ ವಿಭಾಗದ ಮಾಮೂಲು ಖರ್ಚುವೆಚ್ಚಗಳ ಜೊತೆಗೆ

ದೀಪಾವಳಿ/ ಯುಗಾದಿ ಸಂಚಿಕೆಗಳ ಅಂದಾಜು ವೆಚ್ಚದ ಒಂದು ನಿರ್ದಿಷ್ಟ ಮೊತ್ತವನ್ನು ನಮೂದಿಸಬೇಕಿತ್ತು. ಪ್ರತ್ಯೇಕವಾಗಿ ಈ ಬಾಬಿನ ವಿವರಗಳನ್ನು ನೀಡಬೇಕಿತ್ತು. ಆ ವರ್ಷದಲ್ಲಿ ಹೊಸ ಯೋಜನೆಗಳೇನು? (ಹೊಸ ಅಂಕಣಗಳ ಆರಂಭ, ಹೆಚ್ಚಿನ ಪುಟಗಳನ್ನು ಕೊಡುವುದು, ಹೊಸ ಪುರವಣಿಗಳನ್ನು ತರುವುದು ಇತ್ಯಾದಿ) ಈ ಯೋಜನೆಗಳ ಅನುಷ್ಠಾನಕ್ಕೆ ಅಗತ್ಯವಾದ ಸಿಬ್ಬಂದಿ, ಆ ವರ್ಷದಲ್ಲಿ ನಿವೃತ್ತರಾಗುವವರ ಜಾಗಕ್ಕೆ ಹೊಸಬರನ್ನು ನೇಮಕ ಮಾಡಿಕೊಳ್ಳುವುದು ಇತ್ಯಾದಿ ಹೆಚ್ಚುವರಿ ಮಾನವ ಸಂಪನ್ಮೂಲ ಮತ್ತು ಆ ಬಾಬ್ತು ಅಂದಾಜು ವೆಚ್ಚವನ್ನೂ ನಮೂದಿಸಬೇಕಿತ್ತು. ಹೀಗೆ ನಮ್ಮಿಂದ ತಯಾರಿಸಲಾದ ಸಂಪಾದಕೀಯ ವಿಭಾಗದ ಬಜೆಟ್ಟಿನ ಮೇಲೆ ಫೈನಾನ್ಸ್ ಮ್ಯಾನೇಜರ್ ಕಣ್ಣುಹಾಯಿಸಿ ಅದಕ್ಕೆ ಆಡಳಿತ ಮಂಡಳಿ ಮಂಜೂರಾತಿ ಪಡೆದುಕೊಳ್ಳುತ್ತಿದ್ದರು. ಈ ಬಜೆಟ್‌ಗಿಂತ ಹೆಚ್ಚು ನಾವು ಖರ್ಚು ಮಾಡುವಂತಿರಲಿಲ್ಲ. ಹೀಗೆ ಆಯವ್ಯಯ ಮಂಡನೆಯೂ ಸಂಪಾದಕನ ತಲೆಗೆ ಕಟ್ಟುಬಿದ್ದು ಮಂಡೆ ಬಿಸಿಯಾಯ್ತು.

ಸಂಪಾದಕೀಯ ವಿಭಾಗದಲ್ಲಿ ಕೆಲಸ ಮಾಡುವವರ ಕಾರ್ಯದಕ್ಷತೆ, ಸಾಮರ್ಥ್ಯ, ಪರಿಣತಿಗಳ ಬಗ್ಗೆ ಪ್ರತಿವರ್ಷ ಜನವರಿ ತಿಂಗಳಿನಲ್ಲಿ ಪರ್ಸನಲ್ ಮ್ಯಾನೇಜರಿಗೆ ಮೌಲ್ಯಮಾಪನ ವರದಿ ಕಳುಹಿಸಬೇಕಿತ್ತು. ಅವರು ಅದನ್ನು ನಿರ್ದೇಶಕರುಗಳ ಅವಗಾಹನೆಗೆ ಕಳುಹಿಸುತ್ತಿದ್ದರು. ಎಚ್‌ಆರ್ ವಿಭಾಗದವರು ಇದಕ್ಕಾಗಿಯೇ ನಾಲ್ಕು ಪುಟಗಳ ಒಂದು ಫಾರಮ್ಮನ್ನು ಸಿದ್ಧಪಡಿಸಿ ಕಳುಹಿಸುತ್ತಿದ್ದರು. ಅದರಲ್ಲಿ ನೂರೆಂಟು ಕಾಲಮ್‌ಗಳು. ವರದಿಗಾರರು/ ಉಪ ಸಂಪಾದಕರುಗಳ ಮೌಲ್ಯಮಾಪನ ವರದಿಗಳನ್ನು ಮುಖ್ಯ ಉಪ ಸಂಪಾದಕರು/ ಮುಖ್ಯ ವರದಿಗಾರರು ಬರೆದು ಸುದ್ದಿ ಸಂಪಾದಕರ ಮೂಲಕ ನನಗೆ ಕಳುಹಿಸುತ್ತಿದ್ದರು. ನಾನು ಅವುಗಳನ್ನು ಪರಾಮರ್ಶಿಸಿ ಅದರ ಯಥಾರ್ಥತೆಯನ್ನು ದೃಢಪಡಿಸಿ ಪರ್ಸನಲ್ ಮ್ಯಾನೇಜರಿಗೆ ರವಾನಿಸಬೇಕಿತ್ತು. ಈ ವರದಿಗಳಲ್ಲಿ ಪೂರ್ವಾಗ್ರಹಗಳು ನುಸುಳದಂತೆ ನೋಡಿಕೊಳ್ಳುವುದೇ ಒಂದು ದೊಡ್ಡ ಹೆಣಗಾಟವಾಗುತ್ತಿತ್ತು. ಮುಖ್ಯ ಉಪ ಸಂಪಾದಕರು ಹಾಗೂ ಮುಖ್ಯ ವರದಿಗಾರರ ಮೌಲ್ಯ ಮಾಪನವನ್ನು ಸುದ್ದಿ ಸಂಪಾದಕರು ಮಾಡುತ್ತಿದ್ದರು. ಸುದ್ದಿ ಸಂಪಾದಕರು/ ಸಹಾಯಕ ಸಂಪಾದಕರುಗಳ ಮೌಲ್ಯಮಾಪನ ನಾನು ಮಾಡುತ್ತಿದ್ದೆ.

ತಿಂಗಳಿಗೊಮ್ಮೆ ಮ್ಯಾನೇಜಿಂಗ್ ಡೈರೆಕ್ಟರ್ ಮತ್ತು ಇತರ ನಿರ್ದೇಶಕರುಗಳ ಉಪಸ್ಥಿತಿಯಲ್ಲಿ ಎಲ್ಲ ಇಲಾಖೆಗಳ ಮುಖ್ಯಸ್ಥರ ಸಭೆ ನಡೆಯುತ್ತಿತ್ತು. ಕಳೆದ ತಿಂಗಳು ಸಾಧಿಸಿದ ಪ್ರಗತಿ, ಎದುರಿಸಿದ ಸಮಸ್ಯೆಗಳು ಇತ್ಯಾದಿ ತಮ್ಮ ಇಲಾಖೆಯ ಆಗುಹೋಗುಗಳನ್ನು ಕುರಿತು ಇಲಾಖೆ ಮುಖ್ಯಸ್ಥರು ತಿಂಗಳ ಮೊದಲ ವಾರದಲ್ಲಿ ವರದಿ ತಯಾರಿಸಿ ಎಂಡಿ ಮತ್ತು ಇತರ ನಿರ್ದೇಶಕರುಗಳಿಗೆ

ಕಳುಹಿಸಬೇಕಿತ್ತು. ಸಭೆಯಲ್ಲಿ ಈ ವರದಿಗಳ ಚರ್ಚೆಯಾಗಿ, ಸಮಸ್ಯೆ/ ಲೋಪಗಳಿಗೆ ಕಾರ್ಯಕಾರಣಗಳನ್ನು ಚರ್ಚಿಸಿ ಹೊಣೆಗಾರರನ್ನು ಗುರುತಿಸುವುದು, ಪರಿಹಾರ ಕಂಡುಕೊಳ್ಳುವುದು ತಿಂಗಳ ಸಭೆಯ ಮುಖ್ಯ ಉದ್ದೇಶವಾಗಿತ್ತು.

ಪತ್ರಿಕೆ ಹೊರಬರಬೇಕಾದರೆ ಸಂಪಾದಕೀಯ/ ಮುದ್ರಣ/ ಪ್ರಸರಣ ಮತ್ತು ಜಾಹೀರಾತು ಇಲಾಖೆಗಳ ನಡುವೆ ಸಾಮರಸ್ಯ ಇರಬೇಕು. ಹೊಸ ಮ್ಯಾನೇಜರುಗಳು ಬಂದ ಮೇಲೆ ಈ ಸಾಮರಸ್ಯದ ಕೊರತೆ ಕಂಡುಬಂದಿತ್ತು. ಅದರಿಂದಾಗಿ ಪತ್ರಿಕೆಯ ಗುಣಮಟ್ಟ ಹಾಗೂ ಕಾಲಮಿತಿಯಲ್ಲಿ ಕೆಲಸ ನಿರ್ವಹಿಸುವುದರ ಮೇಲೆ ಅದರ ನೆರಳು ಬಿದ್ದಿತ್ತು. ಎಲ್ಲ ಇಲಾಖೆಯ ಚೀಫ್ ಮ್ಯಾನೇಜರುಗಳು/ ಜನರಲ್ ಮ್ಯಾನೇಜರುಗಳು ತಮ್ಮ ಇಲಾಖೆಯ ಸಮಸ್ಯೆ/ ಲೋಪದೋಷಗಳಿಗೆ ಸಂಪಾದಕೀಯ ವಿಭಾಗದವರೇ ಕಾರಣ ಎಂದು ನಮ್ಮ ಮೇಲೆ ಗೂಬೆ ಕೂರಿಸುತ್ತಿದ್ದರು. ಇದರಿಂದ ಸಭೆಯಲ್ಲಿ ಬಿಸಿಬಿಸಿ ಚರ್ಚೆ ತಾರಕಕ್ಕೇರುತ್ತಿತ್ತು. ಪ್ರಧಾನ ಸಂಪಾದಕರೂ ಆದ ಮ್ಯಾನೇಜಿಂಗ್ ಡೈರೆಕ್ಟರ್ ಅವರು ಸಂಪಾದಕೀಯ ವಿಭಾಗದ ಪರ ನಿಲ್ಲುತ್ತಿದ್ದರಿಂದ ನಾನು ಬಚಾವ್ ಆಗುತ್ತಿದ್ದೆ. ಆನಂತರ ಅವರು ನಮ್ಮ ಕೊರತೆಗಳ ಬಗ್ಗೆ ನನಗೆ ಒಂದಿಷ್ಟು 'ಪಾಠ' ಹೇಳುತ್ತಿದ್ದರು. ('ಆ್ಯಸ್ ಲಾಂಗ್ ಆ್ಯಸ್ ಹರಿಕುಮಾರ್ ಈಸ್ ದೇರ್ ಜರ್ನಲಿಸ್ಟ್ಸ್ ಆರ್ ಸೇಫ್ ಹಿಯರ್' ಎಂದು ಸದಾಶಿವ ಹೋಗುವ ಮುನ್ನ ಹೇಳಿದ್ದು ನೆನಪಾಗುತ್ತಿದೆ).

❖

24

ಹೊಸ ಪೀಳಿಗೆಯ ಪತ್ರಕರ್ತರು ಹೆಚ್ಚು ಮಂದಿ ಸ್ನಾತಕೋತ್ತರ ಪದವೀಧರರರಾಗಿದ್ದು ಪತ್ರ್ಯೇತರ ರಾಜಕೀಯ-ಸಾಮಾಜಿಕ ಓದುಗಳಲ್ಲೂ ಮುಂದಿದ್ದವರು, ಪ್ರಜ್ಞಾವಂತರು. ಶತಶತಮಾನಗಳಿಂದ ತುಳಿತಕ್ಕೊಳಗಾದ ಅವರ ನೋವು, ಶೋಷಣೆ ವಿರೋಧಿ ಆಕ್ರೋಶಗಳು ಈಗ ಅಭಿವ್ಯಕ್ತಿ ಪಡೆಯುತ್ತಿದ್ದವು. ಜೊತೆಗೇ ಆ ದಿನಗಳ ಕಾಲದ ಒತ್ತಡವೂ ಇಂಥ ಅಭಿವ್ಯಕ್ತಿಗೆ ಪೂರಕವಾಗಿದ್ದವು.

ಆಸ್ಫೋಟ

ಈ ಎಲ್ಲ ಕೆಲಸಗಳಲ್ಲಿ ಮುಳುಗಿ ಹೋಗಿದ್ದರೂ ನಾನು ನನ್ನ ಸುತ್ತಲ ಆಗುಹೋಗುಗಳಿಗೆ ವಿಮುಖನಾಗಿರಲಿಲ್ಲ. ನನ್ನ ಬಗ್ಗೆ ಏನೆಲ್ಲ 'ಪಿಸುಮಾತುಗಳು-ಗುಸುಗುಸು ಮಾತುಗಳು' -ಕ್ಯಾಂಟೀನ್‌ನಲ್ಲಿ, ಪ್ರೆಸ್ ಕ್ಲಬ್‌ನಲ್ಲಿ, ಪ್ರೆಸ್ ರೂಮಿನಲ್ಲಿ ನಡೆಯುತ್ತಿವೆ ಇತ್ಯಾದಿ ಸಮಸ್ತ ವ್ಯಕ್ತಿ-ವಿಚಾರ-ಸಂಗತಿಗಳಿಗೆ ಜಾಗೃತನಾಗಿದ್ದು ಅವುಗಳನ್ನು ಎದೆಗೆ ಬರಮಾಡಿಕೊಳ್ಳುತ್ತಿದ್ದೆ. "ದಲಿತ ವಿರೋಧಿ-ಜಾತಿವಾದಿ-ಸ್ವಜನಪಕ್ಷಪಾತಿ ಯಾರನ್ನೂ ವಿಶ್ವಾಸಕ್ಕೆ ತೆಗೆದುಕೊಳ್ಳುವುದಿಲ್ಲ ನವ್ಯ ಪಕ್ಷಪಾತಿ?" ಇತ್ಯಾದಿ ಪಿಸುಗುಸು ಮಾತುಗಳು.

ಬ್ರಾಹ್ಮಣರೊಳಗೇ ಅಸ್ಪೃಶ್ಯನಾಗಿದ್ದ ನನಗೆ ಈ 'ಪಿಸುಗುಸು' ಮಾತುಗಳ ಹಿಂದಿನ ನೋವು, ಆಕ್ರೋಶಗಳ ಅರಿವಿತ್ತು,

ಅನುಭವವಿತ್ತು. ಆದರೆ, ಈ ಮೊದಲು ಎಂ ಬಿ ಸಿಂಗ್, ಹೇಮದಳ ರಾಮದಾಸ್, ದಾಸಪ್ಪ, ಮುನಿಯಪ್ಪ, ದೇವನಾಥ್, ಕೃಷ್ಣಾರೆಡ್ಡಿ, ಟಿ ನಾಗರಾಜು, ಅರ್ಜುನದೇವ, ಶ್ರೀಮತಿ ಕುಶಾಲ ಡಿಮೆಲೊ ಮೊದಲಾದವರು ನೀಡಿದ ಸಹಕಾರ, ತೋರಿದ ಸ್ನೇಹ–ಪ್ರೀತಿ–ವಾತ್ಸಲ್ಯಗಳಿಗೂ ಹೊಸ ಪೀಳಿಗೆಯ ಪತ್ರಕರ್ತರು ತೋರುತ್ತಿರುವ ಈ ಪರಿಯ 'ಪ್ರೀತಿ', ನಡುವಣ ಕಂದರ ಕಂಡು ಕಳವಳವಾಯಿತು. ಹೊಸ ಪೀಳಿಗೆಯ ಪತ್ರಕರ್ತರು ಹೆಚ್ಚು ಮಂದಿ ಸ್ನಾತಕೋತ್ತರ ಪದವೀಧರರರಾಗಿದ್ದು ಪಠ್ಯೇತರ ರಾಜಕೀಯ–ಸಾಮಾಜಿಕ ಓದುಗಳಲ್ಲೂ ಮುಂದಿದ್ದವರು, ಪ್ರಜ್ಞಾವಂತರು. ಶತಶತಮಾನಗಳಿಂದ ತುಳಿತಕ್ಕೊಳಗಾದ ಅವರ ನೋವು, ಶೋಷಣೆ ವಿರೋಧಿ ಆಕ್ರೋಶಗಳು ಈಗ ಅಭಿವ್ಯಕ್ತಿ ಪಡೆಯುತ್ತಿದ್ದವು. ಜೊತೆಗೇ ಆ ದಿನಗಳ ಕಾಲದ ಒತ್ತಡವೂ ಇಂಥ ಅಭಿವ್ಯಕ್ತಿಗೆ ಪೂರಕವಾಗಿದ್ದವು. ಶಿವರುದ್ರಪ್ಪನವರು ಬೆಂಗಳೂರು ವಿಶ್ವವಿದ್ಯಾಲಯದಲ್ಲಿ ನಡೆಸಿದ ವಿಚಾರ ಸಂಕಿರಣ, ನಂತರ ನಡೆದ ಮೈಸೂರು ಜಾತಿವಿನಾಶ ಸಮ್ಮೇಳನ, ಅಬ್ರಾಹ್ಮಣ ಲೇಖಕ ಕಲಾವಿದರ ಒಕ್ಕೂಟ, ಸಾಹಿತ್ಯದಲ್ಲಿ ಕೇಳಿಬಂದ ದಲಿತ ಬಂಡಾಯ ದನಿಗಳು ಈ ಹಿನ್ನೆಲೆಯಲ್ಲಿ ತುಳಿತದ ವಿರುದ್ಧ ದನಿ ಎತ್ತುವ, ತಮ್ಮನ್ನು ಸಮರ್ಥಿಸಿಕೊಳ್ಳುವ, ಕಂಠೋಕ್ತವಾಗಿ ತಮ್ಮ ವಾದವನ್ನು ಪ್ರತಿಪಾದಿಸುವ, ತಮ್ಮ ಇರುವಿಕೆಯನ್ನು ಸಾಕ್ಷಾತ್ಕರಿಸುವ ನವಜಾಗೃತಿಯೊಂದು ಉಂಟಾಗಿದ್ದು ಅದು ಈ 'ಕಾಲದ ರೂಪಕ'ವಾಗಿ ಅವರಲ್ಲಿ ಪ್ರಕಟಗೊಳ್ಳುತ್ತಿದೆ ಎಂದೇ ನಾನು ಭಾವಿಸಿದ್ದೆ. ಕೆ ವಿ ಸುಬ್ಬಣ್ಣನವರು ಬಸವಲಿಂಗಪ್ಪನವರಿಗೆ ಬರೆದ ಪತ್ರವೊಂದರ (1990) ಮಾತುಗಳು ನನಗೆ ನೆನಪಾದವು.

ಸುಬ್ಬಣ್ಣನ ಮಾತುಗಳು ಹೀಗಿವೆ:

"... ನಿಮಗೆ ಗರ್ವ ಇರುವುದು ಸುಳ್ಳಲ್ಲ. ಆದರೆ, ಅದು ನಿಮಗೆ ಭೂಷಣ. ಇವತ್ತು ನಮ್ಮ ಸಂದರ್ಭದಲ್ಲಿ ಒಬ್ಬ ಬ್ರಾಹ್ಮಣನಿಗೆ ಅಗತ್ಯವಾದದ್ದು ವಿನಯ. ದಲಿತನಿಗೆ ಅಗತ್ಯವಾದದ್ದು ಗರ್ವ. ಭೂತಕಾಲದ 'ಕಾಲದೋಷ'ದಿಂದ ಮುಕ್ತಿ ಪಡೆಯಲಿಕ್ಕೆ ಅವನಿಗೆ ವಿನಯ ಬೇಕು, ಇವನಿಗೆ ಗರ್ವ ಬೇಕು. ಆತ ವಿನಯದಿಂದ ಇವನಿಗೆ ಸಮೀಪವಾಗಲು ಯತ್ನಿಸಬೇಕು ಮತ್ತು ಈತ ಗರ್ವದಿಂದ ಅವನಿಗೆ ಹತ್ತಿರ ಹೋಗಿ ಸರಿಕನಾಗಿ ನಿಲ್ಲಬೇಕು."

ನನ್ನ ವಿರುದ್ಧ ಕೇಳಿ ಬರುತ್ತಿರುವ ಮಾತುಗಳು, ಅಸಹನೆಗಳು ಈ 'ಕಾಲದೋಷ'ದ ವಿರುದ್ಧ ಇವತ್ತಿನ 'ಆಕ್ರೋಶ'ವಿರಬಹುದು. ಭೂತಕಾಲದ ಪಾಪಲೇಪಿತ ನಾನು ಎಂದು ಪಾಪಪ್ರಜ್ಞೆಯಿಂದ ನರಳಿ ಬಳಲಿದೆ. ಕೇಳಿ ಬರುತ್ತಿರುವ ವಿರೋಧ, ಪ್ರತಿಭಟನೆ, ಅಸಹನೆ, ಆಕ್ರೋಶಗಳೆಲ್ಲ ಅಪೌರುಷೇಯ ಗ್ರಂಥಗಳ, ಸ್ಮೃತಿಗಳ 'ಸ್ಥಾಪಿತ ವ್ಯವಸ್ಥೆ' ವಿರುದ್ಧ ಎಂದು ತೋರಿತು. 'ವಿನಯ'ನಾಗಿದ್ದುಕೊಂಡು ಅವರ ಅಹಂ–ಅಸಹನೆಗಳ ಅಭಿವ್ಯಕ್ತಿಗೆ ಅಡ್ಡಿಪಡಿಸದೆ ಅದನ್ನು ಅರ್ಥಮಾಡಿಕೊಳ್ಳುವ ಪ್ರಯತ್ನ ಮಾಡಿದೆ.

ನಾನು ಯಾರನ್ನೂ ವಿಶ್ವಾಸಕ್ಕೆ ತೆಗೆದುಕೊಳ್ಳುವುದಿಲ್ಲ ಎಂಬುದು ನನ್ನ ಬಗ್ಗೆ ಇದ್ದ ದೂರು ಅಥವಾ ಅಸಮಾಧಾನಗಳಲ್ಲಿ ಒಂದಾಗಿತ್ತು.

ಎರಡನೆಯದು ನಾನು 'ಬೈಲೈನ್' ಕೊಡುವುದರಲ್ಲಿ ಉದಾರಿಯಲ್ಲ ಹಾಗೂ ಕೆಲವೊಂದು ವಿಶೇಷ ಕೆಲಸಗಳನ್ನು ನೀಡುವುದರಲ್ಲಿ ಕೆಲವರ ಬಗ್ಗೆ ಹೆಚ್ಚಿನ ಒಲವು ತೋರುತ್ತೇನೆ.

ಮೂರನೆಯದಾಗಿ ನಾನು ಸ್ವಜನ ಪಕ್ಷಪಾತಿ- ನನ್ನ ಜಾತಿಯ ಜನರಿಗೆ ಹೆಚ್ಚಿನ ಅನುಕೂಲಗಳನ್ನು ಮಾಡಿಕೊಡುತ್ತೇನೆ (ಇದನ್ನು ಒಬ್ಬಿಬ್ಬರು ಬಂದು ನೇರವಾಗಿಯೇ ನನ್ನ ಬಳಿ 'ನೀವು ಸ್ವಜನಪಕ್ಷಪಾತಿ' ಎಂದು ಮಾತಾಡಿಕೊಳ್ಳುತ್ತಾರೆ ಎಂದದ್ದೂ ಉಂಟು). ನಿಜವಾಗಿ ಹೇಳಬೇಕಾದರೆ, ನನ್ನ ಓರಿಗೆಯವರು ಒಬ್ಬಿಬ್ಬರು ಬಿಟ್ಟರೆ, ಉಳಿದಂತೆ ಯಾರು ಯಾವ ಜಾತಿ-ಯಾವ ಕುಲ ಎಂಬುದು ನನಗೆ ತಿಳಿದೇ ಇರಲಿಲ್ಲ. ತಿಳಿದುಕೊಳ್ಳುವ ಆಸಕ್ತಿಯೂ ನನಗಿರಲಿಲ್ಲ.

ಇವೆಲ್ಲ ಅಭಿಪ್ರಾಯಗಳಾಗಿದ್ದವು. ನಾನು ಎಲ್ಲರನ್ನೂ ವಿಶ್ವಾಸಕ್ಕೆ ತೆಗೆದುಕೊಂಡೇ 'ಪ್ರವಾ' ಮುನ್ನಡೆಸಬೇಕು ಎಂಬ ನಿರ್ಧಾರದಿಂದಲೇ ಹೊಸ ಹೊಣೆಗಾರಿಕೆಯನ್ನು ಒಪ್ಪಿಕೊಂಡಿದ್ದೆ. ಎಲ್ಲವನ್ನೂ ನಾನೇ ಮಾಡುತ್ತೇನೆ ಎನ್ನುವ ಅಹಂಕಾರ ನನಗಿರಲಿಲ್ಲ. ಆದರೆ, ಇದೊಂದು ಸೂಕ್ಷ್ಮ ಸಂಗತಿಯಾಗಿತ್ತು. ಯಾರೇ ಒಬ್ಬರನ್ನು ಕರೆದು ಅವರೊಡನೆ ಸಮಾಲೋಚಿಸಿದ ಕೂಡಲೇ, "ಸಂಪಾದಕರಿಗೂ ಅವರಿಗೂ ಬಹಳ ಖಾಸಾಖಾಸ ಕಣಪ್ಪ. ಹೀ ಈಸ್ ಹಿಸ್ ಬ್ಲೂ ಐಡ್ ಬಾಯ್," ಎನ್ನುವ ಗುಸುಗುಸು ಶುರುವಾಗುತ್ತಿತ್ತು. ಇಂಥ ಅನುಭವದ ನಂತರ ನಾನು ಸಂಜೆಯ ಸಭೆಯಲ್ಲಿ ಎಲ್ಲರನ್ನೂ ವಿಶ್ವಾಸಕ್ಕೆ ತೆಗೆದುಕೊಳ್ಳುವ ಪ್ರಯತ್ನ ಮಾಡುತ್ತಿದ್ದೆ. ಆ ಸಭೆಯಲ್ಲೇ ಸಂಬಂಧಪಟ್ಟವರ ಜೊತೆಗೆ ಎಲ್ಲರ ಸಮಕ್ಷಮದಲ್ಲೇ ಆಗಬೇಕಾದ ಕೆಲಸಗಳು/ ಸುಧಾರಣೆಗಳ ಬಗ್ಗೆ ಚರ್ಚೆ/ ಸಮಾಲೋಚನೆಗಳನ್ನು ನಡೆಸುತ್ತಿದ್ದೆ. ಬಾಕಿಯಂತೆ 'ಮೌನ'ಕ್ಕೆ ಶರಣಾಗುತ್ತಿದ್ದೆ. ಒಬ್ಬೊಬ್ಬರನ್ನೇ ಕರೆದು ಚರ್ಚಿಸುತ್ತಿರಲಿಲ್ಲ. ಈ 'ವಿಶ್ವಾಸಕ್ಕೆ ತೆಗೆದುಕೊಳ್ಳುವುದು' ಎನ್ನುವುದರಲ್ಲೇ ಸಂಚಿನ ಒಂದು ಘಾಟು ಇದೆ. ಎಂದೇ ಯಾರನ್ನೂ ಕರೆದು ರಹಸ್ಯವೆಂಬಂತೆ ಮಾತುಕತೆ ನಡೆಸುತ್ತಿರಲಿಲ್ಲ. ಗೌಪ್ಯ ಸಮಾಲೋಚನೆ ನಡೆಸುತ್ತಿರಲಿಲ್ಲ. ಬಹಿರಂಗವಾಗಿಯೇ ಎಲ್ಲರನ್ನೂ ವಿಶ್ವಾಸಕ್ಕೆ ತೆಗೆದುಕೊಳ್ಳುವ ಪ್ರಯತ್ನ ಮಾಡುತ್ತಿದ್ದೆ.

ವಿಶೇಷ ಲೇಖನಗಳಿಗೆ. ವರದಿಗಳಿಗೆ ಬರೆದವರ ಹೆಸರನ್ನು ಶುರುವಿಗೆ ಸೂಚಿಸುವ ಈ 'ಬೈಲೈನ್' ಬಗ್ಗೆ ಟಿಎಸ್ಸಾರ್ ಕಾಲದಿಂದಲೂ ಚರ್ಚೆ, ವಾದವಿವಾದಗಳಿವೆ. ಲೇಖನ/ ವರದಿಯ ವಸ್ತು-ವಿಷಯ, ಅದರ ಸಾರ್ವತ್ರಿಕ ಮಹತ್ವ, ಮಾನವಾಸಕ್ತಿ, ಆದರೆ, ಬಗ್ಗೆ ನಡೆಸಿರುವ ಅಧ್ಯಯನ/ ಸಂಶೋಧನೆ/

ತನಿಖೆ, ಅದನ್ನು ಮಂಡಿಸಿರುವ ರೀತಿ, ಭಾಷೆ, ಶೈಲಿ ಇತ್ಯಾದಿ ಹಲವಾರು ಮಾನದಂಡಗಳನ್ನು ಅನುಸರಿಸಿ 'ಬೈಲೈನ್' ಬಗ್ಗೆ ನಿರ್ಧರಿಸಲಾಗುತ್ತಿತ್ತು. ಇದು ನನ್ನೊಬ್ಬನದೇ ನಿರ್ಧಾರವಾಗಿರುತ್ತಿರಲಿಲ್ಲ. ಸುದ್ದಿ ಸಂಪಾದಕರು/ ಮುಖ್ಯ ವರದಿಗಾರರ ಜೊತೆ ಸಮಾಲೋಚಿಸಿಯೇ, ಬೈಲೈನ್ ಕೊಡಬೇಕೆ-ಬೇಡವೇ ನಿರ್ಧಾರ ಕೈಗೊಳ್ಳುತ್ತಿದ್ದೆ. ಎಲ್ಲರಿಗೂ ತಮ್ಮ ಹೆಸರನ್ನು ಪ್ರಿಂಟಿನಲ್ಲಿ ಕಾಣುವ ಆಸೆ ಸಹಜ. ಈ ಕೆಲವು ಕಾರಣಗಳಿಂದ ಬೈಲೈನ್ ಸಿಗದಿದ್ದಾಗ ಅದಕ್ಕೆ 'ಬ್ಲೂ ಐಡ್ ಬಾಯ್' ಎಂದೋ ಸ್ವಜನ ಪಕ್ಷಪಾತ ಎಂಬಂಥ ಕಾರಣಗಳನ್ನು ಕೆಲವರು ಹುಡುಕುತ್ತಿದ್ದರು. ಪ್ರತಿಭೆ, ಸಾಮರ್ಥ್ಯಗಳಿಂದ ಅದನ್ನು ಪಡೆದುಕೊಳ್ಳಬೇಕು ಎಂಬ ಅರಿವಿಗಿಂತ ಬೇರೆ ರೀತಿಯ ಆಲೋಚನೆಗಳೇ ಹೆಚ್ಚು ಜನರ ತಲೆಯಲ್ಲಿ ಕೊಂಡಿಯಾಡಿಸುತ್ತಿದ್ದವು. ಇದು ಪತ್ರಕರ್ತರು/ ಪತ್ರಿಕಾ ವೃತ್ತಿ ಅವನತಿಯತ್ತ ಜಾರುತ್ತಿರುವುದರ ಇಂಗಿತವೂ ಆಗಿತ್ತು.

ಇನ್ನು ವಿಶೇಷ ಲೇಖನ/ ವರದಿಗಳ ಬಗ್ಗೆ. ವರದಿಗಾರಿಕೆ ಕೆಲಸವನ್ನು ಮುಖ್ಯ ವರದಿಗಾರರು ನೋಡಿಕೊಳ್ಳುತ್ತಿದ್ದರು. ವಿಶೇಷ ವರದಿ/ ತನಿಖಾ ವರದಿ ಇಂಥಾದ್ದು ಏನು ಆಗಬೇಕಾದರೂ ಅವರಿಗೆ ತಿಳಿಸುತ್ತಿದ್ದೆ. ನಾನು ಅವರ ಕೆಲಸದಲ್ಲಿ ಹಸ್ತಕ್ಷೇಪ ಮಾಡುತ್ತಿರಲಿಲ್ಲ. ಅವರಿಗೆ ಆ ಸ್ವಾತಂತ್ರ್ಯ ಕೊಟ್ಟಿದ್ದೆ. ಅವರ ಗೈರುಹಾಜರಿಯಲ್ಲಿ ಮಾತ್ರ ನಾನು ಒಮ್ಮೊಮ್ಮೆ ಅವರ ಕೆಲಸ ಮಾಡ ಬೇಕಾಗುತ್ತಿತ್ತು. ಒಮ್ಮೆ ಹೀಗಾಯಿತು. ಮಂಡ್ಯದ ಹತ್ತಿರ ಒಂದು ಭಾರಿ ಅಗ್ನಿ ಅಪಘಾತವೋ/ ವಾಹನ ಅಪಘಾತವೋ ಸಂಭವಿಸಿ ಹಲವಾರು ಮಂದಿ ಮೃತರಾಗಿದ್ದರು. ಅದನ್ನು ವರದಿ ಮಾಡಲು ವರದಿಗಾರರು ಮತ್ತು ಛಾಯಾಚಿತ್ರಗ್ರಾಹಕರನ್ನು ಇಲ್ಲಿಂದ ಕಳುಹಿಸಿದರೆ ಹೇಗೆ ಎಂದು 'ಡೆಕ್ಕನ್ ಹೆರಾಲ್ಡ್' ಶ್ರೀನಿವಾಸ ರಾಜು ಕೇಳಿದರು. ಸರಿ ಎನಿಸಿತು. ಆ ಕ್ಷಣ ಮುಖ್ಯ ವರದಿಗಾರರು ಇರಲಿಲ್ಲ. ಬೆಳಗಿನ ಸಮಯವಾದ್ದರಿಂದ ವರದಿಗಾರರು ಯಾರೂ ಇರಲಿಲ್ಲ. ಸುದ್ದಿ ಮೇಜಿನ ಉಪ ಸಂಪಾದಕರೊಬ್ಬರಿಗೆ ಈ ಕೆಲಸ ವಹಿಸಿದೆ. ಆ ಕ್ಷಣ ಅವರ ಜಾತಿ ಮನಸ್ಸಿಗೆ ಬಂದಿರಲಿಲ್ಲ. ಅವರ ಸಾಮರ್ಥ್ಯವಷ್ಟೇ ನನ್ನ ದೃಷ್ಟಿಯಲ್ಲಿದ್ದುದು, "ಅವರನ್ನೇ ಏಕೆ ಕಳುಹಿಸಬೇಕಿತ್ತು ನನ್ನೇಕೆ ಕಳುಹಿಸಲಿಲ್ಲ," ಎಂದು ಒಬ್ಬರು ದೊಡ್ಡ ರಾದ್ಧಾಂತ ಮಾಡಿದರು. ಆತನಿಗೂ ಅವಕಾಶಗಳನ್ನು ಕೊಡಲಾಗುತ್ತಿತ್ತು. ಆತನನ್ನು ಸಂಪೂರ್ಣವಾಗಿ ಅಲಕ್ಷಿಸಿದ್ದರೆ ಅದು ಬೇರೆ ಮಾತು. ಹೀಗಿರಲಿಲ್ಲ. ಆದಾಗ್ಯೂ ರಾದ್ಧಾಂತ ಮಾಡಿದ್ದರ ಹಿಂದೆ 'ನಾನು ಸ್ವಜನ ಪಕ್ಷಪಾತಿ' ಎಂದು ಸಾರುವುದೇ ಆತನ ಉದ್ದೇಶವಾಗಿತ್ತು.

ಇಂಥ ಇರುಸುಮುರುಸು ಆಗಿಂದಾಗ್ಗೆ ನಡೆಯುತ್ತಲೇ ಇದ್ದವು. ಅದರಲ್ಲೂ ಕೆಲವರು ಸಿಕ್ಕ ಒಂದು ಸಣ್ಣ ಸಂದರ್ಭವನ್ನು ನನ್ನ ವಿರುದ್ಧ ಈ ರೀತಿಯ ಕೆಲಸಗಳಿಗೆ

ಬಳಸಿಕೊಳ್ಳುತ್ತಿದ್ದರು. ನನ್ನ ವಿರುದ್ಧ ಟ್ಯಾಬ್ಲಾಯ್ಡ್ ಒಂದರಲ್ಲಿ ಲೇಖನವೊಂದನ್ನು ಪ್ರಕಟಿಸುವುದರೊಂದಿಗೆ ಅವರ ಅಸಹನೆ-ಅಸಮಾಧಾನಗಳು ಸ್ಫೋಟಿಸಿದ್ದವು.

"ನಿಮ್ಮ ಮೇಲೆ ವಾಚಾಮಗೋಚರ ದೋಷಾರೋಪ ಮಾಡಿರುವ, ನಿಂದಿಸಿರುವ ಲೇಖನವೊಂದು ಪ್ರಕಟವಾಗಿದೆ," ಎಂದು ಸಹೋದ್ಯೋಗಿಯೊಬ್ಬರು ತಿಳಿಸಿದರು. ನಾನು ತಲೆ ಕೆಡಿಸಿಕೊಳ್ಳಲಿಲ್ಲ. ಅದನ್ನು ಓದುವ ಗೋಜಿಗೂ ಹೋಗಲಿಲ್ಲ. ನನ್ನ ಕೆಲಸದಲ್ಲಿ ನಾನು ತಲ್ಲೀನನಾಗಿದ್ದೆ. ಈ ಲೇಖನದ ಬರೆಸಿದವರು ದಲಿತರೂ ಅಲ್ಲ ಬಂಡಾಯದವರೂ ಆಗಿರಲಿಲ್ಲ. ಇದರಲ್ಲಿ ಮೈಸೂರು ವಿಶ್ವವಿದ್ಯಾಲಯದ ಕನ್ನಡ ವಿಭಾಗದ ಪ್ರೊಫೆಸರ್ ಒಬ್ಬರ ಕೈವಾಡವಿದ್ದುದು ನನಗೆ ಸ್ವಲ್ಪ ದಿನಗಳ ನಂತರ ಗೊತ್ತಾಯಿತು. ಇದರ ಬಗ್ಗೆಯೂ ನಾನು ನಿರ್ಲಿಪ್ತನಾಗೇ ಉಳಿದೆ. ಆ ಪ್ರೊಫೆಸರನ ಪೈಕಿ ಒಬ್ಬರು ನಮ್ಮಲ್ಲಿ ವರದಿಗಾರರಾಗಿದ್ದು ಆತನಿಗೆ ನನ್ನಿಂದ ಅನ್ಯಾಯವಾಗಿದೆ ಎಂಬ ಅಸಮಾಧಾನವೇ ಈ ಲೇಖನಕ್ಕೆ ಪ್ರಚೋದನೆ ಎನ್ನುವುದೂ ನನಗೆ ಗೊತ್ತಾಯಿತು. ಲೇಖನದ ಬಗ್ಗೆಯೂ ಸಹೋದ್ಯೋಗಿಗಳು ಗುಸುಗುಸು ಮಾತಾಡಿಕೊಂಡರು. ಇದೆಲ್ಲದಕ್ಕೂ ದಿವ್ಯ ನಿರ್ಲಕ್ಷ್ಯವೇ ನನ್ನ ಪ್ರತಿಕ್ರಿಯೆಯಾಗಿತ್ತು. 'ಪ್ರವಾ' ಹೊರಗೂ ಲೇಖಕ/ ಪತ್ರಿಕಾ ವಲಯಗಳಲ್ಲೂ ಈ ಲೇಖನದ ಬಗ್ಗೆ ಹಲವು ಬಗೆಯ ಪ್ರತಿಕ್ರಿಯೆಗಳು ವ್ಯಕ್ತವಾದದ್ದೂ ನನ್ನ ಗಮನಕ್ಕೆ ಬಂದಿತ್ತು. ದಲಿತ ಹೆಣ್ಣುಮಗಳೊಬ್ಬಳು ಬರೆದು ತಿಳಿಸಿದ ಪ್ರತಿಕ್ರಿಯೆ ಹೀಗಿದೆ:

"... ಹಿಂದೊಮ್ಮೆ 'ಹಾಯ್ ಬೆಂಗಳೂರು'ನಲ್ಲಿ ನಿಮ್ಮ ಬಗ್ಗೆ ಲೇಖನ ಬಂದಾಗ ನಾನು ತುಂಬ ದುಃಖಪಟ್ಟೆ, ನನ್ನಂಥವರನ್ನು ಜಾತಿಗೋತ್ರ ನೋಡದೆ ಪರಿಚಯಿಸಿದ, ಬರೆಯುವುದಕ್ಕೆ ಚೈತನ್ಯ ತುಂಬಿದ ನಿಮ್ಮ ಹಿರಿದಾದ ವ್ಯಕ್ತಿತ್ವಕ್ಕೆ ಈ ಜನರು ಗೌರವ ಕೊಡಲಿಲ್ಲವಲ್ಲ ಎನ್ನುವ ನೋವು. ಇಷ್ಟೆಲ್ಲದರ ನಡುವೆಯೂ ನೀವು ನೆಮ್ಮದಿಯಿಂದ ಹಿಡಿದ ಕೆಲಸ ಮಾಡಿ ಮುಗಿಸುವ ಸ್ಥೈರ್ಯ ಉಳಿಸಿಕೊಂಡಿರುವಿರಲ್ಲ ಅದು ನಮಗೆ ಅನುಕರಣೀಯ."

ಲೇಖಕ ಸಮುದಾಯದ ಇಂಥ ಸ್ನೇಹ-ಸಹಕಾರಗಳೇ ನಾನು ನಲವತ್ತಕ್ಕೂ ಹೆಚ್ಚಿನ ವರ್ಷಗಳ ಪತ್ರಿಕಾ ವೃತ್ತಿಯಲ್ಲಿ ಗಳಿಸಿದ ಅಮೂಲ್ಯ ಆಸ್ತಿ.

❖

25

ನೈತಿಕತೆ, ನೀತಿ ನಿಯತ್ತು, ವೃತ್ತಿ ಸ್ವಾತಂತ್ರ್ಯ, ವೃತ್ತಿಧರ್ಮ, ವೃತ್ತಿಯಲ್ಲಿನ ಹಂಗು ಇವೆಲ್ಲ ಎರಡು ಅಲುಗಿನ ಶಸ್ತ್ರವಿದ್ದಂತೆ. ಸ್ವಲ್ಪ ವಿವೇಚನೆ ತಪ್ಪಿದರೂ ಆತ್ಮಘಾತುಕವಾಗಬಲ್ಲದು. ನೈತಿಕತೆ, ನೀತಿ–ನಿಯಮ, ಸ್ವಾತಂತ್ರ್ಯಗಳು ಸಾರ್ವಜನಿಕ ಹಿತದ ಪರವಾಗಿ ಪಾಲನೆಯಾದಾಗ ಕೆಲವೊಮ್ಮೆ ಪತ್ರಕರ್ತರು ತ್ಯಾಗಕ್ಕೂ ಸಿದ್ಧವಿರಬೇಕಾಗುತ್ತದೆ.

ನೈತಿಕ ಬಿಕ್ಕಟ್ಟುಗಳು

ಸಾರ್ವಜನಿಕ ನೈತಿಕತೆ, ಶಿಷ್ಟಾಚಾರ, ಶಿಸ್ತು, ಪ್ರಾಮಾಣಿಕತೆ ಮೊದಲಾದವು ಇತ್ತೀಚಿನ ಬದುಕಿನಲ್ಲಿ ಉಪೇಕ್ಷೆ, ತಾತ್ಸಾರಗಳಿಗೆ ಗುರಿಯಾಗಿರುವುದು ಕಳವಳಕಾರಿ ಸಂಗತಿ. ಈ ಮೌಲ್ಯಗಳ ಮಹತ್ವವನ್ನು ಜನತೆಗೆ ತಿಳಿಸಿ ಕೊಡಬೇಕಾದ ಪತ್ರಿಕಾ ವೃತ್ತಿಯಲ್ಲೂ ಇದೇ ಧೋರಣೆ ಕಂಡುಬಂದಲ್ಲಿ ಅದು ಆಘಾತಕಾರಿಯಲ್ಲದೆ ಮತ್ತೇನು? ಹೊಸ ಪೀಳಿಗೆಯ ಪತ್ರಕರ್ತರಲ್ಲಿ ಮೌಲ್ಯಗಳ ಬಗ್ಗೆ ಉಡಾಫೆಯ ಮನೋಭಾವವನ್ನು ನಾನು ಸೂಕ್ಷ್ಮವಾಗಿ ಗಮನಿಸಿದ್ದೆ. ನೈತಿಕ ಮೌಲ್ಯಗಳು, ಪತ್ರಿಕಾ ಧರ್ಮ, ವೃತ್ತಿಪರತೆ, ವೃತ್ತಿ ನಿಯತ್ತು, ಋಜುತ್ವ, ವೃತ್ತಿ ಜೀವನದಲ್ಲಿ ಪ್ರಾಮಾಣಿಕತೆ, ಶಿಸ್ತು, ಶಿಷ್ಟಾಚಾರ ಇಂಥವುಗಳ ಪಾಲನೆಯಲ್ಲಿ

ಹೊಸ ಪೀಳಿಗೆಯ ಪತ್ರಕರ್ತರಲ್ಲಿ ಹೆಚ್ಚಿನ ಕಾಳಜಿ ಇದ್ದಂತಿರಲಿಲ್ಲ. ಬದುಕಿನ ಮಿಕ್ಕೆಲ್ಲ ಕ್ಷೇತ್ರಗಳಲ್ಲೂ ಅಪರೂಪವಾಗುತ್ತಿರುವ ಈ ಮೌಲ್ಯಗಳು ಪತ್ರಿಕಾ ವೃತ್ತಿಯಲ್ಲಿ ಮಾತ್ರ ಅಪೇಕ್ಷಣೀಯ ಎನ್ನುವುದು ಎಷ್ಟರಮಟ್ಟಿಗೆ ಸರಿ? ಪತ್ರಕರ್ತರಿಗೂ ಸುಖೀ ಜೀವನದ ಆಸೆಗಳಿರುವುದಿಲ್ಲವೆ? ಅದನ್ನು ತ್ಯಾಗ ಮಾಡಬೇಕೆನ್ನುವುದು ಸರಿಯೆ? ಇಂಥ ಪ್ರಶ್ನೆಗಳನ್ನು ನಾನು ಎದುರಿಸಬೇಕಾಗಿ ಬಂತು. ನನ್ನ ಸಹೋದ್ಯೋಗಿಗಳಿಂದಲೇ ಇಂಥ ಪ್ರಶ್ನೆಗಳು ಬಂದಾಗ, ನನ್ನ ಸಹೋದ್ಯೋಗಿಗಳ ಮೇಲೆ ದೂರುಗಳು ಬಂದಾಗ ಬಹಳ ದುಃಖವಾಗುತ್ತಿತ್ತು. ವಿಚಾರಣೆ ಮಾಡಬೇಕಾಗಿ ಬಂದಾಗ ಮನಸ್ಸಿಗೆ ತುಂಬ ಮುಜುಗರವಾಗುತ್ತಿತ್ತು.

ನಾವೂ 'ಕೇವಲ' ಮನುಷ್ಯರೇ ಆಗಿರುವುದರಿಂದ ಇವೆಲ್ಲ ಸಹಜ ಎಂದುಕೊಂಡು ಸುಮ್ಮನಿರಲೂ ಆಗುತ್ತಿರಲಿಲ್ಲ. ಅಂಥ ಪ್ರವೃತ್ತಿಯನ್ನು ನಿಯಂತ್ರಿಸಬೇಕೆಂದು, ಪತ್ರಿಕೆಯ ವಿಶ್ವಾಸಾರ್ಹತೆಗೆ ಧಕ್ಕೆಬಾರದಂತೆ ನೋಡಿಕೊಳ್ಳಬೇಕೆಂದು ಆಡಳಿತ ವರ್ಗವೂ ಬಯಸುತ್ತಿತ್ತು. ಕಣ್ಣೆದುರಿಗಿದ್ದವರನ್ನು, ಕಣ್ಣೆದುರು ನಡೆಯುವ ಸಂಗತಿಗಳನ್ನು ನಿಯಂತ್ರಿಸುವುದೇ ಕಷ್ಟಸಾಧ್ಯವಾಗಿರುವಾಗ ದೂರದಲ್ಲಿರುವವರನ್ನು ಬೆಂಗಳೂರಿನಲ್ಲಿ ಕುಳಿತುಕೊಂಡು ಹದ್ದುಬಸ್ತಿನಲ್ಲಿಡುವುದು ಇನ್ನೂ ಕಷ್ಟ. ನಮ್ಮ ಜಿಲ್ಲಾ ವರದಿಗಾರರ ಬಗ್ಗೆಯೇ ಹೆಚ್ಚು ದೂರುಗಳು ಬರುತ್ತಿದ್ದವು. ಬಹುತೇಕ ದೂರುಗಳು ಪೂರ್ವಾಗ್ರಹ ಪೀಡಿತವಾಗಿರುತ್ತಿದ್ದವು. ತಮ್ಮ ಸುದ್ದಿ ಬರಲಿಲ್ಲ, ತಮಗೆ ಸೂಕ್ತ ಪ್ರಚಾರ ಕೊಡಲಿಲ್ಲ ಇಂಥ ಕಾರಣಗಳೇ ಇರುತ್ತಿದ್ದವು.

ಆದರೆ, ಕೆಲವೊಂದು, ಸ್ವಂತಕ್ಕೋ ಪರಕ್ಕೋ ಪತ್ರಿಕೆಯ ಹೆಸರನ್ನು ದುರುಪಯೋಗ ಮಾಡಿಕೊಂಡು ಸರ್ಕಾರಿ ಕೆಲಸಗಳನ್ನು ಮಾಡಿಸಿಕೊಳ್ಳುವಂಥ ಗಂಭೀರ ದೂರುಗಳು. ಕೆಲಸ ಮಾಡಿಕೊಡದಿದ್ದರೆ ಪತ್ರಿಕೆಯಲ್ಲಿ ಬರೆಯುವುದಾಗಿ ಬೆದರಿಸುತ್ತಾರೆಂಬ ದೂರುಗಳು. ಇಂಥ ಕೆಲವು ದೂರುಗಳು ಖಾಸಗಿಯವರಲ್ಲದೆ ಸರ್ಕಾರಿ ಅಧಿಕಾರಗಳಿಂದಲೂ ಬರುತ್ತಿತ್ತು. ದೂರುಗಳು ನನ್ನ ಮಟ್ಟದಲ್ಲೇ ಬಂದಾಗ ನಾನು ಸೂಕ್ತ ಎಚ್ಚರಿಕೆ ನೀಡುವುದರಲ್ಲಿ ಸಮಾಪ್ತಿಗೊಳಿಸುತ್ತಿದ್ದೆ. ಕೆಲವರು ಅಧಿಕಾರಿಗಳು ನೇರವಾಗಿ ಮ್ಯಾನೇಜಿಂಗ್ ಡೈರೆಕ್ಟರ್ ಅಥವಾ ಡೈರೆಕ್ಟರುಗಳಿಗೆ ದೂರು ಕೊಡುತ್ತಿದ್ದರು. ಅಂಥ ಸಂದರ್ಭಗಳಲ್ಲಿ ವಿಚಾರಣೆ ನಡೆಸುವಂತೆ ನನಗೆ ಆದೇಶ ಬರುತ್ತಿತ್ತು. ಒಂದೆರಡು ಸಂದರ್ಭಗಳಲ್ಲಿ ದೂರು ನಿಜವೆಂದು ಕಂಡು ಬಂದಾಗ ಶಿಸ್ತಿನ ಕ್ರಮ ಅನಿವಾರ್ಯವಾಗುತ್ತಿತ್ತು. ಎಚ್ಚರಿಕೆ ನೀಡುವುದು ಇಲ್ಲವೇ ಆ ಸ್ಥಳದಿಂದ ಬೇರೆಡೆಗೆ ವರ್ಗಾವಣೆ ಮಾಡುವುದು ಇಂಥ ಕ್ರಮಗಳು. ವರ್ಗ ಮಾಡಿದಾಗ ನನ್ನ ವಿರುದ್ಧ ಆರೋಪಗಳು ದೂಷಣೆಗಳೂ ಕೇಳಿ ಬರುತ್ತಿದ್ದವು. ಇವೆಲ್ಲ ವೃತ್ತಿಯಲ್ಲಿ, ಈ ಹುದ್ದೆಯಲ್ಲಿ ಎದುರಿಸಲೇಬೇಕಾದ ಪಿಡುಗುಗಳು ಎಂದು ನಾನು ನಿರ್ಲಿಪ್ತನಾಗಿ ಇದ್ದು ಬಿಡುತ್ತಿದ್ದೆ.

ನೈತಿಕತೆ, ನೀತಿನಿಯತ್ತು, ವೃತ್ತಿ ಸ್ವಾತಂತ್ರ್ಯ, ವೃತ್ತಿಧರ್ಮ, ವೃತ್ತಿಯಲ್ಲಿನ ಹಂಗು ಇವೆಲ್ಲ ಎರಡು ಅಲುಗಿನ ಶಸ್ತ್ರವಿದ್ದಂತೆ. ಸ್ವಲ್ಪ ವಿವೇಚನೆ ತಪ್ಪಿದರೂ ಆತ್ಮಘಾತುಕವಾಗಬಲ್ಲದು. ನೈತಿಕತೆ, ನೀತಿ-ನಿಯಮ, ಸ್ವಾತಂತ್ರ್ಯಗಳು ಸಾರ್ವಜನಿಕ ಹಿತದ ಪರವಾಗಿ ಪಾಲನೆಯಾದಾಗ ಕೆಲವೊಮ್ಮೆ ಪತ್ರಕರ್ತರು ತ್ಯಾಗಕ್ಕೂ ಸಿದ್ಧವಿರಬೇಕಾಗುತ್ತದೆ. 'ಪ್ರವಾ'ಯ ಸಿ ಜಿ ಕೆ ರೆಡ್ಡಿ, ಖಾದ್ರಿ ಶಾಮಣ್ಣ ಅವರುಗಳ ರಾಜೀನಾಮೆಯ ನಿದರ್ಶನಗಳು ನಮ್ಮ ಕಣ್ಣಮುಂದಿವೆ. ಎಚ್‌ಎಎಲ್ ಕಾರ್ಮಿಕರ ಮುಷ್ಕರದಲ್ಲಿ ಇವರಿಬ್ಬರೂ ಕಾರ್ಮಿಕರ ಪರ ನಿಂತು ಸರ್ಕಾರದ/ ಆಡಳಿತ ವರ್ಗದ ಕೆಂಗಣ್ಣಿಗೆ ಗುರಿಯಾಗಿ ಉದ್ಯೋಗ ತ್ಯಜಿಸಬೇಕಾಯಿತು. ಇಂಥದೇ ಒಂದು ನೈತಿಕ ಬಿಕ್ಕಟ್ಟನ್ನು ನಾನು ಒಂದಲ್ಲ ಎರಡು-ಮೂರು ಬಾರಿ ಎದುರಿಸಬೇಕಾಯಿತು. ಒಂದು ಪ್ರಸಂಗವನ್ನು ಹೇಳುತ್ತೇನೆ.

ಆ ದಿನಗಳಲ್ಲಿ ವರ್ಷಕ್ಕೊಮ್ಮೆ 'ಡೆಕ್ಕನ್ ಹೆರಾಲ್ಡ್' ಸಂಗೀತ/ ನೃತ್ಯೋತ್ಸವ ನಡೆಯುತ್ತಿತ್ತು. ಮೊದಲು ಶುರುವಾದದ್ದು ಸಂಗೀತೋತ್ಸವ. ನಂತರ ನಡೆದದ್ದು ನೃತ್ಯೋತ್ಸವ. ಚೌಡಯ್ಯ ಸ್ಮಾರಕ ಸಂಗೀತ ಭವನದಲ್ಲಿ ಮೂರು-ನಾಲ್ಕು ದಿನಗಳ ಉತ್ಸವ. ಕಾರ್ಯನಿರ್ವಾಹಕ ನಿರ್ದೇಶಕರ (ಇಡಿ) ಮೇಲುಸ್ತುವಾರಿಯಲ್ಲಿ ನಡೆಯುತ್ತಿದ್ದ ಸಂಗೀತೋತ್ಸವ ಸಂಗೀತ ಪ್ರಿಯರನ್ನು ಆಕರ್ಷಿಸಿ ಜನಪ್ರಿಯವಾಗಿತ್ತು. ಆದರೆ, ಈ ಉತ್ಸವದಲ್ಲಿ ಸಂಗೀತ ಕಛೇರಿ ನಡೆಸಲು ಹೆಚ್ಚಾಗಿ ಮದ್ರಾಸಿನ ಗಾಯಕರು ಮತ್ತು ವಾದಕರುಗಳನ್ನೇ ಆಯ್ಕೆ ಮಾಡಲಾಗುತ್ತದೆ, ಕನ್ನಡಿಗರಿಗೆ ಅವಕಾಶ ನೀಡುತ್ತಿಲ್ಲ ಎಂಬ ಅಪಸ್ವರವೂ ಕೇಳಿಬಂದಿತ್ತು. ಇದು ಕನ್ನಡ ಚಳವಳಿಗಾರರಿಗೆ ಒಂದು ಅಸ್ತ್ರವಾಯಿತು.

'ಡೆಕ್ಕನ್ ಹೆರಾಲ್ಡ್' ಕನ್ನಡ ವಿರೋಧಿ ಎಂದು ಭಾವಿಸಿದ ಚಳವಳಿಗಾರರು ಕುಪಿತರಾದರು. ಪ್ರತಿಭಟನೆ ನಡೆಸಿದರು. ಸಂಗೀತೋತ್ಸವವನ್ನು ನಿಲ್ಲಿಸಲಾಯಿತು. ಸ್ವಲ್ಪ ಸಮಯದ ನಂತರ ನೃತ್ಯೋತ್ಸವ ಶುರುವಾಯಿತು. ಆವಾಗಲೂ ನೃತ್ಯೋತ್ಸವದಲ್ಲಿ ಕನ್ನಡ ಕಲಾವಿದರನ್ನು ಅಲಕ್ಷಿಸಲಾಗುತ್ತಿದೆ ಎನ್ನುವ ಆರೋಪ ಕೇಳಿಬಂತು. ಕನ್ನಡ ಚಳವಳಿಗಾರರು ಪ್ರತಿಭಟನೆ ನಡೆಸಿದರು. ಒಂದು ವರ್ಷ ಉತ್ಸವದ ಸಮಯದಲ್ಲಿ 'ಡೆಕ್ಕನ್ ಹೆರಾಲ್ಡ್' ಕಚೇರಿ ಎದುರಿನ ಫುಟ್ಪಾತಿನಲ್ಲಿ ಕನ್ನಡ ಚಳವಳಿಗಾರರರು ಪ್ರತಿಭಟನಾ ಪ್ರದರ್ಶನ ನಡೆಸಿದರು. ಧಿಕ್ಕಾರ ಕೂಗಿದರು. ನಿರ್ದೇಶಕರುಗಳು ತಮ್ಮ ಚೇಂಬರಿನ ಕಿಟಕಿಗಳಿಂದಲೇ ಎದುರಿಗಿನ ಫುಟ್ಪಾತಿನಲ್ಲಿ ನಡೆಯುತ್ತಿದ್ದ ಈ ಪ್ರತಿಭಟನೆಯನ್ನು ಸಾಕ್ಷಾತ್ ನೋಡಬಹುದಿತ್ತು. ಈ ಪ್ರತಿಭಟನಾ ಪ್ರದರ್ಶನದಲ್ಲಿ 'ಪ್ರವಾ'ದ ಉಪ ಸಂಪಾದಕಿಯೊಬ್ಬರು ಕನ್ನಡಿಗರಿಗೆ ಅನ್ಯಾಯವಾಗುತ್ತಿದೆ ಎಂಬ ಕಳಕಳಿಯಿಂದಲೋ ಅಥವಾ ಸಂಗೀತ ನೃತ್ಯದ

ಪ್ರೇರಣೋತ್ಸಾಹದಿಂದಲೋ ಈ ಪ್ರತಿಭಟನೆಯಲ್ಲಿ ಭಾಗವಹಿಸಿದ್ದರೆಂದು ಆಡಳಿತ ವರ್ಗಕ್ಕೆ ವರದಿಯಾಗಿತ್ತು.

'ಡೆಕ್ಕನ್ ಹೆರಾಲ್ಡ್'ನಲ್ಲಿ ತಮಿಳು ಮೂಲದ ಒಬ್ಬರು ಮಹಿಳಾ ಪತ್ರಕರ್ತರಿದ್ದರು. ಈಕೆ ಸ್ವತಃ ಸಂಗೀತ/ ನೃತ್ಯ ಪ್ರಿಯರಾಗಿದ್ದು ಸಂಗೀತ/ ನೃತ್ಯಗಳ ಬಗ್ಗೆ, ಶಿಕ್ಷಣದ ಬಗ್ಗೆ ವಿಶೇಷ ಲೇಖನಗಳನ್ನು ಬರೆಯುತ್ತಿದ್ದರು. 'ಪ್ರವಾ'ದ ಉಪ ಸಂಪಾದಕಿಯೊಬ್ಬರು 'ಡಿಎಚ್' ನೃತ್ಯೋತ್ಸವ ವಿರೋಧಿ ಪ್ರತಿಭಟನಾ ಪ್ರದರ್ಶನದಲ್ಲಿ ಭಾಗಿಯಾಗಿರುವುದನ್ನು ಈಕೆ ತಕ್ಷಣ ಎಕ್ಸಿಕ್ಯೂಟಿವ್ ಡೈರೆಕ್ಟರ್ ಗಮನಕ್ಕೆ ತಂದಿದ್ದರು. ತಮ್ಮ ಚೇಂಬರಿನ ಕಿಟಕಿಯಿಂದಲೇ ಪ್ರತಿಭಟನಾ ಪ್ರದರ್ಶನದಲ್ಲಿ 'ಪ್ರವಾ' ಉಪ ಸಂಪಾದಕಿ ಮುಂಚೂಣಿಯಲ್ಲಿರುವುದನ್ನು ಅವರು ಪ್ರತ್ಯಕ್ಷ ಕಂಡಿದ್ದರೆಂಬುದು ತಿಳಿದುಬಂದ ವಿಷಯ. ಮರುಕ್ಷಣವೇ ನನಗೆ ಬುಲಾವ್, "ಎಕ್ಸಿಕ್ಯೂಟಿವ್ ಡೈರೆಕ್ಟರ್ ನಿಮ್ಮನ್ನು ಕರೆಯುತ್ತಿದ್ದಾರೆ. ಬನ್ನಿ."

ನಾನು ಅವರ ಚೇಂಬರಿಗೆ ಹೋದೆ.

"ನಮ್ಮ ಆಫೀಸಿನ ಎದುರು ಏನಾಗುತ್ತಿದೆ ಎಂಬುದು ನಿಮಗೆ ಗೊತ್ತೆ?" ಇಡಿ ಅವರ ಪ್ರಶ್ನೆ.

"ಹೌದು ಸರ್ ಅದನ್ನ ಗಮನಿಸಿದ್ದೇನೆ."

"ಪ್ರತಿಭಟನೆಯಲ್ಲಿ ಮುಂದೆ ಯಾರಿದ್ದಾರೆ? ಗೊತ್ತಾ?

"...."

"ನಮ್ಮವರೇ... ನಿಮ್ಮ ಉಪ ಸಂಪಾದಕಿಯೊಬ್ಬರು ಆ ಪ್ರತಿಭಟನೆಯಲ್ಲಿ ಹೇಗೆ ಸೇರಿಕೊಂಡರು? ನೀವು ಹೇಗೆ ಅವರಿಗೆ ಇದಕ್ಕೆ ಅನುಮತಿ ಕೊಟ್ಟಿರಿ?"

"ಸರ್ ಇದು ನನಗೆ ತಿಳಿಯದ ವಿಷಯ. ನಾನು ಯಾರಿಗೂ ಅನುಮತಿ ನೀಡಿಲ್ಲ."

"ನಿಮಗೆ ತಿಳಿಯದು ಅಂದರೆ ಹೇಗೆ? ಆ್ಯಸ್ ಹೆಡ್ ಆಫ್ ದಿ ಡಿಪಾರ್ಟ್ಮೆಂಟ್ ಐ ಹೋಲ್ಡ್ ಯೂ ರೆಸ್ಪಾನ್ಸಿಬಲ್ ಫಾರ್ ದಿಸ್. ನಮ್ಮ ಉದ್ಯೋಗಿಯಾಗಿದ್ದುಕೊಂಡು ನಮ್ಮ ವಿರುದ್ಧವೇ ತಿರುಗಿ ಬೀಳುವುದೆ? ನಮ್ಮ ನೀತಿ ನಿರ್ಧಾರಗಳು ಒಪ್ಪಿಗೆಯಾಗದವರಿಗೆ ನಮ್ಮಲ್ಲಿ ಜಾಗವಿಲ್ಲ. ಆಸ್ಕ್ ಹರ್ ಟು ಪುಟ್ ಹರ್ ಪೇಪರ್ಸ್. ರೈಟ್ ನೌ. ಯೂ ಕೆನ್ ಗೋ."

ನಾನೊಂದು ನಿರ್ಧಾರ ತೆಗೆದುಕೊಳ್ಳಬೇಕಿತ್ತು. ನನಗೆ ಇದೊಂದು ನೈತಿಕ ಸಮಸ್ಯೆಯಾಗಿತ್ತು. ಆಕೆ ಮಾಡಿದ್ದು ಸರಿಯೇ?

ಈ ದೇಶದ ಪ್ರಜೆಯಾಗಿ ಅನ್ಯಾಯದ ವಿರುದ್ಧ ಪ್ರತಿಭಟಿಸುವ ಸ್ವಾತಂತ್ರ್ಯ ಆಕೆಗಿದೆ. ಜೊತೆಗೆ ಹಂಗೂ ಇದೆ. ಅನ್ಯಾಯದ ಆರೋಪವಿರುವುದು ತನಗೆ ಉದ್ಯೋಗ ನೀಡಿರುವ ಸಂಸ್ಥೆಯ ವಿರುದ್ಧ. ತನ್ನ ಸಂಸ್ಥೆಯ ನೀತಿ–ನಿರ್ಣಯಗಳ ವಿರುದ್ಧವೇ ಪ್ರತಿಭಟಿಸುವುದು ಸರಿಯೆ? ಪ್ರತಿಭಟನೆ ತನ್ನ ಸಂವಿಧಾನದತ್ತ ಸ್ವಾತಂತ್ರ್ಯ, ಹಕ್ಕು ಎನ್ನುವುದಾದಲ್ಲಿ ಆಕೆ ತಾನು ಕೆಲಸ ಮಾಡುವ ಸಂಸ್ಥೆಯ ಹಂಗಿನಿಂದ ಹೊರಬರಬೇಕಾಗಿತ್ತು. ಅನ್ನ ಕೊಟ್ಟ ಕೈ ಕಚ್ಚಬಾರದು ಎಂದು ನಮ್ಮ ಸಾಂಸ್ಕೃತಿಕ ಪರಂಪರೆ ಹೇಳುತ್ತದೆ. ಆದರೆ, ಒಳಗಿದ್ದುಕೊಂಡೇ ಪ್ರತಿಭಟಿಸಿ ಅನ್ಯಾಯ ಸರಿಪಡಿಸಬೇಕು ಎಂದು ಆಧುನಿಕ ಚಿಂತನೆ ಹೇಳುತ್ತದೆ. ನಾನು ಎರಡೂ ದ್ವಂದ್ವ ಚಿಂತನೆಗಳ ಸುಳಿಯಲ್ಲಿ ಸಿಲುಕಿದೆ. ವಿಚಾರಣೆಗೆ ಮುನ್ನ ನಾನೇ ಒಂದು ನಿರ್ಧಾರಕ್ಕೆ ಬರಬೇಕಿತ್ತು: ನಾನು ಪ್ರತ್ಯಕ್ಷ ಕಾಣದ ಸಂಗತಿಯೊಂದರ ಬಗ್ಗೆ, ವ್ಯಕ್ತಿಯೊಬ್ಬರ ಬಗ್ಗೆ ನಿರ್ಧಾರಕ್ಕೆ ಬರಬೇಕಿತ್ತು. ಸ್ವತಃ ಸಂಸ್ಥೆಯೊಳಗಿದ್ದುಕೊಂಡೇ ಆಡಳಿತ ವರ್ಗದ ನೀತಿ–ನಿರ್ಣಯಗಳ ವಿರುದ್ಧ ಪ್ರತಿಭಟಿಸುವ ಸ್ವಾತಂತ್ರ್ಯ ನೌಕರರಿಗಿದೆಯಾ?

ಆ ಉಪ ಸಂಪಾದಕಿಯಿಂದ ರಾಜೀನಾಮೆ ಪಡೆದುಕೊಳ್ಳುವಂತೆ ಅಥವಾ ಅಶಿಸ್ತಿನ ಕಾರಣ ಆಕೆಯನ್ನು ವಜಾ ಮಾಡುವಂತೆ ನನ್ನ ಮೇಲೆ ಒತ್ತಡ ಜಾಸ್ತಿಯಾಯಿತು. ನಾನ ಪ್ರತ್ಯಕ್ಷ ಕಾಣದ, ಯಾರೋ ಮಾಡಿರುವ ಆರೋಪ ಆಧರಿಸಿ ನಾನು ಕ್ರಮ ಕೈಗೊಳ್ಳಬೇಕಿತ್ತು. ಕೊನೆಗೆ ನಾನು ಪ್ರಧಾನ ಸಂಪಾದಕರೂ ಆದ ಮ್ಯಾನೇಜಿಂಗ್ ಡೈರೆಕ್ಟರ್ ಅವರ ಬಳಿ ಹೋದೆ.

"ನಿಮ್ಮ ಅಭಿಪ್ರಾಯದಲ್ಲಿ ಆಕೆಯಿಂದ ತಪ್ಪಾಗಿದೆಯೆ?'

"ಆಕೆಗೆ ಪ್ರತಿಭಟಿಸುವ ಸ್ವಾತಂತ್ರ್ಯವಿದೆ. ಆದರೆ, ತಾನು ಕೆಲಸ ಮಾಡುವ ಸಂಸ್ಥೆಯ ನೀತಿ–ನಿರ್ಣಯಗಳಿಗೆ, ನಿಯತ್ತು–ಬದ್ಧಳಾಗಿರಬೇಕು ಎಂಬ ಪಾರಂಪರಿಕ ಅಲಿಖಿತ 'ನೀತಿ'ಯೂ ಇದೆ. ಸರಿಯಲ್ಲ ಎನ್ನಿಸಿದಾಗ ಅದನ್ನು ಬಹಿರಂಗವಾಗಿ ಹೇಳುವ ಮುನ್ನ ಸಂಸ್ಥೆಯೊಳಗೇ ತಿಳಿಸಬಹುದಿತ್ತು. ಆದರೆ, ಹಾಗೆ ಮಾಡದೇ ನೇರವಾಗಿ ಪ್ರತಿಭಟನಾ ಚಳವಳಿಯಲ್ಲಿ ಭಾಗಿಯಾಗಿದ್ದಲ್ಲಿ ಸಂಸ್ಥೆಯ ಸ್ಟ್ಯಾಂಡಿಂಗ್ ಆರ್ಡರ್ಸ್ ಪ್ರಕಾರ ತಪ್ಪು. ಆಕೆ ರಾಜೀನಾಮೆ ನೀಡಿ ಪ್ರತಿಭಟಿಸಬಹುದಿತ್ತು ಎನ್ನುವ ವಾದವೂ ಸರಿ."

"ತಪ್ಪಾಗಿದೆ ಎಂದಾದಲ್ಲಿ ಏನು ಮುಂದಿನ ಕ್ರಮ?"

"ವಿಚಾರಣೆ ನಡೆಸಿ ಶಿಕ್ಷೆ."

"ಏನು ಶಿಕ್ಷೆ?"

"ಸರ್, ಆಕೆ ಗೊತ್ತಿದ್ದು ಪ್ರಜ್ಞಾಪೂರ್ವಕವಾಗಿ ಪ್ರತಿಭಟಿಸಿದ್ದಾರೋ ಅಥವಾ ಸಂಗೀತ ನೃತ್ಯದ ಮೇಲಿನ 'ಕ್ಷಣ ಪಿತ್ತ–ಕ್ಷಣ ಚಿತ್ತ'ದ ಉತ್ಸಾಹದಿಂದ ಬೇಹುಶಾರಾಗಿ

ಹೀಗೆ ಮಾಡಿದರೋ ತಿಳಿಯದು. ಆಕೆಯ ಕೌಟುಂಬಿಕ ಹಿನ್ನೆಲೆ ಗಮನಿಸಿದಾಗ ಇದು ಕಲೆಯ ಮೋಹದ ಆ ಕ್ಷಣದ ಆತುರದ ಕ್ರಮವೇ ಹೊರತು ತಾನು ಕೆಲಸ ಮಾಡುವ ಸಂಸ್ಥೆ ವಿರುದ್ಧ ಬಂಡಾಯವಲ್ಲ ಎನಿಸುತ್ತದೆ. ಇದಕ್ಕೆ ರಾಜೀನಾಮೆ ಅಥವಾ ವಜಾ ತುಂಬ ಉಗ್ರ ಶಿಕ್ಷೆಯಾಗುತ್ತದೆ."

"ಹಾಗಿದ್ದರೆ ಅವರನ್ನು ಬೇರೆಡೆಗೆ ವರ್ಗ ಮಾಡಿಬಿಡಿ. ಮಂಗಳೂರಿಗೆ."

ಶಸ್ತ್ರ ಚಿಕಿತ್ಸೆಯೊಂದರಿಂದ ಚೇತರಿಸಿಕೊಳ್ಳುತ್ತಿದ್ದ ನನ್ನ ಮಹಿಳಾ ಸಹೋದ್ಯೋಗಿಗೆ ವರ್ಗದ ಆದೇಶದಿಂದ ಆಘಾತವೇ ಆಗಿತ್ತು. ತನ್ನಿಂದ ಹೋಗಲಾಗದು ಎಂದರು. ನಾನು ನಿಜವಾದ ಕಾರಣವನ್ನಾಗಲಿ, ಮೇಲಿನವರ ಅಸಮಾಧಾನವನ್ನಾಗಲಿ ತಿಳಿಸುವಂತಿರಲಿಲ್ಲ.

"ಜಿಲ್ಲಾ ವರದಿಗಾರಿಕೆಯನ್ನು ಬಲಗೊಳಿಸಬೇಕಾಗಿದೆ. ಆದ್ದರಿಂದ ಹಿರಿಯ ವರದಿಗಾರರನ್ನು ಜಿಲ್ಲೆಗಳಿಗೆ ಕಳುಹಿಸುವ ನಿರ್ಧಾರ ಕೈಗೊಳ್ಳಲಾಗಿದೆ. ನೀವು ಹೋಗಬೇಕು. ಬೇಕಾದರೆ ಒಂದು ತಿಂಗಳು ರಜೆ ತೆಗೆದುಕೊಂಡು ಆರೋಗ್ಯ ಪೂರ್ತಿ ಸುಧಾರಿಸದ ಮೇಲೆ ಹೋಗಬಹುದು."

ನನ್ನ ಈ ಮಹಿಳಾ ಸಹೋದ್ಯೋಗಿ ಒಲ್ಲದ ಮನಸ್ಸಿನಿಂದಲೇ ಮಂಗಳೂರಿಗೆ ಹೋದರು. ಆಕೆ ಬಹಳ ಚಾಲೂಕಿನ ಛಾತಿವಂತ ಮಹಿಳೆ. ವೃತ್ತಿ ಸಾಮರ್ಥ್ಯದ ಜೊತೆಗೆ ಎಂಥ ಪ್ರತಿಕೂಲ ಪರಿಸ್ಥಿತಿಯನ್ನೂ ತನ್ನ ಅನುಕೂಲಕ್ಕೆ ತಿರುಗಿಸಿಕೊಳ್ಳುವಂಥ ಚಾಲೂಕು, ಛಲವಿತ್ತು ಆಕೆಯಲ್ಲಿ. ಮಂಗಳೂರಿಗೆ ಹೋದ ಕೆಲವೇ ತಿಂಗಳುಗಳಲ್ಲಿ ಜಿಲ್ಲಾ ಅಧಿಕಾರ ವಲಯ ಹಾಗೂ ಅಲ್ಲಿನ ಪತ್ರಿಕಾ ವಲಯದ ಗಮನ ಸೆಳೆದು ತಮ್ಮ ಛಾಪನ್ನು ಮೂಡಿಸಿದರು. 'ಉದಯವಾಣಿ' ಒಡೆತನದ ಮಣಿಪಾಲ್ ಸಂಸ್ಥೆಯ 'ದೃಷ್ಟಿಗೂ' ಬಿದ್ದರು. ಮುಂದೆ 'ಉದಯವಾಣಿ' ಸಂಪಾದಕಿಯಾದರು. ಕನ್ನಡ ಪತ್ರಿಕೋದ್ಯಮದಲ್ಲಿ ಬ್ರಾಡ್ ಶೀಟ್ ದೈನಿಕದ ಸಂಪಾದಕಿ ಹುದ್ದೆಗೆ ಏರಿದ ಪ್ರಪ್ರಥಮ ಮಹಿಳೆ ಎನ್ನುವ ಕೀರ್ತಿಯೂ ಅವರದಾಯಿತು.

❖

26

ವೃತ್ತಿ ಜೀವನದ ಕೊನೆಯಲ್ಲಿ ನನ್ನನ್ನು ತುಂಬ ಕಾಡಿದ, ನನಗೆ ಕಿರಿಕಿರಿ ಉಂಟುಮಾಡಿದ ಒಂದು ಸಂಗತಿ ಎಂದರೆ ವೃತ್ತಿ ನೀತಿವಂತಿಕೆ (ಪ್ರೊಫೆಷನಲ್ ಎಥಿಕ್ಸ್). ಭ್ರಷ್ಟಾಚಾರ ಶುರುವಾಗುವುದೇ ಕಾಫಿ ಮೇಜಿನಲ್ಲಿ. ಸೌಜನ್ಯವಾಗಿ ಶುರುವಾಗುವುದು ಒಂದೊಂದು ಮೆಟ್ಟಿಲೇರಿಸುತ್ತಿರುತ್ತದೆ. ಎಂದೇ ನಾನು ಸಹೋದ್ಯೋಗಿಗಳು ಮತ್ತು ಆಫೀಸಿಗೆ ಬರುವ ಸ್ನೇಹಿತರ ಈ, "ಕಾಫಿಗೆ ಹೋಗೋಣ,"ದಿಂದ ದೂರವಿರುತ್ತಿದ್ದೆ.

ಮುಜುಗರಗಳ ಮಾಲೆ

ಕನ್ನಡ ಪತ್ರಿಕೋದ್ಯಮದಲ್ಲಿ ಕ್ರೀಡಾ ವಾರ್ತೆಗಳಿಗೆ ಒಂದು ಪುಟವನ್ನು ಮೀಸಲಿಟ್ಟ ಮೊದಲ ಪತ್ರಿಕೆ 'ಪ್ರಜಾವಾಣಿ'. ಅದರ ಮೊದಲ ಕ್ರೀಡಾ ವರದಿಗಾರ ಎಚ್ ಎಸ್ ಸೂರ್ಯ ನಾರಾಯಣ. 'ಕ್ರೀಡಾಂತರಂಗ' ಎಂಬ ವಾರದ ಅಂಕಣ ಬರೆಯುತ್ತಿದ್ದ ಅವರು ಕ್ರೀಡಾ ವಲಯಗಳಲ್ಲಿ ಸೂರಿ ಎಂದೇ ಪರಿಚಿತರಾಗಿದ್ದರು. ಎಚ್ ಎಸ್ ಸೂರ್ಯನಾರಾಯಣ ಕ್ರೀಡಾ ವಿಭಾಗದ ಮುಖ್ಯ ಉಪ ಸಂಪಾದಕರಾಗಿದ್ದರು. ಎಸ್ ದೇವನಾಥ್, ಆನಂದರಾಜ ಅರಸು, 'ತಾಯಿನಾಡು' ಪತ್ರಿಕೆಯಲ್ಲಿ ಸುದ್ದಿ ಸಂಪಾದಕರಾಗಿದ್ದ ಡಿ ಎಚ್ ಶ್ರೀನಿವಾಸ್, ಪ್ರಭಾಕರ್, ಗೋಪಾಲ ಹೆಗಡೆ, ಅಪ್ಪಾಜಿ ಆನಂತರ ಸೇರಿಕೊಂಡವರು. ಇವರು ಒಬ್ಬೊಬ್ಬರೂ ಒಂದೊಂದು

ಕ್ರೀಡೆಯ ವರದಿಗಾರಿಕೆಯಲ್ಲಿ ಪರಿಣಿತರಾಗಿದ್ದರು. ಸೂರಿ ಆಲ್ ರೌಂಡರ್ ಥರಾ ಇದ್ದರು. ಸೂರಿ ಮಾತಿನಲ್ಲಿ ಕಠಿಣ, ಆದರೆ, ಹೃದಯದಲ್ಲಿ ಮಾನವೀಯ ಅಂತಃಕರಣ ಮಿಡಿಯುತ್ತಿತ್ತು.

ಕ್ರೀಡಾ ಪುರವಣಿ ಪ್ರಾರಂಭಿಸುವ ವೇಳೆಗೆ ಸೂರಿ ನಿವೃತ್ತರಾಗಿದ್ದರು. ದೇವನಾಥ್ ಕ್ರೀಡಾ ವಿಭಾಗದ ಮುಖ್ಯಸ್ಥರಾಗಿದ್ದರು. ಕ್ರಿಕೆಟ್ನಲ್ಲಿ ವಿಶೇಷ ಪರಿಣತಿ ಹೊಂದಿದ್ದರು. ಎಸ್ ಜೆ ಪಾಲಿಟಕ್ನಿಕ್‌ನಲ್ಲಿ ಸಿನಿಮಟೋಗ್ರಫಿಯಲ್ಲಿ ಡಿಪ್ಲೊಮಾ ಪಡೆದು, ಕ್ರೀಡಾ ಪತ್ರಿಕಾ ವೃತ್ತಿಯಲ್ಲಿ ಒಲವು ಬೆಳೆಸಿಕೊಂಡಿದ್ದ ದೇವನಾಥ್ 'ತಾಯಿನಾಡು' ಪತ್ರಿಕೆಯಲ್ಲಿ ಕ್ರೀಡಾ ವರದಿಗಾರಿಕೆ ಆರಂಭಿಸಿದರು. ಸೂರಿಯಂತೆ ಖಂಡಿತವಾದಿ, ಮುಚ್ಚುಮರೆಯಿಲ್ಲದೆ ಮಾತಾಡುತ್ತಿದ್ದ ವ್ಯಕ್ತಿ. ನಿಷ್ಠುರ ಮನೋಭಾವ, ಖಂಡಿತವಾದಿ, ಲೋಕವಿರೋಧಿ ಮಾದರಿಯವರು. ನಾನು ಕಾರ್ಯನಿರ್ವಾಹಕ ಸಂಪಾದಕನಾಗುವ ವೇಳೆಗೆ ಅವರು ಎರಡು ಸಾರಿ 'ಪ್ರವಾ' ಬಿಟ್ಟು ಮೂರನೆಯ ಸಾರಿ ಮತ್ತೆ ಒಳಕ್ಕೆ ಬಂದಿದ್ದರು. ಯಾವುದೋ ಭಿನ್ನಾಭಿಪ್ರಾಯವೋ, ಹಠವೋ ಕಾರಣವಾಗಿ ಸೇರಿದ ಪತ್ರಿಕೆಗಳನ್ನೆಲ್ಲ ಬಿಟ್ಟುಬರುತ್ತಿದ್ದ ದೇವನಾಥ್ 'ಕ್ರೀಡಾರತ್ನ' ಅನ್ನುವ ಸ್ವಂತ ಪತ್ರಿಕೆಯನ್ನು ಸ್ವಲ್ಪ ಕಾಲ ನಡೆಸಿ ಕೈ ಸುಟ್ಟುಕೊಂಡಿದ್ದರು. ನಿರುದ್ಯೋಗಿಯಾಗಿದ್ದಾಗ ಆಟೋರಿಕ್ಷಾ ಓಡಿಸಿದ್ದೂ ಉಂಟು!

ಕ್ರೀಡಾ ಪುರವಣಿಯ ಹೊಣೆ ದೇವನಾಥನದಾಗಿತ್ತು. ಕ್ರೀಡಾ ಪುರವಣಿಯ ವೈಶಿಷ್ಟ್ಯಗಳೇನಿರಬೇಕು ಎಂದು ಚರ್ಚಿಸುತ್ತಿದ್ದಾಗ ದೇವನಾಥ್ 'ಜಾನುಪ್ರಿಯ' ಅವರಿಂದ ಒಂದು ಅಂಕಣ ಬರೆಸಿದರೆ ಹೇಗೆ ಎನ್ನುವ ಪ್ರಸ್ತಾಪ ಮಾಡಿದರು. 'ಜಾನುಪ್ರಿಯ'ರ ನಿಜ ನಾಮಧೇಯ ಸಿದ್ದೇಗೌಡ ಎಂದು. 'ಜಾನುಪ್ರಿಯ' ಕಾವ್ಯನಾಮದಲ್ಲಿ ಬರೆಯುತ್ತಿದ್ದರು. 'ಕನ್ನಡಪ್ರಭ' 'ಪ್ರಜಾಮತ' ಪತ್ರಿಕೆಗಳಲ್ಲಿ ಕೆಲವು ಕಾಲ ಕ್ರೀಡಾ ವರದಿಗಾರ/ ಉಪ ಸಂಪಾದಕರಾಗಿದ್ದ ಅವರು ಕ್ರಿಕೆಟ್ನಲ್ಲಿ ಹೆಚ್ಚಿನ ಆಸ್ಥೆ ಹೊಂದಿದ್ದರು. ಅವರ ಬರಹಗಳನ್ನು ನಾನು ಓದಿದ್ದೆ. ಕ್ರೀಡೆಗಳ ಬಗ್ಗೆ ಕೇವಲ ಅಂಕಿ–ಅಂಶಗಳನ್ನು ತುಂಬದೆ ಅದಕ್ಕೆ ಸಂಬಂಧಿಸಿದ ಸ್ವಾರಸ್ಯಕರ ಸಂಗತಿಗಳಿಂದ ರೋಚಕವಾಗಿ ಬರೆಯುತ್ತಿದ್ದರು. ಅವರ ಶೈಲಿಯಲ್ಲಿ ಲವಲವಿಕೆ ಇತ್ತು. ಒಂದಿಷ್ಟುಕಾಲ 'ಕ್ರೀಡಾ ದೀಪ' ಎನ್ನುವ ಸ್ವಂತ ಪತ್ರಿಕೆ ನಡೆಸಿದ್ದರು. ಅವರಿಂದ ಅಂಕಣ ಬರೆಸಬಹುದು ಎನ್ನಿಸಿತು. ಮಾತಾಡಿ, ಆದರೆ, ನನ್ನ ಕಾಣಲು ಹೇಳಿ ಎಂದು ದೇವನಾಥರಿಗೆ ತಿಳಿಸಿದೆ.

ಸಿದ್ದೇಗೌಡ ತುಂಬ ಆತ್ಮಾಭಿಮಾನಿ ವ್ಯಕ್ತಿ. ನಿಷ್ಠುರವಾಗಿ ಮಾತನಾಡುತ್ತಿದ್ದರು. ತನಗೆ ಸಿಗಬೇಕಾದ ಮಾನ್ಯತೆ ಸಿಕ್ಕಿಲ್ಲ, ತನ್ನನ್ನು ತುಳಿಯಲಾಗಿದೆ ಎನ್ನುವ ಸಿಟ್ಟೂ ಅವರಲ್ಲಿ ಸ್ವಲ್ಪ ಇತ್ತು. ಏಕೋ ಏನೋ ಕನ್ನಡದ ಕ್ರೀಡಾ ಪತ್ರಿಕೋದ್ಯಮದಲ್ಲಿ

ಅವರಿಗೆ ಅವಕಾಶ/ ಪ್ರೋತ್ಸಾಹ ಸಿಕ್ಕಿರಲಿಲ್ಲ. ಕ್ರೀಡಾ ಪುರವಣಿಗೆ ಅಂಕಣ ಬರೆಯಿರಿ ಎಂದಾಗ, "ಬರೆಯುತ್ತೇನೆ. ಆದರೆ, ನನ್ನ ಎರಡು ಶರತ್ತುಗಳಿಗ ನೀವು ಒಪ್ಪಿದರೆ ಮಾತ್ರ," ಎಂದರು.

"ಹೇಳಿ."

"ನನ್ನ ಲೇಖನದಲ್ಲಿ ಏನೂ ಬದಲಾವಣೆ ಮಾಡಬಾರದು. ಎಡಿಟ್ ಮಾಡಬಾರದು."

"ಆಗಬಹುದು. ಅದನ್ನು ಉಳಿಸಿಕೊಳ್ಳುವ ಜವಾಬ್ದಾರಿ ನಿಮ್ಮ ಮೇಲೇ ಇದೆ. ಎಡಿಟಿಂಗ್‌ಗೆ ಅವಕಾಶವಿಲ್ಲದಂತೆ ಲೇಖನ ಸತ್ಯಾಂಶಗಳಿಂದ ಅಚ್ಚುಕಟ್ಟಾಗಿದ್ದರೆ, ಐದನೂರು ಪದಗಳ ಮಿತಿಯೊಳಗಿದ್ದರೆ ಆಯಿತು."

"ಆ ಭರವಸೆ ನಾನು ಕೊಡುತ್ತೇನೆ. ನನ್ನ ಲೇಖನಗಳನ್ನು ನೀವು ಓದಿರಬೇಕಲ್ಲ."

"ಓದಿ ಬಲ್ಲೆನಾದ್ದರಿಂದಲೇ ನಿಮಗೆ ಬರೆಯಲಿಕ್ಕೆ ಹೇಳುತ್ತಿರುವುದು. ಎರಡನೆಯ ಶರತ್ತು ಹೇಳಿ."

"ಸಂಭಾವನೆ??"

"ಯೋಗ್ಯ ಪ್ರತಿಫಲ ನೀಡಲಾಗುವುದು. ನೀವು ಆ ಬಗ್ಗೆ ಯೋಚಿಸಬೇಕಿಲ್ಲ."

ಸ್ವಲ್ಪ ಹೆಚ್ಚಿನ ಸಂಭಾವನೆ ಬಯಸುತ್ತಾರೆಂದು ದೇವನಾಥ್ ಸುಳಿವು ನೀಡಿದ್ದರು.

'ಜಾನುಪ್ರಿಯ'ರ ಅಂಕಣ ಶುರುವಾಯಿತು. ನನ್ನ ಅಧಿಕಾರ ಮಿತಿಯಲ್ಲಿ ಇದ್ದ ಗರಿಷ್ಠ ಸಂಭಾವನೆ (ರೂ. 500) ಕೊಡಲು ನಿರ್ಧರಿಸಿದ್ದೆ. ಎರಡನೆಯ ತಿಂಗಳು ಒಂದು ದಿನ ಸಿದ್ದೇಗೌಡ ನನ್ನೊಡನೆ ಮಾತನಾಡುವ ಇರಾದೆಯನ್ನು ದೇವನಾಥರಲ್ಲಿ ವ್ಯಕ್ತಪಡಿಸಿದರು. ಬರಲಿ, ಬೆಳಿಗ್ಗೆ ಹನ್ನೆರಡರ ಒಳಗೆ ಅಥವಾ ಸಂಜೆ ನಾಲ್ಕರ ನಂತರ ಎಂದು ತಿಳಿಸಿದೆ.

ಸಂಜೆ 5ರ ವೇಳೆಗೆ ಬಂದರು. ಉಭಯ ಕುಶಲೋಪರಿ ನಂತರ, "ಬನ್ನಿ ಸಾರ್ ಕಾಫಿಗೆ ಹೋಗೋಣ," ಎಂದರು. ನಾನು ಸಾಮಾನ್ಯವಾಗಿ ಯಾರ ಜೊತೆಗೂ ಕಾಫಿಗೆ ಹೋಗುತ್ತಿರಲಿಲ್ಲ.

"ಈಗ ಅಷ್ಟು ಸಮಯವಿಲ್ಲ. ನಿಮ್ಮ ಅಂಕಣಕ್ಕೆ ಒಳ್ಳೆಯ ಪ್ರತಿಕ್ರಿಯೆ ಬರ್ತಿದೆ. ಏನು ಹೇಳಬೇಕೋ ಅದನ್ನು ಇಲ್ಲೇ ಹೇಳಿ."

"ಸಂಪಾದಕರಿಗೆ ತಮ್ಮ ಪತ್ರಿಕೆಗೆ ಬರೆಯುವ ಲೇಖಕರ ಜೊತೆ ಕಾಫಿ ಕುಡಿಯುವಷ್ಟೂ ಸೌಜನ್ಯವಿಲ್ಲ ಎಂದರೆ ಹೇಗೆ? ಸಂಪಾದಕರ ಈಗೋ ಇಷ್ಟೊಂದು ದೊಡ್ಡದೋ. ನಾವು ಸಣ್ಣವರು."

"ಹಾಗಲ್ಲ ಸಿದ್ದೇಗೌಡರೆ?" ಎಂದು ನಾನು ತಡೆದೆ. ಅವರ ಮಾತಿನಲ್ಲಿ ಅನಗತ್ಯವಾದ ವ್ಯಂಗ್ಯ, ಕಹಿ ಇದ್ದಂತೆ ತೋರಿತು. ಅದನ್ನು ಮುಂದುವರಿಸಲು ಬಿಡದೆ ಆಯತು ಬನ್ನಿ ಎಂದೆ. ಪಕ್ಕದ ಕಾಫಿ ಹೌಸಿಗೆ ಹೋದೆವು. ಕಾಫಿ ಬಂತು.

ಕಾಫಿ ಕುಡಿಯುತ್ತ ಕೇಳಿದೆ: "ಏನು ವಿಷಯ ಹೇಳಿ ಸಿದ್ದೇಗೌಡರೆ?"

"ಏನಿಲ್ಲ ಸಾರ್, ಮೊನ್ನೆ ನಿಮ್ಮ ಆಫೀಸಿನಿಂದ ಚೆಕ್ಕು ಬಂತು. ಹೇಳಿದಂತೆ ನಡೆದುಕೊಂಡಿದ್ದೀರಿ. ಅದಕ್ಕೆ ನಿಮ್ಮ ಜೊತೆ ಕಾಫಿ ಕುಡಿಯಬೇಕೆನಿಸಿತು. ಅಷ್ಟೇ."

"ಸಂತೋಷವಾಗಿರಬೇಕಲ್ಲ?"

"ಆಗಿದೆ ಸಾರ್."

ಬಿಲ್ ಬಂತು. ಅದನ್ನು ನಾನು ಕೈಗೆತ್ತಿಕೊಂಡೆ.

"ಇಲ್ಲ, ಸಾರ್ ನೀವು ಕೊಡಬಾರದು."

"ಬೇಡ ಸಿದ್ದೇಗೌಡರೆ."

"ನನ್ನ ಒಂದು ಕಾಫಿ ಸತ್ಕಾರವೂ ನಿಮಗೆ ತಿರಸ್ಕರಣೀಯವಾಯಿತೆ."

"ಹಾಗಲ್ಲ ಸಿದ್ದೇಗೌಡರೆ, ನಮ್ಮ ಅಂಕಣಕಾರರನ್ನು ಸತ್ಕರಿಸುವ ಸಂತೋಷ ಮೊದಲು ನಮ್ಮದಾಗಬೇಕು. ಅಷ್ಟೇ. ನಿಮ್ಮ ಅಂಕಣ ಪ್ರಕಟವಾಗುತ್ತಿರುವಾಗ ನಿಮ್ಮಿಂದ ಬಿಲ್ ಕೊಡಿಸುವುದು ಸರಿಯಲ್ಲ. ಈಗ ಬೇಡ ಇನ್ನೊಮ್ಮೆ ಕೊಡುವಿರಂತೆ."

ಸಿದ್ದೇಗೌಡರು ಮತ್ತೆ ನನ್ನನ್ನು ಭೇಟಿಮಾಡಲಿಲ್ಲ. ಅಂಕಣ ಬರೆಯುತ್ತಿದ್ದರು. ಸಿದ್ದೇಗೌಡರ ವರ್ತನೆಯ ಹಿಂದೆ ಅತೀವ ಆತ್ಮಾಭಿಮಾನದ ಜೊತೆಗೆ ವ್ಯವಸ್ಥೆಯ ವಿರುದ್ಧ ಮಡುಗಟ್ಟಿದ ಸಿಟ್ಟು ಆಕ್ರೋಶಗಳೂ ಇದ್ದಂತೆ ತೋರಿತು. ಸಿದ್ದೇಗೌಡರಿಗೆ ಕನ್ನಡ ಕ್ರೀಡಾ ಪತ್ರಿಕೋದ್ಯಮದಲ್ಲಿ ಒಂದು ಸ್ಥಿರ ನೌಕರಿ ಸಿಗಲಿಲ್ಲ. ಸಿಕ್ಕ ಒಂದೆರಡು ಅವಕಾಶಗಳನ್ನು ಅವರು ಬಿಟ್ಟು ಬಂದಿದ್ದರು. ಆದರೆ, ಕ್ರೀಡಾ ಲೇಖಕನಾಗಿ ಅವರು ಒಂದು ಸ್ಥಾನ ಪಡೆದುಕೊಂಡಿದ್ದರು. ನಾನು ನಿವೃತ್ತನಾದ ಕೆಲವು ವರ್ಷಗಳ ನಂತರ ಅವರು ಒಂಟಿಯಾಗಿ ಉಳಿದಿದ್ದ ರೂಮಿನಲ್ಲಿ ಹೃದಯಾಘಾತದಿಂದ ನಿಧನರಾದ ಸುದ್ದಿ ನನಗೆ ಸಹೋದ್ಯೋಗಿ ರಾಮಕೃಷ್ಣನಿಂದ ತಿಳಿದು ಬಹಳ ದುಃಖವಾಯಿತು. 'ಪ್ರವಾ' ಕಂಪೋಸಿಂಗ್ ವಿಭಾಗದಲ್ಲಿ ಮೇಕಪ್ ಮ್ಯಾನ್ ಆಗಿದ್ದ ರಾಮಕೃಷ್ಣ ಕೊನೆಯ ದಿನಗಳಲ್ಲಿ ಸಿದ್ದೇಗೌಡರಿಗೆ ಆಸರೆಯಾಗಿದ್ದ.

ವೃತ್ತಿ ಜೀವನದ ಕೊನೆಯಲ್ಲಿ ನನ್ನನ್ನು ತುಂಬ ಕಾಡಿದ, ನನಗೆ ಕಿರಿಕಿರಿ ಉಂಟುಮಾಡಿದ ಒಂದು ಸಂಗತಿ ಎಂದರೆ ವೃತ್ತಿ ನೀತಿವಂತಿಕೆ (ಪ್ರೊಫೆಷನಲ್ ಎಥಿಕ್ಸ್). ನಾನು ಕಾಫಿ ಸತ್ಕಾರ ಬೇಡ ಎಂದಾಗ, ಅದು ಸಿದ್ದೇಗೌಡರಿಗೆ ನನ್ನ ಅಹಂಕಾರದ/ ಅಂತಸ್ತಿನ ಗರ್ವದ ಅಭಿವ್ಯಕ್ತಿಯಾಗಿ ತೋರಿದ್ದು ನನ್ನನ್ನು ತುಂಬ ವ್ಯಾಕುಲಗೊಳಿಸಿತ್ತು. ಪತ್ರಕರ್ತರು ಇಂಥ ಆಮಿಷಗಳಿಗೆ ಒಳಗಾಗಬಾರದು,

ಹಾಗಾದಲ್ಲಿ ಅದು ಅವರ ನೈತಿಕತೆಯ ಅಡಿಪಾಯವನ್ನು ಶಿಥಿಲಗೊಳಿಸುತ್ತದೆ ಎನ್ನುವ ವೃತ್ತಿ ನೀತಿ ಅವರಿಗೇಕೆ ಅರ್ಥವಾಗಲಿಲ್ಲ ಎಂದು ಹಿಂಸೆಯಾಯಿತು. ಕಾಫಿ–ತಿಂಡಿ ಸತ್ಕಾರಗಳನ್ನು ಮಾನವೀಯ ಸೌಜನ್ಯದ ನಡಾವಳಿ ಎಂದು ಕೆಲವರು ಹೇಳುತ್ತಾರೆ. ಆದರೆ, ಇದು ನನಗೆ ಒಪ್ಪಿತವಲ್ಲ. ಭ್ರಷ್ಟಾಚಾರ ಶುರುವಾಗುವುದೇ ಕಾಫಿ ಮೇಜಿನಲ್ಲಿ. ಸೌಜನ್ಯವಾಗಿ ಶುರುವಾಗುವುದು ಒಂದೊಂದು ಮೆಟ್ಟಿಲೇರಿಸುತ್ತಿರುತ್ತದೆ. ಎಂದೇ ನಾನು ಸಹೋದ್ಯೋಗಿಗಳು ಮತ್ತು ಆಫೀಸಿಗೆ ಬರುವ ಸ್ನೇಹಿತರ ಈ, "ಕಾಫಿಗೆ ಹೋಗೋಣ,"ದಿಂದ ದೂರವಿರುತ್ತಿದ್ದೆ. ಇಂಥ ಪ್ರಲೋಭನೆಗಳ ವಿವಿಧ ರೂಪಗಳನ್ನು ನಾನು ನನ್ನ ಸಹೋದ್ಯೋಗಿಗಳಲ್ಲೇ ಕಂಡು ಅವರಿಗೆ ನಿರ್ದಾಕ್ಷಿಣ್ಯವಾಗಿ 'ಬೇಡವೆಂದು' ನಿಷ್ಠುರನಾಗಿದ್ದೆ.

'ಸುಧಾ'ದಲ್ಲಿ ಫೋಟೋ ಕಾಮಿಕ್ಸ್ ಎನ್ನುವ ಚಿತ್ರಕಥಾ ಮಾಲಿಕೆಯನ್ನು ಪ್ರಕಟಿಸುತ್ತಿದ್ದೆವು. ಇದರ ಪ್ರವರ್ತಕರು ಎಂ ಬಿ ಸಿಂಗ್. ಜನಪ್ರಿಯವಾಗಿತ್ತು. ಅದರ ಕಥೆಯನ್ನ ನಾವೇ, ಅಂದರೆ ಸಂಪಾದಕೀಯ ವಿಭಾಗದವರೇ ಆಯ್ಕೆ ಮಾಡುತ್ತಿದ್ದೆವು. ಮುಂದಿನದು ಆ ಕಥೆಯ ಪಾತ್ರಗಳಿಗೆ ಅಗತ್ಯವಾದ ನಟನಟಿಯರನ್ನು ಆರಿಸಿ ದೃಶ್ಯರೂಪದಲ್ಲಿ ಅದನ್ನು ಶೂಟ್ ಮಾಡಿಕೊಡಬೇಕಿತ್ತು. ಇದು ಸಿನಿಮಾ ಮಾಧ್ಯಮದಲ್ಲಿ ಅನುಭವ ಇರುವವರು ಮಾಡಬೇಕಿದ್ದ ಕೆಲಸ. ಎಂದೇ ಈ ಕೆಲಸ ಮಾಡಿಕೊಡುವಂತೆ ಸಿನಿಮಾ ರಂಗದ ನಿರ್ದೇಶನ ವಿಭಾಗದವರನ್ನು, ನಟರನ್ನು ಕೇಳಿಕೊಳ್ಳುತ್ತಿದ್ದೆವು.

ಒಮ್ಮೆ ಇದ್ದಕ್ಕಿದಂತೆ ಇದರಲ್ಲಿ ಏನೋ ವಾಸನೆ ಹೊಡೆಯುತ್ತಿದೆ ಎಂಬ ಪುಕಾರು ಆಡಳಿತ ವರ್ಗವನ್ನು ತಲುಪಿ ಇನ್ನು ಮುಂದೆ ಫೋಟೋ ಕಾಮಿಕ್ಸ್ ಅನ್ನು ಟೆಂಡರ್ ಕರೆದು ಯಾರು ಅತಿ ಕಡಿಮೆ ವೆಚ್ಚದಲ್ಲಿ ಮಾಡಿಕೊಡಬಲ್ಲರೋ ಅವರಿಗೆ ವಹಿಸಬೇಕೆಂದೂ ನನಗೆ ಸೂಚನೆ ಬಂತು. ಕಲೆ ಪಿಡಬ್ಲ್ಯುಡಿ ಮಟ್ಟಕ್ಕೆ. ಚಲಚಿತ್ರ ನಿರ್ಮಾಣದಲ್ಲಿ ಅನುಭವ ಉಳ್ಳ ನಟ, ನಿರ್ದೇಶಕರುಗಳಿಂದ ಟೆಂಡರ್ ಕರೆಯಲಾಗುತ್ತಿತ್ತು. ಕಥೆಗೆ ಸೂಕ್ತವಾದ ರೂಪದರ್ಶಿಗಳು ಮತ್ತು ಛಾಯಾಗ್ರಾಹಕರ ಆಯ್ಕೆಯನ್ನು ನಿರ್ದೇಶಕರಿಗೇ ಬಿಡಲಾಗುತ್ತಿತ್ತು. ಒಮ್ಮೆಯಂತೂ ನನ್ನ ಹಳೆಯ ಗೆಳೆಯರಾದ ರಂಗಭೂಮಿ/ ಚಿತ್ರರಂಗದ ಖ್ಯಾತ ನಟ ಸುಂದರರಾಜ್ ಫೋಟೋ ಕಾಮಿಕ್ಸ್ ಮಾಡಲು ಮುಂದಾಗಿ ಕೊಟೇಶನ್ ಸಲ್ಲಿಸಿದ್ದರು. ಆದರೆ, ಅವರ ಕೊಟೇಶನ್ ಮೊತ್ತ ಬೇರೊಬ್ಬ ಟೆಂಡರುದಾರರಿಗಿಂತ ಹೆಚ್ಚಾಗಿದ್ದುದರಿಂದ ಅವರಿಗೆ ಅದು ಲಭ್ಯವಾಗಲಿಲ್ಲ, "ಏನ್ ಸಾರ್, ನೀವು ಹೇಳಿದ್ದಿದ್ದರೆ ನಾನು ಕಮ್ಮಿ ಮಾಡುತ್ತಿದ್ದೆನಲ್ಲ," ಎಂದು ಅವರು ತಮ್ಮ ನಿರಾಶೆ ತೋಡಿಕೊಂಡಿದ್ದೂ ಉಂಟು. ಒಮ್ಮೆ ಕ್ಯಾಮೆರಾಮೆನ್ ಒಬ್ಬರಿಗೆ ಎರಡನೆಯ ಸಲ ಫೋಟೋ ಕಾಮಿಕ್ಸ್‌ನಲ್ಲಿ ಕೆಲಸ ಮಾಡುವ ಅವಕಾಶ ಸಿಕ್ಕಿತ್ತು. ಅದು ನಿರ್ದೇಶಕರ ಆಯ್ಕೆಯಾಗಿತ್ತು. ಇಷ್ಟೆಲ್ಲ

ಪಾರದರ್ಶಕವಾಗಿದ್ದರೂ, ತಮಗೆ ಬೇಕಾದವರಿಗೆ ಕೊಡಲಾಗುತ್ತಿದೆ ಎಂದು ನನ್ನ ಸಹೋದ್ಯೋಗಿಯೇ ಒಬ್ಬರು ನನ್ನ ವಿರುದ್ಧ ನಿರ್ದೇಶಕರಿಗೆ ಪತ್ರ ಬರೆದ್ದು ನನ್ನನ್ನು ಬಹಳ ಖಿನ್ನನನ್ನಾಗಿಸಿತ್ತು.

ಪ್ರಧಾನ ಮಂತ್ರಿಗಳು ವಿದೇಶ ಪ್ರವಾಸ ಕೈಗೊಂಡಾಗ, ರಕ್ಷಣಾ ಸಚಿವರು ಗಡಿಪ್ರದೇಶಗಳಿಗೆ ಭೇಟಿಕೊಟ್ಟಾಗ, ಕೇಂದ್ರ ಸಚಿವರುಗಳ ಮಹತ್ವದ ಪ್ರವಾಸಗಳು ಇಂಥ ಸಂದರ್ಭಗಳಲ್ಲಿ ಪತ್ರಕರ್ತರನ್ನೂ ಜೊತೆಗೆ ಕರೆದೊಯ್ಯುವ ಪರಿಪಾಠ ಕೇಂದ್ರದಲ್ಲಿತ್ತು. ಸಾಮಾನ್ಯವಾಗಿ ಪ್ರಧಾನ ಮಂತ್ರಿಯವರ ವಿದೇಶ ಯಾತ್ರೆ ಹಾಗೂ ಇನ್ನಿತರರ ಪ್ರವಾಸಗಳನ್ನು ವರದಿ ಮಾಡಲು ಪತ್ರಕರ್ತರನ್ನು ಕಳುಹಿಸಿ ಕೊಡುವಂತೆ ದೇಶದ ಪ್ರಮುಖ ಪತ್ರಿಕೆಗಳಿಗೆ ಪ್ರೆಸ್ ಇನ್ಫರ್ಮೇಶನ್ ಬ್ಯೂರೋ (ಪಿಐಬಿ) ಪತ್ರ ಬರೆಯುತ್ತಿತ್ತು. ಇಂಥ ಆಮಂತ್ರಣ ಬಂದಾಗ 'ಪ್ರವಾ'ದಲ್ಲಿ, ಸಂಪಾದಕರು ಈ ಪ್ರವಾಸಕ್ಕೆ ವರದಿಗಾರರಲ್ಲಿ ಒಬ್ಬರನ್ನು ಆಯ್ಕೆ ಮಾಡುತ್ತಿದ್ದರು. ಹಿರಿಯ ವರದಿಗಾರರಿಗೆ ಇಂಥ ಅವಕಾಶಗಳು ಹೆಚ್ಚಾಗಿ ಲಭಿಸುತ್ತಿದ್ದವು. ಹಿರಿಯ ವರದಿಗಾರರಲ್ಲದೆ, ಸುದ್ದಿ ಸಂಪಾದಕರು/ ಸುದ್ದಿ ಮೇಜಿನ ಮುಖ್ಯ ಉಪ ಸಂಪಾದಕರು/ ಹಿರಿಯ ಉಪ ಸಂಪಾದಕರನ್ನು ಇಂಥ ವಿದೇಶ ಪ್ರವಾಸಗಳಿಗೆ ಕಳುಹಿಸಿರುವ ನಿದರ್ಶನಗಳು 'ಪ್ರವಾ'ದಲ್ಲಿದೆ.

ಇದಲ್ಲದೆ ಅಮೆರಿಕ ರಾಯಭಾರ ಕಚೇರಿ, ಬ್ರಿಟಿಷ್ ಕೌನ್ಸಿಲ್‌ನಂಥ ಸಂಸ್ಥೆಗಳು ತಮ್ಮ ದೇಶದ ಮಹತ್ವದ ಕಾರ್ಯಕ್ರಮಗಳಿಗೆ, ವಿಜ್ಞಾನ-ತಂತ್ರಜ್ಞಾನ, ಪರಿಸರ ಮೊದಲಾದ ವಿಚಾರ ಸಂಕಿರಣಗಳಿಗೆ ಭಾರತದ ಪ್ರಮುಖ ಪತ್ರಿಕೆಗಳಿಗೆ ಪತ್ರಕರ್ತರೊಬ್ಬರನ್ನು ಕಳುಹಿಸಿ ಕೊಡುವಂತೆ ಆಮಂತ್ರಣ ನೀಡುತ್ತಿದ್ದವು. ಪತ್ರಕರ್ತರಿಗೆ ಇವು ಅಧಿಕಾರಕ್ಕೆ ಹತ್ತಿರವಾಗಲು ಹಾಗೂ ಹೆಚ್ಚಿನ ಅಧ್ಯಯನಕ್ಕೆ, ವೃತ್ತಿ ನೈಪುಣ್ಯ ವೃದ್ಧಿಗೆ ಉತ್ತಮ ಅವಕಾಶಗಳಾಗುತ್ತಿದ್ದವು. ಎಂದೇ ವರದಿಗಾರರು ಇಂಥ ಅವಕಾಶಗಳಿಗಾಗಿ ತುದಿಗಾಲಿನಲ್ಲಿ ನಿಂತಿರುತ್ತಿದ್ದರು. ಕೆಲವು ಚಾಣಾಕ್ಷರು ಇಂಥ ಆಹ್ವಾನಕ್ಕಾಗಿ ಲಾಬಿ ನಡೆಸಿದ ಪ್ರಸಂಗಗಳೂ ನನ್ನ ಗಮನಕ್ಕೆ ಬಂದಿದ್ದವು.

ಆಹ್ವಾನಗಳು ಬಂದಾಗ ಪ್ರಧಾನ ಸಂಪಾದಕರ/ ಎಂಡಿ ಅವರ ಜೊತೆ ಸಮಾಲೋಚಿಸಿಯೇ ಯಾರನ್ನು ಕಳುಹಿಸಬೇಕೆಂಬ ನಿರ್ಧಾರ ಕೈಗೊಳ್ಳಲಾಗುತ್ತಿತ್ತು. ಒಮ್ಮೆ ಹೀಗಾಯಿತು. 1997, ಆಗ ದೇವೇಗೌಡರು ಪ್ರಧಾನ ಮಂತ್ರಿಯಾಗಿದ್ದರು. ಗೌಡರು ಸ್ವಿಟ್ಜರ್‌ಲೆಂಡ್ ಮತ್ತು ಮಾರಿಷಸ್‌ಗಳಲ್ಲಿ ಅಧಿಕೃತ ಪ್ರವಾಸ ಕೈಗೊಳ್ಳಲಿದ್ದರು. ಪ್ರಧಾನಿಗಳ ಈ ವಿದೇಶ ಪ್ರವಾಸ ವರದಿ ಮಾಡಲು 'ಪ್ರವಾ'ದಿಂದ ಪತ್ರಕರ್ತರೊಬ್ಬರನ್ನು ಕಳುಹಿಸುವಂತೆ ಪಿಐಬಿಯಿಂದ ಅಧಿಕೃತ ಆಮಂತ್ರಣ ಬಂತು. ನಂತರ ಪಿಐಬಿ ಬೆಂಗಳೂರು ಕಚೇರಿಯ ಮುಖ್ಯಸ್ಥರಿಂದ ನನಗೊಂದು ಫೋನ್ ಬಂತು. ದೇವೇಗೌಡರ ವಿದೇಶ ಪ್ರವಾಸಕ್ಕೆ ನಿಮ್ಮ ವರದಿಗಾರ ಶ್ರೀ...

ಅವರನ್ನೇ ಕಳುಹಿಸಿ ಕೊಡಬೇಕೆಂದು ದೆಹಲಿ ಪಿಐಬಿ ಮುಖ್ಯಸ್ಥರು ಸೂಚಿಸಿದ್ದಾರೆ ಎಂದು ತಿಳಿಸಿದರು. ನನಗೆ ಈ ದೆಹಲಿ ಫರ್ಮಾನು ಕೇಳಿ ತಲೆಬಿಸಿಯಾಯಿತು. ಪ್ರಧಾನಿಯವರ ವಿದೇಶ ಪ್ರವಾಸವನ್ನು ವರದಿ ಮಾಡಲು ಯಾರು ಸಮರ್ಥರು ಎಂಬುದನ್ನು ನಾನು ನಿರ್ಧರಿಸುವುದೇ ಅಥವಾ ಪಿಐಬಿ ನಿರ್ಧರಿಸುವುದೇ? ಯಾರು ಅವರಿಗೆ ಈ ಅಧಿಕಾರ ಕೊಟ್ಟವರು?

ನಾನು ಇದನ್ನು ಪ್ರಧಾನ ಸಂಪಾದಕರಿಗೆ ತಿಳಿಸಿದೆ.

"ನೋ. ನೋ ವಿ ಕಾಂಟ್ ಸೆಂಡ್ ಎ ಪರ್ಸನ್ ಆಫ್ ದೇರ್ ಛಾಯ್ಸ್... ಇಟೀಸ್ ಅವರ್ ಪ್ರೆರೊಗೆಟಿವ್," ಎಂಬುದು ಪ್ರಧಾನ ಸಂಪಾದಕರ ಪ್ರತಿಕ್ರಿಯೆ ಆಗಿತ್ತು.

ಯಾರನ್ನು ಕಳುಹಿಸಬಹುದೆಂದು ಚರ್ಚಿಸಿದ ನಂತರ ಪ್ರಧಾನ ಸಂಪಾದಕರು ಒಬ್ಬರ ಹೆಸರನ್ನು ಸೂಚಿಸಿದರು. ನಾನು ಇದನ್ನು ಪಿಐಬಿಗೆ ತಿಳಿಸಿದೆ. ಅವರು ತಾವು ಈ ಮೊದಲು ಸೂಚಿಸಿದ ವರದಿಗಾರನ ಹೆಸರು ಹೇಳಿ, ಪ್ರಧಾನ ಮಂತ್ರಿಯವರ ಕಚೇರಿಯ ಅಪೇಕ್ಷೆ ಇದಾಗಿದೆ ಎಂದು ತಿಳಿಸಿದರು, "ಅವರ ಆಯ್ಕೆಯ ವ್ಯಕ್ತಿಯನ್ನು ಕಳಹಿಸಲಾಗದು. ಅದು ನಮ್ಮ ಸ್ವಾತಂತ್ರ್ಯ," ಎಂದೆ ನಾನು. ಅಲ್ಲಿಗೆ ಮುಗಿಯಿತು. ಮರುದಿನ ಮಧ್ಯಾಹ್ನದ ಸಭೆಯ ನಂತರ ಪ್ರಧಾನ ಸಂಪಾದಕರು ನನಗೆ ಹೇಳಿದರು:

"ಸೀ ದಟ್ ಫೆಲೋ, ಯಾರದು??" ಕ್ಷಣಕಾಲ ತಡೆದು, "ಪಿಎಂ ಕಚೇರಿಯಿಂದ ಫೋನ್ ಬಂದಿತ್ತು. ಅವರು ಕೇಳುತ್ತಿರುವವರನ್ನೇ ಕಳುಹಿಸಿಬಿಡಿ."

ಇನ್ನೊಮ್ಮೆ ಪರಿಸರ ಸಂರಕ್ಷಣೆ ಕುರಿತ ಅಂತಾರಾಷ್ಟ್ರೀಯ ಸಮ್ಮೇಳನ ಒಂದಕ್ಕೆ ಆಹ್ವಾನ ಬಂದಿತ್ತು. ವಿದೇಶದಲ್ಲಿ ನಡೆಯಲಿದ್ದ ಆ ಸಮ್ಮೇಳನಕ್ಕೆ ಇಂಥ ವರದಿಗಾರರನ್ನೇ ಕಳುಹಿಸತಕ್ಕದ್ದೆಂದು ವ್ಯವಸ್ಥಾಪಕ ಸಂಸ್ಥೆ ತಾಕೀತು ಮಾಡಿತ್ತು. ಪ್ರಧಾನ ಸಂಪಾದಕರು ಆಗದು, ಅವರು ಬಯಸುವ ವ್ಯಕ್ತಿಯನ್ನು ಕಳುಹಿಸಲಾಗದೆಂದು ಸ್ಪಷ್ಟವಾಗಿ ತಿಳಿಸಿಬಿಡಿ ಎಂದು ಆದೇಶಿಸಿದರು. ಇಂಥ ಸಂದರ್ಭಗಳಲ್ಲಿ ನಾನೇ ತಮ್ಮ ದಾರಿಯಲ್ಲಿ ಅಡ್ಡಗಾಲು ಎಂದು ಆ ಸಹೋದ್ಯೋಗಿಗಳು ನನ್ನನ್ನು ತಪ್ಪಾಗಿ ತಿಳಿದದ್ದೂ, ಕೋಪತಾಪ ತೋರಿದ್ದೂ ಉಂಟು.

ದೇಶ-ವಿದೇಶಗಳಿಗೆ ವಿಶೇಷ ಸಂದರ್ಭಗಳಲ್ಲಿ ವರದಿ ಮಾಡುವುದಕ್ಕೆ ಯಾರನ್ನು ಕಳುಹಿಸಬೇಕು ಎಂಬುದರಂತೆಯೇ ನಂತರದ ಪರಿಣಾಮಗಳೂ ನನಗೆ ತುಂಬ ಮುಜುಗರ ಉಂಟುಮಾಡುತ್ತಿದ್ದವು. ವಿದೇಶಗಳಿಗೆ ಹೋಗಿ ವಾಪಸಾದವರು, "ಏನಾದರೊಂದು ವಿದೇಶಿ ಉಡುಗೊರೆಯೊಂದಿಗೆ," ನನ್ನಲ್ಲಿಗೆ ಬರುತ್ತಿದ್ದರು. ವಿದೇಶಿ ಪ್ರವಾಸದ ಚರ್ಚೆಯ ನಂತರ, "ಸಾರ್, ಇದೊಂದು ಸ್ಮಾಲ್

ಗಿಫ್ಟ್, ಆ ದೇಶಕ್ಕೆ ಹೆಸರುವಾಸಿಯಾದದ್ದು. ನಿಮಗೆ ಇಷ್ಟವಾದೀತು ಎಂದು... ಒಂದು ಮೊಮೆಂಟೋ."

ನನಗೆ ಇಂಥವರನ್ನು ಅವರ ಉಡುಗೊರೆ ಸಮೇತ ಸಾಗ ಹಾಕುವುದು ತುಂಬ ಮುಜುಗರ, ಕಿರಿಕಿರಿ ಉಂಟುಮಾಡುತ್ತಿತ್ತು. ಒಮ್ಮೆಯಂತೂ ತುಂಬ ಪೇಚಿನ ಪ್ರಸಂಗ ಉಂಟಾಯಿತು ವಿದೇಶ ಪ್ರವಾಸ ಮುಗಿಸಿಬಂದ ಹಿರಿಯ ವರದಿಗಾರರೊಬ್ಬರು ನಾನಿಲ್ಲದ ವೇಳೆ ನಮ್ಮ ಮನೆಗೆ ಹೋಗಿ ವಿದೇಶಿ ಉಡುಗೊರೆಯ ಒಂದು ಪ್ಯಾಕೆಟ್ಟನ್ನು ನನ್ನ ಮಗನ ಕೈಯ್ಯಲ್ಲಿಟ್ಟು ಬಂದಿದ್ದರು. ಆ ವೇಳೆಗೆ ತುಂಬ ವಾಚಾಳಿಯಾಗಿದ್ದ ನನ್ನ ಮಗ ತೀರ್ಥ ಸಹೋದ್ಯೋಗಿಗಳು ಕರೆ ಮಾಡಿದಾಗಲೆಲ್ಲ, ನಾನು ಫೋನಿಗೆ ಬರುವವರೆಗೆ ಅವರೊಂದಿಗೆ ಹರಟೆ ಕೊಚ್ಚುತ್ತಿದ್ದ. ಇಂಥ ನಂಟು ಈ ಹಿರಿಯ ವರದಿಗಾರರೊಂದಿಗೂ ಬೆಳೆದಿತ್ತು. ಹಿರಿಯ ವರದಿಗಾರರು ಪ್ಯಾಕೆಟ್ಟನ್ನು ನನ್ನ ಮಗನ ಕೈಯ್ಯಲ್ಲಿಟ್ಟು ಹೋಗಿದ್ದರು. ಸರಳಾ ಅದನ್ನು ಒಡೆದು ನೋಡಿದಾಗ ತೀರ್ಥನಿಗೆ ಪ್ರಿಯವಾದ ಚಾಕೊಲೇಟುಗಳಲ್ಲದೆ ಸ್ಕಾಚ್ ವಿಸ್ಕಿಯ ಒಂದು ಶೀಸೆ ಇತ್ತು. ಬಾಲಕ ಅದನ್ನು ಪೆಪ್ಸಿ ಕೋಲಾಗಳಂತೆಯೇ ಭಾವಿಸಿದ್ದ. ಮನೆಗೆ ಹೋದಾಗ ಸರಳಾ, "ಏನ್ರೀ ನಿಮ್ಮ ಆಫೀಸಿನವರಿಗೆ ಇಂಥದ್ದನ್ನೆಲ್ಲ ತಂದುಕೊಡಬಾರದು ಎನ್ನುವಷ್ಟು ಸಭ್ಯತೆಯೂ ತಿಳಿಯದೆ? ಹೀಗೇಕೆ ಮಾಡುತ್ತಾರೆ? ಇದು ಲಂಚವಲ್ಲದೆ ಮತ್ತೇನು? ಲೋಕಕ್ಕೆ ಬುದ್ಧಿ ಹೇಳಬೇಕಾದವರು ಹೀಗೆ ಮಾಡಿದರೆ," ಎಂದು ನನ್ನನ್ನು ತರಾಟೆಗೆ ತೆಗೆದುಕೊಂಡಳು.

ಮರುದಿನ ಅದನ್ನು ನಾನು ಆಫೀಸಿಗೆ ಒಯ್ದು, ಆ ಹಿರಿಯ ವರದಿಗಾರನಿಗೆ, "ಇದನ್ನೆಲ್ಲ ನಿಮ್ಮಿಂದ ನಿರೀಕ್ಷಿಸಿರಲಿಲ್ಲ," ಎಂದು ಸ್ವಲ್ಪ ಒರಟಾಗಿಯೇ ಹೇಳಿ ಹಿಂದಿರುಗಿಸಿದೆ.

ಇಂಥ 'ಸೌಜನ್ಯ'ಗಳಿಂದ ಬಿಡಿಸಿಕೊಳ್ಳಲು ನಾವು ಎಷ್ಟೇ ಜಾಗೃತವಾಗಿದ್ದರೂ ಕೆಲವೊಮ್ಮೆ ಅನಿವಾರ್ಯತೆಯಿಂದಲೋ ಅಚಾನಕವಾಗಿಯೋ ಅವು ನಮ್ಮನ್ನು ಹಿಡಿದುಬಿಡುತ್ತವೆ. ಅನ್ನದ ಋಣ ಅಂಥವುಗಳಲ್ಲಿ ಒಂದು. ನಾನು ಹೈಸ್ಕೂಲ್ ಮುಗಿಸಿ ಮುಂದೆ ದಾರಿಕಾಣದೆ ಇದ್ದಾಗ ನನಗೆ ಅನ್ನ, ವಸತಿ ನೀಡಿದವರು ನನ್ನ ದೊಡ್ಡಪ್ಪ ಎಂ ಕೃಷ್ಣ ರಾವ್ (ಖ್ಯಾತ ಲೇಖಕ ಜಿ ವರದರಾಜಾ ರಾವ್ ಅವರ ಅಣ್ಣ) ಮತ್ತು ದೊಡ್ಡಮ್ಮ ಶ್ರೀಮತಿ ರಾಜಮ್ಮ ಮಾವಸಿ. ಇದು ತೀರಿಸಲಾಗದ ಅನ್ನ ಋಣ. ಮುಂದೆ ನಾನು ಸಂಪಾದಿಸತೊಡಗಿದ ಮೇಲೆ ಇಂಥ ಪ್ರಸಂಗ ಒದಗಿ ಬಂದಿರಲಿಲ್ಲ. ಆದರೆ, ಒಮ್ಮೆ ಆಫೀಸಿನ ಕೆಲಸದ ಮೇಲೆ ಕಲಬುರಗಿಗೆ ಹೋಗಬೇಕಾಯಿತು. ಆಗ ಕಲಬುರಗಿಯಲ್ಲಿ ಜಿ ಎನ್ ಮೋಹನ್ 'ಪ್ರವಾ' ಮುಖ್ಯ ವರದಿಗಾರರಾಗಿದ್ದರು. ಹೋದ ಕೆಲಸವೆಲ್ಲ ಮುಗಿಯುವ ವೇಳೆಗೆ ರಾತ್ರಿ ಹತ್ತು ಗಂಟೆಯಾಗಿತ್ತು. ಹನ್ನೊಂದು ಗಂಟೆಗೆ ಬರಬೇಕಿದ್ದ ರೈಲು ತಡವಾಗಿ ಬರುತ್ತಿದೆ

ಎನ್ನುವ ಸುದ್ದಿ ಬಂತು. ಅಷ್ಟರಲ್ಲಿ ಮೋಹನ್, "ಸಾರ್ ಐದು ನಿಮಿಷ ನಮ್ಮ ಮನೆಗೆ ಬನ್ನಿ," ಎಂದು ಕೇಳಿಕೊಂಡರು. ಆಯಿತು ಎಂದೆ. ಅವರ ಮನೆಗೆ ಹೋದೆವು. ಉಭಯ ಕುಶಲೋಪರಿ ಉಪಚಾರಗಳೆಲ್ಲ ಆದವು. ಇನ್ನು ಹೊರಡೋಣ, ರೈಲಿಗೆ ಹೊತ್ತಾಗುತ್ತೆ ಎಂದೆ. ಶ್ರೀಮತಿ ಸತ್ಯ ಅವರು ಊಟ ಮಾಡಿಕೊಂಡು ಹೋಗಿ ಸಾರ್, ಈ ಹೊತ್ತಿನಲ್ಲಿ ನಿಮಗೆ ಇಲ್ಲಿನ ಹೋಟೆಲ್ ಊಟ ಸರಿಹೋಗಲಾರದು ಎಂದರು. ಇಲ್ಲಮ್ಮ, ನಾನು ಹೋಗಬೇಕು. ನಿಮ್ಮ ಉಪಚಾರದಿಂದಲೇ ನನ್ನ ಹೊಟ್ಟೆ ತುಂಬಿದೆ. ಹಸಿವಿಲ್ಲ ಎಂದೆ. ಆದರೆ, ಮೋಹನ್ ದಂಪತಿ ಒತ್ತಡ ಜಾಸ್ತಿಯಾಯಿತು. ಅತಿಥಿ, ಆತಿಥೇಯರ ಬಂಧಿಯಾಗಿದ್ದ, ಮೋಹನ್ ಪುಷ್ಕಳ ಊಟ ಮಾಡಿಸಿಯೇ ನನ್ನನ್ನು ಬೆಂಗಳೂರಿನ ರೈಲು ಹತ್ತಿಸಿದರು. ಇದು ಅನ್ನದ ಋಣ.

❖

27

"ರಂಗನಾಥ್ ರಾವ್
ಜಾತೀಯತೆಯ ಕ್ರಿಮಿಯೆ,
ಈ ತಿಂಗಳಲ್ಲಿ ಶ್ರೀ... ರನ್ನು ಸಹ ಸಂಪಾದಕರನ್ನಾಗಿ
ಮತ್ತು ಶ್ರೀ... ಅವರನ್ನು
ಸುದ್ದಿ ಸಂಪಾದಕರನ್ನಾಗಿ ಮಾಡದಿದ್ದರೆ ನಿನ್ನ
ಎರಡೂ ಮಕ್ಕಳನ್ನು ಅಪಹರಿಸಿ
ನಿನಗೆ ನಿರಂತರ ಪುತ್ರ ಶೋಕ
ಉಂಟುಮಾಡಲಿದ್ದೇನೆ.
ಎಚ್ಚರ ಇರಲಿ.
–ಆದಿನಾರಾಯಣ ಶೆಟ್ಟಿ

ಕುಂಬಳಗೋಡಿನ ಸಿದ್ಧತೆಗಳ ನಡುವೆ ಒಂದು ಬೆದರಿಕೆ

1997–1998 ಸಂಘರ್ಷದ, ಹೊಯ್ದಾಟಗಳ ಯಾತನಾಮಯ ವರ್ಷಗಳು. ಈ ಯಾತನೆಗಳ ಮಧ್ಯೆ 'ಪ್ರವಾ' ಸುವರ್ಣ ಮಹೋತ್ಸವದ ಸಂಭ್ರಮವೂ ಇತ್ತು. 1997ರ ಮೇ ತಿಂಗಳಿನಲ್ಲಿ ನನ್ನ ನೇಮಕದಲ್ಲಿ ಸ್ವಲ್ಪ ಬದಲಾವಣೆಯಾಗಿತ್ತು. ಅದು ನನ್ನ ಹುದ್ದೆಯ ಅಂಕಿತದಲ್ಲಿ ಆದ ಬದಲಾವಣೆ. ಎಕ್ಸಿಕ್ಯೂಟಿವ್ ಎಡಿಟರ್ ಎಂದು ರಿಡೆಸಿಗ್ನೇಟ್ ಮಾಡಲಾಗಿತ್ತು. ವೇತನ ಇತ್ಯಾದಿಗಳಲ್ಲಿ ಏನೂ ಬದಲಾವಣೆ ಆಗಿರಲಿಲ್ಲವಾದ್ದರಿಂದ ಇದು ಬಡ್ತಿ ಆಗಿರಲಿಲ್ಲ.

1997ರಲ್ಲಿ ಡಿಪಿಜೆಯು (ಡೆಕ್ಕನ್ ಹೆರಾಲ್ಡ್ 'ಪ್ರಜಾವಾಣಿ' ಜರ್ನಲಿಸ್ಟ್ಸ್ ಯೂನಿಯನ್) ಎಂಬ ಪತ್ರಕರ್ತರ ಹೊಸ ಸಂಘ ಹುಟ್ಟಿಕೊಂಡಿತ್ತು. ಕರ್ನಾಟಕ ಯೂನಿಯನ್ ಆಫ್ ವರ್ಕಿಂಗ್ ಜರ್ನಲಿಸ್ಟ್ ಮಾತೃಸಂಸ್ಥೆಯಿಂದ ಸಿಡಿದು ಬಂದ ಸಂಘವಿದು. ಮಾತೃಸಂಸ್ಥೆಯ ಸಂಧಾನ (ಮಾಲೀಕರೊಡನೆ) ಸಾಮರ್ಥ್ಯದಲ್ಲಿ ವಿಶ್ವಾಸ ಕಳೆದುಕೊಂಡ 'ಡೆಕ್ಕನ್ ಹೆರಾಲ್ಡ್' 'ಪ್ರಜಾವಾಣಿ'ಯ ಕೆಲವು ಪತ್ರಕರ್ತರು ಹೊಸ ಸಂಘ ಕಟ್ಟಿಕೊಂಡಿದ್ದರು. ಡಿಪಿಜೆಯು ಸದಸ್ಯರ ಬೇಡಿಕೆಗಳ ಬಗ್ಗೆ ತಮ್ಮ ಜೊತೆ ಸಂಧಾನ ನಡೆಸುವಂತೆ ಆಡಳಿತ ವರ್ಗಕ್ಕೆ ಬರೆದರು. ಬೇಡಿಕೆಗಳನ್ನೂ ಮುಂದಿಟ್ಟರು. ಅನೇಕ ಬೇಡಿಕೆಗಳು, ಕಂಪ್ಯೂಟರೀಕರಣದಿಂದಾಗಿ ಪತ್ರಕರ್ತರು ಎದುರಿಸಬೇಕಾಗಿರುವ ಸಮಸ್ಯೆಗಳ ಪರಿಹಾರಕ್ಕೆ ಸಂಬಂಧಿಸಿದ್ದಾಗಿತ್ತು. ಕೆಲವು ಬೇಡಿಕೆಗಳನ್ನು ಆಡಳಿತ ವರ್ಗ ತಿರಸ್ಕರಿಸಿದಾಗ ಮುಷ್ಕರ ಹೂಡಿದರು. ಸದ್ಯ ಈ ಮುಷ್ಕರ ಹಿಂದಿನ ಮುಷ್ಕರದಂತೆ ತಿಂಗಳುಗಟ್ಟಳೆ ನಡೆಯಲಿಲ್ಲ. ಮಾತುಕತೆ ಸಫಲಗೊಂಡು ಮುಷ್ಕರ ಬೇಗ ಅಂತ್ಯಗೊಂಡಿತು. ಸಂಧಾನದಲ್ಲಿ ನಾನು ಆಡಳಿತ ವರ್ಗದ ಪರವಾಗಿ ಭಾಗವಹಿಸಬೇಕಾಗುತ್ತಿತ್ತು. ಪತ್ರಕರ್ತರ ಕೆಲವು ಬೇಡಿಕೆಗಳ ಬಗ್ಗೆ ಸಹಾನುಭೂತಿ ಇದ್ದರೂ ಅದನ್ನು ವ್ಯಕ್ತಪಡಿಸುವಂತಿರಲಿಲ್ಲ. ಮಾತುಕತೆಯಲ್ಲಿ ಹೆಚ್ಚಾಗಿ ಭಾಗವಹಿಸುತ್ತಿದ್ದುದು ಕಂಪನಿಯ ಕಾರ್ಪೊರೇಟ್ ವಿಭಾಗದ ವೈಸ್ ಪ್ರೆಸಿಡೆಂಟ್ ಆಗಿದ್ದ ಪದ್ಮನಾಭನ್ ಅವರೇ. ನಾನು ಹೆಚ್ಚುಕಡಿಮೆ ಮೂಕ ಸಾಕ್ಷಿಯಾಗಿರುತ್ತಿದ್ದೆ. ವೃತ್ತಿ ಮತ್ತು ಕೌಶಲ, ಪರಿಣತಿಗಳ ವಿಷಯ ಬಂದಾಗ ಮಾತ್ರ ನಾನು ನನ್ನ ಅಭಿಪ್ರಾಯ ವ್ಯಕ್ತಪಡಿಸಬೇಕಾಗುತ್ತಿತ್ತು. ಅಂಥ ಸಂದರ್ಭಗಳಲ್ಲೂ ಆಡಳಿತ ವರ್ಗವನ್ನು ಬಿಟ್ಟುಕೊಡದೆ ಮಾತನಾಡಬೇಕಿತ್ತು. ಇದು ಬಹಳ ಮುಜುಗರದ ಸಂಗತಿಯಾಗಿತ್ತು. ಒಮ್ಮೆಯಂತೂ, "ಪತ್ರಕರ್ತರಾಗಿದ್ದುಕೊಂಡೂ ಮ್ಯಾನೇಜ್ಮೆಂಟ್ ಪರ ಮಾತಾಡ್ತೀರ. ನಿಮ್ಮ ಕೈಕಾಲು ಮುರೀತೀವಿ," ಎಂದು ಡಿಪಿಜೆಯು ಅಧ್ಯಕ್ಷರು (ವಿಶ್ವನಾಥ ರಾವ್) ನೇರವಾಗಿ ನನಗೆ ಬೆದರಿಕೆ ಹಾಕಿದ್ದೂ ಉಂಟು.

ಮುದ್ರಣ ವಿಭಾಗವನ್ನು ಕುಂಬಳಗೋಡು ಕೈಗಾರಿಕಾ ಪ್ರದೇಶದಲ್ಲಿ ಮಂಜೂರಾದ ನಿವೇಶನಕ್ಕೆ ವರ್ಗಾಯಿಸುವ ವಿಷಯ ಚುರುಕು ಪಡೆದುಕೊಂಡಿತ್ತು. ಹೊಸ ಮುದ್ರಣಾಲಯದ ಕಟ್ಟಡ ನಿರ್ಮಾಣ ಕಾರ್ಯವೂ ಭರದಿಂದ ಸಾಗಿತ್ತು. ಹೆಚ್ಚು ಪುಟಗಳನ್ನು ಮುದ್ರಿಸುವ ಸಾಮರ್ಥ್ಯ ಉಳ್ಳ ಅತ್ಯಾಧುನಿಕ ಆಫ್‌ಸೆಟ್ ಬಣ್ಣದ ಮುದ್ರಣ ಯಂತ್ರವನ್ನು ಮತ್ತು ಅದಕ್ಕೆ ಸಂಬಂಧಿಸಿದ ತಂತ್ರಾಂಶವನ್ನು ಖರೀದಿಸಲು ಆಡಳಿತ ವರ್ಗ ನಿರ್ಧರಿಸಿತ್ತು. 'ಇಫ್ರಾ' ಎನ್ನುವ ಅಂತಾರಾಷ್ಟ್ರೀಯ ಪತ್ರಿಕಾ ಸಂಸ್ಥೆ ಮುದ್ರಣದಲ್ಲಿ ಹೊಸ ಆವಿಷ್ಕಾರಗಳು ಬಂದಾಗಲೆಲ್ಲ ಐರೋಪ್ಯ ಮಾರುಕಟ್ಟೆ ಕೇಂದ್ರಗಳಲ್ಲಿ ಪ್ರಾತ್ಯಕ್ಷಿಕೆಗಳನ್ನು (ಡೆಮೋ) ಏರ್ಪಡಿಸಿ ಸದಸ್ಯರನ್ನು ಆಹ್ವಾನಿಸುತ್ತಿತ್ತು.

ಅಂಥ ಒಂದು ಪ್ರದರ್ಶನ ಲಂಡನ್‌ನಲ್ಲಿ 1997ರಲ್ಲಿ ಏರ್ಪಟ್ಟಿತ್ತು. ಹೊಸ ಮುದ್ರಣ ಯಂತ್ರವನ್ನು ಆಯ್ಕೆ ಮಾಡಲು ಹರಿಕುಮಾರ್ ಲಂಡನ್ನಿಗೆ ಹೊರಟಿದ್ದರು. ಅವರ ಜೊತೆ ಮುದ್ರಣ ವಿಭಾಗದ ಜನರಲ್ ಮ್ಯಾನೇಜರ್ ಮತ್ತು ವಿದ್ಯುನ್ಮಾನ ವಿಭಾಗದ ಜನರಲ್ ಮ್ಯಾನೇಜರ್ ಅವರೂ ಹೋಗುತ್ತಿದ್ದರು. ಸಂಪಾದಕೀಯ ವಿಭಾಗದಿಂದ ರಂಗನಾಥ ರಾವ್ ಮತ್ತು ಶ್ರೀನಿವಾಸ ರಾಜು ಅವರೂ ಬರಲಿ ಎಂದು ಹರಿಕುಮಾರ್ ಅವರು ಆದೇಶ ಹೊರಡಿಸಿದ್ದರಿಂದ ನನಗೆ ವಿದೇಶ ಯಾತ್ರೆಯ ಯೋಗ ಕೂಡಿ ಬಂದಿತ್ತು. ತರಾತುರಿಯಲ್ಲಿ ಪಾಸ್ಪೋರ್ಟ್, ವೀಸಾ ಮಾಡಿಸಿ ಸಿದ್ಧನಾದೆ. ಐದು ದಿನಗಳ ಕಾಲ ಲಂಡನ್ನಿನಲ್ಲಿ ಇದ್ದೆವು. ಪ್ರತಿದಿನ ಮುದ್ರಣ ಯಂತ್ರ ತಯಾರಿಕಾ ಸಂಸ್ಥೆಗಳು ತಮ್ಮ ಹೊಸ ಆವಿಷ್ಕಾರಗಳನ್ನು ಪ್ರದರ್ಶಿಸಿ ಗುಣ, ಉಪಯೋಗ, ಶ್ರೇಷ್ಠತೆಗಳ ಬಗ್ಗೆ ಮಾತಾಡುತ್ತಿದ್ದರು. ನಮ್ಮ ಅನುಮಾನಗಳಿಗೆ ಸಮಜಾಯಿಷಿ ನೀಡುತ್ತಿದ್ದರು. ದಿನಚರಿ ಬೆಳಿಗ್ಗೆ 9ಕ್ಕೆ ಶುರುವಾದರೆ ಸಂಜೆ 7–8ರವರೆಗೆ ನಡೆಯುತ್ತಿತ್ತು. ಹೀಗಾಗಿ ಲಂಡನ್ನಿನಲ್ಲಿ ಏನನ್ನೂ ನೋಡಲಾಗಲಿಲ್ಲ.

ಷೇಕ್ಸ್‌ಪಿಯರ್ ನಾಟಕ ನೋಡುವ ಉತ್ಸಾಹದಲ್ಲಿ ಹೋಗಿದ್ದ ನನಗೆ ನಿರಾಶೆಯಾಯಿತು, "ಹೋದರೆ ಸಂಜೆ 7ರ ಪ್ರದರ್ಶನಕ್ಕೆ ಹೋಗಿ, ತಡರಾತ್ರಿ ಪ್ರದರ್ಶನಕ್ಕೆ ಹೋಗಬೇಡಿ, ಕೊಲೆ–ಸುಲಿಗೆಗಳಿಗೆ ಗುರಿಯಾಗುವಿರಿ," ಎಂದು ನಾವು ಇಳಿದುಕೊಂಡಿದ್ದ ಹೋಟೆಲಿನ ಮ್ಯಾನೇಜರ್ ಎಚ್ಚರಿಕೆ ಕೊಟ್ಟದ್ದರಿಂದ ಲಂಡನ್ನಿನಲ್ಲಿ ಷೇಕ್ಸ್‌ಪಿಯರ್ ನಾಟಕ ನೋಡುವ ಆಸೆ ಬಿಡಬೇಕಾಯಿತು. 'ಇಪ್ಟಾ' ಅಧಿಕಾರಿಗಳ ಕೃಪೆಯಿಂದ 'ಲಂಡನ್ ಟೈಮ್ಸ್' ಮತ್ತು ಕೆಲವು 'ಕೌಂಟಿ ಪತ್ರಿಕೆ'ಗಳ ಸಂಪಾದಕೀಯ ಕಚೇರಿ, ಮುದ್ರಣಾಲಯಗಳಿಗೆ ಭೇಟಿಕೊಟ್ಟು ಅಲ್ಲಿನ ಪತ್ರಕರ್ತರ ಜೊತೆ ಒಂದಿಷ್ಟು ವೃತ್ತಿಪರ ಮಾತುಕತೆ ಸಾಧ್ಯವಾಯಿತು. ಸ್ವಿಟ್ಜರ್‌ಲೆಂಡಿನಲ್ಲೂ ಎರಡು ದಿನವಿದ್ದು ಅಲ್ಲೂ ಹೊಸ ಮುದ್ರಣ ಯಂತ್ರಗಳ ಡೆಮೋ ನೋಡಿದೆವು. ಅಲ್ಲೂ ಒಂದೆರಡು ಪತ್ರಿಕಾಲಯಗಳಿಗೆ ಭೇಟಿಕೊಟ್ಟೆವು. ಬೇರೇನೂ ನೋಡಲಾಗಲಿಲ್ಲ. ಎರಡನೆಯ ದಿನ ರಾತ್ರಿ ತಾಯ್ನಾಡಿಗೆ ಹಿಂದಿರುಗಲು ವಿಮಾನ ಹತ್ತಿದೆವು. ಹೀಗೆ ಕಂಪನಿಯ ಕೃಪೆಯಿಂದ ನಾನು 'ಫಾರಿನ್ ರಿಟರ್ನ್ಡ್' ಆದೆ. ಅಲ್ಲಿದ್ದಷ್ಟು ದಿನವೂ ಬ್ರೆಡ್ ತಿಂದು ಬಾಯಿರುಚಿ ಕೆಟ್ಟುಹೋಗಿತ್ತು.

ಈ ಮಧ್ಯೆ ಕುಂಬಳಗೋಡಿನಲ್ಲಿ ಕರ್ನಾಟಕ ಕೈಗಾರಿಕಾವಲಯ ಅಭಿವೃದ್ಧಿ ನಿಗಮದಿಂದ ನೀಡಲಾಗಿದ್ದ ಜಮೀನಿನಲ್ಲಿದ್ದ ಒಂದು ಮುನೇಶ್ವರ ದೇವಾಲಯದ ವಿವಾದ ತೆರೆದುಕೊಂಡಿತ್ತು. ಅಲ್ಲಿ ಕಟ್ಟಡ ನಿರ್ಮಾಣ ಚಟುವಟಿಕೆ ಆರಂಭಿಸದಂತೆ ಸುತ್ತಮುತ್ತಲ ಹಳ್ಳಿಯವರು ಜಮಾಯಿಸಿಕೊಂಡು ಬಂದು, "ಮುನೇಶ್ವರನಿಗೆ ಮತ್ತೊಂದು ದೇವಸ್ಥಾನ ಕಟ್ಟಿಸಿ ಕೊಡುವವರೆಗೆ ನಿರ್ಮಾಣ ಚಟುವಟಿಕೆಗೆ ಬಿಡುವುದಿಲ್ಲವೆಂದು," ಪಟ್ಟು ಹಿಡಿದು ಕೂತರು. ಕೆಐಎಡಿಎ (ಕರ್ನಾಟಕ

ಇಂಡಸ್ಟ್ರಿಯಲ್ ಏರಿಯಾ ಡೆವಲಪ್ಮೆಂಟ್ ಅಥಾರಿಟಿ) ಜಮೀನನ್ನು ವಶಪಡಿಸಿಕೊಂಡ ನಂತರವೂ ಹಳ್ಳಿಯ ಜನರು ಅಲ್ಲಿನ ಮುನೇಶ್ವರನಿಗೆ ಪೂಜೆ ಸಲ್ಲಿಸುತ್ತಿದ್ದರು. ಈಗ ಆ ನಿವೇಶನ ಪ್ರಿಂಟರ್ಸ್‌ಗೆ ಸಿಕ್ಕಿದ್ದು ಅಲ್ಲಿ ಮುದ್ರಣಾಲಯ ಬರಲಿರುವುದರಿಂದ, "ತಮ್ಮ ದೇವರ ಗತಿ ಏನು? ತಾವು ಇನ್ನು ಮುಂದೆ ತಮ್ಮ ದೇವರನ್ನು ಎಲ್ಲಿ ಪೂಜಿಸಬೇಕು?" ಎನ್ನುವುದು ಸುತ್ತಮುತ್ತಲ ಹಳ್ಳಿಗರ ಪ್ರಶ್ನೆಯಾಗಿತ್ತು.

ಅಲ್ಲಿರುವ ಮುನೇಶ್ವರನನ್ನು ಬೇರೆಡೆಗೆ ಸ್ಥಳಾಂತರಿಸಿ ಗುಡಿಯೊಂದನ್ನು ಕಟ್ಟಿಸಿಕೊಡಬೇಕೆಂಬುದು ಅವರ ಬೇಡಿಕೆಯಾಗಿತ್ತು. ಈ ರೀತಿಯ ಸ್ಥಳಾಂತರಕ್ಕೆ ಹತ್ತಿರದಲ್ಲೇ ನಿವೇಶನ ನೀಡಲು ಕೆಐಎಡಿಬಿ ಸಿದ್ಧವಿತ್ತು. ಆದರೆ, ಗುಡಿ ನಿರ್ಮಾಣದ ವೆಚ್ಚವನ್ನು ಪ್ರಿಂಟರ್ಸ್ ಮೈಸೂರು ಸಂಸ್ಥೆ ವಹಿಸಿಕೊಳ್ಳಬೇಕೆಂಬುದು ಅದರ ಶರತ್ತಾಗಿತ್ತು. ಇದಕ್ಕೆ ನಮ್ಮ ಆಡಳಿತ ವರ್ಗ ಸಿದ್ಧವಿರಲಿಲ್ಲ. ಆದರೆ, ಈ ವಿಷಯದಲ್ಲಿ ಆಡಳಿತ ಮಂಡಳಿಯಲ್ಲೇ ಒಮ್ಮತದ ಅಭಿಪ್ರಾಯವಿದ್ದಂತಿರಲಿಲ್ಲ. ದೇವರನ್ನು, ಜನರ ಭಾವನೆಗಳನ್ನು ಕಡೆಗಣಿಸಿ ಮುಂದುವರಿಯುವುದು ಸರಿಯಲ್ಲ, ಬೇರೆ ದೇವಾಲಯ ಕಟ್ಟಿಸಿಕೊಡೋಣ ಎಂಬ ಅಭಿಪ್ರಾಯವೂ ಇತ್ತು, ಈ ವಿಚಾರದಲ್ಲಿ ನಾನು ಮತ್ತು ಪದ್ಮನಾಭನ್ ಹಳ್ಳಿಗರೊಡನೆ ಸಂಧಾನಕಾರರಾಗಿದ್ದೆವು. ಕೊನೆಗೆ ಬೇರೆ ದೇವಾಲಯ ನಿರ್ಮಾಣಕ್ಕೆ ಒಂದಿಷ್ಟು ಹಣ ಕೊಡುವುದೆಂದು ತೀರ್ಮಾನವಾಯಿತು. ಮುನೇಶ್ವರನ ಮೂರ್ತಿಗಳನ್ನು ಪಲ್ಲಟಗೊಳಿಸುವ ಮುನ್ನ ಶಾಂತಿ ಯಜ್ಞವೊಂದು ಆಗಬೇಕೆಂದು ಹಳ್ಳಿಯವರು ಕರೆತಂದಿದ್ದ ಪುರೋಹಿತರು ಸೂಚಿಸಿದರು. ಕೊನೆಗೆ ನಾನು ಮತ್ತು ಪದ್ಮನಾಭನ್ ಈ ಶಾಂತಿ ಯಜ್ಞದಲ್ಲಿ ಭಾಗವಹಿಸಿ ಹವನಹೋಮ ನಡೆಸಿದ್ದರಿಂದ ಮುನೇಶ್ವರ ದೇವರು ಅಲ್ಲಿಂದ ಚಲಿಸಿ ನಿರ್ಮಾಣ ಕಾರ್ಯ ಸುಗಮವಾಯಿತು.

ಈ ಮಧ್ಯೆ ಕಾರ್ಪೊರೇಟ್ ಜಗತ್ತಿಗೆ ಸಹಜವೆನಿಸುವಂಥ ಕೆಲವು ವಿದ್ಯಮಾನಗಳು ಘಟಿಸುತ್ತಿದ್ದವು. ಸಂಪಾದಕೀಯ ವಿಭಾಗದ ಕೆಲವರು ನಿರ್ದೇಶಕರುಗಳೊಡನೆ ನೇರ ಸಂಪರ್ಕ ಕಲ್ಪಿಸಿಕೊಂಡಿದ್ದರು. ಅವರು ನನಗೆ ತಿಳಿಸದೆಯೇ ನಿರ್ದೇಶಕರುಗಳನ್ನು ಭೇಟಿಮಾಡಿ 'ಪ್ರವಾ' ಸಂಪಾದಕೀಯದ ವಿಭಾಗದ ಬಗ್ಗೆ ಚರ್ಚಿಸುತ್ತಿದ್ದುದು ನನ್ನ ಗಮನಕ್ಕೆ ಬಂದಿತ್ತು. 'ಪ್ರವಾ' ಗುಣಮಟ್ಟ ಹೆಚ್ಚಿಸುವ ಬಗ್ಗೆ ಹಾಗೂ ಸಂಪಾದಕೀಯ ವಿಭಾಗದಲ್ಲಿನ ಸಮಸ್ಯೆಗಳ ಚರ್ಚೆಗೆ ಅನುವು ಮಾಡಿಕೊಡಲು ನಿರ್ದೇಶಕರು ಒಂದೆರಡು ಭೋಜನಕೂಟ ಸಭೆಗಳನ್ನು ಏರ್ಪಡಿಸಿದ್ದೂ ಉಂಟು. ಈ ಸಭೆಗಳ ಬಗ್ಗೆ ಹೆಚ್ಚು ಹೇಳುವ ಅಗತ್ಯವಿಲ್ಲ. ಇವು ಚಾಡಿಕೋರರ ಚಾವಡಿ ಮಟ್ಟಕ್ಕೆ ಇಳಿದಿದ್ದವು.

ಈ ಬಗೆಯ ವಿದ್ಯಮಾನಗಳಿಗೆ ತಲೆಕೆಡಿಸಿಕೊಳ್ಳದೆ ನಾನು ನನ್ನ ಕೆಲಸ ಕಾರ್ಯಗಳಲ್ಲಿ ಮಗ್ನನಾಗಿರುತ್ತಿದ್ದೆ. ಒಂದು ದಿನ ಹೀಗೆ ಕೆಲಸದಲ್ಲಿ ಮುಳುಗಿದ್ದಾಗ ಮನೆಯಿಂದ ಫೋನ್ ಬಂತು:

"ತಕ್ಷಣ ಮನೆಗೆ ಬನ್ನಿ," ಆ ಕಡೆಯಿಂದ ಸರಳಾಳ ದನಿ.

ಆಗಿನ್ನೂ ಸಮಯ ಸುಮಾರು 12 ಗಂಟೆ. 10. 30ರವರೆಗೆ ಮನೆಯಲ್ಲೇ ಇದ್ದೆ. ಈ ಒಂದೂವರೆ ಗಂಟೆಯಲ್ಲಿ ಇಂಥ ತುರ್ತು ಕರೆ. ಅಮ್ಮ ಆರೋಗ್ಯವಾಗಿಯೇ ಇದ್ದಳು.

"ಏನು ಸಮಾಚಾರ...?"

"ಒಂದು ಕಾಗದ ಬಂದಿದೆ. ನೀವು ತಕ್ಷಣ ಬನ್ನಿ,"

ಸರಳಾಳ ಮಾತಿನಲ್ಲಿ ದುಗುಡವಿತ್ತು. ನಾನು ಮನೆಗೆ ಧಾವಿಸಿದೆ

ಬಾಗಿಲಲ್ಲೇ ಕಾಲಕಳೆಯಲು ಕೂತಿದ್ದ ಅಮ್ಮ, "ಇದೇನೋ ಈಗ ಹೋದೋನು ಆಗಲೇ ಬಂದಿ ...ಏನಾದರೂ ಮರೆತಿದ್ಯ?"

ನಾನು 'ಹ್ಞೂಂ' ಎಂದು ಒಳಕ್ಕೆ ಹೋದೆ. ರೂಮಿನಲ್ಲಿ ಸರಳಾ ಆಗಷ್ಟೇ ಟಪಾಲಿನಲ್ಲಿ ಬಂದಿದ್ದ ಇನ್‌ಲ್ಯಾಂಡ್ ಕವರೊಂದನ್ನು ಕೈಯ್ಯಲ್ಲಿಟ್ಟಳು. ಅವಳು ಅಧೀರಳಾಗಿದ್ದಳು.

"ಏನಿದು?"

"ಓದಿ ನೋಡಿ."

ನಾನು ಕವರನ್ನು ಬಿಡಿಸಿ ಓದಿದೆ. ಆ ಅಂತರ್ದೇಶೀಯ ಪತ್ರದ ಒಕ್ಕಣೆ ಹೀಗಿತ್ತು:

"ರಂಗನಾಥ ರಾವ್

ಜಾತೀಯತೆಯ ಕ್ರಿಮಿಯೆ,

ಈ ತಿಂಗಳಲ್ಲಿ ಶ್ರೀ... ರನ್ನು ಸಹ ಸಂಪಾದಕರನ್ನಾಗಿ ಮತ್ತು ಶ್ರೀ... ಅವರನ್ನು ಸುದ್ದಿ ಸಂಪಾದಕರನ್ನಾಗಿ ಮಾಡದಿದ್ದರೆ ನಿನ್ನ ಎರಡೂ ಮಕ್ಕಳನ್ನು ಅಪಹರಿಸಿ ನಿನಗೆ ನಿರಂತರ ಪುತ್ರ ಶೋಕ ಉಂಟುಮಾಡಲಿದ್ದೇನೆ.

ಎಚ್ಚರ ಇರಲಿ.

– ಆದಿನಾರಾಯಣ ಶೆಟ್ಟಿ

2–2–98

'ಅವೋಪ', ನೊ. 37'650,

13ನೇ ಕ್ರಾಸ್, ಬಿ ಎಸ್ ಕೆ 2 ಸ್ಟೇಜ್,

ಬೆಂಗಳೂರು–560070"

ಇದು ನಮ್ಮ ಸಹೋದ್ಯೋಗಿ 'ಮಿತ್ರರ' ಕೆಲಸವೆಂದು ಅರ್ಥವಾಯಿತು. ಸರಳಾ ಸಹಜವಾಗಿಯೇ ಆತಂಕಗೊಂಡಿದ್ದಳು.

"ಇವೆಲ್ಲ ವೃತ್ತಿ ಜೀವನದಲ್ಲಿ ಆಗುತ್ತವೆ, ಇದು ಕೇವಲ ಬೆದರಿಕೆಯಷ್ಟೇ. ಹಾಗೇನೂ ಆಗುವುದಿಲ್ಲ," ಎಂದು ಸಮಾಧಾನ ಹೇಳಿದೆ.

"ಮುಂದೇನು?"

"ದುಡುಕುವುದು ಬೇಡ," ಎಂದು ಮಧ್ಯಾಹ್ನ ಇಬ್ಬರು ಮಕ್ಕಳೂ ಸ್ಕೂಲು/ಕಾಲೇಜುಗಳಿಂದ ಬರುವವರೆಗೆ ಮನೆಯಲ್ಲಿದ್ದು ಸರಳಾಗೆ ಸಮಾಧಾನ ಹೇಳಿ ಆಫೀಸಿಗೆ ಹಿಂದಿರುಗಿದೆ. ಇದನ್ನು ಹೇಗೆ ಎದುರಿಸುವುದು ಎನ್ನುವುದೇ ತಲೆಯಲ್ಲಿ ಕೊರೆಯುತ್ತಿತ್ತು. ಮೊದಲು ಪ್ರಧಾನ ಸಂಪಾದಕರಾದ ಎಂಡಿ ಅವರ ಗಮನಕ್ಕೆ ತರುವುದು ಉಚಿತವೆನಿಸಿ ಅವರನ್ನು ಕಾಣಲು ಹೋದೆ. ಅವರು ಇನ್ನೂ ಆಫೀಸಿಗೆ ಬಂದಿರಲಿಲ್ಲ. ಅವತ್ತು ಬರುವ ಸಂಭವವೂ ಇರಲಿಲ್ಲ. ಫೋನ್ ಮಾಡಿ ವಿಷಯ ತಿಳಿಸಿದೆ.

"ಇಸ್ ಇಟ್...ಸಮ್ ಮಿಸ್ಚಿವಸ್ ಎಲಿಮೆಂಟ್ಸ್," ಎಂದು, ಸ್ವಲ್ಪ ತಡೆದು, "ಯೂ ಕೆನ್ ಲಾಡ್ಜ್ ಎ ಪೊಲೀಸ್ ಕಂಪ್ಲೇಂಟ್," ಎಂದರು.

ಪೊಲೀಸರಿಗೆ ದೂರು ನೀಡುವುದೇ, ಬೇಡವೇ? ಇಡೀ ದಿನ ಯೋಚಿಸಿದೆ. ಇದು ಕೇವಲ ಬೆದರಿಕೆಯ ಪ್ರಶ್ನೆಯಾಗಿರಲಿಲ್ಲ. ಸತ್ಯ, ನ್ಯಾಯಗಳ ಪರವಾಗಿರುವ ನನ್ನ ಆತ್ಮಸ್ಥೈರ್ಯಕ್ಕೆ ಒಡ್ಡಿದ ಸವಾಲೂ ಆಗಿತ್ತು. ಇದನ್ನು ನಾನು ನನ್ನ ವೈಯಕ್ತಿಕ ನೆಲೆಯಲ್ಲೇ ಎದುರಿಸಬೇಕಾಗಿತ್ತು. ಆಡಳಿತ ವರ್ಗ ನನ್ನ ಬೆಂಬಲಕ್ಕೆ ಬರುತ್ತದೆ ಎಂಬ ನಿರೀಕ್ಷೆ ಇರಲಿಲ್ಲ. ಪ್ರಧಾನ ಸಂಪಾದಕ/ ಎಂಡಿ ಅವರ ಪ್ರತಿಕ್ರಿಯೆಯಲ್ಲೇ ಆ ಬಗ್ಗೆ, "ಅದು ನಿನ್ನ ಹಣೇಬರಹ, ಬೇಕಾದ್ದನ್ನು ಮಾಡಿಕೊ," ಎನ್ನುವ ಧೋರಣೆ ಇತ್ತು. ಇಂಥ ದಿನಗಳಲ್ಲಿ ನನಗೆ ನೈತಿಕ ಬೆಂಬಲವಾಗಿ ನಿಂತವರು ಪ್ರೊ. ಜಿ ರಾಮಕೃಷ್ಣ ಮತ್ತು ಪ್ರೊ. ಜಿ ಕೆ ಗೋವಿಂದ ರಾವ್.

ಬೆಂಗಳೂರು ನಗರದ ಪೊಲೀಸ್ ಕಮಿಷನರ್ ಅವರನ್ನು ಭೇಟಿಯಾದೆ. ನನಗೆ ಬಂದಿದ್ದ ಪತ್ರ ತೋರಿಸಿದೆ. ಅವರು ನನ್ನ ಕಚೇರಿಯ ಬಗ್ಗೆ ಕೆಲವು ವಿವರಗಳನ್ನು ಕೇಳಿ ತಿಳಿದುಕೊಂಡರು.

"ಇದೊಂದು ಹುಸಿ ಬೆದರಿಕೆ ಪತ್ರ. ಇದರಿಂದ ಏನೂ ಆಗದು. ಏನೇ ಆಗಲೀ ನಿಮ್ಮ ಮಕ್ಕಳಿಗೆ ಅಪರಿಚಿತರಿಂದ ದೂರವಿರಲು ಹೇಳಿ. ಅಪರಿಚಿತರು ಕೊಡುವ ಯಾವುದೇ ವಸ್ತುವನ್ನು ಮುಟ್ಟದೇ ಇರಲು ಹೇಳಿ. ಸಾಧ್ಯವಾದರೆ ಆ ಜನಕ್ಕೆ ಬಡ್ತಿ ಕೊಟ್ಟುಬಿಡಿ."

"ಸೂಕ್ತ ಸಮಯದಲ್ಲಿ ಅದನ್ನು ಪರಿಶೀಲಿಸಲಾಗುವುದು. ಅದು ನಮ್ಮ ಆಡಳಿತ ಮಂಡಳಿಯ ನೀತಿಯ ವಿಚಾರ. ನಾನು ಈ ಬಗ್ಗೆ ನಿಮಗೆ ಹೆಚ್ಚಿಗೆ ಏನೂ ಹೇಳಲಾಗದು."

"ನೀವು, ಈ ಬಗ್ಗೆ ತನಿಖೆಯಾಗಬೇಕು ಎನ್ನುವುದಾದರೆ, ಒಂದು ಕಂಪ್ಲೇಂಟ್ ಕೊಡಿ. ಎಫ್ಐಆರ್ ದಾಖಲಿಸಿಕೊಂಡು ತನಿಖೆ ಮಾಡುತ್ತೇವೆ."

ನನಗೆ ಅವರಲ್ಲಿ ಹೆಚ್ಚಿಗೆ ಹೇಳುವುದು ಏನೂ ಇರಲಿಲ್ಲ. ರಾಜಿ ಮಾಡಿಕೊಳ್ಳಿ ಎನ್ನುವುದೇ ಅವರ ಸಲಹೆಯಾಗಿತ್ತು. ಇಂಥ ಬೆದರಿಕೆ ವಾತಾವರಣ ಸೃಷ್ಟಿಸುವವರನ್ನು ಪತ್ತೆಹಚ್ಚಿ ಪ್ರಾಮಾಣಿಕ ಕೆಲಸಕ್ಕೆ ಮುಕ್ತ ವಾತಾವರಣ ಕಲ್ಪಿಸುವಂಥ ಭರವಸೆ ಅವರಿಂದ ಸಿಗಲಿಲ್ಲ, "ಬಡ್ತಿ ಕೊಟ್ಟು ಸಮಸ್ಯೆ ಬಗೆಹರಿಸಿಕೊಳ್ಳಿ," ಎನ್ನುವ ಬುದ್ಧಿವಾದ ಹೇಳಿಸಿಕೊಳ್ಳಲು ನಾನು ಕಾನೂನು ಸುವ್ಯವಸ್ಥೆಪಾಲನೆ ಅಧಿಕಾರಿಯಾದ ಅವರ ಬಳಿ ಹೋಗಬೇಕಾಗಿರಲಿಲ್ಲ.

ಅವರೇನೋ ಬಹಳ ಸುಲಭವಾಗಿ ಬುದ್ಧಿವಾದ ಹೇಳಿದ್ದರು. ಆದರೆ, ನನಗೆ ಅವರ ಮುಂದೆ 'ನಮ್ಮ ಮನೆಯ' ಕೊಳೆ ತೊಳೆಯುವ ಮನಸ್ಸಿರಲಿಲ್ಲ.

ಬಡ್ತಿ ಎನ್ನುವುದು ನಮ್ಮಲ್ಲಿ ಅಷ್ಟು ಸರಳವಾಗಿರಲಿಲ್ಲ. ಮೇಲ್ನೋಟಕ್ಕೆ ಮಾತ್ರ ಅದು ವಿಭಾಗದ ಮುಖ್ಯಸ್ಥರ ಶಿಫಾರಸಿನಂತೆ ನಡೆಯುತ್ತದೆ ಎನ್ನುವ ಕಲ್ಪನೆ ಇತ್ತು. ಶಿಫಾರಸು ಏನೇ ಇದ್ದರೂ, ಅವೆಲ್ಲ ಆಗುತ್ತಿದ್ದುದು, ಎಲ್ಲ ಖಾಸಗಿ ಸಂಸ್ಥೆಗಳಂತೆ ಇಲ್ಲಿಯೂ ಆಡಳಿತ ಮಂಡಳಿಯ ನಿರ್ದೇಶಕರುಗಳ ಆಖೈರು ತೀರ್ಮಾನದಂತೆ. ಈ ಆಖೈರು ತೀರ್ಮಾನದಲ್ಲಿ ಪ್ರತಿಭೆ, ದಕ್ಷತೆ, ಅನುಭವ, ಸೇವಾ ಹಿರಿತನ ಇತ್ಯಾದಿಗಳ ಜೊತೆ ಬೇರೆಬೇರೆ ಪರಿಗಣನೆಗಳೂ ಇರುತ್ತಿದ್ದವು. ಹಲವೊಮ್ಮೆ, ಬಹುತೇಕ ನಮ್ಮ ಶಿಫಾರಸುಗಳ ಮೇಲೆ ನೂರಕ್ಕೆ ನೂರು ಕಾಟು ಬೀಳುತ್ತಿತ್ತು. ಇದು ನನ್ನ ಸಹೋದ್ಯೋಗಿಗಳಿಗೆ ತಿಳಿಯದ ವಿಷಯವೇನಾಗಿರಲಿಲ್ಲ.

ನನಗೆ ಬಂದಿದ್ದ ಬೆದರಿಕೆ ಪತ್ರ ಆದಿನಾರಾಯಣ ಶೆಟ್ಟಿಯದಲ್ಲ, ಇದು ನಮ್ಮೊಳಗೆ ಇರುವ 'ನಾಜೂಕಯ್ಯ'ನದು ಎಂದು ನನಗೆ ಖಾತ್ರಿಯಾಗಿತ್ತು. ಎರಡು ದಿನ ಬಿಟ್ಟು ಸಂಜೆಯ ಸಭೆಯ ನಂತರ ಆ ಪತ್ರದಲ್ಲಿ ಹೆಸರಿಸಲಾಗಿದ್ದ ಇಬ್ಬರು ಸಹೋದ್ಯೋಗಿಗಳನ್ನು ಎದುರಿಗೆ ಕೂಡಿಸಿಕೊಂಡು ಪತ್ರವನ್ನು ಅವರ ಕೈಗೆ ಕೊಟ್ಟು, ಓದಿ ನೋಡಿ ಎಂದೆ. ಓದಿದ ನಂತರ ಅವರ ಮುಖಗಳು ಬಿಳಚಿಕೊಂಡವು.

"ಇದಕ್ಕೂ ತಮಗೂ ಏನೇನೂ ಸಂಬಂಧವಿಲ್ಲವೆಂದೂ, ಯಾರೋ ಕಿಡಿಗೇಡಿಗಳು ತಮಗೆ ಕಳಂಕ ತರಲು ಮಾಡಿರುವ ಕೆಲಸವಿದೆಂದೂ ತಾವು ಇಂಥ ನೀಚ ಕೆಲಸವನ್ನು ಎಂದೂ ಮಾಡುವುದಿಲ್ಲವೆಂದೂ," ಅವರಿಬ್ಬರೂ ಪರಿಪರಿಯಾಗಿ ಹೇಳಿದರು.

"ನೀವು ಮಾಡಿದ್ದೀರಿ ಎಂದು ನಾನೂ ಹೇಳುತ್ತಿಲ್ಲ. ನಿಮ್ಮ ಹಿತೈಷಿಗಳೋ ಅಭಿಮಾನಿಗಳೋ ಮಾಡಿರಬಹುದು. ಅವರನ್ನ ನೀವು ಅರಿತುಕೊಳ್ಳಲಿ ಎಂದು ನಿಮಗೆ ಇದನ್ನು ತೋರಿಸಿದೆ ಅಷ್ಟೇ. ಆದರೆ, ಹೀಗೆಲ್ಲ ಮಾಡಿದರೆ ಬಡ್ತಿ ಸಿಗುತ್ತದೆ ಎಂಬ ಭಾವನೆ ಯಾರಿಗಾದರೂ ಇದ್ದಲ್ಲಿ ಅದು ತಪ್ಪು," ಎಂದು ಹೇಳಿ ಕಳುಹಿಸಿದೆ. ಮೂರು-ನಾಲ್ಕು ದಿನಗಳ ನಂತರ ಬೆದರಿಕೆ ಪತ್ರ ಬರೆದ ವ್ಯಕ್ತಿ ಯಾರೆಂಬುದು ಅವರಿಬ್ಬರಲ್ಲೇ ಒಬ್ಬರಿಂದ ನನಗೆ ಗೊತ್ತಾಯಿತು. ❖

28

ದೆಹಲಿ ವರದಿಗಾರನನ್ನು ಸಮಜಾಯಿಷಿ ಕೇಳಿದಾಗ ಆತ ತನಗೆ ನಂಬಲರ್ಹವಾದ ಮೂಲಗಳಿಂದ ತಿಳಿದುಬಂದಿದೆ ಎಂದು ತನ್ನ ವರದಿಯನ್ನು ಸಮರ್ಥಿಸಿಕೊಂಡ. ನಂಬಲರ್ಹ ಮೂಲಗಳು 'ನಾಟಿ' (ಪ್ಲಾಂಟೆಡ್) ಮಾಡಿದ ಸುದ್ದಿ ಅದಾಗಿತ್ತು ಎಂದು ನಂತರ ತಿಳಿದುಬಂತು.

ಸಂಘರ್ಷ-ಸಂಭ್ರಮ

ಶುರುವಿನ ಮೆಟ್ಟಿಲಿನಿಂದ ಶೃಂಗಕ್ಕೇರುವ ಆಸೆ-ಆಕಾಂಕ್ಷೆಗಳು ಎಲ್ಲ ವೃತ್ತಿಯಲ್ಲೂ ಇರುತ್ತವೆ. ಈ ಬಡ್ತಿಯೇ ಭವಿಷ್ಯದ ಭರವಸೆಯ ಬೆಳಕಾಗಿರುತ್ತದೆ. ಸರ್ಕಾರಿ ಸೇವೆಯಲ್ಲಿ ಸೇವಾ ಹಿರಿತನ ಮತ್ತು ಇಲಾಖೆ ಪರೀಕ್ಷೆಗಳು ಬಡ್ತಿಗೆ ಮುಖ್ಯ ಮಾನದಂಡಗಳು. ಖಾಸಗಿ ಸಂಸ್ಥೆಗಳಲ್ಲೂ ಇಂಥ ಮಾನದಂಡಗಳು ಇರುತ್ತವೆಯಾದರೂ ಅದನ್ನು ಕಟ್ಟುನಿಟ್ಟಾಗಿ ಅನುಸರಿಸಲಾಗುತ್ತದೆ ಎಂದು ಖಾತ್ರಿಯಾಗಿ ಹೇಳಲಾಗದು. ನಮ್ಮಲ್ಲೂ ವಾರ್ಷಿಕ ಬಡ್ತಿ ನೀಡುವಾಗ ಸೇವಾ ಹಿರಿತನ ಮತ್ತು ದಕ್ಷತೆಗಳೇ ಮುಖ್ಯ ಮಾನದಂಡವಾಗಿರುತ್ತಿತ್ತು. ಒಂದೆರಡು ಅಪವಾದಗಳೂ ಇರಬಹುದು.

ಪ್ರಿಂಟರ್ಸ್‌ನಲ್ಲಿ ಏಪ್ರಿಲ್ ತಿಂಗಳಿಗೆ ಒಂದು ಮಹತ್ವ ಇತ್ತು. ಸಿಬ್ಬಂದಿಗೆ ವಾರ್ಷಿಕ ಬಡ್ತಿ (ಪ್ರೊಮೋಷನ್ಸ್) ಮತ್ತು ಇನ್‌ಕ್ರಿಮೆಂಟುಗಳನ್ನು, ಹೆಚ್ಚುವರಿ ಇನ್‌ಕ್ರಿಮೆಂಟ್ ಮತ್ತು ಪ್ರೋತ್ಸಾಹದಾಯಕ ಅವಾರ್ಡುಗಳನ್ನು ಈ ತಿಂಗಳಿನಲ್ಲಿ ಕೊಡುವುದು ಇಲ್ಲಿನ ರೂಢಿಯಾಗಿತ್ತು. ಈ ಪ್ರಕ್ರಿಯೆ ಫೆಬ್ರುವರಿ, ಮಾರ್ಚ್ ತಿಂಗಳಲ್ಲೇ ಶುರುವಾಗುತ್ತಿತ್ತು. ಎಲ್ಲ ವಿಭಾಗಗಳಲ್ಲೂ ಈ ವರ್ಷ ಯಾರಿಗೆ ಬಡ್ತಿ ಸಿಗಬಹುದು, ಯಾರಿಗೆ ಡಬ್ಬಲ್ ಇನ್‌ಕ್ರಿಮೆಂಟ್ ಸಿಗಬಹುದು, ಯಾರಿಗೆ ಅವಾರ್ಡ್ ಸಿಗಬಹುದು ಎಂದು ಸಿಬ್ಬಂದಿ ಮಾತನಾಡಿಕೊಳ್ಳುವುದು ಶುರುವಾಗುತ್ತಿತ್ತು. ಕೆಲವರು ತಮಗೆ ಅನ್ಯಾಯವಾಗಿದೆ ಎಂದೂ ತಮ್ಮ ಸೇವಾ ಹಿರಿತನವನ್ನು ಕಡೆಗಣಿಸಲಾಗಿದೆ, ಈ ವರ್ಷವಾದರೂ ಅದನ್ನು ಸರಿಪಡಿಸಬೇಕೆಂದೂ ವಿಭಾಗಗಗಳ ಮುಖ್ಯಸ್ಥರಿಗೆ ಹೇಳಿಕೊಳ್ಳುವುದು ಶುರುವಾಗುತ್ತಿತ್ತು.

ಎಲ್ಲರಿಗೂ ಬಡ್ತಿ ಕೊಡುವುದು ಸಾಧ್ಯವಾಗುತ್ತಿರಲಿಲ್ಲ. ಖಾಲಿ ಇರುವ/ ಆಗಲಿರುವ ಹುದ್ದೆಗಳು, ಹೊಸ ಯೋಜನೆಗಳು ಮೊದಲಾದ ಪರಿಗಣನೆಗಳಿರುತ್ತಿದ್ದವು. ಬಡ್ತಿ ಸಾಧ್ಯವಿಲ್ಲದಿದ್ದಲ್ಲಿ ಸಮರ್ಥರಿಗೆ, ದಕ್ಷತೆ–ಪ್ರತಿಭೆಗಳನ್ನು ಮೆರೆದವರಿಗೆ ಪ್ರೋತ್ಸಾಹದಾಯಕವಾಗಿ ಒಂದು–ಎರಡು–ಮೂರು ಹೆಚ್ಚುವರಿ ಇನ್‌ಕ್ರಿಮೆಂಟುಗಳನ್ನು ಆಡಳಿತ ವರ್ಗ ಉದಾರವಾಗಿ ನೀಡುತ್ತಿತ್ತು. ಕೆಲವರಿಗೆ ಪ್ರೋತ್ಸಾಹದಾಯಕವಾಗಿ ಅವಾರ್ಡುಗಳನ್ನು ಕೊಡುವುದು ಇತ್ತೀಚಿನ ಕ್ರಮವಾಗಿತ್ತು. ಅವಾರ್ಡ್ ಎಂದರೆ ಇಂತಿಷ್ಟು ಮೊತ್ತವನ್ನು ಏಪ್ರಿಲ್ ತಿಂಗಳ ಸಂಬಳದ ಜೊತೆ ಸೇರಿಸಿ (ಒನ್ ಟೈಮ್ ಪೇಮೆಂಟ್) ಕೊಡಲಾಗುತ್ತಿತ್ತು. ಇದನ್ನು ಹೆಚ್ಚುವರಿ ಇನ್‌ಕ್ರಿಮೆಂಟಿನಂತೆ ಮೂಲವೇತನದೊಂದಿಗೆ ಸೇರಿಸುತ್ತಿರಲಿಲ್ಲ.

ಬಡ್ತಿ, ಹೆಚ್ಚುವರಿ ಇನ್‌ಕ್ರಿಮೆಂಟ್, ಅವಾರ್ಡ್ ಇವುಗಳ ನೀಡಿಕೆಯಲ್ಲಿ ನಿರ್ದೇಶಕರುಗಳ ಮಂಡಳಿಯ, ಅಂದರೆ, ಡೈರೆಕ್ಟರುಗಳದೇ ಪರಮಾಧಿಕಾರವಾಗಿತ್ತು. ಅವರ ತೀರ್ಮಾನವೇ ಆಖೈರು ತೀರ್ಪಾಗಿರುತ್ತಿತ್ತು. ಆಖೈರು ನಿರ್ಧಾರಕ್ಕೆ ಮುನ್ನ ಅವರುಗಳ ಜೊತೆ ಐದಾರು ಮೀಟಿಂಗುಗಳಾದರೂ ಆಗುತ್ತಿತ್ತು. ಈ ಸಭೆಗಳಲ್ಲಿ ಶಿಫಾರಸು ಮಾಡಲಾದ ಹೆಸರಿನವರ ಪ್ರತಿಭೆ, ಸಾಮರ್ಥ್ಯ, ದಕ್ಷತೆ, ನಿಷ್ಠೆ, ವೃತ್ತಿಪರತೆ, ಋಜುತ್ವ (ಇಂಟಿಗ್ರಿಟಿ) ಇವೆಲ್ಲವೂ ಚರ್ಚೆಯಾಗುತ್ತಿದ್ದವು. ಇದು ಬಿಟ್ಟು ಬೇರೆ ಪರಿಗಣನೆಗಳಿಂದ ಶಿಫಾರಸು ಮಾಡುವಂತಿರಲಿಲ್ಲ. ಯಾರ ಪರ ವಹಿಸುವಂತೆಯೂ ಇರಲಿಲ್ಲ. ಎಲ್ಲ ಇಲಾಖೆಗಳ ಎಲ್ಲ ಸಿಬ್ಬಂದಿಯ ಪ್ರತಿಭೆ, ಶಕ್ತಿಸಾಮರ್ಥ್ಯ, ಶ್ರದ್ಧೆ, ನಿಷ್ಠೆ, ಋಜುತ್ವಗಳ ಬಗ್ಗೆ ನಿರ್ದೇಶಕರುಗಳಿಗೆ ತಿಳಿದಿರುತ್ತಿತ್ತು.

ಸಂಪಾದಕೀಯ ವಿಭಾಗದ ಬಡ್ತಿಗಳ ಬಗ್ಗೆ ಮೊದಲು ಮಾತುಕತೆ ಶುರುವಾಗುತ್ತಿದ್ದುದು ಪ್ರಧಾನ ಸಂಪಾದಕರೂ ಆಗಿದ್ದ ಎಂಡಿ ಅವರೊಂದಿಗೆ.

ಅದು ಒಂದೇ ದಿನ ಮುಗಿಯುತ್ತಿರಲಿಲ್ಲ, ನನ್ನದೊಂದು ಶಿಫಾರಸಿನ ಪಟ್ಟಿಯನ್ನು ಸಲ್ಲಿಸುತ್ತಿದ್ದೆ. ಮೂರು-ನಾಲ್ಕು ಬೈಠಕ್‌ಗಳಲ್ಲಿ ಪಟ್ಟಿಯಲ್ಲಿದ್ದ ಒಂದೊಂದು ಹೆಸರಿನವರ ಕಾರ್ಯವೈಖರಿ, ಪ್ರತಿಭೆ, ಶಕ್ತಿಸಾಮರ್ಥ್ಯಗಳ ಬಗ್ಗೆ ಚರ್ಚೆಯಾಗುತ್ತಿತ್ತು. ಮಾತುಕತೆ ಸಮಯದಲ್ಲಿ ಯಾರು ಯಾರು ಬಡ್ತಿ/ ಹೆಚ್ಚುವರಿ ಇನ್‌ಕ್ರಿಮೆಂಟ್/ ಅವಾರ್ಡುಗಳಿಗೆ, ವರ್ಗಾವರ್ಗಿಗಳಿಗೆ ಅರ್ಹರು ಎನ್ನುವ ಅವರ ಅಭಿಪ್ರಾಯವನ್ನು ಹೇಳುತ್ತಿದ್ದರು.

ಏಪ್ರಿಲ್ ಹತ್ತಿರವಾದಂತೆ ಜ್ವರ ಏರುತ್ತಿತ್ತು. ಕೊನೆಗೊಂದು ದಿನ ಪ್ರಧಾನ ಸಂಪಾದಕರು/ ಎಂಡಿ ತಮ್ಮ ತೀರ್ಮಾನ ತಿಳಿಸಿ, ಇನ್ನಿಬ್ಬರು ನಿರ್ದೇಶಕರುಗಳೊಂದಿಗೆ ಚರ್ಚಿಸಲು ಆದೇಶಿಸುತ್ತಿದ್ದರು. ನಾನು ಈ ಪಟ್ಟಿಯನ್ನು ಅವರ ಮುಂದೆ ಮಂಡಿಸುತ್ತಿದ್ದೆ. ಎಂಡಿ ಅವರ ತೀರ್ಮಾನ ಎಂದು ಹೇಳುವಂತಿರಲಿಲ್ಲ. ಮತ್ತೆ ಪ್ರತಿ ಹೆಸರಿನ ಬಗ್ಗೆಯೂ ಚರ್ಚೆ. ಕೆಲವು ಹೆಸರುಗಳಿಗೆ ಕಾಟು ಹಾಕಿ ತಮ್ಮ ತೀರ್ಮಾನವನ್ನು ಅವರು ಸೂಚಿಸುತ್ತಿದ್ದರು. ಈ ಮಾರ್ಪಾಟುಗಳೊಂದಿಗೆ ಮತ್ತೆ ಚರ್ಚೆ. ಒಂದೆರಡು ಬದಲಾವಣೆಗಳಿಗೆ 'ಓಕೆ', ಇನ್ನು ಕೆಲವು ಬೇಡ. ಕೊನೆಗೆ ನಿರ್ದೇಶಕರುಗಳೆಲ್ಲರೂ ಒಪ್ಪಿದವರ ಹೆಸರುಗಳನ್ನು ನನ್ನ ಸ್ವಹಸ್ತದಲ್ಲಿ ಬರೆದು ಸಹಿ ಹಾಕಿ, ಅದಕ್ಕೆ ಎಂಡಿ ಅವರ ಒಪ್ಪಿಗೆಯ ಅಂಕಿತ ಪಡೆದು ಪರ್ಸನಲ್ ಮ್ಯಾನೇಜರಿಗೆ ಕಳುಹಿಸಬೇಕಿತ್ತು. ಪ್ರತಿವರ್ಷದ ಪರದಾಟ ಇದಾಗಿತ್ತು.

1998ರಲ್ಲೂ ಎರಡು-ಮೂರು ಸುತ್ತಿನ ಪರದಾಟ ಮುಗಿಸಿ ಎಂಡಿ ಅವರು ಅನುಮೋದಿಸಿದ ಪಟ್ಟಿಯೊಂದಿಗೆ ಇಡಿ ಅವರನ್ನು ಭೇಟಿಯಾದೆ. ಅಂದಿನ ಸಭೆಗೆ ಸಹಾಯಕ ಸಂಪಾದಕರು ಮತ್ತು ಸುದ್ದಿ ಸಂಪಾದಕರನ್ನೂ ಆಹ್ವಾನಿಸಲಾಗಿತ್ತು. ಇದೇನೋ ಹೊಸ ಪದ್ಧತಿ ಶುರುವಾಗುತ್ತಿದೆಯಲ್ಲ ಎನಿಸಿತು. ನಾನು ಎಂಡಿ ಅವರು ಅನುಮೋದಿಸಿದ್ದ ಪಟ್ಟಿಯನ್ನು ನನ್ನ ಶಿಫಾರಸು ಎಂಬಂತೆ ಇಡಿ ಅವರ ಮುಂದೆ ಮಂಡಿಸಿದೆ. ಚರ್ಚೆ ಶುರುವಾಯಿತು. ಒಂದೊಂದು ಹೆಸರು ಬಂದಾಗಲೂ ಅವರಿಬ್ಬರ ಅಭಿಪ್ರಾಯವನ್ನು ಕೇಳುತ್ತಿದ್ದರು. ಕೆಲವರ ಬಡ್ತಿಗೆ ಅವರು ವಿರೋಧಿಸಿದರು. ಬೇರೆಯವರ ಹೆಸರುಗಳನ್ನು ಮುಂದಕ್ಕೆ ತಂದರು. ಪೀಕಲಾಟಕ್ಕಿಟ್ಟುಕೊಂಡಿತು. 'ಸುಧಾ' ಮುಖ್ಯ ಉಪ ಸಂಪಾದಕರೊಬ್ಬರನ್ನು ಬಡ್ತಿ ಮೇಲೆ 'ಪ್ರವಾ'ಗೆ ವರ್ಗಾಯಿಸಬೇಕೆಂಬ ಪ್ರಸ್ತಾಪ ಬಂದಾಗ ಅದಕ್ಕೆ ಅವರಿಬ್ಬರೂ ವಿರೋಧ ವ್ಯಕ್ತಪಡಿಸಿದರು.

'ಪ್ರಜಾವಾಣಿ'ಯಲಿ ಯಾರು ಸೀನಿಯರ್ ಇದಾರೋ ಅವರಿಗೆ ಪ್ರಮೋಷನ್ ಕೊಡಿ ಎಂಬುದು ಇಡಿ ಅವರ ಅಭಿಪ್ರಾಯವಾಗಿತ್ತು. ಅದು ಸರಿಯೇ. ಆದರೆ, ವಾಸ್ತವವಾಗಿ ಅದು ನನ್ನ ತೀರ್ಮಾನವಾಗಿರಲಿಲ್ಲ.

"ಅದು ನನ್ನ ಶಿಫಾರಸಲ್ಲ ಸರ್, ಎಂಡಿ ವಾಂಟ್ಸ್ ಹಿಮ್ ಇನ್ 'ಪ್ರಜಾವಾಣಿ' ಎಂಡಿ ಅವರು ಅನುಮೋದಿಸಿರುವ ಪಟ್ಟಿ ಅದು."

"ಏನು! ಎಂಡಿ ಅಪ್ರೂವಲ್ ಪಡೆದುಕೊಂಡು ಇಲ್ಲಿ ಬಂದಿದ್ದೀರಾ?"

"ಹೌದು ಸರ್."

"ವಾಟ್! ಯೂ ಬ್ಲ.." ಅಸಮಾಧಾನದ ಆಸ್ಫೋಟ.

ನಾನು ಅವಕ್ಕಾಗಿ ಹೋದೆ.

ಕ್ಷಣ ಸಾವರಿಸಿಕೊಂಡು, "ಸರ್. ನೀವು ನನ್ನನ್ನು ಹೀಗೆ ನಡೆಸಿಕೊಳ್ಳುವುದು ತರವಲ್ಲ," ಎಂದವನೇ ಸಭೆಯಿಂದ ಹೊರನಡೆದು ನನ್ನ ಜಾಗಕ್ಕೆ ಬಂದು ಬಿಟ್ಟೆ.

ಆ ಮಾತುಗಳನ್ನು ನಾನು ಅವರಿಂದ ನಿರೀಕ್ಷಿಸಿರಲಿಲ್ಲ. ನನ್ನ ಮೈಮನಸ್ಸುಗಳು ಕಂಪಿಸುತ್ತಿದ್ದವು. ನಾನು ಎಂಡಿ ಅವರು ಅನುಮೋದಿಸಿದ ಪಟ್ಟಿ ಅದು ಎಂದು ಹೇಳಬಾರದಿತ್ತು. ಆದರೆ, ನನ್ನದಲ್ಲದ್ದನ್ನು ಒಪ್ಪಿಕೊಳ್ಳಬಾರದೆಂಬ ಸುಪ್ತಪ್ರಜ್ಞೆಯ ಆಣತಿಯಿಂದಾಗಿಯೋ ಏನೋ ಸತ್ಯ ನನ್ನ ಬಾಯಿಂದ ಆ ಕ್ಷಣ ಹೊರ ಬಂದಿತ್ತು. ನಾನು ಮೊದಲು ಅವರ ಬಳಿ ಹೋಗಬೇಕಾದ ಶಿಷ್ಟಾಚಾರ ಪಾಲಿಸಿಲ್ಲ ಎಂದೋ ಏನೋ ಕೋಪ ಬಂದಿರಬಹುದು. ಅದರಿಂದ ಅವರಿಗೆ ನೋವಾಗಿರಬಹುದು. ಈ ಸೂಕ್ಷ್ಮ ನನಗೆ ಆ ಸಮಯದಲ್ಲಿ ಹೊಳೆಯಲಿಲ್ಲ. ಇಷ್ಟು ವರ್ಷಗಳ ಅನುಭವ, ವಿವೇಚನೆ ಆ ಕ್ಷಣ ನನ್ನ ಕೈ ಹಿಡದಿರಲಿಲ್ಲ. ಆ ಆಘಾತದಿಂದ ಚೇತರಿಸಿಕೊಂಡು ಯೋಚಿಸಿದೆ.

"ಹಿಡಿ ಕೂಳಿಗಾಗಿ ಇಂಥ ಮಾತು ಕೇಳುವ ಸ್ಥಿತಿ ಬಂತಲ್ಲ. ಮೂವತ್ತೆರಡು ವರ್ಷಗಳ ಸೇವೆಗೆ ಸರಿಯಾದ ಉಡುಗೊರೆ ಸಿಕ್ಕಿದೆ. ಈ ಅವಮಾನವನ್ನು ಸಹಿಸಿಕೊಂಡು ಇನ್ನು ಇಲ್ಲಿರಬಾರದು," ಎನ್ನುವ ನಿರ್ಧಾರಕ್ಕೆ ಬಂದೆ. ಅಷ್ಟರಲ್ಲಿ ಫೋನ್ ಟ್ರಿಂಟಿಣಿಸಿತು.

"ಹಲೋ... ಟು ಮೇಕ್ ಮೈ ಕಾನ್ಷಸ್ ಕ್ಲಿಯರ್ ಐ ಆಮ್ ವಿತಡ್ರಾಯಿಂಗ್ ದೋಸ್ ವರ್ಡ್ಸ್. ಸಾರಿ."

"ನಿಮ್ಮ ಸೌಜನ್ಯಕ್ಕೆ ಧನ್ಯವಾದಗಳು ಸರ್."

ಪಶ್ಚಾತ್ತಾಪದ ಮಾತುಗಳಿಂದ ಆಡಿದವರ ಮನಸ್ಸಿಗೆ ನಿರಾಳವಾಗಬಹುದು. ಆದರೆ, ಆಡಿಸಿಕೊಂಡವರಿಗೆ? ಈ ಮಾತುಗಳಿಂದ ನನ್ನ ಆತ್ಮಕ್ಕಾದ ನೋವು ಶಮನಗೊಳ್ಳಲಿಲ್ಲ.

ಒಂದು ಸಾಲಿನ ರಾಜೀನಾಮೆ ಪತ್ರ ಬರೆದು ಅದರೊಂದಿಗೆ ಪ್ರಧಾನ ಸಂಪಾದಕ/ ಎಂಡಿ ಅವರನ್ನು ಕಂಡೆ. ರಾಜೀನಾಮೆ ಪತ್ರವನ್ನು ಅವರಿಗೆ ಸಲ್ಲಿಸಿದೆ.

ಅವರು ಕಾರಣ ಕೇಳಿದರು. ಸಭೆಯಲ್ಲಿ ನಡೆದುದೆಲ್ಲವನ್ನೂ ಅಸಭ್ಯ ಭಾಷೆ ಪ್ರಯೋಗಿಸಿದ್ದನ್ನೂ ಸಾದ್ಯಂತವಾಗಿ ವಿವರಿಸಿದೆ. ಅವರೇನೂ ಮಾತಾಡಲಿಲ್ಲ. ಸ್ವಲ್ಪ ಮೌನದ ನಂತರ, "ಡೋಂಟ್ ಇನ್ಸಿಸ್ಟ್ ಆನ್ ಇಟ್," ಎಂದು ರಾಜೀನಾಮೆ ಪತ್ರವನ್ನು ಪಕ್ಕಕ್ಕಿಟ್ಟರು.

"ಇಲ್ಲ, ಸರ್ ದಯವಿಟ್ಟು ನನ್ನ ರಾಜೀನಾಮೆಯನ್ನು ಅಂಗೀಕರಿಸಿ. ಆಡಳಿತ ಮಂಡಳಿಯ ನಿರ್ದೇಶಕರುಗಳಲ್ಲಿ ಯಾರೊಬ್ಬರ ವಿಶ್ವಾಸ ಕಳೆದುಕೊಂಡರೂ ಸೇವೆಯಲ್ಲಿ ಮುಂದುವರಿಯುವ ನೈತಿಕ ಹಕ್ಕು ನನಗಿರುವುದಿಲ್ಲ. ನಾನು ಇಂದು ನಿರ್ದೇಶಕರೊಬ್ಬರ ಅವಿಶ್ವಾಸಕ್ಕೆ ಪಾತ್ರನಾಗಿದ್ದೇನೆ ಎಂಬುದು ಅವರಾಡಿದ ನುಡಿಗಳಿಂದ ಸ್ಪಷ್ಟವಾಗಿದೆ. ನಾನಿನ್ನು ಸೇವೆಯಲ್ಲಿ ಮುಂದುವರಿಯುವುದು ಸರಿಯಲ್ಲ. ದಯವಿಟ್ಟು ನಾಳೆಯಿಂದ ಜಾರಿಗೆ ಬರುವಂತೆ ರಾಜೀನಾಮೆ ಒಪ್ಪಿಕೊಳ್ಳಿ. ನನಗೆ ಹೋಗಲು ಅನುಮತಿ ನೀಡಿ," ಎಂದು ಎದ್ದು ನಿಂತೆ. ಅವರ ಏನೂ ಹೇಳಲಿಲ್ಲ.

"ಐ ಟೇಕ್ ಲೀವ್ ಆಫ್ ಯು ಸರ್," ಎಂದು ಹೇಳಿ ಹೊರಬಂದೆ. ಅಂದು ಎಂದಿನಂತೆ ಸಂಜೆ ಸಂಪಾದಕೀಯ ಸಭೆ ಮುಗಿಸಿ ಮನೆಗೆ ಬಂದೆ.

ರಾಜೀನಾಮೆ ದೃಢ ನಿರ್ಧಾರ ಆಗಿದ್ದರಿಂದ ಮರುದಿನ ಬೆಳಿಗ್ಗೆ ನಿರಾಳವಾಗೇ ಇದ್ದೆ. ಸುಮಾರು 9:30ರ ಸಮಯವಿರಬೇಕು. ಟೆಲಿಫೋನ್ ಟ್ರಿಂಟಿಣಿಸಿತು.

"ಹಲೋ..."

"ಹಲೋ, ಮಿಸ್ಟರ್ ರಂಗನಾಥ ರಾವ್... ಹಿಯರ್, ವಿ ಆರ್ ನಾಟ್ ಅಕ್ಸೆಪ್ಟಿಂಗ್ ಯುವರ್ ರೆಸಿಗ್ನೇಶನ್, ಪ್ಲೀಸ್ ಡೋಂಟ್ ಇನ್ಸಿಸ್ಟ್ ಆನ್ ಇಟ್. ಕಮ್ ಟು ಆಫೀಸ್."

ಇಡಿ ಅವರ ದನಿಯಂತಿತ್ತು. ನಾನು ಗಲಿಬಿಲಿಗೊಂಡು ಮಾತಾಡಲು ಹವಣಿಸುತ್ತಿರುವಂತೆಯೇ, "ಐ ಟೋಲ್ಡ್ ಯು ಡೋಂಟ್ ಇನ್ಸಿಸ್ಟ್ ಆನ್, ಇಟೀಸ್ ಎ ಕ್ಲೋಸ್ಡ್ ಮ್ಯಾಟರ್. ಪ್ಲೀಸ್ ಕಮ್ ಟು ಆಫೀಸ್," ಎಂದು ಟೆಲಿಫೋನ್ ಇಟ್ಟುಬಿಟ್ಟರು.

ನನ್ನ ಸೇವಾ ಅವಧಿ ಇನ್ನು ಒಂದು ವರ್ಷ ಮಾತ್ರ ಇತ್ತು. ಆಡಳಿತ ವರ್ಗ ರಾಜೀನಾಮೆಯನ್ನು ಅಂಗೀಕರಿಸಿರಲಿಲ್ಲ, ನಾನು ಸೇವಾ ಅವಧಿಯನ್ನು ಮುಗಿಸಬೇಕೆಂಬುದು ಅವರ ಇಂಗಿತವಿದ್ದಂತಿತ್ತು. ಬಹಳಷ್ಟು ಯೋಚಿಸಿದೆ. ಮನಸ್ಸಿಗಾದ ನೋವು ಬೇಗ ಮಾಯುವಂಥದ್ದಾಗಿರಲಿಲ್ಲ. ಮನಸ್ಸಿನಲ್ಲಿ ಆ ನೋವು, ಕಹಿಗಳನ್ನುಳಿಸಿಕೊಂಡು ಕೆಲಸ ಮಾಡುವುದು ಕಷ್ಟವೆನಿಸಿತು. ಮನಸ್ಸು

ವಿಮುಖವಾದ ಮೇಲೂ ನಿಷ್ಠೆಯನ್ನು ನಟಿಸುತ್ತಾ ಕೆಲಸ ಮಾಡುವುದು ಅನೈತಿಕತೆಯಾಗುತ್ತದೆ. ಹೋಗುವುದು ಬೇಡ ಎನ್ನಿಸಿತು. ಆದರೆ, ರಾಜೀನಾಮೆ ಅಂಗೀಕಾರವಾಗಿಲ್ಲ. ಕೆಲಸಕ್ಕೆ ಹೋಗದಿದ್ದರೆ ಅದು ಅಕ್ರಮ ಗೈರುಹಾಜರಿ ಆಗುತ್ತದೆ. ಅದು ಮುಂದಿನ ಕ್ರಮಕ್ಕೆ ಎಡೆಮಾಡಿ ಕೊಡುತ್ತದೆ. ಕೊನೆಗೆ ಮತ್ತೊಮ್ಮೆ ಎಂಡಿ ಅವರನ್ನು ನೋಡುವುದೆಂದು ನಿರ್ಧರಿಸಿದೆ.

ಆಫೀಸಿಗೆ ಹೋದ ಕೆಲವು ನಿಮಿಷಗಳಲ್ಲೇ, "ಸರ್ ಎಂಡಿ ವಾಂಟ್ಸ್ ಯು," ಎಂದು ಪಿಎ ಕರೆ ಮಾಡಿದರು. ಹೋದೆ ಎಂಡಿ ಇನ್ನಾವುದೋ ಮಹತ್ವದ ವಿಷಯ ಎತ್ತಿಕೊಂಡರು. ನಂತರ ನನಗೆ ಮಾತನಾಡಲು ಅವಕಾಶ ಕೊಡದೆ ತಮ್ಮ ಕೆಲಸದಲ್ಲಿ ಮಗ್ನರಾದರು. ಈ ಅವಜ್ಞತೆಯಿಂದ ನಾನು ನಿರುಪಾಯನಾಗಿ ಹೊರಬಂದೆ.

ಗಾಯಗೊಂಡ ಸಿಪಾಯಿಯಂತೆ ನನ್ನ ಕೆಲಸದಲ್ಲಿ ತೊಡಗಿಕೊಂಡೆ. ಇದೇ ದಿನಗಳಲ್ಲಿ ಕೆ ಶ್ರೀಧರಾಚಾರ್ ಅವರಿಗೆ ಅಸೋಸಿಯೇಟ್ ಎಡಿಟರ್ ಆಗಿ ಬಡ್ತಿಯಾಯಿತು. ಇದೊಂದು ಹೊಸ ಬೆಳವಣಿಗೆ. ಈಗ ನಾಮಾಂಕಿತ (ಡೆಸಿಗ್ನೇಷನ್) ಹೊರತು ಶ್ರೀಧರಾಚಾರ್ ವೇತನ ಇತ್ಯಾದಿಗಳಲ್ಲಿ ನನಗೆ ಸರಿಸಮಾನರಾಗಿದ್ದರು. ಇದು, ಒಂದಕ್ಕಿಂತ ಹೆಚ್ಚು ಅಧಿಕಾರ ಕೇಂದ್ರಗಳನ್ನು ಸೃಷ್ಟಿಸುವ ಕಾರ್ಪೊರೇಟ್ ಶೈಲಿಯಲ್ಲೇ ಆಗಿತ್ತು. ಒಂದೆರಡು ದಿನಗಳಲ್ಲೇ ನನಗೆ ಇದು ಅನುಭವಕ್ಕೂ ಬಂತು. ನಾನು ರಾತ್ರಿ 9:30ರವರೆಗೆ, ಕೆಲವೊಮ್ಮೆ 10ರವರೆಗೆ ಆಫೀಸಿನಲ್ಲಿರುತ್ತಿದ್ದೆ. ಯಾವುದೇ ವಿಶೇಷ ಸುದ್ದಿ, ವರದಿ, ಬೆಂಗಳೂರಿನದಿರಲಿ ದೆಹಲಿಯದಿರಲಿ ನನ್ನ ಗಮನಕ್ಕೆ ಬಂದೇ ಹೋಗಬೇಕಿತ್ತು. ಆದರೆ, ನನ್ನ ಗಮನಕ್ಕೆ ಬರದೆ ಕೆಲವು ಸುದ್ದಿಗಳು/ ವಿಶೇಷ ವರದಿಗಳ ಪ್ರಕಟಣೆ ಶುರುವಾಯಿತು. ಮರುದಿನ ಇದು ಹೇಗೆ ಎಂದು ಕೇಳಿದಾಗ, "ತಡರಾತ್ರಿ ಬಂತು, ಶ್ರೀಧರಾಚಾರ್ ಅವರನ್ನು ಕೇಳಿಯೇ ತೆಗೆದುಕೊಂಡೆವು, ಶ್ರೀಧರಾಚಾರ್ ಪಾಸ್ ಮಾಡಿದರು," ಎನ್ನುವ ಉತ್ತರ ಸಿದ್ಧವಿರುತ್ತಿತ್ತು.

ಈ ದಿನಗಳಲ್ಲೇ ಒಂದು ದಿನ ರಾಜ್ಯಸಭೆಗೆ ನಾಮಕರಣ ಹೊಂದಲು ಯು ಆರ್ ಅನಂತ ಮೂರ್ತಿಯವರು ದೆಹಲಿಯಲ್ಲಿ ಲಾಬಿ ನಡೆಸಿದ್ದಾರೆಂಬ ದೆಹಲಿ ವರದಿ ಪ್ರಕಟವಾಯಿತು. ಬೆಳಿಗ್ಗೆ ಈ ಸುದ್ದಿ ನೋಡಿ ನನಗೆ ಆಶ್ಚರ್ಯವಾಯಿತು. ಹಿಂದಿನ ದಿನ ರಾತ್ರಿ 9ರವರೆಗೆ ಆಫೀಸಿನಲ್ಲಿದ್ದೆ. ಈ ಸುದ್ದಿ ನನ್ನ ಗಮನಕ್ಕೆ ಬಂದಿರಲಿಲ್ಲ. ಮುಖ್ಯ ಉಪ ಸಂಪಾದಕರನ್ನು ಕೇಳಲಾಗಿ ಸಿದ್ಧ ಉತ್ತರ ಬಂತು.

ಅನಂತ ಮೂರ್ತಿಯವರಿಗೆ ಇದರಿಂದ ಅಸಮಾಧಾನವಾಗಿತ್ತು. ಅಂದು ಬೆಳಿಗ್ಗೆಯೇ ಮನೆಗೆ ಫೋನ್ ಮಾಡಿ ಅವರು, "ನಾನು ಈಗ ನಿನ್ನ ಸ್ನೇಹಿತನಾಗಿ

ಮಾತನಾಡುತ್ತಿಲ್ಲ. ನಿನ್ನ ಪತ್ರಿಕೆಯಲ್ಲಿ ಬಂದಿರುವ ವರದಿ ಸುಳ್ಳು. ನಾನು ಹಾಗೆ ಮಾಡಿಲ್ಲ. ನನಗೆ ಮಾನಹಾನಿ ಮಾಡಲೆಂದೇ ಈ ಸುದ್ದಿ ಸೃಷ್ಟಿಸಲಾಗಿದೆ," ಎಂದರು.

"ಒಂದು ನಿರಾಕರಣೆ ಹೇಳಿಕೆ ಕಳುಹಿಸಿ ಸಾರ್ ಪ್ರಕಟ ಮಾಡೋಣ."

ಅನಂತ ಮೂರ್ತಿ ತುಸು ವ್ಯಗ್ರರಾಗಿದ್ದರು.

"ಇಲ್ಲ, ನಾನು ಕಳುಹಿಸುವುದಿಲ್ಲ. ನಿನ್ನ ಪತ್ರಿಕಾ ಧರ್ಮ ನೀನು ಪಾಲಿಸು," ಎಂದರು ಖಡಾಖಂಡಿತವಾಗಿ. ಇದರಿಂದ ನನಗೂ ಬೇಸರವಾಗಿತ್ತು. ದೆಹಲಿ ವರದಿಗಾರನನ್ನು ಸಮಜಾಯಿಷಿ ಕೇಳಿದಾಗ ಆತ ತನಗೆ ನಂಬಲರ್ಹವಾದ ಮೂಲಗಳಿಂದ ತಿಳಿದುಬಂದಿದೆ ಎಂದು ತನ್ನ ವರದಿಯನ್ನು ಸಮರ್ಥಿಸಿಕೊಂಡ. ನಂಬಲರ್ಹ ಮೂಲಗಳು 'ನಾಟಿ' (ಪ್ಲಾಂಟೆಡ್) ಮಾಡಿದ ಸುದ್ದಿ ಅದಾಗಿತ್ತು ಎಂದು ನಂತರ ತಿಳಿದುಬಂತು. ರಾಷ್ಟ್ರೀಯ ಪತ್ರಿಕೆಗಳೆಂದು ಕರೆಯಲಾದ ಕೆಲವು ಪತ್ರಿಕೆಗಳಲ್ಲಿ ಸಂಪಾದಕೀಯ ವಿಭಾಗದಲ್ಲಿ ಎರಡೆರಡು ಅಧಿಕಾರ ಕೇಂದ್ರಗಳನ್ನು ಸ್ಥಾಪಿಸುವುದು, ಸುದ್ದಿ/ ವರದಿಗಳನ್ನು 'ನಾಟಿ' ಮಾಡುವುದು, ಇಂಥ 'ನಾಟಿ ಕಥನ'ಗಳಿಂದ ಸಂಪಾದಕನಿಗೆ ಆಘಾತಕಾರಿಯಾದ ಪ್ರಸಂಗಗಳು ನಡೆಯುತ್ತಿರುವ ವಿದ್ಯಮಾನವನ್ನು ಬಲ್ಲವನಾಗಿದ್ದೆ. ಆದ್ದರಿಂದ ಹೆಚ್ಚು ವಿಚಲಿತನಾಗಲಿಲ್ಲ.

ಸುವರ್ಣ ಮಹೋತ್ಸವ

'ಪ್ರಜಾವಾಣಿ'ಯ ಸುವರ್ಣ ಮಹೋತ್ಸವವನ್ನು ಆಚರಿಸುವುದೆಂತು ಎನ್ನುವ ಆಲೋಚನೆ ಶುರುವಾಗಿತ್ತು. ಕಾರ್ಮಿಕ ಸಂಘಟನೆಗಳು ಈಗಾಗಲೇ ಹಲವಾರು ಬೇಡಿಕೆಗಳನ್ನು ಮುಂದಿಟ್ಟಿದ್ದವು. ನಾನು, ಸಂಪಾದಕೀಯ ವಿಭಾಗದ ಪರವಾಗಿ ಒಂದು ಯೋಜನೆಯನ್ನು ಪ್ರಧಾನ ಸಂಪಾದಕರಾದ ಎಂಡಿ ಅವರ ಮುಂದಿಟ್ಟೆ.

1 ಪ್ರತಿವರ್ಷವೂ ಸಂಸ್ಥಾಪಕ ಕೆ ಎನ್ ಗುರುಸ್ವಾಮಿಯವರ ನಾಮಾಂಕಿತ ಸುವರ್ಣ ಮಹೋತ್ಸವ ಸ್ಮಾರಕ ಉಪನ್ಯಾಸ ಏರ್ಪಡಿಸುವುದು. ಇದು ಮಾಧ್ಯಮ ಮತ್ತು ಪ್ರಜಾಪ್ರಭುತ್ವಕ್ಕೆ ಸೀಮಿತವಾಗಿರತಕ್ಕದ್ದು.

2 ಸುವರ್ಣ ಮಹೋತ್ಸವದ ಸ್ಮಾರಕವಾಗಿ 'ಪ್ರಜಾವಾಣಿ' 'ಟೈಮ್ಸ್ ಲಿಟರರಿ' ಸಪ್ಲಿಮೆಂಟ್ ಮಾದರಿ ತ್ರೈಮಾಸಿಕ ಸಾಹಿತ್ಯ ಪುರವಣಿಯೊಂದನ್ನು ಪ್ರಕಟಿಸುವುದು. ಈ ಪುರವಣಿ ಟ್ಯಾಬ್ಲಾಯ್ಡ್ ಆಕಾರದಲ್ಲಿ ಐವತ್ತು ಪುಟಗಳಷ್ಟಿದ್ದು ಇದಕ್ಕೆ ಪ್ರತಿ ಸಂಚಿಕೆಗೂ ಪ್ರಖ್ಯಾತ ಸಾಹಿತಿಯೊಬ್ಬರು ಅತಿಥಿ ಸಂಪಾದಕರಾಗಿರಬೇಕು. ಮುಖ್ಯವಾಗಿ ಈ ಪುರವಣಿಯಲ್ಲಿ ಸಾಹಿತ್ಯ ಪರಂಪರೆಯ ಚರ್ಚೆ/ ವಿಮರ್ಶೆಗಳ ಜೊತೆಗೆ ಹಿಂದಿನ ಮೂರು ತಿಂಗಳಲ್ಲಿ ಪ್ರಕಟವಾದ ಗಮನಾರ್ಹ ಕೃತಿ/ ಕಲಾಕೃತಿಗಳ ಪ್ರದರ್ಶನ/ ರಂಗಪ್ರಯೋಗಗಳ ವಸ್ತುನಿಷ್ಠ ವರದಿ, ವಿಮರ್ಶೆಗಳಿಗೆ, ವಿಚಾರ ವಿನಿಮಯಗಳಿಗೆ ಮೀಸಲಾಗಿರಬೇಕು.

3 ಸುವರ್ಣ ಮಹೋತ್ಸವದ ಅಂಗವಾಗಿ ಇದುವರೆಗೆ ದೀಪಾವಳಿ ಕಥಾ ಸ್ಪರ್ಧೆಯಲ್ಲಿ ಬಹುಮಾನ ಪಡೆದಿರುವ ಎಲ್ಲ ಕಥೆಗಳನ್ನು ಸೇರಿಸಿ 'ಸುವರ್ಣ ಕಥಾ ಸಂಚಯ' ಪ್ರಕಟಿಸುವುದು.

4 ಸುವರ್ಣ ಮಹೋತ್ಸವ ದಿನದಂದು 'ಚಿನ್ನದ ಪುಟಗಳು' ಎನ್ನುವ ಒಂದು ವಿಶೇಷ ಸ್ಮೃತಿ ಪುರವಣಿಯನ್ನು ಪ್ರಕಟಿಸುವುದು. – ಇದು ಸುವರ್ಣ ಮಹೋತ್ಸವ ಆಚರಣೆ ಕುರಿತು ನಾನು ನೀಡಿದ ಹಲವಾರು ಸಲಹೆಗಳಲ್ಲಿ ಮುಖ್ಯವಾದುದು.

ಪ್ರಧಾನ ಸಂಪಾದಕರೂ ಆದ ಎಂಡಿ ಅವರು ವಿಶೇಷ ಪುರವಣಿ ಕೆಲಸ ಪ್ರಾರಂಭಿಸುವಂತೆ ಆದೇಶವಿತ್ತರು. ಐವತ್ತು ವರ್ಷಗಳ ಹಿಂದಿನ ಸಂಚಿಕೆಗಳನ್ನು ಆಮೂಲಾಗ್ರ ಸಂಶೋಧಿಸಿ ಈ ಪುರವಣಿ ಸಿದ್ಧಪಡಿಸಬೇಕಿತ್ತು. ಕೊನೆಗೆ ಅನುಮೋದನೆ ದೊರೆತದ್ದು 'ಚಿನ್ನದ ಪುಟಗಳು' ಪುರವಣಿಗೆ ಮಾತ್ರ. ಕಾರ್ಮಿಕ ಸಂಘಟನೆಗಳು ಸುವರ್ಣ ಮಹೋತ್ಸವದ ನೆನಪಿನ ಕೊಡುಗೆಯಾಗಿ ಒಂದು ಕೈ ಗಡಿಯಾರವನ್ನು ಉಡುಗೊರೆಯಾಗಿ ಪಡೆಯುವುದರಲ್ಲಿ ಸಫಲರಾಗಿದ್ದರು.

❖

29

ಅತ್ಯಾಧುನಿಕವಾದ ಕಂಪ್ಯೂಟರೀಕೃತ ಆಫ್‌ಸೆಟ್ ಮುದ್ರಣ ಯಂತ್ರದಲ್ಲಿ ಮುದ್ರಣ ಶುರುವಾಯಿತು. 'ಪ್ರವಾ' ಮತ್ತು 'ಡಿಎಚ್' ಸಂಚಿಕೆಗಳು ನಯನಮನೋಹರವಾಗಿ, ವರ್ಣರಂಜಿತವಾಗಿ ಕಂಗೊಳಿಸತೊಡಗಿದವು. ಓದುಗರ ಕಣ್ಮನಗಳಿಗೆ ಹಬ್ಬವಾಯಿತು. ರಜತ ಮಹೋತ್ಸವದ ಸಂಭ್ರಮ ಅತ್ಯಾಧುನಿಕವಾದ ಸುಂದರ ಮುದ್ರಣದಲ್ಲಿ ಮೇರು ಮುಟ್ಟಿತ್ತು.

ಚರಿತ್ರೆ ಸೇರಿದ ಋಣಾನುಬಂಧ

1998ರ ಕೊನೆಯ ವೇಳೆಗೆ ಕುಂಬಳಗೋಡಿನಲ್ಲಿ ಅತ್ಯಾಧುನಿಕವಾದ ಆಫ್‌ಸೆಟ್ ಮುದ್ರಣದ ಪ್ರೆಸ್ ಸ್ಥಾಪನೆಗೊಂಡಿತ್ತು. ಮುದ್ರಣಾಲಯದ ಸಿಬ್ಬಂದಿ ಮತ್ತು ಅದಕ್ಕೆ ಸಂಬಂಧಿಸಿದ ಫೋಟೋ ವಿಭಾಗ, ಪ್ಲೇಟ್ ಮೇಕಿಂಗ್ ಮತ್ತು ಪ್ಯಾಕಿಂಗ್ ವಿಭಾಗಗಳು ಕುಂಬಳಗೋಡಿಗೆ ವರ್ಗಾವಣೆ ಹೊಂದಿದ್ದವು. ಮಹಾತ್ಮ ಗಾಂಧಿ ರಸ್ತೆಯಲ್ಲಿ ಉಳಿದದ್ದು, ಸಂಪಾದಕೀಯ, ಆಡಳಿತ, ಅಕೌಂಟ್ಸ್, ಪ್ರಸರಣ, ಜಾಹೀರಾತು –ಈ ವಿಭಾಗಗಳು ಮಾತ್ರ. ಕಂಪ್ಯೂಟರಿನಲ್ಲೇ ಪುಟ ಸಿದ್ಧಪಡಿಸುವ ತಂತ್ರಾಂಶ ಮತ್ತು ಪೇಜ್ ಗ್ರಿಡ್ (ಪುಟದ ಹಂದರ) ಬಂದಿದ್ದು 'ಕಟ್ ಅಂಡ್ ಪೇಸ್ಟ್'ಗೆ

ವಿದಾಯ ಹೇಳಲಾಗಿತ್ತು. ಮಹಾತ್ಮ ಗಾಂಧಿ ರಸ್ತೆ ಕಚೇರಿಯಲ್ಲಿ ಕುಳಿತು ಕಂಪ್ಯೂಟರ್ ಸ್ಕ್ರೀನ್ ಮೇಲೆ ಮೂಡುವ ಪುಟದ ಹಂದರಕ್ಕೆ ಮುಖ್ಯ ಉಪ ಸಂಪಾದಕರ ಮಾರ್ಗದರ್ಶನದಲ್ಲಿ ಉಪ ಸಂಪಾದಕರುಗಳು ಸುದ್ದಿಗಳನ್ನು, ಚಿತ್ರಗಳನ್ನು ಮೂವ್ ಮಾಡುವ ಮೂಲಕ ಪುಟವನ್ನು ಮುದ್ರಣಕ್ಕೆ ಸಿದ್ಧಗೊಳಿಸಬೇಕಾಗಿತ್ತು. ಯಾವ ಸುದ್ದಿ/ ಚಿತ್ರ ಯಾವ ಪುಟಕ್ಕೆ, ಪುಟದಲ್ಲಿ ಎಷ್ಟನೆ ಕಾಲಮ್ಮಿಗೆ ಹೋಗಬೇಕು ಎಂದು ಕಮಾಂಡ್ ಕೊಟ್ಟರೆ ಸಾಕಾಗಿತ್ತು. ಅಗ್ರವಾರ್ತೆ ಶೀರ್ಷಿಕೆಗೆ, ಒಂದನೆಯ ಪುಟದ ಎರಡನೆಯ ಕಾಲಮ್ಮಿನಿಂದ ಏಳನೆ ಕಾಲಮ್‌ವರಗೆ (2 ಬೈ 7) ಎಂದು ಕಮಾಂಡ್ ಕೊಟ್ಟರೆ ಆ ಶೀರ್ಷಿಕೆ ಒಂದನೆಯ ಪುಟದ ಹಂದರದಲ್ಲಿ ಆ ಜಾಗದಲ್ಲಿ ಹೋಗಿ ನೆಲೆಗೊಳ್ಳುತ್ತಿತ್ತು. ಸಂಪಾದಕೀಯ ವಿಭಾಗದವರು ಪುಟ ಸಿದ್ಧಗೊಳಿಸುವುದಕ್ಕೆ ಪೂರ್ವಭಾವಿಯಾಗಿ ಜಾಹೀರಾತು ವಿಭಾಗದವರು ಪುಟದ ಹಂದರದಲ್ಲಿ ಜಾಹೀರಾತುಗಳನ್ನು ನೆಲೆಗೊಳಿಸಿರುತ್ತಿದ್ದರು. ಹೀಗೆ ಕಂಪ್ಯೂಟರಿನಲ್ಲಿ ಸಿದ್ಧಪಡಿಸಲಾದ ಪುಟವನ್ನು ಕುಂಬಳಗೋಡಿಗೆ ಟ್ರಾನ್ಸ್ಮಿಟ್ ಮಾಡಲಾಗುತ್ತಿತ್ತು. ಅಲ್ಲಿ ನೆಗೆಟಿವ್ ಆಗಿ, ಪ್ಲೇಟ್ ಆಗಿ ಮುದ್ರಣಕ್ಕೆ ಸಂಚಿಕೆ ಸಿದ್ಧವಾಗುತ್ತಿತ್ತು.

ಅತ್ಯಾಧುನಿಕವಾದ ಕಂಪ್ಯೂಟರೀಕೃತ ಆಫ್‌ಸೆಟ್ ಮುದ್ರಣ ಯಂತ್ರದಲ್ಲಿ ಮುದ್ರಣ ಶುರುವಾಯಿತು. 'ಪ್ರವಾ' ಮತ್ತು 'ಡಿಎಚ್' ಸಂಚಿಕೆಗಳು ನಯನಮನೋಹರವಾಗಿ, ವರ್ಣರಂಜಿತವಾಗಿ ಕಂಗೊಳಿಸತೊಡಗಿದವು. ಓದುಗರ ಕಣ್ಮನಗಳಿಗೆ ಹಬ್ಬವಾಯಿತು. ಸುವರ್ಣ ಮಹೋತ್ಸವದ ಸಂಭ್ರಮ ಅತ್ಯಾಧುನಿಕವಾದ ಸುಂದರ ಮುದ್ರಣದಲ್ಲಿ ಮೇರು ಮುಟ್ಟಿತ್ತು.

ಹೊಸದೊಂದು ಅವತರಿಸಿದಾಗ ಹಳೆಯದನ್ನು ಕಳೆದು ಕೊಳ್ಳಬೇಕಾಗುವುದು ಪ್ರಕೃತಿಯ ಅನಿವಾರ್ಯತೆಗಳಲ್ಲೊಂದು. ಈ ಪಕ್ರಿಯೆಯಲ್ಲಿ ಮನುಷ್ಯ ಸಂಬಂಧಗಳೂ ನಲುಗುತ್ತವೆ. ಕುಂಬಳಗೋಡು ಮುದ್ರಣ ಶುರುವಾದ ಮೇಲೆ ಕಂಪೋಸಿಂಗ್ ವಿಭಾಗ ಅನವಶ್ಯಕವಾಯಿತು. ಕಂಪೋಸ್ ಮಾಡುತ್ತಿದ್ದವರಿಗೂ ಮತ್ತು ಪೇಜು ಸಿದ್ಧಗೊಳಿಸುತ್ತಿದ್ದ ಮೇಕಪ್ ಮೆನ್‌ಗಳಿಗೂ ಕೆಲಸವಿಲ್ಲದಂತಾಯಿತು. ಆದರೆ, ಆಡಳಿತ ವರ್ಗ ಮಾನವೀಯತೆಯಿಂದ ವರ್ತಿಸಿ ಅವರುಗಳನ್ನು ವಜಾಮಾಡದೆ ನಿವೃತ್ತಿಯವರೆಗೆ ಉಳಿಸಿಕೊಂಡಿತು, ಬೇರೆಬೇರೆ ವಿಭಾಗಗಳಲ್ಲಿ ಕೆಲಸ ತೋರಿಸುವ ಮೂಲಕ. ಯಾವುದೇ ಪತ್ರಿಕೆ ಇರಲಿ ಸಂಪಾದಕೀಯ ವಿಭಾಗಕ್ಕೂ ಕಂಪೋಸಿಂಗ್ ವಿಭಾಗಕ್ಕೂ ಇದ್ದ ಅವಿನಾಭಾವ ಸಂಬಂಧ ಇವತ್ತು ನಿನ್ನೆಯದಲ್ಲ. ಈಗ ಆ ಪ್ರಾಚೀನ ಸಂಬಂಧ ಮಾಯವಾಗಿತ್ತು.

ಈ ಕಂಪೋಸಿಂಗ್ ವಿಭಾಗದ ಮೇಲುಸ್ತುವಾರಿಗಳು, ಕಂಪೋಸ್ ಮಾಡುತ್ತಿದ್ದವರಲ್ಲಿ ಮತ್ತು ಮೇಕಪ್ ಮೆನ್‌ಗಳಲ್ಲಿ ಮಾಧ್ಯಮಿಕ ಶಾಲೆಯವರೆಗೆ ಕಲಿತಂಥ ಅಕ್ಷರಸ್ಥರೇ ಹೆಚ್ಚಾಗಿದ್ದರು. ಆದರೆ, ವಿವೇಕ, ವಿವೇಚನೆಗಳಲ್ಲಿ ಅವರಲ್ಲಿ

ಕೆಲವರು, ಪತ್ರಕರ್ತರಿಗಿಂತ ಯಾವ ರೀತಿಯಲ್ಲೂ ಕಡಿಮೆ ಎನಿಸುತ್ತಿರಲಿಲ್ಲ. ಅವರಲ್ಲೂ ತಾವು ಪತ್ರಕರ್ತರಿಗೆ ಕಡಿಮೆಯಲ್ಲ ಎನ್ನುವ ಅರಿಮೆ ಎದ್ದು ಕಾಣುತ್ತಿತ್ತು. ಹೀಗಾಗಿ ಹೊಸದಾಗಿ ಬಂದ ಉಪ ಸಂಪಾದಕರುಗಳು ಪುಟಗಳನ್ನು ಮಾಡಿಸಲು ಹೋದಾಗ ಮೇಕಪ್ ಮೆನ್‌ಗಳೇ ಸುದ್ದಿಯ ಮಹತ್ವವನ್ನು ಮನವರಿಕೆ ಮಾಡಿಕೊಡುತ್ತಿದ್ದ ಸಂದರ್ಭಗಳೂ ಇದ್ದವು. ಅಂಥವರು ಕೆಲವರು ನೆನಪಾಗುತ್ತಿದ್ದಾರೆ.

ಕಂಪೋಸಿಂಗ್ ವಿಭಾಗ ಮೂರು ಪಾಳಿಯಲ್ಲಿ ಕೆಲಸ ಮಾಡುತ್ತಿತ್ತು. ಮೂರು ಪಾಳಿಗೂ ಒಬ್ಬೊಬ್ಬ ಮೇಲುಸ್ತುವಾರಿ (ಸೂಪರ್ ವೈಸರ್) ಇದ್ದರು. ಅವರಲ್ಲಿ ರಾಮಯ್ಯ ಅಂತ ಒಬ್ಬರಿದ್ದರು. ರಾಜಕೀಯ ಪ್ರಜ್ಞೆ, ಮುದ್ರಣ ಜ್ಞಾನ ಆತನಲ್ಲಿ ಚೆನ್ನಾಗಿತ್ತು. ಖಡಾಖಂಡಿತವಾಗಿ ಮಾತನಾಡುತ್ತಿದ್ದರು, "ಈ ಸುದ್ದಿ ನಮ್ಮ ರಾಜ್ಯಕ್ಕೆ ಮಹತ್ವದ್ದು. ಇದು ಮೊದಲ ಪುಟದಲ್ಲೇ ಡಬ್ಬಲ್ ಕಾಲಮ್ ಸುದ್ದಿಯಾಗಿ ಬರಬೇಕು, ಇದನ್ನ ಸಣ್ಣ ಶೀರ್ಷಿಕೆಯಲ್ಲಿ ಸಿಂಗಲ್ ಕಾಲಮ್ಮಿಗೆ ಮಾಡಿದ್ದೀರಲ್ಲ, ಏನ್ಸಾರ್ ನೀವು," ಎಂದು ಪುಟ ಮಾಡಿಸಲು ಹೋಗುವವರ ಜೊತೆ ವಾದಕ್ಕಿಳಿಯುತ್ತಿದ್ದರು. ಅಷ್ಟೇ ಅಲ್ಲದೆ ಆ ಸುದ್ದಿಯನ್ನು ಎರಡು ಕಾಲಮ್ಮಿಗೆ ಮಾಡಿಸಿಟ್ಟಿರುತ್ತಿದ್ದರು. ಚಿತ್ರಗಳ ವಿಷಯದಲ್ಲೂ ಈ ಫೋಟೋ ಮೂರು ಕಾಲಮ್ಮಿಗೆ ಬರಬೇಕು, ಚೆನ್ನಾಗಿದೆ ಎಂದು ಉಪ ಸಂಪಾದಕರು ಡಬ್ಬಲ್ ಕಾಲಮ್ಮಿಗೆ (ಡಿಸಿ) ಬರೆದಿದ್ದರೂ ತಾನೇ ಬ್ಲಾಕ್ ಮೇಕಿಂಗ್ ಸೆಕ್ಷನ್ನಿಗೆ ಹೋಗಿ ಮೂರು ಕಾಲಮ್ಮಿಗೆ ಮಾಡಿಸುತ್ತಿದ್ದರು. ಈ ಚಿತ್ರ ನಮ್ಮಲ್ಲಿ ಚೆನ್ನಾಗಿ ಪ್ರಿಂಟಾಗುವುದಿಲ್ಲ, ಇದು 'ಡಿಸಿ' ಸಾಕು ಎಂದು ತಾವೇ ನಿರ್ಧರಿಸಿ ಬಿಡುತ್ತಿದ್ದರು.

ನಾರಾಯಣ, ಕನ್ನಯ್ಯ, ರಾಮಕೃಷ್ಣ, ಮೋಹನ್, ಗಾಳಿಮಠ ಇವರೆಲ್ಲ ಪುಟ ಸಿದ್ಧಪಡಿಸುವ ಮೇಕಪ್ ಮೆನ್‌ಗಳಾಗಿದ್ದರು. ಇವರಲ್ಲಿ ಒಬ್ಬೊಬ್ಬರದು ಒಂದೊಂದು ಬಗೆಯ ಸ್ವಭಾವ, ಆಸಕ್ತಿ. ನಾರಾಯಣ ಹಾಸ್ಯ ಸ್ವಭಾವದ ವ್ಯಕ್ತಿ. ಪುಟ ಮಾಡಿಸಲು ಹೊಸಬರು ಯಾರೇ ಹೋದರೂ ಅವರು ಮೊದಲು ಹೇಳುತ್ತಿದ್ದುದು ನನಗೆ ತರಾಸು ಅವರಿಂದ ನಿರಾಸು ಅವರವರೆಗೆ ಎಲ್ಲರೂ ಗೊತ್ತು ಎಂದು 'ಪ್ರವಾ' ಶುರುವಾದ ದಿನಗಳಲ್ಲಿ ಖ್ಯಾತ ಕಾದಂಬರಿಕಾರ ತರಾಸು ಅವರು ಎರಡು-ಮೂರು ತಿಂಗಳು ಉಪ ಸಂಪಾದಕರಾಗಿದ್ದರು. ನಿರಾಸು (ಎನ್ ಆರ್ ಸುಬ್ರಹ್ಮಣ್ಯ) ಸುದ್ದಿ ಸಂಪಾದಕರಾಗಿ ನಿವೃತ್ತಿ ಹೊಂದಿದವರು. ನಾರಾಯಣನ ಮಾತಿನಲ್ಲಿ ತಾನು ಇವರೆಲ್ಲರನ್ನೂ ಬಲ್ಲೆ, ನನ್ನ ಮಾತಿಗೆ ನೀವೂ ಸ್ವಲ್ಪ ಬೆಲೆ ಕೊಡಬೇಕು ಎನ್ನುವ ದಿಟ್ಟತನವಿರುತ್ತಿತ್ತು.

ಈ ನಾರಾಯಣನಿಗೂ ವೈಎನ್ಕೆಗೂ ಒಂದು ರೀತಿಯ ವಿಚಿತ್ರ ಮನೋಮಿಲಾಖತಿ ಇತ್ತು. ವೈಎನ್ಕೆ ಡೆಪ್ಯುಟಿ ನ್ಯೂಸ್ ಎಡಿಟರ್ ಆಗಿದ್ದಾಗ

ಮಾರ್ನಿಂಗ್ ಎಡಿಷನ್ ಅವರ ಜವಾಬ್ದಾರಿಯಾಗಿತ್ತು. ಆದರೆ, ಅವರು ಎಂದೂ ಮೇಕಪ್ ಸ್ಟೋನಿಗೆ ಹೋಗುತ್ತಿರಲಿಲ್ಲ. ಕೂತ ಜಾಗಕ್ಕೆ ಮೇಕಪ್ ಮೆನ್‌ನ ಕರೆಸಿ ಎಂಟು ಕಾಲಮ್ಮಿನ ಒಂದು ಡೆಮ್ಮಿ ಸಿದ್ಧಪಡಿಸಿ ಆ ರೀತಿ ಪೇಜು ಕಟ್ಟುವಂತೆ ಹೇಳುತ್ತಿದ್ದರು. ನಾರಾಯಣನ ಕೈಯ್ಯಲ್ಲಿ ಆ ಡೆಮ್ಮಿಯನ್ನಿಟ್ಟು, "ಏ? ಘಾ?" ಎನ್ನುತ್ತಿದ್ದರು.

"ಎಸ್ ಸಾರ್," ಎಂದು ನಾರಾಯಣ ಪ್ರತಿಕ್ರಿಯಿಸುತ್ತಿದ್ದ.

"ನೋಡಿ 'ಘಾ' ಎಂದರೆ 'ಎಸ್ ಸಾರ್' ಎನ್ನುತ್ತಾನೆ, ನನ್ನ ತಲೆ ತಿನ್ನುತ್ತಾನೆ," ಎಂದು ವೈಎನ್ಕೆ ಎದುರು ಕುಳಿತಿದ್ದವರಿಗೆ ಹೇಳುತ್ತಿದ್ದರು.

"ನನಗೆ ತಲೆ ಮಾಂಸ ಎಂದರೆ ತುಂಬ ಇಷ್ಟ ಸಾರ್," ಎನ್ನುತ್ತಿದ್ದ ನಾರಾಯಣ.

ಸಾಪ್ತಾಹಿಕ ಪುರವಣಿ ಪುಟಗಳು ಬೆಳಗಿನ ಪಾಳಿಯಲ್ಲಿ ಸಿದ್ಧವಾಗುತ್ತಿದ್ದವು. ಈ ಪುಟಗಳನ್ನು ಕನ್ನಯ್ಯ ಮತ್ತು ರಾಮಕೃಷ್ಣ ಮಾಡುತ್ತಿದ್ದರು. ಈ ರಾಮಕೃಷ್ಣನಿಗೆ 'ಚಿನ್ನಾಯಿಡು' ಎಂದೂ ಕರೆಯಲಾಗುತ್ತಿತ್ತು. ಏಕೆಂದರೆ ಅವನಣ್ಣ 'ಪೆದ್ದ'ನಾಯಿಡು ಸಹ ಕಂಪೋಸಿಟರ್ ಆಗಿದ್ದ. ಈ 'ಚಿನ್ನಾಯಿಡೂ'ಗೆ ಸಿನಿಮಾ ಪುಟ ತಾನೇ ಮಾಡಬೇಕೆಂಬ ಹಟ. ನಾನು 'ಸಾಪು' ಪುಟಗಳನ್ನು ಮಾಡಿಸಲು ಹೋಗುವ ವೇಳೆಗಾಗಲೇ ಸಿನಿಮಾ ಪುಟವನ್ನು ತನ್ನ ಸುಪರ್ದಿಗೆ ತೆಗೆದುಕೊಂಡು ಅದಕ್ಕೆ ಸಂಬಂಧಿಸಿದ ಸುದ್ದಿಯ ಗ್ಯಾಲಿಗಳು ಮತ್ತು ಬ್ಲಾಕುಗಳನ್ನು ತೆಗೆದಿಟ್ಟುಕೊಂಡು ಸಿದ್ಧನಾಗಿರುತ್ತಿದ್ದ. ಎಷ್ಟೋ ವೇಳೆ ನಾನು ಹೋಗುವುದಕ್ಕೂ ಮೊದಲೇ ತನ್ನ ಇಚ್ಛಾನುಸಾರ ಪುಟವನ್ನು ಸಿದ್ಧಪಡಿಸಿರುತ್ತಿದ್ದ. ಒಮ್ಮೆ ಹೀಗಾಯಿತು. ಆ ಕಾಲದ ಛಮಕ್ ಛಮಕ್ ನಟಿ ಜ್ಯೋತಿಲಕ್ಷ್ಮಿಯ ಭಂಗಿಯ ಒಂದು ಚಿತ್ರ, ಕಾಮಪ್ರಚೋದಿಸುವಂಥ ಭವ್ಯ ಭಂಗಿಯ ಚಿತ್ರವದು. ನಾನು ಅದನ್ನು ಡಬ್ಬಲ್ ಕಾಲಮ್ಮಿಗೆ ಮಾಡಿಸಿದ್ದೆ. ರಾಮಕೃಷ್ಣ ಅದನ್ನು ಬಿಸಾಡಿ ನಾಲ್ಕು ಕಾಲಮ್ಮಿಗೆ ಬೇರೆ ಒಂದು ಬ್ಲಾಕನ್ನು ಮಾಡಿಸಿ ಮೊದಲ ನಾಲಕ್ಕು ಕಾಲಮ್ಮುಗಳಲ್ಲೇ ಜ್ಯೋತಿಲಕ್ಷ್ಮಿಯನ್ನು ಪ್ರತಿಷ್ಠಾಪಿಸಿದ್ದ. ಕೆಳಗೆ ಜೀನತ್ ಅಮಾನ್‌ಳ ಅಂಥದೇ ಕಾಮಪ್ರಚೋದಕ ಭಂಗಿಯ ಚಿತ್ರವನ್ನು ಅಡ್ಡಡ್ಡಲಾಗಿ ಮಲಗಿಸಿ ಪುಟ ಸಿದ್ಧಗೊಳಿಸಿಯೇ ಬಿಟ್ಟಿದ್ದ. ಸಣ್ಣಪುಟ್ಟ ಸುದ್ದಿಗಳನ್ನ ತುಂಬುವುದಷ್ಟೇ ನನ್ನ ಕೆಲಸವಾಗಿತ್ತು.

"ನಾನು ಬರುವ ಮೊದಲೇ ಇದನ್ನೆಲ್ಲ ನಿನಗೆ ಮಾಡಲು ಹೇಳಿದವರು ಯಾರು?"

"ನನಗೆ ಇದು ಚೆನ್ನಾಗಿದೆ ಅನ್ನಿಸ್ತು ಮಾಡಿದೆ ಸರ್, ಜನ ಇದನ್ನ ಇಷ್ಟಪಡ್ತಾರೆ ಸಾರ್."

ನಾನು ಪುಟವನ್ನು ಮುಗಿಸಿ 'ಪ್ರೂಫ್' ಕಳುಹಿಸು ಎಂದು ಹೇಳಿ ಮೇಲಕ್ಕೆ ಹೋದೆ. ರಾಮಕೃಷ್ಣನ ತಲೆಹರಟೆಯನ್ನು ವೈಕುಂಠರಾಜು ಅವರಿಗೆ ತಿಳಿಸಿದೆ.

ಪೇಜ್ ಪ್ರೂಫ್ ಬಂತು. ಅದನ್ನು ನೋಡಿದ ರಾಜು 'ಇರಲಿ ಬಿಡಿ ಹಿ ಹ್ಯಾಸ್ ಸಮ್ ಏಸ್ಥೆಟಿಕ್ ಸೆನ್ಸ್," ಎಂದರು.

ಗಾಳಿಮಠ ಸುದ್ದಿ ಜ್ಞಾನವಿದ್ದವರು. ಆದರೆ, ಗಂಭೀರ ಸ್ವಭಾವದ ವ್ಯಕ್ತಿ. ತಾನೆಷ್ಟೋ ತನ್ನ ಕೆಲಸವೆಷ್ಟೋ ಎನ್ನುವಂಥ ಸ್ವಭಾವ. ತಾನಾಗಿ ಏನನ್ನೂ ಬಾಯಿ ಬಿಡುತ್ತಿರಲಿಲ್ಲ. ಸಂದರ್ಭ ಬಂದಾಗ ತನ್ನ ಅರಿವನ್ನು ತೋರಿಸುತ್ತಿದ್ದರು.

ಮೋಹನ್ ಇನ್ನೊಬ್ಬ ಶಿಸ್ತಿನ ಕೆಲಸಗಾರ. ಈತ ಇಂದಿನ ಸಂಗೀತ ಲೋಕದ ಖ್ಯಾತ ರಾಗ ಸಂಯೋಜಕ ಹಂಸಲೇಖ ಅವರ ತಮ್ಮ. ಹಂಸಲೇಖ ಅವರ ತಂದೆಯವರೂ ಸ್ವಂತ ಮುದ್ರಣಾಲಯ ನಡೆಸುತ್ತಿದ್ದರಂತೆ. ಹೀಗಾಗಿ ಹಂಸಲೇಖ ಅವರಿಗೂ ಮುದ್ರಣ/ ಪ್ರಕಟಣ ಪ್ರಪಂಚಕ್ಕೂ ಅನ್ಯೋನ್ಯವಾದ ನಂಟು. ಹಂಸಲೇಖ ಅವರೂ ಸ್ವಲ್ಪ ಕಾಲ 'ಪ್ರವಾ'ದಲ್ಲಿ ಕಂಪೋಸಿಟರ್ ಆಗಿದ್ದರಂತೆ. ನಾನು ಸೇರುವ ವೇಳಗೆ ಅವರು 'ಪ್ರವಾ' ಬಿಟ್ಟಿದ್ದರು. ಮೊಳೆ ಜೋಡಿಸುವ ಕಂಪೋಸಿಂಗ್‌ನಿಂದ ಸಾಂಗ್ ಕಂಪೋಸಿಂಗ್‌ನ ತಾರಾಲೋಕಕ್ಕೆ ಜಿಗಿದಿದ್ದರು.

ಇನ್ನೊಬ್ಬರಿದ್ದರು ಪ್ರತಿಭೆ ಮತ್ತು ಆಸಕ್ತಿಗಳಿಂದ ಸಾಹಿತ್ಯದಲ್ಲಿ ಒಲುಮೆ ಬೆಳೆಸಿಕೊಂಡ ವಿಶಿಷ್ಟ ವ್ಯಕ್ತಿ. ವೃತ್ತಿಯಿಂದ ಕಂಪೋಸಿಟರ್. ಜಿಂದೆ ನಂಜುಂಡಸ್ವಾಮಿ ಅಂತ. ಜಿಂದೆ ಅವರೂ 'ಪ್ರವಾ'ದಲ್ಲಿ ಕಂಪೋಸಿಟರ್ ಆಗಿದ್ದರು. ಸಾಹಿತ್ಯಾಭಿಮಾನಿ, ಪತ್ತೇದಾರಿ ಕಾದಂಬರಿಕಾರ ಎನ್ ನರಸಿಂಹಯ್ಯನವರ ಶಿಷ್ಯ. ಗುರುವಿನ ಹಾದಿಯಲ್ಲೇ ನಡೆದು ಬರವಣಿಗೆಯನ್ನ ಸಾಧಿಸಿಕೊಂಡಿದ್ದರು. ಮೊಳೆ ಜೋಡಿಸುತ್ತಲೇ ರಾತ್ರೋರಾತ್ರಿ ಒಂದು ರೋಮಾಂಚಕ ಪತ್ತೇದಾರಿ ಕಾದಂಬರಿ ಬರೆದು ಬಿಡುತ್ತಿದ್ದರು ಎಂದು ಅವರ ಬಗ್ಗೆ ಪ್ರತೀತಿ ಇತ್ತು. ನರಸಿಂಹಯ್ಯನವರ ಕಾದಂಬರಿಗಳಂತೆಯೇ ಜಿಂದೆಯವರ ಕಾದಂಬರಿಗಳಲ್ಲೂ ಸಸ್ಪೆನ್ಸ್ ಮತ್ತು ಸೆಕ್ಸ್‌ನ ಹದವಾದ ಮಿಶ್ರಣ ಇರುತ್ತಿತ್ತು. ಕೆಲವೇ ದಿನಗಳಲ್ಲಿ ಅವರು ಜನಪ್ರಿಯ ಕಾದಂಬರಿಕಾರರಾದರು. ಚಿಕ್ಕಪೇಟೆಯ ಪ್ರಕಾಶಕರು ಅವರ ಕೃತಿಗಳನ್ನು ಪ್ರಕಟಿಸಲು ಮುಂದಾಗುತ್ತಿದ್ದರು. ಒಂದು ದಿನ ಜಿಂದೆಯವರು 'ಪ್ರವಾ'ಗೆ ರಾಜೀನಾಮೆ ಕೊಟ್ಟು ಮದ್ರಾಸಿಗೆ ಹೋದರು. ಅಲ್ಲಿ ಅಭಿಮಾನಿಯೊಬ್ಬರ ಆಶ್ರಯದಲ್ಲಿ ಬರವಣಿಗೆ ಮುಂದುವರಿಸಿದರು. ಪುಂಖಾನುಪುಂಖವಾಗಿ ಒಂದೆರಡು ವರ್ಷ ಅವರ ಪತ್ತೇದಾರಿ ಕಾದಂಬರಿಗಳು ಬರುತ್ತಿದ್ದವು.

ರಾಮ್ ಸಿಂಗ್ ಅಂತ ಒಬ್ಬರು, ಮೇಲುಸ್ತುವಾರಿಯಾಗಿದ್ದರು. ರಾತ್ರಿ ಪಾಳಿ ಬಂತೆಂದರೆ ಅವರು ಖಿನ್ನರಾಗಿ ಬಿಡುತ್ತಿದರು. ಅವರಿದ್ದದ್ದು ಯಲಚೇನಹಳ್ಳಿಯಲ್ಲಿ. ಆಗ ರಾತ್ರಿ ಪಾಳಿ ಮಾಡುವವರಿಗೆ ನಗರ ಮಧ್ಯೆ ಇದ್ದವರನ್ನು ಮಾತ್ರ ಪಾಳಿಯ ನಂತರ ಮನೆಗಳಿಗೆ ಮುಟ್ಟಿಸಲು ವಾಹನ ಸೌಕರ್ಯವಿತ್ತು. ನಗರದ

ಹೊರವಲಯದಲ್ಲಿದ್ದವರು ರಾತ್ರಿ ತಾವು ಕೆಲಸ ಮಾಡುವ ಜಾಗದಲ್ಲೇ ಮಲಗಿದ್ದು ಬೆಳಿಗ್ಗೆ ಬಸ್ಸು ಹಿಡಿದು ಮನೆ ತಲುಪಬೇಕಾಗುತ್ತಿತ್ತು. ರಾಮ್ ಸಿಂಗ್ ರಾತ್ರಿ ತನ್ನ ಕೆಲಸದ ಜಾಗದಲ್ಲೇ ಅಂದರೆ ಮೊದಲ ಮಹಡಿಯಲ್ಲೇ ಮಲಗಿ ಬೆಳಿಗ್ಗೆ ಮನೆಗೆ ಹೋಗುತ್ತಿದ್ದರು. ಮತ್ತೆ ಮರುದಿನ ರಾತ್ರಿ ಪಾಳಿಗೆ ಬರುತ್ತಿದ್ದರು.

"ಏನ್ರೀ ಸಿಂಗ್ ಸಮಾಚಾರ," ಎಂದರೆ, "ಸಾರ್ ರಾತ್ರಿ ಇಲ್ಲಿ ಮಲಗಿದ್ದೆ ಸಾರ್, ಬೆಳಿಗ್ಗೆ ಏಳೋವಾಗ ಟೈಮ್ ಆಫೀಸಿನಲ್ಲಿ ಮಲಗಿದ್ದೆ ಸಾರ್, ಭಾಳ ಭಯ ಆಗುತ್ತೆ ಸಾರ್," ಎನ್ನುತ್ತಿದ್ದರು. ಮತ್ತೊಂದು ದಿನ ಕೇಳಿದಾಗ ಏಳುವ ವೇಳೆಗೆ ಎಂಡಿ ಅವರ ಆಫೀಸಿನ ಬಾಗಿಲ ಬಳಿ ಮಲಗಿದ್ದುದಾಗಿ ತಿಳಿಸಿದರು. ರಾತ್ರಿ ತನ್ನನ್ನು ಮಿನಿ ಉಡುಗೆಯ ಸುಮಕೋಮಲ ಯುವತಿಯೊಬ್ಬಳು ಬಂದು ಎತ್ತಿಕೊಂಡು ಹೋಗುತ್ತಾಳೆಂದು ನಂತರ ಏನಾಗುತ್ತದೆಂಬುದು ತಮಗೆ ಗೊತ್ತಾಗುತ್ತಿಲ್ಲವೆಂದೂ ತಮಗೆ ರಾತ್ರಿ ಪಾಳಿ ತಪ್ಪಿಸಬೇಕೆಂದೂ ಅವರು ಹೇಳಿಕೊಳ್ಳುತ್ತಿದ್ದರು. 'ಮೋಹಿನಿ'ಯೊಬ್ಬಳು ತನ್ನನ್ನು ಹೀಗೆ ಕಾಡುತ್ತಿರುವುದಾಗಿ ಅವರು ನಂಬಿದ್ದರು. ಅವರ ನಂಬಿಕೆಗೆ ಒಂದು ಕಟ್ಟುಕಥೆಯ ಆಧಾರವಿತ್ತು.

ಗುರುಸ್ವಾಮಿಯವರು ಮಹಾತ್ಮ ಗಾಂಧಿ ರಸ್ತೆಯ ಕಟ್ಟಡವನ್ನು ಖರೀದಿಸುವ ಮುನ್ನ ಅಲ್ಲಿ 'ಫನಲ್ಸ್' ಎನ್ನುವ ಬಾರ್ ನಡೆಯುತ್ತಿತ್ತು. ಆ ಕಾಲದಲ್ಲಿ ಅಲ್ಲಿ ಒಂದೆರಡು ಕೊಲೆಗಳಾಗಿದ್ದವಂತೆ. ಕೊಲೆಯಾದ ಅತೃಪ್ತ ಪ್ರೇತಾತ್ಮಗಳು ಇನ್ನೂ ಕಟ್ಟಡದಲ್ಲಿ ಠಳಾಯಿಸುತ್ತಿವೆ ಎಂಬ ವದಂತಿಯೇ ರಾಮ್ ಸಿಂಗ್ 'ಕಥೆ'ಗಳ ಮೂಲವಾಗಿತ್ತು. ರಾಮ್ ಸಿಂಗ್ ಕಥೆಗಳನ್ನೆಲ್ಲ ಕೇಳಿಸಿಕೊಂಡು ಅವರಲ್ಲಿ ಧೈರ್ಯ ತುಂಬುತ್ತಾ ಅಂದಿನ ಕೆಲಸ ನಿರ್ವಹಿಸಬೇಕಿತ್ತು.

ನವ ತಂತ್ರಾಂಶಗಳ ಆಗಮನದಿಂದ ಈ ಭೂತಾತ್ಮ-ಪ್ರೇತಾತ್ಮ ಸಂಬಂಧಗಳೆಲ್ಲ ಇತಿಹಾಸದ ಪುಟಗಳನ್ನು ಸೇರಿವೆ. ಪತ್ರಿಕೆಯ ಪುಟಗಳಲ್ಲಿ ಇದ್ದು ಏಳೀಳಿ ಬೀಳುತ್ತಿದ್ದ ಈ ಮಾನವೀಯ ಸ್ಪರ್ಶ ಈಗ ಕಾಣಿಸುತ್ತಿಲ್ಲ. ಈಗ ಮನೆಗಳಲ್ಲೇ ಕುಳಿತು ಪುಟಗಳನ್ನು ಸಿದ್ಧಪಡಿಸಬಹುದು.

ತಂತ್ರಾಂಶದ ಈ ಯುಗದಲ್ಲಿ ಡಿಜಿಟಲ್ ಪ್ರಿಂಟಿಂಗ್ ಬಂದಿದೆ. ಕನ್ನಡ ಲಿಪಿಯನ್ನು ಮುದ್ರಣಕ್ಕೆ ಅಣಿಗೊಳಿಸುವ ನಿಟ್ಟಿನಲ್ಲಿ ಕನ್ನಡದ ಅಚ್ಚು ಮೊಳೆಗಳನ್ನು ಸಿದ್ಧಪಡಿಸುವ ಕಾರ್ಯ ಮೊದಲು ಬಂಗಾಳದ ಶ್ರೀರಾಂಪುರದಲ್ಲಿ ಶುರುವಾಯಿತೆಂದು ಸಂಶೋಧಕರು ಹೇಳುತ್ತಾರೆ. ಇನ್ನು ಕೆಲವರು ಅದಕ್ಕೂ ಮೊದಲು ನಮ್ಮ ಕನ್ನಡಿಗ ಅಕ್ಷರ ಶಿಲ್ಪಿ ಅತ್ತಾವರ ಅನಂತಾಚಾರಿ ಎಂಬುವರು ಗುಜರಾತ್ ಟೈಪ್ ಫೌಂಡ್ರಿಯವರಿಗೆ ಕನ್ನಡ ಅಚ್ಚು ಮೊಳೆಗಳನ್ನು ವಿವಿಧ ಗಾತ್ರಗಳಲ್ಲಿ ಸಿದ್ಧಪಡಿಸಿ ಕೊಟ್ಟಿದ್ದರಂತೆ. ಇದೆಲ್ಲ ಇತಿಹಾಸವಾಯಿತು.

ಇಂದು ಪ್ರಕಟಣ ಪ್ರಪಂಚ ಅತ್ತಾವರ ಅನಂತಾಚಾರಿ ಅವರಂಥವರ ಋಣಾನುಬಂಧದಿಂದ ಮುಕ್ತವಾಗಿದೆ ಅನ್ನಬಹುದು. ಮೊಳೆ ಜೋಡಿಸುವುದು ಹೋಗಿದೆ. ಆದರೆ, ಇಂದಿನ ಆಧುನಿಕ ತಂತ್ರಾಂಶ ಅಳವಡಿಸಿಕೊಂಡಿರುವ ಕೀ ಬೋರ್ಡಿನ ಅಕ್ಷರ ರೂಪಗಳು ಹಿಂದಿನವರ ಆವಿಷ್ಕಾರದ ತದ್ರೂಪವೇ ಆಗಿದೆ ಎನ್ನುವವರೂ ಇದ್ದಾರೆ. ಮುಂದೆ 'ಬೃಂದಾವನ್ ಟೈಪ್ಸ್' ಎನ್ನುವ ಕನ್ನಡದ ಹೊಸ ಅಚ್ಚಿನ ಮೊಳೆಗಳು ಬಂದವು. ಇವು ಅನಂತಾಚಾರಿ ರೂಪಿಸಿದ ಅಕ್ಷರ ವಿನ್ಯಾಸದ ಸುಧಾರಿತ ರೂಪ ಎಂದು ಖ್ಯಾತ ಸಂಶೋಧಕ ಶ್ರೀನಿವಾಸ ಹಾವನೂರ ಮತ್ತು ಪತ್ರಕರ್ತ ಎಂ ಬಿ ಸಿಂಗ್ ಹೇಳುತ್ತಿದ್ದರು. ಪತ್ರಿಕಾ ಪ್ರಪಂಚದ ಈ 'ಸಬಾಲ್ಟರ್ನ್'ಗಳ ಪ್ರತಿಭೆ ಮತ್ತು ಕೊಡುಗೆಯನ್ನು ಮಾನ್ಯಮಾಡುವ ಕೆಲಸವನ್ನು ನಮ್ಮ ಸಾಂಸ್ಕೃತಿಕ ಪ್ರಪಂಚ ಮಾಡದೇ ಇರುವುದು ವಿಷಾದನೀಯ.

❖

30

ನನ್ನ ಯಾತನೆ ಹೊರತಾಗಿ, ಯಾರನ್ನೂ
ನೋಯಿಸುವುದು ನನ್ನ ಬರವಣಿಗೆಯ
ಉದ್ದೇಶವಲ್ಲ. ಇದು ನನ್ನ ಎದೆಯ ನೈತಿಕ
ಹೊಣೆಯ ಅಭಿವ್ಯಕ್ತಿಯಷ್ಟೇ.
ಬರೆಯುವುದು ಇನ್ನೂ ಬೇಕಾದಷ್ಟಿದೆ. ಸದ್ಯಕ್ಕೆ
ವಿರಮಿಸುತ್ತೇನೆ.
ಎದೆಗೆ ಬರುತಿದೆ ಜಗದ 'ಮದ'
ಕುಣಿದಲ್ಲದೆ ನಾ ತಾಳೆನಿದ...

ವಿರಮಿಸುವ ಮುನ್ನ...

1999 ಹೆಚ್ಚು ಸದ್ದುಗದ್ದಲವಿಲ್ಲದೇ ಇಪ್ಪತ್ತನೆಯ ಶತಮಾನಕ್ಕೆ ವಿದಾಯ ಹೇಳಿತು. ಹೊಸ ಶತಮಾನದ ಮೊದಲನೆಯ ಮಾಹೆ ತೇದಿ 31ಕ್ಕೆ ನಾನು ದಿ ಪ್ರಿಂಟರ್ಸ್ (ಮೈಸೂರು) ಲಿಮಿಟೆಡ್ ಸಂಸ್ಥೆಯಿಂದ ನಿವೃತ್ತಿ ಹೊಂದಲಿರುವ ಸೂಚನೆಯನ್ನು ಸಿಬ್ಬಂದಿ ವಿಭಾಗ ಮೂರು ತಿಂಗಳು ಮುಂಚೆಯೇ ನೀಡಿತ್ತು. ಜನವರಿ 12ಕ್ಕೆ ನನಗೆ 58 ವರ್ಷ ತುಂಬುತ್ತಿತ್ತು. ಅಂದೇ ನನ್ನನ್ನು ಸೇವೆಯಿಂದ ಬಿಡುಗಡೆ ಮಾಡಿ ಎಂದು ಪರ್ಸನಲ್ ಮ್ಯಾನೇಜರಿಗೆ ತಿಳಿಸಿದೆ. ತಿಂಗಳ ಮಧ್ಯೆ ಬಿಡುಗಡೆ ಮಾಡುವಂತಿಲ್ಲ ಎಂದರು.

ಆ ದಿನ ಬಂದೇ ಬಿಟ್ಟಿತು. ನಾನು ಎಂದಿನಂತೆ ಬೆಳಿಗ್ಗೆ 10:30ಕ್ಕೆ ಕಚೇರಿಗೆ ಹೋದೆ. ಕೆಲಸದಲ್ಲಿ ನಿರತನಾದೆ. ಸುಮಾರು 11:30ರ ಸಮಯ. ಇಡಿ ಅವರು ನಮ್ಮ ಕಂಪನಿಯ ನಿರ್ದೇಶಕರೂ ಆದ ಖ್ಯಾತ ಪತ್ರಕರ್ತ ಕುಲದೀಪ್ ನಯ್ಯರ್ ಜೊತೆ ನನ್ನ ಕ್ಯಾಬಿನ್ನಿಗೆ ಬಂದರು. ಇಬ್ಬರನ್ನೂ ಸ್ವಾಗತಿಸಿದೆ. ಐದ್ಹತ್ತು ನಿಮಿಷ ಲೋಕಾಭಿರಾಮ ಮಾತುಕತೆಯಾಯಿತು. ನಂತರ ಇಡಿ ಅವರು ನಾನು ಹೊರಡುತ್ತೇನೆ ಎಂದು ನಿರ್ಗಮಿಸಿದರು. ಕುಲದೀಪ್ ನಯ್ಯರ್ ಹೀಗೆ ಬಂದಾಗಲೆಲ್ಲ 'ಕರ್ನಾಟಕದಲ್ಲಿ ಏನಾಗುತ್ತಿದೆ' ಎಂದು ಮಾತು ಶುರು ಮಾಡುತ್ತಿದ್ದರು. ನನ್ನಿಂದ ಕರ್ನಾಟಕದ ರಾಜಕೀಯ ಮತ್ತಿತರ ವಿದ್ಯಮಾನಗಳನ್ನು ತಿಳಿದು ಕೊಳ್ಳುತ್ತಿದ್ದರು. ದೆಹಲಿಯಲ್ಲಿ ಕುಳಿತು ತಾವು ಕಂಡ ಕರ್ನಾಟಕದ ರಾಜಕೀಯದ ಒಳನೋಟಗಳನ್ನು ನಮಗೆ ನೀಡುತ್ತಿದ್ದರು. ಅವರು ಬಂದು ಕುಳಿತರೆ ದೆಹಲಿ ರಾಜಕಾರಣ, ರಾಷ್ಟ್ರದ ರಾಜಕಾರಣ ನಮ್ಮ ಬಾಗಿಲಿಗೆ ಬಂದಂತಾಗುತ್ತಿತ್ತು. ಅಂದು ಸಹ ಈ ಮಾತುಕತೆ ಮುಗಿದ ನಂತರ ನಯ್ಯರ್ ಕೇಳಿದರು:

"ಐ ಆಮ್ ಟೋಲ್ಡ್ ಟುಡೇ ಇಸ್ ಯುವರ್ ಲಾಸ್ಟ್ ವರ್ಕಿಂಗ್ ಡೇ ಹಿಯರ್, ಈಸಿಟ್?"

"ಯಸ್ ಸರ್, ಟುಡೇ ಈಸ್ ಮೈ ಲಾಸ್ಟ್ ವರ್ಕಿಂಗ್ ಡೇ ಹಿಯರ್."

"ಯು ಶುಡ್ ಕಂಟಿನ್ಯೂ ಒನ್ ಆರ್ ಟು ಯಿಯರ್ಸ್. ಯು ಆರ್ ನಾಟ್ ಆಸ್ಕಿಂಗ್ ಫಾರ್ ಎಕ್ಸ್‌ಟೆನ್ಷನ್?"

"ನೋ ಸರ್ ಐ ಆಮ್ ನಾಟ್."

"ದೆ ಶುಡ್ ಹ್ಯಾವ್ ಆಫರ್ಡ್ ಯು," ಎಂದು ಎದ್ದು ನಿಂತರು. ಶುಭ ಕೋರಿದರು. ಲಿಫ್ಟಿನವರೆಗೆ ಹೋಗಿ ಅವರನ್ನು ಬೀಳ್ಕೊಟ್ಟು ಬಂದೆ.

ಅಂದು ಮಧ್ಯಾಹ್ನ ನಿತ್ಯದ ಮೀಟಿಂಗಿಗೆ ಸ್ವಲ್ಪ ಮುಂಚಿತವಾಗಿಯೇ ಆಡಳಿತ ವಿಭಾಗಕ್ಕೆ ತೆರಳಿ ಎಂಡಿ, ಇಡಿ ಮತ್ತು ಡೈರೆಕ್ಟರ್ ಅವರುಗಳನ್ನು ಪ್ರತ್ಯೇಕವಾಗಿ ಭೇಟಿಮಾಡಿ ನನ್ನ ನಿವೃತ್ತಿಯ ವಿಚಾರ ತಿಳಿಸಿದೆ. ಈ ಮೂವತ್ಮೂರು ವರ್ಷಗಳ ಕಾಲ 'ಪ್ರವಾ'ದಲ್ಲಿ ನನಗೆ ನೀಡಿದ ಅವಕಾಶಗಳಿಗಾಗಿ ಸಂಸ್ಥೆಗೆ ಹಾಗೂ ವೈಯಕ್ತಿಕವಾಗಿ, ಗುರುಸ್ವಾಮಿ, ನೆಟ್ಟಕಲ್ಲಪ್ಪನವರು ಹಾಗೂ ಈಗಿನ ಎಲ್ಲ ನಿರ್ದೇಶಕರುಗಳಿಗೆ ನಾನು ಕೃತಜ್ಞನಾಗಿದ್ದೇನೆ ಎಂದು ನಮ್ರತೆಯಿಂದ ತಿಳಿಸಿದೆ. ನಿತ್ಯದ ಸಭೆಯ ನಂತರ ಎಲ್ಲ ಮ್ಯಾನೇಜರುಗಳಿಗೂ ತಿಳಿಸಿ, ಇದುವರೆಗಿನ ಸಹಕಾರಕ್ಕೆ ವಂದಿಸಿ ವಿದಾಯ ಹೇಳಿದೆ. ಕಾರ್ಪೊರೇಟ್ ವಿಭಾಗದ ವೈಸ್ ಪ್ರೆಸಿಡೆಂಟ್ ಪದ್ಮನಾಭನ್, "ಯು ಆಸ್ಕ್ ಫಾರ್ ಎಕ್ಸ್‌ಟೆನ್ಷನ್. ವಿ ನೀಡ್ ಯು," ಎಂದರು.

"ಥ್ಯಾಂಕ್ಯೂ ಸರ್, 33 ಯಿಯರ್ಸ್ 3 ಮಂತ್ಸ್, ಲಾಂಗ್ ಇನ್ನಿಂಗ್ಸ್. ಇಟೀಸ್ ಎನಫ್ ಫಾರ್ ಮಿ," ಎಂದು ವಿದಾಯ ಹೇಳಿದೆ.

ಅಂದು ಸಂಜೆ ಎಂದಿನಂತೆ ಸಂಪಾದಕೀಯ ಸಭೆ ನಡೆಸಿದೆ. ರಾತ್ರಿ 9:30ರವರೆಗೆ ಇದ್ದು ಕೆಲಸ ಮಾಡಿದೆ. ನಂತರ ಸಹೋದ್ಯೋಗಿಗಳಿಗೆ ವಿದಾಯ ಹೇಳಿ ಮನೆಗೆ ಬಂದೆ.

ಸಹೋದ್ಯೋಗಿಗಳಲ್ಲಿ ಕೆಲವರು ನಾನು ಇನ್ನೂ ಒಂದೆರಡು ವರ್ಷ ಇರುತ್ತೇನೆ ಎಂದು ಭಾವಿಸಿದ ಹಾಗಿತ್ತು. ಇನ್ನು ಕೆಲವರಿಗೆ ನಾನು ಎಕ್ಸ್‌ಟೆನ್ಷನ್ನಿಗೆ ಮನವಿ ಮಾಡದೆ ಇದ್ದುದು ಆಶ್ಚರ್ಯವನ್ನುಂಟು ಮಾಡಿತ್ತು. 58 ವರ್ಷ, ಸರ್ಕಾರ ನಿವೃತ್ತಿಗೆ ಗೊತ್ತುಪಡಿಸಿದ ವಯಸ್ಸು. ಹಾಗೆಂದು ವ್ಯಕ್ತಿಯ ದುಡಿಯುವ ಶಕ್ತಿ ತೀರಿತು ಎಂದಲ್ಲ. ಹೊಸ ತಲೆಮಾರಿಗೆ ಅವಕಾಶಗಳನ್ನು ಒದಗಿಸುವ ದೃಷ್ಟಿಯಿಂದ ಸರ್ಕಾರ ಸೇರ್ಪಡೆಗೆ–ನಿವೃತ್ತಿಗೆ ವಯೋಮಿತಿಗಳನ್ನು ಗೊತ್ತುಪಡಿಸಿರಬೇಕು. ಉದ್ಯೋಗ ಬೇಡಬೇಕಾದ ವಯಸ್ಸಿನಲ್ಲಿ ಉದ್ಯೋಗ ಬೇಡಿದೆ. ಉದ್ಯೋಗ ಕೊಟ್ಟರು. ಈಗ ನಿವೃತ್ತಿಯ ವಯಸ್ಸು ಬಂದಿದೆ. ನಿವೃತ್ತನಾಗಿ ಹೊಸ ತಲೆಮಾರಿಗೆ ಜಾಗ ಬಿಟ್ಟುಕೊಡಬೇಕು, ಅವರ ದಾರಿಗೆ ಅಡ್ಡಿಯಾಗಬಾರದು ಎನ್ನುವುದು ನನ್ನ ನಿಲುವು. ಎಂದೇ ನಾನು ಎಕ್ಸ್‌ಟೆನ್ಷನ್ ಕೇಳಲಿಲ್ಲ.

ನನ್ನಲ್ಲಿ ಇನ್ನೂ ದುಡಿಯುವ ಹುಮ್ಮಸ್ಸು ಮತ್ತು ಶಕ್ತಿ ಇತ್ತು. ಮನೆಯ ಸ್ಥಿತಿಯೂ ಇನ್ನಷ್ಟು ಕಾಲ ನನ್ನ ಸಂಪಾದನೆಯನ್ನು ಬಯಸುತ್ತಿತ್ತು. ಮನೆಯಲ್ಲಿ ವೃದ್ಧ ತಾಯಿ ಸೇರಿ ಐದು ಮಂದಿ. ಮಕ್ಕಳ ವಿದ್ಯಾಭ್ಯಾಸ ಇನ್ನೂ ಮುಗಿದಿರಲಿಲ್ಲ. ಅವರ ವಿದ್ಯಾಭಾಸ ಮುಗಿದು ಅವರೊಂದು ನೆಲೆ ಕಂಡುಕೊಳ್ಳುವವರೆಗೆ ನನ್ನ ಜವಾಬ್ದಾರಿ ಇತ್ತು. ಮಗಳ ಮದುವೆ ಮಾಡಬೇಕಿತ್ತು. ಕೆಲಸ ಮಾಡುವ ಶಕ್ತಿ, ಹುಮ್ಮಸ್ಸು ಇದ್ದರೂ ಅವಕಾಶಗಳು ಕಾಣಿಸಲಿಲ್ಲ. 'ಪ್ರವಾ'ದಲ್ಲಿ ಕಾರ್ಯ ನಿರ್ವಾಹಕ ಸಂಪಾದಕನಾಗಿ ನಿವೃತ್ತಿ ಹೊಂದಿದವನಿಗೆ ಅದೇ ಸ್ಥಾನಮಾನ ಬೇರೆಡೆ ಸಿಗುವ ಸಾಧ್ಯತೆ ಇರಲಿಲ್ಲ.

ನಿವೃತ್ತಿ ಹೊಂದಿದ ಸ್ವಲ್ಪ ಸಮಯದ ನಂತರ ಜಿ ಎಸ್ ಸದಾಶಿವ ಫೋನ್ ಮಾಡಿ 'ಕನ್ನಡಪ್ರಭ'ಕ್ಕೆ ಎರಡು ವಾರಗಳಿಗೊಮ್ಮೆ ಪುಸ್ತಕದ ಅಂಕಣ ಬರೆಯಲು ಹೇಳಿದರು. ಸುಮ್ಮನೆ ಕೂರಲಿಲ್ಲ. ಓದು ಮತ್ತು ಬರಹಗಳಲ್ಲಿ ತೊಡಗಿಕೊಂಡೆ. ಎಷ್ಟೋ ದಿನಗಳ ಹಿಂದೆ ಮಾಡಬೇಕೆಂದುಕೊಂಡಿದ್ದ ಕೆಲಸಗಳ ನೆನಪಾಯಿತು. ಷೇಕ್ಸ್‌ಪಿಯರ್, ಒ ಹೆನ್ರಿ, ಟಾಲ್‌ಸ್ಟಾಯ್, ಲಾರೆನ್ಸ್ ಅಧ್ಯಯನ ಶುರು ಮಾಡಿದೆ. ಅವರ ಕೆಲವು ಕೃತಿಗಳನ್ನು ಕನ್ನಡದಲ್ಲಿ 'ಅನುಸೃಷ್ಟಿ' ಮಾಡಿದೆ. ವಿಮರ್ಶೆ ಬರೆದೆ. 'ಅಂಕಿತ'ದ ಪ್ರಕಾಶ ಕಂಬತ್ತಳ್ಳಿ ಮತ್ತು ಶ್ರೀಮತಿ ಪ್ರಭಾ ಪ್ರಕಟಿಸಲು ಮುಂದಾದರು. ಬರವಣಿಗೆಯಿಂದ ಬದುಕಬಲ್ಲೆ ಎನ್ನುವ ಧೈರ್ಯ ತುಂಬಿದರು. ಮುಂದೆ ವಸಂತ ಪ್ರಕಾಶನದ ಮುರುಳಿ ಮತ್ತು ಸ್ವಪ್ನ, ಕಾಮಧೇನು ಪ್ರಕಾಶನಗಳೂ ನನ್ನ ಪುಸ್ತಕಗಳನ್ನು ಪ್ರಕಟಿಸಿದರು.

ಓದು ಬರವಣಿಗೆಗಳ ಮಧ್ಯದಲ್ಲಿರುವಾಗಲೇ ಒಂದು ದಿನ ಗೆಳೆಯ ದೇವನಾಥನಿಂದ ಫೋನ್ ಬಂತು.

"ರಾಮ ಮೂರ್ತಿ ಅವರು ನಿನ್ನನ್ನು ನೋಡಬೇಕೆನ್ನುತ್ತಿದ್ದಾರೆ, ಎಲ್ಲಿ ಭೇಟಿಯಾಗೋಣ?"

ರಾಮ ಮೂರ್ತಿ ಸರಿಸುಮಾರು ನನ್ನ ಓರಿಗೆಯ ಪತ್ರಕರ್ತರು. ಪ್ರಾರಂಭದಲ್ಲಿ 'ಇಂಡಿಯನ್ ಎಕ್ಸ್‌ಪ್ರೆಸ್' ಬೆಳೆಸಿದ ಖ್ಯಾತಿಯ ಹಿರಿಯ ಪತ್ರಕರ್ತ ಸಂಪಿಗೆಮನೆ ಕೃಷ್ಣ ಮೂರ್ತಿಯವರ ಗರಡಿಯಲ್ಲಿ ಪಳಗಿದವರು. 'ಇಂಡಿಯನ್ ಎಕ್ಸ್‌ಪ್ರೆಸ್' ಪತ್ರಿಕೆಯಲ್ಲಿ ಡೆಪ್ಯುಟಿ ನ್ಯೂಸ್ ಎಡಿಟರ್ ಆಗಿದ್ದರು. ಭಾರತೀಯ ವಿದ್ಯಾ ಭವನದ ಪತ್ರಿಕೋದ್ಯಮ ಶಿಕ್ಷಣ ಶಾಲೆಯಲ್ಲಿ ಪ್ರಾಧ್ಯಾಪಕರಾಗಿದ್ದರು. ಮರುದಿನ ಎಂ ಜಿ ರಸ್ತೆಯ ಕಾಫಿ ಹೌಸಿನಲ್ಲಿ ಭೇಟಿಯಾದೆವು. ರಾಮ ಮೂರ್ತಿಯವರು ನೇರ ವಿಷಯ ಪ್ರಸ್ತಾಪಿಸಿದರು. ಭಾರತೀಯ ವಿದ್ಯಾ ಭವನ ಕನ್ನಡ ಮಾಧ್ಯಮದಲ್ಲಿ ಪತ್ರಿಕೋದ್ಯಮ ಡಿಪ್ಲೊಮಾ ಶಿಕ್ಷಣ ಆರಂಭಿಸುವ ಉದ್ದೇಶ ಹೊಂದಿದೆಯೆಂದೂ ಅದರ ಶೈಕ್ಷಣಿಕ ಜವಾಬ್ದಾರಿಯನ್ನು ನಾನು ವಹಿಸಿಕೊಳ್ಳಬೇಕೆಂಬುದು ಕಾಲೇಜಿನ ಪ್ರಾಂಶುಪಾಲರ ಇಚ್ಛೆಯಾಗಿದೆಯೆಂದೂ ತಿಳಿಸಿದರು. ಆಗ ವಿ ಎನ್ ನಾರಾಯಣನ್ ಭಾರತೀಯ ವಿದ್ಯಾ ಭವನದ ಜರ್ನಲಿಸಮ್ ಕಾಲೇಜಿನ ಪ್ರಾಂಶುಪಾಲರಾಗಿದ್ದರು. 'ಸಂಯುಕ್ತ ಕರ್ನಾಟಕ'ದಲ್ಲಿ ನನ್ನ ಸಹೋದ್ಯೋಗಿಯಾಗಿದ್ದ ಮತ್ತೂರು ಕೃಷ್ಣಮೂರ್ತಿ ಬೆಂಗಳೂರು ಭವನದ ನಿರ್ದೇಶಕರಾಗಿದ್ದರು.

ವಿ ಎನ್ ನಾರಾಯಣನ್, ಖ್ಯಾತ ಪತ್ರಕರ್ತರಾಗಿದ್ದ ವಿ ಕೆ ನರಸಿಂಹನ್ (ತುರ್ತುಪರಿಸ್ಥಿತಿ ವಿರುದ್ಧ 'ಇಂಡಿಯನ್ ಎಕ್ಸ್‌ಪ್ರೆಸ್' ಸಂಪಾದಕೀಯ ಅಂಕಣವನ್ನು ಖಾಲಿ ಬಿಟ್ಟು ಪ್ರತಿಭಟಿಸಿದ ಖ್ಯಾತಿಯವರು) ಅವರ ಪುತ್ರ. 'ಸ್ಟೇಟ್ಸ್‌ಮನ್' ಮೊದಲಾದ ಪತ್ರಿಕೆಗಳಲ್ಲಿ ಕೆಲಸ ಮಾಡಿ ನವದೆಹಲಿಯ 'ಹಿಂದೂಸ್ತಾನ್ ಟೈಮ್ಸ್' ಪತ್ರಿಕೆಯ ಸಂಪಾದಕರಾಗಿದ್ದರು. ಒಂದು ಮುಂಜಾನೆ ನಾರಾಯಣನ್ ಅವರಿಗೆ ಆಘಾತ ಕಾದಿತ್ತು. ಅಂದಿನ ಸಂಚಿಕೆಯಲ್ಲಿ ಅವರ ಗಮನಕ್ಕೆ ತಾರದೆಯೇ ಸುಪ್ರಸಿದ್ಧ ಸಮಾಜವಾದಿ ನಾಯಕ ಜಾರ್ಜ್ ಫರ್ನಾಂಡಿಸ್ ಅವರ ಚಾರಿತ್ರ್ಯಹರಣ ಮಾಡುವ ವರದಿಯೊಂದು ಪ್ರಕಟವಾಗಿತ್ತು. ಆ ವರದಿಯನ್ನ ಸಂಪಾದಕರಾದ ತಮ್ಮ ಗಮನಕ್ಕೆ ತಾರದೆ 'ನಾಟಿ' ಮಾಡಿಸಿ ಅದರ ಹೊಣೆಯನ್ನು ತಮ್ಮ ತಲೆಗೆ ಕಟ್ಟಿದ್ದರೆಂದು ನಾರಾಯಣ್ ಅವರ ಅಂಬೋಣ. ಅದರ ವಿರುದ್ಧ ಪ್ರತಿಭಟಿಸಿ ನಾರಾಯಣನ್ 'ಹಿಂದೂಸ್ತಾನ್ ಟೈಮ್ಸ್' ಗೆ ರಾಜೀನಾಮೆ ನೀಡಿದರು.

ಭಾರತೀಯ ವಿದ್ಯಾ ಭವನ ಅವರನ್ನು ಭವನ್ಸ್ ಕಾಲೇಜ್ ಆಫ್ ಕಮ್ಯುನಿಕೇಷನ್ ಅಂಡ್ ಮ್ಯಾನೇಜ್ಮೆಂಟಿನ ಬೆಂಗಳೂರು ಶಾಖೆಯ ಪ್ರಾಂಶುಪಾಲರನ್ನಾಗಿಯೂ

'ಭವನ್ಸ್ ಜರ್ನಲ್'ನ ಸಂಪಾದಕರನ್ನಾಗಿಯೂ ನೇಮಿಸಿತು. ಕನ್ನಡ ಮಾಧ್ಯಮದಲ್ಲಿ ಪತ್ರಿಕೋದ್ಯಮ ಶಿಕ್ಷಣ ನೀಡುವುದರಿಂದ ಕನ್ನಡಿಗರಿಗೆ ಹೆಚ್ಚು ಪ್ರಯೋಜನವಾದೀತು ಎನ್ನುವುದು ನಾರಾಯಣನ್ ಅವರ ಚಿಂತನೆಯಾಗಿತ್ತು. ಕನ್ನಡ ಮಾಧ್ಯಮದಲ್ಲಿ ಶಿಕ್ಷಣ ನೀಡುವುದರಿಂದ ಹೆಚ್ಚಾಗಿ ಕನ್ನಡಿಗ ವಿದ್ಯಾರ್ಥಿಗಳನ್ನು ಆಕರ್ಷಿಸಬಹುದೆಂಬುದು ಅವರ ಆಲೋಚನೆ ಯುಕ್ತವಾದುದೇ ಆಗಿತ್ತು. ಭಾರತೀಯ ವಿದ್ಯಾ ಭವನದ ಆಡಳಿತ ಮಂಡಳಿ ಒಪ್ಪಿಗೆ ನೀಡಿದ ಕೂಡಲೇ 2000 ನವೆಂಬರ್‌ನಿಂದ ತರಗತಿಗಳನ್ನು ಪ್ರಾರಂಭಿಸಲು ನಿರ್ಧರಿಸಲಾಗಿತ್ತು.

ಕನ್ನಡ ಪತ್ರಿಕೋದ್ಯಮ ಶಿಕ್ಷಣದ ಪೂರ್ತಿ ಹೊಣೆ ಹೊರಲು ಹಾಗೂ ಪಾಠ ಹೇಳಲು ಕನ್ನಡ ಪತ್ರಿಕೆಯ ನಿವೃತ್ತ ಸಂಪಾದಕರೊಬ್ಬರನ್ನು ಸೂಚಿಸುವಂತೆ ನಾರಾಯಣನ್ ಇಂಗ್ಲಿಷ್ ಪತ್ರಿಕೋದ್ಯಮ ವಿದ್ಯಾರ್ಥಿಗಳಿಗೆ ಪಾಠ ಮಾಡುತ್ತಿದ್ದ ರಾಮ ಮೂರ್ತಿಯವರನ್ನು ಕೇಳಿದ್ದರಂತೆ. ಅವರು ದೇವನಾಥ್‌ಗೆ ತಿಳಿಸಲಾಗಿ, ದೇವನಾಥ್ ನನ್ನ ಹೆಸರನ್ನು ಸೂಚಿಸಿದ್ದರು. ಅಕ್ಟೋಬರ್ ಮೊದಲ ವಾರದಲ್ಲಿ ಮೂವರು ಭೇಟಿಯಾದೆವು. ರಾಮ ಮೂರ್ತಿಯವರು ಈ ಹೊಸ ಹೊಣೆಗಾರಿಕೆಯನ್ನು ಒಪ್ಪಿಕೊಳ್ಳುವಂತೆ ನನಗೆ ಸೂಚಿಸಿದರು. ಉಪನ್ಯಾಸಕನಿಗಿರಬೇಕಾದ ಮಾತುಗಾರಿಕೆ, ಭಾಷಣ ಕೌಶಲ ನನ್ನಲ್ಲಿಲ್ಲ. ನಾನು ಒಳ್ಳೆಯ ಮಾತುಗಾರನಲ್ಲ, ನೀವು ಬೇರೆಯವರನ್ನು ಯೋಚಿಸುವುದು ಉತ್ತಮವಾದೀತು ಎಂದೆ, "ಅದು ಪರವಾಗಿಲ್ಲ. ವಿದ್ಯಾರ್ಥಿಗಳ ಮುಂದೆ ನಿಂತಾಗ ಅನುಭವವೇ ನಿಮ್ಮಿಂದ ಮಾತನಾಡಿಸುತ್ತೆ," ಎಂದರು ರಾಮ ಮೂರ್ತಿ.

ರಾಮ ಮೂರ್ತಿಯವರ ಧೈರ್ಯದ ಮೇಲೆ ಮರುದಿನ ನಾರಾಯಣನ್ ಅವರನ್ನು ನೋಡಿದೆ. ಮೂವತ್ತಾರಕ್ಕೂ ಹೆಚ್ಚು ವರ್ಷಗಳ ಅನುಭವ, ಸಂಪಾದಕೀಯ ವಿಭಾಗದಲ್ಲಿ ವಿವಿಧ ಹುದ್ದೆಗಳನ್ನು ನಿಭಾಯಿಸಿರುವುದು, ಸಾಹಿತ್ಯ ರಚನೆ ಮೊದಲಾದವುಗಳಿಂದ ನಾರಾಯಣನ್ ನನ್ನ ಅರ್ಹತೆಯನ್ನು ಅಳೆದುತೂಗಿ ನೋಡಿದ್ದರು. ಅಕ್ಟೋಬರ್ 14ರೊಳಗೆ ಕೆಲಸಕ್ಕೆ ಹಾಜರಾಗುವಂತೆ ಆಗಲೇ ನೇಮಕಾತಿ ಪತ್ರ ಕೊಟ್ಟುಬಿಟ್ಟರು. ಶಿಕ್ಷಣದ ಪಠ್ಯಕ್ರಮ ಇಂಗ್ಲಿಷಿನ ನಕಲು ಆಗಿರಬಾರದು ಕನ್ನಡಕ್ಕೇ ಪ್ರತ್ಯೇಕವಾಗಿರಬೇಕು ಹಾಗೂ ಶಿಕ್ಷಣ ಕಾರ್ಯಾನುಭವ ಪ್ರಧಾನವಾಗಿರಬೇಕು ಎಂಬ ನನ್ನ ಸಲಹೆಯನ್ನು ನಾರಾಯಣನ್ ಒಪ್ಪಿಕೊಂಡು ಅದರಲ್ಲಿ ನನಗೆ ಪೂರ್ಣ ಸ್ವಾತಂತ್ರ್ಯವಿದೆಯೆಂದು ತಿಳಿಸಿದರು.

ಕಾರ್ಯಕ್ರಮದಂತೆ ಆ ವರ್ಷವೇ ಶಿಕ್ಷಣ ಶುರುವಾಯಿತು. ಮೊದಲ ವರ್ಷ ವಿದ್ಯಾರ್ಥಿಗಳ ಸಂಖ್ಯೆಯನ್ನು ಮೂವತ್ತಕ್ಕೆ ಸೀಮಿತಗೊಳಿಸಿದ್ದೆವು. ವಿದ್ಯಾರ್ಥಿಗಳ ಪ್ರತಿಕ್ರಿಯೆಯೂ ಚೆನ್ನಾಗಿತ್ತು. ನಾನು ಸುದ್ದಿ ಪರಿಷ್ಕರಣೆ ಮತ್ತು ನಿರ್ವಹಣೆ, ಭಾಷಾಂತರ, ಪುಟ ವಿನ್ಯಾಸ, ನುಡಿಚಿತ್ರ ಬರವಣಿಗೆ, ಕನ್ನಡ ಭಾಷೆ ಮತ್ತು

ಸಾಹಿತ್ಯ ಇವುಗಳನ್ನು ಬೋಧಿಸುತ್ತಿದ್ದೆ. ಖಾದ್ರಿ ಅಚ್ಯುತನ್ ಅವರು ವಿದ್ಯುನ್ಮಾನ ಮಾಧ್ಯಮದ ವರದಿಗಾರಿಕೆ ಬೋಧಿಸುತ್ತಿದ್ದರು. ಹಾಗೂ ಮುದ್ರಣ ಮಾಧ್ಯಮದ ವರದಿಗಾರಿಕೆಯನ್ನು 'ಉದಯವಾಣಿ'ಯ ಸುರೇಶ್ ಕುಮಾರ್ ಬೋಧಿಸುತ್ತಿದ್ದರು. ವಿದ್ಯಾರ್ಥಿಗಳಿಗೆ ಒಂದು ತಿಂಗಳ ಕಾಲ ಕನ್ನಡದ ಪ್ರಮುಖ ಪತ್ರಿಕೆಗಳಲ್ಲಿ ಕಾರ್ಯಾನುಭವ ತರಬೇತಿಗೂ ವ್ಯವಸ್ಥೆ ಮಾಡಿದೆ. ಗ್ರಂಥಾಲಯಕ್ಕೆ ಕನ್ನಡ ಪುಸ್ತಕಗಳನ್ನು ತರಿಸಿದೆ. ಕನ್ನಡ/ ಇಂಗ್ಲಿಷನ ಎಲ್ಲ ಪ್ರಮುಖ ಪತ್ರಿಕೆಗಳು ಕನ್ನಡ ವಿಭಾಗಕ್ಕೆ ಪ್ರತ್ಯೇಕವಾಗಿ ತರಿಸಲು ನಾರಾಯಣನ್ ಅವರಿಂದ ಮಂಜೂರಾತಿ ಪಡೆದುಕೊಂಡೆ. ಕನ್ನಡ ಮಾಧ್ಯಮದ ಈ ಡಿಪ್ಲೊಮಾ ಶಿಕ್ಷಣ ಯಶಸ್ವಿಯಾಯಿತು. ವರ್ಷದಿಂದ ವರ್ಷಕ್ಕೆ ವಿದ್ಯಾರ್ಥಿಗಳು ಹೆಚ್ಚಿನ ಸಂಖ್ಯೆಯಲ್ಲಿ ಬರತೊಡಗಿದರು. ಭವನ್ಸ್ ಕಾಲೇಜಿನಿಂದ ಕನ್ನಡ ಪತ್ರಿಕೋದ್ಯಮದಲ್ಲಿ ಡಿಪ್ಲೊಮಾ ಪಡೆದವರು ದೂರದರ್ಶನ ಮತ್ತು ಕನ್ನಡ ಪತ್ರಿಕೆಗಳಲ್ಲಿ ಉದ್ಯೋಗ ಪಡೆದರು.

2001ನೇ ಇಸವಿಯಿಂದ ಬೆಂಗಳೂರಿನ ಸರ್ಕಾರಿ ಕಲಾ ಕಾಲೇಜು ಬಿಎ ಪದವಿ ಪರೀಕ್ಷೆಗೆ ಪತ್ರಿಕೋದ್ಯಮವನ್ನು ಐಚ್ಛಿಕವಾಗಿ ಬೋಧಿಸುವುದನ್ನು ಜಾರಿಗೆ ತಂದಿತು. ಸರ್ಕಾರಿ ಕಾಲೇಜಿನ ಪ್ರಾಂಶುಪಾಲರಿಂದ ಒಂದು ದಿನ ಕರೆಬಂತು. ಲೋಕ ಸೇವಾ ಆಯೋಗದಿಂದ ಉಪನ್ಯಾಸಕರ ನೇಮಕವಾಗುವವರೆಗೆ ತಮ್ಮ ಕಾಲೇಜಿನಲ್ಲಿ ಅತಿಥಿ ಉಪನ್ಯಾಸಕರಾಗಿ ಪತ್ರಿಕೋದ್ಯಮ ಪಾಠ ಮಾಡುವಂತೆ ಅವರು ನನ್ನನ್ನು ಆಹ್ವಾನಿಸಿದರು. ದಿನಕ್ಕೆ ಎರಡು-ಮೂರು ಪೀರಿಯಡ್ ಪಾಠ ಮಾಡಬೇಕಿತ್ತು. ಬೆಂಗಳೂರು ವಿಶ್ವವಿದ್ಯಾಲಯದ ಪಠ್ಯಕ್ರಮದಂತೆ. ವಿದ್ಯಾ ಭವನದಲ್ಲಿ ತರಗತಿಗಳು ನಡೆಯುತ್ತಿದ್ದು ಬೆಳಿಗ್ಗೆ 7:45ರಿಂದ 9:15ರವರೆಗೆ. ಅಲ್ಲಿ ಮುಗಿಸಿಕೊಂಡು ಸರ್ಕಾರಿ ಕಲಾ ಕಾಲೇಜಿಗೆ ಹೋಗುತ್ತಿದ್ದೆ. ಸರ್ಕಾರಿ ಕಲಾ ಕಾಲೇಜಿನಲ್ಲಿ ವಿದ್ಯಾರ್ಥಿಗಳು ಗ್ರಾಮೀಣ ಹಿನ್ನೆಲೆಯವರಾಗಿದ್ದು ಕನ್ನಡ ಮಾಧ್ಯಮದವರಾಗಿದ್ದರು. ವಿಶ್ವವಿದ್ಯಾಲಯ ಗೊತ್ತುಪಡಿಸಿದ ಪಠ್ಯಕ್ರಮದಂತೆ ಪತ್ರಿಕೋದ್ಯಮ ಶಿಕ್ಷಣದ ಪಠ್ಯ ಪುಸ್ತಕಗಳು ಇಂಗ್ಲಿಷಿನಲ್ಲಿದ್ದವು. ಕನ್ನಡದಲ್ಲಿ ಯಾವುದೂ ಲಭ್ಯವಿರಲಿಲ್ಲ. ಸುದ್ದಿ ಪರಿಷ್ಕರಣ, ವರದಿಗಾರಿಕೆಯಿಂದ ಹಿಡಿದು ಪಠ್ಯಕ್ರಮದ ಎಲ್ಲ ವಿಷಯಗಳನ್ನೂ ನಾನೊಬ್ಬನೇ ಬೋಧಿಸಬೇಕಾಗಿತ್ತು. ನಾನು ಸಾಕಷ್ಟು ಪೂರ್ವ ಸಿದ್ಧತೆ ಮಾಡಿಕೊಂಡು, ಕನ್ನಡದಲ್ಲಿ ಟಿಪ್ಪಣಿಗಳನ್ನು ಮಾಡಿಕೊಂಡು ಹೋಗುತ್ತಿದ್ದೆ. ಒಂದು ದಿನ ಒಂದಿಷ್ಟು ವಿದ್ಯಾರ್ಥಿಗಳು ಬಂದು, "ನಿಮ್ಮ ಟಿಪ್ಪಣಿಗಳನ್ನು ಕೊಡಿ ಸಾರ್ ಜೆರಾಕ್ಸ್ ಮಾಡಿಸಿಕೊಂಡು ವಾಪಸು ಕೊಡುತ್ತೇವೆ. ಮನೇಲಿ ಅಭ್ಯಾಸ ಮಾಡಲಿಕ್ಕೆ ಅನುಕೂಲವಾಗುತ್ತೆ. ಇಂಗ್ಲಿಷ್ ನಮಗೆ ಅರ್ಥವಾಗುವುದಿಲ್ಲ," ಎಂದು ಕೇಳಿಕೊಂಡರು. ಒಬ್ಬಿಬ್ಬರು ವಿದ್ಯಾರ್ಥಿಗಳು ಈ ಟಿಪ್ಪಣಿಗಳನ್ನೇ ಪುಸ್ತಕ ಮಾಡಿಬಿಡಿ ಸರ್ ಎಂದು ಸಲಹೆಯನ್ನೂ ಕೊಟ್ಟರು. ಕನ್ನಡದಲ್ಲಿ ಪತ್ರಿಕೋದ್ಯಮ ಪುಸ್ತಕಗಳ

ಅಗತ್ಯ ಎಷ್ಟಿದೆ ಎಂಬುದು ಆಗ ನನ್ನ ಅರಿವಿಗೆ ಬಂತು. ಹೀಗೆ ವಿದಾರ್ಥಿಗಳು ಕನ್ನಡದಲ್ಲಿ ಪತ್ರಿಕೋದ್ಯಮಕ್ಕೆ ಸಂಬಂಧಿಸಿದಂತೆ ನನ್ನಿಂದ ಪುಸ್ತಕಗಳನ್ನು ಬರೆಸಿದರು. ಪ್ರತಿಕೋದ್ಯಮ ಮತ್ತು ಅದರ ಇತಿಹಾಸ ಕುರಿತ ನನ್ನ ಸಮಗ್ರ ಸಂಪುಟವೂ ಪ್ರಕಟವಾಯಿತು.

2009ನೇ ಇಸವಿಯವರೆಗೆ ಈ ಎರಡೂ ಕಾಲೇಜುಗಳಲ್ಲಿ ಪಾಠ ಮಾಡಿದೆ. ಸರ್ಕಾರಿ ಕಾಲೇಜಿಗೆ ಲೋಕಸೇವಾ ಆಯೋಗದಿಂದ ಆಯ್ಕೆಯಾದ ಉಪನ್ಯಾಸಕರ ನೇಮಕವಾಯಿತು. ಸರ್ಕಾರಿ ಕಲಾ ಕಾಲೇಜಿನ ಉಪನ್ಯಾಸಕ ವೃತ್ತಿಯಿಂದ ಬಿಡುಗಡೆಯಾಯಿತು. ನಾರಾಯಣನ್ ವಿದ್ಯಾ ಭವನ ಬಿಟ್ಟರು. ಹೊಸದಾಗಿ ಬಂದವರು ಕನ್ನಡ ವಿಭಾಗಕ್ಕೆ ಇಷ್ಟೊಂದು ಪತ್ರಿಕೆಗಳೇಕೆ ವಿದ್ಯಾಥಿಗಳು 'ಪ್ರಜಾವಾಣಿ' 'ಡೆಕ್ಕನ್ ಹೆರಾಲ್ಡ್' ಓದಿದರೆ ಸಾಲದೆ ಎಂದು ಪತ್ರಿಕೆಗಳನ್ನು ನಿಲ್ಲಿಸಿ ಬಿಟ್ಟರು. ವಿದ್ಯಾರ್ಥಿಗಳು ಪ್ರತಿದಿನ ತರಗತಿಯ ನಂತರ ಕನ್ನಡ ಪತ್ರಿಕೆಗಳನ್ನು ಓದಿ ಟಿಪ್ಪಣಿಗಳನ್ನು ಬರೆಯುಬೇಕೆಂದು ನಾನು ಕಡ್ಡಾಯ ಮಾಡಿದ್ದೆ. ವಾರದ ಕೊನೆಯ ದಿನ ಒಂದು ಪೀರಿಯಡ್ ವಾರದ ಪತ್ರಿಕೆಗಳ ಪರಾಮರ್ಶೆ ನಡೆಯುತ್ತಿತ್ತು. ಪತ್ರಿಕೆಗಳನ್ನು ನಿಲ್ಲಿಸಿದ್ದು ಸರಿಯಲ್ಲವೆನಿಸಿತು. ಹೊಸಬರಿಗೆ ವಿದ್ಯಾರ್ಥಿಗಳು ಕನ್ನಡ ಪತ್ರಿಕೆಯನ್ನು ಓದಿ ಕಲಿಯುವ ಕ್ರಮ ಮನವರಿಕೆಯಾಗಲಿಲ್ಲ. ಹೊಸ ವ್ಯವಸ್ಥೆಯಲ್ಲಿ ಕೆಲಸ ಮಾಡುವುದು ಸಾಧ್ಯವಿಲ್ಲವೆನಿಸಿ ಭಾರತೀಯ ವಿದ್ಯಾ ಭವನಕ್ಕೆ ವಿದಾಯ ಹೇಳಿದೆ.

ಈ ಪರಿಯಲ್ಲಿ ಬರವಣಿಗೆ, ಪತ್ರಿಕಾ ವ್ಯವಸಾಯ ನನ್ನ ಕೈಹಿಡಿದು ನಡೆಸಿತು. ಪತ್ರಿಕೋದ್ಯಮ ಬೋಧನೆಯಿಂದಲೂ ನಿವೃತ್ತನಾಗಿ ಓದು-ಬರವಣಿಗೆಯಲ್ಲಿ ತೊಡಗಿಕೊಂಡಿದ್ದಾಗಲೇ 'ಸಂಯುಕ್ತ ಕರ್ನಾಟಕ'ದ ಸಂಪಾದಕ ಹುಣಸವಾಡಿ ರಾಜನ್ ಅವರಿಂದ ಕರೆಬಂತು. ರಾಜನ್ ಸಾಹಿತ್ಯದ ವಿದ್ಯಾರ್ಥಿ, ಸಮುದಾಯ ರಂಗಭೂಮಿಯಲ್ಲಿ ಸಕ್ರಿಯವಾಗಿ ತೊಡಗಿಕೊಂಡಿದ್ದವರು. ಅವರ ಸಾಮುದಾಯಿಕ ಕಳಕಳಿ, ಕೆಲಸಗಳ ಪರಿಚಯು ನನಗಿತ್ತು.

"ಏನು ವಿಷಯ, ಹೇಳಿ ರಾಜನ್."

"ಸಾರ್, ನಮ್ಮ ಅಧ್ಯಕ್ಷರು ನಿಮ್ಮನ್ನು ಭೇಟಿಮಾಡಬೇಕು ಎಂದಿದ್ದಾರೆ, ಬಿಡುವು ಮಾಡಿಕೊಂಡು ಬಂದರೆ ಸಂತೋಷವಾಗುತ್ತದೆ."

ಆಗ ಖ್ಯಾತ ವಕೀಲರಾದ ಅಶೋಕ್ ಹಾರನಹಳ್ಳಿಯವರು ಲೋಕಶಿಕ್ಷಣ ಟ್ರಸ್ಟಿನ ಅಧ್ಯಕ್ಷರಾಗಿದ್ದರು. ಮನೆಗೆ ಕಾರು ಕಳುಹಿಸಿಕೊಟ್ಟರು. ನಾನು ಹೋದೆ. ನಲವತ್ತೈದು ವರ್ಷಗಳ ನಂತರ ಮತ್ತೆ 'ಸಂಯುಕ್ತ ಕರ್ನಾಟಕ'ದ ಹೊಸ್ತಿಲಲ್ಲಿ ನಿಂತಿದ್ದೆ. ಶುರುವಿಗೆ ಅನ್ನ ಕೊಟ್ಟ ಸಂಸ್ಥೆ, ಅವಕಾಶಗಳನ್ನು ಕಲ್ಪಿಸಿದ ಸಂಸ್ಥೆ, ಶ್ಯಾಮರಾಯರ 'ಇಫ್

ಐ ಮೈಂಡ್ ಐ ಕೆನ್ ಮೇಕ್ ಆರ್ ಮಾರ್ ಯುವರ್ ಕೆರಿಯರ್' ಬೆದರಿಕೆಗೆ ಸಡ್ಡು ಹೊಡೆದು ಬಂದಿದ್ದ ಸಂಸ್ಥೆಯ ಹೊಸ್ತಿಲಲ್ಲಿ ಮತ್ತೆ ನಿಂತಿದ್ದೆ. ಲೋಕಶಿಕ್ಷಣ ಟ್ರಸ್ಟ್ ನನ್ನನ್ನು ಮತ್ತೆ ಕರೆದಿತ್ತು. ಮಗ ಮರಳಿ ಮನೆಗೆ ಬಂದಿದ್ದ. ಈ ಭಾವನೆಗಳ ತಾಕಲಾಟದಲ್ಲೇ ನಾನು ಅಶೋಕ್ ಹಾರನಹಳ್ಳಿಯವರನ್ನು ಭೇಟಿಯಾದೆ. ಉಭಯ ಕುಶಲೋಪರಿಯ ನಂತರ ಅಶೋಕ ಹಾರನಹಳ್ಳಿಯವರು ಆಗಷ್ಟೇ ಪ್ರಕಟವಾಗಿದ್ದ ರಾಜಮೋಹನ ಗಾಂಧಿಯವರ 'ಮೋಹನದಾಸ್ – ಎ ಟ್ರೂ ಸ್ಟೋರಿ ಆಫ್ ಎ ಮ್ಯಾನ್. ಹಿಸ್ ಪೀಪಲ್ ಅಂಡ್ ಅನ್ ಎಂಪೈರ್' ಬೃಹತ್ ಗ್ರಂಥವನ್ನು ನನ್ನ ಮುಂದೆ ಹಿಡಿದು, "ಇದರ ಕನ್ನಡ ಅನುವಾದವನ್ನು ಲೋಕಶಿಕ್ಷಣ ಟ್ರಸ್ಟ್ ವತಿಯಿಂದ ಪ್ರಕಟಿಸುವ ಆಸೆ ನಮ್ಮದು. ನೀವು ಇದನ್ನು ಕನ್ನಡಕ್ಕೆ ಅನುವಾದಿಸಿ ಕೊಡಬೇಕು," ಎಂದರು.

"ಸಾರ್, ನನ್ನಿಂದ ಇದು ಸಾಧ್ಯವೇ? ನಾನು ಓದಿ ನೋಡಬೇಕು."

"ನಿಮ್ಮಿಂದ ಸಾಧ್ಯ. ನಾನು ನಿಮ್ಮ, ರಾಮಚಂದ್ರ ಗುಹಾ ಮೊದಲಾದವರ ಕೃತಿಗಳ ಅನುವಾದಗಳನ್ನು ಓದಿದ್ದೇನೆ," ಎಂದರು ಅಶೋಕ ಹಾರನಹಳ್ಳಿ. ನಾನು ಓದಿ ನೋಡಿ ತಿಳಿಸುತ್ತೇನೆ ಎಂದು ಹೇಳಿ ಪುಸ್ತಕ ತೆಗೆದುಕೊಂಡು ಬಂದೆ. ಹಗಲು ರಾತ್ರಿ ಎನ್ನದೆ ರಾಜಮೋಹನ ಗಾಂಧಿಯವರ ಅಜ್ಜನ ಕಥನ ಓದಿಸಿಕೊಂಡಿತು. ಅನುವಾದವಲ್ಲ ಅದರ 'ಅನುಸೃಷ್ಟಿ' ನನ್ನದಾಗಿರುತ್ತದೆ ಎಂದು ಅಶೋಕ್ ಹಾರನಹಳ್ಳಿಯವರಿಗೆ ಒಪ್ಪಿಗೆ ತಿಳಿಸಿದೆ.

'ಗಾಂಧಿ ಒಂದು ಸತ್ಯ ಕಥೆ' ಕನ್ನಡದಲ್ಲಿ 'ಅನುಸೃಷ್ಟಿ'ಯಾಯಿತು. ಲೋಕಶಿಕ್ಷಣ ಟ್ರಸ್ಟ್ ಅಂದಚಂದಗಳಿಂದ ಬೃಹತ್ ಗ್ರಂಥವನ್ನು ಬಹಳ ಮುತುವರ್ಜಿವಹಿಸಿ ಪ್ರಕಟಿಸಿತು. ಅಶೋಕ್ ಹಾರನಹಳ್ಳಿಯವರು ರಾಜಮೋಹನ ಗಾಂಧಿಯವರನ್ನು ಕರೆಸಿ ಅವರ ಉಪಸ್ಥಿತಿಯಲ್ಲಿ ಗ್ರಂಥವನ್ನು ಲೋಕಾರ್ಪಣೆ ಮಾಡಿದರು.

20014 ಒಂದು ದಿನ ಬೆಳಿಗ್ಗೆ ಹುಣಸವಾಡಿ ರಾಜನ್ ಅವರಿಂದ ಮತ್ತೊಂದು ಫೋನ್ ಕರೆ. ಉಭಯ ಕುಶಲೋಪರಿಯ ನಂತರ, "ಸಾರ್, ಇವತ್ತು ನಾಳೆಗಳಲ್ಲಿ ನಮ್ಮ ಆಫೀಸಿನ ಕಡೆ ಬರಲು ಸಾಧ್ಯವೇ? ಸ್ವಲ್ಪ ಮಾತನಾಡುವುದಿದೆ," ಎಂದು ಕೇಳಿದರು.

"ಆಗಲಿ ನಿಮ್ಮನ್ನು ಭೇಟಿಯಾಗುವುದು ಸಂತೋಷವೇ," ಎಂದೆ. ಮುಂದೊಂದು ದಿನ ಅವರು ಕಾರು ಕಳುಹಿಸಿಕೊಟ್ಟರು. ನಾನು ಅವರ ಆಫೀಸಿಗೆ ಹೋದೆ. ಅವರು ಸೀದಾ ನನ್ನನ್ನು ಅಶೋಕ ಹಾರನಹಳ್ಳಿಯವರ ಚೇಂಬರಿಗೆ ಕರೆದೊಯ್ದರು. ಪತ್ರಿಕೋದ್ಯಮದ ಅವತ್ತಿನ ಸ್ಥಿತಿಗತಿಗಳ ಬಗ್ಗೆ ಲೋಕಾಭಿರಾಮವಾಗಿ ಕೆಲವು ಮಾತುಗಳು ನಡೆದ ನಂತರ, ಅಶೋಕ ಹಾರನಹಳ್ಳಿಯವರು, "ಕಸ್ತೂರಿ

ಮಾಸ ಪತ್ರಿಕೆಯ ಸಂಪಾದಕತ್ವವನ್ನು ನಾನು ವಹಿಸಿಕೊಳ್ಳಬೇಕೆಂಬುದು ತಮ್ಮ ಅಪೇಕ್ಷೆಯಾಗಿದೆ," ಎಂದರು.

ನನಗೆ ಅದು ಅನಿರೀಕ್ಷಿತವಾಗಿತ್ತು. ಜೊತೆಗೆ ಸವಾಲೂ ಆಗಿತ್ತು. ದೂರದರ್ಶನ ದಿಂದಾಗಿ ನಿಯತಕಾಲಿಕಗಳು ಓದುಗರ ಉಪೇಕ್ಷೆಗೆ ಗುರಿಯಾಗಿದ್ದ ದಿನಗಳು.

"ಸರ್ ಇದು ಕಷ್ಟ ಕಾಲ. ಸ್ವಲ್ಪ ಯೋಚಿಸಲು ಅವಕಾಶ ಕೊಡಿ," ಎಂದೆ.

"ಇಲ್ಲ, ಈ ಕಷ್ಟಕಾಲದಲ್ಲೇ 'ಕಸ್ತೂರಿ'ಯ ಜವಾಬ್ದಾರಿಯನ್ನು ನೀವು ವಹಿಸಿಕೊಳ್ಳಬೇಕು," ಎಂದರು ಅಶೋಕ್ ಹಾರನಹಳ್ಳಿಯವರು.

'ಕಸ್ತೂರಿ' ಪಾ ವೆಂ ಆಚಾರ್ಯರು ರೂಪಿಸಿದ 'ಕನ್ನಡದ ರೀಡರ್ಸ್ ಡೈಜೆಸ್ಟ್' ಎಂಬ ಖ್ಯಾತಿಯ ಮಾಸ ಪತ್ರಿಕೆ. ಅವರ ನಂತರ ಪತ್ರಿಕೋದ್ಯಮ ಕಂಡ ಹಲವು ಏಳುಬೀಳುಗಳಿಂದಾಗಿ ಅದರ ಖ್ಯಾತಿ ಗತ ವೈಭವವಾಗಿತ್ತು. ಈಗಿನ ಯುವಜನಾಂಗಕ್ಕೆ 'ಕಸ್ತೂರಿ'ಯ ಪರಿಮಳದ ಪರಿಚಯವೇ ಇರಲಿಲ್ಲ. ಹಳೆಯ ತಲೆಮಾರಿನವರಿಗೆ ಅದು ಇನ್ನೂ ತಮ್ಮ ಅಚ್ಚುಮೆಚ್ಚಿನ ಡೈಜೆಸ್ಟ್ ಆಗಿತ್ತು.

ನನಗೂ ಇಂಥದೊಂದು ಕೆಲಸದ ಅಗತ್ಯವಿತ್ತು, ಒಪ್ಪಿಕೊಂಡೆ. ಪತ್ರಿಕಾ ವ್ಯವಸಾಯದಲ್ಲಿ ನಲವತ್ತು ವರ್ಷಗಳ ಸೇವೆಯ ನಂತರ, ಜಿ ಎನ್ ರಂಗನಾಥ ರಾವ್ ಸಂಪಾದಕನಾಗಿ ಇಂಪ್ರಿಂಟಿನಲ್ಲಿ ಕೊನೆಗೂ ಕಾಣಿಸಿಕೊಂಡಿದ್ದ. 'ಕಸ್ತೂರಿ'ಗೆ ಗತ ವೈಭವವನ್ನು ಮರಳಿ ತರುವುದರ ಜೊತೆಗೆ ನನ್ನದೇ ಆದ ಛಾಪನ್ನೂ ಮೂಡಿಸಬೇಕಿತ್ತು. ಅಶೋಕ ಹಾರನಹಳ್ಳಿಯವರು ಅದಕ್ಕೆ ಬೇಕಾದ ಸಂಪೂರ್ಣ ಸ್ವಾತಂತ್ರ್ಯವನ್ನು ನನಗೆ ಕೊಟ್ಟಿದ್ದರು.

'ನಿಮ್ಮ ಶಬ್ದ ಭಂಡಾರ ಬೆಳೆಯಲಿ' ಎನ್ನುವುದು ಪಾ ವೆಂ ಅವರು ಪ್ರಾರಂಭಿಸಿದ ಅತ್ಯಂತ ಜನಪ್ರಿಯ ಅಂಕಣಗಳಲ್ಲಿ ಒಂದು. ಅದನ್ನು ಪುನರಾರಂಭಿಸಿದೆ. ವಿಜ್ಞಾನ ಹಾಗೂ ವಿವಿಧ ಕ್ಷೇತ್ರಗಳಲ್ಲಿ ಆಗುತ್ತಿರುವ ಬೆಳವಣಿಗೆಗಳ ಮಾಹಿತಿ ನೀಡುವ ತುಣುಕು ಸುದ್ದಿಗಳಿಗೆ 'ಕಸ್ತೂರಿ' ಪ್ರಖ್ಯಾತವಾಗಿತ್ತು. ಅದನ್ನು ಮತ್ತೆ ಪ್ರಾರಂಭಿಸಿದೆ. ವಿಜ್ಞಾನ, ಪರಿಸರ, ಮತ್ತು ಭಾಷೆ ಕುರಿತು ಹೊಸ ಅಂಕಣಗಳನ್ನು ಪ್ರಕಟಿಸಿದೆ. ಅನಂತ ಮೂರ್ತಿ, ಶೂದ್ರ ಶ್ರೀನಿವಾಸ್, ಎಚ್ ಎಸ್ ವೆಂಕಟೇಶಮೂರ್ತಿ, ಟಿ ಆರ್ ಅನಂತರಾಮು, ಶ್ರೀರಾಮ ಭಟ್ಟ ಅವರುಗಳಿಂದ ಹೊಸ ಅಂಕಣಗಳನ್ನು ಬರೆಸಿದೆ. ಪುಸ್ತಕ ವಿಭಾಗದಲ್ಲಿ ಆಧುನಿಕ ಸಂವೇದನೆಯ ಕಥೆ–ಕಾದಂಬರಿಗಳು ಪ್ರಕಟವಾದವು. ಹಳೆಯ ಸಂಚಿಕೆಗಳ ಉತ್ಕೃಷ್ಟವಾದ ಲೇಖನಗಳನ್ನು 'ಮರುಕಳಿಕೆ'ಯಾಗಿ ಪ್ರಕಟಿಸಿದೆ. ಈ ಎಲ್ಲ ಪ್ರಯತ್ನಗಳಿಂದ 'ಕಸ್ತೂರಿ' ಮತ್ತೆ ಮೊದಲಿನಂತೆ ಪರಿಮಳಿಸಿ ಮಿಂಚತೊಡಗಿತು.

ವರ್ಷ ಕಳೆಯಿತು. ಮೋದಿ ಸರ್ಕಾರಕ್ಕೂ ವರ್ಷ ಕಳೆದಿತ್ತು. ಮೋದಿ ಸರ್ಕಾರದ ವರ್ಷದ ಸಾಧನೆಗಳನ್ನು ಕುರಿತು ನಾನು ಕಟುವಾದ ಸಂಪಾದಕೀಯವೊಂದನ್ನು

ಬರೆದಿದ್ದೆ. ಅದು ಸಹಜವಾಗಿಯೇ 'ಭಕ್ತರಿಗೆ' ಪ್ರಿಯವಾಗಿರಲಿಲ್ಲ. ನಿಂದನೆಯ ಟೆಲಿಫೋನ್ ಕರೆಗಳು ಬರಲಾರಂಭಿಸಿದವು. ಜೊತೆಗೆ ಅನಂತ ಮೂರ್ತಿ ಮತ್ತು ಗಿರೀಶ್ ಕರ್ನಾಡರ ಲೇಖನಗಳನ್ನು 'ಕಸ್ತೂರಿ'ಯಲ್ಲಿ ಪ್ರಕಟಿಸಬಾರದೆಂದೂ ಆಗ್ರಹದ ಕರೆಗಳು ಬರಲಾರಂಭಿಸಿದವು. ಈ ಕರೆಗಳು ಹೆಚ್ಚಾಗಿ ಶಿವಮೊಗ್ಗ, ಬೆಳಗಾವಿ ಮತ್ತು ವಿಜಯಪುರದಿಂದ ಬರುತ್ತಿದ್ದ ಬೆದರಿಕೆಯ ಕರೆಗಳಾಗಿದ್ದವು. ಬರಿ ಬೆದರಿಕೆ ಕರೆಗಳಾಗಿರಲಿಲ್ಲ. ಅಸಭ್ಯ ಮಾತುಗಳಿಂದ ನಿಂದಿಸುತ್ತಿದ್ದರು.

ನಾನು ಅದಕ್ಕೆ ಹೆಚ್ಚು ಮಹತ್ವ ಕೊಡಲಿಲ್ಲ. ಆದರೆ, ಸಂಸ್ಥೆಯ ಕಾರ್ಯದರ್ಶಿಗಳಾದ ಶ್ರೀ... ಭಟ್ ಅವರೇ ಒಮ್ಮೆ, ಅನಂತ ಮೂರ್ತಿಯವರ ಲೇಖನವೊಂದರ ಅರ್ಥ ತಿಳಿಸುವಂತೆ ಕೇಳಿದಾಗ ನನಗೆ ಸ್ವಲ್ಪ ಇರುಸುಮುರುಸು ಆಯಿತು. ಆ ವೇಳೆಗಾಗಲೇ ಮೋದಿಯವರ ಸರ್ಕಾರವನ್ನು ಟೀಕಿಸಿ ಬರೆಯವುದೆಂದರೆ ಅಪಾಯವನ್ನು ಮೈಮೇಲೆ ಎಳೆದುಕೊಂಡಂತೆ ಎನ್ನುವ ಅಭಿಪ್ರಾಯ ಪತ್ರಿಕಾ ರಂಗದಲ್ಲಿ ಮೂಡಿತ್ತು. ಮಾಧ್ಯಮವನ್ನು ಸೆಳೆದುಕೊಳ್ಳುವ ಪ್ರಯತ್ನವೂ ಅಖಿಲ ಭಾರತ ಮಟ್ಟದಲ್ಲಿ ಅಧಿಕಾರಾರೂಢ ಪಕ್ಷದಿಂದ ನಡೆದಿತ್ತು. ಮಾಧ್ಯಮದ–ವಿಶೇಷವಾಗಿ ವಿದ್ಯುನ್ಮಾನ ಮಾಧ್ಯಮದ ವರ್ತನೆಯೂ 'ಮೋದಿ'ಗೊಳಗಾದಂತಿತ್ತು. ಇಂಥ ಪರಿಸ್ಥಿತಿಯಲ್ಲಿ ಪತ್ರಿಕೆಗಳ ಆಡಳಿತ ವರ್ಗದವರೂ ಸಂಪಾದಕನಿಗೆ ಬೆಂಬಲವಾಗಿ ನಿಲ್ಲತ್ತಾರೆಂಬ ಭರವಸೆ ಇರಲಿಲ್ಲ. ಅಶೋಕ ಹಾರನಹಳ್ಳಿಯವರೂ ಅಧ್ಯಕ್ಷ ಸ್ಥಾನವನ್ನು ಬೇರೆಯವರಿಗೆ ಬಿಟ್ಟುಕೊಟ್ಟಿದ್ದರು. ಆಗ ನನಗೆ ಕೆಲಸ ಮಾಡುವುದು ಅಸಾಧ್ಯವೆನಿಸಿ ರಾಜೀನಾಮೆ ಕೊಟ್ಟು ಹೊರಬಂದೆ.

ಈ ನಡುವೆ ಲೋಕಶಿಕ್ಷಣ ಟ್ರಸ್ಟ್ ಪ್ರಕಟಿಸಿದ ನನ್ನ 'ಅನುಸೃಷ್ಟಿ' 'ಮಹಾತ್ಮ ಗಾಂಧಿ ಒಂದು ಸತ್ಯಕಥೆ' ಕೃತಿಗೆ ಕೇಂದ್ರ ಸಾಹಿತ್ಯ ಅಕಾಡೆಮಿ ಪ್ರಶಸ್ತಿ ಬಂದಿತ್ತು. ನಾನು ಅಸ್ಸಾಂನಲ್ಲಿ ನಡೆದ ಸಮಾರಂಭಕ್ಕೆ ಹೋಗಿ ಪ್ರಶಸ್ತಿ ಸ್ವೀಕರಿಸಿದೆನಾದರೂ ಮುಂದೊಂದು ದಿನ, 2015ರಲ್ಲಿ ಮೋದಿ ಸರ್ಕಾರದ ಅಭಿವ್ಯಕ್ತಿ ಸ್ವಾತಂತ್ರ್ಯ ದಮನ ನೀತಿ ವಿರುದ್ಧ ಪ್ರತಿಭಟಿಸಿ ಈ ಪ್ರಶಸ್ತಿಯನ್ನು ಹಿಂದಿರುಗಿಸಿದೆ. ಪ್ರಶಸ್ತಿ ಮೊತ್ತವನ್ನು ಹಿಂದಿರುಗಿಸಿ ನೀಡಿದ ಚೆಕ್ಕನ್ನು ಅಕಾಡೆಮಿ ನಗದು ಮಾಡಿಸಿಕೊಳ್ಳಲಿಲ್ಲ. ಫಲಕವನ್ನು ತನ್ನಲ್ಲೇ ಇಟ್ಟುಕೊಂಡಿತು. ಈ ಪ್ರಶಸ್ತಿ ಮೊತ್ತವನ್ನು ನಾನು ಸ್ವಂತಕ್ಕೆ ಬಳಸಿಕೊಳ್ಳಲಿಲ್ಲ. ಅದರ ಜೊತೆಗೆ 'ಮಹಾಭಾರತ' ಹಾಗೂ ಇತರ ಪುಸ್ತಕಗಳಿಂದ ಬಂದ ಸಂಭಾವನೆಯನ್ನು ಸೇರಿಸಿ ಬಾಳಸಂಗಾತಿ ಸರಳಾಳ ಹೆಸರಿನಲ್ಲಿ ಉದಯೋನ್ಮುಖ ಮಹಿಳಾ ಲೇಖಕಿಯರನ್ನು ಪ್ರೋತ್ಸಾಹಿಸುವ ಸಲುವಾಗಿ ಟ್ರಸ್ಟ್ ಒಂದನ್ನು ಸ್ಥಾಪಿಸಿದೆ. ಈ ಟ್ರಸ್ಟ್ 2020ರಿಂದ ಕಾರ್ಯಾರಂಭಿಸಿದ್ದು ಮೊದಲ ಎರಡು ವರ್ಷಗಳ ಪ್ರಶಸ್ತಿ ಗ್ರಾಮೀಣ ಪ್ರತಿಭೆಗಳಿಗೆ ಸಂದಿರುವುದು ಸಂತೋಷದ ಸಂಗತಿ.

ನಾನು ಪತ್ರಿಕಾ ವೃತ್ತಿಯಿಂದ ನಿವೃತ್ತಿ ಹೊಂದಿದ ನಂತರ, ಲೋಕಶಿಕ್ಷಣ ಟ್ರಸ್ಟ್ ಹೊರತು ಬೇರೆ ಯಾರೂ ನನ್ನನ್ನು 'ನೀನು ಯಾವ ಊರು ದಾಸಯ್ಯ?' ಎಂದು ವಿಚಾರಿಸಿರಲಿಲ್ಲ. ಲೋಕಶಿಕ್ಷಣ ಟ್ರಸ್ಟಿನ ಅಶೋಕ ಹಾರನಳ್ಳಿಯವರು 'ಕಸ್ತೂರಿ' ಜವಾಬ್ದಾರಿ ವಹಿಸಿದ್ದರು. ಅದರಿಂದಲೂ ಹೊರಬಂದ ನಂತರ ನಾನು ಮತ್ತೆ ಅಜ್ಞಾತ ಪತ್ರಕರ್ತನಾಗಿ ಗತಲೋಕಕ್ಕೆ ಜಾರಿದ್ದೆ. ಹೀಗಿರುವಾಗ 2015ರ ಕೊನೆಯ ದಿನಗಳಲ್ಲಿ 'ವಾರ್ತಾ ಭಾರತಿ'ಯ ಸುದ್ದಿ ಸಂಪಾದಕ ಬಶೀರ್ ಅವರಿಂದ ಟೆಲಿಫೋನ್ ಕರೆಬಂತು. 'ವಾರ್ತಾ ಭಾರತಿ'ಗೆ ವಾರಕ್ಕೊಮ್ಮೆ ಒಂದು ಅಂಕಣ ಬರೆಯಬೇಕೆಂಬ ಅವರ ಆಮಂತ್ರಣ ಕನ್ನಡ ಪತ್ರಿಕಾ ವ್ಯವಸಾಯದಲ್ಲಿ ನನ್ನ ನೆನಪು ಇನ್ನೂ ಹಸಿರಾಗಿದೆ ಎನ್ನುವ ಸೋಜಿಗ ಉಂಟುಮಾಡಿತು.

ಅಂಕಣ ಬರಹ ಒಡ್ಡುವ ಪ್ರಸ್ತುತೆ ಮತ್ತು ಪರಂಪರೆಯ ಸವಾಲುಗಳಿಂದಾಗಿ ಸ್ವಲ್ಪ ಯೋಚಿಸುವಂತಾಯಿತು. ಆದರೆ, ಮಿತ್ರ ಬಶೀರ್ ನನ್ನನ್ನು ತಮ್ಮ ಮಾತಿನ ಬಲೆಯಲ್ಲಿ ಕೆಡವಿದ್ದರು. ಅಂಕಣ ಬರೆಯಲು ಒಪ್ಪಿಕೊಂಡೆ. ಇದಕ್ಕೆ ಪರಂಪರೆಯಿಂದಲೇ ಕಸುವು ಪಡೆದುಕೊಂಡೆ. ಮಾಸ್ತಿಯವರ 'ಕಾಕನ ಕೋಟೆ' ನಾಟಕದ ಒಂದು ಸೊಲ್ಲು 'ನೇಸರ ನೋಡು ನೇಸರ ನೋಡು' ನನ್ನ ಅಂಕಣದ ಶೀರ್ಷಿಕೆಯಾಯಿತು. ಓದುಗರನ್ನು ಸಾಧ್ಯವಾದಷ್ಟೂ ವಿಚಾರ ರಶ್ಮಿಗೊಡ್ಡುವುದು ಈ ಶೀರ್ಷಿಕೆ ಹಿಂದಿನ ಹಂಬಲವಾಗಿತ್ತು. ಈ ಅಂಕಣ ಸುಮಾರು ಎರಡು ವರ್ಷಕ್ಕೂ ಹೆಚ್ಚು ಕಾಲ 'ವಾರ್ತಾ ಭಾರತಿ'ಯಲ್ಲಿ ಪ್ರಕಟವಾಗಿ ಜನಾದರಣೆ ಗಳಿಸಿತು. ಇದಕ್ಕಾಗಿ 'ವಾರ್ತಾ ಭಾರತಿ'ಯ ಸಂಪಾದಕ ಎ ಎಸ್ ಪುತ್ತಿಗೆ ಮತ್ತು ಸುದ್ದಿ ಸಂಪಾದಕ ಬಿ ಎಂ ಬಶೀರ್ ಅವರಿಗೆ 'ನನಗೆ ಮತ್ತೆ ಜೀವ ಕೊಟ್ಟಿದ್ದಕ್ಕಾಗಿ' ಕೃತಜ್ಞನಾಗಿದ್ದೇನೆ.

'ನಡೆದ ದಾರಿಯ ತಿರುಗಿ ನೋಡಬಾರದು ಏಕೆ?
ತಿರುಗಿ ನೋಡಿದರೆ ಮತ್ತೆ ಆ ಹೂವೆ ನಲುಗಬಹುದೆ?'

ಎಂಬುದು ಕವಿವಾಣಿ. ತಿರುಗಿ ನೋಡದಿರಲು ಸಾಧ್ಯವೆ? ತಿರುಗಿ ನೋಡದಿದ್ದರೆ ಚರಿತ್ರೆ ಎಲ್ಲಿರುತ್ತಿತ್ತು? ನಲುಗಿದ್ದೇ ಹೆಚ್ಚು.

ನನ್ನ ಯಾತನೆ ಹೊರತಾಗಿ, ಯಾರನ್ನೂ ನೋಯಿಸುವುದು ನನ್ನ ಬರವಣಿಗೆಯ ಉದ್ದೇಶವಲ್ಲ. ಇದು ನನ್ನ ಎದೆಯ ನೈತಿಕ ಹೊಣೆಯ ಅಭಿವ್ಯಕ್ತಿಯಷ್ಟೇ.

ಬರೆಯುವುದು ಇನ್ನೂ ಬೇಕಾದಷ್ಟಿದೆ. ಸದ್ಯಕ್ಕೆ ವಿರಮಿಸುತ್ತೇನೆ.
ಎದೆಗೆ ಬರುತಿದೆ ಜಗದ 'ಮದ'
ಕುಣಿದಲ್ಲದೆ ನಾ ತಾಳೆನಿದ...

(ಪುತಿನ ಕ್ಷಮೆ ಕೋರಿ)

❖

www.ingramcontent.com/pod-product-compliance
Lightning Source LLC
LaVergne TN
LVHW090326051026
849518LV00005B/1897
9788195615230